ಛಂದ ಪುಸ್ತಕ

AF758766

ಓದಿ ಓದಿ ಮರುಳ

ವಿದ್ಯಾವಂತ ವೇಶ್ಯೆಯ ಆತ್ಮಕಥೆ

ಬಂಗಾಳಿ ಮೂಲ

ಕುಮಾರಿ/ಶ್ರೀಮತಿ ಮಾನದಾ ದೇವಿ ಪ್ರಣೀತ

ಬಂಗಾಳಿಯಿಂದ ನೇರ ಕನ್ನಡಕ್ಕೆ

ಡಾ. ನಾಗ ಎಚ್. ಹುಬ್ಳಿ

Vidyavanta Veshyeya Atmakate
-An autobiography by Smt. / Kum. Manada Devi
Translated to Kannada by Dr. Naga H. Hubli
Published by Chanda Pustaka,
I-004, Mantri Paradise,
Bannerughatta Road, Bangalore-560 076
ISBN: 978-81-964641-8-9

ಕನ್ನಡ ಅನುವಾದ© ಛಂದ ಪುಸ್ತಕ
ಬಂಗಾಳಿಯಲ್ಲಿ ಮೊದಲ ಮುದ್ರಣ: 1929
ಕನ್ನಡದಲ್ಲಿ ಮೊದಲ ಮುದ್ರಣ: 2023

ಮುಖಪುಟ ಚಿತ್ರ: ಪಿನಾಕಿ ದೇ (ಪಿಂಕು)
ಮುಖಪುಟ ವಿನ್ಯಾಸ: ಶ್ವೇತಾ ಆಡುಕಳ
ಕರಡು ತಿದ್ದುವಿಕೆ: ಪದ್ಮನಾಭ ಭಟ್ ಶೇವ್ಕಾರ
ಬೆರಳಚ್ಚು: ಗಣಪತಿ ಎಂ
ಪುಟಗಳು: 202 ಬೆಲೆ: ₹ 240
ಕಾಗದ: ಎನ್‌ಎಸ್ ಮ್ಯಾಪ್ಲಿತೊ 70 ಜಿಎಸ್‌ಎಂ, 1/8 ಡೆಮಿ

ಪ್ರತಿಗಳಿಗಾಗಿ ಸಂಪರ್ಕಿಸಿ:

ಛಂದ ಪುಸ್ತಕ
ಐ–004, ಮಂತ್ರಿ ಪ್ಯಾರಡೈಸ್
ಬನ್ನೇರುಘಟ್ಟ ರಸ್ತೆ
ಬೆಂಗಳೂರು–560 076
ಸೆಲ್: 98444 22782
me@vasudhendra.com

ಮುದ್ರಣ:

ಟ್ರಿನಿಟಿ ಅಕಾಡೆಮಿ, ಕುಡ್ಲು ಗೇಟ್, ಹೊಸೂರು ರಸ್ತೆ, ಬೆಂಗಳೂರು

ಡಾ. ನಾಗ ಎಚ್. ಹುಬ್ಳಿ

ಹುಬ್ಬಳ್ಳಿಯವರಾದ ಇವರು ಎಲೆಕ್ಟ್ರಿಕಲ್ ಇಂಜಿನಿಯರಿಂಗ್ ಡಿಪ್ಲೋಮ, ಕನ್ನಡದಲ್ಲಿ ಎಂ.ಎ. ಮತ್ತು ಪತ್ರಿಕೋದ್ಯಮದಲ್ಲಿ ಪಿಎಚ್‌ಡಿ ಮಾಡಿದ್ದಾರೆ. ಸದ್ಯ ಇವರು ರಾಂಚಿ ವಿಶ್ವವಿದ್ಯಾಲಯದ ಪ್ರಾಧ್ಯಾಪಕರು.

ಹಲವಾರು ಪತ್ರಿಕೆಗಳಿಗೆ ಮತ್ತು ಡಿಜಿಟಲ್ ಮಾಧ್ಯಮಗಳಿಗೆ ವರದಿಗಾರರಾಗಿ ಕೆಲಸ ಮಾಡಿದ್ದಾರೆ. ಆದಿವಾಸಿಗಳನ್ನು ಕುರಿತು ಕಳೆದ 22 ವರ್ಷಗಳಿಂದ ಝಾರ್ಖಂಡ್, ಬಿಹಾರ, ಒಡಿಸ್ಸಾ, ಪಶ್ಚಿಮ ಬಂಗಾಳ, ಛತ್ತೀಸಗಢ, ನಿಕೋಬಾರ್ ದ್ವೀಪ, ಉತ್ತರಾಖಂಡ ಮುಂತಾದ ರಾಜ್ಯಗಳ ಆದಿವಾಸಿ ತಾಂಡಾಗಳಿಗೆ ನಿರಂತರ ಭೇಟಿ ನೀಡಿ ಜನಾಂಗೀಯ ಅಧ್ಯಯನ ನಡೆಸುತ್ತಿದ್ದಾರೆ.

'ಸರಹುಲ್', 'ಝಾರ್ಖಂಡ್ ಆದಿವಾಸಿ ಬದುಕು', 'ಆದಿವಾಸಿ ಸಂಸ್ಕೃತಿ' ಮತ್ತು 'ಅಸುರ' ಇವರ ಇತರ ಕೃತಿಗಳು. ಸಾಕಷ್ಟು ಕೃತಿಗಳ ಅನುವಾದ ಮಾಡಿದ್ದಾರೆ. ಹಿಂದಿಯಿಂದ ಅನುವಾದಿಸಿದ 'ಭೂತನಾಥ' ಎಂಬ ಬೃಹತ್ ಕಾದಂಬರಿಗೆ 'ಕುವೆಂಪು ಭಾಷಾ ಭಾರತಿ ಪ್ರಾಧಿಕಾರ'ದ ಪುಸ್ತಕ ಬಹುಮಾನ ದೊರಕಿದೆ.

nagahubli45@gmail.com | 80022 03153

ನನ್ನ ನಿವೇದನೆ

ಪುಸ್ತಕದ ಶೀರ್ಷಿಕೆಯನ್ನು ನೋಡುತ್ತಿದ್ದಂತೆಯೇ, 'ಇಂತಹ ಜೀವನಚರಿತ್ರೆಯನ್ನು ಬರೆಯುವುದರ ಉದ್ದೇಶವಾದರೂ ಏನಿರಬಹುದು?' ಎಂದು ಹಲವರು ಆಶ್ಚರ್ಯಚಕಿತರಾಗಬಹುದು. ಏಕೆಂದರೆ ಸಾಮಾನ್ಯವಾಗಿ ಜೀವನಚರಿತ್ರೆ ಪ್ರಕಟವಾಗುವುದು 'ಮಹಾನ್ ವ್ಯಕ್ತಿ'ಗಳದ್ದು. ಅಂತಹ ವ್ಯಕ್ತಿಗಳ ಆದರ್ಶ, ಸಾಧನೆ ಮುಂತಾದವುಗಳು ಮುಂದಿನ ಪೀಳಿಗೆಯವರ ಮೇಲೆ ಉತ್ತಮ ಪರಿಣಾಮ ಬೀರಬಹುದು ಎನ್ನುವುದು ಇಂತಹ ಶ್ರೇಷ್ಠ ವ್ಯಕ್ತಿಗಳ, ಸಾಧಕರ ಜೀವನಚರಿತ್ರೆ ಅಥವಾ ಆತ್ಮಕಥೆ ರಚನೆಯ ಅಥವಾ ಪ್ರಕಟಣೆಯ ಮುಖ್ಯ ಉದ್ದೇಶವಾಗಿರುತ್ತದೆ. ಆದರೆ ಇಂತಹ ಜೀವನಚರಿತ್ರೆಗಳು ಸಮಾಜದ ಪೂರ್ಣಚಿತ್ರಣ ಎಂದು ಹೇಳಲಾಗದು. ನನ್ನ ಜೀವನ ಅಷ್ಟೇನೂ ಮಹತ್ವದ್ದಲ್ಲ; ನಿಜ ಹೇಳಬೇಕೆಂದರೆ, ನನ್ನ ಬದುಕು ಸಮಾಜದ ದೃಷ್ಟಿಯಿಂದ 'ಮಹತ್ವ'ಕ್ಕೆ ವಿರುದ್ಧವಾದುದು; ಅತ್ಯಂತ ಹೀನ ವೃತ್ತಿಯಲ್ಲಿ ಜೀವನವನ್ನು ಕಳೆದವಳು ನಾನು. ಆದರೆ ನಾನು ಈ ಪುಸ್ತಕವನ್ನು ಬರೆಯುತ್ತಿರುವುದರ ಉದ್ದೇಶ ಮಹತ್ವದ್ದು; ಶ್ರೇಷ್ಠವಾದುದು. ನಾನು ಪಾಪಿ, ಕಳಂಕಿನಿ, ಪ್ರಶಂಸೆಗೆ ಅಯೋಗ್ಯಳು. ಆದರೆ ನನ್ನ ಜೀವನದ ಮುಳ್ಳಿನ ಹಾದಿಯನ್ನು ನಾನು ಅದೆಷ್ಟು ನಿಷ್ಕಪಟವಾಗಿ ಹೇಳುತ್ತಿದ್ದೇನೆಂದರೆ, ಯಾವುದೇ ಮಹಾನ್ ವ್ಯಕ್ತಿ ಕೂಡ ತಮ್ಮ ಬದುಕಿನ ಕಥೆಯನ್ನು ಇಷ್ಟೊಂದು ಮುಕ್ತವಾಗಿ ಹೇಳಿಕೊಳ್ಳುವುದಿಲ್ಲ; ಮುಚ್ಚುಮರೆಯಿಲ್ಲದೆ ಅವರು ಹೇಳಿಕೊಳ್ಳುವುದು ಸಾಧ್ಯವೂ ಇಲ್ಲ. ತಾವು ಮಾಡಿದ ಪಾಪದ ಕಾರ್ಯಗಳನ್ನು ಮುಚ್ಚಿಡುವುದು ಅವರಿಗೆ ಅನಿವಾರ್ಯ. ತಾವು ಮಾಡಿದ ತಪ್ಪುಗಳನ್ನು, ಸಮಾಜದ ದೃಷ್ಟಿಯಲ್ಲಿ ಹೀನವೆನ್ನಿಸುವ ಕಾರ್ಯಗಳನ್ನು ಹೇಳಿಕೊಂಡು ಸಣ್ಣವರಾಗುವುದು, ಅಗೌರವಕ್ಕೆ ಗುರಿಯಾಗುವುದು ಯಾರಿಗೆ ತಾನೇ ಇಷ್ಟವಾಗುತ್ತದೆ? ಕೆಲವೊಮ್ಮೆ ನಮಗೆ ಗೊತ್ತಿಲ್ಲದೆ ನಮ್ಮ ಯೌವನಾವಸ್ಥೆಯಲ್ಲಿ ದಾರಿ ತಪ್ಪಿಬಿಡುತ್ತೇವೆ. ನಾನೊಬ್ಬಳು ಮಾತ್ರವಲ್ಲ, ನನ್ನ ರೀತಿಯಲ್ಲಿಯೇ 'ಅಪವಿತ್ರಳು' 'ಪದವಿ'ಯನ್ನು ಪಡೆದುಕೊಂಡ ಸಾವಿರಾರು ಮಹಿಳೆಯರು ಹಾಗೂ ಅವರನ್ನು ಅಪವಿತ್ರಗೊಳಿಸಿದ ಪುರುಷರು ನಮ್ಮ ಮುಂದೆಯೇ ಇದ್ದಾರೆ.

ದಾರಿ ತಪ್ಪಿದ ಹೆಣ್ಣಿನ ಜೀವನದಲ್ಲಿನ ಕಷ್ಟ, ವೇದನೆ, ಇಷ್ಟವಿಲ್ಲದ ಸಂಭೋಗ ಮುಂತಾದ ವಿಷಯಗಳನ್ನು ಆಧರಿಸಿ ಈ ಕೃತಿಯನ್ನು ರಚಿಸಲಾಗಿದೆ. ನನ್ನ ಜೀವನದಲ್ಲಿ ಕಳೆದುಹೋದ ದಿನಗಳನ್ನು ಆಗಾಗ ನೆನಪಿಸಿಕೊಳ್ಳುತ್ತೇನೆ. ನನ್ನ ಸ್ಪರ್ಶವನ್ನು ಬಯಸಿ ಬಂದವರು ನಡೆದುಕೊಳ್ಳುವ ರೀತಿಯನ್ನು ನೆನಪಿಸಿಕೊಂಡರೆ, ನಾನು ನರಕವನ್ನು ನೋಡುವುದಕ್ಕೆ ಪರಲೋಕಕ್ಕೆ ಹೋಗಬೇಕಾದ ಆವಶ್ಯಕತೆಯೇ ಇಲ್ಲ ಎನ್ನಿಸುತ್ತದೆ.

ನಾನು ಈ ಸಮಾಜದಲ್ಲಿ ಅನಿಷ್ಟದವಳು, ಅಸ್ಪೃಶ್ಯೆ, ಕುಲಟೆ, ವ್ಯಭಿಚಾರಿಣಿ, ಸೂಳೆ. ಇಲ್ಲಿ ನನಗೆ ಯಾವುದೇ 'ಉನ್ನತ' ಸ್ಥಾನಮಾನವಿಲ್ಲ. ಉನ್ನತ ಸ್ಥಾನವನ್ನು ನಾನು ಬಯಸುವುದು ಅಥವಾ ಪಡೆದುಕೊಳ್ಳುವುದು ಉಚಿತವೂ ಅಲ್ಲ. ಆದರೆ ಸಾಧು-ಸಭ್ಯಸ್ಥರ ವೇಷದಲ್ಲಿರುವ ಲಂಪಟರು ನನ್ನೊಂದಿಗೆ-ನನ್ನಂಥವರೊಂದಿಗೆ ಅತ್ಯಂತ ನಿಕಟವಾದ ಸಂಬಂಧವನ್ನು ಹೊಂದಿದ್ದರೂ ಸಮಾಜದಲ್ಲಿ ಉನ್ನತ ಸ್ಥಾನವನ್ನು ಅಲಂಕರಿಸಿದ್ದಾರೆ; ಅಧಿಕಾರವನ್ನು ಅನುಭವಿಸುತ್ತಿದ್ದಾರೆ; ಆಡಳಿತವನ್ನೂ ನಡೆಸುತ್ತಿದ್ದಾರೆ! ನನ್ನ ಆತ್ಮಕಥೆಯ ಮೂಲಕ ಇಂತಹ 'ಮಹಾಪುರುಷ'ರ ಅಸಲಿ ಮುಖವನ್ನು ಬಯಲುಗೊಳಿಸುವ, ಆ ಮೂಲಕ ಅವರನ್ನು ಹಾಗೂ ಅವರ 'ಸಾಧನೆ'ಯನ್ನು ಸಮಾಜದ ಮುಂದೆ ತೆರೆದಿಡುವ ಪ್ರಯತ್ನವನ್ನಾದರೂ ಮಾಡುವ ಇರಾದೆ ನನ್ನದು. ಇಂತಹ ಸಮಾಜಘಾತುಕರು ತಿಳಿವಳಿಕೆಯಿಲ್ಲದ, ಅಪ್ರಾಪ್ತ ಬಾಲಕಿಯರನ್ನು ಹಾಗೂ ಅವರ ಉಜ್ವಲ ಭವಿಷ್ಯವನ್ನು ಯಾವ ರೀತಿಯಲ್ಲಿ ಸರ್ವನಾಶ ಮಾಡುತ್ತಾರೆ ಎನ್ನುವುದನ್ನು ತಿಳಿದರೆ ಪ್ರತಿಯೊಬ್ಬರೂ ಸ್ತಂಭಿತರಾಗುತ್ತಾರೆ.

ನನ್ನ ಈ ಆತ್ಮಕಥೆಯಲ್ಲಿ ಶಿವನಾಥ ಶಾಸ್ತ್ರಿ, ಸುರೇಂದ್ರನಾಥ, ದೇಶಬಂಧು ಚಿತ್ತರಂಜನ್ ದಾಸ್, ವ್ಯೋಮಕೇಶ ಚಕ್ರವರ್ತಿ, ಅಶ್ವಿನಿಕುಮಾರ ದತ್ತ, ಪೂಜನೀಯ ವಾಸಂತಿ ದೇವಿ, ಸಂತೋಷಕುಮಾರಿ ಗುಪ್ತಾ, ಊರ್ಮಿಳಾ ದೇವಿ, ಸುನೀತಿ ದೇವಿ, ಮೋಹಿನಿ ದೇವಿ, ಸರಳಾ ದೇವಿ, ಹೇಮಪ್ರಭಾ ಮಜುಂದಾರ್, ಬಗಲಾ ಸೋಮ, ಅಬಲಾ ಬಸು, ಕಾಮಿನಿ ರಾಯ್, ಜ್ಯೋತಿರ್ಮಯಿ ಗಂಗೂಲಿ, ಶ್ರೀಮತಿ ವಿ.ಎಲ್. ಚೌಧರಿ, ರಮಲಾ ಗುಪ್ತಾ, ಲೀಲಾವತಿ ದಾಸ್, ಶ್ರೀಯುತ ಹೇರಂಬ ಚಂದ್ರ ಮೈತ್ರ, ಕೃಷ್ಣಕುಮಾರ ಮಿತ್ರ, ಮಹೇಶ್ಚಂದ್ರ ಆತಕಿ, ಕಾಜಿ ನಜರುಲ್ ಇಚ್ಛಲಾಮ್ ಹಾಗೂ ಅವರ ಪತ್ನಿ, ಮೋತಿಲಾಲ್ ನೆಹರೂ ಹಾಗೂ ಅವರ ಮಗಳು, ಸೈಯದ್ ಹುಸೇನ್, ಕುಮಾರ್ ಗೋಪಿಕಾರಮಣ ರಾಯ್, ರವೀಂದ್ರನಾಥ ಟ್ಯಾಗೋರ್, ರಾಮಾನಂದ ಚಟ್ಟೋಪಾಧ್ಯಾಯ, ಅಕ್ರಮ್ ಖಾನ್, ರಹಮುಲ್ ರಹೀಮ್, ಡಾ. ವಿಮಲ್ ಚಂದ್ರ ಘೋಷ್, ಆಚಾರ್ಯ ಪ್ರಫುಲ್ಲ ಚಂದ್ರ ರಾಯ್, ವೀರೇನ್ ಶಾಸಮಲ್, ಜಿತೇಂದ್ರಲಾಲ್ ಬಂದ್ಯೋಪಾಧ್ಯಾಯ, ಹೇಮಂತ ಸರ್ಕಾರ್, ಪ್ರತಾಪ ಗುಹರಾಯ್, ಬಂಕಿಮಚಂದ್ರ ಚಟ್ಟೋಪಾಧ್ಯಾಯ, ಅಮೃತಲಾಲ್ ಬಸು, ದೀನಬಂಧು ಮಿತ್ರ, ದ್ವಿಜೇಂದ್ರ ಲಾಲ್, ಶ್ರೀಯುತ ಶರತ್ ಚಂದ್ರ ಚಟ್ಟೋಪಾಧ್ಯಾಯ, ಡಾ. ನರೇಶ ಚಂದ್ರ ಸೇನಗುಪ್ತ, ಸ್ವಾಮಿ ಸತ್ಯಾನಂದ, ಸ್ವಾಮಿ ವಿಶ್ವಾನಂದ, ಸ್ವಾಮಿ ಸಚ್ಚಿದಾನಂದ,

ತಾರಕೇಶ್ವರ ಮುಂತಾದ ಮಹಾನ್ ವ್ಯಕ್ತಿಗಳ ಹೆಸರನ್ನು ಸಂದರ್ಭೋಚಿತವಾಗಿ ಉಲ್ಲೇಖಿಸಿದ್ದೇನೆ. ಒಂದು ವೇಳೆ ನನ್ನಂತಹ ಹೊಸ ಹಾಗೂ 'ವ್ಯಭಿಚಾರಿಣಿ' ಲೇಖಕಿ ಅವರ ಹೆಸರನ್ನು ಇಲ್ಲಿ ಉಲ್ಲೇಖಿಸಿರುವುದರಿಂದ ಅವರಿಗೆ ಅಥವಾ ಅವರ ಹೆಸರಿಗೆ ಅವಮಾನವುಂಟಾಗಿದೆ ಎನ್ನಿಸಿದರೆ, ಅವರೆಲ್ಲರಲ್ಲಿ ನಾನು ಪ್ರತ್ಯೇಕವಾಗಿ ಮತ್ತು ಮೃತ ವ್ಯಕ್ತಿಗಳ ಆತ್ಮದ ಬಳಿಯಲ್ಲಿ ಅತ್ಯಂತ ವಿನಮ್ರತೆಯಿಂದ ಕ್ಷಮೆ ಯಾಚಿಸುತ್ತೇನೆ.

ಈ ಆತ್ಮಕಥೆಯಲ್ಲಿ ನನ್ನ ಭಾವಚಿತ್ರವನ್ನು ಪ್ರಕಟಿಸಬೇಕೆಂದು ಕೆಲವರು ಮನವಿ ಮಾಡಿಕೊಂಡಿದ್ದರು. ಆದರೆ, ನನಗೆ ಶಾಲೆಯಲ್ಲಿ ಪಾಠ ಮಾಡಿದ ಪೂಜನೀಯ ಶಿಕ್ಷಕರಾದ ಶ್ರೀಯುತ ಮುಕುಲ್ ಚಂದ್ರ ಬ್ಯಾನರ್ಜಿ ಮತ್ತು ವಕೀಲರ ವಿಶೇಷ ಸಲಹೆಯ ಕಾರಣದಿಂದಾಗಿ ನಾನು ಇಲ್ಲಿ ನನ್ನ ಭಾವಚಿತ್ರವನ್ನು ನೀಡಿಲ್ಲ. ಈ ಕಾರಣಕ್ಕಾಗಿ ನಿಮ್ಮೆಲ್ಲರ ಕ್ಷಮೆ ಕೋರುವೆ.

ನಿಮ್ಮ ವಿಧೇಯಳಾದ

ಕುಮಾರಿ/ಶ್ರೀಮತಿ ಮಾನದಾ ದೇವಿ

ಎರಡನೆಯ ಮುದ್ರಣದ ವಿಜ್ಞಾಪನೆ

ಈ ಪುಸ್ತಕ ಪ್ರಕಟವಾದ ಕೆಲವೇ ದಿನಗಳಲ್ಲಿ ನಾನು ನಂಬಿರುವ ವಿಶ್ವನಾಥ ಸ್ವಾಮಿಯ ಕೃಪೆಯಿಂದ ಎರಡನೇ ಮುದ್ರಣ ಮಾಡಬೇಕಾದ ಅನಿವಾರ್ಯ ಬಂದೊದಗಿದೆ. ಈ ಸಂದರ್ಭದಲ್ಲಿ ಕೆಲವು ಬದಲಾವಣೆಗಳನ್ನು ಮತ್ತು ತಿದ್ದುಪಡಿಗಳನ್ನು ಮಾಡಲಾಗಿದೆ.

ನನ್ನ ಈ ಆತ್ಮಕಥೆಯಲ್ಲಿ ಸುರುಚಿ ಹೆಸರಿನ ಇಂಜಿನಿಯರಿಂಗ್ ಹುಡುಗಿಯನ್ನು ಕುರಿತಾಗಿ ಕೆಲವು ಸಾಲುಗಳನ್ನು ಬರೆದಿದ್ದೇನೆ. ಇದಕ್ಕೆ ಸಂಬಂಧಿಸಿದಂತೆ ಸುರುಚಿಯ ಸಹೋದರನು ಈ ಪುಸ್ತಕದ ಪ್ರಕಾಶಕರನ್ನು ಹಾಗೂ ನನ್ನನ್ನು ನ್ಯಾಯಾಲಯದ ಮೆಟ್ಟಿಲು ಹತ್ತಿಸುವ ಉದ್ದೇಶದಿಂದ ವಕೀಲರ ಮೂಲಕ ನೋಟಿಸು ಕಳುಹಿಸಿದ್ದಾನೆ. ಅದರಲ್ಲಿ, 'ಸುರುಚಿ ವೇಶ್ಯೆಯೂ ಅಲ್ಲ, ಬೆಲೆವೆಣ್ಣೂ ಅಲ್ಲ. ಆಕೆ ನಿಮ್ಮ ಮನೆಗೆ ಬರುತ್ತಿರಲೂ ಇಲ್ಲ. ನೀವು ಉತ್ತಮ ಕುಟುಂಬದ ಸದಸ್ಯೆ ಎಂದು ಭಾವಿಸಿ ನಿಮ್ಮನ್ನು ನಮ್ಮ ಮನೆಯೊಳಗೆ ಸೇರಿಸಿಕೊಂಡೆವು. ಇಲ್ಲದೇ ಹೋಗಿದ್ದಲ್ಲಿ ನಿಮ್ಮನ್ನು ಯಾವ ಕಾರಣಕ್ಕೂ ನಾವು ಬರಮಾಡಿಕೊಳ್ಳುತ್ತಿರಲಿಲ್ಲ; ಸುರುಚಿಯೊಂದಿಗೆ ಬೆರೆಯುವುದಕ್ಕೂ ಅವಕಾಶ ಮಾಡಿಕೊಡುತ್ತಿರಲಿಲ್ಲ. ಸುರುಚಿಯು ಕೃಷ್ಣಕುಮಾರರ ಅಳಿಯನ ಗಡಿಯಾರವನ್ನು ಕದ್ದಿದ್ದಾಳೆ ಎನ್ನುವುದೆಲ್ಲಾ ನಿಮ್ಮ ಕಟ್ಟುಕತೆ...' ಇತ್ಯಾದಿ ಏನೇನನ್ನೋ ಬರೆಯಲಾಗಿತ್ತು.

ಈ ನೋಟಿಸಿಗೆ ನಾನು ಯಾವ ಉತ್ತರವನ್ನೂ ನೀಡಿಲ್ಲ; ನೀಡುವುದೂ ಇಲ್ಲ. ಅವರು ಮೊಕದ್ದಮೆ ಹೂಡಲಿ ಎಂದು ಕಾಯುತ್ತಿದ್ದೇನೆ. ಒಂದು ವೇಳೆ ಈ ಘಟನೆ ನ್ಯಾಯಾಲಯದ ಮೆಟ್ಟಿಲೇರಿದರೆ ಹೊರಗಿನ ಪ್ರಪಂಚಕ್ಕೆ ವೇಶ್ಯೆಯರ ಸಮುದಾಯದ ಸಂಕಷ್ಟಗಳ ಅರಿವಾಗುತ್ತದೆ. ಅಷ್ಟೇ ಅಲ್ಲ, ಕತ್ತಲೆಯಲ್ಲೇ ಕರಗಿಹೋಗುವ ಅನೇಕ ಸತ್ಯಸಂಗತಿಗಳು ದೇಶದ ಜನರಿಗೆ ತಿಳಿಯುವುದು ಸಾಧ್ಯವಾಗುತ್ತದೆ.

ಈ ಆತ್ಮಕಥೆಯನ್ನು ಸ್ವತಃ ನಾನೇ ಬರೆದಿದ್ದೇನೆಯೇ ಅಥವಾ ಬೇರೆ ಯಾವುದಾದರೂ ಪುರುಷರು ನನ್ನ ಹೆಸರಿನಲ್ಲಿ ಬರೆದಿರಬಹುದೇ ಎನ್ನುವ ಅನುಮಾನವನ್ನು ಕೆಲವರು

ವ್ಯಕ್ತಪಡಿಸುತ್ತಿದ್ದಾರೆ ಎನ್ನುವ ವಿಷಯ ನನ್ನ ಕಿವಿಗೆ ಬಿದ್ದಿದೆ. ಮಹಿಳೆಯರಿಗೆ ಸಂಬಂಧಿಸಿದಂತೆ ಪುರುಷರ ನಾನಾ ವಿಧದ ಕೀಳು ಅಭಿಪ್ರಾಯಗಳಿಂದಾಗಿಯೇ ಇಂದು ವಿಶ್ವದಲ್ಲಿ ನಾರಿಯರು ಸಮಾನಾಧಿಕಾರದ ಹಕ್ಕನ್ನು ಮಂಡಿಸುವುದು, ಪುರುಷರಿಗೆ ಸಮಾನವಾಗಿ ನಿಲ್ಲುವುದು ಕಷ್ಟಕರವಾಗಿರುವುದು. ನನ್ನ ಬರವಣಿಗೆಯನ್ನು ಅನುಮಾನಿಸುವವರು ಒಂದು ವೇಳೆ, 'ಒಬ್ಬಳು ವೇಶ್ಯೆ, ಎಲ್ಲರಿಗೂ ಸೆರಗು ಹಾಸುತ್ತ ಹಣ ಸಂಪಾದಿಸುವವಳು ಪುಸ್ತಕ ಬರೆಯುವ ಸಾಮರ್ಥ್ಯವನ್ನು ಹೊಂದಿರುವುದು ಸಾಧ್ಯವೇ?' ಎಂದು ಪ್ರಶ್ನಿಸಿದರೆ, ನಾನೂ ಸೂಕ್ತ ಉತ್ತರ ನೀಡುವುದಕ್ಕೆ ಸಿದ್ಧಳಿದ್ದೇನೆ. 'ಈ ಸಮಾಜದಲ್ಲಿ ವೇಶ್ಯೆಯರನ್ನು ಹುಡುಕಿಕೊಂಡು ಬರುವ 'ಕಚ್ಚೆಹರುಕ'ರು ಒಂದು ವೇಳೆ ಪುಸ್ತಕ ಬರೆಯುವುದು, ಪತ್ರಿಕೆಯನ್ನು ನಡೆಸುವುದು ಸಾಧ್ಯ ಎನ್ನುವುದಾದರೆ, ಆ ಕಾರ್ಯವನ್ನು ಮಾಡುವುದು ಒಬ್ಬಳು ವೇಶ್ಯೆಯಿಂದ ಏಕೆ ಸಾಧ್ಯವಾಗುವುದಿಲ್ಲ?' ವಿಶೇಷವೆಂದರೆ, ವೇಶ್ಯಾವಾಟಿಕೆ ವೃತ್ತಿಯಲ್ಲಿರುವ ನಾನು ಬರೆದಿರುವ ಪುಸ್ತಕಕ್ಕೆ ಭಾರೀ ಬೇಡಿಕೆ ಬಂದರೂ ಬರಬಹುದು ಎನ್ನುವ ಭಾವನೆ ನನ್ನಲ್ಲಿ ಈಗ ಮೂಡಿದೆ.

ಯಾವುದೇ ಪ್ರತಿಭೆಯನ್ನು ಕೇವಲ ವಿಶ್ವವಿದ್ಯಾಲಯಗಳು ನೀಡುವ ಪದವಿಗಳಿಂದ ಮಾತ್ರ ಅಳೆಯುವುದು ಸಾಧ್ಯವಿಲ್ಲ. ಪೂಜನೀಯ ಶ್ರೀಮತಿ ಅನುರೂಪಾ ದೇವಿ, ನಿರುಪಮಾ ದೇವಿ ಮುಂತಾದವರು ಯಾವುದೇ ವಿಶ್ವವಿದ್ಯಾಲಯಗಳಿಂದ ಪದವಿಯನ್ನು ಪಡೆದುಕೊಂಡವರಲ್ಲ. ಇವರೆಲ್ಲರೂ ಸಂಪ್ರದಾಯಸ್ಥ ಹಿಂದೂ ಕುಟುಂಬದಲ್ಲಿ ಬೆಳೆದವರು; ಇವರು ಆಧುನಿಕ ಜೀವನಶೈಲಿಯ ಬಗ್ಗೆ ಹೆಚ್ಚಿನ ಆಸಕ್ತಿಯನ್ನು ಹೊಂದಿದವರೂ ಆಗಿರಲಿಲ್ಲ. ಆದರೆ ಇವರ ಲೇಖನಿಯಿಂದ ಅದೆಷ್ಟು ಉತ್ತಮ ಸಾಹಿತ್ಯವು ರಚನೆಯಾಯಿತೆಂದರೆ, ಇಂದಿಗೂ ಇವರನ್ನು ಮೀರಿಸುವಂತಹ ಬರಹಗಾರರು ಹುಟ್ಟಿಯೇ ಇಲ್ಲವೇನೋ ಎಂದು ಒಮ್ಮೊಮ್ಮೆ ಅನ್ನಿಸುತ್ತದೆ. ಯಾವುದೇ ಪ್ರತಿಭೆಯು ಅವರ ಶೈಕ್ಷಣಿಕ ಪದವಿಯನ್ನೇ ಅವಲಂಬಿಸಿರಬೇಕು ಅಥವಾ ಅವಲಂಬಿಸಿರುತ್ತದೆ ಎಂದು ಹೇಳುವುದು ಸಾಧ್ಯವೂ ಇಲ್ಲ; ಸರಿಯೂ ಅಲ್ಲ. ನನ್ನ ಈ ಅಭಿಪ್ರಾಯವನ್ನು ಬಹುಶಃ ಎಲ್ಲರೂ ಒಪ್ಪಿಕೊಳ್ಳುತ್ತಾರೆ ಎಂದು ಭಾವಿಸುತ್ತೇನೆ.

'ಚುನಾವಣೆಯಲ್ಲಿ ವೇಶ್ಯೆಯರ ಪಾತ್ರ' ಹೆಸರಿನ ಅಧ್ಯಾಯವೊಂದನ್ನು ಈ ಪುಸ್ತಕಕ್ಕಾಗಿ ಬರೆದಿದ್ದೆ. ಆದರೆ ರಾಜಕೀಯ ದೃಷ್ಟಿಯಿಂದ ಅದಕ್ಕೆ ಯಾವುದೇ ವಿಶೇಷ ಮಹತ್ವ ಇರಲಾರದು ಎಂದು ಭಾವಿಸಿ ಈ ಬಾರಿಯೂ ಅದನ್ನು ಪುಸ್ತಕದಲ್ಲಿ ಸೇರ್ಪಡೆ ಮಾಡಿಲ್ಲ.

ನನ್ನ ಆತ್ಮಕಥೆಯಲ್ಲಿ ರಾಜಕಾರಣಿಗಳ ಬಗ್ಗೆ ಅತ್ಯಂತ 'ಸಾಮಾನ್ಯ' ಅಭಿಪ್ರಾಯವನ್ನು ವ್ಯಕ್ತಪಡಿಸಲಾಗಿದೆ. ಈ ಬಗ್ಗೆ ನಾನು ಅವರಲ್ಲಿ ಕ್ಷಮೆ ಯಾಚಿಸುತ್ತೇನೆ. ಯಾವುದೇ ವ್ಯಕ್ತಿಯ ಮನಸ್ಸಿಗೆ ನೋವನ್ನುಂಟುಮಾಡುವ ಉದ್ದೇಶದಿಂದ ಈ ಪುಸ್ತಕವನ್ನು ರಚಿಸಲಾಗಿಲ್ಲ. ಈಗಿನ ಸಮಾಜದ ಕರಾಳ ಚಿತ್ರಣವನ್ನು ಬಹಿರಂಗಪಡಿಸುವ ಮೂಲಕ 'ನಿಜವಾದ ಸಮಾಜ ಸುಧಾರಕರ' ಗಮನವನ್ನು ಸೆಳೆಯುವುದಷ್ಟೇ ನನ್ನ

ಏಕಮಾತ್ರ ಉದ್ದೇಶ. ನನ್ನ ಪರಿಶ್ರಮ ಸಾರ್ಥಕವಾಗಿದೆ; ನಿರೀಕ್ಷೆಗೂ ಮೀರಿದ ಪ್ರತಿಕ್ರಿಯೆ ವ್ಯಕ್ತವಾಗುತ್ತಿದೆ.

ಒಂದು ವೇಳೆ ಮಹಿಳೆಯು 'ಪತಿತೆ' ಎನ್ನಿಸಿಕೊಂಡರೆ ಅದರ ಬಗ್ಗೆ ಸಮಾಜಕ್ಕೆ ಯಾವ ವಿಷಾದವೂ ಇಲ್ಲ. ಆಕೆಯನ್ನು ಯಾರಾದರೂ ಅವಮಾನಿಸಿದರೆ ಕಾನೂನು ಪ್ರಕಾರ 'ಮಾನಹಾನಿ ಮೊಕದ್ದಮೆ' ಹೂಡುವುದು ಸುಲಭದ ಕಾರ್ಯವಲ್ಲ. ಆದರೆ ಪುರುಷರು ವೇಶ್ಯೆಯರ ಸಹವಾಸ ಮಾಡಿದರೆ, ಆಗ ಯಾರಾದರೂ ಅವರನ್ನು ನಿಂದಿಸಿದರೆ ಅಥವಾ ಅವಮಾನಿಸಿದರೆ, ಇದೇ ಕಾನೂನು ಅವರ ರಕ್ಷಣೆಗೆ ನಿಲ್ಲುತ್ತದೆ! ಏಕೆಂದರೆ ಕಾನೂನನ್ನು ತಯಾರಿಸಿದವರು ಪುರುಷರು! 'ಕಾನೂನಿನ ಈ ದ್ವಂದ್ವದಿಂದಾಗಿಯೇ ಸುರುಚಿ ಪತಿತೆಯಲ್ಲ ಎಂದು ಪುರುಷನೊಬ್ಬ ವಾದಿಸುವುದಕ್ಕೆ ಮುಂದಾಗಿರುವುದು ಸಾಧ್ಯವಾಗಿದೆ' ಎಂದು ನನ್ನ ವಕೀಲರು ಅಭಿಪ್ರಾಯ ಪಟ್ಟಿದ್ದಾರೆ. ಕಾಂಗ್ರೆಸ್ ಸಮಿತಿಯಲ್ಲಿ ಯಾವ್ಯಾವ ಮಹಿಳೆಯರು ಪುರುಷರೊಂದಿಗೆ ಸಮಾನಾಧಿಕಾರದ ಒತ್ತಾಯವನ್ನು ಮಾಡಿದ್ದಾರೆಯೋ ಅವರು ಶಾಸನಸಭೆಯಲ್ಲಿ ಇದಕ್ಕೊಂದು ಪರಿಹಾರವನ್ನು ಕಂಡುಕೊಳ್ಳುವ ಪ್ರಯತ್ನವನ್ನು ಮಾಡಲಿಲ್ಲವೇಕೆ? ವೇಶ್ಯಾವೃತ್ತಿಯಲ್ಲಿ ತೊಡಗಿಕೊಂಡಿರುವವರ ಬಗ್ಗೆ ಬಹಿರಂಗವಾಗಿ ಸಹಾನುಭೂತಿಯನ್ನು ಪ್ರಕಟಿಸಿದ ಮಾತ್ರಕ್ಕೆ ಅವರ ಎಲ್ಲಾ ಸಮಸ್ಯೆಗಳೂ ಪರಿಹಾರವಾಗುವುದಿಲ್ಲವಲ್ಲ! ಕಾಂಗ್ರೆಸ್ ಸಮಿತಿಯ ಎಲ್ಲಾ ಗಣ್ಯ ವ್ಯಕ್ತಿಗಳಿಗೂ ದೇಶದ ಜನರಿಗೆ ಒಳ್ಳೆಯದನ್ನು ಮಾಡುವುದು ತಿಳಿದಿದೆ. ಒಂದು ವೇಳೆ ಮುಂದಿನ ಕಾಂಗ್ರೆಸ್ ಸಮಿತಿಯ ಸಭೆಯಲ್ಲಿ ನಮ್ಮ ಈ ಒತ್ತಾಯವನ್ನು ಮಂಡಿಸದೇ ಇದ್ದಲ್ಲಿ, ಮಹಿಳೆಯರ ಸಮಾನಾಧಿಕಾರದ ಬಗ್ಗೆ ಇವರೆಲ್ಲರೂ ಕೂಗಾಡುತ್ತಿರುವುದು ಕೇವಲ ಬೂಟಾಟಿಕೆ ಎಂದೇ ನಾನು ಭಾವಿಸಬೇಕಾಗುತ್ತದೆ. ಸಾಧ್ಯವಾದರೆ ನಮ್ಮ (ವೇಶ್ಯೆಯರ) ಒತ್ತಾಯವನ್ನು, ಬೇಡಿಕೆಯನ್ನು ಪೂರ್ಣಗೊಳಿಸಿ; ಇಲ್ಲದೇ ಹೋದರೆ, ಶೀಲಗೆಟ್ಟ ಪುರುಷರನ್ನೂ ಕಾಂಗ್ರೆಸ್ ಸಮಿತಿ ಅಥವಾ ಇತರ ಯಾವುದೇ ಮಹತ್ವದ ವೇದಿಕೆಗಳಲ್ಲಿ ಬಹಿಷ್ಕರಿಸುವುದಕ್ಕೆ ಸಂಬಂಧಿಸಿದಂತೆ ಕಾನೂನನ್ನು ರೂಪಿಸಿ. ಇದು ನನ್ನ ಹಾಗೂ ವೇಶ್ಯಾವೃತ್ತಿಯಲ್ಲಿರುವ ಎಲ್ಲಾ ಮಹಿಳೆಯರ ಒತ್ತಾಯಪೂರ್ವಕ ಕೋರಿಕೆ.

ನಾಲ್ಕನೇ ಪರಿಷ್ಕೃತ ಆವೃತ್ತಿಯ ಭೂಮಿಕೆ

ಅಯಾಚಿತ ಅನುಕೂಲ ಹಾಗೂ ಪ್ರತಿಕೂಲ ವಿಮರ್ಶೆ, ಚರ್ಚೆಗಳ ನಡುವೆಯೇ ಕೇವಲ ಒಂದು ತಿಂಗಳ ಅವಧಿಯೊಳಗೆ ನನ್ನ ಆತ್ಮಕಥೆಯ ಮೂರನೇ ಆವೃತ್ತಿಯ ನಾಲ್ಕು ಸಾವಿರ ಪ್ರತಿಗಳು ಮಾರಾಟವಾದ ಕಾರಣದಿಂದಾಗಿ ನಾಲ್ಕನೆಯ ಆವೃತ್ತಿ ಮುದ್ರಣವಾಗುತ್ತಿದೆ. ಈ ಆವೃತ್ತಿಯಲ್ಲಿಯೂ ಕೆಲವು ಪರಿಷ್ಕರಣೆಯನ್ನು ಮಾಡಲಾಗಿದೆ.

ಕೆಲವು ನೀತಿಬೋಧಕ ವಾಕ್ಯಗಳು ಈ ಪುಸ್ತಕದಲ್ಲಿ ಅಶ್ಲೀಲತೆಯ 'ವಾಸನೆ'ಯನ್ನು ಅಂಟಿಸಿಕೊಂಡಿವೆ ಎನ್ನಲಾಗುತ್ತಿದೆ. ಅದಕ್ಕೆ ಸಂಬಂಧಿಸಿದಂತೆ ನಾನೂ ಹಲವರೊಂದಿಗೆ ಚರ್ಚಿಸಿದ್ದೇನೆ; ನನ್ನನ್ನು ನಾನು ವಿಮರ್ಶಿಸಿಕೊಂಡಿದ್ದೇನೆ. ಇದೇ ವೇಳೆ ದೇಶದ ಅನೇಕ ಗಣ್ಯ ವ್ಯಕ್ತಿಗಳು, ಸಾಹಿತಿಗಳು ಈ ಪುಸ್ತಕದಲ್ಲಿನ ಕೆಲವು 'ನೀತಿಬೋಧಕ ಮಾತು'(ನನ್ನ ಪ್ರಕಾರ)ಗಳನ್ನು ಕಟುವಾಗಿ ಟೀಕಿಸಿದ್ದಾರೆ ಮತ್ತು ತಮ್ಮ ಅಭಿಪ್ರಾಯವನ್ನು ಅವರು ನನಗೆ ತಲುಪಿಸಿದ್ದಾರೆ. ಅವರ ಅಭಿಪ್ರಾಯಗಳಲ್ಲಿ ಕೆಲವು ಈ ಪುಸ್ತಕದಲ್ಲಿ ಪ್ರಕಟವಾಗಿದೆ.

ಪ್ರಭುಪಾದ ಅತುಲಕೃಷ್ಣ ಗೋಸ್ವಾಮಿಯವರು ಈ ಪುಸ್ತಕವನ್ನು ಕುರಿತು ಹೀಗೆ ಬರೆದಿದ್ದಾರೆ. 'ತಾಯಿಯ ಸ್ತನದಿಂದ ಮಗುವು ಹಾಲನ್ನು ಕುಡಿಯಬಹುದು; ಆದರೆ ಜಿಗಣೆಯಂತಹ ಸ್ವಭಾವದ ಬೂಟಾಟಿಕೆಯ ಮನುಷ್ಯರು ಅದೇ ಸ್ತನದಿಂದ ರಕ್ತವನ್ನು ಹೊರತುಪಡಿಸಿ ಬೇರೆ ಏನನ್ನೂ ಹೊರತೆಗೆಯುವುದು ಸಾಧ್ಯವಿಲ್ಲ.'

ಈ ಮೇಲಿನ ನೀತಿಯನ್ನು ಬೋಧಿಸಿದವರ ಬಗ್ಗೆ ನಾನು ಕೆಲವು ಮಾತುಗಳನ್ನು ಹೇಳಲೇಬೇಕಾಗಿದೆ. ಯಾವ ವಾಕ್ಯವಾದರೂ ಅದನ್ನು ಓದುವವರ ಮನಃಸ್ಥಿತಿಯನ್ನು ಹಾಗೂ ಅಭಿರುಚಿಯನ್ನು ಅವಲಂಬಿಸಿರುತ್ತದೆ. 'ರುಚಿ ಎನ್ನುವುದು ತಿನ್ನುವವನ ನಾಲಿಗೆಯ ಸ್ವಾದಶಕ್ತಿಯನ್ನು ಅವಲಂಬಿಸಿರುತ್ತದೆ' ಅಲ್ಲವೇ? ಹಲವರು ಸಮಾಜದಲ್ಲಿ ಗಣ್ಯವ್ಯಕ್ತಿಗಳಂತೆ ಗುರುತಿಸಿಕೊಂಡಿರುತ್ತಾರೆ. ಆದರೆ ಅವರ ನಿಜವಾದ ಸ್ವಭಾವ ಬೇರೆಯದ್ದೇ ಆಗಿರುತ್ತದೆ. ಅಂತಹ ಅನೇಕ ಗೋಮುಖ ವ್ಯಾಘ್ರರು ಹಾಗೂ ಲಂಪಟರನ್ನು ಕುರಿತಾಗಿ ನೇರವಾಗಿ ಬರೆಯುವುದು ನನ್ನಂತಹ ಸಾಮಾನ್ಯ

'ವೇಶ್ಯೆ'ಗೆ ಸುಲಭವಲ್ಲ. ಇಂತಹ ಗೂಢಾರ್ಥ ಪದಗಳ ಪ್ರಯೋಗವು ವಿದೇಶಿ ಕೃತಿಗಳಲ್ಲಿ ಮಾತ್ರವಲ್ಲ, 'ಕುಮಾರಸಂಭವ'ದಂತಹ ಕೃತಿಯಲ್ಲಿಯೂ ಆಗಿದೆ. ಆದರೆ ಇಂತಹ ಕೃತಿಯೊಂದನ್ನು ರಚಿಸುವುದರ ಮೂಲಕ ನಾನು ಲಂಪಟರನ್ನೆಲ್ಲಾ ಬದಲಾಯಿಸಿಬಿಡುತ್ತೇನೆ ಎನ್ನುವ 'ಹುಚ್ಚು ನಂಬಿಕೆ' ನನ್ನಲ್ಲಿ ಇಲ್ಲ ಎನ್ನುವುದನ್ನು ಸ್ಪಷ್ಟವಾಗಿ ಹೇಳುತ್ತೇನೆ.

ಈ ಸಮಾಜ ಬಹಳ ವಿಚಿತ್ರವಾಗಿದೆ. ಇಲ್ಲಿನ ಕೆಲವರು ಈರುಳ್ಳಿ ತುಂಬಾ ವಾಸನೆ ಎನ್ನುತ್ತಾರೆ. ಆದರೆ ದನ-ಹಂದಿ ಮಾಂಸವನ್ನು ಸೇವಿಸುತ್ತಿರುತ್ತಾರೆ! ಅದನ್ನು ಅರಗಿಸಿಕೊಳ್ಳುತ್ತಾರೆ! ಜಿಂಕೆಯ ಮಾಂಸವನ್ನು ವರ್ಜಿಸಿ ಎಂದು ಊರಿಗೆಲ್ಲಾ ಉಪದೇಶ ಮಾಡುತ್ತಿರುತ್ತಾರೆ! ಇನ್ನು ಕೆಲವರು ಕೆಸರಿನಲ್ಲಿ ಮಲಗಿರುವ ಎಮ್ಮೆಯಂತೆ ಬಿದ್ದುಕೊಂಡಿರುತ್ತಾರೆ; ಮೈಮೇಲೆ ಹಾಲು ಚೆಲ್ಲಿದರೆ ಅಸಹ್ಯ ಪಟ್ಟುಕೊಳ್ಳುತ್ತಾರೆ! ಸತ್ಯವು ಅನೇಕ ಸಂದರ್ಭಗಳಲ್ಲಿ ಅಪ್ರಿಯವೇ ಆಗಿರುತ್ತದೆ. ಇಂತಹ ಹಲವಾರು ಅಪ್ರಿಯ ಸತ್ಯಗಳು ನನ್ನ ಮನಸ್ಸಿನಿಂದ ಹೊರಬರುವುದಕ್ಕಾಗಿ ಕಾತರಿಸುತ್ತಿವೆ.

ಸುರುಚಿಯ 'ನಿಷ್ಠಾವಂತ ಉಪಾಸಕ' ಹಾಗೂ ಪ್ರತಿಷ್ಠಿತ ವ್ಯಕ್ತಿಯೊಬ್ಬ ಆಕೆಯನ್ನು ಅತ್ಯಂತ ಶೀಲವಂತೆ ಎನ್ನುವ ಹಾಗೆ ಬಿಂಬಿಸುವ ಪ್ರಯತ್ನವನ್ನು ಮಾಡಿದ. ಇದರಿಂದ ಆತನಿಗೆ ವೈಯಕ್ತಿಕವಾಗಿ ಏನು ಲಾಭ ಎನ್ನುವ ಬಗ್ಗೆ ನಾನು ಅನೇಕ ಬಾರಿ ಯೋಚಿಸಿದೆ. ಸ್ಪಷ್ಟವಾದ, ನಿಖರವಾದ ಉತ್ತರ ದೊರಕಲಿಲ್ಲ.

ವೇಶ್ಯಾವೃತ್ತಿಯಲ್ಲಿ ಇರುವ ನನ್ನಂತಹ ಮಹಿಳೆಯ ಪರವಾಗಿ ಯಾರೂ ಬಹಿರಂಗವಾಗಿ ನಿಲ್ಲುವುದಿಲ್ಲ; ಬೆಂಬಲ ವ್ಯಕ್ತಪಡಿಸುವುದಿಲ್ಲ ಎನ್ನುವ ಅಚಲವಾದ ನಂಬಿಕೆಯೊಂದಿಗೆ ಸುರುಚಿಯ ಕಡೆಯವರು ನನ್ನ ಮೇಲೆ ಮೊಕದ್ದಮೆ ಹೂಡುವುದಕ್ಕೆ ಮುಂದಾಗಿರಬಹುದು. ಈಗಾಗಲೇ ತಿಳಿಸಿರುವಂತೆ ನಾನೂ ಇಂತಹ ಅವಕಾಶಕ್ಕಾಗಿಯೇ ಕಾಯುತ್ತಿದ್ದೇನೆ. ನನ್ನ ವಿರುದ್ಧ ನಡೆಸಲಾಗುತ್ತಿರುವ ಸಂಚಿಗೆ ನಾನು ಯಾವತ್ತೂ ಹೆದರುವುದಿಲ್ಲ. ನನ್ನಂತಹ ಮಹಿಳೆಗೆ ಸಮಾಜದಲ್ಲಿ ಸೂಕ್ತ ಸ್ಥಾನಮಾನ ಸಿಗಬೇಕು ಎನ್ನುವುದೇ ನನ್ನ ಹೋರಾಟದ ಮುಖ್ಯವಾದ ಉದ್ದೇಶ.

ಪಂಡಿತ್ ಶ್ಯಾಮಸುಂದರ ಚಕ್ರವರ್ತಿಯವರು ಈ ಪುಸ್ತಕದ ನಿಜವಾದ ಲೇಖಕರು ಮತ್ತು ಜಿತೇಂದ್ರಕುಮಾರ ಬಂಧ್ಯೋಪಾಧ್ಯಾಯರು ಈ ಪುಸ್ತಕಕ್ಕೆ ಬೇಕಾದ ಅಂಕಿಅಂಶಗಳನ್ನು, ಪೂರಕ ಮಾಹಿತಿಗಳನ್ನು ಅವರಿಗೆ ಒದಗಿಸಿದ್ದಾರೆ ಎಂದು 'ಬಂಗವಾಣಿ' ದಿನಪತ್ರಿಕೆಯು ಅಭಿಪ್ರಾಯಪಟ್ಟಿದೆ! ಇದು ನನಗೆ ತುಂಬಾ ಆಶ್ಚರ್ಯವನ್ನು ಉಂಟುಮಾಡಿದೆ.

ವೇಶ್ಯಾವೃತ್ತಿಯಲ್ಲಿರುವ ಯಾವುದೇ ಮಹಿಳೆಯ ಮೇಲೆ ವಿನಾಕಾರಣ ಅಪವಾದ ಹೊರಿಸುವುದನ್ನು ನಾನು ಸಹಿಸುವುದಿಲ್ಲ. ಒಂದು ವೇಳೆ ಸಮಾಜವು ವೇಶ್ಯಾವೃತ್ತಿಯಲ್ಲಿರುವ ಮಹಿಳೆಯರನ್ನು ಅವಮಾನಿಸುವುದು ಸರಿ ಎನ್ನುವುದಾದರೆ, ಈ ವೃತ್ತಿಯಲ್ಲಿರುವ ಮಹಿಳೆಯರೊಂದಿಗೆ ಹಾಸಿಗೆಯನ್ನು ಹಂಚಿಕೊಳ್ಳುವ 'ಮಹಾನುಭಾವ'ರನ್ನೂ ಅದೇ ದೃಷ್ಟಿಯಿಂದ ನೋಡಬೇಕಲ್ಲವೇ?

ಅನುವಾದಕನ ಅರಿಕೆ

ಸುಮಾರು ಒಂದು ಶತಮಾನದಷ್ಟು ಹಿಂದೆ (1929ರಲ್ಲಿ) ಬಂಗಾಳಿ ಸಾಹಿತ್ಯ ಲೋಕದಲ್ಲಿ ಹೊಸದೊಂದು ಸಂಚಲನವನ್ನೇ ಉಂಟುಮಾಡಿದ ಅತ್ಯಂತ ಅಪರೂಪದ ಕೃತಿ 'ಶಿಕ್ಷಿತಾ ಪತಿತಾರ್ ಆತ್ಮಚರಿತ' (ವಿದ್ಯಾವಂತ ವೇಶ್ಯೆಯ ಆತ್ಮಕಥೆ). ಉತ್ಪ್ರೇಕ್ಷೆಯ ಮಾತಲ್ಲ, ಈ ಕೃತಿಯು ಪ್ರಕಟವಾದ ಕೇವಲ ಒಂದೂವರೆ ತಿಂಗಳಿನ ಅವಧಿಯಲ್ಲಿ ನಾಲ್ಕು ಸಾವಿರ ಪ್ರತಿಗಳ ನಾಲ್ಕು ಮುದ್ರಣ(ಅಂದರೆ ಹದಿನಾರು ಸಾವಿರ ಪ್ರತಿಗಳು) ಗಳನ್ನು ಕಂಡಿತು! ಆ ಸಂದರ್ಭದಲ್ಲಿ ಈ ಪುಸ್ತಕದ ಬೆಲೆ ಕೇವಲ ಒಂದೂವರೆ ರೂಪಾಯಿ! ಇದರ ಎಪ್ಪತ್ತೈದು ಸಾವಿರಕ್ಕೂ ಅಧಿಕ ಪ್ರತಿಗಳು ಬಂಗಾಳಿಯಲ್ಲಿ ಮಾರಾಟವಾಗಿವೆ ಎನ್ನುವುದು ಒಂದು ವಿಶಿಷ್ಟ ದಾಖಲೆಯಾಗಿಯೇ ಉಳಿದಿದೆ. ಅಷ್ಟೇ ಅಲ್ಲ, ಒಂದೇ ವರ್ಷದೊಳಗೆ ಇದು ಇಂಗ್ಲಿಷ್ ಹಾಗೂ ಹಿಂದಿ ಭಾಷೆಗೆ ಅನುವಾದಗೊಂಡಿತು. ಕಾಲಾನಂತರದಲ್ಲಿ ಭಾರತದ ಇತರ ಕೆಲವು ಭಾಷೆಗಳಿಗೂ ಅನುವಾದಗೊಂಡಿದೆ. ಎಲ್ಲ ಭಾಷೆಗಳಲ್ಲಿಯೂ ದಾಖಲೆಯ ಮಾರಾಟವನ್ನು ಕಂಡಿದೆ.

'ಹಾಗಿದ್ದರೆ ಈ ಕೃತಿಯಲ್ಲಿ ಅಂತಹ ವಿಶೇಷ ಏನಿದೆ?' ಎನ್ನುವ ಪ್ರಶ್ನೆ ಸಹಜ. ಇದು ವೇಶ್ಯೆಯೊಬ್ಬಳ ಆತ್ಮಕಥೆ! ಅಷ್ಟೇ ಅಲ್ಲ, ವಿದ್ಯಾವಂತ ವೇಶ್ಯೆಯೊಬ್ಬಳ ಆತ್ಮಕಥೆ!

ಸಮಾಜದ ದೃಷ್ಟಿಯಲ್ಲಿ ವೇಶ್ಯೆಯ ಜೀವನ ಅಸಹ್ಯಕರವಾದುದು. ಆಕೆಯನ್ನು ಮುಟ್ಟಿಸಿಕೊಳ್ಳುವುದು ಕೆಲವರ ದೃಷ್ಟಿಯಲ್ಲಿ ಅತ್ಯಂತ ಹೀನ ಕಾರ್ಯ! ಆಕೆಯೊಂದಿಗೆ ಸಂಪರ್ಕ ಇಟ್ಟುಕೊಳ್ಳುವುದಂತೂ ಅವಮಾನಕರ! ಅಷ್ಟೇ ಅಲ್ಲ, ಅನೇಕ ರೋಗ-ರುಜಿನಗಳಿಗೆ ಆಕೆ ಹೆದ್ದಾರಿ! ಇಷ್ಟೆಲ್ಲಾ ಗೊತ್ತಿರುವ ಸಮಾಜ ಮತ್ತು ಸಮಾಜದಲ್ಲಿನ ಗೌರವಾನ್ವಿತ ಪುರುಷರು ಆಕೆಯಿಂದ ಅಂತರವನ್ನು ಕಾಪಾಡಿಕೊಂಡಿದ್ದಾರೆಯೇ? ಒಂದು ವೇಳೆ ಪುರುಷರು ವೇಶ್ಯೆಯ ಮನೆಯ ಬಾಗಿಲನ್ನು ಬಡಿಯದೇ ಹೋಗಿದ್ದಿದ್ದರೆ ಆಕೆ ಜೀವನ ನಡೆಸುತ್ತಿದ್ದುದು ಅಥವಾ ನಡೆಸುತ್ತಿರುವುದು ಹೇಗೆ? ಅಷ್ಟೇ ಅಲ್ಲ, ಆ ವೃತ್ತಿಯಲ್ಲಿರುವ ಮಹಿಳೆಯರ ಸಂಖ್ಯೆ ವೃದ್ಧಿಯಾಗುತ್ತಲೇ ಹೋಗುವುದು ಹೇಗೆ ಸಾಧ್ಯವಾಗುತ್ತಿತ್ತು? ಈ ವೃತ್ತಿಯಲ್ಲಿರುವ ಕೆಲವು ಮಹಿಳೆಯರ ಮನೆಗಳು

ರಾಜ-ಮಹಾರಾಜರ ಅರಮನೆಯನ್ನು ಹೋಲುತ್ತವೆ ಎನ್ನುವ ಸತ್ಯವು ಅವರ 'ಉದ್ಯೋಗ' ಅದೆಷ್ಟು ಲಾಭದಾಯಕ ಎನ್ನುವುದನ್ನು ತಿಳಿಸುತ್ತದೆ. ಹಾಗೆಂದ ಮಾತ್ರಕ್ಕೆ ವೇಶ್ಯಾವೃತ್ತಿಯಲ್ಲಿರುವ ಎಲ್ಲಾ ಮಹಿಳೆಯರೂ ಶ್ರೀಮಂತರು ಎಂದು ಅರ್ಥವಲ್ಲ! ಈ ಕೃತಿಯ ಲೇಖಕಿ ಮಾನದಾ ದೇವಿಯೇ ಹೇಳುವಂತೆ ವೇಶ್ಯಾವೃತ್ತಿಯಲ್ಲಿ ತೊಡಗಿಕೊಂಡಿರುವವಳ ದುಡಿಮೆ ಆಕೆಯ 'ಕೌಶಲ್ಯ'ವನ್ನು ಅವಲಂಬಿಸಿರುತ್ತದೆ.

ವೇಶ್ಯಾವೃತ್ತಿಯನ್ನು ವರ್ಣಿಸುವುದು ಈ ಕೃತಿಯ ಉದ್ದೇಶ ಅಲ್ಲವೇ ಅಲ್ಲ. ಅಶ್ಲೀಲ ಸಾಹಿತ್ಯದ ಮೂಲಕ ಓದುಗರನ್ನು ಸೆಳೆಯುವುದು ಈ ಪುಸ್ತಕದ ತಂತ್ರಗಾರಿಕೆಯೂ ಅಲ್ಲ. ಉನ್ನತ ಕುಲದಲ್ಲಿ ಜನಿಸಿದ ಹುಡುಗಿಯೂ ಇಂತಹ ಹೀನವೃತ್ತಿಯನ್ನು ಹೇಗೆ ಅಪ್ಪಿಕೊಳ್ಳುತ್ತಾಳೆ, ಮನಸ್ಸಿಲ್ಲದಿದ್ದರೂ ಹೇಗೆ ಒಪ್ಪಿಕೊಳ್ಳುತ್ತಾಳೆ, ಸಮಾಜದಲ್ಲಿ ಪ್ರತಿಷ್ಠಿತರ ಮುಖವಾಡ ಹಾಕಿಕೊಂಡವರ ವರ್ತನೆಯ ದೃಷ್ಟಿಯಿಂದ ಹಗಲು ಮತ್ತು ರಾತ್ರಿಯ ನಡುವಣ ವ್ಯತ್ಯಾಸವೇನು, ವೇಶ್ಯಾವಾಟಿಕೆಯ ಹಿಂದಿರುವ ಅಸಲಿ ಮುಖ ಹೇಗಿರುತ್ತದೆ... ಇತ್ಯಾದಿ ಅನೇಕ ಪ್ರಶ್ನೆಗಳಿಗೆ ಅತ್ಯಂತ ಪ್ರಾಮಾಣಿಕವಾದ ಉತ್ತರವನ್ನು ಲೇಖಕಿ ಮಾನದಾ ದೇವಿ ನೀಡಿದ್ದಾರೆ; ತಮ್ಮ ಬದುಕಿನ ವಾಸ್ತವ ಚಿತ್ರಣಗಳನ್ನು ಮನಮುಟ್ಟುವ ರೀತಿಯಲ್ಲಿ ವಿವರಿಸಿದ್ದಾರೆ. ಒಂದು ಅದ್ಭುತ ಕಾದಂಬರಿಯನ್ನು ಓದಿದ ಅನುಭವ ನಿಮಗೆ ಆಗುತ್ತದೆ ಎನ್ನುವ ಖಾತರಿಯನ್ನು ಮಾತ್ರ ನಾನು ಕೊಡಬಲ್ಲೆ.

ಈ ಕೃತಿ ನನ್ನಿಂದ ಅನುವಾದಗೊಳ್ಳುವುದಕ್ಕೆ ಮುಖ್ಯ ಕಾರಣ ನಾನು ತುಂಬಾ ಇಷ್ಟಪಡುವ ಕನ್ನಡದ ಲೇಖಕ ಶ್ರೀಯುತ ವಸುಧೇಂದ್ರ. ಅನುವಾದಕರ ಹೆಸರುಗಳನ್ನು ಹುಡುಕುತ್ತಿದ್ದ ಅವರಿಗೆ 'ನಾನು ಇಂಗ್ಲಿಷ್, ಹಿಂದಿ ಹಾಗೂ ಬಂಗಾಳಿ ಭಾಷೆಗಳಿಂದ ಕನ್ನಡಕ್ಕೆ ಅನುವಾದಿಸತ್ತೇನೆ' ಎನ್ನುವ ಮಾಹಿತಿಯನ್ನು ನೀಡಿದ್ದೆ. ತಮ್ಮ 'ಛಂದ ಪುಸ್ತಕ'ದ ಮೂಲಕ ಚೆಂದದ ಪುಸ್ತಕಗಳನ್ನು ಹೊರತರುತ್ತಿರುವ ಅವರು ನನಗೆ ಈ ಕೃತಿಯನ್ನು ಅನುವಾದಿಸುವಂತೆ ಸೂಚಿಸಿದರು. ಈಗ ಈ ಕೃತಿ ನಿಮ್ಮ ಕೈಸೇರಿದೆ.

ನನ್ನಿಂದ ಈ ಮಹತ್ವದ ಕೃತಿಯನ್ನು ಅನುವಾದ ಮಾಡಿಸಿದ ಶ್ರೀಯುತ ವಸುಧೇಂದ್ರ ಅವರಿಗೆ, ಮೌಲ್ಯಯುತ ಬೆನ್ನುಡಿ ಬರೆದ ರಹಮತ್ ತರೀಕೆರೆಯವರಿಗೆ, ನನ್ನ ಬರವಣಿಗೆಯನ್ನು ಬೆಂಬಲಿಸುತ್ತಿರುವ ನಿಮಗೆಲ್ಲರಿಗೆ ನಾನು ಸದಾ ಆಭಾರಿ.

ಓದಿ... ಓದಿನ ಆನಂದ ನಿಮ್ಮದಾಗಲಿ...

ಡಾ. ನಾಗ ಎಚ್. ಹುಬ್ಳಿ
ರಾಂಚಿ, ಝಾರ್ಖಂಡ್

ಪರಿವಿಡಿ

ಬಾಲ್ಯವೇ ಒಂದು ಸೊಬಗು

ನಾನು ಜನಿಸಿದ್ದು 1900ನೇ ಇಸವಿಯ ಆಗಸ್ಟ್ ನಾಲ್ಕನೇ ತಾರೀಖು. ನನ್ನ ಬಾಬಾ (ಅಪ್ಪ) ಕಲ್ಕತ್ತಾದ ಒಬ್ಬ ಗೌರವಾನ್ವಿತ ಕುಟುಂಬದ ಬ್ರಾಹ್ಮಣ. ನಾನು ಅವರ ಪ್ರಥಮ ಸಂತಾನ; ಹಿರಿಯ ಮಗಳು. ಅವರ ಹೆಸರು ಮತ್ತು ಪರಿಚಯವನ್ನು ಬಹಿರಂಗಪಡಿಸುವುದಕ್ಕೆ ನಾನು ಇಷ್ಟಪಡುವುದಿಲ್ಲ. ಏಕೆಂದರೆ, ಅವರು, ಅವರನ್ನು ಅವಲಂಬಿಸಿರುವ ಕುಟುಂಬ, ಮಕ್ಕಳು ಹಾಗೂ ಅವರಿಗೆ ಆತ್ಮೀಯರಾದ ಹಲವರು ಇನ್ನೂ ಜೀವಂತವಾಗಿದ್ದಾರೆ. ಸಮಾಜದಲ್ಲಿ ಅವರು ಅಪಾರ ಗೌರವವನ್ನು ಸಂಪಾದಿಸಿದ್ದಾರೆ. ಅವರೂ ನನ್ನ ಈ ಆತ್ಮಕಥೆಯನ್ನು ಓದುವಂತಿರಬೇಕು. ಈ ವಿಷಯದಲ್ಲಿ ಅವರಿಗೆ ಮುಜುಗರ ಉಂಟುಮಾಡುವುದಕ್ಕೆ ನಾನು ಖಂಡಿತ ಬಯಸುವುದಿಲ್ಲ.

ನನ್ನ ಅಜ್ಜ (ತಂದೆಯ ತಂದೆ) ಸ್ವಲ್ಪ ಮಟ್ಟಿಗೆ ಶ್ರೀಮಂತರಾಗಿದ್ದರು. ಕಲ್ಕತ್ತಾ ನಗರದಲ್ಲಿ ಒಂದು ದೊಡ್ಡದಾದ ಮನೆ ಹಾಗೂ ನಗರದ ಹೊರಪ್ರದೇಶದಲ್ಲಿ ತೋಟದ ಮನೆಯೊಂದನ್ನು ಅವರು ಹೊಂದಿದ್ದರು. ಅವರು ತಮ್ಮ ವೃದ್ಧಾಪ್ಯದಲ್ಲಿಯೂ ರಾಜಕಾರ್ಯಗಳಲ್ಲಿ ಪಾಲ್ಗೊಳ್ಳುತ್ತಿದ್ದರು. ನನ್ನ ತಂದೆಯವರು ಉಚ್ಚ ನ್ಯಾಯಾಲಯದಲ್ಲಿ ವಕೀಲರು. ಅಲ್ಪಾವಧಿಯಲ್ಲಿಯೇ ಅವರು ತಮ್ಮ ವೃತ್ತಿಯಲ್ಲಿ ಖ್ಯಾತಿಯನ್ನು ಗಳಿಸಿಕೊಂಡಿದ್ದರು. ಆಗಾಗ ಅವರು ಕಾರ್ಯನಿಮಿತ್ತ ಬೇರೆ ಬೇರೆ ಊರುಗಳಿಗೆ ಹೋಗುತ್ತಿದ್ದರು.

ಕಾನೂನು ಮಹಾವಿದ್ಯಾಲಯದಲ್ಲಿ ಓದುತ್ತಿರುವ ಸಂದರ್ಭದಲ್ಲಿಯೇ ನನ್ನ ತಂದೆಯವರು ವಿವಾಹವಾದರು. ನನ್ನ ತಾಯಿಯ ತವರು ಮನೆಯವರೂ ಕಲ್ಕತ್ತಾ ನಗರದಲ್ಲಿಯೇ ವಾಸಿಸುತ್ತಿದ್ದರು. ಅವರು (ತಾಯಿಯ ತಂದೆ ಮನೆಯವರು) ತುಂಬಾ ಶ್ರೀಮಂತರೇನೂ ಆಗಿರಲಿಲ್ಲ; ಕೆಳಮಧ್ಯಮ ವರ್ಗದವರಾಗಿದ್ದರು. ಆದರೆ ಅವರದ್ದು ಮರ್ಯಾದಸ್ಥ ಕುಟುಂಬವಾಗಿತ್ತು ಮತ್ತು ನನ್ನ ತಾಯಿ ಅತ್ಯಂತ ರೂಪವತಿಯಾಗಿದ್ದರು. ಈ ಕಾರಣಕ್ಕಾಗಿಯೇ ನನ್ನ ಅಜ್ಜನವರು ಆಕೆಯನ್ನು ತಮ್ಮ

ಸೊಸೆಯಾಗಿ ಮನೆ ತುಂಬಿಸಿಕೊಳ್ಳುವುದಕ್ಕೆ ವಿಶೇಷ ಆಸಕ್ತಿಯನ್ನು ತೋರಿದ್ದರು. ಅಜ್ಜನ ನೆನಪು ನನ್ನ ಮನಸ್ಸಿನಲ್ಲಿ ಅಷ್ಟೇನೂ ಉಳಿದುಕೊಂಡಿಲ್ಲ. ಏಕೆಂದರೆ ನಾನು ಜನಿಸಿದ ಕೇವಲ ಎರಡು ವರ್ಷದೊಳಗೆ ಅವರು ಕೊನೆಯುಸಿರೆಳೆದಿದ್ದರು. ಬಹುಶಃ ಅವರೊಂದಿಗೆ ಬಾಲ್ಯದ ನೆನಪುಗಳನ್ನು ಸಿಹಿಯಾಗಿಸಿಕೊಳ್ಳುವ ಭಾಗ್ಯ ನನ್ನ ಹಣೆಯಲ್ಲಿ ಬರೆದಿಲ್ಲವೆಂದು ಕಾಣುತ್ತದೆ. ಅವರು ಹೇಗಿದ್ದಿರಬಹುದು ಎಂದು ಆಗಾಗ ನೆನಪಿಸಿಕೊಳ್ಳುತ್ತಿರುತ್ತೇನೆ. ಏಕೆಂದರೆ ನನ್ನ ಪರಿಚಯದವರೆಲ್ಲರೂ ಅವರನ್ನು ತುಂಬಾ ಹೊಗಳುತ್ತಿದ್ದರು.

ಹೆಣ್ಣುಮಗುವೆನ್ನುವ ಕಾರಣಕ್ಕಾಗಿ ನಾನು ಬಾಲ್ಯದಲ್ಲಿ ನಿರ್ಲಕ್ಷ್ಯಕ್ಕೇನೂ ಒಳಗಾಗಿರಲಿಲ್ಲ. ತಂದೆಯವರ ಬಂಧುಗಳು ಆಗಾಗ ಹೇಳುತ್ತಿದ್ದರು, 'ಮೊದಲ ಸಂತಾನವೇ ಹೆಣ್ಣು. ಇದು ಸೌಭಾಗ್ಯದ ಲಕ್ಷಣ. ಮನೆಗೆ ಅದೃಷ್ಟ ದೇವತೆಯೇ ಬಂದಿದ್ದಾಳೆ.' ಅವರ ಮಾತಿನಲ್ಲಿ ಹಾಸ್ಯ ಅಥವಾ ವ್ಯಂಗ್ಯವಿದ್ದಿರಲೂಬಹುದು. ನನಗೆ ಅದರ ಬಗ್ಗೆ ಹೆಚ್ಚೇನೂ ಗೊತ್ತಿಲ್ಲ. ಆದರೆ ಅವರ ಮಾತು ನಿಜವಾಗಿದ್ದು ಮಾತ್ರ ಕಾಕತಾಳೀಯ. ನಾನು ಜನಿಸುವುದಕ್ಕಿಂತ ಕೆಲವೇ ತಿಂಗಳು ಮೊದಲು ನನ್ನ ತಂದೆಯವರು ವಕೀಲಿ ವೃತ್ತಿಯನ್ನು ಆರಂಭಿಸಿದ್ದರು. ದಿನೇದಿನೇ ಅವರು ತಮ್ಮ ಉದ್ಯೋಗದಲ್ಲಿ ವೃದ್ಧಿಯನ್ನು ಕಾಣುತ್ತಲೇ ಹೋದರು. ಸ್ವಲ್ಪ ಸಮಯದಲ್ಲಿಯೇ ಅವರು ಅದೃಷ್ಟವಶಾತ್ ವಾರ್ಷಿಕ ಹತ್ತು ಸಾವಿರ ರೂಪಾಯಿ ಆದಾಯ ಬರುವಂತಹ ಆಸ್ತಿಯೊಂದನ್ನು ಹರಾಜಿನಲ್ಲಿ ಖರೀದಿಸಿದರು.

ಶೈಶವಾವಸ್ಥೆಯಲ್ಲಿ ಅನಾರೋಗ್ಯವು ನನ್ನನ್ನು ಆಗಾಗ ಕಾಡುತ್ತಿತ್ತು. ನನ್ನ ವಿಷಯದಲ್ಲಿ ಮನೆಯವರೆಲ್ಲರೂ ಚಿಂತಾಕ್ರಾಂತರಾಗಿದ್ದರು. ನನ್ನನ್ನು ಉಳಿಸಿಕೊಳ್ಳುವುದಕ್ಕಾಗಿ ಅಜ್ಜ ತುಂಬಾ ಹಣವನ್ನು ವ್ಯಯಿಸಿದ್ದರು. ಸ್ವತಃ ತಾವೇ ಮೃತ್ಯುಶಯ್ಯೆಯ ಮೇಲೆ ಮಲಗಿದ್ದರೂ ತಮ್ಮ ಗಮನವನ್ನೆಲ್ಲಾ ನನ್ನ ಆರೋಗ್ಯದ ಕಡೆಗೆ, ಚಿಕಿತ್ಸೆಯ ಕಡೆಗೆ ಹರಿಸಿದ್ದರು. ನನ್ನ ಪಾಲಿಗೆ ಋಷಿಸಮಾನರಾದ ಅವರು ತಮ್ಮ ಕೊನೆಯ ಉಸಿರು ಇರುವವರೆಗೂ ನನ್ನನ್ನು ಉಳಿಸಿಕೊಳ್ಳುವುದಕ್ಕೆ ವಿಶೇಷ ಪ್ರಯತ್ನಗಳನ್ನು ಮಾಡಿದರು. ತಮ್ಮ ಪ್ರಾಣವನ್ನೇ ನನಗಾಗಿ ಧಾರೆಯೆರೆದರು ಎಂದರೂ ಅತಿಶಯೋಕ್ತಿಯಾಗಲಾರದು. ಬಹುಶಃ ಆ ಕಾರಣಕ್ಕಾಗಿಯೇ ಅವರು ನನಗೆ ಆಗಾಗ ನೆನಪಾಗುತ್ತಾರೆ. ಅಷ್ಟೇ ಅಲ್ಲ, ನಾನು ಅನೇಕ ಸಂದರ್ಭಗಳಲ್ಲಿ ಸತ್ತು ಬದುಕಿದ್ದೇನೆ; ಇನ್ನೂ ಬದುಕಿಯೇ ಇದ್ದೇನೆ.

ಮೂರನೇ ವಯಸ್ಸಿನಲ್ಲಿ ನನ್ನನ್ನು ವಿಪರೀತ ಜ್ವರ ಬಾಧಿಸಿತು. ನಾಲ್ಕಾರು ಆಸ್ಪತ್ರೆಗಳಿಗೆ ನನ್ನನ್ನು ಕರೆದುಕೊಂಡು ಹೋಗಲಾಯಿತು. ಕಲ್ಕತ್ತಾದ ಕೆಲವು ಶ್ರೇಷ್ಠ ವೈದ್ಯರು ನನಗೆ ಚಿಕಿತ್ಸೆ ನೀಡಿದರು. ಆದರೆ ನಾನು ಬದುಕಿ ಉಳಿಯುವುದು ಅನುಮಾನ ಎನ್ನುವ ಅಭಿಪ್ರಾಯವನ್ನು ಅವರು ವ್ಯಕ್ತಪಡಿಸಿದರು. ನನ್ನ ಪಾಲಕರು ಚಿಂತಿತರಾಗಿದ್ದರು. ನನ್ನ ದೇಹದಲ್ಲಿನ ಸಮಸ್ತ ಶಕ್ತಿಯೂ ಉಡುಗಿಹೋದ ಅನುಭವ. ಪ್ರಖ್ಯಾತ ವೈದ್ಯರಾದ ದ್ವಾರಕಾನಾಥರು (ಕೆಲವು ವರ್ಷಗಳ ಹಿಂದೆ

ಅವರು ನಿಧನಹೊಂದಿದರು) ನನ್ನನ್ನು ಉಳಿಸಿಕೊಳ್ಳುವ ಎಲ್ಲಾ ಪ್ರಯತ್ನಗಳನ್ನೂ ಮಾಡುತ್ತಿದ್ದರು. ಆದರೂ ಜ್ವರ ನಿಯಂತ್ರಣಕ್ಕೆ ಬರುತ್ತಿರಲಿಲ್ಲ.

ನನ್ನ ತಾಯಿ ಪ್ರತಿನಿತ್ಯವೂ ಶಿವಪೂಜೆ ಮಾಡುತ್ತಿದ್ದರು. ನಾನು ಜ್ವರದಿಂದ ಬಳಲುತ್ತಿದ್ದ ಸಂದರ್ಭದಲ್ಲಿ ಅತ್ಯಂತ ಚಿಂತಿತರಾಗಿದ್ದ ಅವರು ಅದೊಂದು ದಿನ ಪೂಜಾ ಮಂದಿರದಲ್ಲಿ ಇದ್ದ ಸಂದರ್ಭದಲ್ಲಿ ಉದ್ವೇಗಕ್ಕೆ ಒಳಗಾಗಿ ಮೂರ್ಛೆ ಹೋದರು. ಸ್ವಲ್ಪ ಹೊತ್ತಿನ ನಂತರ ಅರೆಪ್ರಜ್ಞಾವಸ್ಥೆಯಲ್ಲಿ ಅವರು ಮಾತನಾಡುತ್ತಿದ್ದರು, 'ನನ್ನ ಮಗಳು ಸರಿಹೋದಳು... ಇನ್ನು ಯಾವ ಭಯವೂ ಇಲ್ಲ...' ಮೂರ್ಛೆಹೋಗಿದ್ದ ಸಂದರ್ಭದಲ್ಲಿ ಅವರು ತಮ್ಮ ಇಷ್ಟದೇವರಿಂದ ಯಾವ ಅಭಯವನ್ನು ಪಡೆದುಕೊಂಡರೋ ತಿಳಿಯದು; ನನಗೆ ಮಾತ್ರವಲ್ಲ, ಯಾರಿಗೂ ಗೊತ್ತಿಲ್ಲ. ಆದರೆ ಈ ಘಟನೆಯ ನಂತರ ನನ್ನ ದೇಹವು ವೈದ್ಯರು ನೀಡುತ್ತಿದ್ದ ಚಿಕಿತ್ಸೆಗೆ, ಔಷಧಿಗೆ ಸ್ಪಂದಿಸತೊಡಗಿದ್ದಂತೂ ಸತ್ಯ. ನನ್ನ ಆರೋಗ್ಯದಲ್ಲಿ ಚೇತರಿಕೆ ಕಾಣಿಸಿಕೊಳ್ಳತೊಡಗಿತ್ತು. ಮುಂದಿನ ನಾಲ್ಕೇ ತಿಂಗಳುಗಳಲ್ಲಿ ನಾನು ಸಂಪೂರ್ಣ ಆರೋಗ್ಯವಂತಳಾಗಿದ್ದೆ.

ನನ್ನಲ್ಲಿ ಉಂಟಾದ ಬದಲಾವಣೆಗಳು ನನಗೇ ಆಶ್ಚರ್ಯ ಹುಟ್ಟಿಸುವಂತಿದ್ದವು. ಮೋಡಗಳ ಮರೆಯಿಂದ ಹೊರಬಂದ ಚಂದ್ರನ ರೀತಿಯಲ್ಲಿ ನನ್ನ ದೇಹದ ಕಾಂತಿ ದಿನದಿಂದ ದಿನಕ್ಕೆ ವೃದ್ಧಿಯಾಗತೊಡಗಿತ್ತು. ನನ್ನ ಸುಂದರ ಅಂಗಸೌಷ್ಠವ, ಮುಖದ ಕಾಂತಿ, ದೀರ್ಘ ಕೇಶರಾಶಿ, ಸಂಭ್ರಮದ ನಡಿಗೆ ಮುಂತಾದವುಗಳನ್ನು ನೋಡುತ್ತಿದ್ದ ಕುಟುಂಬದ ಸದಸ್ಯರು, ಆತ್ಮೀಯರು ಮಾತ್ರವಲ್ಲ, ಸುತ್ತಮುತ್ತಲಿನವರೂ ಆಶ್ಚರ್ಯಚಕಿತರಾಗಿದ್ದರು; ನನ್ನ ಕಡೆಗೆ ಸಂತೋಷದ ನೋಟವನ್ನು ಬೀರುತ್ತಿದ್ದರು. ಮೊದಲಿಗೆ ನಾನು ಧೈರ್ಯವಂತೆ ಹಾಗೂ ಶಾಂತಸ್ವಭಾವದ ಹುಡುಗಿಯಾಗಿದ್ದೆ. ಆದರೆ ಕೆಲವು ದಿನಗಳವರೆಗೆ ಕಾಡಿದ ಅನಾರೋಗ್ಯದ ಕಾರಣದಿಂದಾಗಿ ನನ್ನ ಮನಸ್ಸು ಅಧೀರವಾಗಿತ್ತು; ಚಂಚಲಗೊಂಡಿತ್ತು. ಬಿಸ್ಕತ್ತು, ಗುಳಿಗೆ ಇತ್ಯಾದಿಗಳನ್ನು ಖರೀದಿಸುವ ಸಲುವಾಗಿ ಅಮ್ಮನಿಂದ ಹಣವನ್ನು ಪಡೆದುಕೊಂಡು ಮುಖ್ಯರಸ್ತೆಯಲ್ಲಿರುವ ದೊಡ್ಡ ಅಂಗಡಿಗಳಿಗೆ ಹೋಗಿಬರುತ್ತಿದ್ದೆ. ಗಾಳಿಪಟವನ್ನು ಹಾರಿಸುವ ಸಲುವಾಗಿ ನಮ್ಮ ಮನೆಯ ಪ್ರಶಾಂತವಾದ ಚಾವಣಿಯ ಮೇಲೆ ಗಡಿಬಿಡಿಯಿಂದ ಓಡಾಡುತ್ತಿದ್ದೆ. ಅಲ್ಲಿಂದ ಕೆಳಕ್ಕೆ ಬಿದ್ದುಬಿಡಬಹುದು ಎನ್ನುವ ಭಯವೇನೂ ಇರಲಿಲ್ಲ. ಸ್ನೇಹಿತೆಯರ ಜೊತೆಯಲ್ಲಿ ಅವರೆಲ್ಲರ ಮನೆಗಳಿಗೆ ಹೋಗಿಬಿಡುತ್ತಿದ್ದೆ. ನನ್ನ ಹಠಮಾರಿತನ, ತುಂಟತನಗಳಿಂದ ನಮ್ಮ ಮನೆಯ ಕೆಲಸಗಾರರು ಹೈರಾಣಾಗಿಹೋಗುತ್ತಿದ್ದರು. ಬಾಬಾ(ಅಪ್ಪ)ನ ದಿವಾನಖಾನೆಗೆ ಹೋಗಿ ಗಲಾಟೆ ಮಾಡುತ್ತಿದ್ದೆ. ಮನೆಯಲ್ಲಿ ನನ್ನನ್ನು ಹೊರತುಪಡಿಸಿ ಬೇರೆ ಯಾರೂ ಚಿಕ್ಕ ಮಕ್ಕಳು ಇರಲಿಲ್ಲ. ನಾನು ಮಾಡುತ್ತಿದ್ದ ಚೇಷ್ಟೆ, ಗಲಾಟೆ, ಕಿರುಚಾಟಗಳಿಂದ ಅಷ್ಟೊಂದು ದೊಡ್ಡ ಮನೆ ಸದಾ ಗದ್ದಲದಿಂದ ಕೂಡಿರುತ್ತಿತ್ತು. ನನ್ನ ಬಾಲ್ಯದ ಸಮಯವನ್ನು ವರ್ಣಿಸುವಾಗಲೆಲ್ಲ ತಂದೆಯವರು ಇಂತಹ ಅನೇಕ ಸಂಗತಿಗಳನ್ನು ನೆನಪಿಸುತ್ತಿದ್ದರು. ಅವರ ವರ್ಣನೆಯನ್ನು ಕೇಳಿ

'ನಾನು ಹೀಗೆಲ್ಲಾ ಮಾಡುತ್ತಿದ್ದೆನಾ?' ಎನ್ನುವ ಅನುಮಾನ ಉಂಟಾಗುತ್ತಿತ್ತು; ಮುಜುಗರ, ಸಂಕೋಚ... ಜೊತೆಯಲ್ಲಿ ಆಶ್ಚರ್ಯ!

ಸ್ನಾನ ಮಾಡುವುದೆಂದರೆ ನನಗೆ ಬಾಲ್ಯದಲ್ಲಿ ಅಪಾರ ಸಂತೋಷದ ವಿಷಯವಾಗಿತ್ತು. ನನ್ನ ತಾಯಿಯ ವಿನಂತಿಯ ಮೇರೆಗೆ ತಂದೆಯವರು ನನಗಾಗಿ ಮನೆಯ ಪಕ್ಕದಲ್ಲಿಯೇ ಒಂದು ಬೃಹತ್ ಈಜುಕೊಳವನ್ನು ನಿರ್ಮಿಸಿದ್ದರು. ಅದರ ಮಧ್ಯಭಾಗದಲ್ಲಿ ಕಾರಂಜಿಯ ವ್ಯವಸ್ಥೆಯನ್ನೂ ಮಾಡಿಸಿದ್ದರು. ನನ್ನ ಆರು ಏಳನೆಯ ವಯಸ್ಸಿನಲ್ಲಿಯೇ ನಾನು ಈಜುವುದನ್ನು ಕಲಿತಿದ್ದೆ. ಈಜುಕೊಳದಲ್ಲಿ ಸ್ನಾನ ಮಾಡುವ ಸಂದರ್ಭದಲ್ಲಿ ನಾನು ನೆರೆಹೊರೆಯ ಸಮವಯಸ್ಕ ಹುಡುಗ-ಹುಡುಗಿಯರನ್ನು ಜೊತೆಗೂಡಿಸಿಕೊಳ್ಳುತ್ತಿದ್ದೆ. ನಾವೆಲ್ಲರೂ ಹಂಸಗಳ ರೀತಿಯಲ್ಲಿ ಆ ಈಜುಕೊಳದಲ್ಲಿ ಅತ್ಯಂತ ಸಂಭ್ರಮದಿಂದ ವಿಹರಿಸುತ್ತಿದ್ದೆವು. ನಮ್ಮೆಲ್ಲರ ಜಲಕ್ರೀಡೆ ತುಂಬಾ ಸಮಯದವರೆಗೆ ನಡೆಯುತ್ತಿತ್ತು. ನನ್ನ ತಾಯಿ ನನ್ನನ್ನು ತುಂಬಾ ಪ್ರೀತಿಸುತ್ತಿದ್ದರು. ಆ ಕಾರಣದಿಂದಾಗಿ ನಾನು ಏನೇ ಚೇಷ್ಟೆ ಮಾಡಿದರೂ ತಂದೆಯವರು ನನಗೆ ಏನೂ ಹೇಳುತ್ತಿರಲಿಲ್ಲ; ಬೈಯುತ್ತಲೂ ಇರಲಿಲ್ಲ.

ಬಾಲ್ಯದಲ್ಲಿ ನನಗೆ ಇನ್ನೂ ಒಂದು ಅಭ್ಯಾಸವಿತ್ತು. ಪ್ರತಿದಿನ ಮಧ್ಯಾಹ್ನ ಅಥವಾ ಸಂಜೆಯ ಸಮಯದಲ್ಲಿ ನನ್ನನ್ನು ಯಾರಾದರೂ ಮನೆಯಿಂದ ಹೊರಕ್ಕೆ ಕರೆದುಕೊಂಡು ಹೋಗಬೇಕಾಗಿತ್ತು. ತಂದೆಯವರು ನನಗಾಗಿ ಬಿಡುವು ಮಾಡಿಕೊಳ್ಳುತ್ತಿದ್ದರು. ಒಂದು ವೇಳೆ ಯಾವತ್ತಾದರೂ ಅವರು ನನ್ನನ್ನು ಮನೆಯಿಂದ ಹೊರಕ್ಕೆ ಕರೆದುಕೊಂಡು ಹೋಗದೇ ಇದ್ದರೆ ನಾನು ಅಮ್ಮನ ಮುಂದೆ ರಂಪ ಮಾಡುತ್ತಿದ್ದೆ; ತುಂಬಾ ಹಠ ಮಾಡುತ್ತಿದ್ದೆ. ಕೆಲವೊಮ್ಮೆ ವಾಹನದಲ್ಲಿ ಮನೆಯಿಂದ ಹೊರಕ್ಕೆ ಕರೆದುಕೊಂಡು ಹೋಗುವಂತೆ ಪೀಡಿಸುತ್ತಿದ್ದೆ. ನನ್ನ ಸಂಬಂಧಿಕರ ಮನೆಯ ಹುಡುಗನೊಬ್ಬ ನಮ್ಮ ಮನೆಯಲ್ಲಿಯೇ ಇದ್ದುಕೊಂಡು ಶಾಲೆಗೆ ಹೋಗುತ್ತಿದ್ದ. ಆತನ ಹೆಸರು ನಂದಲಾಲ್. ನಾನು ಆತನನ್ನು 'ನಂದ ದಾದಾ' (ನಂದಣ್ಣ) ಎಂದು ಕರೆಯುತ್ತಿದ್ದೆ. ಕೆಲವೊಮ್ಮೆ ನಾನು ಆತನೊಂದಿಗೆ ಮನೆಯಿಂದ ಹೊರಕ್ಕೆ ಹೋಗುತ್ತಿದ್ದೆ. ರಸ್ತೆಯ ಇಕ್ಕೆಲಗಳಲ್ಲಿದ್ದ ಸುಂದರವಾದ ಅಂಗಡಿಗಳು, ಟ್ರಾಮ್ ಗಾಡಿಗಳು, ಬೀದಿದೀಪಗಳು, ಅಸಂಖ್ಯಾತ ಜನರ ಓಡಾಟ ಮುಂತಾದವುಗಳನ್ನೆಲ್ಲಾ ನೋಡಿದಾಗ ನನ್ನ ಮನಸ್ಸು ಆನಂದದಿಂದ ಕುಣಿದಾಡುತ್ತಿತ್ತು. ಆಲಿಪುರದ ಪ್ರಾಣಿಸಂಗ್ರಹಾಲಯ, ಜಾದೂ ಪ್ರದರ್ಶನ, ಹೌರಾ ಸೇತುವೆ, ಪರೇಶನಾಥದ ಉದ್ಯಾನವನ, ಕಾಳಿಘಾಟ್‌ನ ಮಂದಿರ ಮುಂತಾದವುಗಳನ್ನೆಲ್ಲ ಬಾಲ್ಯದಲ್ಲಿಯೇ ನಾನು ಅನೇಕ ಬಾರಿ ನೋಡಿದ್ದೇನೆ. ಈ ವಿಷಯದಲ್ಲಿ ನಾನು ಭಾಗ್ಯವಂತೆ.

ಗೊಂಬೆಗಳೊಂದಿಗೆ ಆಟವಾಡುವುದು ನನ್ನ ಇನ್ನೊಂದು ಪ್ರಮುಖ ಹವ್ಯಾಸವಾಗಿತ್ತು. ಪಕ್ಷಿಗಳ ಗೊಂಬೆಗಳೆಂದರೆ ನನಗೆ ಪಂಚಪ್ರಾಣ. ಪಾರಿವಾಳ, ಮೈನಾ, ಗಿಣಿ, ಕೊಕ್ಕರೆ, ಗುಬ್ಬಿ ಮುಂತಾದ ನಾನಾ ಪ್ರಕಾರದ ಪಕ್ಷಿಗಳ ಗೊಂಬೆಗಳನ್ನು ಅಪ್ಪ ನನಗೆ ತಂದುಕೊಟ್ಟಿದ್ದರು. ನಾಯಿ ಹಾಗೂ ಬೆಕ್ಕುಗಳನ್ನು ನಾನು ಇಷ್ಟಪಡುತ್ತಿರಲಿಲ್ಲ.

ಹೂವುಗಳ ಬಗ್ಗೆಯೂ ನಾನು ಹೆಚ್ಚಿನ ಒಲವನ್ನು ಹೊಂದಿರಲಿಲ್ಲ. ಆಶ್ಚರ್ಯಕರ ಸಂಗತಿಯೇನೆಂದರೆ, ನಾನು ದೊಡ್ಡವಳಾಗುತ್ತ ಹೋದಂತೆ ಪಕ್ಷಿಗಳ–ಗೊಂಬೆಗಳ ಮೇಲಿನ ನನ್ನ ಆಸಕ್ತಿಯು ಕಡಿಮೆಯಾಗುತ್ತ ಹೋಯಿತು.

ಎರಡನೆಯ ಹೆರಿಗೆಯ ಸಂದರ್ಭದಲ್ಲಿ ನನ್ನ ಅಮ್ಮ ನಿಧನಹೊಂದಿದರು. ಮಗುವು ಹೊಟ್ಟೆಯಲ್ಲಿಯೇ ಸಾವನ್ನಪ್ಪಿತ್ತು. ಆಗ ನನ್ನ ವಯಸ್ಸು ಹತ್ತು ವರ್ಷ. 'ಸಾವು ಎಂದರೇನು?' ಎನ್ನುವುದು ನನಗೆ ಚೆನ್ನಾಗಿ ತಿಳಿದಿತ್ತು. ಏನೋ ಒಂದು ಸುಳ್ಳನ್ನು ಹೇಳಿ ನನ್ನನ್ನು ಸಾಂತ್ವನಗೊಳಿಸುವುದು ಯಾರಿಂದಲೂ ಸಾಧ್ಯವಿರಲಿಲ್ಲ. ಅಮ್ಮನನ್ನು ಕಳೆದುಕೊಂಡ ನೋವು ನನ್ನನ್ನು ತೀವ್ರವಾಗಿ ಬಾಧಿಸಿತ್ತು. ಅದರಲ್ಲಿ ವಿಶೇಷವೇನೂ ಇರಲಿಲ್ಲ. ಜಗತ್ತಿನಲ್ಲಿ ತಾಯಿಗಿಂತ ಮಿಗಿಲಾದ ಪ್ರೀತಿಯ ಜೀವ ಇನ್ನ್ಯಾವುದಿದೆ? ನಾನು ಜೋರಾಗಿ ಅಳುತ್ತ ನೆಲದ ಮೇಲೆ ಬಿದ್ದು ಉರುಳಾಡುತ್ತಿದ್ದೆ. ತಂದೆಯವರು ನನ್ನನ್ನು ತಮ್ಮ ತೊಡೆಯ ಮೇಲೆ ಮಲಗಿಸಿಕೊಂಡು ಬೆನ್ನನ್ನು ನೇವರಿಸುತ್ತ ಸಮಾಧಾನಿಸುವ ಪ್ರಯತ್ನ ಮಾಡಿದರು. ಆದರೆ ನಾನು ಅವರಿಂದ ದೂರ ಸರಿದು ಇನ್ನಷ್ಟು ಜೋರಾಗಿ ಅಳತೊಡಗಿದ್ದೆ. ಆ ದುಃಖವನ್ನು ನಾನು ನಿಯಂತ್ರಿಸಿಕೊಳ್ಳುವುದಾದರೂ ಹೇಗೆ? ಬಂಧು–ಮಿತ್ರರು, ನೆರೆಹೊರೆಯವರು ಅಲ್ಲಿಗೆ ಬಂದು ಸೇರಿದ್ದರು. ಅಮ್ಮನ ಶವದ ಮೇಲೆ ಹೂವಿನ ಹಾರವನ್ನು ಹಾಕಿ ನಮಸ್ಕರಿಸಿದರು. ನಂತರ ಕೆಲವು ಸಂಪ್ರದಾಯಗಳನ್ನು ಮುಗಿಸಿ, ಶವವನ್ನು ಚಟ್ಟದ ಮೇಲೆ ಮಲಗಿಸಿದರು; ನಾಲ್ವರು ಅದನ್ನು ಹೆಗಲಿಗೇರಿಸಿಕೊಂಡು ಸ್ಮಶಾನದ ಕಡೆಗೆ ಹೆಜ್ಜೆಹಾಕಿದರು. ನಾನೂ ಜೋರಾಗಿ ಅಳುತ್ತಲೇ ಅವರನ್ನು ಹಿಂಬಾಲಿಸಿಕೊಂಡು ಹೊರಟೆ. ಸ್ವಲ್ಪ ದೂರ ಹೋಗುವಷ್ಟರಲ್ಲಿ ಕಾಲುದಾರಿಯಲ್ಲಿದ್ದ ಕಲ್ಲು ಎಡವಿ ಬಿದ್ದುಬಿಟ್ಟೆ. ಮುಖವನ್ನು ಮೇಲಕ್ಕೆತ್ತಿ ನೋಡಿದೆ. ಅಮ್ಮನ ಶವಯಾತ್ರೆ ಮುಂದಮುಂದಕ್ಕೆ ಹೋಗುತ್ತಿತ್ತು. ಯಾರೋ ಒಂದಿಬ್ಬರು ಬಂದು ನನ್ನನ್ನು ಎಬ್ಬಿಸಿದರು. ನಾನು ಅಮ್ಮನ ಶವಯಾತ್ರೆಯಲ್ಲಿ ಪಾಲ್ಗೊಳ್ಳುವುದನ್ನು ತಡೆದರು; ಮನೆಗೆ ಕರೆದುಕೊಂಡು ಬಂದರು.

ನನ್ನ ಜೀವನದ ಕಹಿಘಟನೆಗಳನ್ನು ದಾಖಲಿಸುವುದಕ್ಕೆ ಕುಳಿತುಕೊಂಡಿರುವ ಈ ದಿನವೂ ಕಣ್ಣೀರು ಧಾರಾಕಾರವಾಗಿ ಹರಿಯುತ್ತಿದೆ. ಅಮ್ಮನನ್ನು ಕಳೆದುಕೊಂಡ ನಂತರ ಅನೇಕ ದಿನಗಳ ಕಾಲ ನಾನು ದುಃಖಿತಳಾಗಿದ್ದೆ. ದಿನನಿತ್ಯವೂ ಕಣ್ಣೀರು ಹರಿಸಿದ್ದೆ. ಆ ನೋವಿನಿಂದ ಹೊರಬರುವ ಪ್ರಯತ್ನವನ್ನು ನಿರಂತರವಾಗಿ ಮಾಡುತ್ತಲೇ ಇದ್ದೆ. ಆದರೆ ಅಮ್ಮನನ್ನು, ಆಕೆ ತೋರುತ್ತಿದ್ದ ಪ್ರೀತಿಯನ್ನು ಮರೆಯುವುದಾದರೂ ಹೇಗೆ! ಅವರ ನೆನಪಾದಾಗಲೆಲ್ಲ ದುಃಖ ಮನಸ್ಸನ್ನು ಆವರಿಸಿಕೊಳ್ಳುತ್ತದೆ.

ಪತ್ನಿಯನ್ನು ಕಳೆದುಕೊಂಡ ನನ್ನ ತಂದೆ ನೋವಿನಿಂದ, ದುಃಖದಿಂದ ತತ್ತರಿಸಿಹೋಗಿದ್ದರು. ಮೂರು ದಿನಗಳ ಕಾಲ ಅವರು ನೀರನ್ನು ಹೊರತುಪಡಿಸಿ ಬೇರೆ ಯಾವ ಆಹಾರವನ್ನೂ ಸೇವಿಸಲಿಲ್ಲ. ಸ್ನೇಹಿತರು, ಬಂಧುಗಳು ಗದರಿದರು; ಸಮಾಧಾನ ಮಾಡಿದರು; ಆಹಾರ ಸೇವಿಸುವಂತೆ ಒತ್ತಾಯಿಸಿದರು. ಪರಿಣಾಮವಾಗಿ ಅಮ್ಮ ಸಾವನ್ನಪ್ಪಿದ ನಾಲ್ಕನೆಯ ದಿನ ಅವರು ಅಲ್ಪಸ್ವಲ್ಪ ಆಹಾರ ಸೇವನೆ ಮಾಡಿದರು.

ಅಪ್ಪನ ಮಲಗುವ ಕೋಣೆಯಲ್ಲಿ ನನ್ನಮ್ಮನ ಬೃಹತ್ ವರ್ಣರಂಜಿತ ಭಾವಚಿತ್ರವನ್ನು ನೇತುಹಾಕಲಾಗಿತ್ತು. ನನ್ನ ಏಳನೆಯ ವರ್ಷದ ಜನ್ಮದಿನ ತಂದೆಯವರು ಈ ಭಾವಚಿತ್ರವನ್ನು ನನಗೆ ಉಡುಗೊರೆಯಾಗಿ ನೀಡಿದ್ದರು. ಈ ವರ್ಣರಂಜಿತ ಕಲಾಕೃತಿಗಾಗಿ ನಮ್ಮ ತಂದೆಯವರು ಖರ್ಚು ಮಾಡಿದ್ದ ಹಣ ಬರೋಬ್ಬರಿ ಏಳು ನೂರಾ ಐವತ್ತು ರೂಪಾಯಿ. ಅಮ್ಮನ ಮರಣದ ನಂತರ ಅಪ್ಪ ಪ್ರತಿನಿತ್ಯ ಈ ಭಾವಚಿತ್ರಕ್ಕೆ ಹೂವಿನ ಮಾಲೆಯನ್ನು ಹಾಕಿ ತಮ್ಮ ಪ್ರೀತಿಯನ್ನು ವ್ಯಕ್ತಪಡಿಸುತ್ತಿದ್ದರು.

ಅಮ್ಮ ಜೀವಂತವಾಗಿರುವಾಗಲೇ ನನ್ನನ್ನು ನಗರದ ಪ್ರತಿಷ್ಠಿತ ಶಾಲೆಗೆ ದಾಖಲಿಸಿದ್ದರು. ಅವರು ಸಾವನ್ನಪ್ಪಿದ ಸಮಯದಲ್ಲಿ ನಾನು ನಾಲ್ಕನೇ ತರಗತಿಯ ವಿದ್ಯಾರ್ಥಿನಿ. ನನಗೆ ಮತ್ತು ನಂದಣ್ಣನಿಗೆ ಅನುಕೂಲವಾಗಲೆನ್ನುವ ಉದ್ದೇಶದಿಂದ ಅಮ್ಮ ಖಾಸಗಿ ಶಿಕ್ಷಕರೊಬ್ಬರನ್ನು ಮನೆಪಾಠಕ್ಕೆ ನೇಮಕ ಮಾಡಿದ್ದರು. ಅವರು ನಮ್ಮ ಮನೆಗೇ ಬಂದು ನಮ್ಮಿಬ್ಬರಿಗೆ ಪಾಠ ಮಾಡುತ್ತಿದ್ದರು. ಅಮ್ಮ ತೀರಿಕೊಂಡ ನಂತರ ತಂದೆಯವರು ನನ್ನನ್ನು ಶಾಲೆಗೆ ಕಳಿಸುವುದನ್ನು ನಿಲ್ಲಿಸಿದರು. ಬದಲಿಗೆ ಮನೆಯಲ್ಲಿಯೇ ಹೆಚ್ಚಿನ ಸಮಯ ನನಗೆ ಪಾಠ ಮಾಡುವ ಸಲುವಾಗಿ ಒಬ್ಬರು ಉತ್ತಮ ಶಿಕ್ಷಕರನ್ನು ನೇಮಕ ಮಾಡಿದರು. ಹೆಚ್ಚು ಹೊತ್ತು ನನ್ನನ್ನು ತಮ್ಮ ಸಮೀಪದಲ್ಲಿಯೇ ಇರಿಸಿಕೊಳ್ಳಬೇಕು; ನಾನು ಅನುಭವಿಸುತ್ತಿದ್ದ ಮಾತೃಶೋಕವನ್ನು ಸಾಧ್ಯವಾದಷ್ಟು ಶಮನ ಮಾಡಬೇಕು ಎನ್ನುವುದು ತಂದೆಯವರ ಮುಖ್ಯ ಉದ್ದೇಶವಾಗಿತ್ತು. ಅವರು ಮಾಡಿದ ಈ ವಿಶೇಷ ವ್ಯವಸ್ಥೆಯಿಂದಾಗಿ ನನ್ನ ಓದು–ಬರಹ ಸರಾಗವಾಗಿ ಮುಂದುವರಿಯುವುದು ಸಾಧ್ಯವಾಯಿತು.

ಆರು ತಿಂಗಳುಗಳು ಸರಿದುಹೋದವು. ಆ ಸಮಯದಲ್ಲಿ, ಬಾಂಗ್ಲಾದೇಶದಲ್ಲಿ ಸ್ವಾತಂತ್ರ್ಯ ಹೋರಾಟ ತೀವ್ರ ಸ್ವರೂಪವನ್ನು ಪಡೆದುಕೊಳ್ಳತೊಡಗಿತ್ತು. ನೇತಾರರ ಗೃಹತ್ಯಾಗ, ಯುವಕರಿಗೆ ಕಾರಗೃಹ ಶಿಕ್ಷೆ, ಕ್ರಾಂತಿಕಾರಿಗಳ ಬಂಧನ, ವಿಸ್ಫೋಟಕಗಳನ್ನು ಹೊಂದಿರುವವರಿಗೆ ಮರಣದಂಡನೆ... ಇಂತಹ ಸನ್ನಿವೇಶದಲ್ಲಿ ದೇಶದಾದ್ಯಂತ ಅಲ್ಲೋಲಕಲ್ಲೋಲವೇ ಉಂಟಾಗಿತ್ತು. ದೇಶದ ವಿವಿಧ ಕಡೆಗಳಲ್ಲಿ ಸಭೆ–ಸಮಾರಂಭಗಳು, ಲಾಠಿ ಚಾರ್ಜ್ ಮುಂತಾದವುಗಳು ನಡೆಯುತ್ತಿದ್ದವು. ನನ್ನ ತಂದೆಯವರೂ ಸ್ವಾತಂತ್ರ್ಯ ಹೋರಾಟದಲ್ಲಿ ತಮ್ಮನ್ನು ಸಕ್ರಿಯವಾಗಿ ತೊಡಗಿಸಿಕೊಂಡಿದ್ದರು. ಕೆಲವೊಮ್ಮೆ ನಂದಣ್ಣ ಸ್ವಾತಂತ್ರ್ಯ ಹೋರಾಟಗಾರರು ನಡೆಸುತ್ತಿದ್ದ ಸಭೆ–ಸಮಾರಂಭಗಳಿಗೆ ನನ್ನನ್ನೂ ಕರೆದುಕೊಂಡು ಹೋಗುತ್ತಿದ್ದ. ಅಲ್ಲಿ ನಾನು ಅನೇಕ ಹೋರಾಟಗಾರರ ಉತ್ತೇಜನಕಾರಿ ಮಾತುಗಳನ್ನು ಕೇಳುತ್ತಿದ್ದೆ.

ಆ ಸಂದರ್ಭದ ಒಂದು ಘಟನೆ. ನಾನು ತುಂಬಾ ಚೆನ್ನಾಗಿ ಹಾಡುತ್ತಿದ್ದೆ. ಹುಟ್ಟಿನಿಂದಲೇ ನನಗೆ ರಾಗ–ತಾಳ–ಲಯ ಜ್ಞಾನವಿತ್ತು. ಅದೇ ರೀತಿಯಲ್ಲಿ ನನ್ನ ಕಂಠವೂ ಅತ್ಯಂತ ಮಧುರವಾಗಿತ್ತು. ಯಾರ್ಯಾರು ನನ್ನ ಹಾಡನ್ನು ಕೇಳಿದ್ದಾರೆಯೋ ಅವರೆಲ್ಲರೂ ಇದೇ ರೀತಿ ಹೇಳುತ್ತಿದ್ದರು. ಸಂಗೀತದಲ್ಲಿ ನನಗೆ ಆಸಕ್ತಿ ಮೂಡಿದ್ದು ಹೇಗೆ, ನಾನು ಮಧುರವಾಗಿ ಹಾಡುವುದು ಹೇಗೆ ಸಾಧ್ಯವಾಯಿತು ಇತ್ಯಾದಿ ವಿಷಯಗಳ ಬಗ್ಗೆ

ಖಂಡಿತವಾಗಿಯೂ ನನಗೆ ಗೊತ್ತಿಲ್ಲ. ಒಂದಂತೂ ಸತ್ಯ, ನನ್ನ ತಂದೆ–ತಾಯಿಯಂತೂ ಸಂಗೀತದಲ್ಲಿ ಆಸಕ್ತಿಯನ್ನು ಹೊಂದಿರಲಿಲ್ಲ; ಹಾಡುತ್ತಲೂ ಇರಲಿಲ್ಲ. ನನ್ನ ಅಜ್ಜನೂ ಸಂಗೀತ ಕ್ಷೇತ್ರದ ಸಾಧಕರಾಗಿರಲಿಲ್ಲ. ಸಂಗೀತದಲ್ಲಿ ನಾನು ತೋರಿಸುತ್ತಿದ್ದ ಆಸಕ್ತಿಯನ್ನು ಕಂಡು ನನ್ನ ತಂದೆಯವರು ನನಗೊಂದು ಚಿಕ್ಕ ಹಾರ್ಮೋನಿಯಂ ಪೆಟ್ಟಿಗೆಯನ್ನು ತಂದು ಕೊಟ್ಟರು ಮತ್ತು ನನಗೆ ಸಂಗೀತ ಕಲಿಸುವುದಕ್ಕಾಗಿ ಒಬ್ಬರು ಶಿಕ್ಷಕಿಯನ್ನೂ ಗೊತ್ತುಮಾಡಿದರು. ಅವರು ನನಗೆ ಸಂಗೀತಾಭ್ಯಾಸ ಮಾಡಿಸುತ್ತಿದ್ದರು.

ಅದೊಂದು ದಿನ ನಂದಣ್ಣ ಉದ್ದವಾದ ಎರಡು ಖಡ್ಗಗಳನ್ನು ಖರೀದಿಸಿಕೊಂಡು ಬಂದಿದ್ದ. ಅವುಗಳನ್ನು ನನ್ನ ಮುಂದಿದ್ದ ಮೇಜಿನ ಮೇಲೆ ಇಟ್ಟು ಆತ ಹೇಳಿದ, "ಮಾನಿ, (ನನ್ನನ್ನು ಆತ ಪ್ರೀತಿಯಿಂದ ಹಾಗೆ ಕರೆಯುತ್ತಿದ್ದ) ನೀನು ಕತ್ತಿವರಸೆಯನ್ನು ಕಲಿಯಬೇಕು."

ಅವುಗಳ ಪೈಕಿ ಒಂದು ಖಡ್ಗವನ್ನು ಕೈಗೆತ್ತಿಕೊಳ್ಳುತ್ತ ನಾನು ಮುಗ್ಧತೆಯಿಂದ ಪ್ರಶ್ನಿಸಿದೆ, "ಯಾಕೆ ನಂದಣ್ಣ?"

ಕೂಡಲೇ ಆತ ಅಲ್ಲಿದ್ದ ಇನ್ನೊಂದು ಖಡ್ಗವನ್ನು ಕೈಗೆತ್ತಿಕೊಂಡು, ಅದರ ತುದಿಯನ್ನು ನನ್ನ ಉದರದ ಕಡೆಗೆ ತರುತ್ತ, ತನ್ನ ಇನ್ನೊಂದು ಕೈಯನ್ನು ನನ್ನ ಬಲಭುಜದ ಮೇಲೆ ಇರಿಸಿದ. ನನ್ನನ್ನು ಸಾಯಿಸುವುದೇ ತನ್ನ ಗುರಿ ಎನ್ನುವ ರೀತಿಯಲ್ಲಿತ್ತು ಆತನ ಭಂಗಿ. ಕೂಡಲೇ ನಾನೂ ನನ್ನ ಕೈಯಲ್ಲಿದ್ದ ಖಡ್ಗವನ್ನು ಆತನ ಹೊಟ್ಟೆಯ ಕಡೆಗೆ ಗುರಿ ಹಿಡಿದು, ಇನ್ನೊಂದು ಕೈನಿಂದ ಆತನ ಬಲಗೈಯನ್ನು ಹಿಡಿದುಕೊಂಡೆ. ಕೂಡಲೇ ಆತ ಹೇಳಿದ, "ನೀನು ಮಾಡಿದ್ದು ಸರಿಯಾಗಿದೆ. ಇದೇ ರೀತಿಯಲ್ಲಿ ಶತ್ರುವಿನ ವಿರುದ್ಧ ದಾಳಿ ಮಾಡಬೇಕು."

ಕೆಲವು ದಿನಗಳ ಹಿಂದೆ ಸ್ವಾತಂತ್ರ್ಯ ಹೋರಾಟಕ್ಕೆ ಸಂಬಂಧಿಸಿದ ಸಭೆಯೊಂದರಲ್ಲಿ ಕೆಲವು ಹುಡುಗರು ಕತ್ತಿವರಸೆ ಅಭ್ಯಾಸ ಮಾಡುತ್ತಿದ್ದುದನ್ನು ನಾನು ನೋಡಿದ್ದೆ. ಅದನ್ನು ಆತನಿಗೆ ವಿವರಿಸಿದ ನಂತರ ನಾನು ಆತನನ್ನು ಕೇಳಿದೆ, "ಹುಡುಗಿಯರು ಇದನ್ನೆಲ್ಲಾ ಕಲಿಯುವುದರಿಂದ ಏನು ಪ್ರಯೋಜನ? ನಾನೇಕೆ ಇದನ್ನು ಕಲಿಯಬೇಕು?"

ನಂದಲಾಲ್ ಉತ್ತರಿಸಿದ, "ಹಾಗೇಕೆ ಪ್ರಶ್ನಿಸುತ್ತಿದ್ದೀಯಾ ಮಾನಿ? 'ತನ್ನ ಮಾನವನ್ನು, ಸಂತಾನವನ್ನು ಕಾಪಾಡಿಕೊಳ್ಳುವುದಕ್ಕಾಗಿ ಹೆಣ್ಣು (ತಾಯಿ) ಖಡ್ಗವನ್ನೂ ಎತ್ತಿಕೊಳ್ಳುತ್ತಾಳೆ' ಎನ್ನುವ ಮಾತನ್ನು ನೀನು ಕೇಳಿಲ್ಲವೇ? ಈ ಸಂದೇಶವನ್ನು ಸಾರುವ ಒಂದು ಉತ್ತಮವಾದ ಕವನವೂ ಇದೆಯಲ್ಲವೇ?"

ನಾನು ಆತನಿಗೆ ಉತ್ತರಿಸಿದೆ, "ಹ್ಞಾ... ನನಗೆ ನಿನ್ನ ಮಾತು ಅರ್ಥವಾಯಿತು."

ಕೂಡಲೇ ನಾನು ಸಮೀಪದಲ್ಲಿಯೇ ಇದ್ದ ಹಾರ್ಮೋನಿಯಂ ಪೆಟ್ಟಿಗೆಯ ಮುಂದೆ ಕುಳಿತು, ಅದರ ಮುಚ್ಚಳವನ್ನು ತೆರೆದು, ಅದರ ಮೇಲೆ ಬೆರಳುಗಳನ್ನು ಆಡಿಸುತ್ತ, ಗಂಟಲನ್ನು ಸರಿಪಡಿಸಿಕೊಂಡು ಹಾಡತೊಡಗಿದೆ.

'ತನ್ನ ಮಾನವನ್ನು, ಸಂತಾನವನ್ನು ಕಾಪಾಡಿಕೊಳ್ಳುವುದಕ್ಕಾಗಿ ಹೆಣ್ಣು (ತಾಯಿ) ಖಡ್ಗವನ್ನೂ ಎತ್ತಿಕೊಳ್ಳುತ್ತಾಳೆ...

ಧನ–ಕನಕ, ಸುಂದರ ಆಭೂಷಣ, ದುಬಾರಿ ವಸನಗಳನ್ನೂ ಪರಿತ್ಯಜಿಸುತ್ತಾಳೆ...

ನಾನು ಅಂತಹ ತಾಯಿಯ ಒಂದು ಸಂತಾನ...

ಭೂಮಾತೆಯ ರಕ್ಷಣೆಗಾಗಿ ಮಾಡುವೆ ಆತ್ಮಬಲಿದಾನ...

ನಿನಗಾದ ಅಪಮಾನಕ್ಕೆ ಪ್ರತೀಕಾರ ತೀರಿಸಿಕೊಳ್ಳುವ ಶಕ್ತಿ ನೀಡಮ್ಮ...'

ನನ್ನ ಹಾಡು ಮುಗಿಯುತ್ತಿದ್ದಂತೆಯೇ ತಂದೆಯವರು ಅಲ್ಲಿಗೆ ಬಂದಿದ್ದರು. ಅವರು ನನ್ನ ಹಾಡನ್ನು ಕೇಳಿಸಿಕೊಂಡಿದ್ದರು. ಬಂದವರೇ ನಸುನಗುತ್ತಲೇ ಪ್ರಶ್ನಿಸಿದರು, "ಏನು! ಪ್ರಮಾಣ ಮಾಡುತ್ತಿದ್ದೀಯಾ? ಅಂತಹುದು ಏನಾಯಿತು ಮಗು?"

ತಂದೆಯವರು ಅಲ್ಲಿಗೆ ಬರುತ್ತಿರುವುದನ್ನು ಗಮನಿಸಿದ ನಂದಣ್ಣ ಅಲ್ಲಿದ್ದ ಎರಡೂ ಖಡ್ಗಗಳನ್ನು ತೆಗೆದುಕೊಂಡು ಪಕ್ಕದಲ್ಲಿಯೇ ಇದ್ದ ಇನ್ನೊಂದು ಬಾಗಿಲಿನಿಂದ ಹೊರಟುಹೋಗಿದ್ದ! ಆ ದಿನ ನಡೆದಿದ್ದ ಘಟನೆ ಇಂದೂ ನನ್ನ ಮನಸ್ಸಿನಲ್ಲಿ ಭದ್ರವಾಗಿ ನೆಲೆಯೂರಿದೆ.

ಅದೊಂದು ದಿನ ಬಾಬಾ (ತಂದೆಯವರು) ನನ್ನನ್ನು ಸ್ವಾತಂತ್ರ್ಯ ಹೋರಾಟಗಾರರ ಸಭೆಯೊಂದಕ್ಕೆ ಕರೆದುಕೊಂಡು ಹೋದರು. ಅಲ್ಲಿ ನಾನು ಇದೇ ಹಾಡನ್ನು ತನ್ಮಯತೆಯಿಂದ ಹಾಡಿದೆ. ಅಲ್ಲಿದ್ದವರೆಲ್ಲರೂ ನನ್ನನ್ನು ತುಂಬು ಮನಸ್ಸಿನಿಂದ ಪ್ರಶಂಸಿಸಿದರು. ಸುರೇಂದ್ರನಾಥ ಬಂದ್ಯೋಪಾಧ್ಯಾಯರು ಆ ಸಭೆಯ ಅಧ್ಯಕ್ಷತೆಯನ್ನು ವಹಿಸಿದ್ದರು. ಆ ಸಭೆಯೇ ನನ್ನ ಸರ್ವನಾಶದ ಆರಂಭಕ್ಕೆ ನಾಂದಿ ಹಾಡುತ್ತದೆ ಎನ್ನುವುದು ಆ ಸಂದರ್ಭದಲ್ಲಿ ನನಗೆ ತಿಳಿದಿರಲಿಲ್ಲ. ಆ ಸಭೆಯಲ್ಲಿ ನನ್ನ ತಂದೆಯವರು ತುಂಬಾ ಮಾರ್ಮಿಕವಾಗಿ ಭಾಷಣವನ್ನು ಮಾಡಿದರು.

ಕೆಲವು ದಿನಗಳು ಕಳೆದವು. ಇದ್ದಕ್ಕಿದ್ದಂತೆ ದಾಮೋದರ ನದಿಯಲ್ಲಿ ಉಕ್ಕಿಬಂದ ಪ್ರವಾಹದಿಂದಾಗಿ ವರ್ಧಮಾನ ನಗರ ಮತ್ತು ಅದರ ಆಸುಪಾಸಿನ ಅನೇಕ ಸ್ಥಳಗಳಲ್ಲಿ ವಾಸಿಸುತ್ತಿದ್ದ ಅಪಾರ ಸಂಖ್ಯೆಯ ಜನರು ನಿರ್ಗತಿಕರಾದರು ಮತ್ತು ಅಪಾರ ಕಷ್ಟ–ನಷ್ಟಗಳಿಗೆ ಸಿಲುಕಿದರು. ಅವರಿಗೆ ನೆರವು ನೀಡುವ ಸಲುವಾಗಿ ಬೇರೆ ಬೇರೆ ಮೂಲಗಳಿಂದ 'ಪರಿಹಾರ ನಿಧಿ'ಯನ್ನು ಸ್ಥಾಪಿಸಲಾಯಿತು. ದೇಶದ ಎಲ್ಲಾ ಮೂಲೆಗಳಿಂದ ಸಹೃದಯ ಬಂಧುಗಳು ಆ ನಿಧಿಗೆ ಧನಸಹಾಯ ಮಾಡತೊಡಗಿದರು. ಅಧಿಕ ಪ್ರಮಾಣದಲ್ಲಿ ಹಣವನ್ನು ಸಂಗ್ರಹ ಮಾಡಬೇಕಾದ ಆವಶ್ಯಕತೆ ಇದ್ದುದರಿಂದಾಗಿ ಕಲ್ಕತ್ತಾದ ವಿವಿಧ ಕಡೆಗಳಲ್ಲಿ 'ಬೆನಿಫಿಟ್ ಶೋ'ಗಳನ್ನು ನಡೆಸಲಾಯಿತು. ಸಿನಿಮಾ ಹಾಗೂ ಮನೋರಂಜನಾ ಕ್ಷೇತ್ರದ ಪ್ರಮುಖರು ಈ ವಿಶೇಷ ಸಾಂಸ್ಕೃತಿಕ ಕಾರ್ಯಕ್ರಮಗಳಲ್ಲಿ ಭಾಗವಹಿಸಿದರು ಮತ್ತು ನೆರೆ ಸಂತ್ರಸ್ತರ ನೆರವಿಗಾಗಿ ಹಣವನ್ನು ಸಂಗ್ರಹಿಸತೊಡಗಿದರು. ಒಂದೇ ಎರಡೇ... ಹಲವಾರು ಪ್ರಕಾರಗಳ ಮನೋರಂಜನಾ ಕಾರ್ಯಕ್ರಮಗಳು!

ಇದೇ ಕಾರಣಕ್ಕಾಗಿ ನನ್ನ ತಂದೆಯವರು ನನ್ನನ್ನು ರಂಗಮಂದಿರಗಳು ಹಾಗೂ ಚಲನಚಿತ್ರಮಂದಿರಗಳಿಗೆ ಕರೆದುಕೊಂಡು ಹೋಗುತ್ತಿದ್ದರು. ನಂದಣ್ಣನೂ ನಮ್ಮ ಜೊತೆಯಲ್ಲಿ ಇರುತ್ತಿದ್ದ. ರಂಗಮಂದಿರಗಳಲ್ಲಿ ನಟ–ನಟಿಯರ ಸಂಗೀತ

ಮತ್ತು ಅಭಿನಯವನ್ನು ನೋಡುತ್ತ ನಾನು ಮಂತ್ರಮುಗ್ಧಳಾಗಿಬಿಡುತ್ತಿದ್ದೆ. ನಾನು ಮೊದಲ ಬಾರಿಗೆ ನೋಡಿದ ನಾಟಕ 'ದೇವಿ ಚೌಧರಾಣಿ ಮತ್ತು ಆಲಿಬಾಬಾ.' ದೇವಿ ಚೌಧರಾಣಿಯ 'ವೀಣಾ ಬಾಜೇಜ್ ಕೆನ್' ಮತ್ತು ಆಲಿಬಾಬಾನ 'ಛಿ... ಛಿ... ಎವ್ರೋ ಜಂಜಾಲ್...' ಹಾಡುಗಳು ನನಗೆ ತುಂಬಾ ಇಷ್ಟವಾದವು. ನಾನು ಅವುಗಳ ಅನುಕರಣೆ ಮಾಡತೊಡಗಿದೆ. ಈ ವಿಷಯದಲ್ಲಿ ನಾನು ಅದೆಷ್ಟು ಯಶಸ್ವಿಯಾದೆನೆಂದರೆ, ನನ್ನ ತಂದೆಯವರು ಮನೆಯಲ್ಲಿ ಅನೇಕ ಬಾರಿ ಈ ಹಾಡುಗಳನ್ನು ನನ್ನಿಂದ ಹಾಡಿಸುತ್ತಿದ್ದರು; ಸಂತೋಷ ಅನುಭವಿಸುತ್ತಿದ್ದರು. ಪ್ರತಿ ಭಾನುವಾರವೂ ರಂಗಮಂದಿರಗಳಿಗೆ ಅಥವಾ ಚಿತ್ರಮಂದಿರಗಳಿಗೆ ಹೋಗುವುದು ನನ್ನ ಒಂದು ಅಭ್ಯಾಸವಾಗಿಹೋಯಿತು! ಕೆಲವೊಮ್ಮೆ ನಂದಣ್ಣ, ಇನ್ನು ಕೆಲವೊಮ್ಮೆ ತಂದೆಯವರು, ಮತ್ತೆ ಕೆಲವೊಮ್ಮೆ ಅವರಿಬ್ಬರೂ ನನ್ನ ಜೊತೆಯಲ್ಲಿ ಇರುತ್ತಿದ್ದರು. ಒಮ್ಮೊಮ್ಮೆ ಭಾನುವಾರ ತಂದೆಯವರ ಜೊತೆಯಲ್ಲಿ 'ಬ್ರಹ್ಮ ಸಮಾಜ'ದ ಪ್ರಾರ್ಥನಾ ಮಂದಿರಗಳಿಗೆ ಹೋಗುತ್ತಿದ್ದೆ. ನನ್ನ ತಂದೆಯವರು ಬ್ರಹ್ಮ ಸಮಾಜದ ಅನುಯಾಯಿಯೇನೂ ಆಗಿರಲಿಲ್ಲ. ಆದರೆ ಸಾಮಾಜಿಕವಾಗಿ ಅವರು ಬ್ರಹ್ಮ ಸಮಾಜದ ಬಗ್ಗೆ ಉದಾರ ಮನೋಭಾವವನ್ನು ಹೊಂದಿದ್ದರು.

ನನ್ನ ತಾಯಿ ಮೃತಳಾದ ನಂತರ ಪ್ರತಿದಿನವೂ ತಂದೆಯವರು ಆಕೆಯ ಬೃಹತ್ ಭಾವಚಿತ್ರಕ್ಕೆ ಹೂವಿನ ಹಾರವನ್ನು ಹಾಕುತ್ತಿದ್ದರು ಎನ್ನುವುದನ್ನು ನಾನು ಈಗಾಗಲೇ ಹೇಳಿದ್ದೇನೆ. ಒಂದು ದಿನ ಮನೆಯ ಕೆಲಸಗಾರನು ಗೋಡೆಯನ್ನು ಗುಡಿಸುವ ಸಂದರ್ಭದಲ್ಲಿ ಆಕಸ್ಮಿಕವಾಗಿ ಆ ಹಾರವನ್ನು ಬೀಳಿಸಿಬಿಟ್ಟಿದ್ದ. ಆ ಹಾರಕ್ಕೆ ಪೊರಕೆಯನ್ನು ತಾಗಿಸಿಬಿಟ್ಟಿದ್ದ. ಇದರಿಂದ ನನ್ನ ತಂದೆಯವರು ತುಂಬಾ ಬೇಸರಗೊಂಡರು. ಅದಾದ ನಂತರ ಅವರು ಪತ್ನಿಯ ಭಾವಚಿತ್ರಕ್ಕೆ ಹೂಮಾಲೆ ಹಾಕುವುದನ್ನೇ ನಿಲ್ಲಿಸಿಬಿಟ್ಟಿದ್ದರು. ನನಗೆ ಮನೆಯಲ್ಲಿಯೇ ಪಾಠ ನಡೆಯುತ್ತಿತ್ತು. ಬೆಳಿಗ್ಗೆ ಆರು ಗಂಟೆಯಿಂದ ಹಿಡಿದು ರಾತ್ರಿಯವರೆಗೆ ಬೇರೆ ಬೇರೆ ಸಮಯದಲ್ಲಿ ನಾಲ್ವರು ಶಿಕ್ಷಕರು ನನಗೆ ಪಾಠ ಮಾಡುತ್ತಿದ್ದರು. ಶನಿವಾರ ಮತ್ತು ಭಾನುವಾರ ತಪ್ಪದೇ ಕೆಲವು ರಂಗಮಂದಿರಗಳಿಗೆ, ಚಿತ್ರಮಂದಿರಗಳಿಗೆ ಹೋಗುತ್ತಿದ್ದೆ. ಒಟ್ಟಿನಲ್ಲಿ ನನ್ನದು ಬಿಡುವಿಲ್ಲದ ದಿನಚರಿ.

ನಂದಣ್ಣ ಒಂದು ಆಟದ ರೀತಿಯಲ್ಲಿ ನನಗೆ ಕತ್ತಿವರಸೆಯನ್ನು ಕಲಿಸಿಬಿಟ್ಟಿದ್ದ. ನನ್ನ ಬಲಗೈ ಮೇಲೆ ಈಗಲೂ ಇರುವ ಸ್ವಲ್ಪ ದೊಡ್ಡ ಗೀರಿನ ಕಲೆಯು ಇದಕ್ಕೆ ಸಾಕ್ಷಿಯಾಗಿದೆ. ಆದರೆ ನಾನು ಖಡ್ಗವನ್ನು ಝಳಪಿಸುವುದು ತಂದೆಯವರಿಗೆ ಇಷ್ಟವಾಗಲಿಲ್ಲ. ಅವರ 'ಆದೇಶ'ದ ಮೇರೆಗೆ ನಾನು 'ಖಡ್ಗತ್ಯಾಗ' ಮಾಡಬೇಕಾಯಿತು. ಅದರ ಬದಲಿಗೆ ಕಥೆಗಳ ಪುಸ್ತಕ ಓದುವುದು ನನ್ನ ನೆಚ್ಚಿನ ಹವ್ಯಾಸವಾಯಿತು. ನನಗೆ ಪಾಠ ಮಾಡುವುದಕ್ಕೆ ಮನೆಗೆ ಬರುತ್ತಿದ್ದ ಶಿಕ್ಷಕರು ವಿವಿಧ ಪುಸ್ತಕಗಳ ಓದಿನ ಬಗ್ಗೆ ವಿಶೇಷ ಆಸಕ್ತಿಯನ್ನು ಮೂಡಿಸಿದ್ದರು. 'ದೇವಿ ಚೌಧರಾಣಿ' ನಾಟಕದ ಅಭಿನಯವನ್ನು ನೋಡಿ ಮನಸೋತಿದ್ದ ನಾನು 'ಭ್ರಮರ' ಹಾಗೂ 'ಕಪಾಲಕುಂಡಲ'

ನಾಟಕಗಳನ್ನೂ ಬಹಳ ಇಷ್ಟಪಟ್ಟು ನೋಡಿದ್ದೆ. ಅದೆಂತಹ ಅಭಿನಯ, ಗಾಯನ! ಅದೊಂದು ದಿನ ನನಗೆ ಪಾಠ ಮಾಡುತ್ತಿದ್ದ ಸಂದರ್ಭದಲ್ಲಿ ಗುರುಗಳು ಹೇಳಿದರು, "ಬಂಕಿಮಚಂದ್ರರ ಪುಸ್ತಕಗಳನ್ನು ಓದದ ಹೊರತು ನವರಸಗಳು, ಅದರಲ್ಲೂ ವಿಶೇಷವಾಗಿ ಸೌಂದರ್ಯದ ಬಗೆಗಿನ ಅಧ್ಯಯನ, ಜ್ಞಾನ ನಿರರ್ಥಕ." ನಮ್ಮ ಮನೆಯಲ್ಲಿ ಪುಸ್ತಕಗಳಿಗಾಗಿಯೇ ದೊಡ್ಡದಾದ ಮೂರು ಕಪಾಟುಗಳಿದ್ದವು. ಅವುಗಳ ತುಂಬಾ ವಿವಿಧ ಪ್ರಕಾರದ ಪುಸ್ತಕಗಳು ತುಂಬಿಕೊಂಡಿದ್ದವು. ನನ್ನ ಗುರುಗಳು ಬಿಡುವು ಮಾಡಿಕೊಂಡು ಹುಡುಕಾಡಿ ಅವುಗಳ ಮಧ್ಯದಲ್ಲಿದ್ದ ಬಂಕಿಮಚಂದ್ರರ ಪುಸ್ತಕಗಳನ್ನು ನನಗೆ ನೀಡಿದರು. ನಾನು ಹಗಲು-ರಾತ್ರಿ ಅತ್ಯಂತ ಆಸಕ್ತಿಯಿಂದ ಅವರ ಪುಸ್ತಕಗಳನ್ನು ಓದತೊಡಗಿದೆ. ಪುಸ್ತಕದಲ್ಲಿದ್ದ ಎಲ್ಲಾ ಅಂಶಗಳು ನನಗೆ ಸರಿಯಾಗಿ ಅರ್ಥವಾಗುತ್ತಿರಲಿಲ್ಲ. ಆದರೆ ಅವುಗಳನ್ನು ಓದುವಾಗ ಮನಸ್ಸಿನಲ್ಲಿ ಅಪೂರ್ವವಾದ ಪುಳಕ ಉಂಟಾಗುತ್ತಿದ್ದುದಂತೂ ನಿಜ.

ಒಂದು ದಿನ, ನನ್ನನ್ನು ಕೆಲವು ದಿನಗಳ ಮಟ್ಟಿಗೆ ನೋಡಿಕೊಳ್ಳುವ ಸಲುವಾಗಿ ನನ್ನ ಸೋದರತ್ತೆ ನಮ್ಮ ಮನೆಗೆ ಬಂದರು. ಅವರು ವಿಧವೆ; ನನ್ನ ತಂದೆಯವರ ಹಿರಿಯ ಅಕ್ಕ. ಮನೆಯಲ್ಲಿ ನನಗೆ ಯಾವ ರೀತಿಯ ಕೊರತೆಯೂ ಉಂಟಾಗದಂತೆ ಆಕೆ ನೋಡಿಕೊಳ್ಳುತ್ತಿದ್ದರು. ನಾಲ್ಕಾರು ದಿನಗಳು ಕಳೆದ ನಂತರ ಅವರು ನನ್ನ ತಂದೆಯವರ ಜೊತೆಯಲ್ಲಿ ಮಾತನಾಡುತ್ತಿದ್ದುದನ್ನು ನಾನು ಕೇಳಿಸಿಕೊಂಡೆ. ಅವರು ಹೇಳುತ್ತಿದ್ದರು, "ನಿನ್ನ ಮಗಳು ದೊಡ್ಡವಳಾಗಿದ್ದಾಳೆ... ಅದಕ್ಕೆ ಸಂಬಂಧಿಸಿದ ಶಾಸ್ತ್ರಗಳನ್ನು ಮಾಡುವುದು ತಂದೆಯಾದ ನಿನ್ನ ಕರ್ತವ್ಯ. ಸಂಪ್ರದಾಯಗಳು ಚಾಚೂ ತಪ್ಪದೇ ನಡೆಯಬೇಕಲ್ಲವೇ? ಇದು ನಿನ್ನ ಕುಲಗೌರವದ ಪ್ರಶ್ನೆ..." ಆ ವಯಸ್ಸಿನಲ್ಲಿ ನನಗೆ ಅವರಾಡಿದ ಮಾತುಗಳು ಸರಿಯಾಗಿ ಅರ್ಥವಾಗಿರಲಿಲ್ಲ.

ಕೆಲವು ದಿನಗಳ ನಂತರ ತಂದೆಯವರು ನನ್ನನ್ನು ಮತ್ತೆ 'ಬೆಥೂನ್ ಶಾಲೆ'ಗೆ ಸೇರಿಸಿದರು. ಮತ್ತೆ ನಾನು ಐದನೇ ತರಗತಿಯಿಂದಲೇ ವಿದ್ಯಾಭ್ಯಾಸ ಮುಂದುವರಿಸಿದೆ. ಶಾಲಾವಾಹನದಲ್ಲಿಯೇ ಶಾಲೆಗೆ ಹೋಗಿಬರುತ್ತಿದ್ದೆ. ಕಾರಣವಿಷ್ಟೇ... ನನ್ನ ತಂದೆ ಹೇಳಿದರು, "ನಾನು ಆಗಾಗ ಬೇರೆ ಊರುಗಳಿಗೆ ಹೋಗುತ್ತಿರಬೇಕಾಗುತ್ತದೆ. ನನ್ನ ವಾಹನ ಎಲ್ಲಾ ಸಮಯದಲ್ಲಿಯೂ ನಿನಗೆ ಸಿಗುವುದಿಲ್ಲ. ಸರಿಯಾದ ಸಮಯಕ್ಕೆ ನಿನ್ನನ್ನು ಶಾಲೆಗೆ ಕರೆದುಕೊಂಡು ಹೋಗುವುದು ಮತ್ತು ನಿನ್ನನ್ನು ಶಾಲೆಯಿಂದ ಮನೆಗೆ ಕರೆದುಕೊಂಡು ಬರುವುದು ಸಾಧ್ಯವಾಗಲಾರದು. ಹಾಗಾಗಿ ನೀನು ಶಾಲಾ ವಾಹನದಲ್ಲಿಯೇ ಹೋಗಿಬರುವುದು ಒಳ್ಳೆಯದು." ನನಗೆ ಮನೆಪಾಠ ಮಾಡುತ್ತಿದ್ದ ಗುರುಗಳು ಪ್ರತಿದಿನ ಬೆಳಿಗ್ಗೆ ಮತ್ತು ಸಂಜೆಯ ಸಮಯದಲ್ಲಿ ನಮ್ಮ ಮನೆಗೆ ಬರುತ್ತಿದ್ದರು.

ಅಮ್ಮ ಇದ್ದಷ್ಟು ದಿನವೂ ನಾನು ಅವರ ಹಾಸಿಗೆಯ ಮೇಲೆಯೇ ಮಲಗುತ್ತಿದ್ದೆ. ಅವರು ಅಗಲಿದ ನಂತರ ನಾನು ತಂದೆಯವರ ಕೋಣೆಯಲ್ಲಿ ಪ್ರತ್ಯೇಕ ಹಾಸಿಗೆಯ ಮೇಲೆ ಮಲಗತೊಡಗಿದೆ. ಒಂದು ದಿನ ತಂದೆ ಹೇಳಿದರು, "ಮಗಳೇ, ನೀನು ಇನ್ನು ಮುಂದೆ ನಿನ್ನ ಅತ್ತೆಯ ಜೊತೆಯಲ್ಲಿ ಮಲಗು... ಸರಿನಾ?"

ನಾನು ಯಾವತ್ತೂ ತಂದೆಯ ಮಾತನ್ನು ತಿರಸ್ಕರಿಸಿದವಳಲ್ಲ. "ಯಾಕೆ?" ಎಂದು ಮರುಪ್ರಶ್ನಿಸುತ್ತಲೂ ಇರಲಿಲ್ಲ. ಅವರನ್ನು ಕಂಡರೆ ನನಗೆ ತುಂಬಾ ಪ್ರೀತಿ. ಮತ್ತೊಂದು ದಿನ ತಂದೆಯವರು ಮನೆಯ ಕೆಲಸಗಾರನನ್ನು ತಮ್ಮ ಕೋಣೆಗೆ ಕರೆಸಿಕೊಂಡು, ಅಮ್ಮನ ದೊಡ್ಡ ಭಾವಚಿತ್ರವನ್ನು ತೋರಿಸುತ್ತ ಆತನಿಗೆ ಸೂಚಿಸಿದರು, "ಈ ದೊಡ್ಡ ಭಾವಚಿತ್ರವನ್ನು ಮಾನಿಯ (ನಾನು) ಓದುವ ಕೋಣೆಯ ಗೋಡೆಗೆ ನೇತುಹಾಕು."

ತಂದೆಯವರು ನನಗಾಗಿ ಎರಡು ದೊಡ್ಡದಾದ ಪುಸ್ತಕದ ಕಪಾಟುಗಳು ಮತ್ತು ಮಹಾಗನಿ ಮರದ ಸುಂದರ ಮೇಜನ್ನು ಖರೀದಿಸಿ ತಂದರು. ಅವು ನನ್ನ ಓದುವ ಕೋಣೆಯನ್ನು ಅಲಂಕರಿಸಿದವು. ಮೇಜಿನ ಮೇಲೆ ಒಂದು ಸುಂದರವಾದ ವಿಶೇಷ ಬಟ್ಟೆಯನ್ನು ಹಾಸಲಾಯಿತು. ಆ ಮೇಜಿನ ಮೇಲೆ ಇಡುವುದಕ್ಕೆಂದು ಅತ್ಯಂತ ದುಬಾರಿಯಾದ ಗಾಜಿನ ಹೂಕುಂಡ ಮತ್ತು ವಾಟರ್‌ಮ್ಯಾನ್ ಕಂಪನಿಯ ಫೌಂಟೇನ್ ಪೆನ್ನನ್ನು ತಂದೆಯವರು ನನಗೆ ನೀಡಿದರು.

ಗ್ರೀಷ್ಮ ಋತು ಆರಂಭವಾಯಿತು. ನನ್ನ ಓದುವ ಕೋಣೆಗೆ ವಿದ್ಯುತ್ ಪಂಖ ಸೇರ್ಪಡೆಯಾಯಿತು. ಗೋಡೆಯ ಮೇಲೆ ನೇತುಹಾಕಲಾಗಿದ್ದ ಅಮ್ಮನ ಭಾವಚಿತ್ರದ ಪಕ್ಕದಲ್ಲಿ ಇನ್ನೂ ನಾಲ್ಕು ಸುಂದರ ಗೋಡೆಚಿತ್ರಗಳು ಬಂದು ಕುಳಿತವು. ಮನೆಪಾಠಕ್ಕೆ ಬರುತ್ತಿದ್ದ ಗುರುಗಳು ನನ್ನ ಓದುವ ಕೋಣೆಯ ವ್ಯವಸ್ಥೆಗಳನ್ನು ನೋಡಿ ಸಂತೋಷವನ್ನು ವ್ಯಕ್ತಪಡಿಸಿದರು. ಶಾಲಾ ವ್ಯಾಸಂಗ, ಕಾದಂಬರಿಗಳು, ರಂಗಮಂದಿರ, ಚಿತ್ರಮಂದಿರ ಮುಂತಾದವುಗಳಲ್ಲಿ ನನ್ನನ್ನು ಸಂಪೂರ್ಣವಾಗಿ ತೊಡಗಿಸಿಕೊಂಡು ಹಾಯಾಗಿದ್ದೆ.

ಕಾಲ ಯಾರಿಗಾಗಿ ಕಾಯುತ್ತದೆ! ಸದ್ದಿಲ್ಲದೆ ಸರಿಯುತ್ತಲೇ ಇರುತ್ತದೆ. ವಸಂತ ಋತುವಿನ ಒಂದು ದಿನ. ನಮ್ಮ ಮನೆಯ ಬಾಗಿಲಿನ ಮುಂದೆಯೇ ನಾದಸ್ವರ, ಶಹನಾಯಿ, ಡೋಲು ಮುಂತಾದ ವಾದ್ಯಪರಿಕರಗಳ ಸುಮಧುರ ನಾದ ಕೇಳಿಬಂದಿತು. ಬಂಧು-ಬಾಂಧವರು, ನೆರೆಹೊರೆಯವರು, ಆಪ್ತರು ಎಲ್ಲರೂ ಅಲ್ಲಿ ನೆರೆದಿದ್ದರು. ಎಲ್ಲರ ಮುಖದಲ್ಲಿಯೂ ಆನಂದೋತ್ಸಾಹ. ಅತ್ತೆಯಂತೂ ನಿಂತಲ್ಲಿ ನಿಲ್ಲಲಾರದವರಂತೆ ಕೆಲಸಗಳಲ್ಲಿ ಮಗ್ನರಾಗಿದ್ದರು. ತಂದೆಯವರು ಮದುಮಗನ ವೇಷದಲ್ಲಿದ್ದರು! ವಿವಿಧ ಹೂವುಗಳಿಂದ ಅಲಂಕೃತಗೊಂಡಿದ್ದ ಪಲ್ಲಕ್ಕಿಯೂ ಅಲ್ಲಿಗೆ ಬಂದಿತ್ತು. ಸಂಜೆಯ ಹೊತ್ತಿಗೆ ದಿಬ್ಬಣ ಹೊರಡುವುದಕ್ಕೆ ಎಲ್ಲಾ ಸಿದ್ಧತೆಗಳು ನಡೆದಿದ್ದವು. ಮನೆಯ ಸುತ್ತಲೂ ವಿದ್ಯುತ್ ದೀಪಗಳ ಮಾಲೆಗಳನ್ನು ಹಾಕಲಾಗಿತ್ತು. ಸಂಭ್ರಮ, ಸಂತೋಷ ಮನೆಮಾಡಿತ್ತು. ಆ ಸಂಭ್ರಮದಲ್ಲಿ ನಾನೂ ಪಾಲ್ಗೊಂಡಿದ್ದೆ. ನಾನು ನನ್ನ ಓದುವ ಕೋಣೆಯ ಮುಂಬದಿಯಿಂದ ಹಾದುಹೋಗುತ್ತಿದ್ದ ಸಮಯದಲ್ಲಿ ಗೋಡೆಯ ಮೇಲೆ ನೇತುಹಾಕಲಾಗಿದ್ದ ಆ ಬೃಹತ್ ಭಾವಚಿತ್ರದ ಮೇಲೆ ದೃಷ್ಟಿ ನೆಟ್ಟಿತು. ಒಂದು ಕ್ಷಣ ನಾನು ಸ್ತಂಭಿತಳಾಗಿ ನಿಂತುಬಿಟ್ಟೆ. ನನ್ನ ಕಣ್ಣುಗಳಿಂದ ನೀರು ತೊಟ್ಟಿಕ್ಕುತ್ತಿತ್ತು. ನಂತರ ನಾನು ನಿಧಾನವಾಗಿ ಹೆಜ್ಜೆಯ ಮೇಲೆ ಹೆಜ್ಜೆಯನಿಡುತ್ತ

ಹಾಸಿಗೆಯನ್ನು ಸಮೀಪಿಸಿದೆ. ಅಮ್ಮನ ಭಾವಚಿತ್ರವನ್ನೇ ದಿಟ್ಟಿಸುತ್ತ ಹಾಸಿಗೆಯ ಮೇಲೆ ಉರುಳಿಕೊಂಡೆ. ಸಮಯ ಸರಿಯುತ್ತಲೇ ಇತ್ತು. ಮನೆಯಲ್ಲಿದ್ದ ಯಾರಿಗೂ ನನ್ನ ಕಡೆಗೆ ಗಮನವಿರಲಿಲ್ಲ. ಮಾರನೆಯ ದಿನ ನಾನು ನಿದ್ರೆಯಿಂದ ಎಚ್ಚೆತ್ತು ಕಣ್ಣುಗಳನ್ನು ಅರಳಿಸಿದೆ... ನನ್ನ 'ಮಲತಾಯಿ'ಯ ಆಗಮನವಾಗಿತ್ತು.

●

ಹದಿಹರೆಯದ ಹೊಸ್ತಿಲು

ಕೆಲವು ದಿನಗಳು ಕಳೆಯುವಷ್ಟರಲ್ಲಿ ಮನೆಯಲ್ಲಿ 'ಸಂಭ್ರಮ'ದ ವಾತಾವರಣ ತಿಳಿಯಾಯಿತು. ನಾನೂ ಪರಿಸ್ಥಿತಿಗೆ ಹೊಂದಿಕೊಳ್ಳತೊಡಗಿದ್ದೆ. ಈಗ ಮನೆಯಲ್ಲಿ ಅತ್ತೆ ಉಳಿದುಕೊಳ್ಳಬೇಕಾದ ಆವಶ್ಯಕತೆ ಅಷ್ಟೇನೂ ಇರಲಿಲ್ಲ. ಮನೆಗೆ ಬಂದ ನವವಧುವಿಗೆ ನನ್ನ ಅತ್ತೆ ಗೃಹಿಣಿ ಧರ್ಮದ ಬಗ್ಗೆ, ಗೃಹಕೃತ್ಯಗಳ ಬಗ್ಗೆ ತಿಳಿವಳಿಕೆ, ಸಲಹೆ, ಮಾಹಿತಿಗಳನ್ನು ನೀಡುತ್ತಿದ್ದರು. ಆರೇಳು ತಿಂಗಳುಗಳ ನಂತರ ಅತ್ತೆಯವರು ನಮ್ಮ ಮನೆಯಿಂದ ಹೊರಟುಹೋದರು. ಅಂದಿನಿಂದ ನಾನು ಅತ್ತೆ ಮಲಗುತ್ತಿದ್ದ ಕೋಣೆಯಲ್ಲಿ ಒಂಟಿಯಾಗಿ ಇರತೊಡಗಿದೆ.

ನನ್ನ ಮಲತಾಯಿ ವಯಸ್ಸಿನಲ್ಲಿ ನನಗಿಂತ ಎರಡು ಅಥವಾ ಮೂರು ವರ್ಷ ದೊಡ್ಡವರಿದ್ದಿರಬಹುದು. ನನಗಿಂತ ಸ್ವಲ್ಪ ದಪ್ಪ ಹಾಗೂ ಬಲಿಷ್ಠವಾಗಿದ್ದುದರಿಂದ ಇನ್ನೂ ಒಂದೆರಡು ವರ್ಷಗಳಷ್ಟು ದೊಡ್ಡವರಂತೆ ಕಾಣಿಸುತ್ತಿದ್ದರು. ಆಕೆ ಸುಂದರಿ ಎನ್ನುವುದರಲ್ಲಿ ಯಾವುದೇ ಅನುಮಾನವಿರಲಿಲ್ಲ. ಆದರೆ ಗೃಹಕೃತ್ಯಗಳಲ್ಲಿ ಹಾಗೂ ಓದು-ಬರಹದಲ್ಲಿ ಅಷ್ಟೊಂದು ಚುರುಕಾಗಿರಲಿಲ್ಲ. ನಮ್ಮಿಬ್ಬರ ನಡುವೆ ಹೊಂದಾಣಿಕೆ ಆಗದೇ ಇರುವುದಕ್ಕೆ ಯಾವ ಕಾರಣವೂ ಇರಲಿಲ್ಲ. ಏಕೆಂದರೆ ನಾನು ನನ್ನ ಹೆಚ್ಚಿನ ಸಮಯವನ್ನು ಓದು-ಬರಹ ಹಾಗೂ ಇತರ ಹವ್ಯಾಸಗಳಲ್ಲಿಯೇ ಕಳೆದುಬಿಡುತ್ತಿದ್ದೆ. ಹಾಗಾಗಿ ಅವರೊಂದಿಗೆ ಹೆಚ್ಚು ಬೆರೆಯುವ ಅಥವಾ ಮುನಿಸಿಕೊಳ್ಳುವ ಪ್ರಶ್ನೆಯೇ ಎದುರಾಗುತ್ತಿರಲಿಲ್ಲ.

ತಂದೆಯವರು ತಮ್ಮ ಕೋಣೆಗೆ ಹೋಗುತ್ತಿದ್ದಂತೆಯೇ ಚಿಕ್ಕಮ್ಮ(ಮಲತಾಯಿ)ನೂ ಯಾವುದೋ ಒಂದು ನೆವದೊಂದಿಗೆ ಅವರ ಬಳಿಗೆ ಹೋಗಿಬಿಡುತ್ತಿದ್ದರು. ಯಾವುದಾದರೂ ವಿಶೇಷ ಕಾರಣಗಳಿಲ್ಲದೇ ನಾನು ನನ್ನ ತಂದೆಯವರೊಂದಿಗೆ ಮಾತನಾಡುವುದು, ಅವರ ಬಳಿಯಲ್ಲಿ ಚರ್ಚಿಸುವುದು ಸಾಧ್ಯವಾಗುತ್ತಿರಲಿಲ್ಲ. ಎರಡನೆಯ ಮದುವೆಗಿಂತ ಮೊದಲು ಅವರು (ಅಪ್ಪ) ನನ್ನ ಶಾಲೆಯ ಬಗ್ಗೆ, ಓದು-ಬರಹಗಳ ಬಗ್ಗೆ ನನ್ನೊಂದಿಗೆ ಚರ್ಚಿಸುತ್ತಿದ್ದರು. ನನ್ನ ಬಳಿಯಲ್ಲಿ ಕುಳಿತು ನನ್ನಿಂದ

ಹಾಡುಗಳನ್ನು ಹಾಡಿಸಿ ಆನಂದಪಡುತ್ತಿದ್ದರು. ಈಗ ಅವೆಲ್ಲಾ ನಿಂತುಹೋಗಿದ್ದವು. ಚಿಕ್ಕಮ್ಮನನ್ನು ಕರೆದುಕೊಂಡು ರಂಗಮಂದಿರ ಅಥವಾ ಚಿತ್ರಮಂದಿರಗಳಿಗೆ ಹೋಗುವಾಗ ತಂದೆಯವರು ನನ್ನನ್ನು ಕರೆದೊಯ್ಯುತ್ತಿರಲಿಲ್ಲ. ಅಂತಹ ಸಮಯದಲ್ಲಿ ನಾನು ನಂದಣ್ಣನ ಜೊತೆಯಲ್ಲಿ ಇನ್ನೊಂದು ರಂಗಮಂದಿರ ಅಥವಾ ಚಿತ್ರಮಂದಿರಕ್ಕೆ ಹೋಗುತ್ತಿದ್ದೆ. ಅದು ನನಗೆ ಅನಿವಾರ್ಯವೂ ಆಗಿತ್ತು!

ನನಗೆ ಮನೆಪಾಠ ಮಾಡುವುದಕ್ಕೆ ಬರುತ್ತಿದ್ದ ಗುರುಗಳನ್ನು ಆ ಕೆಲಸದಿಂದ ತೆಗೆದುಹಾಕಲಾಗಿತ್ತು. ನಾನು ಆ ಬಗ್ಗೆ ತಂದೆಯವರ ಬಳಿಯಲ್ಲಿ ಪ್ರಶ್ನಿಸಿದಾಗ ಅವರು ಹೇಳಿದರು, "ನೀನು ಈಗ ಮೊದಲಿನ ತರಗತಿಯಲ್ಲಿ ಉಳಿದಿಲ್ಲ. ಮೇಲಿನ ತರಗತಿಯನ್ನು ಪ್ರವೇಶಿಸಿದ್ದೀಯ. ನಿನಗೆ ಪಾಠ ಮಾಡುವುದಕ್ಕೆ ಬರುತ್ತಿದ್ದ ಶಿಕ್ಷಕರು ನಿನ್ನ ಈಗಿನ ತರಗತಿಗೆ ಪಾಠ ಮಾಡುವುದಿಲ್ಲ. ಈಗಿನ ಶಾಲಾ-ಕಾಲೇಜಿನ ಪಠ್ಯಕ್ರಮಗಳ ಬಗ್ಗೆ ಅವರಿಗೆ ಹೆಚ್ಚಿನ ಜ್ಞಾನವೂ ಇಲ್ಲ. ಹಾಗಾಗಿ ಅವರನ್ನು ಈ ಕೆಲಸದಿಂದ ತೆಗೆದುಹಾಕಿದ್ದೇನೆ."

ಕೆಲವೇ ಕೆಲವು ದಿನಗಳ ನಂತರ ನನಗೆ ಮನೆಪಾಠ ಮಾಡುವುದಕ್ಕೆ ಹೊಸ ಶಿಕ್ಷಕರೊಬ್ಬರು ಬಂದರು. ಅವರ ಬಗ್ಗೆ ಒಂದಿಷ್ಟು ಪರಿಚಯ ಮಾಡಿಕೊಡುವುದು ಅತ್ಯಂತ ಅವಶ್ಯ.

ಅವರು ನನಗೆ ಪಾಠ ಮಾಡುವುದಕ್ಕೆಂದು ಬಂದ ಮೊದಲನೆಯ ದಿನವೇ ನಾನು ಅವರ ರೂಪ, ಸ್ವಭಾವ ಹಾಗೂ ಶೈಲಿಯಿಂದ ಸ್ವಲ್ಪ ಆಕರ್ಷಿತಳಾಗಿದ್ದೆ. ಅವರ ಉದ್ದನೆಯ ತಲೆಗೂದಲು ಕೆನ್ನೆಯ ಮೇಲೆ ಜಾರಿತ್ತು. ಅವರು ಆ ಕೂದಲನ್ನು ಆಗಾಗ ಕಿವಿಯ ಹಿಂಭಾಗಕ್ಕೆ ಜಾರಿಸಿಕೊಳ್ಳುತ್ತಿದ್ದರು. ಅವರ ವಯಸ್ಸು ಅಂದಾಜು ಇಪ್ಪತ್ತೆರಡು-ಇಪ್ಪತ್ಮೂರು ವರ್ಷಗಳಿದ್ದಿರಬಹುದು. ಗಡ್ಡ-ಮೀಸೆ ಇನ್ನೂ ಸರಿಯಾಗಿ ಬಂದಿರಲಿಲ್ಲ. ಉಡುಪು ಹಾಗೂ ಅಂದಚೆಂದದ ಬಗ್ಗೆ ಅವರು ವಿಶೇಷ ಆಸಕ್ತಿಯನ್ನು ಹೊಂದಿದ್ದಂತೆ ಕಂಡುಬರಲಿಲ್ಲ. ಒಂದು ಸಾಮಾನ್ಯ ಗುಣಮಟ್ಟದ ಜುಬ್ಬಾ-ಪಾಯಿಜಾಮಾ ಧರಿಸಿದ್ದರು. ನೀಳವಾದ ನಾಸಿಕ; ಸುಂದರ ಕಂಗಳು. ಅವರು ಧರಿಸಿದ್ದ ಚಿನ್ನದ ಬಣ್ಣದ ಚೌಕಟ್ಟನ್ನು ಹೊಂದಿದ್ದ ಕನ್ನಡಕವು ಅವರ ಸೌಂದರ್ಯದ ಮೆರಗನ್ನು ಅಧಿಕಗೊಳಿಸಿತ್ತು. ಕಾಲುಗಳಲ್ಲಿ ಸಾಮಾನ್ಯ ಗುಣಮಟ್ಟದ ಚಪ್ಪಲಿಗಳು. ಕೃಶ ದೇಹ. ಅವರ ಮಾತುಗಳು ಕೊಳಲಿನಿಂದ ಹೊರಡುವ ಮಧುರ ಸ್ವರದಂತಿದ್ದವು. ಅವರು ಆ ವರ್ಷವಷ್ಟೇ ಬಿ.ಎ. ಪದವಿ ಮುಗಿಸಿಕೊಂಡು ಯಾವುದೋ ಶಾಲೆಯಲ್ಲಿ ಶಿಕ್ಷಕ ವೃತ್ತಿಯನ್ನು ನಿರ್ವಹಿಸುತ್ತಿದ್ದರು. ಎಲ್ಲಕ್ಕಿಂತ ಮುಖ್ಯವಾಗಿ ಅವರು ಅವಿವಾಹಿತರಾಗಿದ್ದರು.

ಹೊಸ ಶಿಕ್ಷಕರಿಂದ ನನಗೆ ಮನೆಪಾಠ ಆರಂಭವಾಯಿತು. ಅವರು ಗಣಿತಶಾಸ್ತ್ರದಲ್ಲಿ ಹೆಚ್ಚಿನ ಪರಿಣತಿಯನ್ನು ಹೊಂದಿರಲಿಲ್ಲ. ಆದರೆ ಸಾಹಿತ್ಯ ಹಾಗೂ ಇತಿಹಾಸ ವಿಷಯಗಳಲ್ಲಿ ಅದ್ಭುತ ಜ್ಞಾನವನ್ನು ಸಂಪಾದಿಸಿಕೊಂಡಿದ್ದರು. ಅದರಲ್ಲೂ ಮುಖ್ಯವಾಗಿ ಕಾವ್ಯವನ್ನು ಅವರು ಅತ್ಯದ್ಭುತ ರೀತಿಯಲ್ಲಿ ಬೋಧಿಸುತ್ತಿದ್ದರು.

ಪ್ರತಿದಿನವೂ ಅವರು ಬೆಳಿಗ್ಗೆ ಮತ್ತು ಸಂಜೆ ನಮ್ಮ ಮನೆಗೆ ಬಂದು ಪಾಠವನ್ನು ಮಾಡುತ್ತಿದ್ದರು. ನಾನು ಈಗ ಐದನೆಯ ತರಗತಿಯಿಂದ ಬಡ್ತಿ ಪಡೆದು ಆರನೆಯ ತರಗತಿಗೆ ಬಂದಿದ್ದೆ.

ನಂದಣ್ಣನು ನನಗಿಂತ ಎರಡು ತರಗತಿ ಮೇಲಿದ್ದ. ಈ ಬಾರಿ ಆತ ಪ್ರವೇಶ ಪರೀಕ್ಷೆಗೆ ಹಾಜರಾಗಬೇಕಿತ್ತು. ಆದರೆ ಓದು-ಬರಹದ ವಿಷಯದಲ್ಲಿ ಹೆಚ್ಚಿನ ಪರಿಶ್ರಮವನ್ನು ಹಾಕದ ಕಾರಣದಿಂದಾಗಿ ವಾರ್ಷಿಕ ಪರೀಕ್ಷೆಯಲ್ಲಿ ಆತನ ಫಲಿತಾಂಶ ಉತ್ತಮವಾಗಲಿಲ್ಲ. ಆತ ಓದಿನಲ್ಲಿ ಹಿಂದುಳಿದುಬಿಟ್ಟಿದ್ದ. ವಿಶೇಷವೆಂದರೆ ನಾನು ಮತ್ತು ನಂದಣ್ಣ ಇಬ್ಬರೂ ಒಬ್ಬರೇ ಶಿಕ್ಷಕರಿಂದ ಪಾಠ ಹೇಳಿಸಿಕೊಳ್ಳುತ್ತಿದ್ದೆವು.

ನಾಲ್ಕಾರು ದಿನಗಳ ಪರಿಚಯದ ನಂತರ ಅದೊಂದು ದಿನ ನನ್ನ ಮನೆಪಾಠದ ಶಿಕ್ಷಕರು ಹೇಳಿದರು, "ಮಾನು, ನೀನು ನನ್ನನ್ನು 'ಮಾಸ್ಟರ್' ಎಂದು ಕರೆಯಬೇಡ. ನೀನು ಹಾಗೆ ಕರೆಯುವುದರಿಂದ ನನಗೆ ತುಂಬಾ ಮುಜುಗರವಾಗುತ್ತದೆ; ಇಷ್ಟವಾಗುವುದಿಲ್ಲ. ನೀನು ನನ್ನನ್ನು ಹೆಸರು ಹಿಡಿದೇ ಕರೆದರೆ ನನಗೆ ತುಂಬಾ ಸಂತೋಷವಾಗುತ್ತದೆ."

ಅವರು ಹಾಗೆ ಹೇಳಿದಾಗ ನಾನೇನೂ ಆಶ್ಚರ್ಯಚಕಿತಳಾಗಲಿಲ್ಲ. ಧೈರ್ಯದಿಂದಲೇ ಹೇಳಿದ್ದೆ, "ಈಗೀಗ ಹೆಸರಿನ ಮುಂದೆ 'ಬಾಬು' (ಬಂಗಾಳಿಯಲ್ಲಿ ಒಂದು ಗೌರವಸೂಚಕ ಪದ) ಎಂದು ಸೇರಿಸಿ ಕರೆಯುವ ಪದ್ಧತಿ ಕಡಿಮೆಯಾಗುತ್ತಿದೆ. ಬದಲಿಗೆ 'ಶ್ರೀಯುತ' ಅಥವಾ 'ಶ್ರೀಮಾನ್' ಎಂದು ಹೆಸರಿನ ಮೊದಲಿಗೆ ಸೇರಿಸುತ್ತಾರೆ... ನಿಮ್ಮ ಹೆಸರಿಗೆ ಏನನ್ನು ಸೇರಿಸಿ ಕರೆಯಲಿ?"

ಮನೆಪಾಠದ ಶಿಕ್ಷಕರು ನಗುತ್ತಲೇ ಉತ್ತರಿಸಿದರು, "ನೀನು ನನ್ನನ್ನು 'ಮುಕುಲ್ ದಾದಾ' ಎಂದು ಸಂಬೋಧಿಸಬಹುದು. ನನ್ನ ಪೂರ್ಣ ಹೆಸರು 'ಮುಕುಲ್ ಬಂದ್ಯೋಪಾಧ್ಯಾಯ' ಎನ್ನುವುದು ನಿನಗೆ ಗೊತ್ತೇ ಇದೆ." ಈ ರೀತಿಯಲ್ಲಿ ನಾನು ಮತ್ತು 'ಮಾಸ್ಟರ್ ಮಹಾಶಯ'ರ ನಡುವೆ ಆತ್ಮೀಯತೆ ಮೂಡತೊಡಗಿತ್ತು. ನಾನು ಆ ದಿನದಿಂದಲೇ ಅವರನ್ನು 'ಮುಕುಲ್ ದಾದಾ' ಎಂದೇ ಸಂಬೋಧಿಸತೊಡಗಿದ್ದೆ.

ಒಂದು ದಿನ ತಂದೆಯವರು ನನ್ನನ್ನು ಕರೆದು ಹೇಳಿದರು, "ಮಗಳೇ, ನಿನ್ನ ಮಾಸ್ತರ್‌ಗೆ ಬೆಳಿಗ್ಗೆ ಮತ್ತು ಸಂಜೆ ಚಹಾ ಕುಡಿಯುವ ಅಭ್ಯಾಸವಿದೆ. ಅವರಿಗೆ ಚಹಾದ ವ್ಯವಸ್ಥೆಯನ್ನು ಇಲ್ಲಿಯೇ ಮಾಡಿಬಿಡು. ಆಗ ಅವರು ಇನ್ನೂ ಸ್ವಲ್ಪ ಬೇಗನೆ ಬಂದು ಹೆಚ್ಚು ಹೊತ್ತು ನಿನಗೆ ಪಾಠ ಮಾಡುವುದು ಸಾಧ್ಯವಾಗುತ್ತದೆ."

ನಮ್ಮ ಮನೆಯಲ್ಲಿ ಪ್ರತಿದಿನವೂ ಎರಡು ಹೊತ್ತು (ಬೆಳಿಗ್ಗೆ ಮತ್ತು ಸಂಜೆ) ಚಹಾ ತಯಾರಿಸಲಾಗುತ್ತಿತ್ತು. ಮೊದಲೆಲ್ಲಾ ತಂದೆಯವರ ಜೊತೆಯಲ್ಲಿ ಕುಳಿತುಕೊಂಡು ಚಹಾ ಕುಡಿಯುವುದು ನನ್ನ ದಿನನಿತ್ಯದ ಅಭ್ಯಾಸವಾಗಿತ್ತು. ಎರಡನೆಯ ಮದುವೆಯಾದ ನಂತರ ತಂದೆಯವರು ಚಿಕ್ಕಮ್ಮನ ಜೊತೆಯಲ್ಲಿ ಚಹಾ ಕುಡಿದುಬಿಡುತ್ತಿದ್ದರು. ಅವರು ಚಹಾ ಕುಡಿಯುವಾಗ ನನ್ನನ್ನು ಕರೆಯುವುದನ್ನು ಬಿಟ್ಟುಬಿಟ್ಟಿದ್ದರು; ನಾನೂ ವಿನಾಕಾರಣ ಅವರ ಕೋಣೆಗೆ ಹೋಗುತ್ತಿರಲಿಲ್ಲ. ಮನೆಪಾಠದ ಶಿಕ್ಷಕರು ಮನೆಗೆ

ಬರುವುದಕ್ಕಿಂತ ಮೊದಲೇ ನಾನು ನನ್ನ ಓದುವ ಕೋಣೆಯಲ್ಲಿ ಕುಳಿತು ಚಹಾವನ್ನು ಸೇವಿಸುತ್ತಿದ್ದೆ ಮತ್ತು ತಿಂಡಿಯನ್ನು ತಿನ್ನುತ್ತಿದ್ದೆ.

ತಂದೆಯವರು ನನಗೆ ಸೂಚನೆ ನೀಡಿದ ಮಾರನೆಯ ದಿನದಿಂದಲೇ ಮನೆಪಾಠದ ಶಿಕ್ಷಕರು ನನ್ನ ಚಹಾ ಸೇವನೆಯ ಸಂಗಾತಿಯಾಗಿದ್ದರು. ಆ ಸಮಯದಲ್ಲಿ ನಮ್ಮಿಬ್ಬರ ನಡುವೆ ಸಾಮಾಜಿಕ, ರಾಜಕೀಯ ಇತ್ಯಾದಿ ವಿಷಯಗಳ ಚರ್ಚೆ ನಡೆಯುತ್ತಿತ್ತು. ಆ ಸಮಯದಲ್ಲಿ ದೇಶದ ನಾಯಕರುಗಳ ಮನೆಗಳಲ್ಲಿ, ಮಹಲುಗಳಲ್ಲಿ 'ಸ್ವಾವಲಂಬನೆ'ಯ ಮಾತು ತೀವ್ರತೆಯನ್ನು ಪಡೆದುಕೊಂಡಿತ್ತು. ಮುಕುಲ್ ಹೇಳುತ್ತಿದ್ದರು, "ನಮ್ಮ ದೇಶದ ಧರ್ಮಶಾಸ್ತ್ರಗಳು ಸುಖ–ದುಃಖವನ್ನು ಕುರಿತಾಗಿ, 'ಸರ್ವಂ ಆತ್ಮವಶಂ ಸುಖಃ ಸರ್ವಂ ಪರವಶಂ ದುಃಖಃ' ಎಂದು ಹೇಳಿವೆ. ಆಹಾರ, ವಸ್ತ್ರ ಮುಂತಾದವು ದೂರದ ಮಾತಾಯಿತು... ಸಾಮಾನ್ಯ ವಿಷಯಗಳಿಗೂ ನಾವು ಪರರನ್ನು ಅವಲಂಬಿಸಬೇಕಾದ ಅನಿವಾರ್ಯ ಪರಿಸ್ಥಿತಿ ನಮ್ಮ ಮುಂದಿದೆ. ಚಹಾದ ವಿಷಯವನ್ನೇ ತೆಗೆದುಕೊಳ್ಳೋಣ. ಕೆಲಸಗಾರನು ಚಹಾವನ್ನು ತಯಾರಿಸದೇ ಇದ್ದರೆ ನಾವು ಚಹಾ ಕುಡಿಯುವುದು ಸಾಧ್ಯವಾಗಲಾರದು. ಅಷ್ಟಕ್ಕೂ ಚಹಾ ತಯಾರಿಸುವುದು ಕೇವಲ ಎರಡು ನಿಮಿಷದ ಕೆಲಸ. ನಮ್ಮ ಸಮಾಜ ಮತ್ತು ಪರಿವಾರಗಳಲ್ಲಿ ವಿಲಾಸಿ ಜೀವನ ಈ ಮಟ್ಟಕ್ಕೆ ಬಂದುಮುಟ್ಟಿದೆ."

ತಂದೆಯವರಿಗೆ ಹೇಳಿ ನಾನು ಒಂದು ವಿದ್ಯುತ್ ಒಲೆಯನ್ನು ತರಿಸಿಕೊಂಡೆ. ನನ್ನ ಓದುವ ಕೋಣೆಯಲ್ಲಿ ಆ ಒಲೆಯನ್ನು ಉರಿಸುವುದಕ್ಕೆ ವ್ಯವಸ್ಥೆ ಮಾಡಿಸಿಕೊಂಡೆ. ಅದರ ಮೂಲಕ ನೀರು, ಹಾಲು ಇತ್ಯಾದಿಗಳನ್ನು ಕಾಯಿಸುವುದು ಸುಲಭವಾಯಿತು. ಮಾರನೆಯ ದಿನ ಮುಕುಲ್ ದಾದಾ ಮನೆಗೆ ಬರುತ್ತಿದ್ದಂತೆ ನಾನು 'ಕೈಯಾರೆ' ಚಹಾವನ್ನು ತಯಾರಿಸಿ, ಲೋಟವನ್ನು ಅವರ ಮುಂದೆ ಹಿಡಿದೆ. ಅದನ್ನು ನೋಡಿ ಅತ್ಯಂತ ಸಂತೋಷದಿಂದ ಕೈಮುಂದೆ ಮಾಡಿದ ಅವರು ಹೇಳಿದರು, "ಸೂಕ್ತ ಸ್ಥಳದಲ್ಲಿ ಬೀಳುವ ಉಪದೇಶದ ಬೀಜವು ಮೊಳಕೆಯೊಡೆದು ಫಲವತ್ತಾದ ಮರವಾಗಿ ಬೆಳೆಯುತ್ತದೆ!"

ಆಗ ನಾನು ಸರಿಯಾಗಿ ಗಮನಿಸಿರಲಿಲ್ಲ... ಬಂಗಾರದ ಬಳೆಗಳನ್ನು ಧರಿಸಿದ್ದ ನನ್ನ ಕೈಗಳ ನೆರಳು ಲೋಟದಲ್ಲಿದ್ದ ಚಹಾದ ಮೇಲೆ ಮೂಡುವುದಕ್ಕಿಂತ ಮೊದಲೇ ಮುಕುಲ್‌ರವರ ಹೃದಯದಲ್ಲಿ ನನ್ನ ಬಗ್ಗೆ ಪ್ರಶಂಸೆಯ ಭಾವನೆ ಉದಯಿಸಿತ್ತು.

ದುರ್ಗಾ ಪೂಜೆಯ ಸಮಯದಲ್ಲಿ ಉಚ್ಚ ನ್ಯಾಯಾಲಯಕ್ಕೆ ಸುದೀರ್ಘ ರಜೆ. ಈ ಸಮಯದ ಸದುಪಯೋಗಪಡಿಸಿಕೊಳ್ಳುವ ಸಲುವಾಗಿ ತಂದೆಯವರು ಚಿಕ್ಕಮ್ಮನ ಜೊತೆಯಲ್ಲಿ ದೇಶದ ವಿವಿಧ ಸುಂದರ ಸ್ಥಳಗಳಿಗೆ ಪ್ರವಾಸ ಹೊರಟರು. ಅವರು ತಮ್ಮ ಜೊತೆಯಲ್ಲಿ ಇಬ್ಬರು ಸಹಾಯಕರನ್ನು ಮಾತ್ರ ಕರೆದೊಯ್ದಿದ್ದರು. ಅವರ ಜೊತೆ ಹೋಗಬೇಕೆಂದು ನಾನು ತುಂಬಾ ಆಸೆಪಟ್ಟಿದ್ದೆ. ಆದರೆ ಅವರ ಮುಂದೆ ಬಾಯಿಬಿಟ್ಟು ಕೇಳುವುದಕ್ಕೆ ನನ್ನ ಸ್ವಾಭಿಮಾನ ಅಡ್ಡಬಂದಿತ್ತು. ನನ್ನನ್ನು ಜೊತೆಯಲ್ಲಿ ಕರೆದುಕೊಂಡು ಹೋಗುವುದಕ್ಕೆ ಅವರಿಗೆ ಇಷ್ಟವಿರಲಿಲ್ಲ ಎನ್ನುವ ಸಂಗತಿ ನನಗೆ ಮೊದಲೇ ತಿಳಿದಿತ್ತು.

ಈ ಘಟನೆಯಿಂದ ನನ್ನ ಹೃದಯಕ್ಕೆ ದಾರುಣ ಆಘಾತ ಉಂಟಾಯಿತು. ಪ್ರವಾಸಕ್ಕೆ ಹೋದ ನಂತರ ನನ್ನ ತಂದೆಯವರು ಅಥವಾ ಚಿಕ್ಕಮ್ಮ ನನಗೆ ಯಾವ ಸಂದೇಶವನ್ನೂ ಕಳುಹಿಸಲಿಲ್ಲ. ಈ ಸಮಯದಲ್ಲಿ ಸೋದರತ್ತೆ ನಮ್ಮ ಮನೆಗೆ ಬಂದಿದ್ದರು. ನನ್ನ ಯೋಗಕ್ಷೇಮದ ಸಂಪೂರ್ಣ ಜವಾಬ್ದಾರಿ ಈಗ ಅವರ ಮೇಲಿತ್ತು. ಅವರಿಗೆ ನನ್ನ ತಂದೆಯಿಂದ ಒಂದೆರಡು ಪತ್ರಗಳು ಬಂದಿದ್ದವು. ನಮಗೆ ಬೇಕಾದ ಹಣದ ವ್ಯವಸ್ಥೆ ಮಾಡುವುದನ್ನು ತಂದೆಯವರು ಮರೆತಿರಲಿಲ್ಲ.

ಒಂದು ದಿನ ನಂದಣ್ಣ ಹೇಳಿದ, "ಮಾನಿ, ಈ ದಿನ ಮಿನರ್ವಾ ರಂಗಮಂದಿರಕ್ಕೆ ಹೋಗೋಣವಾ? 'ಶಿರೀಫರಹಾದ್' ನಾಟಕವಿದೆ. ತುಂಬಾ ಚೆನ್ನಾಗಿದೆ. ಅತ್ಯದ್ಭುತ ನರ್ತನ, ಗಾಯನ ಎಲ್ಲವೂ ಇವೆಯಂತೆ. ಇದಕ್ಕೆ ಸಂಬಂಧಿಸಿದ ಜಾಹೀರಾತು ನೋಡಿದೆ."

ನಾನು ಕೂಡಲೇ ಒಪ್ಪಿಕೊಂಡೆ. ನಂದಣ್ಣನ ಉತ್ಸಾಹ ಗರಿಗೆದರಿತ್ತು. ಆತ ಸೋದರತ್ತೆಯ ಅನುಮತಿ ಕೇಳಿದ. ಆಗ ಅವರು, "ನೀವಿಬ್ಬರೇ ಏಕೆ ಹೋಗುತ್ತೀರಿ? ನಿಮ್ಮ ಜೊತೆಯಲ್ಲಿ ಮಾಸ್ತರ(ಮುಕುಲ್)ರನ್ನೂ ಕರೆದುಕೊಂಡು ಹೋಗಿ. ಚೆನ್ನಾಗಿರತ್ತೆ."

ಅವರ ಸಲಹೆಯನ್ನು ಮುಕುಲ್ ದಾದಾ ಯಾವುದೇ ರೀತಿಯ ತಕರಾರು ತೆಗೆಯದೆ ತಕ್ಷಣವೇ ಒಪ್ಪಿಕೊಂಡರು.

ನಾವು ಮೂವರೂ ರಂಗಮಂದಿರಕ್ಕೆ ಹೋಗಿ, ಅತ್ಯಂತ ಕುತೂಹಲದಿಂದ, ಆಸಕ್ತಿಯಿಂದ ನಾಟಕದ ವೀಕ್ಷಣೆ ಮಾಡತೊಡಗಿದೆವು. ಕಲಾವಿದರ ಅಭಿನಯವನ್ನು ನೋಡಿ ನಾನು ಮಂತ್ರಮುಗ್ಧಳಾದೆ. ಅದರಲ್ಲೂ ಮುಖ್ಯವಾಗಿ ರಂಗಗೀತೆಗಳು ನನ್ನ ಮನಸ್ಸನ್ನು ಸೂರೆಗೊಂಡವು. ಮುಕುಲ್‌ರವರು ನಾಟಕದ ಪ್ರತಿಯೊಂದು ದೃಶ್ಯದ ಘಟನಾವಳಿಗಳನ್ನೂ ವಿಶ್ಲೇಷಣೆ ಮಾಡುತ್ತ ನನಗೆ ವಿವರಿಸುತ್ತಿದ್ದರು. ಆ ಪ್ರೇಮಕಥಾನಕದಲ್ಲಿ ಕಲಾವಿದರ ಅದ್ಭುತ ಅಭಿನಯವು ನನ್ನ ಮನಸ್ಸನ್ನು ಉಲ್ಲಸಿತಗೊಳಿಸಿತ್ತು. ನನ್ನ ಹೃದಯದ ನಡುವೆ ನಿದ್ರಿಸುತ್ತಿದ್ದ ಯಾವುದೋ ಪಶುವು ಇದ್ದಕ್ಕಿದ್ದಂತೆ ಎಚ್ಚರಗೊಂಡಂತಹ ಅನುಭವ ನನಗೆ ಉಂಟಾಗಿತ್ತು.

ಮುಕುಲ್ ದಾದಾ ನನ್ನ ಜೊತೆಯಲ್ಲಿ ರಂಗಮಂದಿರ ಹಾಗೂ ಚಿತ್ರಮಂದಿರಗಳಿಗೆ ಬರತೊಡಗಿದ್ದರು. ಅವರು ಜೊತೆಯಲ್ಲಿ ಇಲ್ಲದೇ ಹೋದರೆ ನನಗೆ ಪೂರ್ಣ ಪ್ರಮಾಣದ ಮನೋರಂಜನೆ ಸಿಗುತ್ತಿರಲಿಲ್ಲ. ಏಕೆಂದರೆ, ಅವರು ಪ್ರತಿಯೊಂದು ಸನ್ನಿವೇಶವನ್ನೂ ತುಂಬಾ ರಸವತ್ತಾಗಿ ನನಗೆ ವಿವರಿಸುತ್ತಿದ್ದರು. 'ಬಿಲ್ವಮಂಗಲ', 'ಶಂಕರಾಚಾರ್ಯ' ಅಥವಾ 'ಧರ್ಮಮುಲಕ' ನಾಟಕಗಳ ಪ್ರದರ್ಶನವಿದ್ದಾಗ ನಮ್ಮ ಜೊತೆಯಲ್ಲಿ ನನ್ನ ಸೋದರತ್ತೆಯೂ ಬರುತ್ತಿದ್ದರು. ಭಕ್ತಿ ಹಾಗೂ ಧಾರ್ಮಿಕ ವಿಷಯ ಪ್ರಧಾನ ನಾಟಕಗಳೆಂದರೆ ಅವರಿಗೆ ಪಂಚಪ್ರಾಣ.

ಕೆಲವು ದಿನಗಳು ಕಳೆದವು. ನನ್ನ ತಂದೆಯವರು ಪ್ರವಾಸದಲ್ಲಿಯೇ ಇದ್ದರು. ನಾನು ಜ್ವರದಿಂದ ಹಾಸಿಗೆ ಹಿಡಿದಿದ್ದೆ. ಸೋದರತ್ತೆಯವರು ಚಿಂತಾಕ್ರಾಂತರಾಗಿದ್ದರು. ಮುಕುಲ್ ದಾದಾ ನನ್ನ ಹಾಸಿಗೆಯ ಪಕ್ಕದಲ್ಲಿಯೇ ಹಗಲು-ರಾತ್ರಿ ಕುಳಿತುಕೊಂಡು

ನನ್ನ ಸೇವೆ–ಶುಶ್ರೂಷೆ ಮಾಡುತ್ತಿದ್ದರು. ವೈದ್ಯರನ್ನು ಕರೆದುಕೊಂಡು ಬರುವುದು, ಔಷಧಿ ತರುವುದು, ನನಗೆ ಆಹಾರವನ್ನು ತಿನ್ನಿಸುವುದು, ನೀರು ಕುಡಿಸುವುದು, ನನ್ನ ಪಕ್ಕದಲ್ಲಿ ಕುಳಿತುಕೊಂಡು ಬೇಕು–ಬೇಡಗಳನ್ನು ನೋಡಿಕೊಳ್ಳುವುದು ಇತ್ಯಾದಿ ಬಹುತೇಕ ಎಲ್ಲಾ ಕೆಲಸಗಳನ್ನೂ ಮುಕುಲ್ ದಾದಾ ನೋಡಿಕೊಳ್ಳುತ್ತಿದ್ದರು. ಅವರು ಶಾಲೆಗೆ ರಜೆ ಹಾಕಿದ್ದರು. ಆಗಾಗ ನನ್ನ ಗಂಟಲನ್ನು ಮುಟ್ಟಿ ಜ್ವರ ಎಷ್ಟಿದೆ ಎಂದು ನೋಡುತ್ತಿದ್ದರು; ಹಣೆಯ ಮೇಲೆ ಕೈಯಿಟ್ಟು ನೇವರಿಸುತ್ತಿದ್ದರು; ತಲೆಯನ್ನು ಮೃದುವಾಗಿ ತಟ್ಟುತ್ತ ನನಗೆ ನಿದ್ರೆ ಮಾಡಿಸುತ್ತಿದ್ದರು; ಸೇಬು, ದ್ರಾಕ್ಷಿ, ಅಂಜೂರ ಮುಂತಾದ ಹಣ್ಣುಗಳನ್ನು ನನ್ನ ಬಾಯಿಗಿಟ್ಟು ತಿನ್ನಿಸುತ್ತಿದ್ದರು; ಹಾಲು–ನೀರು ಕುಡಿಸುತ್ತಿದ್ದರು... ನನ್ನ ಸೋದರತ್ತೆಯ ಆರೋಗ್ಯವೂ ಚೆನ್ನಾಗಿರಲಿಲ್ಲ. ನನ್ನ ಶುಶ್ರೂಷೆ ಮಾಡುವುದು ಅವರಿಗೆ ತುಂಬಾ ಕಷ್ಟವಾಗಿತ್ತು. ಇಂತಹ ಪರಿಸ್ಥಿತಿಯಲ್ಲಿ ಮುಕುಲ್ ದಾದಾ ನನ್ನ ಜೊತೆಯಲ್ಲಿಯೇ ಇದ್ದು ಯೋಗಕ್ಷೇಮ ನೋಡಿಕೊಳ್ಳುತ್ತಿದ್ದರು.

ನಾನು ಆಗಾಗ ವೇದನೆಯನ್ನು ಸಹಿಸಿಕೊಳ್ಳಲಾರದೇ "ಅಮ್ಮಾ... ಅಮ್ಮಾ..." ಎಂದು ನರಳುತ್ತಿದ್ದೆ. ಅಂತಹ ಸಂದರ್ಭದಲ್ಲಿ ಗಮನಿಸಿದ್ದೇನೆ, ಮುಕುಲ್ ವೇದನೆಯನ್ನು ಅನುಭವಿಸುತ್ತಿದ್ದರು; ಅವರ ಕಣ್ಣುಗಳಲ್ಲಿ ನೀರು ಹರಿಯುತ್ತಿತ್ತು. ನಾನು ತಾಯಿಯಿಲ್ಲದ ಹಾಗೂ ತಂದೆಯಿಂದ ನಿರ್ಲಕ್ಷಿತಳಾದ ಕನ್ಯೆ ಎನ್ನುವುದು ಅವರಿಗೆ ಚೆನ್ನಾಗಿ ತಿಳಿದಿತ್ತು.

ಒಂದು ತಿಂಗಳು ಇದೇ ರೀತಿಯಲ್ಲಿ ಕಳೆದುಹೋಗಿತ್ತು. ಒಂದು ದಿನ ತುಂಬಾ ದಣಿದಿದ್ದ ನಾನು ಅತ್ಯಂತ ಕ್ಷೀಣಸ್ವರದಲ್ಲಿ ಹೇಳಿದೆ, "ಮುಕುಲ್ ದಾದಾ, ನೀವೇ ನನ್ನನ್ನು ಈ ಬಾರಿ ಉಳಿಸಿದಿರಿ. ನೀವಿಲ್ಲದೇ ಹೋಗಿದ್ದಿದ್ದರೆ ನಾನು ಬದುಕುಳಿಯುತ್ತಿರಲಿಲ್ಲ."

ನನ್ನ ಮಾತುಗಳನ್ನು ಅರ್ಧಕ್ಕೇ ತಡೆದು ಮುಕುಲ್ ದಾದಾ ಹೇಳಿದರು, "ಮಾನು, ಹಾಗೆಲ್ಲಾ ಹೇಳಬಾರದು. ಭಗವಂತ ನಿನ್ನ ಜೀವವನ್ನು ಉಳಿಸಿದ್ದಾನೆ. ಎಲ್ಲವೂ ಆತನ ಲೀಲೆ ಅಷ್ಟೆ"

ನಾನು ಅತ್ಯಂತ ಉದ್ವೇಗದಿಂದ ಏದುಸಿರು ಬಿಡುತ್ತ ಹೇಳಿದೆ, "ನಿನ್ನ ಸ್ನೇಹದ ಋಣವನ್ನು ತೀರಿಸುವುದು ನನ್ನಿಂದ ಈ ಜನ್ಮದಲ್ಲಿ ಸಾಧ್ಯವಿಲ್ಲ."

ಈ ಘಟನೆಯ ನಂತರ ಬೇರೆ ಯಾರೂ ಇಲ್ಲದ ಸಮಯದಲ್ಲಿ ಅವರನ್ನು 'ನೀನು' ಎಂದು ಸಂಬೋಧಿಸುವುದು ಆರಂಭವಾಗಿತ್ತು. ನಮ್ಮಿಬ್ಬರ ನಡುವೆ ಆತ್ಮೀಯತೆ ಮನೆಮಾಡಿತ್ತು. ನಮ್ಮಿಬ್ಬರ ಹೃದಯಗಳು ಪರಸ್ಪರ ಹತ್ತಿರವಾಗಿದ್ದವು. ಅದೊಂದು ದಿನ ಅವರು ಒಂದು ಪುಟ್ಟ ಪುಸ್ತಕವನ್ನು ನನ್ನ ಕೈಯಲ್ಲಿಡುತ್ತ ಹೇಳಿದರು, "ನನ್ನೊಳಗಿನ 'ಹೃದಯ ಕಾರಂಜಿ' ಚಿಮ್ಮತೊಡಗಿದೆ. ನಿನ್ನ ಸೇವೆ ಮಾಡುವುದಕ್ಕೆ ದೊರಕಿದ ಸುಯೋಗವನ್ನು ಚಿರಸ್ಮರಣೀಯಗೊಳಿಸುವ ಸಲುವಾಗಿ ನಾನು ನನ್ನ ಈ ಪ್ರೇಮಕಾವ್ಯದ ಪುಸ್ತಕ 'ಝರಣಾರ್'(ಕಾರಂಜಿ)ವನ್ನು ನಿನಗೆ ಅರ್ಪಿಸುತ್ತಿದ್ದೇನೆ."

ಅವರ ಮಾತುಗಳನ್ನು ಕೇಳಿ ನಾನು ನಾಚಿ ನೀರಾಗಿದ್ದೆ. ಮನಸ್ಸು–ಹೃದಯ ಸಂಭ್ರಮದಿಂದ ಆಕಾಶದಲ್ಲಿ ಹಾರಾಡುತ್ತಿತ್ತು. ನಾನು ಆ ಕವನ ಸಂಕಲನವನ್ನು ಅವರಿಂದ ಸ್ವೀಕರಿಸುತ್ತ ಹೇಳಿದೆ, "ಮುಕುಲ್, ನೀನು ಬರೆದ ಕವನಗಳನ್ನು ಮುದ್ರಣಕ್ಕೆ

ಕೊಟ್ಟಿರುವ ವಿಷಯವನ್ನು ನನ್ನಿಂದ ಮುಚ್ಚಿಟ್ಟಿದ್ದು ಏಕೆ? ಯಾವತ್ತೂ ಈ ಬಗ್ಗೆ ನನಗೆ ನೀನು ಹೇಳಿರಲೇ ಇಲ್ಲವಲ್ಲ!"

ಮುಕುಲ್ ನಸುನಗುತ್ತಲೇ ಕ್ಷಮೆ ಕೇಳುವ ಭಂಗಿಯಲ್ಲಿ ನಿಂತು ಹೇಳಿದರು, "ನನ್ನಿಂದ ಮಹಾಪರಾಧವಾಯಿತು. ಮನ್ನಿಸಬೇಕು!"

ನನಗೆ ಇಂಗ್ಲಿಷ್ ವಿಷಯವನ್ನು ಬೋಧಿಸುವ ಸಂದರ್ಭದಲ್ಲಿ ಮುಕುಲ್ ಕೆಲವು ಪದ್ಯಗಳನ್ನು ಬಂಗಾಳಿಗೆ ಅನುವಾದಿಸಿ ನನಗೆ ಅದರ ಅರ್ಥವನ್ನು ತುಂಬಾ ಮಾರ್ಮಿಕವಾಗಿ ವಿವರಿಸುತ್ತಿದ್ದರು. ಸ್ವತಂತ್ರವಾಗಿಯೂ ಅವರು ಕವನಗಳನ್ನು ಬರೆಯುತ್ತಿದ್ದರು. ಅವರ 'ಝರಣಾರ್' ಸಂಕಲನದಲ್ಲಿದ್ದ ಕೆಲವು ಕವಿತೆಗಳು ನನ್ನ ಸಮ್ಮುಖದಲ್ಲಿಯೇ ಬರೆದವುಗಳಾಗಿದ್ದವು. ಈಗ ಅದು ಪುಸ್ತಕ ರೂಪದಲ್ಲಿ ಅತ್ಯಂತ ಸುಂದರವಾಗಿ ಮುದ್ರಣಗೊಂಡಿತ್ತು. ಅದನ್ನು ನೋಡಿ ನನ್ನ ಮನಸ್ಸು ಗರಿಗೆದರಿತ್ತು.

ದೆಹಲಿ, ಆಗ್ರಾ, ಮಥುರಾ, ಬೊಂಬಾಯಿ, ಬೃಂದಾವನ, ಲಾಹೋರ್, ಪ್ರಯಾಗ, ಕಾಶಿ, ಗಯಾ ಮುಂತಾದ ಹಲವಾರು ಸ್ಥಳಗಳನ್ನು ಸುತ್ತಾಡಿಕೊಂಡು ಸುದೀರ್ಘ ಐದು ತಿಂಗಳ ನಂತರ ಕಲ್ಕತ್ತಾಕ್ಕೆ ಹಿಂದಿರುಗಿದರು ನನ್ನ ತಂದೆ ಹಾಗೂ ಚಿಕ್ಕಮ್ಮ. ಉಚ್ಚ ನ್ಯಾಯಾಲಯ ಮತ್ತೆ ಕಾರ್ಯಾರಂಭ ಮಾಡಿ ಮೂರು ತಿಂಗಳಿಗೂ ಅಧಿಕ ಸಮಯ ಕಳೆದುಹೋಗಿತ್ತು. ಆದರೆ ನನ್ನ ತಂದೆಯವರಿಗೆ ಅದರ ಬಗ್ಗೆ ಯೋಚನೆಯೇನೂ ಇದ್ದಂತಿರಲಿಲ್ಲ. ಹಣಕ್ಕೇನೂ ಕೊರತೆಯಿರಲಿಲ್ಲ. ವಕೀಲಿಕೆ ಅವರಿಗೆ ಕೇವಲ ಹವ್ಯಾಸವಾಗಿತ್ತು, ಅಷ್ಟೆ! ಅದನ್ನು ಮುಂದುವರಿಸಿಕೊಂಡು ಹೋಗುವ ಬಯಕೆಯೇನೂ ಅವರಿಗೆ ಇದ್ದಂತಿರಲಿಲ್ಲ. 'ಖಾಸಗಿ' ವಿಷಯಗಳಿಗೇ ಹೆಚ್ಚು ಆದ್ಯತೆ ನೀಡುತ್ತಿದ್ದರು.

ನನಗೆ ದೂರದ ಸಂಬಂಧಿ, ನನಗಿಂತ ವಯಸ್ಸಿನಲ್ಲಿ ನಾಲ್ಕಾರು ವರ್ಷ ಹಿರಿಯನಾದ ವ್ಯಕ್ತಿಯೊಬ್ಬ ಆ ದಿನ ಕೆಲಸವನ್ನು ಹುಡುಕಿಕೊಂಡು ನಮ್ಮ ಮನೆಗೆ ಬಂದ. ಅದಕ್ಕಿಂತ ಮೊದಲು ಆತನನ್ನು ನೋಡಿದ ನೆನಪು ನನಗಿರಲಿಲ್ಲ. ಆದರೆ ಆತ ಮಾತ್ರ ನನ್ನೊಂದಿಗೆ ಅತ್ಯಂತ ಗಾಢವಾದ ಸ್ನೇಹವಿದೆ ಎನ್ನುವ ರೀತಿಯಲ್ಲಿ ಆತ್ಮೀಯತೆಯಿಂದ ಮಾತನಾಡತೊಡಗಿದ್ದ. ನನ್ನನ್ನು ಆತ ಪ್ರಶ್ನಿಸಿದ, "ಏನೇ ಮಾನು, ಹೇಗಿದ್ದೀಯಾ? ಯಾವ ಶಾಲೆಯಲ್ಲಿ ಓದುತ್ತಿದ್ದೀಯಾ? ಮನೆಪಾಠಕ್ಕೆ ಯಾರಾದರೂ ಬರುತ್ತಿದ್ದಾರಾ?"

ನಾನು ಉತ್ತರಿಸಿದೆ, "ತುಂಬಾ ಚೆನ್ನಾಗಿದ್ದೇನೆ. ಬೆಥೂನ್ ಶಾಲೆಯಲ್ಲಿ ಓದುತ್ತಿದ್ದೇನೆ. ಮುಕುಲ್‌ರವರು ನನಗೆ ಮನೆಪಾಠಕ್ಕೆ ಬರುತ್ತಾರೆ."

ನನ್ನ ಉತ್ತರವನ್ನು ಕೇಳಿದ ಆತ ಅತ್ಯಂತ ಆಶ್ಚರ್ಯವನ್ನು ವ್ಯಕ್ತಪಡಿಸುತ್ತ ನುಡಿದ, "ಯಾವ ಮುಕುಲ್? 'ಝರಣಾರ್' ಕವಿ ಮುಕುಲ್ ಬಾಬುವೇನು? ಆತ ನನ್ನ ಸಹಪಾಠಿ. ಚರ್ಚ್ ಕಾಲೇಜಿನಲ್ಲಿ ನಾವಿಬ್ಬರೂ ಒಟ್ಟಿಗೇ ಓದುತ್ತಿದ್ದೆವು."

ನಾನು "ಹೌದಾ?" ಎಂದಷ್ಟೇ ಪ್ರಶ್ನಿಸಿ ನನ್ನ ಕಾರ್ಯಗಳಲ್ಲಿ ನಿರತಳಾದೆ. ಸಾಯಂಕಾಲದ ಹೊತ್ತಿಗೆ ಮುಕುಲ್ ಎಂದಿನಂತೆ ನಮ್ಮ ಮನೆಗೆ ಬಂದರು.

ಅವರನ್ನು ನೋಡುತ್ತಲೇ ನಮ್ಮ ಮನೆಗೆ ಬಂದಿದ್ದ ವ್ಯಕ್ತಿ ಆತ್ಮೀಯತೆಯಿಂದ ಪ್ರಶ್ನಿಸಿದ, "ಹೇಗಿದ್ದೀಯಾ ಮುಕುಲ್? ನೀನು ನಮ್ಮ ಮಾನುವಿಗೆ ಪಾಠ ಮಾಡುತ್ತಿದ್ದೀಯ ಎಂದು ತಿಳಿಯಿತು. ಬಹಳ ಸಂತೋಷ. ಕವನ-ಗಿವನ, ಪಾಠ ಮಾಡೋದು ಬಿಟ್ಟು ಬೇರೆ ಏನಾದರೂ ಕೆಲಸ-ಗಿಲಸ ಮಾಡುತ್ತಿದ್ದೀಯೇನು?"

ಮುಕುಲ್ ಆತನೊಂದಿಗೆ ಅತ್ಯಂತ ಆತ್ಮೀಯತೆಯಿಂದಲೇ ಮಾತನಾಡಿದರು. ಹಲವಾರು ವಿಷಯಗಳ ಬಗ್ಗೆ ಅವರಿಬ್ಬರೂ ಚರ್ಚೆ ನಡೆಸಿದರು. ಮಾತಿನ ಮಧ್ಯದಲ್ಲಿ ಮುಕುಲ್ ನನ್ನನ್ನು ಪ್ರಶ್ನಿಸಿದರು, "ರಮೇಶ ಬಾಬು ನಿನ್ನ ಕುಟುಂಬಕ್ಕೆ ತುಂಬಾ ಬೇಕಾದವರು ಎನ್ನುವ ವಿಷಯವನ್ನು ನೀನು ನನಗೆ ಇದುವರೆಗೆ ಯಾಕೆ ಹೇಳಿಯೇ ಇಲ್ಲ ಮಾನು?"

"ನನಗೆ ಇದುವರೆಗೆ ಇವರ ಪರಿಚಯ ಇರಲಿಲ್ಲ. ಇಂದು ತಂದೆಯವರು ನನಗೆ ಇವರನ್ನು ಪರಿಚಯ ಮಾಡಿಸಿದರು. ನನಗೆ ಮೊದಲೇ ಪರಿಚಯ ಇದ್ದಿದ್ದರೆ ಖಂಡಿತವಾಗಿಯೂ ನಿಮಗೆ ಈ ವಿಷಯವನ್ನು ನಾನು ಹೇಳಿರುತ್ತಿದ್ದೆ." ನಾನು ಸಹಜವಾಗಿಯೇ ಉತ್ತರಿಸಿದೆ.

ರಮೇಶ ದಾದಾ (ಅಣ್ಣ) ತನ್ನ ಮಾತನ್ನು ಮುಂದುವರಿಸಿದ. "ಸುಮಾರು ಹತ್ತು ವರ್ಷಗಳ ಹಿಂದೆ ನಾನು ಒಂದು ಬಾರಿ ಈ ಮನೆಗೆ ಬಂದಿದ್ದೆ. ಆಗ ಮಾನದಾಳ ವಯಸ್ಸು ಮೂರು ಅಥವಾ ನಾಲ್ಕು ವರ್ಷ ಇದ್ದಿರಬಹುದು. ನಾನು ಆಗಷ್ಟೇ ಎಂಟ್ರೆನ್ಸ್ ಪರೀಕ್ಷೆ ಬರೆದಿದ್ದೆ. ಆ ಸಮಯದಲ್ಲಿ ಸ್ವಾತಂತ್ರ್ಯ ಸಂಗ್ರಾಮ ಆರಂಭವಾಗಿತ್ತು. ಓದುವುದನ್ನು ಅಲ್ಲಿಗೇ ನಿಲ್ಲಿಸಿ ಕೆಲವು ವರ್ಷಗಳ ಕಾಲ ನಾನೂ ಆ ಹೋರಾಟದಲ್ಲಿ ಸೇರಿಕೊಂಡೆ. ಆನಂತರ ನಾನು ಮತ್ತೆ ಕಾಲೇಜು ಸೇರಿಕೊಂಡೆ. ಕಳೆದ ವರ್ಷ ಎಂ.ಎ. ಮುಗಿಸಿದೆ. ಇಷ್ಟು ದಿನಗಳ ಕಾಲ ಯಾವ ಉದ್ಯೋಗಕ್ಕೂ ಸೇರಿಕೊಳ್ಳದೆ ಸುಮ್ಮನೆ ಕುಳಿತಿದ್ದೇನೆ."

ನನ್ನ ತಂದೆಯವರ ಪ್ರಯತ್ನದ ಫಲವಾಗಿ ರಮೇಶಣ್ಣನಿಗೆ ಒಂದು ಒಳ್ಳೆಯ ಉದ್ಯೋಗ ದೊರಕಿತು. ಲಿಮಿಟೆಡ್ ಕಂಪನಿಯೊಂದರಲ್ಲಿ ದೊಡ್ಡ ಹುದ್ದೆ; ವೇತನ ತಿಂಗಳಿಗೆ ಇನ್ನೂರು ರೂಪಾಯಿ. ಕೆಲಸ ಸಿಕ್ಕಿದ ನಂತರ ಆತ ಒಂದು ಒಂದೂವರೆ ತಿಂಗಳು ನಮ್ಮ ಮನೆಯಲ್ಲಿಯೇ ಇದ್ದ. ನಂತರ ಚಿಕ್ಕದೊಂದು ಬಾಡಿಗೆ ಮನೆಗೆ ತನ್ನ ವಾಸ್ತವ್ಯವನ್ನು ಬದಲಾಯಿಸಿದ. ನಮ್ಮ ಮನೆಯಿಂದ ಹೊರಡುವಾಗ ತಂದೆಯವರ ಬಳಿಯಲ್ಲಿ ಹೇಳಿದ, "ನಿಮ್ಮಿಂದಾಗಿ ನನಗೊಂದು ಉತ್ತಮ ನೆಲೆ ದೊರಕಿತು. ನಾನೆಂದಿಗೂ ನಿಮ್ಮ ಸಹಾಯವನ್ನು ಮರೆಯಲಾರೆ. ಸ್ವಲ್ಪ ಹಣವನ್ನು ಒಟ್ಟುಗೂಡಿಸಿಕೊಂಡ ನಂತರ ಅಮ್ಮ, ತಂಗಿ, ತಮ್ಮನನ್ನೂ ನನ್ನ ಮನೆಗೆ ಕರೆದುಕೊಂಡು ಬರುತ್ತೇನೆ. ಆಗ ನೀವು ಖಂಡಿತವಾಗಿಯೂ ನಮ್ಮ ಮನೆಗೆ ಬರಬೇಕು."

ರಮೇಶಣ್ಣ ಮುಂದಿನ ನಾಲ್ಕಾರು ತಿಂಗಳುಗಳಲ್ಲಿಯೇ ತನ್ನ ತಾಯಿ, ಸಹೋದರ, ಸಹೋದರಿಯನ್ನು ತನ್ನ ಬಾಡಿಗೆ ಮನೆಗೆ ಕರೆದುಕೊಂಡು ಬಂದಿದ್ದ. ಅದೇ ವರ್ಷ ಆತನ ವಿವಾಹವೂ ನೆರವೇರಿತು.

ತಂದೆಯವರು ಪ್ರವಾಸ ಮುಗಿಸಿಕೊಂಡು ಬಂದ ನಂತರ ಕೆಲವೇ ದಿನಗಳಲ್ಲಿ ನನ್ನ ಸೋದರತ್ತೆ ತಮ್ಮ ಮನೆಗೆ ಹೊರಟುಹೋಗಿದ್ದರು. ನನ್ನ ತಾಯಿಯ ಸಾವಿನ ನಂತರ ಅಡುಗೆ ಕೆಲಸಕ್ಕಾಗಿ ಬ್ರಾಹ್ಮಣ ವ್ಯಕ್ತಿಯೊಬ್ಬರನ್ನು ನೇಮಿಸಿಕೊಳ್ಳಲಾಗಿತ್ತು. ಇಬ್ಬರು ಮಹಿಳೆಯರು ಮತ್ತು ಮೂವರು ಪುರುಷರು ಮನೆಯ ಕೆಲಸಗಳನ್ನು ನೋಡಿಕೊಳ್ಳುತ್ತಿದ್ದರು. ದಿನನಿತ್ಯದ ಆವಶ್ಯಕತೆಗಳಿಗೆ ಮನೆಯಲ್ಲಿ ಯಾವ ಕೊರತೆಯೂ ಇರಲಿಲ್ಲ. ಆಹಾರ–ವಿಹಾರ, ವಸ್ತ್ರ–ವಸನ, ಮನೋರಂಜನೆ ಯಾವುದಕ್ಕೂ ನಮಗೆ ಅಭಾವವಿರಲಿಲ್ಲ. ನನ್ನ ಓದುವ ಕೋಣೆ ಹಾಗೂ ಶಯನಗೃಹಗಳು ಅತ್ಯಂತ ಅಚ್ಚುಕಟ್ಟಾಗಿದ್ದವು; ಎಲ್ಲ ವ್ಯವಸ್ಥೆಗಳೂ ಇದ್ದವು. ನಾನು ಬಯಸಿದ ವಸ್ತುಗಳೆಲ್ಲವೂ ನನಗೆ ದೊರಕುತ್ತಿದ್ದವು. ಹಾಗಿದ್ದಾಗ್ಯೂ ನನ್ನ ಮನಸ್ಸಿಗೆ ಮಾತ್ರ ನೆಮ್ಮದಿ ಇರಲಿಲ್ಲ. ತಂದೆಯವರ ಅನಾದರ, ನಿರ್ಲಕ್ಷ್ಯ ಮನೋಭಾವ ನನ್ನನ್ನು ಸದಾ ಬೇಸರಕ್ಕೆ ದೂಡುತ್ತಿತ್ತು. ಬದುಕಿಗೆ ಸೂಕ್ತವಾದ ಮಾರ್ಗವನ್ನು ಕಂಡುಕೊಳ್ಳಬೇಕಾದ ವಯಸ್ಸಿನಲ್ಲಿ ತಂದೆಯ ಮಾರ್ಗದರ್ಶನವೇ ಇಲ್ಲದಂತಹ ಪರಿಸ್ಥಿತಿ ನನ್ನದಾಗಿತ್ತು. ಬಡವರು, ಕೂಲಿ ಕಾರ್ಮಿಕರೂ ತಮಗೆ ಆರ್ಥಿಕ ಅನುಕೂಲಗಳು ಇಲ್ಲದೇ ಹೋದರೂ ತಮ್ಮ ಮಕ್ಕಳನ್ನು ತುಂಬಾ ಪ್ರೀತಿಸುತ್ತಾರೆ ಮತ್ತು ಅವರ ಬದುಕಿಗೆ ಉತ್ತಮ ಮಾರ್ಗವನ್ನು ತೋರಿಸುತ್ತಾರೆ; ಸನ್ಮಾರ್ಗದಲ್ಲಿ ಅವರನ್ನು ನಡೆಸಿಕೊಂಡು ಹೋಗುವ ಪ್ರಯತ್ನ ಮಾಡುತ್ತಾರೆ. ನನಗೆ ಬೇರೆ ಯಾವುದಕ್ಕೂ ಕೊರತೆಯಿರಲಿಲ್ಲ. ಆದರೆ ತಂದೆಯವರು ನನ್ನನ್ನು ಅಕ್ಕರೆಯಿಂದ ಕಾಣದೇ ಇದ್ದುದು ನನ್ನ ಮನಸ್ಸಿಗೆ ಆಘಾತವನ್ನು ಉಂಟುಮಾಡಿತ್ತು; ಮನೆಯಲ್ಲಿದ್ದ ಐಶ್ವರ್ಯದ ಬಗ್ಗೆ ನಿರಾಸಕ್ತಿಯನ್ನು ಮೂಡಿಸಿತ್ತು. ಮಕ್ಕಳಿಗೆ ಬೇಕಾದ ಊಟ, ಉಪಹಾರ, ಬಟ್ಟೆ ಇತ್ಯಾದಿಗಳನ್ನು ನೀಡಿದರೆ ತಂದೆ–ತಾಯಿಯ ಕರ್ತವ್ಯ ಮುಗಿಯುವುದಿಲ್ಲ. ಮಕ್ಕಳಿಗೆ ನಿಜವಾಗಿ ಬೇಕಾದುದು ತಂದೆ–ತಾಯಿಯ ಪ್ರೀತಿ ಮತ್ತು ವಾತ್ಸಲ್ಯ ಎನ್ನುವುದು ನನಗೆ ಅರಿವಾಗಿತ್ತು. ದೇಹಕ್ಕೆ ಏನಾದರೂ ಕೊರತೆಯಾದರೆ ಸಹಿಸಿಕೊಳ್ಳಬಹುದು; ಆದರೆ ಮನಸ್ಸಿಗೆ ಬೇಸರವಾದರೆ ಸಹಿಸಿಕೊಳ್ಳುವುದು ಕಷ್ಟ ಎನ್ನುವ ಸತ್ಯವನ್ನು ನಾನು ಕಂಡುಕೊಂಡಿದ್ದೆ.

ನನ್ನ ಹದಿಮೂರನೆಯ ಹುಟ್ಟುಹಬ್ಬದ ಹಿಂದಿನ ದಿನ ತಂದೆಯವರು ನನ್ನನ್ನು ಕರೆದು ಹೇಳಿದರು, "ಮಗಳೇ, ನಾಳೆಯ ಕಾರ್ಯಕ್ರಮಕ್ಕೆ ಬರುವಂತೆ ನಿನ್ನ ಮೇಸ್ಟ್ರ ಮತ್ತು ರಮೇಶ ದಾದಾನಿಗೆ ಹೇಳುವುದನ್ನು ಮರೆಯಬೇಡ."

ಹುಟ್ಟುಹಬ್ಬದ ಆಚರಣೆಯೂ ಈಗೀಗ ನನಗೆ ಸಂತೋಷವನ್ನು ಉಂಟುಮಾಡುತ್ತಿರಲಿಲ್ಲ. ನನ್ನ ಮನಸ್ಸು ಸಂಭ್ರಮಿಸುವ ಸ್ಥಿತಿಯಲ್ಲಿ ಇರಲಿಲ್ಲ. ನಾನು ಬಯಸುತ್ತಿದ್ದುದು ತಂದೆಯ ಪ್ರೀತಿಯನ್ನು. ಅದರ ಕೊರತೆ ನನ್ನನ್ನು ಸದಾ ಕಾಡುತ್ತಿತ್ತು. ಆದರೂ ದಿನಗಳು ಮಾತ್ರ ತಮ್ಮ ಪಾಡಿಗೆ ತಾವು ಉರುಳುತ್ತಲೇ ಇದ್ದವು. ಮಾರನೆಯ ದಿನ ನನ್ನ ಹುಟ್ಟುಹಬ್ಬ! ಚಿಕ್ಕಮ್ಮ ನನಗಾಗಿ ಬಂಗಾರದ ಸರವನ್ನು ಉಡುಗೊರೆಯಾಗಿ ನೀಡಿದರು. ರಮೇಶಣ್ಣ ತುಂಬಾ ಹೊತ್ತು ನನ್ನ

ಪಕ್ಕದಲ್ಲಿಯೇ ನಿಂತಿದ್ದ. ಆತ ನನಗೆ ಇಷ್ಟವಾದ ಪೌಡರ್ ಡಬ್ಬಿಯೊಂದನ್ನು ನೀಡಿದ್ದ. ಮುಕುಲ್ ದಾದಾ ನನಗಾಗಿ ರವೀಂದ್ರನಾಥರ ಕಾವ್ಯ ಸಂಕಲನವನ್ನು ತಂದಿದ್ದರು.

ನಾನು ಒಂಟಿಯಾಗಿ ಕುಳಿತ ಸಮಯದಲ್ಲಿ ಸಣ್ಣಕತೆ ಹಾಗೂ ಕವಿತೆಗಳನ್ನು ಬರೆಯತೊಡಗಿದೆ. ಅವುಗಳನ್ನು ರಮೇಶಣ್ಣನಿಗೆ ತೋರಿಸುತ್ತಿದ್ದೆ. ಆತ ಸ್ವಲ್ಪವೂ ಬೇಸರಿಸದೇ ಓದುತ್ತಿದ್ದ ಮತ್ತು ಪ್ರಶಂಸೆಯನ್ನು ವ್ಯಕ್ತಪಡಿಸುತ್ತಿದ್ದ. "ಮುಕುಲ್‌ಗೆ ಇವುಗಳನ್ನು ಕೊಡು. ಆತ ಮಾಸಪತ್ರಿಕೆಗಳಿಗೆ ಕಳಿಸುತ್ತಾನೆ. ಖಂಡಿತವಾಗಿಯೂ ಇವು ಪ್ರಕಟಣೆಗೆ ಯೋಗ್ಯವಾಗಿವೆ" ಎಂದು ಹೇಳುವ ಮೂಲಕ ನನ್ನನ್ನು ಹಾಗೂ ನನ್ನ ಬರವಣಿಗೆಯನ್ನು ಆತ ಉತ್ತೇಜಿಸುತ್ತಿದ್ದ.

ಈ ಮಧ್ಯೆ ರಮೇಶಣ್ಣ ನನ್ನ ಜೊತೆಯಲ್ಲಿ ರಂಗಮಂದಿರಗಳಿಗೆ ಬರುತ್ತಿದ್ದ. ನಂದಣ್ಣ ಇತ್ತೀಚಿನ ದಿನಗಳಲ್ಲಿ ಕಾಲ್ಚೆಂಡಾಟ ಮತ್ತು ಕ್ರಿಕೆಟ್‌ನ ಹುಚ್ಚು ಹತ್ತಿಸಿಕೊಂಡಿದ್ದ. ಅವುಗಳ ಕಡೆಗೆ ಆತನ ಗಮನ ಕೇಂದ್ರೀಕೃತವಾಗಿತ್ತು. ನಾಟಕ ನೋಡುವುದಕ್ಕೆ ಆತನೀಗ ಹೆಚ್ಚು ಇಷ್ಟಪಡುತ್ತಿರಲಿಲ್ಲ. ನಾಟಕದ ಸಾಹಿತ್ಯ ಆತನಿಗೆ ಹೆಚ್ಚು ಅರ್ಥವಾಗುತ್ತಿರಲಿಲ್ಲ ಮತ್ತು ಅಭಿನಯದ ಬಗ್ಗೆ ಆತನಿಗೆ ಆಸಕ್ತಿಯೂ ಇರಲಿಲ್ಲ. ರಂಗದ ಮೇಲೆ ನಡೆಯುತ್ತಿದ್ದ ನೃತ್ಯ ಹಾಗೂ ಯುದ್ಧದ ದೃಶ್ಯಗಳನ್ನು ಮಾತ್ರ ನೋಡುವುದಕ್ಕೆ ಆತ ಇಷ್ಟಪಡುತ್ತಿದ್ದ. ಅದನ್ನು ಹೊರತುಪಡಿಸಿ ನಾಟಕದ ಬೇರೆ ಯಾವ ಸಂಗತಿಗಳೂ ಆತನನ್ನು ಆಕರ್ಷಿಸಿರಲಿಲ್ಲ.

ರಂಗಪ್ರಯೋಗದಲ್ಲಿ, ಆ ಸಮಯದಲ್ಲಿ ಕೆಲವು ಪರಿವರ್ತನೆಗಳು ಉಂಟಾಗಿದ್ದವು. ಸುಶಿಕ್ಷಿತ ಹಾಗೂ ಪ್ರತಿಷ್ಠಿತ ಕುಟುಂಬಗಳ ಯುವಕರು ನಾಟಕಗಳಲ್ಲಿ ತಮ್ಮನ್ನು ತೊಡಗಿಸಿಕೊಳ್ಳತೊಡಗಿದ್ದರು ಮತ್ತು ರಂಗಪ್ರಯೋಗದಲ್ಲಿ ಲಲಿತಕಲೆಗಳಿಗೆ ಹೆಚ್ಚಿನ ಪ್ರಾಶಸ್ತ್ಯವನ್ನು ನೀಡುತ್ತಿದ್ದರು. ಈ ಬದಲಾವಣೆಯನ್ನು ರಮೇಶಣ್ಣ ಮತ್ತು ಮುಕುಲ್ ದಾದಾ ತುಂಬಾ ಇಷ್ಟಪಡುತ್ತಿದ್ದರು. ಆ ಯುವ ಕಲಾವಿದರನ್ನು ಅವರು ತುಂಬಾ ಪ್ರಶಂಸಿಸುತ್ತಿದ್ದರು. ರಮೇಶಣ್ಣನ ಮೂಲಕ ನನಗೆ ಅನೇಕ ನಟ–ನಟಿಯರು ಪರಿಚಯವಾದರು. ಆತ ನಟ–ನಟಿಯರ ಹೆಸರನ್ನು ಮಾತ್ರವಲ್ಲ, ಅವರ ಖಾಸಗಿ ಜೀವನದ ಅನೇಕ ಕುತೂಹಲಕರ ಘಟನೆಗಳನ್ನೂ ನನಗೆ ವಿವರಿಸುತ್ತಿದ್ದ. ಇಂತಹ ವಿಷಯಗಳು ಮುಕುಲ್‌ಗೂ ತಿಳಿದಿರಲಿಲ್ಲ.

ಎರಡನೆಯ ವಿವಾಹವಾಗಿ ಎರಡು ವರ್ಷಗಳಾದ ನಂತರ ನನ್ನ ತಂದೆಯವರಿಗೆ ಗಂಡುಮಗು ಜನಿಸಿತು. ಈ ಮಧ್ಯೆಯೇ ಅವರು ವಕೀಲಿ ವೃತ್ತಿಯನ್ನು ಸಂಪೂರ್ಣವಾಗಿ ತ್ಯಜಿಸಿದ್ದರು. ನನ್ನ ಮಲಸಹೋದರನನ್ನು ನಾನು ತುಂಬಾ ಇಷ್ಟಪಡುತ್ತಿದ್ದೆ. ಆದರೆ ಆತನನ್ನು ನೋಡಿಕೊಳ್ಳುವುದಕ್ಕಾಗಿ ಒಬ್ಬಳು ಆಯಾಳನ್ನು ನೇಮಕ ಮಾಡಿದ್ದರು. ಹಾಗಾಗಿ ಆ ಮಗುವನ್ನು ನನ್ನ ತೊಡೆಯ ಮೇಲೆ ಮಲಗಿಸಿಕೊಳ್ಳುವ, ಎತ್ತಿಕೊಳ್ಳುವ ಅವಕಾಶ ನನಗೆ ಹೆಚ್ಚಾಗಿ ಸಿಗುತ್ತಿರಲಿಲ್ಲ. ಮಗನಿಗೆ ಜನ್ಮಕೊಟ್ಟ ನಂತರ ಚಿಕ್ಕಮ್ಮನ ಆರೋಗ್ಯ ಕ್ಷೀಣಿಸತೊಡಗಿತ್ತು. ತಂದೆಯವರು ಆಕೆಯ ಸ್ಥಿತಿಯನ್ನು ನೋಡಿ ಗಾಬರಿಯಾದರು. ಕಲ್ಕತ್ತಾದ ಹಿರಿಯ ವೈದ್ಯರು, ಆಯುರ್ವೇದ ಪಂಡಿತರು

ಪ್ರತಿನಿತ್ಯವೂ ನಮ್ಮ ಮನೆಗೆ ಬರತೊಡಗಿದರು. ಅವರೆಲ್ಲರ ಪ್ರಯತ್ನದ ಫಲವಾಗಿ ಎಂಟು-ಒಂಬತ್ತು ತಿಂಗಳುಗಳ ನಂತರ ಚಿಕ್ಕಮ್ಮನ ಆರೋಗ್ಯದಲ್ಲಿ ಸುಧಾರಣೆ ಕಂಡುಬಂದಿತು. ಆದರೆ ದೇಹದ ದುರ್ಬಲತೆ ದೂರವಾಗಿರಲಿಲ್ಲ.

ಸೋದರತ್ತೆಯೂ ಸೇರಿದಂತೆ ತಂದೆಯವರ ಸಂಬಂಧಿಕರು ನನ್ನ ವಿವಾಹದ ಬಗ್ಗೆ ಅವರೊಂದಿಗೆ ಚರ್ಚೆ ನಡೆಸತೊಡಗಿದ್ದರು. ಈ ವಿಷಯ ನನ್ನ ಕಿವಿಗೂ ಬಿದ್ದಿತ್ತು. ಅವರೆಲ್ಲರಿಗೂ ನನ್ನ ತಂದೆಯವರು ನೀಡುತ್ತಿದ್ದ ಉತ್ತರ ಒಂದೇ ಆಗಿತ್ತು. "ಇಷ್ಟೊಂದು ಚಿಕ್ಕ ವಯಸ್ಸಿನಲ್ಲಿ ನಾನು ಆಕೆಯ ವಿವಾಹ ಮಾಡುವುದಿಲ್ಲ. ಅವಳು ಮೆಟ್ರಿಕ್ ಪರೀಕ್ಷೆಯಲ್ಲಿ ತೇರ್ಗಡೆಯಾಗಬೇಕು. ಅದಾದ ನಂತರವೇ ಆಕೆಯ ಮದುವೆಯ ಬಗ್ಗೆ ನಾನು ಯೋಚಿಸುವೆ."

ತಂದೆಯವರು ನನ್ನ ವಿವಾಹಕ್ಕೆ ಸಂಬಂಧಿಸಿದಂತೆ ಆಡಿದ ಮಾತುಗಳಿಗೆ ಸೋದರತ್ತೆ ಮತ್ತು ಇತರ ಸಂಬಂಧಿಕರು ಏನೇನು ಹೇಳಿದರು ಎನ್ನುವುದನ್ನೆಲ್ಲಾ ಉಲ್ಲೇಖಿಸುವುದಕ್ಕೆ ನಾನು ಇಷ್ಟಪಡುವುದಿಲ್ಲ. ಏಕೆಂದರೆ ಅವುಗಳೆಲ್ಲಾ ಇಲ್ಲಿ ಅಪ್ರಸ್ತುತ ಎನ್ನುವುದು ನನ್ನ ಅಭಿಪ್ರಾಯ. ಆದರೆ ಇದೇ ವಿಷಯದ ಬಗ್ಗೆ ತಂದೆಯವರು ಮತ್ತು ಸಂಬಂಧಿಕರ ನಡುವೆ ಸುದೀರ್ಘ ಚರ್ಚೆ ನಡೆದಿದ್ದಂತೂ ಸತ್ಯ.

ನಾನು ಋತುಮತಿಯಾಗಿದ್ದೆ. ಯೌವನಕ್ಕೆ ಪದಾರ್ಪಣೆ ಮಾಡಿದ್ದೆ. ದೇಹದಲ್ಲಿ ನೈಸರ್ಗಿಕ ಬದಲಾವಣೆಗಳು ಉಂಟಾಗಿದ್ದವು. ಹೊಸ ರೀತಿಯ ಭಾವನೆಗಳು ಮೂಡತೊಡಗಿದ್ದವು. ತಂದೆಯವರ ಬೇಜವಾಬ್ದಾರಿತನ ಮತ್ತು ಸ್ವಾರ್ಥ ಮನೋಭಾವಗಳು ನನ್ನಲ್ಲಿ ಅವರ ಬಗ್ಗೆ ಆಕ್ರೋಶದ ಕಿಡಿಯನ್ನು ಹೊತ್ತಿಸಿದ್ದವು. ಆದರೆ, ಅವರ ವಿರುದ್ಧ ಈ ರೀತಿಯ ಕೋಪ ಹುಟ್ಟಿಕೊಂಡಿದ್ದೇಕೆ ಎನ್ನುವುದನ್ನು ಸ್ಪಷ್ಟವಾಗಿ ಅರ್ಥಮಾಡಿಕೊಳ್ಳುವ ವಯಸ್ಸು ನನ್ನದಾಗಿರಲಿಲ್ಲ. ವಿವಾಹದ ಬಗ್ಗೆ ನನ್ನ ಮನಸ್ಸಿನಲ್ಲಿ ತುಡಿತ ಆರಂಭವಾಗಿದ್ದು ಮಾತ್ರ ಸುಳ್ಳಲ್ಲ. ವಿಚಿತ್ರ ಭಾವನೆಗಳು... ಎಲ್ಲವನ್ನೂ ನಾನಿಲ್ಲಿ ಹೇಳಿಕೊಳ್ಳಲಾಗದು.

●

ಮನೆ ತೊರೆಯುವ ಯೋಚನೆ

ಬೆಥೂನ್ ಶಾಲೆಯಲ್ಲಿ ಓದುವ ಸಮಯ. ಮೂವರು ಆತ್ಮೀಯ ಗೆಳತಿಯರು ನನಗೆ ದೊರಕಿದ್ದರು. ಅವರ ಪೈಕಿ ಕಮಲಾಳ ಪರಿಚಯವನ್ನು ಸ್ವಲ್ಪ ವಿಶೇಷ ರೀತಿಯಲ್ಲಿಯೇ ಮಾಡಿಕೊಡಲು ಬಯಸುತ್ತೇನೆ. ಏಕೆಂದರೆ ಆಕೆಯ ಜೀವನಕ್ಕೂ ನನ್ನ ಬದುಕಿಗೂ ಬಿಡಿಸಲಾಗದಂತಹ ಸಂಬಂಧವಿದೆ. ನನ್ನ ಬಾಲ್ಯ ಕಾಲದ ಯಾವ ಸಂಬಂಧಿಕರನ್ನೂ ನಾನು ಇತ್ತೀಚೆಗೆ ನೋಡಿಲ್ಲ. ಹಲವರಂತೂ ಮರೆತೇಹೋಗಿದ್ದಾರೆ. ಆದರೆ ಕಮಲಾಳನ್ನು ನಾನು ಇಂದಿಗೂ ಮರೆತಿಲ್ಲ; ಮರೆಯುವುದು ಸಾಧ್ಯವೂ ಇಲ್ಲ. ಅದೇ ರೀತಿಯಲ್ಲಿ ಆಕೆ ಕೂಡ ನನ್ನನ್ನು ಈಗಲೂ ನೆನಪಿಸಿಕೊಳ್ಳುತ್ತಾಳೆ. ನನ್ನ ಆತ್ಮಕಥೆಯನ್ನು ಬರೆಯುತ್ತಿರುವ ಈ ಸಂದರ್ಭದಲ್ಲಿಯೂ ಆಕೆಯ ಮಾತುಗಳು ಪ್ರತಿ ಕ್ಷಣವೂ ನನ್ನ ಮನಸ್ಸನ್ನು ಆಕ್ರಮಿಸಿಕೊಳ್ಳುತ್ತಿವೆ. ಆಕೆ ಆಡುತ್ತಿದ್ದ ಅನೇಕ ಮಾತುಗಳು, ನೀಡುತ್ತಿದ್ದ ಹಲವಾರು ಸಲಹೆಗಳು ನನ್ನ ಮನಸ್ಸಿನಲ್ಲಿ, ಹೃದಯಾಂತರಾಳದಲ್ಲಿ ಭದ್ರವಾಗಿ ಉಳಿದುಕೊಂಡಿವೆ.

ಕಮಲಾ ಸುರಸುಂದರಿಯಾಗಿದ್ದಳು. ಆಗಿದ್ದಳು ಎಂದರೆ ತಪ್ಪಾಗುತ್ತದೇನೋ! ಏಕೆಂದರೆ ಈಗಲೂ ಆಕೆ ಪರಮ ಸುಂದರಿಯೇ. ನಾರಿಯರ ಸೌಂದರ್ಯಕ್ಕೆ ಸಂಬಂಧಿಸಿದಂತೆ ಪುರುಷರು ಒಂದು ಮಾತು ಹೇಳುತ್ತಾರೆ, "ಇಪ್ಪತ್ತು ದಾಟಿದರೆ ಸಾಕು; ಹೆಣ್ಣು ಹಣ್ಣಾಗಿಬಿಡುತ್ತಾಳೆ!" ಈ ಮಾತು ಎಲ್ಲ ಮಹಿಳೆಯರಿಗೂ ಸರಿಹೊಂದುವುದಿಲ್ಲ. ಇಪ್ಪತ್ತರ ಮೇಲೆ ಮತ್ತೆ ಇಪ್ಪತ್ತು ವರ್ಷಗಳು ಸರಿದುಹೋದರೂ ಕೆಲವು ಮಹಿಳೆಯರ ಸೌಂದರ್ಯವು ಭಾದ್ರಪದ ಮಾಸದಲ್ಲಿ ತುಂಬಿ ಹರಿಯುವ ನದಿಯಂತೆ ಕಣ್ಣು ಕುಕ್ಕುವಂತಿರುತ್ತದೆ; ಜ್ಯೋತಿಯ ಹಾಗೆ ಪರಿಶುದ್ಧವಾಗಿರುತ್ತದೆ; 'ಮಾಲಿನ್ಯ'ದ ಲವಲೇಶವೂ ಆ ಸೌಂದರ್ಯಕ್ಕೆ ಅಂಟಿಕೊಂಡಿರುವುದಿಲ್ಲ. ನಾನು ಒಬ್ಬಳು ಹೆಣ್ಣಾಗಿದ್ದರೂ ನಾರಿಯರ ಸೌಂದರ್ಯದ ಬಗ್ಗೆ ವಿಶೇಷ ಆಸಕ್ತಿಯನ್ನು ಹೊಂದಿದ್ದೇನೆ. ಇದರ ಬಗ್ಗೆ ಹೆಚ್ಚು ಹೇಳಲು ಹೋದರೆ ನೀವು ನಕ್ಕುಬಿಡುತ್ತೀರಿ!

ಕೇವಲ ರೂಪದಲ್ಲಿ ಮಾತ್ರವಲ್ಲ, ಗುಣದಲ್ಲಿಯೂ ಕಮಲಾ ನನ್ನ ಮನಸ್ಸನ್ನು ಗೆದ್ದುಬಿಟ್ಟಿದ್ದಳು. ಆಕೆಯ ಪ್ರೀತಿ ಮತ್ತು ಸಹಾನುಭೂತಿಯನ್ನು ನಾನು ಅನುದಿನವೂ ಆಸ್ವಾದಿಸಿದ್ದೇನೆ. ಆನಂದ-ವಿನೋದ, ಹಾಡು-ಕುಣಿತ, ಹಾಸ್ಯ-ಲಾಸ್ಯ, ಆಟ-ಓಟ, ಓದು-ಬರಹ ಇತ್ಯಾದಿ ಪ್ರತಿಯೊಂದು ವಿಷಯದಲ್ಲಿಯೂ ಆಕೆ ನನ್ನೊಂದಿಗೆ ಸಮಭಾಗಿಯಾಗಿದ್ದಳು. ಶಾಲೆಯ ಸಭೆ-ಸಮಾರಂಭಗಳು ಕಮಲಾಳ ಪಾಲ್ಗೊಳ್ಳುವಿಕೆಯಿಲ್ಲದೆ ಸಂಪನ್ನವಾಗುವುದು ಸಾಧ್ಯವೇ ಇರಲಿಲ್ಲ. ಶಾಲೆಯಲ್ಲಿ ನಡೆಯುವ ಪ್ರತಿಯೊಂದು ಕಾರ್ಯಕ್ರಮಗಳಲ್ಲಿಯೂ ಆಕೆಯ ಕೊಡುಗೆಯೇ ಸಿಂಹಪಾಲು. ಹುಡುಗಿಯರಿಗೆ ಹಾಡು-ನೃತ್ಯವನ್ನು ಕಲಿಸುವುದರಿಂದ ಹಿಡಿದು ವೇದಿಕೆಯಲ್ಲಿ ಕಾರ್ಯಕ್ರಮ ನಿರ್ವಹಣೆಯವರೆಗೆ ಪ್ರತಿಯೊಂದು ವಿಷಯದಲ್ಲಿಯೂ ಆಕೆ ಸಕ್ರಿಯವಾಗಿ ಪಾಲ್ಗೊಳ್ಳುತ್ತಿದ್ದಳು.

ಒಮ್ಮೆ ಹುಡುಗಿಯರ ಶಾಲೆಯೊಂದರ ಕೋಣೆಯೊಂದನ್ನು ನಿರ್ಮಿಸುವುದಕ್ಕೆ ಬೇಕಾದ ಹಣವನ್ನು ಸಂಗ್ರಹಿಸುವ ಸಲುವಾಗಿ ಒಂದು ವಿಶೇಷ ಸಾಂಸ್ಕೃತಿಕ ಕಾರ್ಯಕ್ರಮವನ್ನು ಆಯೋಜಿಸಲಾಗಿತ್ತು. ಅದು ವಿಶ್ವವಿದ್ಯಾಲಯ ಮಟ್ಟದ ವಿಭಿನ್ನ ಕಾರ್ಯಕ್ರಮ. ನನ್ನ ಪ್ರೀತಿಯ ರಮೇಶಣ್ಣ ಈ ಕಾರ್ಯಕ್ರಮದ ರೂವಾರಿಗಳಲ್ಲಿ ಒಬ್ಬನಾಗಿದ್ದ. ಈ ಉದ್ದೇಶಕ್ಕಾಗಿ ಬೆಥೂನ್, ಡಯೊಸಿಸಾನ್ ಮುಂತಾದ ವಿವಿಧ ಶಾಲೆಗಳ ಕೆಲವು ವಿದ್ಯಾರ್ಥಿ-ವಿದ್ಯಾರ್ಥಿನಿಯರು ಸೇರಿಕೊಂಡು ನವೀನ್ ಸೇನ್‌ರ 'ಕುರುಕ್ಷೇತ್ರ' ಕಾವ್ಯದ ಆಯ್ದ ಭಾಗವನ್ನು ಅಭಿನಯಿಸಲು ಸಿದ್ಧತೆ ನಡೆಸಿಕೊಂಡಿದ್ದರು. ಅದರಲ್ಲಿ ನಾನು 'ಶೈಲಜಾ' ಪಾತ್ರವನ್ನು ನಿರ್ವಹಿಸಿದರೆ, ಕಮಲಾ 'ಜರುತ್ಕಾ' ಪಾತ್ರದ ನಿರ್ವಹಣೆಯಲ್ಲಿ ಮೈಮರೆತಿದ್ದಳು. ನಮ್ಮಿಬ್ಬರ ಅಭಿನಯವನ್ನು ನೋಡಿದ ಪ್ರೇಕ್ಷಕಗಣ ಮಂತ್ರಮುಗ್ಧವಾಗಿತ್ತು. ಶೈಲಜಾ ಹಾಡಬೇಕಿದ್ದ ಎರಡು ಹಾಡುಗಳನ್ನು ಮುಕುಲ್ ದಾದಾ ಬರೆದುಕೊಟ್ಟಿದ್ದರು. ಆ ಹಾಡುಗಳಿಗೆ ಕಮಲಾ ರಾಗಸಂಯೋಜನೆ ಮಾಡಿ, ಯಾವ ರೀತಿ ಹಾಡಬೇಕೆಂದು ನನಗೆ ಕಲಿಸಿಕೊಟ್ಟಿದ್ದಳು. ಅರ್ಜುನನ ಪ್ರೇಮದಿಂದ ವಂಚಿತಳಾಗುವ ಶೈಲಜಾಳ ಅಂತರಂಗದ ವ್ಯಥೆಯನ್ನು ಈ ಹಾಡುಗಳು ವರ್ಣಿಸುತ್ತಿದ್ದವು. ಆ ಹಾಡುಗಳು ಅದೆಷ್ಟು ಪ್ರಭಾವಶಾಲಿಯಾಗಿದ್ದವೆಂದರೆ, ನಾನು ಈಗಲೂ ಆಗಾಗ ಅವುಗಳನ್ನು ಹಾಡುತ್ತ ನನ್ನ ಮನಸ್ಸಿಗೆ ಸಮಾಧಾನ ಹೇಳಿಕೊಳ್ಳುತ್ತಿರುತ್ತೇನೆ.

ಕಮಲಾ ವೈದ್ಯ ಕುಟುಂಬವೊಂದರ ಹುಡುಗಿ. ಕಲ್ಕತ್ತಾದ ಬಾಗ್ ಬಜಾರ್ ಬಡಾವಣೆಯ ಒಂದು ಸಾಮಾನ್ಯ ಎರಡು ಮಹಡಿಯ ಮನೆಯಲ್ಲಿ ಆಕೆ ತನ್ನ ತಾಯಿಯೊಂದಿಗೆ ವಾಸವಾಗಿದ್ದಳು. ಕಮಲಾಳ ತಂದೆಯವರು ಕಾರ್ಯನಿಮಿತ್ತ ಬೇರೆ ಬೇರೆ ಊರುಗಳಿಗೆ ಹೋಗುತ್ತಿದ್ದರು. ಒಂದೆರಡು ತಿಂಗಳಿಗೊಮ್ಮೆ ಕಲ್ಕತ್ತಾಕ್ಕೆ ಬಂದು ಹತ್ತು ಹದಿನೈದು ದಿನ ಮನೆಯಲ್ಲಿ ಉಳಿದುಕೊಳ್ಳುತ್ತಿದ್ದರು. ಕಮಲಾಳಿಗೆ ಒಬ್ಬ ತಮ್ಮನಿದ್ದ. ಆಕೆಗಿಂತ ಆತ ವಯಸ್ಸಿನಲ್ಲಿ ಆರು ವರ್ಷ ಚಿಕ್ಕವನು. ತುಂಬಾ ಚುರುಕಾಗಿದ್ದ.

ಕಮಲಾ ವಾಸಿಸುತ್ತಿದ್ದ ಮನೆ ಸ್ವಂತದ್ದಾಗಿತ್ತು. ಆಕೆಯ ತಂದೆಗೆ ಪ್ರತಿ ತಿಂಗಳೂ ಇನ್ನೂರು ರೂಪಾಯಿ ಸಂಬಳ ಸಿಗುತ್ತಿತ್ತು. ಆ ಹಣದಲ್ಲಿ ಅವರ ಸಂಸಾರ ಸಾಗುತ್ತಿತ್ತು. ಮೂಲಭೂತ ಆವಶ್ಯಕತೆಗಳಿಗೆ ಅವಳಿಗೆ ಯಾವ ರೀತಿಯ ಕೊರತೆಯೂ ಇರಲಿಲ್ಲ.

ನಾನು ಅನೇಕ ಬಾರಿ ಕಮಲಾಳ ಮನೆಗೆ ಹೋಗಿದ್ದೇನೆ. ಆಕೆಯ ತಾಯಿ ಶಾಂತ ಸ್ವಭಾವದವರು ಮತ್ತು ಸ್ನೇಹಶೀಲ ಮಹಿಳೆ. ನಾನು ಅವರ ಮನೆಗೆ ಹೋದಾಗಲೆಲ್ಲ ಅವರು ನನ್ನನ್ನು ಅತ್ಯಂತ ಪ್ರೀತಿಯಿಂದ ಮಾತನಾಡಿಸುತ್ತಿದ್ದರು. ನನಗಾಗಿ ಸ್ವಾದಿಷ್ಟ ತಿಂಡಿ–ತಿನಿಸುಗಳನ್ನು ನೀಡುತ್ತಿದ್ದರು. ಮಾತೃಪ್ರೇಮ ವಂಚಿತೆಯಾಗಿದ್ದ ನಾನು ಕಮಲಾಳ ತಾಯಿಯಲ್ಲಿ ನನ್ನ ಅಮ್ಮನ ಪ್ರೇಮವನ್ನು ಕಾಣುತ್ತಿದ್ದೆ. ಅವರೂ ನನ್ನನ್ನು ತಮ್ಮ ಸ್ವಂತ ಮಗಳಂತೆಯೇ ನೋಡಿಕೊಳ್ಳುತ್ತಿದ್ದರು. ಅವರು ಯಾವಾಗಲೂ ಹೇಳುತ್ತಲೇ ಇದ್ದರು, "ನೀನು ನಮ್ಮ ಕಮಲಾಳ ತಂಗಿ..." ನಿಜ... ಅವರು ನನ್ನನ್ನು ಹಾಗೆಯೇ ಭಾವಿಸಿದ್ದರು. ನಾನು ವಯಸ್ಸಿನಲ್ಲಿ ಕಮಲಾಳಿಗಿಂತ ಒಂದೂವರೆ ವರ್ಷ ಚಿಕ್ಕವಳು.

ಕಾಶಿಯಲ್ಲಿ ಕಮಲಾಳ ತಂದೆಯ ಸ್ನೇಹಿತರೊಬ್ಬರು ವಾಸವಾಗಿದ್ದರು. ಅವರ ಪ್ರಯತ್ನದ ಫಲವಾಗಿ ಕಮಲಾಳ ವಿವಾಹವೂ ನೆರವೇರಿತು. ನನ್ನ ಜೊತೆಯಲ್ಲಿ ಓದುತ್ತಿರುವ ಸಂದರ್ಭದಲ್ಲಿಯೇ ಆಕೆಯ ಮದುವೆ ನಡೆದಿದ್ದು. ಆಕೆಯ ಪತಿ ಕಾಶಿಯಲ್ಲಿಯೇ ಉದ್ಯೋಗ ಮಾಡುತ್ತಿದ್ದ. ಆತನ ತಂದೆ–ತಾಯಿಯೂ ಅಲ್ಲಿಯೇ ನೆಲೆಸಿದ್ದರು. ಶಾಲೆಗೆ ದೀರ್ಘ ರಜೆಯಿದ್ದ ಸಮಯದಲ್ಲಿ ಕಮಲಾ ಕಾಶಿಯಲ್ಲಿದ್ದ ತನ್ನ ಗಂಡನ ಮನೆಗೆ ಹೋಗುತ್ತಿದ್ದಳು. ಆಕೆಯ ಪತಿಯು ಆಕೆಗೆ ಬರೆಯುತ್ತಿದ್ದ ಪತ್ರಗಳನ್ನೆಲ್ಲಾ ಅವಳು ನನಗೆ ತೋರಿಸುತ್ತಿದ್ದಳು; ನಾನು ಅವುಗಳನ್ನು ಕುತೂಹಲದಿಂದ ಓದುತ್ತಿದ್ದೆ. ಅಂತಹ ಸಂದರ್ಭದಲ್ಲಿ ನಾವಿಬ್ಬರೇ ಪ್ರತ್ಯೇಕವಾಗಿ ಕುಳಿತುಕೊಂಡು ಆ ಪತ್ರದಲ್ಲಿನ ಬರವಣಿಗೆಯ ಅರ್ಥವಿಶ್ಲೇಷಣೆ ಮಾಡುತ್ತಿದ್ದೆವು.

ನಮ್ಮಿಬ್ಬರ ನಡುವಣ ಸ್ನೇಹವನ್ನು, ಆತ್ಮೀಯತೆಯನ್ನು ಕಂಡು ಇತರ ಸಹಪಾಠಿ ಸ್ನೇಹಿತರು ತಮಾಷೆ ಮಾಡುತ್ತಿದ್ದರು. ನನಗೆ ಇನ್ನೂ ಇಬ್ಬರು ಮೂವರು ವಿವಾಹಿತ ಸಹಪಾಠಿ ಸ್ನೇಹಿತೆಯರಿದ್ದರು. ಅವರ ಪತಿಪ್ರೇಮ, ಪತ್ರವ್ಯವಹಾರ ಮುಂತಾದವುಗಳು ನನಗೆ ಚೆನ್ನಾಗಿ ತಿಳಿದಿತ್ತು. ಅವರ ಗಂಡಂದಿರು ಬರೆದ ಬಹುತೇಕ ಎಲ್ಲಾ ಪ್ರೇಮಪತ್ರಗಳನ್ನು ನಾನು ಓದಿದ್ದೇನೆ; ಪುಳಕಿತಗೊಂಡಿದ್ದೇನೆ. ಪ್ರಥಮ ಪ್ರೇಮ ಸಂಭಾಷಣೆ, ಮೊದಲ ಭೇಟಿಯ ಅನುಭವ, ಪ್ರೇಮ ನಿವೇದನೆ, ಪುರುಷರ ಪ್ರಣಯಾಲಾಪ, ಹುಡುಗಿಯರೊಂದಿಗೆ ಅಥವಾ ಪತ್ನಿಯೊಂದಿಗೆ ಅವರ ವರ್ತನೆ ಇತ್ಯಾದಿ ವಿಷಯಗಳ ಬಗ್ಗೆ ನಮ್ಮೊಳಗೆ ಪ್ರತಿ ದಿನವೂ ವಿವಿಧ ರೀತಿಯ ಚರ್ಚೆಗಳು ನಡೆಯುತ್ತಿದ್ದವು. ವಿಶೇಷವೆಂದರೆ, ಇವುಗಳೇ ನಾನು ಬರೆಯುತ್ತಿದ್ದ ಕಥೆ–ಕವನಗಳಿಗೆ ಮೂಲವಸ್ತುವಾಗುತ್ತಿದ್ದವು. ಬಹುಶಃ ಆ ಕಾರಣಕ್ಕಾಗಿಯೇ ಮುಕುಲ್ ದಾದಾ, 'ಮಾನು, ನಿನ್ನ ಕಥೆಗಳು ಹಾಗೂ ಕವಿತೆಗಳಲ್ಲಿ ವಾಸ್ತವಿಕತೆ ಹಾಸುಹೊಕ್ಕಾಗಿರುತ್ತದೆ' ಎಂದು ಹೇಳುತ್ತಿದ್ದಿರಬಹುದು.

ಪ್ರಾಯಶಃ ಎಂಟು ಒಂಬತ್ತು ತಿಂಗಳುಗಳು ಕಳೆದಿರಬಹುದು ಅಷ್ಟೆ... ಕಮಲಾ ಮತ್ತು ಆಕೆಯ ಪತಿಯ ನಡುವೆ ವಿವಾಹ ವಿಚ್ಛೇದನ ನಡೆದುಹೋಗಿತ್ತು! ಇದರ ಹಿಂದಿದ್ದ ಕಾರಣ ಮಾತ್ರ ಭಯಾನಕವಾದುದು. "ಕಮಲಾಳ ತಂದೆ-ತಾಯಿ ವಿವಾಹಿತ ಪತಿ-ಪತ್ನಿಯರಲ್ಲ; ಕಮಲಾಳ ತಾಯಿ, ಅವಳ (ಕಮಲಾಳ) ತಂದೆಯು ಇಟ್ಟುಕೊಂಡವಳು" ಎಂದು ಯಾರೋ ಕಮಲಾಳ ಗಂಡನ ತಂದೆಗೆ ಹೇಳಿದ್ದರು. ಆದ್ದರಿಂದ ನಡತೆ ಸರಿ ಇಲ್ಲದವಳ, ಅಕ್ರಮ ಸಂಬಂಧವನ್ನು ಇಟ್ಟುಕೊಂಡವಳ ಮಗಳನ್ನು ತಮ್ಮ ಸೊಸೆಯೆಂದು ಒಪ್ಪಿಕೊಳ್ಳುವುದಕ್ಕೆ ಅವರು ಸಿದ್ಧರಿರಲಿಲ್ಲ. ಹಾಗಾಗಿ ಅವರು ಪತ್ರದ ಮೂಲಕ ಕಮಲಾಳ ತಂದೆ-ತಾಯಿಗೆ ಬರೆದು ಕಳಿಸಿದ್ದರು, "ಕಮಲಾಳನ್ನು ಇನ್ನು ಮುಂದೆ ಸೊಸೆಯೆಂದು ಒಪ್ಪಿಕೊಳ್ಳುವುದಕ್ಕೆ ನಾನು ಸಿದ್ಧನಿಲ್ಲ. ನಾನು ನನ್ನ ಮಗನಿಗೆ ಎರಡನೆಯ ವಿವಾಹ ಮಾಡುತ್ತೇನೆ. ಒಂದು ವೇಳೆ ನಮ್ಮಿಂದ ಯಾವ ರೀತಿಯ ಪರಿಹಾರವನ್ನು ಕೋರಿ ನೀವು ನ್ಯಾಯಾಲಯದಲ್ಲಿ ದಾವೆ ಹೂಡಿದರೆ, ನಿಮ್ಮ ಅಕ್ರಮ ಸಂಬಂಧದ ಕಥೆಯನ್ನು ಊರಿಗೆಲ್ಲಾ ಸಾರುತ್ತೇನೆ; ನಿಮ್ಮ ಮರ್ಯಾದೆಯನ್ನು ಹರಾಜುಹಾಕುತ್ತೇನೆ. ಅಷ್ಟೇ ಅಲ್ಲ, ಸತ್ಯವನ್ನು ಮುಚ್ಚಿಟ್ಟು ನನ್ನ ಮಗನಿಗೆ ನೀವು ಮಗಳನ್ನು ಗಂಟುಹಾಕಿದ್ದೀರಿ ಎಂದು ನಾನು ಇನ್ನೊಂದು ಮೊಕದ್ದಮೆ ಹೂಡುತ್ತೇನೆ. ಆಗ ನಿಮ್ಮ ಮಾನ-ಮರ್ಯಾದೆ ಬೀದಿಗೆ ಬರುತ್ತದೆ. ಎಚ್ಚರ..."

ಇದೇ ವಿಷಯಕ್ಕೆ ಸಂಬಂಧಿಸಿದಂತೆ ಕಮಲಾಳ ಗಂಡನೂ ಆಕೆಗೆ ಕೆಲವು ಪತ್ರಗಳನ್ನು ಬರೆದಿದ್ದ. ಅವುಗಳನ್ನು ಓದಿದ ನನಗೆ ತುಂಬಾ ಬೇಸರವಾಗಿತ್ತು. ನನಗೆ ಮಾತ್ರವಲ್ಲ, ಯಾರಿಗೇ ಆದರೂ ದುಃಖ ಉಂಟಾಗುವುದು ಸಹಜ. ಆತ ಕಮಲಾಳನ್ನು ತುಂಬಾ ಪ್ರೀತಿಸುತ್ತಿದ್ದ. ಅದೇ ರೀತಿಯಲ್ಲಿ ಕಮಲಾ ಪತಿಯನ್ನು ತುಂಬಾ ಆದರಿಸುತ್ತಿದ್ದಳು; ಅನುರಕ್ತಳಾಗಿದ್ದಳು. ಆದರೆ ಯಾವುದೋ ವ್ಯಕ್ತಿ ತಿಳಿಸಿದ ಮಾಹಿತಿಯನ್ನು ಆಧರಿಸಿ, ಸತ್ಯಸಂಗತಿಯನ್ನು ತಿಳಿದುಕೊಳ್ಳುವ ಪ್ರಯತ್ನವನ್ನೇ ಮಾಡದೆ, ಪತ್ನಿಗೆ ವಿಚ್ಛೇದನ ನೀಡುವುದಕ್ಕೆ ಮುಂದಾಗಿದ್ದ ಆ ವ್ಯಕ್ತಿಯ ಬಗ್ಗೆ ನನಗೂ ಕೋಪ ಉಂಟಾಗಿತ್ತು. ಹಾಗಿದ್ದಾಗ್ಯೂ, ನಾನು ಆ ಸಮಯದಲ್ಲಿ ಏನು ಮಾಡುವುದು ಸಾಧ್ಯವಿತ್ತು? ನಾನೊಬ್ಬಳು ಅಸಹಾಯಕಿಯಾಗಿದ್ದೆ.

ಕಮಲಾಳ ಪತಿ ಆಕೆಗೆ ಬರೆದ ಒಂದು ಪತ್ರದ ಸಾರಾಂಶ ಹೀಗಿತ್ತು- "ಏನು ಮಾಡುವುದು! ಈ ವಿಷಯದಲ್ಲಿ ನಿನ್ನದೇನೂ ತಪ್ಪಿಲ್ಲ ಎನ್ನುವುದು ನನಗೆ ಚೆನ್ನಾಗಿ ಗೊತ್ತು. ಆದರೆ ನಾನು ನನ್ನ ತಂದೆಗೆ ಅವಿಧೇಯನಾಗಿ ನಡೆದುಕೊಳ್ಳುವುದು ಸಾಧ್ಯವಿಲ್ಲ. ದಯವಿಟ್ಟು ನನ್ನನ್ನು ಕ್ಷಮಿಸು ಕಮಲಾ. ಅಗ್ನಿಸಾಕ್ಷಿಯಾಗಿ ನಿನ್ನನ್ನು ಪತ್ನಿಯ ರೂಪದಲ್ಲಿ ಸ್ವೀಕರಿಸಿದ್ದೆ. ಆದರೆ ಈಗ ಪರಿತ್ಯಾಗ ಮಾಡಲೇಬೇಕಾದ ಸ್ಥಿತಿಯಲ್ಲಿ ನಾನಿದ್ದೇನೆ. ಅಗ್ನಿಪರೀಕ್ಷೆ ನಡೆಸಿದ ನಂತರವೂ ಶ್ರೀರಾಮಚಂದ್ರನು ತನ್ನ ಪತ್ನಿ ಸೀತೆಯೊಂದಿಗೆ ಜೀವನ ಸಾಗಿಸುವುದು ಸಾಧ್ಯವಾಗಲಿಲ್ಲ ಎನ್ನುವುದು ನಿನಗೆ ಗೊತ್ತಿಲ್ಲದ ವಿಷಯವೇನೂ ಅಲ್ಲ. ಸೀತೆಯಂತಹ ಮಹಾಪತಿವ್ರತೆಯನ್ನೂ

ಶ್ರೀರಾಮನು ಪರಿತ್ಯಜಿಸಬೇಕಾಯಿತು. ನಿನಗೆ ನಾನು ಈಗ ವಿದಾಯ ಹೇಳುತ್ತಿದ್ದೇನೆ. ನಾನು ನಿನ್ನನ್ನು ಸದಾ ಪ್ರೀತಿಸುತ್ತೇನೆ; ಆದರೆ ಪತ್ನಿಯ ರೂಪದಲ್ಲಿ ಅಲ್ಲ. ನಿನ್ನಲ್ಲಿ ಕ್ಷಮೆ ಯಾಚಿಸುವೆ."

ಆತ ಬರೆದಿದ್ದ ಪತ್ರಕ್ಕೆ ನಾನೇ ಕಮಲಾಳಿಗೆ ಉತ್ತರ ಬರೆದುಕೊಟ್ಟೆ. ಏಕೆಂದರೆ ಗಂಡನ ಪತ್ರಕ್ಕೆ ಉತ್ತರ ಬರೆಯುವುದು ಆಕೆಗೆ ಇಷ್ಟವಿರಲಿಲ್ಲ. ಆಕೆಯ ಮನಸ್ಸಿಗೆ ಭಾರೀ ಆಘಾತವುಂಟಾಗಿತ್ತು. ತನಗೆ ಈ ಪ್ರಪಂಚವೇ ಬೇಡ; ಆತ್ಮಹತ್ಯೆ ಮಾಡಿಕೊಳ್ಳುವುದೊಂದೇ ತನ್ನ ಮುಂದಿರುವ ಏಕೈಕ ದಾರಿ ಎಂದು ಆಕೆಗೆ ಅನ್ನಿಸಿತ್ತು. ಆಕೆಯ ಮನಸ್ಸಿನ ಸ್ಥಿತಿ ನನಗೆ ಸಂಪೂರ್ಣ ಅರ್ಥವಾಗಿತ್ತು. ನಾನು ಆಕೆಯನ್ನು ಸಮಾಧಾನಿಸಿದೆ. ನನ್ನ ಸಲಹೆ ಮತ್ತು ಒತ್ತಾಯದ ಮೇರೆಗೆ ಕಮಲಾ ಅಂತಿಮವಾಗಿ ಗಂಡನ ಪತ್ರಕ್ಕೆ ಉತ್ತರಿಸಲು ಒಪ್ಪಿಕೊಂಡಳು. ಆಕೆ ಬರೆದಿದ್ದ ಉತ್ತರದ ಸಾರಾಂಶ ಹೀಗಿತ್ತು, "ನೀವು ಯಾವ ನಿರ್ಧಾರವನ್ನು ತೆಗೆದುಕೊಂಡಿದ್ದೀರೋ ಅದು ದೃಢವಾಗಿರಲಿ. ನಿಮ್ಮ ಪಿತೃಭಕ್ತಿ ಎಂತಹ ಪರಿಸ್ಥಿತಿಯಲ್ಲಿಯೂ ವಿಚಲಿತವಾಗದಿರಲಿ. ನೀವು ಭಾರತದ ಆದರ್ಶ, ಪೌರಾಣಿಕ ಮಹತ್ವವನ್ನು ನೆನಪಿಸುತ್ತ ನೀಡಿದ ಉದಾಹರಣೆ ಮಾರ್ಮಿಕವಾಗಿದೆ. ಆದರೆ ರಾಮಾಯಣ ಹಾಗೂ ಮಹಾಭಾರತದಲ್ಲಿ ಅಂತಿಮವಾಗಿ ಏನಾಯಿತು ಎನ್ನುವುದು ನಿಮ್ಮ ಕಣ್ಣಿಗೆ ಬಿದ್ದಂತೆ ಕಾಣಿಸುತ್ತಿಲ್ಲ. ಪರಶುರಾಮನ ಪ್ರಾಯಶ್ಚಿತ್ತ, ಭೀಷ್ಮನ ಶರಶಯ್ಯೆ, ಶ್ರೀರಾಮಚಂದ್ರನ ವಿಲಾಪ ಮುಂತಾದವುಗಳನ್ನು ನೀವು ಮರೆತುಬಿಟ್ಟಿದ್ದೀರಿ. ಪಿತೃವಾಕ್ಯ ಪರಿಪಾಲನೆಗಾಗಿ ಮಾತೆಯ ಕುತ್ತಿಗೆಯನ್ನು ಕತ್ತರಿಸಿದ ಪರುಶುರಾಮ ದೀರ್ಘಕಾಲ ತೀರ್ಥಯಾತ್ರೆ ಮಾಡಬೇಕಾಯಿತು; ಪಿತೃಭಕ್ತಿಯು ಆತನನ್ನು ರಕ್ಷಣೆ ಮಾಡಲಿಲ್ಲ. ಪಿತೃಪ್ರೇಮದ ಕಾರಣದಿಂದಾಗಿ ಮಾಡಿದ ತನ್ನ ಭೀಷಣ ಪ್ರತಿಜ್ಞೆಯನ್ನು ಪಾಲಿಸುತ್ತ, ಬ್ರಹ್ಮಚಾರಿಯಾಗಿಯೇ ಉಳಿದ ಮಹಾಪರಾಕ್ರಮಿ ಭೀಷ್ಮನು ಶಿಖಂಡಿಯ ಮುಂದೆ ಶಸ್ತ್ರತ್ಯಾಗ ಮಾಡುವಂತಾಯಿತು; ಆತನಲ್ಲಿದ್ದ ಪಿತೃಭಕ್ತಿಯು ಆತನನ್ನು ಕಾಪಾಡುವುದು ಸಾಧ್ಯವಾಗಲಿಲ್ಲ. ಶ್ರೀರಾಮಚಂದ್ರನೂ ತನ್ನ ಬದುಕಿನಲ್ಲಿ ಅನುಭವಿಸಿದ ವೇದನೆ ಅಷ್ಟಿಷ್ಟಲ್ಲ. ಈ ಜಗತ್ತಿನಲ್ಲಿ ಪ್ರತಿಯೊಂದು ಕರ್ಮಕ್ಕೂ ಅದರದ್ದೇ ಆದ ಪ್ರತಿಫಲ ಇದ್ದೇ ಇರುತ್ತದೆ.

"ಎಲ್ಲರ ಯೋಚನಾ ವಿಧಾನವೂ ಒಂದೇ ರೀತಿ ಇರುವುದಿಲ್ಲ. ನಿಮ್ಮ ದೃಷ್ಟಿಯಲ್ಲಿ ನೀವು ಮಾಡಿದ್ದು ಸರಿಯೇ ಇರಬಹುದು. ನಿಮಗೆ ಉಪದೇಶ, ಸಲಹೆ ನೀಡುವುದು ನನ್ನ ಕರ್ತವ್ಯವೂ ಅಲ್ಲ. ನಾನು ಬರೆದ ಸಾಲುಗಳು ನಿಮಗೆ ಇಷ್ಟವಾಗದೆ ಇರಬಹುದು. ಸಾಧ್ಯವಾದರೆ ನನ್ನನ್ನು ಕ್ಷಮಿಸಿ. ನನ್ನನ್ನು ಪರಿತ್ಯಾಗ ಮಾಡಿದರೂ ಜೀವನ ಪರ್ಯಂತ ಪ್ರೀತಿಸುವುದಾಗಿ ಹೇಳಿದ್ದೀರಿ. ಅದು ನಿಮ್ಮ ದೊಡ್ಡತನ. ಆದರೆ ನಾನು ನಿಮ್ಮಷ್ಟು ದೊಡ್ಡ ಮನುಷ್ಯಳಲ್ಲ. ನಾನೊಬ್ಬಳು ಸಾಮಾನ್ಯ ಹೆಣ್ಣು ಮಾತ್ರ. ಹರಿಯುವ ನೀರಿನ ಮೇಲೆ ತೇಲಿಕೊಂಡು ಹೋಗಿಬಿಡುತ್ತೇನೆ... ಆದರೆ ಎಲ್ಲಿಗೆ ಎನ್ನುವುದು ತಿಳಿದಿಲ್ಲ."

ಕಮಲಾ ಬರೆದ ಈ ಪತ್ರಕ್ಕೂ ಆಕೆಯ ಪತಿಮಹಾಶಯನಿಂದ ಉತ್ತರ ಬಂದಿತು. ಅದರಲ್ಲಿ ಆತ, "ಕಮಲಾ, ನನ್ನಿಂದ ಅಪರಾಧವಾಗಿದೆ. ಪ್ರಾಯಶ್ಚಿತ್ತ ಮಾಡಿಕೊಳ್ಳುವ

ಸಲುವಾಗಿ ತಲೆ ಬೋಳಿಸಿಕೊಳ್ಳುತ್ತೇನೆ. ನಾನು ಮೋಸಗಾರನಲ್ಲ. ಆದರೆ ಪರಿಸ್ಥಿತಿಯ ಕೈಗೊಂಬೆ. ದಯವಿಟ್ಟು ನನ್ನನ್ನು ನಂಬು..." ಎಂದು ಬರೆದಿದ್ದ.

ಆ ಪತ್ರವನ್ನು ಓದಿದಾಗ, 'ಕಮಲಾಳ ಪತಿಗೆ ಹೃದಯವಿದೆ' ಎನ್ನುವುದು ನನಗೆ ಅರ್ಥವಾಗಿತ್ತು. ಆತ ನಿಜಕ್ಕೂ ಒಳ್ಳೆಯವನೇ. ಆದರೆ ಪರಿಸ್ಥಿತಿಯ ದಾಸ. ಸಮಾಜದ ಕಟ್ಟುಪಾಡುಗಳಿಂದ ಇಂತಹ ಅದೆಷ್ಟು ಮನಸ್ಸುಗಳು ಆಘಾತವನ್ನು ಅನುಭವಿಸುತ್ತಿವೆಯೋ ಏನೋ! ಸಾಮಾಜಿಕ ವ್ಯವಸ್ಥೆಯಿಂದ, ಅದು ವಿಧಿಸುವ ನಿಬಂಧನೆಗಳಿಂದ ಹೊರಬರುವುದು ಸಾಮಾನ್ಯ ಮನುಷ್ಯನಿಗೆ ಸುಲಭದ ಕೆಲಸವಲ್ಲ.

ಕಮಲಾಳ ತಾಯಿಯ ಮೇಲೆ ಹೊರಿಸಲಾಗಿದ್ದ ಕಳಂಕ ಎಷ್ಟರ ಮಟ್ಟಿಗೆ ಸತ್ಯ ಎನ್ನುವುದರ ಬಗ್ಗೆ ನಾನು ಹೆಚ್ಚು ಕುತೂಹಲಿಯಾಗಿರಲಿಲ್ಲ; ಅದು ನನಗೆ ಅವಶ್ಯಕವೂ ಆಗಿರಲಿಲ್ಲ. ಕಮಲದ ಹೂವು ಹುಟ್ಟುವುದೇ ಕೆಸರಿನಲ್ಲಿ. ಆದರೆ ಸೂರ್ಯನು ಯಾವತ್ತೂ ಅದರ ಬೇರನ್ನು, ಮೂಲವನ್ನು ಹುಡುಕುವ ಪ್ರಯತ್ನ ಮಾಡುವುದಿಲ್ಲ. ನೀರಿನ ಮೇಲ್ಭಾಗದಲ್ಲಿರುವ ಹೂವಿನ ಪಕಳೆಗಳು ಅರಳುವುದನ್ನು ಮತ್ತು ದುಂಬಿಗಳು ಅದರ ಮೇಲೆ ಕುಳಿತು ಮಕರಂದ ಹೀರುವುದನ್ನು ನೋಡಿ ಸೂರ್ಯ ಸಂತೋಷಪಡುತ್ತಾನೆ.

ಕಮಲಾ ನಮ್ಮ ಮನೆಗೆ ಆಗಾಗ ಬರುತ್ತಿದ್ದಳು. ನನ್ನ ತಂದೆಯವರೂ ಆಕೆಯನ್ನು ಇಷ್ಟಪಡುತ್ತಿದ್ದರು. ಮುಕುಲ್ ದಾದಾ, ನಾನು, ಕಮಲಾ ಹಾಗೂ ರಮೇಶಣ್ಣ ಒಟ್ಟಿಗೆ ಸುತ್ತಾಡುವುದಕ್ಕೆ ಹೋಗುತ್ತಿದ್ದೆವು. ಕಮಲಾಳ ಮನೆಯಲ್ಲಿ ಒಮ್ಮೊಮ್ಮೆ ನಮಗಾಗಿ ಚಹಾಕೂಟ ಏರ್ಪಡಿಸಲಾಗುತ್ತಿತ್ತು. ಕಮಲಾಳ ತಾಯಿ ಶ್ರೀಮಂತ ಮಹಿಳೆ ಅಲ್ಲದೆ ಇದ್ದರೂ ನಮ್ಮೆಲ್ಲರಿಗೆ ಆತಿಥ್ಯ ನೀಡುವುದರಲ್ಲಿ ಯಾವ ಕೊರತೆಯನ್ನು ಮಾಡುತ್ತಿರಲಿಲ್ಲ. ವಿಶೇಷವೆಂದರೆ ಅವರೇ ಸ್ವತಃ ವಿಶೇಷ ಅಡುಗೆಗಳನ್ನು ತಯಾರಿಸಿ ನಮಗೆಲ್ಲಾ ಬಡಿಸುತ್ತಿದ್ದರು.

ನಾನು ಈ ರೀತಿಯಲ್ಲಿ ಇವರೆಲ್ಲರ ಜೊತೆಯಲ್ಲಿ ಸೇರಿಕೊಂಡು ಸುತ್ತಾಡುವುದಕ್ಕೆ ಹೋಗುವುದು, ಚಹಾಕೂಟದಲ್ಲಿ ಪಾಲ್ಗೊಳ್ಳುವುದು ಮುಂತಾದವುಗಳ ಬಗ್ಗೆ ನನ್ನ ತಂದೆಯವರು ಆಕ್ಷೇಪವನ್ನು ವ್ಯಕ್ತಪಡಿಸುತ್ತಿರಲಿಲ್ಲ. ಜನರೊಂದಿಗೆ ನಾನು ಆತ್ಮೀಯತೆಯಿಂದ ಬೆರೆಯುವುದನ್ನು ಅವರು ಬಾಲ್ಯದಿಂದಲೂ ಪ್ರೋತ್ಸಾಹಿಸುತ್ತಿದ್ದರು. ನಮ್ಮ ಮನೆಗೆ ಸಮೀಪದಲ್ಲಿಯೇ ಒಂದು ಖಾಲಿ ಜಾಗವಿತ್ತು. ನಾನು ನಮ್ಮ ತಂದೆಯವರಿಗೆ ಹೇಳಿ ಅಲ್ಲೊಂದು ಟೆನ್ನಿಸ್ ಅಂಗಣವನ್ನು ಸಿದ್ಧಪಡಿಸಿಕೊಂಡಿದ್ದೆ. ನಂದಣ್ಣನಿಗೂ ಆಟೋಟಗಳಲ್ಲಿ ತುಂಬಾ ಆಸಕ್ತಿಯಿತ್ತು. ರಮೇಶಣ್ಣ, ಮುಕುಲ್ ದಾದಾ, ನಂದಲಾಲ್, ನಾನು, ಕಮಲಾ ಮತ್ತು ಇನ್ನಿತರ ಕೆಲವು ಸ್ನೇಹಿತರು ಸೇರಿಕೊಂಡು ಆ ಅಂಗಣದಲ್ಲಿ ಟೆನ್ನಿಸ್ ಆಡುತ್ತಿದ್ದೆವು. ಮುಕುಲ್ ದಾದಾಗೆ ಆಟದಲ್ಲಿ ಆಸಕ್ತಿಯೇ ಇರಲಿಲ್ಲ. ನಾನೇ ಒತ್ತಾಯಪೂರ್ವಕವಾಗಿ ಅವರನ್ನು ಟೆನ್ನಿಸ್ ಅಂಗಣಕ್ಕೆ ಕರೆತರುತ್ತಿದ್ದೆ; ಅವರಿಗೆ ಟೆನ್ನಿಸ್ ಆಡುವುದನ್ನು ಕಲಿಸಿಕೊಡುತ್ತಿದ್ದೆ. ಆದರೆ ಕಮಲಾ ಟೆನ್ನಿಸ್ ಆಡುವುದರಲ್ಲಿ ನಿಪುಣೆ. ಆಕೆ ನನಗೆ ಪ್ರಬಲ ಪ್ರತಿಸ್ಪರ್ಧಿಯಾಗಿದ್ದಳು

ಎಂದರೆ ಅತಿಶಯೋಕ್ತಿಯೇನೂ ಆಗಲಾರದು. ರಮೇಶಣ್ಣ ಮತ್ತು ಮುಕುಲ್ ದಾದಾ ಕೆಲವೊಮ್ಮೆ ನನ್ನ ಜೊತೆಗೂಡಿ, ಮತ್ತೆ ಕೆಲವೊಮ್ಮೆ ಕಮಲಾಳ ಜೊತೆಗೂಡಿ ಆಡುತ್ತಿದ್ದರು.

ಚಿಕ್ಕಮ್ಮ ನಮ್ಮ ಸಂಸಾರವನ್ನು ಪ್ರವೇಶಿಸುವ ಸಮಯದಲ್ಲಿ ನನ್ನ ತಂದೆಯವರು ತಮ್ಮ ಮಾವ(ಚಿಕ್ಕಮ್ಮನ ತಂದೆ)ನ ಮನೆಯಿಂದ ಒಬ್ಬಳು ಸಹಾಯಕಿಯನ್ನು ಕರೆದುಕೊಂಡು ಬಂದಿದ್ದರು. ಆಕೆಯ ಹೆಸರು ಹರಿಮತಿ. ಆಕೆ ಮನೆಯ ಕೆಲಸವನ್ನೇನೂ ಮಾಡಬೇಕಾಗಿರಲಿಲ್ಲ. ಆಕೆ ನನ್ನ ಚಿಕ್ಕಮ್ಮನ 'ಪ್ರೈವೇಟ್ ಸೆಕ್ರೆಟರಿ' (ಖಾಸಗಿ ಕಾರ್ಯದರ್ಶಿ) ಎಂದೇ ಹೇಳಬಹುದಾಗಿತ್ತು. ಆಕೆಯ ವಯಸ್ಸು 45-46 ವರ್ಷಗಳಿರಬಹುದು. ಆಕೆ ಗಾಜಿನ ಬಳೆಗಳನ್ನು ಹಾಕಿಕೊಳ್ಳುತ್ತಿರಲಿಲ್ಲ ಮತ್ತು ಹಣೆಗೆ ಕುಂಕುಮವನ್ನು ಇಟ್ಟುಕೊಳ್ಳುತ್ತಿರಲಿಲ್ಲ. ಬಣ್ಣಬಣ್ಣದ ಸೀರೆಗಳನ್ನು ಉಡುತ್ತಿರಲಿಲ್ಲ. ಹಾಗಾಗಿ ಆಕೆ ವಿಧವೆ ಎಂದುಕೊಂಡಿದ್ದೇನೆ. ಕುತ್ತಿಗೆಯಲ್ಲಿ ಚಿನ್ನದ ಸರ ಮತ್ತು ಕೈಗಳಿಗೆ ನಾಲ್ಕು ಚಿನ್ನದ ಬಳೆಗಳನ್ನು ಆಕೆ ಹಾಕಿಕೊಂಡಿರುತ್ತಿದ್ದರು. ಪ್ರತಿ ಏಕಾದಶಿಯ ದಿನ ಆಕೆ ಉಪವಾಸವನ್ನು ಮಾಡುತ್ತಿದ್ದರು. ಆ ದಿನ ತುಳಸಿನೀರನ್ನು ಹೊರತುಪಡಿಸಿ ಬೇರೆ ಏನನ್ನೂ ಸೇವಿಸುತ್ತಿರಲಿಲ್ಲ. ದಿನದ ಇಪ್ಪತ್ನಾಲ್ಕು ಗಂಟೆಯ ಕಾಲವೂ ತಂಬಾಕು, ಎಲೆ, ಅಡಿಕೆ ಜಗಿಯುತ್ತಲೇ ಇರುತ್ತಿದ್ದರು. ಮನೆಯ ಕೆಲಸಗಾರರ ಮೇಲೆ ಹಿಡಿತ ಸಾಧಿಸಿದ್ದರು. ಅವರೊಂದಿಗೆ ಸ್ವಲ್ಪ ಒರಟಾಗಿಯೇ ಮಾತನಾಡುತ್ತಿದ್ದರು.

ಮನೆಗೆ ಬಂದ ಕೆಲವೇ ದಿನಗಳಲ್ಲಿ ಮನೆಯ ಒಂದು ಮೂಲೆಯಲ್ಲಿ ತಮಗಾಗಿ ಪ್ರತ್ಯೇಕ ಕೋಣೆಯ ವ್ಯವಸ್ಥೆ ಮಾಡಿಕೊಂಡಿದ್ದರು ಹರಿಮತಿ. ಆ ಕೋಣೆಗೆ ಅವರು ಬೀಗಹಾಕಿಕೊಂಡಿದ್ದರು ಮತ್ತು ಅದರ ಕೀಲಿಕೈಯನ್ನು ತಾವೇ ಇಟ್ಟುಕೊಂಡಿದ್ದರು. ಹಾಗಾಗಿ ಮನೆಯ ಇತರ ಸದಸ್ಯರು ಅದನ್ನು ಉಪಯೋಗಿಸುವುದು ಸಾಧ್ಯವಿರಲಿಲ್ಲ. ಮಧ್ಯಾಹ್ನದ ಸಮಯದಲ್ಲಿ ಅವರು ಅದೇ ಕೋಣೆಯಲ್ಲಿ ಸ್ವಲ್ಪ ಹೊತ್ತು ವಿಶ್ರಾಂತಿ ಪಡೆಯುತ್ತಿದ್ದರು. ತಮಗೆ ಕೆಲಸವಿಲ್ಲದ ಸಮಯದಲ್ಲಿ ಇತರರ ಕೆಲಸಗಳಲ್ಲಿ ಮೂಗು ತೂರಿಸುವುದಕ್ಕೆ ಮುಂದಾಗುತ್ತಿದ್ದರು; ಎಲ್ಲರಿಗೂ ಉಚಿತ ಸಲಹೆಗಳನ್ನು ನೀಡುತ್ತಿದ್ದರು. ಬಹುಸಮಯವನ್ನು ಕಾಡುಹರಟೆಯಲ್ಲಿಯೇ ಕಳೆಯುತ್ತಿದ್ದರು.

ನನ್ನ ಚಲನವಲನಗಳ ಬಗ್ಗೆ ಹರಿಮತಿ ಸದಾ ತಮ್ಮ ಗಮನವನ್ನು ಇಟ್ಟಿದ್ದರು. ನನ್ನ ಮಾತು, ವರ್ತನೆ, ಜೋರಾದ ನಗು ಮುಂತಾದವುಗಳು ಆಕೆಗೆ ಇಷ್ಟವಾಗುತ್ತಿರಲಿಲ್ಲ. ಎಲ್ಲಕ್ಕಿಂತ ಮೊದಲಿಗೆ ಅವರು ಚಿಕ್ಕಮ್ಮನ ಬಳಿಯಲ್ಲಿ ನನ್ನ ವಿರುದ್ಧ ಮಾತನಾಡತೊಡಗಿದರು; ನನ್ನನ್ನು ಹದ್ದುಬಸ್ತಿನಲ್ಲಿ ಇಟ್ಟುಕೊಳ್ಳುವಂತೆ ಚಿಕ್ಕಮ್ಮನಿಗೆ ಸೂಚಿಸಿದರು. ಆದರೆ ಚಿಕ್ಕಮ್ಮ ವಯಸ್ಸಿನಲ್ಲಿ ನನಗಿಂತ ಕೇವಲ ಎರಡು ಅಥವಾ ಮೂರು ವರ್ಷ ದೊಡ್ಡವರಾಗಿದ್ದರು. 'ಮಲತಾಯಿ'ಯ ರೀತಿಯಲ್ಲಿ ಗಾಂಭೀರ್ಯವನ್ನು ಪ್ರದರ್ಶಿಸುವುದು, ನನ್ನ ಮೇಲೆ ದರ್ಪವನ್ನು ತೋರುವುದು, ಅಧಿಕಾರ ಚಲಾಯಿಸುವುದು ಅವರಿಂದ ಸಾಧ್ಯವಾಗುತ್ತಿರಲಿಲ್ಲ. ಅಷ್ಟೇ ಅಲ್ಲ, ಅವರು ಮೃದುಭಾಷಿಯಾಗಿದ್ದರು ಮತ್ತು ಸದಾ ಕೋಪಿಸಿಕೊಳ್ಳುವುದು ಅವರ

ಸ್ವಭಾವವಾಗಿರಲಿಲ್ಲ. ಅವರು ಹರಿಮತಿಯ ಮಾತುಗಳಿಗೆ ಕಿವಿಗೊಟ್ಟು ನನ್ನನ್ನು ಗದರುತ್ತಿರಲಿಲ್ಲ; ತಮ್ಮ ಪಾಡಿಗೆ ತಾವಿರುತ್ತಿದ್ದರು. ನನ್ನ ಮೇಲಿನ ಷಡ್ಯಂತ್ರ ವಿಫಲವಾದ ನಂತರ ಆಕೆ ತಂದೆಯವರ ಬಳಿಗೆ ಹೋದರು; ನನ್ನ ವಿರುದ್ಧ ವಿವಿಧ ಆರೋಪಗಳನ್ನು ಮಾಡಿದರು. ಆದರೆ ತಂದೆಯವರೂ ಆಕೆಯ ಮಾತುಗಳಿಗೆ, ಆರೋಪಗಳಿಗೆ ಕಿವಿಗೊಡಲಿಲ್ಲ.

ಅಂತಿಮವಾಗಿ ತಾವೇ ನನ್ನ ಮೇಲೆ ಅಧಿಕಾರ ಚಲಾಯಿಸುವುದಕ್ಕೆ ಆರಂಭಿಸಿದರು ಹರಿಮತಿ. ಒಂದು ದಿನ ಅವರು ನನಗೆ ಹೇಳಿದರು, "ನೀನೇಕೆ ಪುಟ್ಟ ಮಗುವಿನ ರೀತಿ ನಡೆದುಕೊಳ್ಳುತ್ತೀಯಾ? ಸುತ್ತಮುತ್ತಲಿನ ಜನರು ನಿನ್ನ ವರ್ತನೆಯನ್ನು ನೋಡಿ ಛೀ ಥೂ ಎನ್ನುತ್ತಿದ್ದಾರೆ. ದೂರದ ಸಂಬಂಧಿ ಅಣ್ಣನ ಜೊತೆಯಲ್ಲಿ, ಮಾಸ್ತರ್ ಜೊತೆಯಲ್ಲಿ ಸ್ವಲ್ಪ ಸಭ್ಯ ರೀತಿಯಲ್ಲಿ ವರ್ತಿಸುವುದನ್ನು ಅಭ್ಯಾಸ ಮಾಡಿಕೋ. ಹಲ್ಲು ಕಿರಿಯುತ್ತ ಗಂಡಸರ ಮೈಗೆ ಮೈ ಅಂಟಿಸಿಕೊಂಡು ಓಡಾಡುವುದು ಉತ್ತಮ ಕುಲದ ಹುಡುಗಿಯ ನಡತೆ ಎನ್ನಿಸಿಕೊಳ್ಳುವುದಿಲ್ಲ. ನೀನೇನೂ ಚಿಕ್ಕ ಹುಡುಗಿಯಲ್ಲ. ಮದುವೆಯೇನಾದರೂ ಆಗಿದ್ದರೆ ನಿನಗೆ ಈ ಹೊತ್ತಿಗಾಗಲೇ ಮಕ್ಕಳಾಗಿರುತ್ತಿದ್ದರು."

ಹರಿಮತಿ ಏನೇನು ಹೇಳಿದರೋ ಅವುಗಳಲ್ಲಿ ವಿಶೇಷವೇನೂ ಇರಲಿಲ್ಲ; ಸಹಜವೇ ಆಗಿತ್ತು. ಆ ವಯಸ್ಸಿನವರು ಮಾತನಾಡುವುದೇ ಹಾಗೆ ಎನ್ನುವುದು ನನಗೆ ತಿಳಿದಿತ್ತು. ಹಾಗಾಗಿ ನಾನು ಅವರಿಗೆ ಯಾವ ಉತ್ತರವನ್ನೂ ನೀಡಲಿಲ್ಲ. ಅವರು 'ಉಪದೇಶ' ಮಾಡುತ್ತಿದ್ದಾಗ ವಿಧೇಯ ವಿದ್ಯಾರ್ಥಿನಿಯಂತೆ ತಲೆ ತಗ್ಗಿಸಿಕೊಂಡೇ ನಿಂತಿದ್ದೆ. ಯಾರೊಂದಿಗೂ ಜಗಳ ಮಾಡುವುದು ನನ್ನ ಸ್ವಭಾವವಾಗಿರಲಿಲ್ಲ. ಅದರಲ್ಲೂ ವಿಶೇಷವಾಗಿ ಅವರೊಂದಿಗೆ ವಾದ-ವಿವಾದ ಮಾಡುವುದು ನನ್ನ 'ಭವಿಷ್ಯ'ದ ದೃಷ್ಟಿಯಿಂದ ಒಳ್ಳೆಯದಲ್ಲ ಎನ್ನುವುದನ್ನು ನಾನು ಚೆನ್ನಾಗಿ ಅರ್ಥಮಾಡಿಕೊಂಡಿದ್ದೆ. ಅಕ್ಕಪಕ್ಕದ ಮನೆಯವರು ನನ್ನ ಬಗ್ಗೆ, ನನ್ನ ನಡವಳಿಕೆಯ ಬಗ್ಗೆ ಕೆಟ್ಟದಾಗಿ ಮಾತನಾಡಿಕೊಳ್ಳುತ್ತಿದ್ದಾರೆ ಎಂದು ಹರಿಮತಿ ಹೇಳಿದ್ದುದು ನನ್ನನ್ನು ಭಯಪಡಿಸುವುದಕ್ಕಾಗಿ ಎನ್ನುವುದು ನನಗೆ ಗೊತ್ತಿತ್ತು. ಅಷ್ಟೇ ಅಲ್ಲ, ಒಂದು ವೇಳೆ ನನ್ನ ಹೆಸರಿಗೆ ಮಸಿ ಬಳಿಯುವ ಕೆಲಸವೇನಾದರೂ ನಡೆದರೆ ಅದು ಹರಿಮತಿಯವರಿಂದ ಮಾತ್ರ ಎನ್ನುವ ವಿಷಯದ ಅರಿವೂ ನನಗಿತ್ತು.

ನನ್ನ ಊಹೆಯು ನಿಜವೆನ್ನುವುದು ಕೆಲವೇ ದಿನಗಳಲ್ಲಿ ಸಾಬೀತಾಯಿತು. ನನ್ನನ್ನು ಭಯಪಡಿಸಬೇಕು, ತಮ್ಮ ಹಿಡಿತದಲ್ಲಿ ಇಟ್ಟುಕೊಳ್ಳಬೇಕು ಎನ್ನುವ ಪ್ರಯತ್ನ ವಿಫಲವಾದಾಗ ಹರಿಮತಿ ನನ್ನ ಬಗ್ಗೆ ನೆರೆಹೊರೆಯವರ ಮುಂದೆ ಅಪಪ್ರಚಾರ ಮಾಡತೊಡಗಿದರು. ಕೆಲವೇ ದಿನಗಳಲ್ಲಿ ನನ್ನ ಬಗೆಗಿನ ಈ ಅಪಪ್ರಚಾರದ ವಿಷಯವು ತಂದೆಯವರ ಕಿವಿಗೂ ಬಿದ್ದಿತು. ಆದರೆ ಅವರು ಅದನ್ನು ನಂಬಲಿಲ್ಲ. ಅವರು ಈ ಬಗ್ಗೆ ತಮ್ಮ ಅಭಿಪ್ರಾಯವನ್ನು ವ್ಯಕ್ತಪಡಿಸಿದ್ದು ಹೀಗೆ, "ನಮ್ಮ ದೇಶದ ಹೆಣ್ಣುಮಕ್ಕಳು ಸ್ವಲ್ಪ ಸ್ವತಂತ್ರವಾಗಿ, ಸ್ವಚ್ಛಂದವಾಗಿ ಓಡಾಡಿದರೆ ಸಾಮಾನ್ಯ ಜನರು ತಪ್ಪಾಗಿ ತಿಳಿದುಕೊಳ್ಳುತ್ತಾರೆ ಮತ್ತು ಅಂತಹ ಹುಡುಗಿಯರ ವಿರುದ್ಧ ಅನೇಕ ಸುಳ್ಳು

ಆರೋಪಗಳನ್ನು ಹೊರಿಸುತ್ತಾರೆ; ಅಪಪ್ರಚಾರ ಮಾಡುತ್ತಾರೆ. ಇದಕ್ಕೆ ಕಾರಣವೇನೆಂದರೆ, ಈ ದೇಶದಲ್ಲಿ ಸ್ತ್ರೀಸ್ವಾತಂತ್ರ್ಯ ಇನ್ನೂ ಮರೀಚಿಕೆಯಾಗಿಯೇ ಉಳಿದುಕೊಂಡಿದೆ."

ಕಾಲಕ್ರಮೇಣ ನನ್ನ ನಡವಳಿಕೆಗಳು ಇನ್ನಷ್ಟು ಚರ್ಚೆಗೆ ಗ್ರಾಸವಾದವು. ಮನೆಯಲ್ಲಿಯೂ ಅಸಮಾಧಾನ ಹೊಗೆಯಾಡತೊಡಗಿತು. ಒಂದು ದಿನ ಮುಕುಲ್ ದಾದಾ ನನಗೆ ಹೇಳಿದರು, "ಪ್ರೀತಿ–ಪ್ರೇಮದ ಮಾರ್ಗದಲ್ಲಿ ವಿಘ್ನಗಳು ಎದುರಾದಷ್ಟೂ ಅದು (ಪ್ರೇಮ) ಇನ್ನಷ್ಟು ಶಕ್ತಿಶಾಲಿಯಾಗುತ್ತದೆ." ಅವರ ಮಾತು ಅಕ್ಷರಶಃ ಸತ್ಯವೆನ್ನುವುದನ್ನು ನನ್ನ ಹೃದಯವೇ ಸಾಬೀತುಪಡಿಸತೊಡಗಿತ್ತು.

ನಾನು ಯೌವನದ ಹೊಸ್ತಿಲು ತಲುಪಿದಾಗ, ನನ್ನ ಮನಸ್ಸಿನಲ್ಲಿ ವಿಚಿತ್ರ ಭಾವನೆಗಳು ಮೂಡತೊಡಗಿದಾಗ, ನನ್ನ ಬದುಕನ್ನು ಪ್ರವೇಶಿಸಿದ ಇಬ್ಬರು ಯುವಕರೆಂದರೆ ಮುಕುಲ್ ಮತ್ತು ರಮೇಶ. ನಾನು ಇವರಿಬ್ಬರೊಂದಿಗೆ ಪ್ರಕೃತಿಸಹಜ ಎನ್ನುವಂತೆ ಆಕರ್ಷಿತಳಾಗಿದ್ದೆ. ಇವರಿಬ್ಬರೂ ನನಗೆ ತುಂಬಾ ಇಷ್ಟವಾಗಿದ್ದರು. ಇವರೊಂದಿಗೆ ಓಡಾಡುವುದು, ಮಾತನಾಡುವುದು, ಸಮಯ ಕಳೆಯುವುದು ನನಗೆ ತುಂಬಾ ಇಷ್ಟವಾಗತೊಡಗಿತ್ತು. ನಾನು ಅವರಿಬ್ಬರ ಕಡೆಗೆ ಹೆಚ್ಚು ಆಕರ್ಷಿತಳಾಗದಂತೆ ತಡೆಯುವ ಶಕ್ತಿಯನ್ನು ಹೊಂದಿದ್ದ ಮಾತೃಪ್ರೇಮದಿಂದ ನಾನು ವಂಚಿತಳಾಗಿದ್ದೆ; ನನಗೆ ಮನೆಯಲ್ಲಿ ಸಿಕ್ಕಿದ ಸ್ವಾತಂತ್ರ್ಯವೂ ನನ್ನ ಸ್ವಚ್ಛಂದ ಓಡಾಟಕ್ಕೆ ಇನ್ನೊಂದು ಪ್ರಮುಖ ಕಾರಣವಾಗಿತ್ತು. ನನ್ನ ಬಗ್ಗೆ ಅಕ್ಕರೆ ತೋರುವವರೂ ಮನೆಯಲ್ಲಿ ಇರಲಿಲ್ಲ. ಈಗ ಅನ್ನಿಸುತ್ತಿದೆ, ಒಂದು ವೇಳೆ ನನ್ನ ತಾಯಿಯು ಬದುಕಿದ್ದಿದ್ದರೆ ಬಹುಶಃ ನಾನು ಈ ಹಾದಿಯಲ್ಲಿ ಸಾಗುತ್ತಿರಲಿಲ್ಲ. ತಂದೆಯವರು ಸ್ವಲ್ಪ ದೊಡ್ಡ ಮನಸ್ಸು ಮಾಡಿ ನನ್ನ ಕಡೆಗೆ ಒಮ್ಮೆ ನೋಡಿದ್ದರೆ ಅಥವಾ ನಾನು ತಪ್ಪು ದಾರಿಯಲ್ಲಿ ಸಾಗುವುದನ್ನು ಒಂದು ವೇಳೆ ಅವರು ತಡೆಯುವ ಪ್ರಯತ್ನ ನಡೆಸಿದ್ದರೆ ನನ್ನ ಬದುಕಿನ ಸ್ಥಿತಿಯೇ ಬದಲಾಗಿಹೋಗುತ್ತಿತ್ತು.

ಮುಕುಲ್ ದಾದಾ ಸ್ವಲ್ಪ ಅಂಜುಬುರುಕು ಸ್ವಭಾವದವರು. ರಮೇಶ ಧೈರ್ಯವಂತ; ಆದರೆ ಅಜಾಗರೂಕ ವ್ಯಕ್ತಿ. ಅದೊಂದು ದಿನ ಮಧ್ಯಾಹ್ನದ ಸಮಯದಲ್ಲಿ ತಂದೆಯವರು ದಿವಾನಖಾನೆಯಲ್ಲಿ ಕುಳಿತು ಓದುವುದರಲ್ಲಿ ಮಗ್ನರಾಗಿದ್ದರು. ನಮ್ಮ ಶಾಲೆಗೆ ರಜೆಯಿತ್ತು. ರಮೇಶನ ಕಚೇರಿಗೂ ಆ ದಿನ ರಜೆ. ತಂದೆಯವರ ಮುಂದೆ ನಿಂತು ರಮೇಶ ಪ್ರಶ್ನಿಸಿದ, "ಕಾಕಾ (ಚಿಕ್ಕಪ್ಪ), ಮಾನಿ ಎಲ್ಲಿದ್ದಾಳೆ?"

ತಂದೆ ಹೇಳಿದರು, "ಮೇಲಿದ್ದಾಳೆ... ಅವಳ ಕೋಣೆಯಲ್ಲಿ. ಯಾಕೆ?"

"ನಾನು ಇಂದು ಬೊಟಾನಿಕಲ್ ಗಾರ್ಡನ್‌ಗೆ ಹೋಗುತ್ತಿದ್ದೇನೆ. ಒಂದು ವೇಳೆ ಮಾನಿ ಬರುವುದಾದರೆ ಆಕೆಯನ್ನೂ ಜೊತೆಯಲ್ಲಿ ಕರೆದುಕೊಂಡು ಹೋಗುತ್ತೇನೆ." ರಮೇಶ ಉತ್ತರಿಸಿದ.

"ಸರಿ... ಅವಳನ್ನೇ ಕೇಳಿಕೊಂಡು ಬಾ..." ತಂದೆ ಹೇಳಿದರು.

ರಮೇಶ ನೇರವಾಗಿ ನನ್ನ ಶಯನಗೃಹವನ್ನು ಪ್ರವೇಶ ಮಾಡಿದ್ದ. ಆ ಸಮಯದಲ್ಲಿ ನಾನು ಅರ್ಧಶಯನಾವಸ್ಥೆಯಲ್ಲಿ 'ಗೀತಗೋವಿಂದ'ದ ಕವಿತೆಯೊಂದನ್ನು ಓದುತ್ತಿದ್ದೆ.

ಆತ ಪಲ್ಲಂಗದ ಮೇಲೆ, ನನ್ನ ಪಕ್ಕದಲ್ಲಿಯೇ ಕುಳಿತುಕೊಂಡು ಪ್ರಶ್ನಿಸಿದ, "ಇಂದು ಬೊಟಾನಿಕಲ್ ಗಾರ್ಡನ್‌ಗೆ ಹೋಗೋಣವಾ? ಬಾ... ಮನೆಯಲ್ಲಿದ್ದು ಏನು ಮಾಡುತ್ತೀಯಾ?"

ನಾನು ಉತ್ತರಿಸಿದೆ, "ಇಲ್ಲ ರಮೇಶಣ್ಣ, ನನ್ನ ಆರೋಗ್ಯ ಸರಿಯಾಗಿಲ್ಲ."

ಕೂಡಲೇ ಆತ ನನ್ನ ಹಣೆಯ ಮೇಲೆ ತನ್ನ ಕೈಯನ್ನಿಟ್ಟು, ಮೈಬಿಸಿಯನ್ನು ಪರೀಕ್ಷಿಸಿದ ನಂತರ ಹೇಳಿದ, "ಮೈಯೇನೂ ಬಿಸಿಯಾಗಿಲ್ಲ... ಜ್ವರವೇನೂ ಇಲ್ಲ. ಸುಳ್ಳು ಹೇಳುತ್ತಿದ್ದೀಯಾ?"

ನಾನು ತಕ್ಷಣ ಉತ್ತರಿಸಲಿಲ್ಲ. ಆತ ನನ್ನ ಎಡಗೈಯನ್ನು ಹಿಡಿದುಕೊಂಡು ನಾಡಿಯನ್ನು ಪರೀಕ್ಷಿಸಿದ ನಂತರ ಹೇಳಿದ, "ಏನೂ ಇಲ್ಲ... ಎಲ್ಲ ಸರಿಯಾಗಿದೆ..."

ರಮೇಶ ನನ್ನ ಹಸ್ತವನ್ನು ಹಿಡಿದುಕೊಂಡು, ನನ್ನ ಕೈಬೆರಳುಗಳನ್ನು ತನ್ನ ಕೈಬೆರಳುಗಳ ನಡುವೆ ಸೇರಿಸಿಕೊಳ್ಳುತ್ತ, ಕಚಗುಳಿ ಇಡತೊಡಗಿದ. ನನ್ನ ದೇಹ ರೋಮಾಂಚನಗೊಂಡಿತು. ದೇಹದ ಪ್ರತಿಯೊಂದು ನರನಾಡಿಗಳಲ್ಲಿಯೂ ಪುಳಕ ಉಂಟಾಗಿತ್ತು. ಹೊಸದೊಂದು ಅವ್ಯಕ್ತ ಭಾವನೆಯ ಮಿಂಚಿನ ಸಂಚಾರ!

ನಾನು ಇನ್ನೊಂದು ಮಗ್ಗುಲಿಗೆ ತಿರುಗಿ ಮತ್ತೆ ಮಲಗಿಕೊಳ್ಳುತ್ತ, ಕಿರುನಗೆಯೊಂದನ್ನು ಸೂಸುತ್ತ ಹೇಳಿದೆ, "ನೀನು ನಾಡಿ ಹಿಡಿದು, ಹಣೆಯನ್ನು ಮುಟ್ಟಿ ನೋಡುತ್ತಿದ್ದಂತೆಯೇ ನನ್ನ ಜ್ವರವೆಲ್ಲಾ ಹಾರಿಹೋಯಿತು!"

ನನ್ನ ಮಾತಿನ ಅರ್ಥವನ್ನು ಸರಿಯಾಗಿಯೇ ಗ್ರಹಿಸಿದ್ದ ರಮೇಶ ನಗುತ್ತಲೇ ನುಡಿದಿದ್ದ, "ಸ್ಟೆಥಾಸ್ಕೋಪ್ ಇಲ್ಲದೆ ಪರೀಕ್ಷೆ ಮಾಡುವುದು ಒಳ್ಳೆಯದು ಅಂತೀಯಾ?"

ಮಾತೇ ಹೊರಡದಾದ ಸನ್ನಿವೇಶ. ಮತ್ತೊಮ್ಮೆ ನಾನು ಕಿರುನಗೆ ಬೀರಿದ್ದೆ...

ಕೆಲವು ಕ್ಷಣಗಳ ನಂತರ ರಮೇಶ ನನ್ನ ಕೋಣೆಯಿಂದ ಹೊರಕ್ಕೆ ಹೋಗಿದ್ದ. ಹಸಿದ ವ್ಯಾಘ್ರವೊಂದು ರಕ್ತದ ಸ್ವಾದದಿಂದ ಯಾವ ರೀತಿಯಲ್ಲಿ ಉನ್ಮತ್ತವಾಗುತ್ತದೆಯೋ ಅದೇ ಪರಿಸ್ಥಿತಿ ನನ್ನದಾಗಿತ್ತು. ನನ್ನ ಮನಸ್ಸಿನಲ್ಲಿ ಸ್ವಲ್ಪವೂ ಭಯ ಅಥವಾ ವಿಷಾದ ಉಂಟಾಗಲಿಲ್ಲ. ಬದಲಿಗೆ ಸಂಕೋಚ ಹೊರಟುಹೋಗಿತ್ತು! 'ಇಷ್ಟವಿದ್ದರೆ ಸುಯೋಗಕ್ಕೇನೂ ಕೊರತೆಯಿಲ್ಲ' ಎನ್ನಿಸಿತ್ತು.

ಇದಾದ ನಂತರ ಆರೇಳು ತಿಂಗಳುಗಳು ಕಳೆದವು. ನಾನು ನನ್ನ ಮನದ ಬಯಕೆಗಳಿಗೆ ಜೀವ ತುಂಬುತ್ತಲೇ ಇದ್ದೆ. ಎಷ್ಟೇ ಒತ್ತಾಯ ಮಾಡಿದರೂ ನಮ್ಮ ಮನೆಗೆ ಬಂದು ಉಳಿದುಕೊಳ್ಳುವುದಕ್ಕೆ ರಮೇಶ ಒಪ್ಪಲಿಲ್ಲ. ಮುಕುಲ್ ದಾದಾ ಇತ್ತೀಚಿಗೆ ಕಮಲಾಳ ಬಗ್ಗೆ ಆಸಕ್ತಿ ತೋರಿಸುತ್ತಿದ್ದರು. ಅವರು ಆಕೆಯನ್ನು ವಿವಾಹವಾಗುವುದಕ್ಕೆ ಸಿದ್ಧವಾಗಿದ್ದರು. ಈ ವಿಷಯವನ್ನು ತಿಳಿದು ನಾನು ಸಂತುಷ್ಟಳಾದೆ. ಆದರೆ ಕಮಲಾ ಮಾತ್ರ ಅವರಿಂದ ದೂರವೇ ಇದ್ದಳು. ಕಾರಣವಿಷ್ಟೆ, ಮೊದಲನೇ ಪತಿಯನ್ನು ಇಷ್ಟು ಬೇಗ ಮರೆತುಬಿಡುವುದು ಆಕೆಯಿಂದ ಸಾಧ್ಯವಾಗಿರಲಿಲ್ಲ.

ಒಂದು ದಿನ ರಮೇಶ ನನ್ನ ಮುಂದೆ ಪ್ರಸ್ತಾವವೊಂದನ್ನು ಮುಂದಿಟ್ಟ, "ನಿಮ್ಮ ಮನೆಗೆ ಪದೇಪದೇ ನಾನು ಬರುವುದು ಸಾಧ್ಯವಿಲ್ಲ. ಪ್ರತಿ ದಿನ, ಪ್ರತಿ

ಕ್ಷಣವೂ ನಿನ್ನ ಸಮೀಪವೇ ಇರುವುದಕ್ಕೆ ಅವಕಾಶವಾಗುವಂತಹ ಸ್ಥಳಕ್ಕೆ ನಾವು ಹೊರಟುಹೋಗೋಣ. ಬಂಡೆಗಲ್ಲುಗಳನ್ನೂ ಕೊರೆದುಕೊಂಡು ರಭಸವಾಗಿ ಸಾಗುವ ನದಿಯ ರೀತಿಯಲ್ಲಿ ನಾವಿಬ್ಬರೂ ಸ್ವಚ್ಛಂದವಾಗಿ ವಿಹರಿಸೋಣ..."

ಆತನ ಪ್ರಸ್ತಾವಕ್ಕೆ ಯಾವ ಉತ್ತರವನ್ನೂ ನೀಡದ ನಾನು ಆತನ ಕೊರಳನ್ನು ಬಳಸಿ, ಎದೆಯ ಮೇಲೆ ಮುಖವಿರಿಸಿ, ಮಂದಹಾಸ ಬೀರಿದೆ.

ನನ್ನ ವಾರ್ಷಿಕ ಪರೀಕ್ಷೆ ಸಮೀಪಿಸುತ್ತಿತ್ತು. ಬೆಳಗಿನ ಸಮಯದಲ್ಲಿ ಹೆಚ್ಚು ಹೊತ್ತು ಓದಿಕೊಳ್ಳುವುದು ಅನಿವಾರ್ಯವಾಗಿತ್ತು. ಹಾಗಾಗಿ ನಾನು ನನ್ನ ತಂದೆಯವರ ಮುಂದೆ ಒಂದು ಬೇಡಿಕೆಯನ್ನು ಇಡುತ್ತ ಹೇಳಿದೆ, "ಬಾಬಾ, (ಅಪ್ಪ) ಶಾಲಾ ವಾಹನ ಬೆಳಿಗ್ಗೆ ಒಂಬತ್ತು ಗಂಟೆಗೆಲ್ಲಾ ಬಂದುಬಿಡುತ್ತದೆ. ಆದರೆ ತರಗತಿ ಆರಂಭವಾಗುವುದು ಹತ್ತು ಗಂಟೆ ಮೂವತ್ತು ನಿಮಿಷಕ್ಕೆ. ಪ್ರಯಾಣದಲ್ಲಿಯೇ ತುಂಬಾ ಹೊತ್ತು ವ್ಯರ್ಥವಾಗಿ ಹೋಗುತ್ತದೆ. ಏನು ಮಾಡುವುದು?"

ತಂದೆಯವರು ಪರಿಹಾರ ಸೂಚಿಸಿದರು, "ಮನೆಯಲ್ಲಿರುವ ಕಾರು ದುರಸ್ಥಿಗೆ ಹೋಗಿದೆ. ಹಾಗಾಗಿ ಟ್ಯಾಕ್ಸಿ ಮಾಡಿಕೊಂಡು ಹೋಗುವುದೊಂದೇ ದಾರಿ. ನಂದಲಾಲ್ ಮತ್ತು ನೀನು ಒಟ್ಟಿಗೆ ಮನೆಯಿಂದ ಹೊರಡಿ. ಮೊದಲಿಗೆ ನಿನ್ನನ್ನು ಶಾಲೆಯ ಬಳಿ ಇಳಿಸಿ, ನಂದಲಾಲ್ ಮುಂದಕ್ಕೆ ಹೋಗುತ್ತಾನೆ. ನೀನು ಚೆನ್ನಾಗಿ ಓದಿಕೋ..."

ಮಾರನೆಯ ದಿನದಿಂದ ನಾನು ಮತ್ತು ನಂದಲಾಲ್ ಒಂದೇ ಟ್ಯಾಕ್ಸಿಯಲ್ಲಿ ಶಾಲೆಗೆ ಹೊರಡುತ್ತಿದ್ದೆವು. ಸಂಜೆ ನಂದಲಾಲ್ ಟ್ಯಾಕ್ಸಿ ಮಾಡಿಕೊಂಡು ಬರುತ್ತಿದ್ದ; ನಾನು ನನ್ನ ಶಾಲೆಯ ಬಳಿಯಲ್ಲಿ ಆತನಿಗಾಗಿ ಕಾಯುತ್ತಿದ್ದೆ. ಆತ ಬಂದ ನಂತರ ಅದೇ ಟ್ಯಾಕ್ಸಿಯಲ್ಲಿ ನಾನು ಮನೆಗೆ ಹಿಂದಿರುಗುತ್ತಿದ್ದೆ.

ಕೆಲವು ದಿನಗಳು ಕಳೆದವು. ಇದ್ದಕ್ಕಿದ್ದಂತೆ ನನಗೆ ವಾಂತಿ ಆರಂಭವಾಯಿತು. ಎರಡು ಮೂರು ದಿನವಾದರೂ ನಿಲ್ಲಲೇ ಇಲ್ಲ. ಬಾಯಿಯಿಂದ ಬರೇ ಉಗುಳು ಹೊರಬರುತ್ತಿತ್ತು. ವಿಚಿತ್ರ ಹಿಂಸೆ. ಅನುಭವಿಸಲಾಗದ ಸಂಕಟ. ವಿಷಯವನ್ನು ತಿಳಿದು ರಮೇಶ ಗಾಬರಿಯಾದ. ಮಾರನೆಯ ದಿನವೇ ಆತ ನನ್ನ ಬಳಿಗೆ ಬಂದು ಗುಟ್ಟಾಗಿ ಹೇಳಿದ, "ಮಾನಿ, ನಾನು ನಾಲ್ಕು ತಿಂಗಳ ದೀರ್ಘ ರಜೆ ತೆಗೆದುಕೊಂಡಿದ್ದೇನೆ. ನಾವು ಎಲ್ಲಿಗಾದರೂ ದೂರ ಹೊರಟುಹೋಗೋಣ. ಇನ್ನು ಹೆಚ್ಚು ವಿಳಂಬ ಮಾಡುವಂತಿಲ್ಲ. ನಾಳೆ ಶಾಲೆಗೆ ಹೋಗುವಾಗ ನಂದಲಾಲ್‌ನನ್ನು ಮುಂದಕ್ಕೆ ಕಳುಹಿಸಿ, ನೀನು ಟ್ಯಾಕ್ಸಿ ಮಾಡಿಕೊಂಡು ನೇರವಾಗಿ ನನ್ನ ಬಾಡಿಗೆ ಮನೆಗೆ ಬಂದುಬಿಡು. ನಾನು ಎಲ್ಲಾ ವಸ್ತುಗಳನ್ನೂ ಸಿದ್ಧಪಡಿಸಿ ಇಟ್ಟಿರುತ್ತೇನೆ. ಅಂದಹಾಗೆ ಮುಕುಲ್ ಕೈಗೆ ಸ್ವಲ್ಪ ಹಣ ಕೊಟ್ಟಿದ್ದೇನೆ..."

ಆತನ ಮಾತುಗಳನ್ನು ಕೇಳಿ ನಾನು ಆನಂದದಿಂದ ಕುಣಿದಾಡಿದ್ದೆ! ಎಲ್ಲಿಲ್ಲದ ಸಂಭ್ರಮ!

ಮುಕುಲ್ ದಾದಾ ಅತ್ಯಂತ ನಿಷ್ಠಾವಂತ ವ್ಯಕ್ತಿ. ಪ್ರತಿ ದಿನವೂ ನಿಗದಿತ ಸಮಯಕ್ಕೆ ಸರಿಯಾಗಿ ನಮ್ಮ ಮನೆಗೆ ಬಂದು ನನಗೆ ಮನೆಪಾಠ ಮಾಡುತ್ತಿದ್ದರು.

ನನ್ನ ಮತ್ತು ರಮೇಶ(ಸಂಬಂಧದ ಪ್ರಕಾರ ಆತ ನನಗೆ ಅಣ್ಣ. ಆದರೆ ನಮ್ಮಿಬ್ಬರ ನಿಜವಾದ ಸಂಬಂಧ ಬೇರೆಯದ್ದೇ ರೀತಿಯದ್ದಾಗಿತ್ತು. ಮೊದಲು ನಾನು ಆತನಿಗೆ 'ರಮೇಶಣ್ಣ' ಎಂದೇ ಸಂಬೋಧಿಸುತ್ತಿದ್ದೆ. ಆದರೆ ಇತ್ತೀಚಿನ ದಿನಗಳಲ್ಲಿ 'ರಮೇಶ' ಎಂದೇ ಕರೆಯುತ್ತಿದ್ದೆ)ನ ನಡುವೆ ನಡೆಯುತ್ತಿದ್ದ ಪ್ರೇಮ ವ್ಯವಹಾರ ಮುಕುಲ್ ದಾದಾಗೆ ಚೆನ್ನಾಗಿಯೇ ತಿಳಿದಿತ್ತು. ಪ್ರಾಯಶಃ ನಮ್ಮಿಬ್ಬರ ಪ್ರಣಯಪ್ರಸಂಗವನ್ನೇ ವಸ್ತುವಾಗಿಟ್ಟುಕೊಂಡು ಮುಕುಲ್ ಹಲವಾರು ಕವಿತೆಗಳನ್ನು ಬರೆದಿದ್ದರು. ಕೆಲವೇ ದಿನಗಳಲ್ಲಿ 'ಮಾಧುರಿ' ಹೆಸರಿನಲ್ಲಿ ಅವರ ಹೊಸ ಕವನ ಸಂಕಲನವೂ ಪ್ರಕಟವಾಯಿತು.

ಮಾರನೆಯ ದಿನ ಬೆಳಿಗ್ಗೆ ಎಂದಿನಂತೆ ನಾನು ಮತ್ತು ನಂದಲಾಲ್ ಟ್ಯಾಕ್ಸಿ ಮಾಡಿಕೊಂಡು ಶಾಲೆಗೆ ಹೊರಟೆವು. ಆದರೆ ನಾನು ಆ ದಿನ ಪುಸ್ತಕ, ಪೆನ್ನು ಇತ್ಯಾದಿಗಳನ್ನು ತೆಗೆದುಕೊಂಡಿರಲಿಲ್ಲ. ನಂದಲಾಲ್ ಈ ಬಗ್ಗೆ ಕೇಳಿದಾಗ ನಾನು ಹೇಳಿದೆ, "ಪರೀಕ್ಷೆ ಸಮೀಪಿಸುತ್ತಿರುವುದರಿಂದ ತರಗತಿಯಲ್ಲಿ ಹಳೆಯ ಪಾಠಗಳನ್ನೇ ಪುನರಾವರ್ತನೆ ಮಾಡುತ್ತಿದ್ದಾರೆ. ಹಾಗಾಗಿ ಪುಸ್ತಕ ಇಟ್ಟುಕೊಂಡು ಆಗಬೇಕಾದುದೇನಿದೆ?"

ನನ್ನ ಉತ್ತರದಿಂದ ಆತ ಸಮಾಧಾನಗೊಂಡವನಂತೆ ಕಂಡುಬಂದ. ಸ್ವಲ್ಪ ಸಮಯದ ನಂತರ ಆತ ತನ್ನ ಕೈಗಡಿಯಾರವನ್ನು ನೋಡಿಕೊಳ್ಳುತ್ತ ಹೇಳಿದ, "ಓಹ್... ಮಾನು, ನನಗೆ ಈ ದಿನ ತುಂಬಾ ತಡವಾಗಿಬಿಟ್ಟಿದೆ... ಏನು ಮಾಡುವುದು?"

ನಿಜ ಹೇಳಬೇಕೆಂದರೆ, ನಾನೇ ಮನೆಯಿಂದ ಹೊರಡುವಾಗ ವಿಳಂಬ ಮಾಡಿದ್ದೆ. ಆತ 'ವಿಳಂಬವಾಯಿತು' ಎಂದು ಹೇಳುತ್ತಿದ್ದಂತೆಯೇ ನಾನು ಪ್ರತಿಕ್ರಿಯಿಸಿದೆ, "ನಂದಣ್ಣ, ಹಾಗಿದ್ದರೆ ನೀನೇ ಮೊದಲು ಶಾಲೆಗೆ ಹೋಗು. ನನಗೆ ಸ್ವಲ್ಪ ತಡವಾದರೂ ತೊಂದರೆಯೇನೂ ಇಲ್ಲ."

ಸುಯೋಗಗಳು ಕೆಲವೊಮ್ಮೆ ನಮಗೆ ಗೊತ್ತಿಲ್ಲದೆ ದೊರಕಿಬಿಡುತ್ತವೆ. ಆ ದಿನವೂ ಹಾಗೆಯೇ ಆಗಿತ್ತು. ನಾನು ಏನನ್ನು ಬಯಸಿದ್ದೆನೋ ಅದುವೇ ಆಗಿತ್ತು. 'ನಂದಲಾಲ್‌ನನ್ನು ಮುಂದೆ ಕಳುಹಿಸಿ, ನಾನೊಬ್ಬಳೇ ಟ್ಯಾಕ್ಸಿಯಲ್ಲಿ ಪ್ರಯಾಣಿಸುವುದು ಹೇಗೆ? ರಮೇಶನ ಮನೆಯ ಬಳಿಗೆ ನಂದಣ್ಣನ ಕಣ್ಣು ತಪ್ಪಿಸಿ ಹೇಗೆ ಹೋಗಲಿ ಎನ್ನುವುದು ನನ್ನ ಮುಂದಿದ್ದ ಬಹಳ ದೊಡ್ಡ ಸಮಸ್ಯೆಯಾಗಿತ್ತು. ಆದರೆ ಆ ಸಮಸ್ಯೆ ಅತ್ಯಂತ ಸುಲಭವಾಗಿ ಪರಿಹಾರವಾಗಿತ್ತು.

ನಂದಲಾಲ್‌ನನ್ನು ಆತನ ಶಾಲೆಯ ಬಳಿಯಲ್ಲಿ ಇಳಿಸಿದ ನಂತರ ನಾನು ಅದೇ ಟ್ಯಾಕ್ಸಿಯಲ್ಲಿ ನನ್ನ ಪ್ರಯಾಣವನ್ನು ಮುಂದುವರಿಸಿ ರಮೇಶ ವಾಸವಾಗಿದ್ದ ಬಾಡಿಗೆ ಮನೆಯ ಬಳಿಗೆ ಬಂದೆ. ಆಶ್ಚರ್ಯವೆಂದರೆ, ಮುಕುಲ್ ದಾದಾ ಅಲ್ಲಿಯೇ ಇದ್ದರು. ನಾನು ಬಂದಿದ್ದ ಟ್ಯಾಕ್ಸಿಯನ್ನು ಕಳುಹಿಸಿಕೊಟ್ಟೆ. ರಮೇಶ ಒಂದು ಸೂಟ್‌ಕೇಸನ್ನು ಕೈಯಲ್ಲಿ ಹಿಡಿದು ಮನೆಯಿಂದ ಹೊರಬಿದ್ದ. ಮುಕುಲ್‌ಗೆ ಅಲ್ಲಿಯೇ ವಿದಾಯ ಹೇಳಿದೆವು. ನಾವು ಹೊರಡುವುದಕ್ಕೆ ಇನ್ನೊಂದು ಟ್ಯಾಕ್ಸಿ ಸಿದ್ಧವಾಗಿತ್ತು. ಗಡಿಬಿಡಿಯಲ್ಲಿ

ಈ ವಿಷಯವನ್ನು ಕಮಲಾಳಿಗೆ ಹೇಳುವುದು ಸಾಧ್ಯವಾಗಿರಲಿಲ್ಲ. ನಾನು ಊರು ಬಿಟ್ಟು ಹೋಗುತ್ತಿರುವ ವಿಷಯವನ್ನು ಕಮಲಾಳಿಗೆ ತಿಳಿಸುವಂತೆ ಮುಕುಲ್ ದಾದಾ ಬಳಿ ವಿನಂತಿಸಿಕೊಂಡೆ. ಅವರು ಅತ್ಯಂತ ಪ್ರೀತಿಯಿಂದಲೇ ಆ ಜವಾಬ್ದಾರಿಯನ್ನು ವಹಿಸಿಕೊಂಡರು. ನಾನು ಮತ್ತು ರಮೇಶ ಕುಳಿತಿದ್ದ ಟ್ಯಾಕ್ಸಿ ಹೌರಾ ರೈಲು ನಿಲ್ದಾಣದ ಕಡೆಗೆ ಹೊರಟಿತು. ಟ್ಯಾಕ್ಸಿಯ ಕಿಟಕಿಯಲ್ಲಿ ಬಗ್ಗಿ ನೋಡಿದೆ, ಮುಕುಲ್ ದಾದಾ ನಮ್ಮ ಕಡೆಗೆ ಕೈಬೀಸುತ್ತಿದ್ದರು; ಬಹುಶಃ ಅವರ ಕಣ್ಣುಗಳಲ್ಲಿ ಧಾರಾಕಾರವಾಗಿ ನೀರು ಸುರಿಯುತ್ತಿತ್ತು.

ಮನೆಯಿಂದ ಹೊರಬೀಳುವ ಮೊದಲು ಒಮ್ಮೆ ನನ್ನ ತಾಯಿಯ ಭಾವಚಿತ್ರಕ್ಕೆ ನಮಸ್ಕರಿಸಬೇಕು ಎಂದುಕೊಂಡಿದ್ದೆ. ಆದರೆ ಮಾನಸಿಕ ಉದ್ವೇಗದ ಕಾರಣದಿಂದಾಗಿ ಅಂತಿಮ ಕ್ಷಣದಲ್ಲಿ ಅಮ್ಮನಿಗೆ ವಂದಿಸುವುದನ್ನೇ ಮರೆತುಬಿಟ್ಟಿದ್ದೆ. ಒಂದು ರೀತಿಯಲ್ಲಿ ಒಳ್ಳೆಯದೇ ಆಯಿತೇನೋ! ಏಕೆಂದರೆ, ಒಂದು ವೇಳೆ ಅಮ್ಮನ ಭಾವಚಿತ್ರದ ಎದುರು ನಿಂತು ಭಕ್ತಿಯಿಂದ ಕೈಮುಗಿಯುವಾಗ ನನ್ನ ಮನಃಸ್ಥಿತಿ ಹೇಗಿರುತ್ತಿತ್ತೋ ಏನೋ! ಒಂದು ವೇಳೆ ನಾನು ಹಾಗೆ ಮಾಡಿದ್ದರೆ ಬಹುಶಃ ನನ್ನಿಂದ ಈ ದುಸ್ಸಾಹಸಕ್ಕೆ ಮುಂದಾಗುವುದು ಸಾಧ್ಯವಾಗುತ್ತಿರಲಿಲ್ಲ.

ಒಂದು ಸ್ಥಳೀಯ ರೈಲಿನಲ್ಲಿ ಪ್ರಯಾಣಿಸಿದ ನಾವು ವರ್ಧಮಾನ್‌ಗೆ ಬಂದು ಸ್ವಲ್ಪ ಹೊತ್ತು ನಿಂತೆವು. ಆನಂತರ ಸಂಜೆಯ ಸಮಯದಲ್ಲಿ 'ಲಾಹೋರ್ ಎಕ್ಸ್‌ಪ್ರೆಸ್' ರೈಲಿನಲ್ಲಿ ದೆಹಲಿಯ ಕಡೆಗೆ ಪ್ರಯಾಣ ಬೆಳೆಸಿದೆವು.

●

ಆಹಾ... ಜೀವನವೆಷ್ಟು ರೋಚಕ!

ನಾನು ಮನೆಯನ್ನು ತೊರೆದಿದ್ದು ಏಕೆ?

ಈ ಪ್ರಶ್ನೆಗೆ ಅತ್ಯಂತ ಸ್ಪಷ್ಟವಾದ ಉತ್ತರವನ್ನು ನೀಡುತ್ತೇನೆ. ವಯೋಸಹಜವಾದ ಕಾಮನೆಗಳು ಮತ್ತು ಹಿತ-ಅಹಿತಗಳ ಬಗ್ಗೆ ಯೋಚಿಸುವ ಶಕ್ತಿ ಕಡಿಮೆಯಿದ್ದ ಕಾರಣದಿಂದಾಗಿ ನಾನು ಮನೆಯನ್ನು ಬಿಟ್ಟು ಹೊರಬಂದಿದ್ದೆ. ಶರೀರಧರ್ಮದ ಸ್ವಾಭಾವಿಕ ನಿಯಮಗಳಿಗೆ ಅನುಗುಣವಾಗಿ ನನ್ನ ದೇಹದಲ್ಲಿಯೂ ಅನೇಕ ರೀತಿಯ ಬದಲಾವಣೆಗಳು ಉಂಟಾಗಿದ್ದವು; ಭಾವನೆಗಳು ಮೂಡತೊಡಗಿದ್ದವು. ಇಂತಹ ವಯಸ್ಸಿನಲ್ಲಿ ಮನಸ್ಸಿನ ಬಯಕೆಗಳನ್ನು 'ವಿವಾಹ' ಎನ್ನುವ ಸಂಸ್ಕಾರದ ಮೂಲಕ ಶಮನಗೊಳಿಸುವ ವ್ಯವಸ್ಥೆ ಸಮಾಜದಲ್ಲಿದೆ. ಈ ವಯಸ್ಸಿನ ಹುಡುಗ-ಹುಡುಗಿಯರಿಗೆ ಸೂಕ್ತ ಶಿಕ್ಷಣವನ್ನು ನೀಡುವುದರಿಂದ ಮತ್ತು ಅವರು ಯಾವತ್ತೂ ಒಳ್ಳೆಯ ಜನರ ಜೊತೆಯಲ್ಲಿಯೇ ಇರುವ ಹಾಗೆ ನೋಡಿಕೊಳ್ಳುವುದರ ಮೂಲಕ ಇಂತಹ ಚಿತ್ತಚಾಂಚಲ್ಯವನ್ನು ನಿಯಂತ್ರಿಸಬಹುದು. ಆದರೆ ನಮ್ಮ ಸಮಾಜದಲ್ಲಿ ಈಗ ಸುಶಿಕ್ಷಣ ಹಾಗೂ ಸತ್ಸಂಗದ ಅಭಾವ ಎಲ್ಲಾ ಕಡೆ ಕಂಡುಬರುತ್ತಿದೆ. ಈ ಕಾರಣದಿಂದಾಗಿಯೇ ತಾರುಣ್ಯದಲ್ಲಿ, ಹದಿಹರೆಯದವರ ಮನಸ್ಸಿನಲ್ಲಿ ಕಾಮ-ಪ್ರೇಮದ ಬಯಕೆ ಅಕಾಲದಲ್ಲಿಯೇ ಮೂಡಿಬಿಡುತ್ತದೆ; ನಿಯಂತ್ರಿಸಿಕೊಳ್ಳಲಾಗದ ಹಂತವನ್ನು ತಲುಪಿಬಿಡುತ್ತದೆ.

ನನ್ನ ಈ ಅಭಿಪ್ರಾಯಕ್ಕೆ ಸ್ವತಃ ನಾನೇ ಉದಾಹರಣೆ. ನನಗೆ ಬಾಲ್ಯದಲ್ಲಿ ಸುಶಿಕ್ಷಣ ಮತ್ತು ಸಜ್ಜನರ ಸಂಗ ಸಿಗಲೇ ಇಲ್ಲ ಎಂದರೆ ಅತಿಶಯೋಕ್ತಿಯೇನೂ ಅಲ್ಲ. ಶಾಲೆಗೆ ಹೋಗಿ ಒಂದಿಷ್ಟು ಓದು-ಬರಹ ಕಲಿತಿದ್ದರಿಂದಾಗಿ ಕಾವ್ಯ, ಸಣ್ಣಕಥೆ, ಕಾದಂಬರಿ ಮುಂತಾದವುಗಳನ್ನು ಓದುವ ಅವಕಾಶ ನನಗೆ ದೊರಕಿತು. ಅದರ ಪರಿಣಾಮವಾಗಿ ನನ್ನ ಹೃದಯದಲ್ಲಿ ಕಲ್ಪನೆ ಹಾಗೂ ನವಿರಾದ ಭಾವನೆಗಳು ಹೆಚ್ಚಿನ ಸ್ಥಾನವನ್ನು ಆಕ್ರಮಿಸಿಕೊಂಡವು. ವಿಶೇಷವೆಂದರೆ ನಾನು ಬಾಲ್ಯದಲ್ಲಿ ಯಾವುದೇ ಧರ್ಮಗ್ರಂಥಗಳನ್ನು, ಪೌರಾಣಿಕ ಕಥೆಗಳನ್ನು, ನೀತಿಬೋಧಕ ಸಾಹಿತ್ಯವನ್ನು ಓದಲೇ ಇಲ್ಲ; ಓದಿದ್ದೆಲ್ಲಾ ಭಾವಪ್ರಧಾನ, ಕಲ್ಪನಾಪ್ರಧಾನ ಪುಸ್ತಕಗಳನ್ನು

ಮಾತ್ರ. ಸಂಯಮವನ್ನು ಕಲಿಸುವ, ನೀತಿ ಮಾರ್ಗವನ್ನು ಬೋಧಿಸುವ ಯಾವ ಪುಸ್ತಕಗಳನ್ನೂ ಯಾರೊಬ್ಬರೂ ನನ್ನ ಕೈಗೆ ನೀಡಲಿಲ್ಲ; ಅವುಗಳನ್ನು ಓದು ಎಂದು ಯಾರೂ ಹೇಳಲಿಲ್ಲ. ಸ್ವತಃ ನನ್ನ ತಂದೆ ಕೂಡ! ನಾನು ಬಾಲ್ಯವನ್ನು ಅನುಭವಿಸಿದ ರೀತಿ ಉತ್ತಮ ಮಟ್ಟದ್ದೇನೂ ಆಗಿರಲಿಲ್ಲ. ವಿಹಾರಕ್ಕೆ, ವಿನೋದಕ್ಕೆ ಹೆಚ್ಚಿನ ಆದ್ಯತೆ ನೀಡುತ್ತಿದ್ದ ನಾನು ಉತ್ತಮ ಮಾರ್ಗದಲ್ಲಿ ಸಾಗಬೇಕು ಎಂದು ಬಯಸಿದವರಾದರೂ ಯಾರು? ನಾಟಕಗಳ ಅಭಿನಯ-ಗಾಯನ, ಸಿನಿಮಾದ ದೃಶ್ಯಗಳು ಯಾವತ್ತೂ ನನ್ನ ಮನಸ್ಸಿನಲ್ಲಿ ಸದ್ಭಾವನೆಗಳನ್ನು ಜಾಗೃತಗೊಳಿಸಲಿಲ್ಲ. ನಿಜ ಹೇಳುವುದಾದರೆ, ಚಿಕ್ಕ ವಯಸ್ಸಿನ ಮಕ್ಕಳ ಮೇಲೆ ಇವುಗಳೆಲ್ಲಾ ದುಷ್ಪರಿಣಾಮ ಬೀರುವ ಸಾಧ್ಯತೆಗಳೇ ಅಧಿಕ. ಒಂದೋ ಎರಡೋ ಹಲ್ಲುಗಳು ಹುಟ್ಟುತ್ತಿದ್ದಂತೆಯೇ ಶಿಶುವಿಗೆ ಮೀನನ್ನು ತಿನ್ನುವುದಕ್ಕೆ ಕೊಟ್ಟರೆ ಏನಾಗುತ್ತದೆ? ಮೀನಿನ ಮುಳ್ಳು ಮಗುವಿನ ಗಂಟಲಿನಲ್ಲಿ ಸಿಲುಕಿಕೊಂಡು ಅದು ಸಾವಿನ ಕಡೆಗೆ ಪ್ರಯಾಣಿಸುತ್ತದೆ ಅಷ್ಟೇ! ದ್ವಂದ್ವಾರ್ಥದ ಹಾಗೂ ಅಶ್ಲೀಲ ಸಂಭಾಷಣೆಗಳಿರುವ ನಾಟಕಗಳನ್ನು ನೋಡುವುದರಿಂದ, ಇಂತಹುದೇ ವಸ್ತುವನ್ನು ಒಳಗೊಂಡಿರುವ ಕಥೆ-ಕಾದಂಬರಿಗಳನ್ನು ಓದುವುದರಿಂದ ತರುಣ-ತರುಣಿಯರು ತಪ್ಪು ಹಾದಿ ಹಿಡಿಯುವುದು ಅತ್ಯಂತ ಸಹಜ. ನನ್ನದೇ ಜೀವನದ ಅನುಭವದಿಂದ ನಾನು ಈ ಮಾತುಗಳನ್ನು ಆಡುತ್ತಿದ್ದೇನೆ. ನನ್ನ ರೀತಿಯ ಜೀವನವನ್ನು ಯಾರ್‍ಯಾರು ಸಾಗಿಸುತ್ತಿದ್ದಾರೆಯೋ ಅವರೂ ಖಂಡಿತವಾಗಿ ಇದೇ ಅಭಿಪ್ರಾಯವನ್ನು ವ್ಯಕ್ತಪಡಿಸುತ್ತಾರೆ.

ಬೆಥೂನ್ ಶಾಲೆಯಲ್ಲಿ ನಾಲ್ಕೈದನೇ ತರಗತಿಯಲ್ಲಿ ಓದುತ್ತಿರುವ ಸಂದರ್ಭದಲ್ಲಿಯೇ 'ನಾನು ತುಂಬಾ ಬುದ್ಧಿವಂತೆ, ನನಗೆ ಎಲ್ಲವೂ ತಿಳಿದಿದೆ' ಎನ್ನುವ ಭಾವನೆ ನನ್ನೊಳಗೆ ಮೂಡಿತ್ತು. ಯುವಸಾಹಿತಿಗಳ ಕಥೆ, ಕಾವ್ಯ, ಕಾದಂಬರಿಗಳನ್ನು ಯಥೇಚ್ಛವಾಗಿ ಓದಿಬಿಟ್ಟಿದ್ದೆ. ಅದರಲ್ಲೂ ಮುಖ್ಯವಾಗಿ ಮುಕುಲ್ ದಾದಾ ಸಹಾಯದಿಂದ ನಾನು ಶೆಲ್ಲಿ, ಶೇಕ್ಸ್‌ಪಿಯರ್, ವಿದ್ಯಾಪತಿ, ಭಾರತಚಂದ್ರ, ಈಶ್ವರಚಂದ್ರ, ಬಂಕಿಮಚಂದ್ರ, ದೀನಬಂಧು, ಗಿರೀಶಚಂದ್ರ, ರವೀಂದ್ರನಾಥ ಟ್ಯಾಗೋರ್ ಮುಂತಾದವರ ಪುಸ್ತಕಗಳನ್ನು ಅಲ್ಪಸ್ವಲ್ಪ ಓದಿದ್ದೆ; ಮುಕುಲ್ ದಾದಾ ನನಗೆ ಅವುಗಳ ಪರಿಚಯ ಮಾಡಿಸಿದ್ದರು. ಆ ಚಿಕ್ಕ ಪ್ರಾಯದಲ್ಲಿಯೇ ಇವುಗಳನ್ನೆಲ್ಲಾ ತಿಳಿದುಕೊಂಡಿದ್ದ ನನ್ನೊಳಗೆ ಅಹಂಕಾರ ಮೂಡಿದ್ದರಲ್ಲಿ ಆಶ್ಚರ್ಯವಾದರೂ ಏನಿದೆ ಹೇಳಿ?

ಯಾರು ಕೇವಲ ಕಲ್ಪನಾಲೋಕದಲ್ಲಿಯೇ ವಿಹರಿಸುತ್ತಿರುತ್ತಾರೆಯೋ ಅಂಥವರಿಗೆ ಈ ಜಗತ್ತಿನ ಕಠೋರ ಸತ್ಯಗಳ ಬಗೆಗಿನ ಅರಿವು ಇರುವುದು ತುಂಬಾ ಕಡಿಮೆ. ಕವಿಗಳು ಮತ್ತು ಸಾಹಿತಿಗಳು ಕಲ್ಪನೆಗಳ ಪ್ರಪಂಚದಲ್ಲಿ ಜೀವಿಸುವ ಸಾಧ್ಯತೆಗಳೇ ಅಧಿಕ. ಇವರು ಬಣ್ಣಬಣ್ಣದ ಕಲ್ಪನೆಗಳ ಜೊತೆಯಲ್ಲಿ ಆಟವಾಡುತ್ತಿರುತ್ತಾರೆ. ಇಂತಹ ಮನಃಸ್ಥಿತಿಯವರಿಗೆ ವಾಸ್ತವಿಕ ಬದುಕಿನ ಚಿತ್ರಣ ಅರ್ಥವಾಗುವುದು ಕಷ್ಟಸಾಧ್ಯ. ಮುಕುಲ್ ದಾದಾ ನೀಡಿದ ಶಿಕ್ಷಣದ ಕಾರಣದಿಂದಾಗಿ, ನನ್ನಲ್ಲಿ ಅವರು ಮೂಡಿಸಿದ್ದ

ಸಾಹಿತ್ಯದ ಒಲವಿನಿಂದಾಗಿ ನನ್ನ ಸ್ಥಿತಿಯೂ ಇದೇ ರೀತಿಯಾಗಿತ್ತು. ನಾನು ಓದಿದ ಕಾವ್ಯ, ಕವಿತೆ, ನಾಟಕ, ಕಥೆ, ಕಾದಂಬರಿಗಳ ದೃಷ್ಟಿಯಿಂದಲೇ ಈ ಜಗತ್ತನ್ನು ನೋಡತೊಡಗಿದ್ದ ನನಗೆ ವಾಸ್ತವಿಕ ಬದುಕು ಸರಿಯಾಗಿ ಅರ್ಥವಾಗಲೇ ಇಲ್ಲ. ಕಲ್ಪನೆಗೂ ವಾಸ್ತವಿಕತೆಗೂ ತಾಳಮೇಳವೇ ಇರುವುದಿಲ್ಲ ಎನ್ನುವ ಸತ್ಯದ ಅರಿವು ನನಗಾಗುವ ಹೊತ್ತಿಗೆ ಸಮಯ ಮೀರಿತ್ತು!

ನಾನು ಮನೆಯನ್ನು ತೊರೆದು ಬಂದ ಸಮಯದಲ್ಲಿ ನನ್ನ ವಯಸ್ಸು ಕೇವಲ ಹದಿನೈದು ವರ್ಷ. ಒಂದು ವೇಳೆ ಆ ವಯಸ್ಸಿನಲ್ಲಿ ನನ್ನನ್ನು ನಾನು 'ಅಸಹಾಯಕಳು', 'ಬುದ್ಧಿಹೀನಳು' ಎಂದು ಭಾವಿಸಿಕೊಂಡಿದ್ದಿದ್ದರೆ, ಒಂದು ವೇಳೆ 'ನನಗೆ ಪ್ರಪಂಚದ ಬಗ್ಗೆ ಏನೇನೂ ತಿಳಿದಿಲ್ಲ' ಎಂದುಕೊಂಡಿದ್ದರೆ, ಒಂದು ವೇಳೆ ನನಗೆ ಪದೇ ಪದೇ ಭಯವಾಗುತ್ತಿದ್ದರೆ, ಖಂಡಿತವಾಗಿಯೂ ನಾನು ಈ ರೀತಿಯಲ್ಲಿ ಅತ್ಯಂತ ಕಿರಿಯ ಹರೆಯದಲ್ಲಿ ಮನೆಯನ್ನು ತೊರೆದು ಬರುತ್ತಿರಲಿಲ್ಲ. ಬಹುಶಃ ಅಂತಹ ಸಾಹಸ (?) ಮಾಡುವ ಕುರಿತು ಯೋಚಿಸುತ್ತಲೂ ಇರಲಿಲ್ಲ. ಆದರೆ ಸಣ್ಣದೊಂದು ಅಹಂಕಾರ, ಮೇಲರಿಮೆ, ದುಡುಕುತನ ಈ ದುಸ್ಸಾಹಸ ಮಾಡುವಂತೆ ನನ್ನನ್ನು ಪ್ರೇರೇಪಿಸಿತು. ಈಗ ನನಗೆ ಅನ್ನಿಸುತ್ತಿದೆ, ಒಂದು ವೇಳೆ ಶಿಸ್ತಿನ ಹಾಗೂ ನನ್ನ ಮೇಲೆ ಎಲ್ಲ ರೀತಿಯ ನಿಯಂತ್ರಣವನ್ನು ಹೊಂದಿರುವಂತಹ ಪಾಲಕರು ನನಗೆ ಇದ್ದಿದ್ದರೆ, ನನ್ನ ಚಟುವಟಿಕೆಗಳ ಮೇಲೆ ಅವರು ಸದಾ ಹದ್ದಿನ ಕಣ್ಣನ್ನು ಇಟ್ಟಿದ್ದರೆ ನನಗೆ ಇಂತಹ ಪರಿಸ್ಥಿತಿ ಬರುತ್ತಿರಲಿಲ್ಲವೋ ಏನೋ! ಸ್ವಾತಂತ್ರ್ಯದ ನಡುವೆಯೂ ಪರಾಧೀನತೆಯ ಆವಶ್ಯಕತೆ ಇದೆ ಎನ್ನುವ ಸತ್ಯ ನನಗೆ ಈಗ ಅರಿವಾಗಿದೆ.

'ಮನೆಯಿಂದ ಹೊರಬೀಳುತ್ತಿದ್ದಂತೆಯೇ ನನ್ನ ಎಲ್ಲಾ ಸಮಸ್ಯೆಗಳೂ, ವಿಘ್ನಗಳೂ ದೂರವಾಗಿಬಿಡುತ್ತವೆ' ಎನ್ನುವುದು ಮನೆಯನ್ನು ಬಿಟ್ಟು ಬರುವುದಕ್ಕಿಂತ ಮೊದಲು ನನ್ನ ಮನಸ್ಸನ್ನು ಆವರಿಸಿಕೊಂಡಿದ್ದ ಭಾವನೆಯಾಗಿತ್ತು. ಎಲ್ಲ ರೀತಿಯ ಸುಖಭೋಗಗಳನ್ನೂ ಪೂರ್ಣರೂಪದಲ್ಲಿ ನಾನು ಅನುಭವಿಸುವುದು ಸಾಧ್ಯವಾಗುತ್ತದೆ ಎಂದುಕೊಂಡಿದ್ದೆ. ಆದರೆ ದೆಹಲಿಯನ್ನು ತಲುಪುತ್ತಿದ್ದಂತೆಯೇ ನನ್ನ ಅರಿವಿಗೆ ಬಂದಿತ್ತು, 'ಜೀವನವೆನ್ನುವುದು ನಾನು ಅಂದುಕೊಂಡಷ್ಟು ಸುಲಭವಾಗಿಲ್ಲ.' ಎಲ್ಲಕ್ಕಿಂತ ಮುಖ್ಯವಾಗಿ ಪೊಲೀಸರ ಭಯ. ಏಕೆಂದರೆ ನಾವು ಅವರ ಕಣ್ಣಿಗೆ ಬೀಳದ ರೀತಿಯಲ್ಲಿ ವಾಸಿಸಬೇಕಾಗಿತ್ತು! ಪರಿಚಯವಿಲ್ಲದ ಊರು; ಸುತ್ತಮುತ್ತ ಇರುವವರೆಲ್ಲರೂ ಅಪರಿಚಿತರು! ನಮ್ಮ ಭಾಷೆಯೂ ಒಂದು ಅಡ್ಡಿಯಾಗಿತ್ತು. ನಾವು ಬಂಗಾಳಿ ಭಾಷಿಕರು. 'ಎಲ್ಲಿಗೆ ಹೋಗುವುದು, ಎಲ್ಲಿ ಉಳಿದುಕೊಳ್ಳುವುದು, ಏನನ್ನು ತಿನ್ನುವುದು? ರಮೇಶ ಮನೆಯಿಂದ ಹೊರಕ್ಕೆ ಹೋದಾಗ ನಾನೊಬ್ಬಳೇ ಹೇಗೆ ಉಳಿದುಕೊಳ್ಳುವುದು?' ನಾನಾ ಪ್ರಕಾರದ ಸಮಸ್ಯೆಗಳು, ಹಲವು ವಿಧದ ಅಡಚಣೆಗಳು. ಮನೆಯಲ್ಲಿ ಒಂಟಿಯಾಗಿ ಸ್ವಲ್ಪ ಸಮಯವನ್ನು ಕಳೆಯುವುದೂ ನನಗೆ ತುಂಬಾ ಕಷ್ಟದ ಕೆಲಸವಾಗಿತ್ತು. ಆದರೆ ರಮೇಶನ ಜೊತೆಯಲ್ಲಿ ಏಕಾಂತವಾಗಿ ಸಮಯ ಕಳೆಯುವ ಅವಕಾಶ ದೊರಕಿದಾಗ ನನಗೆ ಉಳಿದವುಗಳೆಲ್ಲವೂ ಮರೆತುಹೋಗುತ್ತಿತ್ತು.

ಹಣಕಾಸಿನ ತೊಂದರೆಯ ಜೊತೆಜೊತೆಗೆ ಎಲ್ಲ ರೀತಿಯ ವಿಘ್ನಗಳೂ ಸಾಲುಗಟ್ಟಿ ನಿಲ್ಲುತ್ತವೆ. ರಮೇಶ ನನ್ನನ್ನು ಜೊತೆಯಲ್ಲಿ ಕರೆದುಕೊಂಡು ಬರುವಾಗ ಎಷ್ಟು ಹಣವನ್ನು ತಂದಿದ್ದ? ನಾನಂತೂ ಧರಿಸಿದ್ದ ಬಟ್ಟೆಯನ್ನು ಹೊರತುಪಡಿಸಿ ಬೇರೆ ಏನನ್ನೂ ತಂದಿರಲಿಲ್ಲ. ನಾನು ಪ್ರಶ್ನಿಸಿದಾಗ ರಮೇಶ ಹೇಳಿದ್ದ, "ನನ್ನ ಬಳಿ ಇರುವುದು ಎರಡೂವರೆ ಸಾವಿರ ರೂಪಾಯಿ ಮಾತ್ರ." ಬೇರೆ ಉದ್ಯೋಗವಿಲ್ಲದೇ ಹೋದರೆ ಈ ಹಣದಿಂದ ಎಷ್ಟು ದಿನ ಊಟ ಮಾಡಬಹುದು? 'ಕುಳಿತು ಉಂಡರೆ ಕುಡಿಕೆ ಹೊನ್ನೂ ಸಾಲದು' ಅಲ್ಲವೇ? ನಾವು ಬಂದು ತಲುಪಿದ್ದ ದೆಹಲಿ ನಗರದಲ್ಲಿ ಕಣ್ಣಿಗೆ ಬೀಳುತ್ತಿದ್ದುದೆಲ್ಲಾ ಉತ್ತಮ ದರ್ಜೆಯ ಹೋಟೆಲುಗಳೇ! ಒಂದಿಷ್ಟು ಬಟ್ಟೆಗಳು, ಸ್ವಲ್ಪ ಆಲಂಕಾರಿಕ ವಸ್ತುಗಳು, ಮಾಡುವುದಕ್ಕೊಂದು ಉದ್ಯೋಗ ತುರ್ತಾಗಿ ಬೇಕೇಬೇಕು. ಹಸಿಸೊಪ್ಪು, ಗಡ್ಡೆಗೆಣಸು, ಹಣ್ಣುಹಂಪಲು ತಿನ್ನುತ್ತ ಸನ್ಯಾಸಿಗಳಂತೆ ಜೀವನ ಸಾಗಿಸುವುದು ನಮ್ಮಿಂದ ಸಾಧ್ಯವೇ? ಖಂಡಿತ ಸಾಧ್ಯವಿಲ್ಲ. ಎಲ್ಲ ರೀತಿಯ ಸುಖಸೌಲಭ್ಯಕ್ಕೂ ಮೂಲಾಧಾರ ಝಣಝಣ ಕಾಂಚಾಣ! ಅದು ಇಲ್ಲದೇ ಹೋದರೆ ಜೀವನವೇ ಶೂನ್ಯ... ಅದೂ ಅಪರಿಚಿತ ಸ್ಥಳದಲ್ಲಿ ಕೈಯಲ್ಲಿ ಸಾಕಷ್ಟು ಹಣವಿಲ್ಲದೇ ಜೀವನ ಸಾಗಿಸುವುದು ಹೇಗೆ ಸಾಧ್ಯ?

ದೆಹಲಿಯಲ್ಲಿ ಒಂದು ವಾರ ಕಳೆಯಿತು. ಮುಕುಲ್ ದಾದಾ ಪತ್ರದ ಮೂಲಕ ಕೆಲವು ಮಾಹಿತಿಗಳನ್ನು ತಿಳಿಸಿದ್ದರು. ಎಲ್ಲಕ್ಕಿಂತ ಮುಖ್ಯವಾಗಿ, ತಂದೆಯವರು ನನಗಾಗಿ ತೀವ್ರ ಹುಡುಕಾಟವನ್ನು ನಡೆಸಿದ್ದಾರೆ. ಆದರೆ ಪೊಲೀಸರಿಗೆ ಇನ್ನೂ ದೂರು ನೀಡಿಲ್ಲ. ಅವರಿಗೆ ರಮೇಶನ ಮೇಲೆ ತುಂಬಾ ಅನುಮಾನ ಉಂಟಾಗಿದೆ. ಆತನ ಕಚೇರಿ ಮತ್ತು ಮನೆಯಿಂದ ಕೆಲವು ಮಾಹಿತಿಗಳನ್ನು ತಂದೆಯವರು ಸಂಗ್ರಹಿಸಿಕೊಂಡಿದ್ದಾರೆ. ನಾವು ಓಡಿಬಂದಿರುವ ವಿಷಯವನ್ನು ತಿಳಿದು ಕಮಲಾ ಅತ್ಯಂತ ದುಃಖಿತಳಾಗಿದ್ದಾಳೆ.

ಒಂದೆರಡು ದಿನಗಳಲ್ಲಿಯೇ ನಾವು ದೆಹಲಿಯಿಂದ ಲಾಹೋರ್‌ಗೆ ಪ್ರಯಾಣ ಬೆಳೆಸಿದೆವು.

'ರಮೇಶ ಕಲ್ಕತ್ತಾದಲ್ಲಿ ಒಂದು ವರ್ಷವೂ ನೌಕರಿಯನ್ನು ಮಾಡಿರಲಿಲ್ಲ. ಹಾಗಿರುವಾಗ ಆತ ನಾಲ್ಕು ತಿಂಗಳಷ್ಟು ಸುದೀರ್ಘ ರಜೆಯನ್ನು ಪಡೆದುಕೊಂಡಿದ್ದು ಹೇಗೆ?' "ಬೇರೆ ಊರಿಗೆ ಹೋಗಿಬಿಡೋಣ" ಎಂದು ರಮೇಶ ನನಗೆ ಹೇಳಿದಾಗ ಈ ಪ್ರಶ್ನೆ ನನ್ನ ಮನಸ್ಸಿನಲ್ಲಿ ಮೂಡಿರಲೇ ಇಲ್ಲವಲ್ಲ!

'ಯಾವುದೇ ಒಂದು ಕಚೇರಿಯಲ್ಲಿ ಎಷ್ಟು ವರ್ಷ ಕೆಲಸ ಮಾಡಿದರೆ ಎಷ್ಟು ದಿನಗಳ ರಜೆ ಸಿಗುತ್ತದೆ?' ಕೇವಲ ಕಥೆ, ಕವನ, ಕಾದಂಬರಿಗಳನ್ನು ಓದುತ್ತಿದ್ದ ನನಗೆ ಇಂತಹ ಮಾಹಿತಿ ಸಿಗುವುದು ಹೇಗೆ ತಾನೇ ಸಾಧ್ಯ! ನಾನು ಅಂದುಕೊಂಡುಬಿಟ್ಟಿದ್ದೆ, 'ಕೆಲಸಗಾರರು ಕೇಳಿದಷ್ಟು ರಜೆಯನ್ನು ಕಚೇರಿಯವರು ಕೊಟ್ಟುಬಿಡುತ್ತಾರೆ' ಎಂದು. ನಿಜಕ್ಕೂ ನಾನೆಷ್ಟು 'ಬುದ್ಧಿವಂತೆ' ಅಲ್ಲವೇ?

ಕಲ್ಕತ್ತಾದಿಂದ ನಾವು ರೈಲಿನಲ್ಲಿ ಪ್ರಯಾಣಿಸಿದ್ದು ಎರಡನೇ ದರ್ಜೆಯಲ್ಲಿ. ವರ್ಧಮಾನ್‌ನಲ್ಲಿ ರೈಲಿನಿಂದ ಇಳಿಯುವುದಕ್ಕಿಂತ ಮೊದಲಿಗೆ ರಮೇಶ ತನ್ನ

ಸೂಟ್‌ಕೇಸ್ ತೆರೆದಿದ್ದ. ಅದರಿಂದ ಐದು ಕಟ್ಟು ನೋಟುಗಳನ್ನು ತೆಗೆದು ಆತ ನನ್ನ ಮುಂದೆ ಇಡುತ್ತ ಹೇಳಿದ್ದ, "ಮಾನು, ಇದು ನನ್ನ ಸಂಬಳ." ನಾನು ಪ್ರತಿಯೊಂದು ಕಟ್ಟನ್ನೂ ಬಿಚ್ಚಿ ಎಣಿಸಿ ನೋಡಿದ್ದೆ. ಒಂದೊಂದು ಕಟ್ಟಿನಲ್ಲಿಯೂ ಐದು ರೂಪಾಯಿಯ ನೂರು ನೋಟುಗಳಿದ್ದವು. ಅಂದರೆ ಎರಡೂವರೆ ಸಾವಿರ ರೂಪಾಯಿಗಳು. ಹಾಗಿದ್ದರೆ ರಮೇಶನಿಗೆ ಇಷ್ಟೊಂದು ಹಣ ಎಲ್ಲಿಂದ ಬಂದಿತು? ನಾನು ಅದರ ಬಗ್ಗೆ ಯೋಚಿಸಿಯೇ ಇರಲಿಲ್ಲ. ತಿಂಗಳಿಗೆ ಇನ್ನೂರು ರೂಪಾಯಿ ಸಂಬಳವೆಂದರೂ ಒಂದು ವರ್ಷದಲ್ಲಿ ಆತನಿಗೆ ಅಷ್ಟೊಂದು ಹಣ ಸಿಗುವುದಿಲ್ಲ. ಹಾಗಿದ್ದರೆ ರಮೇಶ ಶ್ರೀಮಂತರ ಮನೆಯ ಹುಡುಗನಿರಬಹುದೇ? ತನ್ನ ತಂದೆಯಿಂದ ಈ ಹಣವನ್ನು ಲಪಟಾಯಿಸಿರಬಹುದೇ? ನನ್ನ ಪ್ರಶ್ನೆಗಳಿಗೆ ನನ್ನಲ್ಲಿ ಉತ್ತರವಿರಲಿಲ್ಲ. ವಾಸ್ತವದಲ್ಲಿ ರಮೇಶ ನಮ್ಮ ಮನೆಗೆ ಬಂದಿದ್ದು ಕೆಲಸವನ್ನು ಅರಸಿಕೊಂಡು. ಆತ ನನ್ನ ತಂದೆಯವರ ಬಳಿಯಲ್ಲಿ ಈ ವಿಷಯದಲ್ಲಿ ಸಹಾಯವನ್ನು ಯಾಚಿಸಿದ್ದ. ಆತ ತನಗೆ ಕೆಲಸ ಸಿಕ್ಕಿದ ನಂತರವೂ ಹಣಕಾಸಿನ ತೊಂದರೆಯಿಂದಾಗಿ ಒಂದು ತಿಂಗಳು ನಮ್ಮ ಮನೆಯಲ್ಲಿಯೇ ಉಳಿದುಕೊಂಡಿದ್ದ. ಆತನ ಊಟೋಪಚಾರವೂ ನಮ್ಮ ಮನೆಯಲ್ಲಿಯೇ!

ರೈಲಿನಲ್ಲಿ ಆತನ ಬಳಿಯಿದ್ದ ಎರಡೂವರೆ ಸಾವಿರ ರೂಪಾಯಿಗಳನ್ನು ನೋಡಿದ ಸಮಯದಲ್ಲಿ ನಾನು ಇದನ್ನೆಲ್ಲಾ ಯೋಚಿಸಲೇ ಇಲ್ಲ. 'ಇಷ್ಟೊಂದು ಹಣವನ್ನು ಎಲ್ಲಿಂದ ತಂದೆ?' ಎಂದು ನಾನು ಆತನನ್ನು ಪ್ರಶ್ನಿಸಲೂ ಇಲ್ಲ. ಮನಸ್ಸಿನಲ್ಲಿ ಹುಟ್ಟಿಕೊಂಡಿದ್ದ ಭೋಗದ ಲಾಲಸೆ ದೈತ್ಯಾಕಾರದಲ್ಲಿ ಬೆಳೆದಿದ್ದ ಕಾರಣದಿಂದಾಗಿ ನನಗೆ ಬೇರೆ ಯಾವ ವಿಚಾರಗಳೂ ಹೊಳೆಯುತ್ತಿರಲಿಲ್ಲ. ಸುಖದ ಕನಸಿನಲ್ಲಿ ನಾನು ಗಂಧರ್ವ ದಂಪತಿ ಅಥವಾ ಕಿನ್ನರರ ರೂಪದಲ್ಲಿ ಆಕಾಶದಲ್ಲಿಯೇ ಹಾರಾಡುತ್ತಿದ್ದೆ; ನನ್ನ ಪಾದಗಳು ನೆಲದ ಮೇಲೆ ನಡೆಯುತ್ತಿರಲಿಲ್ಲ. ಆ ಸಮಯದಲ್ಲಿ ನನಗೆ ಸ್ವರ್ಗಕ್ಕೆ ಮೂರೇ ಗೇಣು ಎನ್ನುವಂತಾಗಿತ್ತು.

ಲಾಹೋರ್‌ನಿಂದ ನಾವು ಹೊರಟಿದ್ದು ಅಮೃತಸರಕ್ಕೆ. ಅಲ್ಲಿ ಮೂರು ದಿನಗಳ ಕಾಲ ಉಳಿದುಕೊಂಡು ಕಾಶ್ಮೀರದ ಕಡೆಗೆ ಪ್ರಯಾಣ ಬೆಳೆಸಿದೆವು. ಶ್ರೀನಗರದಲ್ಲಿ ನಾವು ಸುಮಾರು ಒಂದು ತಿಂಗಳು ಉಳಿದುಕೊಂಡೆವು. ಅಲ್ಲಿನ ಮನಮೋಹಕ ಪ್ರಕೃತಿಸೌಂದರ್ಯ ನಮ್ಮನ್ನು ಹೊಸದೊಂದು ಲೋಕಕ್ಕೆ ಕರೆದೊಯ್ದಿತ್ತು. ನೂತನ ಪ್ರೇಮಪ್ರವಾಹದಲ್ಲಿ ನಾನು ಕೊಚ್ಚಿಕೊಂಡು ಹೋಗುತ್ತಿದ್ದೇನೇನೋ ಎನ್ನುವಂತಹ ಅನುಭವ ನನಗಾಗಿತ್ತು. ಅಲ್ಲಿ ನಾನು ನಿಜಕ್ಕೂ ಸ್ವರ್ಗಸುಖ ಅನುಭವಿಸಿದ್ದೆ.

ಕಾಶ್ಮೀರದಿಂದ ನಾವು ಬಂದು ತಲುಪಿದ್ದು ಬೊಂಬಾಯಿಗೆ. ನನ್ನೊಳಗಿದ್ದ ಭಯ ಕ್ರಮೇಣವಾಗಿ ದೂರವಾಗತೊಡಗಿತ್ತು. ದೆಹಲಿಗೆ ಬಂದಿದ್ದ ಸಂದರ್ಭದಲ್ಲಿ, ಅನೇಕ ರೀತಿಯ ಅಪಾಯಗಳನ್ನು ನಾವು ಎದುರಿಸಬೇಕಾಗಬಹುದು ಎನ್ನುವ ಆತಂಕ ಉಂಟಾಗಿತ್ತು. ಆದರೆ ಬೊಂಬಾಯಿಗೆ ಬರುವಷ್ಟರೊಳಗೆ ಅಂತಹ ಭಯವೆಲ್ಲಾ ಮನಸ್ಸಿನಿಂದ ದೂರವಾಗಿತ್ತು. ಪೊಲೀಸರ ಭಯವೂ ಇರಲಿಲ್ಲ. ರಮೇಶ ತುಂಬಾ

ಬುದ್ಧಿವಂತ ಮತ್ತು ಕೌಶಲ್ಯ ಉಳ್ಳವ ಎನ್ನುವುದು ನನಗೆ ಚೆನ್ನಾಗಿಯೇ ತಿಳಿದಿತ್ತು. ನನ್ನ ತಂದೆಯವರು ಪೋಲೀಸರಿಗೆ ದೂರು ಸಲ್ಲಿಸಿಲ್ಲ ಎನ್ನುವ ಸಂಗತಿಯನ್ನು ಮುಕುಲ್ ದಾದಾ ಬರೆದಿದ್ದ ಪತ್ರದಿಂದ ತಿಳಿದುಕೊಂಡಿದ್ದ ರಮೇಶ ನನ್ನನ್ನು ಇಲ್ಲಿಯವರೆಗೂ ಕರೆದುಕೊಂಡು ಬಂದಿದ್ದ. ಇಲ್ಲದೇ ಹೋಗಿದ್ದರೆ ದೆಹಲಿಯಲ್ಲಿ ಇದ್ದಾಗಲೇ ಪೋಲೀಸ್ ಸಿಬ್ಬಂದಿಗಳ ಜೊತೆ ಮಾತುಕತೆ ನಡೆಸಿ 'ಹೊಂದಾಣಿಕೆ' ಮಾಡಿಕೊಂಡುಬಿಡುತ್ತಿದ್ದ! ನಮ್ಮ ಬಂಧನಕ್ಕೆ ಆದೇಶವೇನಾದರೂ ಬಂದರೆ ಆ ಸಿಬ್ಬಂದಿಯಿಂದ ಮುಂಚಿತವಾಗಿಯೇ ಮಾಹಿತಿಯನ್ನು ಪಡೆದುಕೊಂಡು, ಅಲ್ಲಿಂದ ಪರಾರಿಯಾಗಿಬಿಡುವುದು ಆತನ ಯೋಜನೆಯಾಗಿತ್ತು. ಆದರೆ ಪೋಲೀಸರಿಂದ ಯಾವುದೇ ಭಯವಿಲ್ಲ ಎನ್ನುವುದು ಖಚಿತವಾದ ನಂತರವೇ ಆತ ನನ್ನನ್ನು ವಿವಿಧ ಕಡೆಗಳಿಗೆ ಸುತ್ತಾಡಿಸಿದ್ದ; ಸ್ವರ್ಗಸುಖವನ್ನು ತೋರಿಸಿದ್ದ.

ಶಾಲೆಯಲ್ಲಿ ಕೆಳತರಗತಿಗಳಲ್ಲಿ ಓದುತ್ತಿದ್ದ ಸಂದರ್ಭದಲ್ಲಿಯೇ ನಾನು ಇಂಗ್ಲಿಷ್‌ನಲ್ಲಿ ತುಂಬಾ ಚೆನ್ನಾಗಿ ಮಾತನಾಡುವುದನ್ನು ಕಲಿತಿದ್ದೆ. ಅದಾದ ನಂತರ ಮುಕುಲ್ ದಾದಾ ನಡೆಸುತ್ತಿದ್ದ ಪಾಠ ಮತ್ತು ರಮೇಶನ ಸಹವಾಸದಿಂದಾಗಿ ಇಂಗ್ಲಿಷ್‌ನಲ್ಲಿ ನಾನು ಇನ್ನಷ್ಟು ಪರಿಣತಿಯನ್ನು ಸಾಧಿಸಿದ್ದೆ. ನಿರರ್ಗಳವಾಗಿ ಇಂಗ್ಲಿಷ್‌ನಲ್ಲಿ ಮಾತನಾಡುವುದನ್ನು ನಾನು ಕರಗತ ಮಾಡಿಕೊಂಡಿದ್ದೆ.

ಆಧುನಿಕ ಶೈಲಿಯಲ್ಲಿ ನಾನು ವ್ಯವಹರಿಸುತ್ತಿದ್ದೆ. ಪಾರ್ಸಿ ಮಹಿಳೆಯ ರೀತಿಯಲ್ಲಿ ಉಡುಗೆಯನ್ನು ಧರಿಸುತ್ತಿದ್ದೆ. ಎಲ್ಲರ ಜೊತೆಯಲ್ಲಿಯೂ ಸುಲಭವಾಗಿ ಬೆರೆಯುವುದಕ್ಕೆ ನಾನು ಕಲಿತಿದ್ದ ಇಂಗ್ಲಿಷ್ ಭಾಷೆ ತುಂಬಾ ಉಪಯೋಗಕ್ಕೆ ಬರುತ್ತಿತ್ತು. ವಿದೇಶಿಯರ ರೀತಿಯ ಆಹಾರ ಸೇವನೆ, ನಡೆ-ನುಡಿ ಎಲ್ಲವನ್ನೂ ನಾನು ಅತ್ಯಲ್ಪ ಅವಧಿಯಲ್ಲಿಯೇ ರೂಢಿಸಿಕೊಂಡಿದ್ದೆ. ಮೊದಮೊದಲಿಗೆ ನಾನು ಈ ರೀತಿ ನಡೆದುಕೊಳ್ಳುವಾಗ ಮುಜುಗರಕ್ಕೆ ಒಳಗಾಗುತ್ತಿದ್ದೆ. ರಮೇಶ ಆಗ ನನಗೆ ಹೇಳುತ್ತಿದ್ದ, "ಮಾನು, ಬಾಂಗ್ಲಾದೇಶದ ಹುಡುಗಿಯಾದ ನೀನು ಒಂದು ವೇಳೆ ಪಂಜಾಬ್‌ಗೆ ಹೋದರೆ ಅಲ್ಲಿನವರು ಸಹಜವಾಗಿಯೇ ಪ್ರಶ್ನಿಸುತ್ತಾರೆ, 'ಅರೆ... ಬಂಗಾಳಿ ಹುಡುಗಿ ಇಲ್ಲಿಗೇಕೆ ಬಂದಳು?' ಅದೇ ರೀತಿಯಲ್ಲಿ ಬೊಂಬಾಯಿಗೆ ಹೋದಾಗ ನೀನು ಬಂಗಾಳಿ ಶೈಲಿಯಲ್ಲಿಯೇ ತಿನ್ನುವುದು, ಉಡುಪು ಧರಿಸುವುದು ನೋಡಿದರೆ ಅಲ್ಲಿನವರೂ, 'ಇದ್ಯಾರು ಬಂಗಾಳಿ ಹುಡುಗಿ?' ಎಂದು ಅನುಮಾನದಿಂದಲೇ ನೋಡುತ್ತಾರೆ. ಮದ್ರಾಸಿ(ದಕ್ಷಿಣ ಭಾರತದವರು)ಗಳೂ ನಿನ್ನ ಮೇಲೆ ಅನುಮಾನದ ದೃಷ್ಟಿಯನ್ನೇ ಬೀರುತ್ತಾರೆ. ಭಾರತದಲ್ಲಿ ಒಂದು ಪ್ರಾಂತ್ಯವು ಇನ್ನೊಂದು ಪ್ರಾಂತ್ಯಕ್ಕಿಂತ ಹಲವಾರು ವಿಷಯಗಳಲ್ಲಿ ಪ್ರತ್ಯೇಕತೆಯನ್ನು ಹೊಂದಿದೆ. ಹಾಗಾಗಿ ನಮ್ಮ ಪ್ರಾದೇಶಿಕತೆಯನ್ನು ಗುರುತಿಸಿಕೊಂಡರೆ, ಇನ್ನೊಂದು ಪ್ರದೇಶದವರಿಗೆ ಸಹಜವಾಗಿಯೇ ಅನುಮಾನ ಉಂಟಾಗುತ್ತದೆ."

ನಾನು ಆತನಿಗೆ ಉತ್ತರಿಸಿದೆ, "ಭಾರತ ಒಂದು ಬೃಹತ್ ದೇಶ. ಭಾಷೆ, ಧರ್ಮ, ಪ್ರಾದೇಶಿಕ ರೀತಿ-ನೀತಿ ಎಲ್ಲವೂ ಒಂದರಿಂದ ಇನ್ನೊಂದು ವಿಭಿನ್ನವಾಗಿದೆ; ವೈವಿಧ್ಯವನ್ನು

ಹೊಂದಿದೆ. ಹಾಗಾಗಿ ಇಲ್ಲಿ ನಮ್ಮ ಪ್ರಾದೇಶಿಕತೆಯನ್ನು ಮುಚ್ಚಿಟ್ಟುಕೊಳ್ಳುವುದು ತುಂಬಾ ಕಷ್ಟದ ವಿಷಯ. ಇದು ಅಸಂಭವವೆಂದರೂ ತಪ್ಪಾಗಲಾರದು."

ನಾನು ಮಾತು ಮುಗಿಸುವುದಕ್ಕಿಂತ ಮೊದಲೇ ರಮೇಶ ಹೇಳಿದ್ದ, "ಅಸಾಧ್ಯವಾದುದನ್ನು ಸಾಧ್ಯವಾಗಿಸುವುದೇ ಬುದ್ಧಿವಂತರ ಹೆಗ್ಗಳಿಕೆ. ಹಾಗೆಯೇ ನಾವೂ ನಮ್ಮ ಗುರುತನ್ನು ಯಾರಿಗೂ ತಿಳಿಸದೇ ಬಾಳಬೇಕಾಗಿದೆ."

ರಮೇಶ ಇಂತಹ ಗುಣವನ್ನು ತನ್ನದಾಗಿಸಿಕೊಂಡಿದ್ದ. ಆತ ಎಲ್ಲಿಗೇ ಹೋದರೂ ಅಲ್ಲಿನ ಸ್ಥಳೀಯ ವ್ಯಕ್ತಿಯಂತೆಯೇ ವರ್ತಿಸುತ್ತಿದ್ದ. ತನಗೆ ಅಲ್ಲಿನ ಎಲ್ಲಾ ವಿಷಯಗಳೂ ಗೊತ್ತು ಎನ್ನುವಂತೆ ಇರುತ್ತಿದ್ದ. ತಾನು ಆ ಪ್ರದೇಶಕ್ಕೆ ಅಪರಿಚಿತ ಎನ್ನುವಂತೆ ಯಾವತ್ತೂ ತೋರಿಸಿಕೊಳ್ಳುತ್ತಿರಲಿಲ್ಲ. ಕೇವಲ ಮಾತು ಅಥವಾ ಚಿಂತನೆಯಲ್ಲಿ ಮಾತ್ರವಲ್ಲ, ಕೃತಿಯಲ್ಲಿಯೂ ಕೂಡ.

ದೆಹಲಿ, ಲಾಹೋರ್, ಶ್ರೀನಗರ, ಬೊಂಬಾಯಿ ಮುಂತಾದ ನಗರಗಳಲ್ಲಿ ಉಳಿದುಕೊಂಡಿದ್ದ ಸಮಯದಲ್ಲಿ ಅಲ್ಲಿನ ಪ್ರಸಿದ್ಧ ಸ್ಥಳಗಳು ಹಾಗೂ ಪುಣ್ಯಕ್ಷೇತ್ರಗಳ ದರ್ಶನ ಮಾಡಿದೆ. ಇದರಿಂದಾಗಿ ನನ್ನ ಮಾನಸಿಕ ಸ್ಥಿತಿ ಭಯಮುಕ್ತಗೊಳ್ಳತೊಡಗಿತ್ತು. ಚಿಂತೆ ಹಾಗೂ ಭಯ ದೂರವಾಗತೊಡಗಿತ್ತು. ಚಂಚಲಗೊಂಡಿದ್ದ ಮನಸ್ಸು ಶಾಂತವಾಗಿತ್ತು. ಮುಂದೇನಾಗುತ್ತದೆಯೋ ಎನ್ನುವ ಆತಂಕದ ಸ್ಥಿತಿ ಮರೆಯಾಗಿ ಎಲ್ಲವೂ ಸುಖಾಂತ್ಯವಾಗುತ್ತದೆ ಎನ್ನುವ ಭಾವನೆ ಮನಸ್ಸಿನಲ್ಲಿ ಮೂಡಿತ್ತು. ಪ್ರತಿ ಕ್ಷಣವೂ ರಮೇಶ ನನ್ನಲ್ಲಿ ಧೈರ್ಯವನ್ನು, ಆತ್ಮವಿಶ್ವಾಸವನ್ನು ತುಂಬುತ್ತಿದ್ದ.

ಶ್ರೀನಗರದಿಂದ ಬೊಂಬಾಯಿಗೆ ಬರುವ ಸಂದರ್ಭದಲ್ಲಿ ನಾವು ದ್ವಾರಕಾ ನಗರಕ್ಕೆ ಭೇಟಿ ನೀಡಿದೆವು. ಮಾರ್ಗಮಧ್ಯದಲ್ಲಿ ಪುಷ್ಕರ, ಭರತಪುರ, ಜಯಪುರ, ಚಿತ್ತೂರ್ ಮುಂತಾದ ಸ್ಥಳಗಳ ಸೌಂದರ್ಯವನ್ನು ಸವಿದೆವು. ಇದರಿಂದಾಗಿ ನನ್ನ ಮನಸ್ಸಿನಲ್ಲಿ ಪ್ರಶಾಂತ ಭಾವನೆ ಉದಯಿಸಿತ್ತು. ನಮ್ಮ ಮನೆಯ ವಿಷಯ, ತಂದೆ-ಚಿಕ್ಕಮ್ಮನ ವಿಷಯ ಇತ್ಯಾದಿ ಎಲ್ಲವೂ ನನ್ನ ಮನಸ್ಸಿನಿಂದ ದೂರವಾಗಿಹೋಗಿದ್ದವು. ತಂದೆಯವರ ಜೊತೆಯಲ್ಲಿ ಒಂದು ಬಾರಿ ಇಂತಹ ಪ್ರದೇಶಗಳಿಗೆಲ್ಲಾ ಭೇಟಿ ನೀಡಬೇಕು; ಇಲ್ಲಿನ ಸೌಂದರ್ಯವನ್ನು ಸವಿಯಬೇಕು ಎಂದು ಯೋಚಿಸಿದ್ದೆ; ಬಹಳ ಆಸೆಪಟ್ಟಿದ್ದೆ. ಆದರೆ ತಂದೆಯವರು ಚಿಕ್ಕಮ್ಮನ ಪಕ್ಷಪಾತಿಯಾಗಿ ಬದಲಾಗಿದ್ದರು; ಆಕೆಯನ್ನು ಕರೆದುಕೊಂಡು ಪ್ರವಾಸ ಕೈಗೊಂಡರು; ನನ್ನನ್ನು ಮರೆತೇಬಿಟ್ಟಿದ್ದರು! ರಮೇಶನ 'ಅನುಗ್ರಹ'ದಿಂದಾಗಿ ನನ್ನ ಮಹತ್ವದ ಬಯಕೆಯೊಂದು ಈಡೇರಿತ್ತು. ನಡೆದಾಡುವಾಗ ನಾನು ರಮೇಶನ ಕೈಯನ್ನು ಗಟ್ಟಿಯಾಗಿ ಹಿಡಿದುಕೊಂಡಿರುತ್ತಿದ್ದೆ; ವಾಹನಗಳಲ್ಲಿ ಸಂಚರಿಸುವಾಗ ಆತನ ಎದೆಯ ಮೇಲೆ ನನ್ನ ತಲೆಯನ್ನು ಒರಗಿಸಿಕೊಂಡಿರುತ್ತಿದ್ದೆ; ರಸ್ತೆಯ ತಿರುವುಗಳಲ್ಲಿ ನಾವು ಕುಳಿತಿದ್ದ ವಾಹನವು ವಾಲಿದಾಗ ನಾನು ಆತನ ದೇಹದ ಮೇಲೆ ಸಂಪೂರ್ಣ ಜಾರಿಬಿಡುತ್ತಿದ್ದೆ; ನನ್ನ ದೇಹದ ಮೃದುಭಾಗಗಳು ಆತನ ದೇಹವನ್ನು ಒತ್ತುತ್ತಿದ್ದವು; ಅದೆಂತಹ ರೋಮಾಂಚಕ ಅನುಭವ! ರಮೇಶನ ಬಗ್ಗೆ ನನ್ನ ಮನಸ್ಸಿನಲ್ಲಿ ಪ್ರೇಮ ಮಾತ್ರವಲ್ಲ, ಕೃತಜ್ಞತಾ ಭಾವವೂ ಹುಟ್ಟಿಕೊಂಡಿತ್ತು.

ನನಗೆ ಹಳದಿಘಾಟನ್ನು ತೋರಿಸುವಾಗ ರಮೇಶ ಹೇಳಿದ್ದ, "ಇದು ಭಾರತದ ಒಂದು ಅತ್ಯಂತ ಪವಿತ್ರ ಸ್ಥಳ. ಇದು ಐತಿಹಾಸಿಕ ಮಹತ್ವವನ್ನು ಹೊಂದಿದೆ. ಸುಮಾರು ಹದಿನೈದು ಸಾವಿರ ರಜಪೂತರು ಇದೇ ಸ್ಥಳದಲ್ಲಿ ದೇಶಕ್ಕಾಗಿ ಬಲಿದಾನ ಮಾಡಿದ್ದಾರೆ. ಆದರೆ ಈ ಸ್ಥಳವನ್ನು ಮಾತ್ರವಲ್ಲ, ಘಟನೆಯನ್ನೇ ನಾವು ಬಹುತೇಕ ಮರೆತುಬಿಟ್ಟಿದ್ದೇವೆ." ಒಂದು ಬಾರಿ ದೀರ್ಘಶ್ವಾಸವನ್ನು ಎಳೆದುಕೊಂಡ ರಮೇಶನ ಕಣ್ಣುಗಳು ನೀರಿನ ಹನಿಗಳನ್ನು ಕೆಳಗೆ ಜಾರಿಸಿದ್ದವು.

ನಾನು ಡಿ.ಎಲ್. ರಾಯ್ ರಚಿಸಿದ್ದ 'ರಾಣಾ ಪ್ರತಾಪ' ನಾಟಕದ ಅಭಿನಯವನ್ನು ನೋಡಿದ್ದೆ. ಅದರ ಪ್ರತಿಯೊಂದು ಸನ್ನಿವೇಶವನ್ನೂ ನೆನಪಿನಲ್ಲಿ ಇಟ್ಟುಕೊಂಡಿದ್ದೆ. ಅದನ್ನು ನೆನಪಿಸಿಕೊಳ್ಳುತ್ತ ನಾನು ಉತ್ತರಿಸಿದೆ, "ಅಂತಹ ಕಠೋರ ವ್ರತ, ತೀವ್ರ ರೀತಿಯ ವೈರಾಗ್ಯ, ದೇಶವನ್ನು ದಾಸ್ಯಮುಕ್ತಗೊಳಿಸುವ ಸಲುವಾಗಿ ಅವರು ಮಾಡಿದ ತ್ಯಾಗ, ಅವರು ತೋರಿದ ದೇಶಪ್ರೇಮ ಇತ್ಯಾದಿಗಳನ್ನು ಬೇರೆ ಯಾರಿಂದ ನಿರೀಕ್ಷಿಸುವುದು ಸಾಧ್ಯ? ಅಂತಹ ಉನ್ನತ ಮಟ್ಟದ ಆದರ್ಶವನ್ನು ನಾವು ಊಹಿಸಿಕೊಳ್ಳುವುದೂ ಸಾಧ್ಯವಿಲ್ಲ."

ರಾಣಿ ಪದ್ಮಿನಿ ಆತ್ಮತ್ಯಾಗ ಮಾಡಿದ ಸ್ಥಳಕ್ಕೂ ಭೇಟಿ ನೀಡಿದ್ದೆವು. ಅಲ್ಲಿಗೆ ಬಂದವರೆಲ್ಲರೂ ಆ ಸ್ಥಳಕ್ಕೆ ಭಕ್ತಿಪೂರ್ವಕವಾಗಿ ವಂದಿಸುತ್ತಿದ್ದರು. ಅದನ್ನು ನೋಡಿದ ನನ್ನ ಶಿರವೂ ತನ್ನಿಂತಾನೇ ಬಾಗಿತ್ತು; ಹೃದಯ ಕಂಪಿಸಿತ್ತು. ಕೈಗಳೆರಡೂ ಒಂದಾಗಿ ನಮಸ್ಕಾರ ಮಾಡಿದ್ದವು. ಆಕೆಯ ಬಲಿದಾನದ ಸನ್ನಿವೇಶ ನನ್ನ ಕಣ್ಣುಗಳ ಮುಂದೆ ತೇಲಿಬಂದಿತ್ತು. ಆ ಕಲ್ಪನೆಯಲ್ಲಿಯೂ ಮೈ ನಡುಗಿತ್ತು. ನಾನು ಕೂಡಲೇ ರಮೇಶನ ಕೈಗಳನ್ನು ಗಟ್ಟಿಯಾಗಿ ಹಿಡಿದುಕೊಂಡು ಹೇಳಿದೆ, "ನಡಿ... ಇಲ್ಲಿಂದ ಹೊರಟುಹೋಗೋಣ. ಹೆಚ್ಚು ಹೊತ್ತು ಇಲ್ಲಿ ನಿಲ್ಲುವುದು ನನ್ನಿಂದಾಗದು."

ಭಕ್ತಿಯಿಂದ ವಂದಿಸಿದ ನನ್ನನ್ನು ಪತಿವ್ರತಾ ಶಿರೋಮಣಿ ಪದ್ಮಿನಿಯು ಸ್ವರ್ಗದಲ್ಲಿಯೇ ಕುಳಿತುಕೊಂಡು ಯಾವ ರೀತಿಯಲ್ಲಿ ಆಶೀರ್ವದಿಸಿದಳೋ ನನಗಂತೂ ತಿಳಿಯದು. ಈಗ ಅನ್ನಿಸುತ್ತಿದೆ, ಒಂದು ವೇಳೆ ಭಾರತದಲ್ಲಿ ಪದ್ಮಿನಿಯಂತಹ ಪತಿವ್ರತಾ ಸ್ತ್ರೀಯರ ಆದರ್ಶ ಇಲ್ಲದೇ ಹೋಗಿದ್ದಿದ್ದರೆ ಮಾನವ ಸಮಾಜಕ್ಕೆ ದಿಕ್ಸೂಚಿಯಾಗಬಲ್ಲಂತಹ ಒಂದು ಮಹಾನ್ ತಾರೆಯ ಕೊರತೆ ನಮ್ಮನ್ನು ಸದಾ ಕಾಡುತ್ತಿತ್ತು. ಪುರಾಣ ಕಥೆಗಳಲ್ಲಿ ನಾವು, ದಕ್ಷಯಜ್ಞದ ಸಂದರ್ಭದಲ್ಲಿ ಮಹಾಪತಿವ್ರತೆಯಾದ ದಾಕ್ಷಾಯಿಣಿ ಅಗ್ನಿಪ್ರವೇಶ ಮಾಡಿದ ಸಂದರ್ಭವನ್ನು ಓದಿದ್ದೇವೆ. ಈಗ ಮಹಾಸತಿ ಪದ್ಮಿನಿಯು ಆತ್ಮತ್ಯಾಗ ಮಾಡಿದ ಅತ್ಯಂತ ಪವಿತ್ರ ಸ್ಥಳವನ್ನು ನೋಡಿದ್ದೇನೆ ಮತ್ತು ಅದು 'ಪುಣ್ಯಕ್ಷೇತ್ರ'ವಾಗಿ ಬದಲಾಗಿರುವ ರೀತಿಯನ್ನು ರಮೇಶ ಕಣ್ಣಿಗೆ ಕಟ್ಟುವಂತೆ ವರ್ಣಿಸಿದ್ದಾನೆ. ಈ ರೀತಿಯ ಅಗ್ನಿಪ್ರವೇಶದಿಂದ ಪದ್ಮಿನಿಯಂತಹ ಪತಿವ್ರತೆಯರ ದೇಹವು ಮಾತ್ರ ಅಗ್ನಿಯ ತಾಪಕ್ಕೆ ಸುಟ್ಟುಹೋಗುವುದಿಲ್ಲ; ಬದಲಿಗೆ ಮನಸ್ಸಿನಲ್ಲಿರುವ ಭೋಗಲಾಲಸೆಗಳೂ ಭಸ್ಮವಾಗುತ್ತವೆ ಎನ್ನುವುದು ನನಗೆ ಈಗ ಅರ್ಥವಾಗಿದೆ. ಐತಿಹಾಸಿಕ ಘಟನೆಗಳ ಕೆಲವು ಸಾಂಕೇತಿಕ ಅರ್ಥವನ್ನು ಗ್ರಹಿಸುವುದು

ಆ ಸಮಯದಲ್ಲಿ ನನ್ನಿಂದ ಸಾಧ್ಯವಾಗಿರಲಿಲ್ಲ. ಆ ಸಂದರ್ಭದಲ್ಲಿ ನನಗೆ ನಾನೇ ಹೇಳಿಕೊಳ್ಳಬೇಕಿತ್ತು, 'ಸುಟ್ಟುಬಿಡು ಕೀಳು ಕಾಮನೆಗಳೆಲ್ಲವನು...'

ಒಂದು ದಿನ ಸಂಜೆಯ ಸಮಯದಲ್ಲಿ ನಾವು ಬೊಂಬಾಯಿ ನಗರದ ಹೊರವಲಯದಲ್ಲಿರುವ ಬೆಟ್ಟಪ್ರದೇಶಕ್ಕೆ ವಾಯುವಿಹಾರಕ್ಕೆಂದು ಹೋಗಿದ್ದೆವು. ಟ್ಯಾಕ್ಸಿಗೆ ವಿದಾಯ ಹೇಳಿ ನಿಧಾನವಾಗಿ ಹೆಜ್ಜೆಯ ಮೇಲೆ ಹೆಜ್ಜೆಯನಿಡುತ್ತ ಮುಂದೆ ಸಾಗುತ್ತಿದ್ದೆವು. ಆ ದಿನ ನನ್ನ ಮನಸ್ಸು ಎಂದಿನಂತಿರಲಿಲ್ಲ. ತುಂಬಾ ಬೇಸರದಲ್ಲಿದ್ದೆ. ಯಾಕೆ? ಅದನ್ನೂ ಹೇಳುತ್ತೇನೆ. ಮಧ್ಯಾಹ್ನದ ಸಮಯದಲ್ಲಿ ನಾನು ನಿದ್ರೆ ಮಾಡಿ ಎದ್ದು ಕುಳಿತಿದ್ದೆ. ರಮೇಶ ದಿನಪತ್ರಿಕೆಯನ್ನು ಓದುತ್ತಿದ್ದ. ಆತನ ಜೊತೆಯಲ್ಲಿ ವಿಶೇಷ ರೀತಿಯ ಮಾತುಕತೆಯೇನೂ ನಡೆಯಲಿಲ್ಲ. ನಾನು ಉಲ್ಲಾಸದಿಂದ ಇಲ್ಲದಿರುವುದನ್ನು ಆತ ಸೂಕ್ಷ್ಮವಾಗಿ ಗಮನಿಸಿದ್ದ. ಹಾಗಾಗಿಯೇ ಸಂಜೆಯ ಸಮಯದಲ್ಲಿ ನನ್ನನ್ನು ಸುತ್ತಾಡಿಸಿಕೊಂಡು ಬರುವುದಕ್ಕೆ ನಿರ್ಧರಿಸಿದ್ದ. ಸುತ್ತಮುತ್ತಲಿನ ಸುಂದರ ಪ್ರಕೃತಿ ಸೌಂದರ್ಯವನ್ನು ಸವಿಯುತ್ತಿದ್ದ ನನ್ನ ಮನಸ್ಸು ನಿಧಾನವಾಗಿ ಸಹಜ ಸ್ಥಿತಿಗೆ ಮರಳತೊಡಗಿತ್ತು. ನನ್ನ ಮುಖದಲ್ಲಿನ ಮಂದಹಾಸವನ್ನು ಗಮನಿಸುತ್ತಲೇ ರಮೇಶ ಪ್ರಶ್ನಿಸಿದ್ದ, "ಮಾನು, ನಿನ್ನ ಈ ದುಃಖತಪ್ತ ಮುಖವನ್ನು ನೋಡುವುದಕ್ಕಾಗಿ ಮನೆ, ಪರಿವಾರ, ಬಂಧು-ಬಳಗ, ಆಸ್ತಿ-ಪಾಸ್ತಿ ಎಲ್ಲವನ್ನೂ ಬಿಟ್ಟು ಬರಬೇಕಿತ್ತೇನು? ನಿನ್ನ ದುಃಖಕ್ಕೆ, ಚಿಂತೆಗೆ ಕಾರಣವೇನು ಎನ್ನುವುದನ್ನು ಸ್ಪಷ್ಟವಾಗಿ ಹೇಳು... ಏನಾಯಿತು?"

ಇಷ್ಟನ್ನು ಹೇಳಿದ ಆತ ಇದ್ದಕ್ಕಿದ್ದಂತೆ ತನ್ನ ಎಡಗೈನಿಂದ ನನ್ನನ್ನು ಗಟ್ಟಿಯಾಗಿ ಹಿಡಿದುಕೊಂಡು ಚುಂಬಿಸಿದ. ನಾನು ಆತನ ಎದೆಯ ಮೇಲೆ ನನ್ನ ತಲೆಯನ್ನಿಟ್ಟು ಕೆಳಕ್ಕೆ ನೋಡುತ್ತ ನಿಂತುಬಿಟ್ಟೆ. ನಾನು ಅಳತೊಡಗಿದೆ. ಆತ ನನ್ನ ಕೆನ್ನೆಯನ್ನು ನೇವರಿಸುತ್ತ, ಮುಖವನ್ನು ತನ್ನ ಕಡೆಗೆ ತಿರುಗಿಸಿಕೊಂಡ. ಅಸ್ಪಷ್ಟ ಬೆಳಕಿನಲ್ಲಿ ತೇವಗೊಂಡ ನನ್ನ ಕಣ್ಣುಗಳ ಕಡೆಗೆ ಆತನ ದೃಷ್ಟಿ ನೆಟ್ಟಿತು. ತನ್ನ ಕಿಸೆಯಿಂದ ಕರವಸ್ತ್ರವನ್ನು ಹೊರಕ್ಕೆ ತೆಗೆದ ಆತ ನನ್ನ ಕಣ್ಣೀರನ್ನು ಒರೆಸಿದ. ಆ ಕ್ಷಣ ನನ್ನ ಮೈಮನ ಪುಳಕಿತಗೊಂಡಿತು. ನಾನು ಸಮೀಪದಲ್ಲಿಯೇ ಇದ್ದ ಒಂದು ಕಲ್ಲುಬೆಂಚಿನ ಮೇಲೆ ಕುಳಿತುಕೊಂಡೆ.

ಆತನೂ ನನ್ನ ಪಕ್ಕದಲ್ಲಿಯೇ ಬಂದು ಕುಳಿತುಕೊಂಡು, ನನ್ನ ಭುಜದ ಮೇಲೆ ಕೈಹಾಕುತ್ತ ಹೇಳಿದ, "ಮಾನು, ನಾನು ನಿನಗಾಗಿ ಎಲ್ಲವನ್ನೂ ತೊರೆದು ಬಂದಿದ್ದೇನೆ. ಹೆಂಡತಿ, ವಿಧವೆ ತಾಯಿ, ತಮ್ಮ-ತಂಗಿ ಎಲ್ಲರನ್ನೂ ನಾನು ನಿನಗೋಸ್ಕರವೇ ಮರೆತಿದ್ದೇನೆ. ಈಗ ನೀನೂ ನನ್ನನ್ನು ಬಿಟ್ಟುಬಿಡುತ್ತೀಯಾ? ನಿನಗೋಸ್ಕರ ನಾನು ಅದೆಷ್ಟು ಸಂಕಟಗಳನ್ನು ಎದುರಿಸಬೇಕಾಯಿತು ಎನ್ನುವುದರ ಬಗ್ಗೆ ಒಂದು ಬಾರಿ ಯೋಚಿಸಿ ನೋಡು... ಆಗ ನಿನಗೇ ಎಲ್ಲವೂ ಅರ್ಥವಾಗುತ್ತವೆ... ನಾನು ನಿನ್ನನ್ನು ಎಷ್ಟು ಗಾಢವಾಗಿ ಪ್ರೀತಿಸುತ್ತಿದ್ದೇನೆ ಎನ್ನುವುದರ ಅರಿವು ನಿನಗಾಗುತ್ತದೆ."

ಆತ ನನ್ನನ್ನು ಮತ್ತೊಮ್ಮೆ ತನ್ನ ಎದೆಗೆ ಒತ್ತಿಕೊಂಡ. ಆ ಸಂದರ್ಭದಲ್ಲಿ ನನಗೆ ಆತ ತೋರಿದ ಪ್ರೀತಿ ಯಾಕೋ ಏನೋ ಇಷ್ಟವಾಗಲೇ ಇಲ್ಲ! ಸುತ್ತಲೂ ಪಸರಿಸಿದ್ದ ಅಸ್ಪಷ್ಟ ಅಂಧಕಾರವನ್ನೇ ನೇರವಾಗಿ ದಿಟ್ಟಿಸುತ್ತ ಸುಮ್ಮನೆ ಇದ್ದುಬಿಟ್ಟೆ.

ನನ್ನ ಎರಡೂ ಕೈಗಳನ್ನು ತೊಡೆಯ ಮೇಲೆ ಇಟ್ಟುಕೊಂಡಿದ್ದೆ. ರಮೇಶ ನನ್ನ ಬಲಗೈಯನ್ನು ಹಿಡಿದುಕೊಂಡು ತನ್ನ ತೋಳಿನ ಮೇಲೆ ಇರಿಸಿಕೊಂಡ. 'ಹಾಗಿದ್ದರೆ ನಾನು ರಮೇಶನನ್ನು ನಿರ್ಲಕ್ಷ್ಯ ಮಾಡುತ್ತಿದ್ದೇನೆಯೇ?' ಇಂತಹುದೊಂದು ಪ್ರಶ್ನೆ ನನ್ನ ಮನಸ್ಸಿನಲ್ಲಿ ಮೂಡಿತ್ತು!

ಸುತ್ತಲೂ ನಿಶ್ಶಬ್ದ. ವಾಯುವಿಹಾರಕ್ಕೆಂದು ಬಂದಿದ್ದ ನಾಲ್ಕಾರು ಜನರು ತಮ್ಮ ಮೋಟಾರು ವಾಹನವನ್ನೇರಿ ಅಲ್ಲಿಂದ ನಿರ್ಗಮಿಸತೊಡಗಿದ್ದರು. ಆ ಪ್ರದೇಶದಲ್ಲಿ ಅಲ್ಲೊಬ್ಬರು ಇಲ್ಲೊಬ್ಬರು ಮಾತ್ರ ಕಾಣಿಸುತ್ತಿದ್ದರು. ಸುತ್ತಮುತ್ತಲೂ ಮಬ್ಬುಗತ್ತಲು ಆವರಿಸಿಕೊಂಡಿತ್ತು. ನಾನು ಮೌನವಾಗಿಯೇ ಇದ್ದೆ. ರಮೇಶ ಮತ್ತೆ ಪ್ರಶ್ನಿಸಿದ್ದ, "ಏನಾಯಿತು ಮಾನು? ಯಾಕೆ ಸುಮ್ಮನೆ ಇದ್ದೀಯಾ? ಏನಾದರೂ ಮಾತನಾಡಬಾರದೇನು?"

"ಏನೂ ಆಗಿಲ್ಲ. ಇಂದು ಕಮಲಾಳ ಪತ್ರ ಬಂದಿದೆ. ಅದನ್ನು ನೀನೂ ನೋಡಿದ್ದೀಯ" ಎಂದು ಹೇಳುತ್ತ ನಾನು ಬಲಗೈನಿಂದ ಆತನನ್ನು ಗಟ್ಟಿಯಾಗಿ ತಬ್ಬಿಕೊಂಡೆ.

ಸಿಗರೇಟನ್ನು ಹೊತ್ತಿಸಿಕೊಳ್ಳುತ್ತ ಪ್ರತಿಕ್ರಿಯಿಸಿದ ರಮೇಶ, "ಓಹ್! ಮನೆಯ ನೆನಪು ಉಂಟಾಗಿದೆ ನಿನಗೆ! ಎಷ್ಟೆಂದರೂ ಮನೆಯ ಏಕೈಕ ಮುದ್ದಿನ ಮಗಳಲ್ಲವೇ?"

ಒಂದು ಬಾರಿ ಜೋರಾಗಿ ಸಿಗರೇಟಿನ ಹೊಗೆಯನ್ನು ಉಗುಳಿದ ನಂತರ ಆತ ತನ್ನ ಮಾತನ್ನು ಮುಂದುವರಿಸಿದ, "ಸರಿ ಮಾನು... ನಿನ್ನ ಮನಸ್ಸನ್ನು ಸೆಳೆಯುವಂತಹ ವಿಶೇಷ ವಿಷಯ ಮನೆಯಲ್ಲಿ ಏನಿದೆ ಹೇಳು! ನಾನೇ ವಿವರವಾಗಿ ಹೇಳುತ್ತೇನೆ ಕೇಳು. ನಿನಗೆ ತಾಯಿಯಿಲ್ಲ. ಅಣ್ಣ-ತಮ್ಮ, ಅಕ್ಕ-ತಂಗಿ ಯಾರೂ ಇಲ್ಲ. ತಂದೆಯವರು ಚಿಕ್ಕ ಪ್ರಾಯದ ಹುಡುಗಿಯೊಬ್ಬಳನ್ನು ಎರಡನೇ ವಿವಾಹವಾಗಿ ತಮ್ಮದೇ ಸುಖ-ಸಂತೋಷದಲ್ಲಿ ತೇಲಾಡುತ್ತಿದ್ದಾರೆ. ಅವರಿಗೆ ತಮ್ಮ ಮೊದಲನೇ ಪತ್ನಿಯ ನೆನಪೂ ಜೀವಂತವಾಗಿ ಉಳಿದಂತಿಲ್ಲ. ಮಗಳ ಬಗ್ಗೆ ವಿಶೇಷ ಅಕ್ಕರೆಯೂ ಇಲ್ಲ. ಅಷ್ಟೇ ಏಕೆ, ಮೊದಲ ಪತ್ನಿಯ ಭಾವಚಿತ್ರವನ್ನೂ ತಮ್ಮ ಮಲಗುವ ಕೋಣೆಯಿಂದ ದೂರ ಸರಿಸಿದ್ದಾರೆ. ಅದು ಈಗ ನಿನ್ನ ಕೋಣೆಯಲ್ಲಿದೆ. ಆ ಮನೆಯಲ್ಲಿ ನಿನಗಾಗಿ ಏನು ಉಳಿದುಕೊಂಡಿದೆ ಹೇಳು? ನೀನು ಬರುತ್ತೀಯ ಎಂದು ಯಾರಾದರೂ ಅಲ್ಲಿ ಕಾಯುತ್ತಿದ್ದಾರೇನು?"

ಒಂದು ವೇಳೆ ರಮೇಶ ಈ ದಿನ ಇಂತಹ ಮಾತುಗಳನ್ನು ಆಡಿದ್ದರೆ ನಾನು ಅದಕ್ಕೆ ಕೊಡುತ್ತಿದ್ದ ಉತ್ತರ ಬೇರೆಯದೇ ಆಗಿರುತ್ತಿತ್ತು. ಆದರೆ ಆ ದಿನ ಆತನ ಮಾತು ನನಗೆ ಅಕ್ಷರಶಃ ಸತ್ಯವೆಂದೇ ಭಾಸವಾಗಿತ್ತು. ನಾನು ಭಾವೋದ್ವೇಗದಿಂದ ನುಡಿದಿದ್ದೆ, "ರಮೇಶ, ನಿನ್ನ ಮಾತು ನಿಜ. ಮರುಭೂಮಿಯ ಸಂಕಷ್ಟಗಳಿಂದ ಪಾರಾಗಿ ಸಿಹಿನೀರಿನ ನದಿಯನ್ನು ಸೇರಿಕೊಂಡಿದ್ದೇನೆ. ದಯವಿಟ್ಟು ನನ್ನನ್ನು ಕ್ಷಮಿಸು. ನೀನು ನನಗಾಗಿ ಏನೇನನ್ನು ತ್ಯಾಗ ಮಾಡಿ ಬಂದಿದ್ದೀಯ ಎನ್ನುವುದರ ಬಗ್ಗೆ ಚರ್ಚಿಸುವುದರಿಂದ ಏನೂ ಪ್ರಯೋಜನವಿಲ್ಲ. ನನ್ನ ಮುಂದೆ ನೀನು

ಜೋಡಿಸಿಟ್ಟಿರುವ ಪ್ರೇಮದ ನೈವೇದ್ಯಗಳನ್ನು ಮಾತ್ರ ನಾನು ನೋಡುತ್ತೇನೆ. ನನಗೆ ಅಷ್ಟೇ ಸಾಕು. ನನ್ನ ಜೀವನ ಪಾವನವಾಗಿದೆ..."

ಕಾರೊಂದನ್ನು ಬಾಡಿಗೆಗೆ ಪಡೆದು ನಾವು ಅಲ್ಲಿಂದ ನೇರವಾಗಿ ಒಂದು ಚಲನಚಿತ್ರ ಮಂದಿರಕ್ಕೆ ಹೋದೆವು. ನನ್ನ ಹೃದಯ ಮತ್ತೆ ಸಂಭ್ರಮವನ್ನು ಅನುಭವಿಸತೊಡಗಿತ್ತು. ಅದೆಂತಹ ಪ್ರಫುಲ್ಲತೆ! 'ನಾನೇಕೆ ಅನಾವಶ್ಯಕವಾಗಿ ಚಿಂತಿಸುತ್ತಿದ್ದೇನೆ? ನನಗೆ ಈಗ ಯಾವುದರ ಕೊರತೆ ಉಂಟಾಗಿದೆ? ರಮೇಶನ ರೂಪದಲ್ಲಿ ತಾನಾಗಿಯೇ ಬಂದಿರುವ ಅದೃಷ್ಟವನ್ನು ಕಾಲಿಂದ ಒದೆಯುವುದು ಮೂರ್ಖತನದ ಕೆಲಸವಲ್ಲವೇ?'

ಆ ದಿನ ಬೆಳಿಗ್ಗೆ ಬಂದಿದ್ದ ಕಮಲಾಳ ಪತ್ರದಲ್ಲಿ ವಿಶೇಷವಾದ ಸಂಗತಿಯೇನೂ ಇರಲಿಲ್ಲ. ಆದರೆ ಅದು ನನ್ನನ್ನು ಮನೆಯ ಕಡೆಗೆ ಸೆಳೆದಿದ್ದಂತೂ ಸತ್ಯ. ಆ ಪತ್ರದ ಸಾರಾಂಶ ಹೀಗಿತ್ತು, 'ನಾನು ನಿನ್ನ ತಂದೆಯವರನ್ನು ಭೇಟಿಯಾಗಿದ್ದೇನೆ. ನೀನು ಮನೆಯನ್ನು ತೊರೆದುಹೋದುದಕ್ಕಾಗಿ ಅವರು ತುಂಬಾ ನೊಂದಿದ್ದಾರೆ. ಆದರೆ ಅವರು ಈ ವಿಷಯವನ್ನು ಪೊಲೀಸರಿಗೆ ತಿಳಿಸಿಲ್ಲ ಅಥವಾ ರಮೇಶಣ್ಣನ ವಿರುದ್ಧ ಯಾವುದೇ ಪ್ರಕರಣವನ್ನು ದಾಖಲಿಸಿಲ್ಲ; ನ್ಯಾಯಾಲಯದಲ್ಲಿ ಮೊಕದ್ದಮೆಯನ್ನೂ ಹೂಡಿಲ್ಲ. ನಿನ್ನನ್ನು ನೆನಪಿಸಿಕೊಳ್ಳುತ್ತ ಚಿಕ್ಕಮ್ಮ ತುಂಬಾ ಅಳುತ್ತಿದ್ದಾರೆ. ತಾವು ನುಡಿದ ಭವಿಷ್ಯ ನಿಜವಾಗಿರುವುದಕ್ಕಾಗಿ ಹರಿಮತಿ ತುಂಬಾ ಆನಂದಪಡುತ್ತಿದ್ದಾರೆ. ಈ ವಿಷಯ ತಮಗೆ ಮೊದಲೇ ಗೊತ್ತೆಂದು ಹೇಳಿಕೊಳ್ಳುತ್ತ ಅವರು ಲೇವಡಿ ಮಾಡುತ್ತಿದ್ದಾರೆ. ನಂದಲಾಲ್ ಶಾಲೆಯನ್ನು ಬಿಟ್ಟಿದ್ದಾನೆ. ನೀನು ಈ ರೀತಿ ಮಾಡುತ್ತೀಯ ಎಂದು ಆತ ಕನಸುಮನಸ್ಸಿನಲ್ಲಿಯೂ ಊಹಿಸಿರಲಿಲ್ಲವಂತೆ. ಮುಕುಲ್ ಮಾಸ್ತರ್ ನನ್ನನ್ನು ವಿವಾಹವಾಗುವುದಕ್ಕೆ ನಮ್ಮ ತಾಯಿ ಸಮ್ಮತಿ ಸೂಚಿಸಿದ್ದಾರೆ. ರಮೇಶಣ್ಣನ ಮನೆಗೆ ಸಂಬಂಧಿಸಿದ ಯಾವ ವಿಷಯವೂ ತಿಳಿದುಬಂದಿಲ್ಲ.'

ಕಮಲಾ ಬರೆದಿದ್ದ ಆ ಪತ್ರವನ್ನು ಓದಿ ನನ್ನ ಮನಸ್ಸಿಗೆ ತೀವ್ರ ನೋವು ಉಂಟಾಗಿತ್ತು. ನನ್ನ ಚಿಕ್ಕಮ್ಮ (ಮಲತಾಯಿ) ವಾಸ್ತವದಲ್ಲಿ ತುಂಬಾ ಒಳ್ಳೆಯವಳೇ ಆಗಿದ್ದಳು. ಆಕೆ ನನ್ನನ್ನು ತುಂಬಾ ಇಷ್ಟಪಡುತ್ತಿದ್ದಳು; ಪ್ರೀತಿಸುತ್ತಿದ್ದಳು. ಆದರೆ ಬಹಿರಂಗವಾಗಿ ತನ್ನ ಪ್ರೀತಿಯನ್ನು ಆಕೆ ತೋರಿಸಿಕೊಳ್ಳುತ್ತಿರಲಿಲ್ಲ. ಬಹುಶಃ ಗಂಡನ ಮನಸ್ಸಿಗೆ ವಿರುದ್ಧವಾಗಿ ನಡೆದುಕೊಳ್ಳುವುದು ಆಕೆಗೆ ಇಷ್ಟವಿರಲಿಲ್ಲ. ಅದೇ ರೀತಿಯಲ್ಲಿ ಕಪಟತನವೂ ಆಕೆಗೆ ಗೊತ್ತಿರಲಿಲ್ಲ. ಆಕೆಯ ಸರಳ ಮನಸ್ಸು ಪತಿಯ ಇಷ್ಟಕ್ಕನುಗುಣವಾಗಿಯೇ ನಡೆಯುತ್ತಿತ್ತು. ಇದರ ಪರಿಣಾಮವಾಗಿ ನಾನು ಕಷ್ಟವನ್ನು ಅನುಭವಿಸಬೇಕಾಯಿತು. ನಂದಲಾಲ್‌ನ ವಿಷಯವನ್ನು ತಿಳಿದು ನನಗೆ ತುಂಬಾ ಬೇಸರವಾಯಿತು. ಆತನ ಅಜಾಗರೂಕತೆಯ ಕಾರಣದಿಂದಾಗಿಯೇ ನಾನು ಮನೆಯನ್ನು ತೊರೆದು ಬರುವುದಕ್ಕೆ ಅವಕಾಶ ದೊರಕಿದ್ದು. ಒಂದು ವೇಳೆ ಆತ ನನ್ನ ಚಲನವಲನಗಳ ಮೇಲೆ ಗಮನವಿಟ್ಟಿದ್ದಿದ್ದರೆ ನಾನು ರಮೇಶನ ಜೊತೆಯಲ್ಲಿ ಬರುವುದು ಸಾಧ್ಯವಾಗುತ್ತಿರಲಿಲ್ಲ. ಈ ಕಾರಣಕ್ಕಾಗಿ ಆತ ನನ್ನ ತಂದೆಯಿಂದ ತುಂಬಾ ಬೈಗುಳಗಳನ್ನು ತಿನ್ನುವಂತಾಯಿತು ಎನ್ನುವುದು ನನಗೆ ತಿಳಿದಿದೆ.

ನನ್ನನ್ನು ಹೇಗಾದರೂ ಹುಡುಕಿಕೊಂಡು ಬರುತ್ತೇನೆ ಎಂದು ಆತ ಪ್ರತಿಜ್ಞೆಯನ್ನೂ ಮಾಡಿದ್ದಾನಂತೆ! ಕೆಲವೊಮ್ಮೆ ಅನ್ನಿಸುತ್ತದೆ, ಇಂತಹ ವೀರಪುರುಷರ ಮರ್ಯಾದೆ ಉಳಿಸಬೇಕು ಎಂದು!

ಬೊಂಬಾಯಿಯಿಂದ ನಾಗಪುರಕ್ಕೆ ಹೋಗಿ, ಅಲ್ಲಿಂದ ನಾವು ಮದ್ರಾಸಿಗೆ ಬಂದೆವು. ಅಲ್ಲಿ ಕೆಲವು ದಿನ ಉಳಿದುಕೊಂಡ ನಾವು ವಿಶಾಖಪಟ್ಟಣಕ್ಕೆ ಹೊರಟೆವು. ಅಲ್ಲಿನ ಸಮುದ್ರತೀರ ನಮ್ಮನ್ನು ತುಂಬಾ ಆಕರ್ಷಿಸಿತು. ಅಲ್ಲಿನ ಸುಂದರ ಪರಿಸರವನ್ನು ವೀಕ್ಷಿಸುತ್ತ, ಸಂತೋಷದಿಂದ ತಿರುಗಾಡುತ್ತ ಸುಮಾರು ಎರಡು ತಿಂಗಳು ಅಲ್ಲಿಯೇ ಕಳೆದೆವು. ಆನಂತರ ಪುರಿಗೆ ಬಂದು, ಅಲ್ಲಿಂದ ಕಾಶಿ ಸೇರಿಕೊಂಡೆವು. ಅಲ್ಲಿ ಬಂಗಾಳಿಗಳ ಸಂಖ್ಯೆಗೇನೂ ಕೊರತೆಯಿರಲಿಲ್ಲ. ವಾಸಸ್ಥಳದಿಂದ ಹೊರಕ್ಕೆ ಬರುತ್ತಿದ್ದಂತೆಯೇ ಬಂಗಾಳಿಗಳ ಮುಖದರ್ಶನವಾಗುತ್ತಿತ್ತು. ಮನಸ್ಸಿನೊಳಗೆ ಅವ್ಯಕ್ತ ಭಯ! 'ಯಾರಾದರೂ ಪರಿಚಿತರು ನಮ್ಮನ್ನು ನೋಡಿಬಿಟ್ಟರೆ ಸಿಕ್ಕಿಹಾಕಿಕೊಳ್ಳುತ್ತೇವೆ... ಏನು ಮಾಡುವುದು?'

ಒಂದು ದಿನ ನಾನು ರಮೇಶನ ಮುಂದೆ ನನ್ನ ಭಯವನ್ನು ವ್ಯಕ್ತಪಡಿಸಿದೆ, "ಇಲ್ಲಿಂದ ನಾವು ಹೊರಟುಬಿಡೋಣ. ನಾಲ್ಕೂ ದಿಕ್ಕುಗಳಲ್ಲಿ ಕೇವಲ ಬಂಗಾಳಿಗಳೇ ಕಾಣಿಸುತ್ತಿದ್ದಾರೆ. ಆಕಸ್ಮಿಕವಾಗಿ ನಾವು ಯಾವುದಾದರೂ ಪರಿಚಿತರ ಕಣ್ಣಿಗೆ ಬಿದ್ದುಬಿಟ್ಟರೆ ತುಂಬಾ ತೊಂದರೆ ಉಂಟಾಗುತ್ತದೆ."

ನನ್ನ ಮಾತನ್ನು ಕೇಳಿ ರಮೇಶ ಗಾಬರಿಯಾಗಲಿಲ್ಲ. ಕಾಲಿನ ಮೇಲೆ ಕಾಲು ಹಾಕಿಕೊಂಡು ಕುಳಿತುಕೊಳ್ಳುತ್ತ, ಸಿಗರೇಟೊಂದನ್ನು ಹಚ್ಚಿಕೊಂಡು ಬಾಯಿಗಿಟ್ಟುಕೊಳ್ಳುತ್ತ, ಅತ್ಯಂತ ನೆಮ್ಮದಿಯ ಮನಃಸ್ಥಿತಿಯಲ್ಲಿ ಉತ್ತರಿಸಿದ, "ಮಾನು, ನೀನೇಕೆ ಗಾಬರಿಯಾಗುತ್ತಿದ್ದೀಯ? ಒಂದು ವಿಷಯವನ್ನು ಚೆನ್ನಾಗಿ ತಿಳಿದುಕೋ... ಕಾಶಿಯಲ್ಲಿರುವ ಬಂಗಾಳಿಗಳ ಪೈಕಿ ಬಹುತೇಕ ಜನರು 'ಈ ನಿನ್ನ ರಮೇಶ'ನ ರೀತಿಯವರೇ ಆಗಿದ್ದಾರೆ. ಒಂದು ರೀತಿಯಲ್ಲಿ ನನಗೆ 'ಬಂಧು'ಗಳು, 'ಸ್ನೇಹಿತ'ರು. ಕೆಲವರು ಯಾರದೋ ಮನೆಯ ಹೆಣ್ಣನ್ನು ಹಾರಿಸಿಕೊಂಡು ಬಂದಿರುತ್ತಾರೆ; ಇನ್ನು ಕೆಲವರು ಗುಪ್ತಸಂಬಂಧವನ್ನು ಮುಂದುವರಿಸಿಕೊಂಡು ಹೋಗುವುದಕ್ಕಾಗಿ ಬಂದಿರುತ್ತಾರೆ; ಮತ್ತೆ ಕೆಲವರು ವಿಧವೆಯರನ್ನು ಮದುವೆಯಾಗುವುದಾಗಿ ನಂಬಿಸಿ ಜೊತೆಗೂಡಿಸಿಕೊಂಡು ಬಂದಿರುತ್ತಾರೆ; ಇನ್ನೂ ಒಂದಿಷ್ಟು ಜನರು ತಮ್ಮ ಪ್ರೇಮಿಗಳ ಜೊತೆಯಲ್ಲಿ ವಿಹಾರಕ್ಕೆ ಆಗಮಿಸಿರುತ್ತಾರೆ... ಒಬ್ಬೊಬ್ಬ ಬಂಗಾಳಿಯದ್ದೂ ಒಂದೊಂದು ಕಥೆ! ಕಳಂಕಿತ ಬಂಗಾಳಿಗಳಿಗೆ ಮುಖ್ಯವಾಗಿ ಸಿಗುವುದು ಮೂರೇ ಸ್ಥಳಗಳು. ಅವುಗಳೆಂದರೆ ನವದ್ವೀಪ, ಕಾಶಿ ಮತ್ತು ಬೃಂದಾವನ. ಅಂತಹವರಿಗೆ ನಾವೇಕೆ ಭಯಪಡಬೇಕು? ಎಲ್ಲರೂ ಒಂದೇ ರೀತಿಯವರಾಗಿದ್ದಾಗ ಪರಸ್ಪರರಲ್ಲಿ ಒಬ್ಬರು ಇನ್ನೊಬ್ಬರನ್ನೇಕೆ ನಿಂದಿಸುತ್ತಾರೆ? ಒಬ್ಬರು 'ನನ್ನನ್ನು ನೋಡು' ಎಂದರೆ ಇನ್ನೊಬ್ಬ 'ನನ್ನನ್ನು ನೋಡು' ಎನ್ನುತ್ತಾರೆ. ಬೀದಿಬದಿಯಲ್ಲಿ ಗಿರಾಕಿಗಳಿಗಾಗಿ ಕಾದು ನಿಲ್ಲುತ್ತಿದ್ದ ವೇಶ್ಯೆಯೊಬ್ಬಳು ಒಂದು ಸಂದರ್ಭದಲ್ಲಿ ಪ್ರಭು ಯೇಸುಕ್ರಿಸ್ತರ

ಆಶ್ರಯವನ್ನು ಪಡೆದುಕೊಂಡಳು. ಎಲ್ಲರೂ ತನ್ನನ್ನು ಕೀಳಾಗಿ ಕಾಣುತ್ತಿದ್ದಾರೆ; ಪರಿಹಾರ ಸೂಚಿಸಿ ಎಂದು ಆಕೆ ಅವರಲ್ಲಿ ಬೇಡಿಕೊಂಡಳು. ಆಗ ಯೇಸುಕ್ರಿಸ್ತರು ಅಲ್ಲಿ ನೆರೆದಿದ್ದ ಜನಸಮೂಹದ ಮುಂದೆ ಆಕೆಯನ್ನು ಸಮಾಧಾನಿಸುತ್ತ, 'ನಿಮ್ಮ ಪೈಕಿ ಯಾರು ತಪ್ಪನ್ನೇ ಮಾಡಿಲ್ಲವೋ ಅಂತಹವರು ಮುಂದೆ ಬಂದು ಈಕೆಯನ್ನು ಅವಮಾನಿಸಬಹುದು' ಎಂದು ಹೇಳಿದರು. ಆದರೆ ಅಲ್ಲಿದ್ದ ಯಾರೂ ಮುಂದೆ ಬರಲೇ ಇಲ್ಲ! ಬೈಬಲ್‌ನಲ್ಲಿ ಈ ಸಂದರ್ಭದ ವಿವರಣೆಯಿದೆ. ನೀನೇನಾದರೂ ಓದಿದ್ದೀಯಾ? ನಾನು ಹೇಳುತ್ತಿರುವುದು ನಿನಗೆ ಅರ್ಥವಾಯಿತೇ?"

"ನಿಜ... ಆ ಕಥೆಯನ್ನು ನಾನೂ ಕೇಳಿದ್ದೇನೆ. ನೀನು ಭಾರೀ ಚತುರ ವ್ಯಕ್ತಿ. ಕಾಶಿ, ನವದ್ವೀಪ, ಬೃಂದಾವನ ಮುಂತಾದ ಸ್ಥಳಗಳನ್ನೆಲ್ಲಾ ತುಂಬಾ ಚೆನ್ನಾಗಿ ಅರ್ಥ ಮಾಡಿಕೊಂಡಿದ್ದೀಯ; ನಿನ್ನದೇ ರೀತಿಯಲ್ಲಿ! ಪುಣ್ಯಪ್ರಾಪ್ತಿಗಾಗಿ ಇಲ್ಲಿಗೆ ಬರುವವರು ನಿನಗೆಲ್ಲಿ ಕಾಣಿಸುತ್ತಾರೆ? ನೀನು ಹೇಳಿದ್ದೂ ನಿಜವಿರಬಹುದು. ನಮ್ಮಲ್ಲಿ ಈ ಬಗ್ಗೆ ಚರ್ಚೆಯೇಕೆ? ಕಳೆದ ಅನೇಕ ದಿನಗಳಿಂದ ಕೆಲಸವಿಲ್ಲದೇ ಸುಮ್ಮನೇ ಅಲೆಯುತ್ತಿದ್ದೇವೆ... ಯಾಕೋ ಭಯವಾಗುತ್ತಿದೆ. ಮುಂದಿನ ಜೀವನದ ಚಿಂತೆ ನನ್ನನ್ನು ಕಾಡುತ್ತಿದೆ. ಕಾಶಿಯಲ್ಲಿ ಇರುವುದು ನನಗೇಕೋ ಇಷ್ಟವಾಗುತ್ತಿಲ್ಲ."

ನಾವು ಅಲಹಾಬಾದ್ ಮತ್ತು ಆಗ್ರಾವನ್ನು ನೋಡಿಕೊಂಡು ಮಥುರಾಗೆ ಹೋದೆವು. ಪ್ರಯಾಗದಲ್ಲಿ ಗಂಗಾ-ಯಮುನಾ ಸಂಗಮದಲ್ಲಿ ಸ್ನಾನವನ್ನು ಮಾಡಿದೆವು. ತಾಜ್ ಮಹಲ್, ಆಗ್ರಾ ಕೋಟೆ, ಅಕ್ಬರನ ಸಮಾಧಿ ಇತ್ಯಾದಿಗಳನ್ನು ನೋಡುವುದಕ್ಕೆ ನಿಂತ ಕಾರಣದಿಂದಾಗಿ ಆಗ್ರಾದಲ್ಲಿ ಐದು ದಿನ ಉಳಿದುಕೊಳ್ಳುವಂತಾಯಿತು. ಸುಮಾರು ಐದು ತಿಂಗಳು ಸುತ್ತಾಡಿದ ನಾವು ಆಷಾಢ ಮಾಸದ ಪ್ರಥಮ ಭಾಗದಲ್ಲಿ ಮಥುರಾವನ್ನು ತಲುಪಿದೆವು. ಅಲ್ಲಿ ಸ್ವಲ್ಪ ಹೆಚ್ಚು ದಿನಗಳ ಕಾಲ ಉಳಿದುಕೊಳ್ಳುವ ಬಯಕೆ. ಈ ನಗರದಲ್ಲಿ ಉಳಿದುಕೊಂಡ ಕಾರಣದಿಂದಾಗಿ ರಮೇಶನ ಮನಸ್ಸು ಅದೆಷ್ಟು ಪ್ರಫುಲ್ಲವಾಗಿತ್ತು ಎನ್ನುವುದು ವರ್ಣನೆಗೂ ನಿಲುಕದ ಸಂಗತಿ.

ಸ್ವಾಮಿ ಘಾಟ್ ಸಮೀಪದಲ್ಲಿ, ಯಮುನಾ ನದಿಯ ತೀರ ಪ್ರದೇಶದಲ್ಲಿ, ಕಡಿಮೆ ಬಾಡಿಗೆಯ ಮನೆಯೊಂದನ್ನು ಗೊತ್ತುಮಾಡಿಕೊಳ್ಳುವಲ್ಲಿ ನಾವು ಯಶಸ್ವಿಯಾದೆವು.

ದಂಡುಪ್ರದೇಶದ ಬಳಿಯಲ್ಲಿ ಯೂರೋಪಿಯನ್ ಮಾದರಿಯ ಒಂದು ವಸತಿಗೃಹ ಇರುವುದು ನಮಗೆ ತಿಳಿದಿತ್ತು. ಆದರೆ ಅಲ್ಲಿ ಉಳಿದುಕೊಳ್ಳುವುದು ರಮೇಶನಿಗೆ ಇಷ್ಟವಾಗಲಿಲ್ಲ. ಕೈಯಲ್ಲಿದ್ದ ಹಣ ಖಾಲಿಯಾಗುವ ಹಂತಕ್ಕೆ ಬಂದಿತ್ತು. ಇನ್ನು ಮುಂದೆ ಶ್ರೀಮಂತ ವ್ಯಕ್ತಿಗಳು ಅಥವಾ ಬ್ರಿಟೀಷರ ಶೈಲಿಯಲ್ಲಿ ಸುತ್ತಾಡುವುದು ಸಾಧ್ಯವಿರಲಿಲ್ಲ. ರಮೇಶ ಹೇಳಿದ, "ಮಥುರಾದಲ್ಲಿ ಭಾರತೀಯರ ಹಾಗೆಯೇ ಓಡಾಡುವುದು ಹೆಚ್ಚು ಅನುಕೂಲಕರ." ಆತ ಕೋಟು, ಪ್ಯಾಂಟು, ಟೈ, ಟೋಪಿ ಮುಂತಾದವುಗಳನ್ನು ತ್ಯಜಿಸಿದ. ನಾನು ಭಾರತೀಯಳ ಉಡುಪಿನಲ್ಲಿಯೇ ಇದ್ದೆ. ಎತ್ತರದ ಹಿಮ್ಮಡಿಯ ಚಪ್ಪಲಿಯ ಬದಲಿಗೆ ಸಾಮಾನ್ಯ ಚಪ್ಪಲಿಯನ್ನು ಧರಿಸಿದೆ. ಮನೆಯಲ್ಲಿ ಅಡುಗೆ ಮಾಡುವ ಸಲುವಾಗಿ ಬ್ರಾಹ್ಮಣ ಮಹಿಳೆಯೊಬ್ಬಳನ್ನು

ಗೊತ್ತುಮಾಡಿಕೊಂಡೆವು. ಇನ್ನೊಬ್ಬ ಮನೆಗೆಲಸದವನೂ ನಮಗೆ ಸಿಕ್ಕಿದ. ಆತ ಮಾರುಕಟ್ಟೆಗೆ ಹೋಗಿ ನಮಗೆ ಬೇಕಾದ ವಸ್ತುಗಳನ್ನು ತರುತ್ತಿದ್ದ; ನೀರು ಪೂರೈಕೆಯ ಜವಾಬ್ದಾರಿ ಹೊತ್ತುಕೊಂಡ; ಕಸ ಗುಡಿಸುವುದು-ನೆಲ ಒರೆಸುವುದು-ಪಾತ್ರೆ ತೊಳೆಯುವುದು ಮುಂತಾದ ಕೆಲಸಗಳನ್ನೂ ಆತನೇ ಮಾಡುತ್ತಿದ್ದ.

ಅದೊಂದು ದಿನ ರಮೇಶನನ್ನು ನೋಡಿದೆ; ಮೀಸೆಯನ್ನು ಪೂರ್ತಿಯಾಗಿ ಬೋಳಿಸಿಕೊಂಡುಬಿಟ್ಟಿದ್ದ! ನಾನು ಆತನನ್ನು ನೋಡಿ ಕಿರುನಗುತ್ತ ಹೇಳಿದೆ, "ರಮೇಶ, ಮೀಸೆ ಇಲ್ಲದೇ ಇದ್ದರೆ ನೀನು ಚೆನ್ನಾಗಿ ಕಾಣಿಸುವುದಿಲ್ಲ."

ತಕ್ಷಣವೇ ರಮೇಶನ ಪ್ರತಿಕ್ರಿಯೆ ಬಂದಿತ್ತು, "ಇರಲಿ ಬಿಡು... ಇನ್ನು ಮುಂದೆ ಎಲ್ಲವೂ ಹೀಗೆಯೇ... ನೋಡುತ್ತಿರು..."

ಆತ ನುಡಿದಿದ್ದು ತಮಾಷೆಯ ಶೈಲಿಯಲ್ಲಿತ್ತು. ಆದರೆ ನಿಜಸ್ಥಿತಿ ಬೇರೆಯೇ ಇದ್ದಂತೆ ಕಾಣಿಸತೊಡಗಿತ್ತು. ಏಕೆಂದರೆ ಆತನ ಇಂತಹ ವಿಚಿತ್ರ ವರ್ತನೆ ಇಲ್ಲಿಗೇ ನಿಲ್ಲಲಿಲ್ಲ.

ಮುಂದಿನ ಒಂದೆರಡು ದಿನಗಳಲ್ಲಿಯೇ ಆತ ಕ್ಷೌರಿಕನನ್ನು ಮನೆಗೆ ಕರೆಯಿಸಿಕೊಂಡು ತಲೆಗೂದಲನ್ನು ಸಂಪೂರ್ಣ ಬೋಳಿಸಿಕೊಂಡ; ಮಧ್ಯಭಾಗದಲ್ಲಿ ಒಂದು ಜುಟ್ಟು ಮಾತ್ರವಿತ್ತು! ನನ್ನಲ್ಲಿ ಸಹಜವಾಗಿಯೇ ಅನುಮಾನ ಮೂಡಿತ್ತು. 'ರಮೇಶ ಯಾಕೆ ಈ ರೀತಿ ಕ್ಷೌರ ಮಾಡಿಸಿಕೊಂಡಿದ್ದಾನೆ? ಇದರ ಹಿಂದೆ ಬೇರೆ ಏನಾದರೂ ಯೋಚನೆ ಇದೆಯೇ?' ಮಾರನೆಯ ದಿನವೇ ಆತನ ಹಣೆಯ ಮೇಲೆ ನಾಮ ಕಾಣಿಸಿಕೊಂಡಿತ್ತು. ಉಡುಪಿನಲ್ಲಿಯೂ ಕೆಲವು ಬದಲಾವಣೆಗಳು! ಒಟ್ಟಿನಲ್ಲಿ ಆತ ದ್ರಾವಿಡ ಪಂಡಿತನಂತೆ ತನ್ನ ರೂಪವನ್ನು ಬದಲಿಸಿಕೊಂಡಿದ್ದ. ನನ್ನ ಅನುಮಾನ ಇನ್ನಷ್ಟು ಗಾಢವಾಗುತ್ತ ಹೋಯಿತು. 'ಹಾಗಿದ್ದರೆ ರಮೇಶ ತಲೆ ಮರೆಸಿಕೊಳ್ಳುವ ಉದ್ದೇಶವನ್ನು ಹೊಂದಿದ್ದಾನೆಯೇ?' ಆದರೆ ನಾನು ಆತನ ಮುಂದೆ ಬಹಿರಂಗವಾಗಿ ಏನನ್ನೂ ಪ್ರಶ್ನಿಸಲಿಲ್ಲ. ಆತನ ಪ್ರತಿಯೊಂದು ಚಟುವಟಿಕೆಯನ್ನೂ ತಮಾಷೆಯ ದೃಷ್ಟಿಯಿಂದಲೇ ಗಮನಿಸತೊಡಗಿದ್ದೆ.

ಕೆಲವು ದಿನಗಳ ಹಿಂದೆ ನಾವು ರಂಗೂನ್‌ನಲ್ಲಿ ಇದ್ದಾಗ ರಮೇಶಣ್ಣ ದಕ್ಷಿಣ ಭಾರತದ ಭಾಷೆಯ ಬಗ್ಗೆ ಮಾಹಿತಿ ನೀಡಿದ್ದ. ಬೃಂದಾವನದ ದೇವಾಲಯಕ್ಕೆ ಹೋಗಿ ತಾನು ಸ್ವಾಮೀಜಿಯವರೊಂದಿಗೆ ಮಾತನಾಡಿಕೊಂಡು ಬಂದಿರುವುದಾಗಿ ತಿಳಿಸಿದ್ದ. ನನಗೆ ಆ ಸಮಯದಲ್ಲಿ ಉಂಟಾಗಿದ್ದ ಆಶ್ಚರ್ಯ ಅಷ್ಟಿಷ್ಟಲ್ಲ. ಅಲ್ಲಿದ್ದಾಗ 'ರಾಮಸ್ವರೂಪ ಅಯ್ಯರ್' ಹೆಸರಿನಲ್ಲಿ ರಮೇಶನಿಗೆ ಪತ್ರವೂ ಬಂದಿತ್ತು! ನಾವು ಇತರ ನಗರಗಳಲ್ಲಿ ಇದ್ದಾಗಲೂ ನಕಲಿ ಹೆಸರನ್ನೇ ಬಳಸುತ್ತಿದ್ದೆವು. ನಮ್ಮ ನಿಜವಾದ ಹೆಸರನ್ನು ಹೇಳಿಕೊಳ್ಳುವುದಕ್ಕೆ ನಾವು ಇಷ್ಟಪಟ್ಟಿರಲಿಲ್ಲ; ಸುರಕ್ಷತೆಯ ದೃಷ್ಟಿಯಿಂದ ನಾವು ಆ ರೀತಿ ವರ್ತಿಸಬೇಕಾದುದು ಅನಿವಾರ್ಯವೂ ಆಗಿತ್ತು. ಆದರೆ ಈ ಬಾರಿ ಮಾತ್ರ ರಮೇಶ ವಿಶೇಷ ಎಚ್ಚರಿಕೆಯಲ್ಲಿ ಇದ್ದಂತೆ ಕಂಡುಬರುತ್ತಿತ್ತು. ಬೇಸರದ ಸಂಗತಿಯೇನೆಂದರೆ, ಆತ ಈ ಬಗ್ಗೆ ನನಗೆ ಏನನ್ನೂ ಹೇಳಿರಲಿಲ್ಲ.

ಕಲ್ಕತ್ತಾದಲ್ಲಿ ಇದ್ದ ಸಮಯದಲ್ಲಿಯೇ ರಮೇಶ ಕೆಲವೊಮ್ಮೆ ಸ್ನೇಹಿತರ ಜೊತೆಗೂಡಿಕೊಂಡು ಮದ್ಯಪಾನ ಮಾಡುವ ಅಭ್ಯಾಸವನ್ನು ಹೊಂದಿದ್ದ. ಆದರೆ ಆಗ ನನಗೆ ಈ ವಿಷಯ ತಿಳಿದಿರಲಿಲ್ಲ. ನಾವು ಮನೆಯಿಂದ ಹೊರಬಂದು ವಿದೇಶಿಯರ ವೇಷದಲ್ಲಿ ಸುತ್ತಾಡತೊಡಗಿದಾಗ, ವಸತಿಗೃಹದಲ್ಲಿ ಉಳಿದುಕೊಂಡ ಸಮಯದಲ್ಲಿ ಆತನ ಕುಡಿತದ ಪ್ರಮಾಣದಲ್ಲಿ ಸಾಕಷ್ಟು ಏರಿಕೆಯಾಗಿತ್ತು. ಸ್ವತಃ ಆತನೇ ಈ ವಿಷಯವನ್ನು ನನ್ನ ಮುಂದೆ ಹೇಳಿಕೊಂಡಿದ್ದ. ಅಷ್ಟೇ ಅಲ್ಲ, "ನೀನೂ ಸ್ವಲ್ಪ ಕುಡಿ... ಏನೂ ಆಗುವುದಿಲ್ಲ" ಎಂದು ಹೇಳುತ್ತ ಕುಡಿಯುವುದಕ್ಕೆ ನನ್ನನ್ನು ಪ್ರಚೋದಿಸಿದ್ದ. ಆದರೆ ನಾನು ಸಾರಾಸಗಟಾಗಿ ಆತನ ಒತ್ತಾಯವನ್ನು ನಿರಾಕರಿಸಿದ್ದೆ. "ಇಲ್ಲ... ಖಂಡಿತ ಸಾಧ್ಯವಿಲ್ಲ... ಅದೂ ನನ್ನ ಶರೀರ ಈ ಪರಿಸ್ಥಿತಿಯಲ್ಲಿ ಇರುವಾಗ..."

ತಕ್ಷಣವೇ ರಮೇಶ ಪ್ರತಿಕ್ರಿಯಿಸಿದ್ದ, "ಅದಕ್ಕೆ ಇನ್ನೂ ಸಾಕಷ್ಟು ಸಮಯಾವಕಾಶವಿದೆ. ಅಲ್ಲಿಯವರೆಗೆ ಸುಖವನ್ನು ಅನುಭವಿಸದೇ ಇರುವುದು ಸಾಧ್ಯವೇ! ಕುಡಿ... ಪರವಾಗಿಲ್ಲ. ನೀನು ಕುಡಿದರೆ ನನಗೂ ಒಳ್ಳೆಯದು... ರಸನಿಮಿಷ ಸವಿಯಲು ಮದ್ಯಪಾನ ತುಂಬಾ ಸಹಕಾರಿ... ನಿನ್ನನ್ನು ಪೂರ್ತಿಯಾಗಿ..." ಆತ ಆಡಿದ್ದ ಮಾತುಗಳು ಅಶ್ಲೀಲವಾಗಿದ್ದವು.

ರಮೇಶ ಪ್ರತಿನಿತ್ಯವೂ ಒಂದೆರಡು ಗ್ಲಾಸುಗಳಷ್ಟು ಮದ್ಯವನ್ನು ಸೇವಿಸುತ್ತಿದ್ದ. ಆತ ನನ್ನ ದೇಹವನ್ನು ಆಕ್ರಮಿಸಿಕೊಂಡ ಸಮಯದಲ್ಲಿ ನಾನು ಈ ವಾಸನೆಯನ್ನು ಸಹಿಸಿಕೊಳ್ಳುತ್ತಿದ್ದೆ. ಆದರೆ ಆತ ತುಂಬಾ ಕುಡಿದ ಸಂದರ್ಭಗಳಲ್ಲಿ ಮಾತ್ರ ನಾನು ದೂರ ಸರಿಯುತ್ತಿದ್ದೆ. ಆತನ ಆಕ್ರಮಣಕ್ಕೆ ಅವಕಾಶ ಮಾಡಿಕೊಡುತ್ತಿರಲಿಲ್ಲ.

ಯೂರೋಪ್‌ನಲ್ಲಿ ಆಗ ಮಹಾಯುದ್ಧ ನಡೆಯುತ್ತಿತ್ತು. ಮಥುರಾದ ದಂಡು ಪ್ರದೇಶಕ್ಕೆ ಅನೇಕ ಬ್ರಿಟೀಷ್ ಸೇನಾ ತುಕಡಿಗಳು ಬಂದಿದ್ದವು. ಸೇನೆಯ ಜಮಾವಣೆ ಮತ್ತು ಆಹಾರಧಾನ್ಯಗಳ ಸಂಗ್ರಹ ಅಲ್ಲಿ ನಡೆಯುತ್ತಿದ್ದ ಮುಖ್ಯ ಚಟುವಟಿಕೆಯಾಗಿತ್ತು.

ರಮೇಶ ಹೇಳಿದ, "ಮಾನು, ನಾನು ಸ್ವಲ್ಪ ದಂಡುಪ್ರದೇಶದ ಕಡೆಗೆ ಹೋಗಿಬರುತ್ತೇನೆ. ಒಂದು ಬಾಟಲಿ ಮದ್ಯವನ್ನು ಹೇಗಾದರೂ 'ಸಂಪಾದಿಸುವುದಕ್ಕೆ' ಸಾಧ್ಯವಾಗಬಹುದೇ ಎಂದು ಪ್ರಯತ್ನಿಸುತ್ತೇನೆ. ಈ ನಗರದಲ್ಲಿ ಮದ್ಯ ಸಿಗುವುದು ತುಂಬಾ ಕಷ್ಟ. ಇಲ್ಲಿ ಎಲ್ಲರೂ ಧ್ಯಾನ, ಸಿದ್ಧಿಯಲ್ಲಿಯೇ ತಮ್ಮ ಸಮಯವನ್ನು ಹೆಚ್ಚಾಗಿ ಕಳೆಯುತ್ತಾರೆ. ವಿಲಾಸಿ ಜೀವನದ ಕಡೆಗೆ ಇಲ್ಲಿ ಗಮನ ಹರಿಸುವವರೇ ಕಡಿಮೆ..." ಕೆಲವೇ ಕ್ಷಣಗಳಲ್ಲಿ ರಮೇಶ ಮನೆಯಿಂದ ಹೊರಕ್ಕೆ ಹೊರಟುಹೋಗಿದ್ದ. ಈಗ ಮನೆಯಲ್ಲಿ ನಾನೊಬ್ಬಳೇ... ಒಂಟಿಯಾಗಿರುವುದು, ಅದೂ ಗೊತ್ತಿಲ್ಲದ ಊರಿನಲ್ಲಿ..!

ಮನೆಯ ಕೆಲಸಗಾರ ಅಂಚೆ ಕಚೇರಿಯಿಂದ ಬಂದಿದ್ದ ಒಂದು ಪತ್ರವನ್ನು ತಂದು ನನ್ನ ಕೈಗೆ ಕೊಟ್ಟ. ಅದನ್ನು ಒಡೆದು ನೋಡಿದೆ. ಕಮಲಾ ಬರೆದಿದ್ದಳು. ಅದನ್ನು ಓದುತ್ತಿದ್ದಂತೆಯೇ ನಾನು ದಿಗ್ಭ್ರಾಂತಳಾದೆ. ಆ ಪತ್ರದ ಸಾರಾಂಶ ಹೀಗಿತ್ತು...

'ರಮೇಶ ತಾನು ಕೆಲಸ ಮಾಡುತ್ತಿದ್ದ ಕಚೇರಿಯ ಖಜಾನೆಯಿಂದ ಮೂರು ಸಾವಿರ ರೂಪಾಯಿಗಳನ್ನು ಕಳುವು ಮಾಡಿದ್ದ. ತಾನು ನಾಲ್ಕು ತಿಂಗಳ ರಜೆಯನ್ನು

ಪಡೆದುಕೊಂಡಿದ್ದೇನೆ ಎಂದು ಆತ ಹೇಳಿದ್ದು ಅಪ್ಪಟ ಸುಳ್ಳಾಗಿತ್ತು. ರಮೇಶನ ವಿರುದ್ಧ ಆ ಸಂಸ್ಥೆಯು ಪೊಲೀಸರಿಗೆ ದೂರು ಸಲ್ಲಿಸಿತ್ತು. ಆತನ ಬಂಧನದ ಆದೇಶವೂ ಹೊರಬಿದ್ದಿತ್ತು. ನನ್ನನ್ನು ರಮೇಶ ಅಪಹರಣ ಮಾಡಿದ್ದಾನೆ ಎಂದು ನನ್ನ ತಂದೆಯವರು ಪೊಲೀಸರಿಗೆ ದೂರು ಸಲ್ಲಿಸಿರಲಿಲ್ಲ; ಆದರೆ ನನ್ನ ಮಾವ (ನಂದಲಾಲ್‌ನ ತಂದೆ) ಈ ವಿಷಯವನ್ನು ಪೊಲೀಸರ ಗಮನಕ್ಕೆ ತಂದಿದ್ದರು. ಈ ವಿಷಯವನ್ನು ಗಂಭೀರವಾಗಿ ತೆಗೆದುಕೊಂಡಿದ್ದ ಪೊಲೀಸರು ನಮ್ಮ ಮನೆ, ಮುಕುಲ್ ದಾದಾ ಮನೆ, ಕಮಲಾಳ ಮನೆ, ರಮೇಶ ವಾಸವಾಗಿದ್ದ ಬಾಡಿಗೆ ಮನೆ ಹಾಗೂ ಊರಿನಲ್ಲಿದ್ದ ಆತನ ಸ್ವಂತ ಮನೆ ಎಲ್ಲವನ್ನೂ ತಪಾಸಣೆ ನಡೆಸಿದ್ದರು. ಕಮಲಾ ಹಾಗೂ ಮುಕುಲ್ ದಾದಾರನ್ನು ಇದಕ್ಕೆ ಸಂಬಂಧಿಸಿದಂತೆ ವಿಚಾರಣೆ ನಡೆಸಿದ್ದ ಅವರು ನಾವು ಬೊಂಬಾಯಿ ಹಾಗೂ ಕಾಶಿಯಲ್ಲಿ ವಾಸವಾಗಿದ್ದ ಮನೆಯ ವಿಳಾಸವನ್ನು ಪಡೆದುಕೊಂಡಿದ್ದರು. ಗೂಢಚಾರ ಪೊಲೀಸರು ರಮೇಶನ ಪತ್ತೆಗಾಗಿ ವ್ಯಾಪಕ ಜಾಲವನ್ನು ಹೆಣೆದಿದ್ದರು.'

ನನ್ನ ಶರೀರ ಭಯದಿಂದ ಕಂಪಿಸತೊಡಗಿತ್ತು. ಮುಂದಿನ ಕ್ಷಣದಲ್ಲಿಯೇ ನನ್ನ ಮನಸ್ಸಿನಲ್ಲಿ ರಮೇಶನ ಬಗ್ಗೆ ಆಕ್ರೋಶ ಮೂಡಿತು. ನಾನು ಏನನ್ನೂ ಅರಿಯದವಳು ಎನ್ನುವ ಕಾರಣಕ್ಕಾಗಿ ಆತ ಈ ರೀತಿ ನಡೆದುಕೊಳ್ಳಬಹುದೇ? ನಾನು ನನ್ನ ಪ್ರಾಣಕ್ಕಿಂತಲೂ ಹೆಚ್ಚಾಗಿ ಆತನನ್ನು ಪ್ರೀತಿಸುತ್ತಿದ್ದೆ, ಆತನನ್ನು ನಂಬಿದ್ದೆ; ಇದಕ್ಕೆ ಪ್ರತಿಯಾಗಿ ಆತನಿಂದ ಇಂತಹ ವರ್ತನೆ! ದಿಕ್ಕೇ ತೋಚದಂತಹ ಪರಿಸ್ಥಿತಿ... ನಿಂತಲ್ಲಿಯೇ ಕುಸಿದುಬಿಟ್ಟಿದ್ದೆ!

ರಮೇಶ ಮನೆಗೆ ಬಂದಾಗ ಸಂಜೆಯಾಗಿತ್ತು. ಮಿತಿಮೀರಿ ಮದ್ಯಪಾನ ಮಾಡಿದ್ದ. ಆತನ ಕಣ್ಣುಗಳು ಕೆಂಡದ ಉಂಡೆಗಳಂತೆ ಕೆಂಪು ಬಣ್ಣಕ್ಕೆ ತಿರುಗಿದ್ದವು. ಬಾಯಿಯಿಂದ ಗಬ್ಬು ವಾಸನೆ! ತೂರಾಡುವ ನಡಿಗೆ... ನನ್ನನ್ನು ನಾನು ನಿಯಂತ್ರಿಸಿಕೊಳ್ಳದಾದೆ. ಕೋಪದಿಂದ ಕುದಿಯುತ್ತಿದ್ದ ನಾನು ಜೋರಾಗಿ ಆತನನ್ನು ಪ್ರಶ್ನಿಸಿದೆ, "ರಮೇಶ, ನೀನು ತೆಗೆದುಕೊಂಡಿದ್ದ ನಾಲ್ಕು ತಿಂಗಳ ರಜೆ ಮುಗಿದು ಇನ್ನೂ ಒಂದು ತಿಂಗಳು ಕಳೆದುಹೋಗಿದೆ. ಈಗೇನು ಮಾಡುವುದೆಂದು ಯೋಚಿಸಿದ್ದೀಯಾ..?"

ನನ್ನ ಮಾತುಗಳು ಮುಗಿಯುವುದಕ್ಕಿಂತ ಮೊದಲೇ ಆತನೂ ಸ್ವಲ್ಪ ಕೋಪದಿಂದಲೇ ಉತ್ತರಿಸಿದ್ದ, "ಎಲ್ಲವನ್ನೂ ನಿನಗೆ ವರದಿ ನೀಡುತ್ತಲೇ ಇರಬೇಕೇನು? ನನ್ನನ್ನು ಏನೆಂದುಕೊಂಡಿದ್ದೀಯಾ?"

"ವಿವರಣೆಯನ್ನೇನೂ ನೀನು ನೀಡಬೇಕಾಗಿಲ್ಲ. ಕಾರಣವನ್ನು ನಾನೇ ಹೇಳುತ್ತೇನೆ." ನಾನೂ ಜೋರಾದ ಧ್ವನಿಯಲ್ಲಿ ಉತ್ತರಿಸಿದ್ದೆ.

ರಮೇಶನಿಗೆ ಏನನ್ನಿಸಿತೋ ಏನೋ... ತನ್ನ ಧ್ವನಿಯನ್ನು ತಗ್ಗಿಸಿ ಹೇಳಿದ, "ನಾನು ಇನ್ನೂ ಮೂರು ತಿಂಗಳು ರಜೆ ಕೇಳಿದ್ದೇನೆ. ಹಿರಿಯ ಅಧಿಕಾರಿ ನನ್ನ ಕೋರಿಕೆಯನ್ನು ಮನ್ನಿಸಿದ್ದಾರೆ. ಈಗ ಸಮಾಧಾನವಾಯಿತೇ? ನಿನ್ನ ಸಂದೇಹ ಪರಿಹಾರವಾಯಿತೇ?"

"ಸಂದೇಹದ ಪ್ರಶ್ನೆಯಲ್ಲ ರಮೇಶ... ನಿನಗೂ ಗೊತ್ತಿದೆ... ಕೈಯಲ್ಲಿರುವ ಹಣ ಬಹುತೇಕ ಖಾಲಿಯಾಗಿದೆ. ಇನ್ನು ಒಂದು ವಾರವನ್ನು ಕಳೆಯುವುದೂ ಕಷ್ಟ. ಒಂದು ವೇಳೆ ನಾವು ಕಲ್ಕತ್ತಾಗೆ ಹಿಂತಿರುಗದೇ ಹೋದರೆ ರಜಾದಿನದ ವೇತನವೂ ನಿನಗೆ ಸಿಗಲಾರದು. ಸುಮಾರು ಎಂಟು ನೂರು ರೂಪಾಯಿ... ಅದು ಕಡಿಮೆ ಹಣವೇನೂ ಅಲ್ಲ."

"ಅದರ ಬಗ್ಗೆ ನೀನೇನೂ ಚಿಂತಿಸಬೇಡ. ನಾನೆಲ್ಲವನ್ನೂ ನೋಡಿಕೊಳ್ಳುತ್ತೇನೆ. ಸರಿ... ಸಿಗರೇಟ್ ಪ್ಯಾಕೆಟ್ ಮತ್ತು ಬೆಂಕಿಪೆಟ್ಟಿಗೆ ಕೊಡು..." ಅತ್ಯಂತ ನಿರ್ಲಕ್ಷ್ಯದಿಂದ ನುಡಿದಿದ್ದ ರಮೇಶ.

ಆತನ 'ಆದೇಶ'ವನ್ನು ಶಿರಸಾವಹಿಸಿ ಪಾಲಿಸಿದ ನಂತರ ಶಾಂತ ರೀತಿಯಲ್ಲಿ ನುಡಿದೆ, "ರಮೇಶ, ಒಮ್ಮೆ ನನ್ನ ದೇಹದ ಪರಿಸ್ಥಿತಿಯನ್ನು ನೋಡು. ಇಂತಹ ಪರಿಸ್ಥಿತಿಯಲ್ಲಿ ನಾವು ಉತ್ತಮ ವೈದ್ಯರು ಹಾಗೂ ಒಳ್ಳೆಯ ಹೆರಿಗೆ ಆಸ್ಪತ್ರೆ ಇರುವ ದೊಡ್ಡ ನಗರದಲ್ಲಿ ಇರುವುದು ತುಂಬಾ ಮುಖ್ಯ. ಇಲ್ಲಿ ಅಂತಹ ಯಾವ ಸೌಲಭ್ಯವೂ ಇಲ್ಲ. ನನಗೆ ತುಂಬಾ ಭಯವಾಗುತ್ತಿದೆ. ಅಷ್ಟೇ ಅಲ್ಲ, ಮುಂದಿನ ದಿನಗಳಲ್ಲಿ ಹೆಚ್ಚು ಹಣವೂ ಬೇಕಾಗುತ್ತದೆ... ನಮ್ಮ ಕೈ ಬರಿದಾಗುತ್ತಿದೆ..."

ರಮೇಶ ನಿಧಾನವಾಗಿ ಮಂಚದ ಕಡೆಗೆ ಸಾಗುತ್ತ, ಅದರ ಮೇಲೆ ಕುಳಿತುಕೊಂಡ. ಕೈಯಲ್ಲಿ ಉರಿಯುತ್ತಿದ್ದ ಸಿಗರೇಟನ್ನು ಒಮ್ಮೆ ಬಾಯಿಗಿಟ್ಟುಕೊಂಡು, ಸುರುಳಿಯಾಕಾರದಲ್ಲಿ ಹೊಗೆಯನ್ನು ಹೊರಬಿಡುತ್ತ ಹೇಳಿದ, "ಹಣದ ಬಗ್ಗೆ ನೀನೇಕೆ ಯೋಚನೆ ಮಾಡುತ್ತೀಯಾ ಮಾನು! ಬರುವಾಗ ಎರಡೂವರೆ ಸಾವಿರ ರೂಪಾಯಿ ತಂದಿಲ್ಲವೇನು? ದುಡ್ಡು ಸಂಪಾದಿಸುವುದು ಹೇಗೆಂದು ನನಗೆ ಚೆನ್ನಾಗಿ ಗೊತ್ತು."

ರಮೇಶ ಜೋರಾಗಿ ಕೆಮ್ಮತೊಡಗಿದ. ಮರುಕ್ಷಣವೇ 'ವ್ಯಾಕ್... ವ್ಯಾಕ್...' ಸದ್ದು ಮಾಡಿದ. ಕೂಡಲೇ ನಾನು ಚಿಕ್ಕ ಪಾತ್ರೆಯೊಂದನ್ನು ಆತನ ಮುಂದೆ ಹಿಡಿಯುತ್ತ ಹೇಳಿದೆ, "ಎರಡೂವರೆ ಸಾವಿರಾನ! ಮೂರು ಸಾವಿರವಲ್ಲವೇ?"

ನನ್ನ ಮಾತುಗಳನ್ನು ಕೇಳಿ ಆತ ಹುಬ್ಬೇರಿಸಿದ್ದ. ಕಣ್ಣುಗಳಲ್ಲಿ ಆಶ್ಚರ್ಯಭಾವ ದಟ್ಟವಾಗಿ ಕಾಣಿಸುತ್ತಿತ್ತು. ತಕ್ಷಣ ಆತ ಪ್ರತಿಕ್ರಿಯಿಸಲಿಲ್ಲ. ನಾನೇ ಮಾತು ಮುಂದುವರಿಸಿದೆ.

"ರಮೇಶ, ನೀನು ಮೂರು ಸಾವಿರ ರೂಪಾಯಿಗಳನ್ನು ಯಾವ ರೀತಿಯಲ್ಲಿ ಸಂಪಾದಿಸಿದ್ದೀಯ ಎನ್ನುವುದು ನನಗೆ ಚೆನ್ನಾಗಿ ಗೊತ್ತು. ಇಂತಹ ಹಣದಿಂದ ಜೀವನ ನಡೆಸುವುದಕ್ಕೆ ನನಗೆ ಸ್ವಲ್ಪವೂ ಇಷ್ಟವಿಲ್ಲ. ನಿಜಕ್ಕೂ ನಿನಗೆ ಸಾಮರ್ಥ್ಯವಿದ್ದರೆ ಸನ್ಮಾರ್ಗದಲ್ಲಿ ಹಣವನ್ನು ಸಂಪಾದಿಸು. ದುರ್ಮಾರ್ಗದಿಂದ ಮಾಡುವ ಸಂಪಾದನೆ ನನ್ನ ಕಾಲಿನಡಿಯ ಕಸಕ್ಕಿಂತಲೂ ಕೀಳು. ಕಳ್ಳತನದಿಂದ ಸಂಪಾದಿಸಿದ ಹಣದಿಂದ ನನ್ನನ್ನು ಸಲಹುವ, ನನಗಾಗಿ ಖರ್ಚು ಮಾಡುವ ಪ್ರಯತ್ನ ಮಾಡಬೇಕೇನು? ನನಗಿದು ಖಂಡಿತವಾಗಿಯೂ ಇಷ್ಟವಿಲ್ಲ."

ರಮೇಶ ಕುಡಿತದ ಅಮಲಿನಲ್ಲಿ ತೊದಲುತ್ತ ಹೇಳಿದ, "ಮಾನು, ನಿನಗೋಸ್ಕರ

ನಾನು ಸರ್ವತ್ಯಾಗಿಯಾಗಿಬಿಟ್ಟಿದ್ದೇನೆ. ಈಗ ನೋಡಿದರೆ ನೀನೇ ನನ್ನನ್ನು 'ಕಳ್ಳ' ಎನ್ನುತ್ತಿದ್ದೀಯ! ನಾನು ಕಳ್ಳತನ ಮಾಡಿದ್ದು ಯಾರಿಗೋಸ್ಕರ? ಯಾರಿಗಾಗಿ ನಾನು ನನ್ನ ಪತ್ನಿಯನ್ನು ತೊರೆದಿದ್ದೇನೆ? ಯಾರ ಸಲುವಾಗಿ ನಾನು ನನ್ನ ಹೆತ್ತ ತಾಯಿಯನ್ನೇ ಬಿಟ್ಟು ಬಂದಿದ್ದೇನೆ? ನಾನು ಮನೆಯನ್ನು ತೊರೆದು ಬಂದಿದ್ದು ನಿನಗಾಗಿ ತಾನೆ? ಒಂದು ವಿಷಯ ತಿಳಿದುಕೋ... ಈ ಜಗತ್ತಿನ ಹಂಗು ನನಗಿಲ್ಲ. ಪ್ರೀತಿ–ಪ್ರೇಮದ ಮಹತ್ವವನ್ನು ಯಾರೂ ಸರಿಯಾಗಿ ಅರ್ಥಮಾಡಿಕೊಳ್ಳುವುದೇ ಇಲ್ಲ! 'ಚೋರ'ನಾಗದೇ ಯಾರೂ ಪ್ರೇಮಿಯಾಗುವುದು ಸಾಧ್ಯವಿಲ್ಲ. ಹುಡುಗಿಯ ಅಥವಾ ಹುಡುಗನ ಮನಸ್ಸನ್ನು ಕದ್ದರೆ ತಾನೇ ಪ್ರೇಮಿಸುವುದು ಸಾಧ್ಯ? ನಾವು ಈಗ ಇರುವ ಮಥುರಾ ನಗರವೇ ಪ್ರೇಮವ್ಯವಹಾರಕ್ಕೆ ಪ್ರತ್ಯಕ್ಷ ಸಾಕ್ಷಿ ಒದಗಿಸುತ್ತದೆ. ಒಳ್ಳೆಯದು... ನೀನು ಇಲ್ಲಿನ ಸಜ್ಜನರ ಜೊತೆಯಲ್ಲಿಯೇ ಇದ್ದುಬಿಡು. ನಾನು ಈ ಕ್ಷಣವೇ ಇಲ್ಲಿಂದ ಹೊರಟುಹೋಗುತ್ತೇನೆ..."

ರಮೇಶ ಮಂಚದಿಂದ ಎದ್ದು ನಿಂತ. ನಿಧಾನ ಗತಿಯಲ್ಲಿ ಬಾಗಿಲಿನ ಬಳಿಗೆ ಹೋಗಿ ಚಪ್ಪಲಿ ಹಾಕಿಕೊಂಡ. 'ಏನಿದು! ನಿಜಕ್ಕೂ ರಮೇಶ ನನ್ನನ್ನು ಬಿಟ್ಟು ಹೊರಟುಹೋಗುತ್ತಿದ್ದಾನೆಯೇ?' ಅನುಮಾನ ಹಾಗೂ ಭಯ ಮೂಡಿತ್ತು ನನ್ನ ಮನಸ್ಸಿನಲ್ಲಿ. ಕೂಡಲೇ ನಾನು ಆತನ ಬಳಿಗೆ ಹೋಗಿ, ಕಾಲುಗಳನ್ನು ಗಟ್ಟಿಯಾಗಿ ಹಿಡಿದುಕೊಂಡು ಅಂಗಲಾಚಿದೆ.

"ರಮೇಶ... ದಯವಿಟ್ಟು ನನ್ನನ್ನು ಬಿಟ್ಟು ಹೋಗಬೇಡ. ನನ್ನಿಂದ ತಪ್ಪಾಗಿದೆ. ನಾನು ಬಾಯಿಗೆ ಬಂದಂತೆ ಮಾತನಾಡಿಬಿಟ್ಟೆ, ನನ್ನನ್ನು ಕ್ಷಮಿಸು... ಇನ್ನೆಂದಿಗೂ ಹೀಗೆ ಮಾತನಾಡುವುದಿಲ್ಲ. ನಡುನೀರಿನಲ್ಲಿ ನನ್ನನ್ನು ಬಿಟ್ಟುಹೋಗಬೇಡ..."

ತಕ್ಷಣವೇ ನನ್ನ ಕಪಾಳಕ್ಕೊಂದು ಬಾರಿಸಿದ ರಮೇಶ ನನ್ನನ್ನು ಅಲ್ಲಿಂದ ತಳ್ಳುತ್ತ, ಕೋಪೋದ್ರೇಕದಿಂದ ಜೋರಾಗಿ ಕಿರುಚಾಡುತ್ತ ಹೇಳಿದ, "ಸುಮ್ಮನಿರು ರಾಕ್ಷಸಿ... ನಿನ್ನ ಯಾವ ಮಾತುಗಳನ್ನೂ ಕೇಳುವುದಕ್ಕೆ ನಾನು ತಯಾರಿಲ್ಲ. ಇನ್ನು ನಿನ್ನ ಇಷ್ಟದಂತೆ ನೀನಿರಬಹುದು..." ಹೇಳುತ್ತಲೇ ಬಾಗಿಲಿನಿಂದ ಹೊರಕ್ಕೆ ಅಡಿಯಿಡುವ ಪ್ರಯತ್ನ ಮಾಡಿದ. ಆದರೆ ಕುಡಿತದ ನಶೆಯಿಂದಾಗಿ ತನ್ನ ದೇಹವನ್ನು ನಿಯಂತ್ರಿಸಿಕೊಳ್ಳುವುದು ಆತನಿಂದ ಸಾಧ್ಯವಾಗಲಿಲ್ಲ. ನಿಂತಲ್ಲಿಯೇ ಕುಸಿದು ಕುಳಿತ; ಅಲ್ಲಿಯೇ ಮಲಗಿಬಿಟ್ಟ! ನಾನು ತುಂಬಾ ಕಷ್ಟಪಟ್ಟು ಆತನನ್ನು ಹಾಸಿಗೆಯವರೆಗೆ ಕರೆದುಕೊಂಡು ಬಂದೆ.

ಹಾಸಿಗೆಯ ಮೇಲೆ ಮಲಗುತ್ತಿದ್ದಂತೆಯೇ ಆತ ಗೊಳ್ಳೆಂದು ವಾಂತಿ ಮಾಡಿದ. ಹಾಸಿಗೆಯೆಲ್ಲಾ ಹೊಲಸಾಯಿತು. ಕೆಟ್ಟ ವಾಸನೆ ಕೋಣೆಯನ್ನೆಲ್ಲಾ ಆವರಿಸಿಕೊಂಡಿತು. ಅಡುಗೆ ಭಟ್ಟ ಹಾಗೂ ಮನೆಯ ಕೆಲಸಗಾರ ಅಲ್ಲಿಯೇ ಇದ್ದರೂ ನನ್ನ ಸಹಾಯಕ್ಕೆ ಬರಲಿಲ್ಲ. ನಾನೇ ಒಂದು ಬಕೆಟ್ಟಿನಲ್ಲಿ ನೀರು ತಂದು ಕೋಣೆಯನ್ನು, ಹಾಸಿಗೆಯನ್ನು ಸ್ವಚ್ಛಗೊಳಿಸಿದೆ. ಆ ರಾತ್ರಿ ರಮೇಶ ಮತ್ತು ನಾನು ಊಟವನ್ನೂ ಮಾಡಲಿಲ್ಲ. ಊಟ ಸೇರುವುದಾದರೂ ಹೇಗೆ? ವಾಂತಿ ಮಾಡಿದ್ದರಿಂದಾಗಿ ತುಂಬಾ ದಣಿದಿದ್ದ ರಮೇಶನಿಗೆ ನಾನೇ ಗಾಳಿ ಬೀಸಿದೆ. ತಡರಾತ್ರಿಯ ಸಮಯದಲ್ಲಿ ರಮೇಶ ತುಂಬಾ

ಬೆವರಿದ್ದ. ದೇಹವೆಲ್ಲಾ ತಣ್ಣಗಾಗಿಹೋಗಿತ್ತು. ನಾನು ತುಂಬಾ ಭಯಭೀತಳಾದೆ. ಏನೇನೋ ಕೆಟ್ಟ ಕಲ್ಪನೆಗಳು ಮನಸ್ಸನ್ನು ಆವರಿಸಿಕೊಂಡಿದ್ದರಿಂದಾಗಿ ನನಗೆ ರಾತ್ರಿಯಿಡೀ ನಿದ್ರೆಯೇ ಬರಲಿಲ್ಲ.

ಮಾರನೆಯ ದಿನ ಬೆಳಗಿನ ಹೊತ್ತಿಗೆ ರಮೇಶ ಸುಧಾರಿಸಿಕೊಂಡಿದ್ದ. ಆತನಿಗೆ ಸ್ನಾನ ಮಾಡಿಸಿ, ಸ್ವಲ್ಪ ಬಿಸಿಯಾದ ಹಾಲನ್ನು ಕೊಟ್ಟೆ. ಬೆಳಗಿನ ತಿಂಡಿ ಮುಗಿದ ನಂತರ ಹಾಸಿಗೆಯ ಮೇಲೆ ಕುಳಿತು ವಿಶ್ರಾಂತಿ ಪಡೆಯತೊಡಗಿದ ರಮೇಶ. ಇದೇ ಒಳ್ಳೆಯ ಸಮಯ ಎಂದು ಭಾವಿಸಿ ನಾನು ಆತನಿಗೆ ಕಮಲಾಳ ಪತ್ರವನ್ನು ತೋರಿಸಿದೆ. ಆತ ಅದನ್ನು ಸಂಪೂರ್ಣವಾಗಿ ಓದಿ ಮುಗಿಸಿದ. ಪರಿಸ್ಥಿತಿ ತುಂಬಾ ಕೆಟ್ಟದಾಗಿದೆ ಎನ್ನುವುದು ಆತನಿಗೆ ಅರಿವಾಗಿತ್ತು.

ನಮ್ಮಿಬ್ಬರ ಪ್ರೇಮದ ನಿರ್ಮಲ ಆಕಾಶದಲ್ಲಿ ಮೋಡಗಳು ಮುತ್ತಿಕೊಂಡಿದ್ದವು. ನಂಬಿಕೆಯ ಸ್ಥಾನವನ್ನು ಅಪನಂಬಿಕೆ, ಸಂದೇಹಗಳು ಆಕ್ರಮಿಸಿಕೊಂಡಿದ್ದವು. ರಮೇಶನನ್ನು ನಾನು ಬೇರೆಯದೇ ದೃಷ್ಟಿಯಿಂದ ನೋಡತೊಡಗಿದ್ದೆ. ಆತನ ವ್ಯಕ್ತಿತ್ವದ ನಾನಾ ಮುಖಗಳು ನನ್ನ ಕಣ್ಣುಗಳ ಮುಂದೆ ತಮ್ಮ ಅಸ್ತಿತ್ವವನ್ನು ಪ್ರಕಟಿಸಿದ್ದವು. ಲಂಪಟ, ಚೋರ, ವಿಶ್ವಾಸಘಾತುಕ, ಸುಳ್ಳುಗಾರ, ಕುಡುಕ... ಒಂದೇ ಎರಡೇ... ಹತ್ತಾರು!

●

ಪಾಪದ ಹಾದಿಯಲ್ಲಿ...

ಈ ಘಟನೆಯ ನಂತರ ನಮ್ಮಿಬ್ಬರ ಸಂಬಂಧದಲ್ಲಿ ಬಿರುಕು ಕಾಣಿಸಿಕೊಂಡಿತು. ಸಣ್ಣಪುಟ್ಟ ವಿಷಯಗಳಿಗೂ ನಾನು ರಮೇಶನೊಂದಿಗೆ ಜಗಳಕ್ಕೆ ಮುಂದಾಗುತ್ತಿದ್ದೆ; ಆತನೂ ಅಷ್ಟೆ. ಕೈಯಲ್ಲಿದ್ದ ಹಣವೆಲ್ಲ ಖರ್ಚಾಗಿಹೋಗಿತ್ತು. ಮುಕುಲ್ ದಾದಾಗೆ ಪತ್ರವನ್ನು ಬರೆದು ಈ ವಿಷಯ ತಿಳಿಸಿದಾಗ ಅವರು ಐವತ್ತು ರೂಪಾಯಿಯನ್ನು ಕಳುಹಿಸಿಕೊಟ್ಟಿದ್ದರು; ಬಹಳ ಕಷ್ಟಪಟ್ಟು. ಅವರು ಅಲ್ಪ ವೇತನವನ್ನು ಪಡೆದುಕೊಳ್ಳುವ ಒಬ್ಬ ಸಾಮಾನ್ಯ ಶಿಕ್ಷಕರು. ಆ ಐವತ್ತು ರೂಪಾಯಿಗಳಲ್ಲಿ ಇಪ್ಪತ್ತೆಂಟು ರೂಪಾಯಿಗಳನ್ನು ರಮೇಶ ಕುಡಿತಕ್ಕಾಗಿ ಖಾಲಿ ಮಾಡಿದ್ದ. ದೌರ್ಭಾಗ್ಯ ಯಾವಾಗ ಎದುರಾದರೂ ಪರಿಸ್ಥಿತಿ ಹೀಗೆಯೇ ಇರುತ್ತದೆ. ತಮ್ಮ ಸಂಬಳ ಸರಿಯಾದ ಸಮಯಕ್ಕೆ ಸಿಗದ ಕಾರಣದಿಂದಾಗಿ ಅಡುಗೆ ಭಟ್ಟರು ಮನೆಯಿಂದ ಹೊರಟುಹೋಗಿದ್ದರು. ದಿನದಲ್ಲಿ ಎರಡು ಹೊತ್ತೂ ನಾನೇ ಅಡುಗೆ ಮಾಡುವಂತಾಯಿತು. ನನಗೆ ಅಡುಗೆ ಕೆಲಸ ಬರುತ್ತಿರಲಿಲ್ಲ; ಅದುವರೆಗೆ ಎಲ್ಲಿಯೂ ಕಲಿತಿರಲಿಲ್ಲ. ನನ್ನ ಆರೋಗ್ಯವೂ ಸರಿಯಿರಲಿಲ್ಲ. ಅಂತಹ ಪರಿಸ್ಥಿತಿಯಲ್ಲಿ ಬೆಂಕಿಯ ಮುಂದೆ ನಿಂತು ಅಡುಗೆ ಮಾಡುವುದು, ಪಾತ್ರೆಗಳನ್ನು ತೊಳೆಯುವುದು ಇತ್ಯಾದಿ ಕೆಲಸಗಳು ನನ್ನನ್ನು ಹೈರಾಣಾಗಿಸಿದವು.

ಮಥುರಾದಲ್ಲಿಯೇ ಒಂದು ಕೆಲಸವನ್ನು ಹುಡುಕಿಕೊಳ್ಳುವಂತೆ ನಾನು ರಮೇಶನಿಗೆ ಸಲಹೆ ನೀಡಿದೆ. ಆದರೆ ಆತ ಅದನ್ನು ಒಪ್ಪಿಕೊಳ್ಳಲಿಲ್ಲ. ಕೆಲಸವನ್ನು ಹುಡುಕುವ ಪ್ರಯತ್ನ ಮಾಡುವುದಕ್ಕೂ ಆತ ಸಿದ್ಧನಿರಲಿಲ್ಲ. ಚಳಿಗಾಲದಲ್ಲಿ ಧರಿಸುವ ದುಬಾರಿ ಬೆಲೆಯ ಉಡುಪೊಂದು ರಮೇಶನ ಬಳಿಯಲ್ಲಿತ್ತು. ಅದನ್ನು ಮಾರಾಟ ಮಾಡಿದೆವು. ಸ್ವಲ್ಪ ಹಣ ಸಂಗ್ರಹವಾಯಿತು. ಕೆಲವು ದಿನಗಳು ಕಳೆಯುವಷ್ಟರಲ್ಲಿ ನನ್ನ ಮೈಮೇಲಿದ್ದ ಆಭರಣಗಳನ್ನು ಒಂದೊಂದಾಗಿ ಮಾರಾಟ ಮಾಡಬೇಕಾಯಿತು. ನನ್ನ ಹುಟ್ಟುಹಬ್ಬದ ದಿನ ಚಿಕ್ಕಮ್ಮ (ಮಲತಾಯಿ) ನೀಡಿದ್ದ ಚಿನ್ನದ ಸರವನ್ನು ಮಾರಾಟ ಮಾಡುವಂತಹ ಪರಿಸ್ಥಿತಿ ಎದುರಾದಾಗ ನಾನು ಜೋರಾಗಿ ಅತ್ತುಬಿಟ್ಟಿದ್ದೆ. ಅದನ್ನು ನಾನು ಕೊಡುವುದಿಲ್ಲವೆಂದು ಹಠ ಹಿಡಿದೆ. ನಾನು ಮಾಡಿದ ಈ 'ಅಪರಾಧ'ಕ್ಕಾಗಿ ರಮೇಶನಿಂದ ತುಂಬಾ ಹೊಡೆತಗಳನ್ನು ತಿನ್ನಬೇಕಾಯಿತು. ಆ ಸಮಯದಲ್ಲಿ

ಮಾತುಮಾತಿಗೂ ರಮೇಶನಿಂದ ಬೈಗುಳಗಳನ್ನು ಕೇಳುವುದು, ಏಟು ತಿನ್ನುವುದು, ನಿಂದನೆಗೆ ಒಳಗಾಗುವುದು ನನ್ನ 'ಭಾಗ್ಯ'ದ ಒಂದು ಭಾಗವಾಗಿಹೋಗಿತ್ತು. ಅಳುವುದೊಂದನ್ನು ಬಿಟ್ಟು ನನ್ನ ಮುಂದೆ ಬೇರೆ ಯಾವ ಮಾರ್ಗವೂ ಇರಲಿಲ್ಲ. ಕೆಲವು ದಿನಗಳಂತೂ ದಿನದ ಬಹುಸಮಯವನ್ನು ಅಳುವುದರಲ್ಲಿಯೇ ಕಳೆದಿದ್ದೇನೆ.

ಒಂದು ದಿನ ನನಗೆ ರಮೇಶ ಆದೇಶಿಸಿದ, "ಕಮಲಾಳಿಗೆ ಪತ್ರ ಬರೆದು ಸ್ವಲ್ಪ ಹಣವನ್ನು ಕಳುಹಿಸುವಂತೆ ಹೇಳು. ತುರ್ತಾಗಿ ಬೇಕಾಗಿದೆ; ತುಂಬಾ ಕಷ್ಟವಿದೆ ಎಂದು ಪತ್ರದಲ್ಲಿ ಬರೆ..."

ನಾನು ಉತ್ತರಿಸಿದೆ, "ಕಮಲಾ ಶ್ರೀಮಂತ ಕುಲದ ಹೆಣ್ಣಲ್ಲ; ಕಡುಬಡತನದಲ್ಲಿಯೇ ಜೀವನವನ್ನು ಸಾಗಿಸುತ್ತಿರುವವಳು. ಆಕೆಗೆ ಹಣ ಎಲ್ಲಿಂದ ಬರುತ್ತದೆ? ಆಕೆ ನಮಗೆ ಸಹಾಯ ಮಾಡುವುದಾದರೂ ಹೇಗೆ?"

ನನ್ನ ಮಾತುಗಳನ್ನು ಕೇಳಿ ರಮೇಶ ತುಂಬಾ ಕೋಪಿಸಿಕೊಂಡ. ತುಂಬಾ ಹೊತ್ತು ಜಗಳವಾಡಿದ. ಅಂತಿಮವಾಗಿ ನಾನು ಕಮಲಾಳಿಗೆ ಪತ್ರವನ್ನು ಬರೆಯಲೇಬೇಕಾಯಿತು. ಆಕೆ ಬಹಳ ಕಷ್ಟಪಟ್ಟು ಇಪ್ಪತ್ತು ರೂಪಾಯಿಗಳನ್ನು ಕಳುಹಿಸಿಕೊಟ್ಟಳು. ಆ ಹಣವೂ ಕೆಲವೇ ದಿನಗಳಲ್ಲಿ ಕರಗಿಹೋಯಿತು!

ಒಂದೆರಡು ದುಬಾರಿ ಬಟ್ಟೆಗಳು, ಆಭರಣಗಳು ಇನ್ನೂ ನನ್ನ ಬಳಿ ಉಳಿದುಕೊಂಡಿದ್ದವು. ನಾನಾ ಪ್ರಕಾರದ ನಾಟಕವಾಡಿ, 'ಕೌಶಲ್ಯ'ವನ್ನು ಪ್ರದರ್ಶಿಸಿ ಅವುಗಳನ್ನೂ ನನ್ನಿಂದ ಕಿತ್ತುಕೊಂಡ; ಮಾರಾಟ ಮಾಡಿ ಒಂದಿಷ್ಟು ಹಣವನ್ನು 'ಸಂಪಾದಿಸಿದ.'

ಇಂತಹ ಪರಿಸ್ಥಿತಿಯಲ್ಲಿಯೂ ನಾನು ಚಿಕ್ಕಮ್ಮ ನನಗೆ ಕೊಟ್ಟಿದ್ದ ಚಿನ್ನದ ಸರವನ್ನು ಮಾತ್ರ ಉಳಿಸಿಕೊಳ್ಳುವಲ್ಲಿ ಯಶಸ್ವಿಯಾಗಿದ್ದೆ. ರಮೇಶ ಎಷ್ಟೇ ಬಲವಂತ ಮಾಡಿದರೂ, ಹೊಡೆದರೂ ನಾನು ಅದನ್ನು ಮಾರಾಟ ಮಾಡುವುದಕ್ಕೆ ಅವಕಾಶ ಮಾಡಿಕೊಟ್ಟಿರಲಿಲ್ಲ.

ಒಂದು ದಿನ ರಮೇಶ ಹೊರಗಿನಿಂದ ಮನೆಯೊಳಕ್ಕೆ ಬರುತ್ತಿದ್ದಂತೆಯೇ ಒಂದು ಮಹತ್ವದ ವಿಷಯವನ್ನು ತಿಳಿಸಿದ. "ಮಾನು, ಬೃಂದಾವನದ ಮಹಾವಿದ್ಯಾಲಯವೊಂದರಲ್ಲಿ ಪ್ರಾಧ್ಯಾಪಕ ನೌಕರಿ ಸಿಕ್ಕಿದೆ. ರಾಜಾ ಮಹೇಂದ್ರಪ್ರತಾಪರ ಜೊತೆಯಲ್ಲಿ ಇದಕ್ಕೆ ಸಂಬಂಧಿಸಿದಂತೆ ಮಾತುಕತೆ ನಡೆಯಿತು. ಅವರು ಬ್ರಿಟೀಷ್ ಸರ್ಕಾರದ ಕಟ್ಟಾ ವಿರೋಧಿ. ನಾನೂ ಬ್ರಿಟೀಷರನ್ನು ದ್ವೇಷಿಸುತ್ತೇನೆ; ಅದು ನಿನಗೆ ಗೊತ್ತಿರುವ ಸಂಗತಿ; ನಾನೇನೂ ಅದನ್ನು ನಿನಗೆ ವಿವರಿಸಿ ಹೇಳಬೇಕಾಗಿಲ್ಲ. ನನ್ನ ಮಾತುಗಳನ್ನು ಕೇಳಿ ರಾಜನಿಗೆ ತುಂಬಾ ಸಂತೋಷವಾಯಿತು. ನನಗೆ ಉದ್ಯೋಗವನ್ನು ದಯಪಾಲಿಸಿದ್ದಾರೆ. ತಿಂಗಳಿಗೆ ಒಂದು ನೂರು ರೂಪಾಯಿ ವೇತನ ನೀಡುವುದಾಗಿ ಹೇಳಿದ್ದಾರೆ."

ರಮೇಶನ ಮಾತುಗಳನ್ನು ಕೇಳಿ ನನಗೆ ತುಂಬಾ ಸಂತೋಷವಾಯಿತು. ಅಂತೂ ಬದುಕಿಗೊಂದು ನೆಲೆ ದೊರಕಿತಲ್ಲ ಎನ್ನುವ ಸಂಭ್ರಮ. ಮರುಕ್ಷಣವೇ ರಮೇಶ

ಖಿನ್ನವದನನಾಗಿ ನುಡಿದ, "ಆದರೆ... ಆ ಉದ್ಯೋಗಕ್ಕೆ ಅತ್ಯಗತ್ಯವಾದ ಒಂದು ಸೂಟನ್ನು ಹೊಲಿಸಿಕೊಳ್ಳಬೇಕು. ಏನು ಮಾಡುವುದೆಂದೇ ತೋಚುತ್ತಿಲ್ಲ. ಕೈಯಲ್ಲಿ ಹಣವಿಲ್ಲ. ಅದೇ ಚಿಂತೆಯಾಗಿದೆ."

ನಾನೊಂದು ಪರಿಹಾರ ಸೂಚಿಸಿದೆ. "ನನ್ನ ಚಿನ್ನದ ಸರವನ್ನು ಅಡವಿಟ್ಟು ಸ್ವಲ್ಪ ಹಣವನ್ನು ತೆಗೆದುಕೊಂಡು ಬಾ. ಒಂದು ತಿಂಗಳಿನ ನಂತರ ಮೊದಲ ಸಂಬಳ ಬರುತ್ತಿದ್ದಂತೆಯೇ ಅದನ್ನು ಬಿಡಿಸಿಕೊಂಡು ಬಂದರಾಯಿತು."

ರಮೇಶ ಮುಖವನ್ನು ಅಡ್ಡಡ್ಡ ಆಡಿಸುತ್ತ, ಗಂಭೀರವಾಗಿ ನುಡಿದ, "ಅದೇನೂ ಬೇಕಾಗಿಲ್ಲ. ಅದು ನಿನ್ನ ಚಿಕ್ಕಮ್ಮ ನಿನಗೆ ಪ್ರೀತಿಯಿಂದ ಕೊಟ್ಟ ಉಡುಗೊರೆಯಲ್ಲವೇ?"

ಇದೇ ಹಾರವನ್ನು ಕೊಡುವುದಕ್ಕೆ ನಾನು ಕೆಲವು ದಿನಗಳ ಹಿಂದೆ ನಿರಾಕರಿಸಿದ್ದುದನ್ನು ನೆನಪಿಸಿಕೊಂಡು ಆತ ಹೀಗೆ ಮಾತನಾಡುತ್ತಿದ್ದಾನೆ ಎನ್ನುವುದು ನನಗೆ ಅರ್ಥವಾಯಿತು. ಆತನ ಮಾತಿನಲ್ಲಿ ವ್ಯಂಗ್ಯಭಾವವಿತ್ತೇ? ನನಗೆ ಅದು ತಿಳಿಯಲಿಲ್ಲ. ನಾನೇ ನನ್ನ ಕೈಯಾರೆ ಕುತ್ತಿಗೆಯಲ್ಲಿದ್ದ ಆ ಚಿನ್ನದ ಹಾರವನ್ನು ಬಿಚ್ಚಿ, ಆತನ ಕೈಗೆ ಒಪ್ಪಿಸುತ್ತ ಹೇಳಿದೆ, "ರಮೇಶ, ನಿನ್ನ ಗೌರವ–ಮರ್ಯಾದೆ ನನಗೆ ತುಂಬಾ ಮುಖ್ಯ. ಇದನ್ನು ಅಡವಿಟ್ಟು, ಒಂದು ಸೂಟನ್ನು ಹೊಲಿಸಿಕೋ. ಮೊದಲ ವೇತನ ಬರುತ್ತಿದ್ದಂತೆಯೇ ಈ ಹಾರ ಮತ್ತೆ ನನ್ನ ಕುತ್ತಿಗೆಯನ್ನು ಸೇರಿಕೊಳ್ಳುತ್ತದೆಯಲ್ಲ! ಏನೂ ತೊಂದರೆಯಿಲ್ಲ."

ಆ ಚಿನ್ನದ ಹಾರವನ್ನು ಅಡವಿಟ್ಟು ಆತ ನೂರೈವತ್ತು ರೂಪಾಯಿಯನ್ನು ತೆಗೆದುಕೊಂಡು ಬಂದ. ಆದರೆ ಆ ಹಣವೆಲ್ಲಾ ಆತನಿಂದಲೇ ಖರ್ಚಾಯಿತು. ಪ್ರಾಧ್ಯಾಪಕ ಹುದ್ದೆಯಲ್ಲಿ ಕೆಲಸ ನಿರ್ವಹಿಸಲು ಅಗತ್ಯವಾಗಿದ್ದ ವಿಶೇಷ ಸೂಟು ಹೊಲಿಸಿಕೊಳ್ಳುವ ಕಾರ್ಯ ಮಾತ್ರ ಹಾಗೆಯೇ ಉಳಿಯಿತು.

'ಹಾಗಿದ್ದರೆ ಪ್ರಾಧ್ಯಾಪಕ ಹುದ್ದೆ ಸಿಕ್ಕಿದೆಯೆಂದು ರಮೇಶ ಹೇಳಿದ್ದು ಕಟ್ಟುಕತೆಯೇನು? ನನ್ನ ಕೊರಳಿನಲ್ಲಿದ್ದ ಚಿನ್ನದ ಸರವನ್ನು ಹೇಗಾದರೂ ತನ್ನ ವಶಪಡಿಸಿಕೊಂಡು, ಮದ್ಯಸೇವನೆಗೆ ಹಣವನ್ನು ಹೊಂಚಿಕೊಳ್ಳಬೇಕು ಎನ್ನುವುದು ರಮೇಶನ ಉದ್ದೇಶವಾಗಿದ್ದಿರಬಹುದೇ?' ನನ್ನ ಮನಸ್ಸಿನೊಳಗೆ ಇಂತಹುದೊಂದು ಸಂದೇಹ ಮೂಡಿತ್ತು. ಕೆಲವೇ ದಿನಗಳ ನಂತರ ನಾನು ಆತನನ್ನು ಪ್ರಶ್ನಿಸಿದೆ, "ಪ್ರಾಧ್ಯಾಪಕ ಕೆಲಸಕ್ಕೆ ಯಾವತ್ತಿನಿಂದ ಹೋಗಬೇಕು?"

ರಮೇಶ ಅತ್ಯಂತ ಚತುರ. ಯಾರನ್ನು ಬೇಕಿದ್ದರೂ ಮರುಳುಮಾಡುವ ಚಾಕಚಕ್ಯತೆ ಆತನಲ್ಲಿತ್ತು. ಆತ ನನಗೆ ಸಮಾಜಾಯಿಷಿ ನೀಡಿದ, "ರಾಜಾ ಮಹೇಂದ್ರಪ್ರತಾಪ ಹಠಾತ್ತಾಗಿ ಬೃಂದಾವನವನ್ನು ತೊರೆದು ಹೋಗಿದ್ದಾರೆ. ಬ್ರಿಟೀಷ್ ಸರ್ಕಾರ ಅವರ ಬಂಧನಕ್ಕೆ ಆದೇಶ ಹೊರಡಿಸಿದೆ. ನನ್ನ ಕೆಲಸದ ವಿಚಾರ ಅತಂತ್ರವಾಗಿದೆ. ನನಗೆ ಈಗ ಅದೇ ಚಿಂತೆ."

ಆತನ ಮಾತನ್ನು ನಾನು ನಂಬಲಿಲ್ಲ. ಅದು ಅವನಿಗೂ ಗೊತ್ತಾಯಿತು. ಕೂಡಲೇ ಆತ 'ಹಿಂದೂ' ಹೆಸರಿನ ದಿನಪತ್ರಿಕೆಯೊಂದರಲ್ಲಿ ರಾಜಾ ಮಹೇಂದ್ರಪ್ರತಾಪರ

ಕುರಿತಾಗಿ ಪ್ರಕಟವಾಗಿದ್ದ ಸುದ್ದಿಯೊಂದನ್ನು ಓದಿ ಹೇಳಿದ! ಅಲ್ಲಿಗೆ ನನ್ನ ಚಿನ್ನದ ಸರದ ಕಥೆ ಮುಕ್ತಾಯ!

ಒಂದೆರಡು ದಿನಗಳು ಕಳೆದವು. ಮಥುರಾದಲ್ಲಿ, ಬೃಂದಾವನದಲ್ಲಿ ಆಗ 'ಜೋಕಾಲಿ' ಉತ್ಸವ ಆರಂಭವಾಗಿತ್ತು. ನಾನು ರಮೇಶನಿಗೆ ಹೇಳಿದೆ, "ಒಂದು ಬಾರಿ ದ್ವಾರಕಾಧೀಶನ ಮಂದಿರಕ್ಕೆ ಹೋಗಿಬರೋಣ..."

ತಕ್ಷಣವೇ ಬಂದಿತ್ತು ಆತನ ಪ್ರತಿಕ್ರಿಯೆ. "ಇಲ್ಲ... ನಾನು ಬರಲಾರೆ. ನನ್ನ ಆರೋಗ್ಯ ಸರಿಯಿಲ್ಲ... ತುಂಬಾ ದಣಿವಾಗುತ್ತಿದೆ. ಒಂದು ಕೆಲಸ ಮಾಡು... ಲಕ್ಷ್ಮಣನನ್ನು ನಿನ್ನ ಜೊತೆಯಲ್ಲಿ ಕರೆದುಕೊಂಡು ಹೋಗು..." 'ಲಕ್ಷ್ಮಣ' ನಮ್ಮ ಮನೆಯ ಕೆಲಸಗಾರನ ಹೆಸರು.

ನಾನು ಆತ ಹೇಳಿದಂತೆಯೇ ಮಾಡಿದೆ. ರಮೇಶ ಮನೆಯಲ್ಲಿಯೇ ಉಳಿದುಕೊಂಡ.

ಜೋಕಾಲಿ ಉತ್ಸವದ ಸಂದರ್ಭದಲ್ಲಿ ಮಥುರಾದ ಪ್ರತಿಯೊಂದು ಮಂದಿರದಲ್ಲಿಯೂ ಸಂಭ್ರಮವೋ ಸಂಭ್ರಮ. ದ್ವಾರಕಾಧೀಶ ಮಂದಿರದಲ್ಲಂತೂ ಈ ಉತ್ಸವ ಇತರ ಮಂದಿರಗಳಿಗಿಂತಲೂ ಮನಮೋಹಕವಾಗಿರುತ್ತದೆ. ಸ್ವರ್ಣಖಚಿತ ಸಿಂಹಾಸನದ ಮೇಲೆ ದೇವರ ಮೂರ್ತಿಯನ್ನು ಕುಳ್ಳಿರಿಸಿ ಉಯ್ಯಾಲೆ ಆಡಿಸಲಾಗುತ್ತದೆ. ಎಲ್ಲ ಮಂದಿರಗಳು ದೀಪಾಲಂಕಾರ, ಪುಷ್ಪಾಲಂಕಾರ ಹಾಗೂ ಧ್ವಜಗಳ ಹಾರಾಡುವಿಕೆಯಿಂದ ಕಂಗೊಳಿಸುತ್ತವೆ. ಇದೇ ಸಂದರ್ಭದಲ್ಲಿ ಗಾಯಕರು ತಮ್ಮ ಸುಮಧುರ ಕಂಠದಿಂದ ಭಜನೆ ಮಾಡುತ್ತಿರುತ್ತಾರೆ. ಇವುಗಳನ್ನೆಲ್ಲಾ ನೋಡುತ್ತಿದ್ದರೆ ಅಶಾಂತ ಮನಸ್ಸೂ ಪ್ರಶಾಂತವಾಗುತ್ತದೆ. ಮನದೊಳಗಿನ ನೋವು, ದುಃಖ ಪರಿಹಾರವಾದ ಅನುಭವ ಉಂಟಾಗುತ್ತದೆ.

ನಾನು ವಿಶ್ರಾಮ ಘಾಟ್‌ನಲ್ಲಿ ಆರತಿ ಮತ್ತು ಎರಡು ಮೂರು ದೇವಾಲಯಗಳಲ್ಲಿನ ಜೋಕಾಲಿ ಉತ್ಸವವನ್ನು ನೋಡಿಕೊಂಡು ರಾತ್ರಿ ಸುಮಾರು ಒಂಬತ್ತು ಗಂಟೆಯ ಹೊತ್ತಿಗೆ ಮನೆಯನ್ನು ತಲುಪಿದೆ. ಮನೆಗೆ ಬಂದು ನೋಡಿದರೆ ಅಲ್ಲಿ ರಮೇಶ ಇರಲೇ ಇಲ್ಲ! ಮನೆಯೊಳಗಿನ ಎಲ್ಲಾ ದೀಪಗಳೂ ಬೆಳಗುತ್ತಿದ್ದವು. ಮಲಗುವ ಕೋಣೆಯಲ್ಲಿ ಮಂಚದ ಮೇಲೆ ಇದ್ದ ಒಂದು ಪತ್ರ ನನ್ನ ಕಣ್ಣಿಗೆ ಬಿದ್ದಿತು. ಅದರಲ್ಲಿ ಹೀಗೆ ಬರೆಯಲಾಗಿತ್ತು.

'ಮಾನು, ಇನ್ನು ಮುಂದೆ ನಿನ್ನೊಂದಿಗೆ ನಾನು ಜೀವನ ಸಾಗಿಸುವುದು ಸಾಧ್ಯವಿಲ್ಲ. ನೀನು ನನ್ನನ್ನು ಚೋರ, ಲಂಪಟ, ಕುಡುಕ ಎಂದು ಭಾವಿಸಿದ್ದೀಯ. ಅದೇ ದೃಷ್ಟಿಯಿಂದ ನನ್ನನ್ನು ನೋಡುತ್ತಿದ್ದೀಯ; ನನ್ನೊಂದಿಗೆ ವ್ಯವಹರಿಸುತ್ತಿದ್ದೀಯ. ಎಲ್ಲಿ ಕೋಪ ಮತ್ತು ಸಂದೇಹ ಇರುತ್ತದೆಯೋ ಅಲ್ಲಿ ಪ್ರೀತಿ–ಪ್ರೇಮಕ್ಕೆ ಸ್ಥಾನವಿರುವುದಿಲ್ಲ. ನಾನು ಕೆಲಸ ಮಾಡುತ್ತಿದ್ದ ಕಚೇರಿಯಿಂದ ಮೂರು ಸಾವಿರ ರೂಪಾಯಿ ಹಣ ಕದ್ದಿದ್ದನ್ನೇ ಮುಂದಿಟ್ಟುಕೊಂಡು ನನ್ನನ್ನು ನೀನು ಕಳ್ಳ ಎಂದು ಭಾವಿಸುತ್ತಿದ್ದೀಯ. ಹಣವನ್ನು ಕದಿಯುವುದು ಆ ಸಂದರ್ಭದಲ್ಲಿ ನನಗೆ ಅನಿವಾರ್ಯವಾಗಿತ್ತು.

ಇನ್ನು ಮದ್ಯಪಾನ! ಇದು ಬಡಜನರ ಒಂದು ಸಾಮಾನ್ಯ ಅಭ್ಯಾಸ. ನಿಜ ಹೇಳುವುದಾದರೆ, ನಿನ್ನನ್ನು ನೀನು ಯಾವತ್ತೂ ಸರಿಯಾಗಿ ಅರ್ಥಮಾಡಿಕೊಂಡಿಲ್ಲ. ನೀನು ಉದ್ಧಾರವಾಗುವುದಿಲ್ಲ ಎನ್ನುವುದು ನನ್ನ ಸ್ಪಷ್ಟವಾದ ಅಭಿಪ್ರಾಯ. ನಿನ್ನ ಮನಸ್ಸಿನಲ್ಲಿ ಹೊಸದಾಗಿ ಉದಯಿಸಿರುವ ನೀತಿಪ್ರಜ್ಞೆಯು ನಿನ್ನನ್ನು ಅದೆಷ್ಟು ದೂರ ಕರೆದುಕೊಂಡು ಹೋಗುತ್ತದೆ ಎನ್ನುವುದನ್ನು ನಾನೂ ನೋಡುತ್ತೇನೆ. ನಿನ್ನನ್ನು ಬಿಟ್ಟು ನಾನು ಹೊರಟುಹೋಗುತ್ತಿದ್ದೇನೆ. ಯಾವ ಕಾರಣಕ್ಕೂ ನನ್ನನ್ನು ಹುಡುಕುವ ಪ್ರಯತ್ನ ಮಾಡಬೇಡ. ಪೊಲೀಸರು ನನ್ನ ಬೆನ್ನುಹತ್ತಿದ್ದಾರೆ; ನನಗಾಗಿ ಸತತ ಹುಡುಕಾಟ ನಡೆಸುತ್ತಿದ್ದಾರೆ. ನೀನೂ ಸ್ವಲ್ಪವೂ ವಿಳಂಬ ಮಾಡದೇ ಈ ಮನೆಯನ್ನು ಬಿಟ್ಟು ಬೇರೆ ಎಲ್ಲಿಗಾದರೂ ಹೋಗಿಬಿಡು.'

ಅದನ್ನು ಓದುತ್ತಿದ್ದಂತೆಯೇ ಬೆಟ್ಟದಷ್ಟು ಪ್ರಮಾಣದ ಭಾರವು ತಲೆಯ ಮೇಲಿನಿಂದ ಸರಿದುಹೋದಂತಹ ಅನುಭವವಾಯಿತು. ನೀರಿನಲ್ಲಿ ಸಂಪೂರ್ಣವಾಗಿ ಮುಳುಗಿಹೋಗುತ್ತಿದ್ದ ಸಂದರ್ಭದಲ್ಲಿ ಇದ್ದಕ್ಕಿದ್ದಂತೆ ಮೇಲೆ ಬಂದು ಉಸಿರನ್ನು ಒಳಕ್ಕೆ ಎಳೆದುಕೊಂಡು ನಿರಾಳವಾದಂತಹ ಭಾವನೆ ಮೂಡಿತ್ತು. ರಮೇಶನ ಇತ್ತೀಚಿನ ವರ್ತನೆಗಳಿಂದ ನಾನು ಬೇಸತ್ತುಹೋಗಿದ್ದೆ. ಆತನ ಬಗ್ಗೆ ಅಸಹ್ಯ ಭಾವನೆ ಉಂಟಾಗಿತ್ತು. ನಾನು ಆತನಿಂದ ಸ್ವಾತಂತ್ರ್ಯವನ್ನು ಬಯಸತೊಡಗಿದ್ದೆ. ದೇವರು ತಾನೇ ಇದನ್ನು ಅರ್ಥಮಾಡಿಕೊಂಡು ನನಗೆ, ನನ್ನ ಬದುಕಿಗೆ ಹೊಸ ಮಾರ್ಗವನ್ನು ತೋರಿಸಿದ್ದಾನೆ ಎನ್ನಿಸಿತ್ತು.

ಆ ರಾತ್ರಿ ಊಟ ಮಾಡಲಿಲ್ಲ. ನೀರವತೆಯಲ್ಲಿ ನಾನಾ ಪ್ರಕಾರದ ಚಿಂತೆಗಳು, ಕೆಟ್ಟ ಯೋಚನೆಗಳು ಮನಸ್ಸನ್ನು ಆಕ್ರಮಿಸಿಕೊಂಡಿದ್ದವು. 'ಈಗೇನು ಮಾಡುವುದು? ಎಲ್ಲಿಗೆ ಹೋಗುವುದು?' ಇದೇ ಚಿಂತೆಯಲ್ಲಿ ತುಂಬಾ ಸಮಯ ಕಳೆದುಹೋಗಿತ್ತು. ಅಂತಿಮವಾಗಿ ಒಂದು ನಿರ್ಧಾರಕ್ಕೆ ಬಂದಿದ್ದೆ. 'ಮನಸ್ಸು ದುರ್ಬಲವಾದರೆ ಯಾವ ಕೆಲಸವೂ ಸಾಧ್ಯವಿಲ್ಲ. ಧೈರ್ಯದಿಂದ ಮುನ್ನುಗ್ಗಬೇಕು. ಏನಾಗುತ್ತದೆಯೋ ಆಗಲಿ.'

ನಿದ್ರೆಯೇ ಇಲ್ಲದೇ ಆ ರಾತ್ರಿ ಕಳೆದಿತ್ತು. ಬೆಳಿಗ್ಗೆ ಏಳುತ್ತಿದ್ದಂತೆಯೇ ಸುತ್ತಲೂ ನೋಡಿದೆ. ರಮೇಶ ಕಾಣಿಸಲಿಲ್ಲ; ಅಂದರೆ ಮನೆಯನ್ನು ಬಿಟ್ಟು ಹೋದ ವ್ಯಕ್ತಿ ಮತ್ತೆ ಬಂದಿರಲಿಲ್ಲ. ಆತನಿಗಾಗಿ ಮನಸ್ಸು ಬೇಸರಿಸಿತು. ಚಹಾ ತಯಾರಿಸುವುದಕ್ಕೆ ಮನಸ್ಸಾಗಲಿಲ್ಲ. ಲಕ್ಷ್ಮಣನನ್ನು ಕರೆದು ಹೇಳಿದೆ, "ನಾನು ಬೃಂದಾವನಕ್ಕೆ ಹೋಗಬೇಕು. ಯಾವುದಾದರೂ ಒಂಟಿ ಕುದುರೆ ಗಾಡಿ ಅಥವಾ ಟಾಂಗಾವನ್ನು ಗೊತ್ತುಮಾಡಿಕೊಂಡು ಬಾ..."

ನನ್ನ ಬಳಿಯಿದ್ದ ಆಭರಣಗಳ ಪೈಕಿ ಚಿನ್ನದ ಎರಡು ಕೈಬಳೆಗಳು ಹಾಗೂ ಒಂದು ಜೊತೆ ಕಿವಿಯೋಲೆ ಮಾತ್ರ ಉಳಿದಿದ್ದವು. ಅವುಗಳನ್ನು ಮಾರಾಟ ಮಾಡಿ ಮನೆಗೆಲಸಗಾರ(ಲಕ್ಷ್ಮಣ)ನ ಮೂರು ತಿಂಗಳ ಸಂಬಳವನ್ನು ಕೊಟ್ಟೆ, ನನ್ನ ಕೈಯಲ್ಲಿ ಸ್ವಲ್ಪ ಹಣ ಮಾತ್ರ ಉಳಿದಿತ್ತು. ಅದೇ ಸಮಯದಲ್ಲಿ ಕಮಲಾಳ ಒಂದು ಪತ್ರ ಕೈಸೇರಿತು. ಅದರಲ್ಲಿ ಆಕೆ ಬರೆದಿದ್ದ ವಾಕ್ಯಗಳು ಹೀಗಿದ್ದವು.

'ರಮೇಶನ ಜೊತೆಯಲ್ಲಿ ನೀನು ಓಡಿಹೋಗಿದ್ದು ಒಂದು ದೊಡ್ಡ ತಪ್ಪೇ ಆಯಿತೆನ್ನಿಸುತ್ತದೆ. ಇಂತಹ ಪ್ರೇಮ ಪ್ರಕರಣಗಳಲ್ಲಿ ಮಿಲನವು ಎಷ್ಟು ಬೇಗನೆ ಆಗುತ್ತದೆಯೋ ಪರಿತ್ಯಾಗವೂ ಅಷ್ಟೇ ಬೇಗ ಆಗಿಹೋಗುತ್ತದೆ. ನಿಮ್ಮಿಬ್ಬರ ವಿವಾಹಕ್ಕೆ ಯಾವ ವಿಶೇಷ ಅರ್ಥವೂ ಇಲ್ಲ. ಅದೊಂದು ಕೆಟ್ಟ ಘಟನೆ ಮಾತ್ರ ಎಂದು ಭಾವಿಸು. ನಿಮ್ಮ ತಂದೆಯವರು ಈಗಲೂ ನಿನ್ನ ಬಗ್ಗೆ ತಪ್ಪಾಗಿ ತಿಳಿದುಕೊಂಡಿಲ್ಲ. ಈಗಲೂ ನೀನು ಮನೆಗೆ ಹಿಂದಿರುಗಿ ತಂದೆಯವರ ಬಳಿ ಕ್ಷಮೆ ಕೇಳಿಬಿಡು. ಅವರು ಖಂಡಿತವಾಗಿಯೂ ನಿನ್ನನ್ನು ಕ್ಷಮಿಸುತ್ತಾರೆ. ಎಲ್ಲವೂ ಸರಿಹೋಗುತ್ತದೆ.'

ಕಮಲಾಳ 'ಉಪದೇಶ' ನನಗೇಕೋ ಇಷ್ಟವಾಗಲಿಲ್ಲ. ಹಾಗಾಗಿ ನಾನು ಆಕೆಯ ಪತ್ರಕ್ಕೆ ಉತ್ತರವನ್ನೂ ಬರೆಯಲಿಲ್ಲ. ಬೃಂದಾವನಕ್ಕೆ ಹೋಗಿ ಅಲ್ಲಿನ ಸೇವಾ ಕುಂಜದ ಸಮೀಪದಲ್ಲಿ ಚಿಕ್ಕದೊಂದು ಮನೆಯನ್ನು ಬಾಡಿಗೆಗೆ ಪಡೆದುಕೊಂಡೆ. ಆ ಮನೆಯ ಸುತ್ತಮುತ್ತ ಇನ್ನೂ ಕೆಲವು ಬಂಗಾಳಿ ಮಹಿಳೆಯರು ವಾಸವಾಗಿದ್ದರು. ಬಹುತೇಕ ಅವರೆಲ್ಲರೂ ವಯಸ್ಸಿನಲ್ಲಿ ನನಗಿಂತಲೂ ಹಿರಿಯರಾದ ವಿಧವೆಯರು. ಅವರೆಲ್ಲರ ಮುಂದೆ ನಾನು ಒಂದು ಸುಳ್ಳು ಹೇಳಿದೆ, "ಮಥುರಾದಲ್ಲಿ ವಾಸವಾಗಿದ್ದ ಸಂದರ್ಭದಲ್ಲಿ ನನ್ನ ಪತಿ ಮತ್ತು ಅತ್ತೆ-ಮಾವ ಕಾಲರಾದಿಂದ ನಿಧನ ಹೊಂದಿದರು. ಊರಿನಲ್ಲಿರುವ ನನ್ನ ಕಡೆಯವರಿಗೆ ಈ ಬಗ್ಗೆ ಪತ್ರ ಬರೆದು ತಿಳಿಸಿದ್ದೇನೆ. ಆ ಮನೆಯಲ್ಲಿ ಇರುವುದು ಇಷ್ಟವಾಗದೆ ಇಲ್ಲಿಗೆ ಬಂದಿದ್ದೇನೆ."

ನನ್ನ ಮಾತನ್ನು ಕೇಳಿದ ಎಲ್ಲರೂ ನಂಬಿದರು ಮತ್ತು ದುಃಖವನ್ನು ವ್ಯಕ್ತಪಡಿಸಿದರು.

ಒಂದು ತಿಂಗಳು ಮಾತ್ರ ನಾನು ಆ ಮನೆಯಲ್ಲಿ ವಾಸವಾಗಿದ್ದೆ. ಅಲ್ಲಿಂದ ಹೊರಟು ಕೇಶಿ ಘಾಟ್ ಸಮೀಪದ ಮನೆಯೊಂದರ ಮುಂದೆ ತಾತ್ಕಾಲಿಕವಾಗಿ ಆಶ್ರಯ ಪಡೆದುಕೊಂಡೆ. ಕೈಯಲ್ಲಿದ್ದ ಅಲ್ಪಸ್ವಲ್ಪ ಹಣ ಬಹುತೇಕ ಖಾಲಿಯಾಗಿತ್ತು. ಈ ಮಧ್ಯೆ ಜ್ವರ ನನ್ನನ್ನು ಸುಮಾರು ಹತ್ತು ದಿನಗಳ ಕಾಲ ಸತತವಾಗಿ ಕಾಡಿತು. ಬಹಳ ಕಷ್ಟಪಟ್ಟು ಅನುಭವಿಸಿದೆ. ಭಿಕ್ಷೆ ಬೇಡುವುದು ಅಭ್ಯಾಸವಿದ್ದರೆ ಆಹಾರಕ್ಕೇನೂ ಕೊರತೆಯಾಗುತ್ತಿರಲಿಲ್ಲ. ಆದರೆ ನನ್ನ ದುರ್ಬಲ ಶರೀರ ನಡೆದಾಡುವುದಕ್ಕೆ ಸಹಕರಿಸುತ್ತಿರಲಿಲ್ಲ; ನನಗೆ ಆ 'ವೃತ್ತಿ' ಅಭ್ಯಾಸವೂ ಇರಲಿಲ್ಲ.

ಎರಡು ದಿನಗಳ ಕಾಲ ಏನನ್ನೂ ತಿನ್ನಲಿಲ್ಲ! ಭಿಕ್ಷೆ ಬೇಡುವುದೂ ನನ್ನಿಂದ ಸಾಧ್ಯವಾಗುತ್ತಿರಲಿಲ್ಲ. ರಸ್ತೆಯ ಬದಿಯಲ್ಲಿದ್ದ ಒಂದು ಅರಳಿಮರದ ಕೆಳಗೆ ಮಲಗಿಬಿಟ್ಟಿದ್ದೆ. ಬಹುಶಃ ಇಲ್ಲಿಯೇ ನನ್ನ ಮರಣ ಎನ್ನಿಸಿಬಿಟ್ಟಿತ್ತು. ಅದೇ ಸಮಯದಲ್ಲಿ ಬಂಗಾಳಿ ವ್ಯಕ್ತಿಯೊಬ್ಬರು ಅಲ್ಲಿಗೆ ಬಂದರು. ನನ್ನ ದುರವಸ್ಥೆಯನ್ನು ನೋಡಿದ ಅವರು ತಮ್ಮ ಜೊತೆಯಲ್ಲಿಯೇ ನನ್ನನ್ನು ಕರೆದುಕೊಂಡು ಹೋದರು. ಅವರು ಸ್ವಾಮೀಜಿಯೊಬ್ಬರ ಶಿಷ್ಯರಾಗಿದ್ದರು. ಸಮೀಪದಲ್ಲಿಯೇ ಆ ಸ್ವಾಮೀಜಿಯವರ ಬೃಹತ್ ಆಶ್ರಮವಿತ್ತು. ಅನೇಕ ದೇವವಿಗ್ರಹಗಳು, ಗುಡಿಸಲುಗಳು ಅಲ್ಲಿದ್ದವು. ಅವರಿಗೆ ಹಲವಾರು ಶಿಷ್ಯರೂ ಇದ್ದರು; ಅವರೆಲ್ಲರೂ ಅಲ್ಲಿಯೇ ವಾಸಿಸುತ್ತಿದ್ದರು. ಆ ಸ್ವಾಮೀಜಿ ಬಂಗಾಳಿಯೇ

ಆಗಿದ್ದರು. ಅವರ ವಯಸ್ಸು ಸುಮಾರು 65 ವರ್ಷವಿರಬಹುದು. ದೀರ್ಘ ತಲೆಗೂದಲು, ಗಡ್ಡ, ಹಣೆಯ ಮೇಲೆ ವಿಭೂತಿ... ಅವರು ತಮ್ಮ ಆಸನದ ಮೇಲೆ ಕುಳಿತಿದ್ದರು. ನನ್ನನ್ನೇ ದಿಟ್ಟಿಸುತ್ತ ಅವರು ತಮ್ಮ ಶಿಷ್ಯನಿಗೆ ಹೇಳಿದರು, "ಈಕೆಯನ್ನು ಇಲ್ಲಿಗೇಕೆ ಕರೆದುಕೊಂಡು ಬಂದೆ? ಯಾವುದೋ ದುಷ್ಟನ ಕೈವಶವಾಗಿದ್ದ ಈಕೆ ಅನೇಕ ರೀತಿಯ ಕಷ್ಟಗಳನ್ನು ಅನುಭವಿಸಿದಂತೆ ಕಾಣಿಸುತ್ತಿದೆ. ಸರಿ... ಈಕೆಗೆ ದೇವರ ಪ್ರಸಾದವನ್ನು ಕೊಡು..."

ನಾನು ಸ್ವಲ್ಪ ಸುಧಾರಿಸಿಕೊಂಡ ನಂತರ ಸ್ವಾಮೀಜಿ ಹೇಳಿದರು, "ತಾಯಿ, ನಮ್ಮ ಈ ಆಶ್ರಮದಲ್ಲಿ ಮಹಿಳೆಯರನ್ನು ಇರಿಸಿಕೊಳ್ಳುವ ಪದ್ಧತಿ ಇಲ್ಲ. ಕೇವಲ ಪುರುಷರು ಮಾತ್ರ ಇಲ್ಲಿ ವಾಸಿಸಬೇಕು ಎನ್ನುವುದು ಇಲ್ಲಿನ ನಿಯಮ. ಅಷ್ಟೇ ಅಲ್ಲ, ನೀನು ಗರ್ಭವತಿ. ನೀನು ಈ ಅವಧಿಯಲ್ಲಿ ಅನೇಕ ರೀತಿಯ ಕಷ್ಟಗಳನ್ನು ಎದುರಿಸಬೇಕಾಗುತ್ತದೆ. ಇಂತಹ ಪರಿಸ್ಥಿತಿಯಲ್ಲಿ ನೀನು ಇಲ್ಲಿದ್ದುಕೊಂಡು ಏನು ಮಾಡುತ್ತೀಯ ಹೇಳು?"

ನಾನು ಅವರ ಪಾದಗಳನ್ನು ಗಟ್ಟಿಯಾಗಿ ಹಿಡಿದುಕೊಂಡು ಅಳುತ್ತಲೇ ನುಡಿದೆ, "ಸ್ವಾಮೀಜಿ, ನಾನು ಮಹಾಪಾಪಿ. ನನ್ನನ್ನು ಉದ್ಧರಿಸಿ. ತಾವು ಮಹಾತ್ಮರು. ನನ್ನ ಮನಸ್ಸಿನ ಭಾವನೆಗಳೂ ನಿಮಗೆ ಅರ್ಥವಾಗುತ್ತವೆ. ದಯವಿಟ್ಟು ನನಗೆ ಮುಂದಿನ ದಾರಿ ತೋರಿಸಿ."

ಕುಳಿತುಕೊಳ್ಳುವಂತೆ ನನಗೆ ಸೂಚಿಸುತ್ತ ಸ್ವಾಮೀಜಿ ಹೇಳಿದರು, "ಹ್ಞಾ... ನನಗೆ ಎಲ್ಲವೂ ತಿಳಿದಿವೆ. ನಿನ್ನ ಬಗೆಗಿನ ಅನೇಕ ವಿಷಯಗಳು ನಿನಗೇ ತಿಳಿದಿಲ್ಲದಿರಬಹುದು; ಆದರೆ ನನಗೆ ಗೊತ್ತು. ಈ ಪಶ್ಚಾತ್ತಾಪ, ವಿಷಾದ ಎಲ್ಲವೂ ಕ್ಷಣಿಕ ಮತ್ತು ಸ್ವಾಭಾವಿಕ. ಯಾರ ಮನಸ್ಸಿನಲ್ಲಿ ಕಾಮದ ಬಯಕೆಗಳು ಹುಚ್ಚೆದ್ದು ಕುಣಿಯುತ್ತಿರುತ್ತವೆಯೋ, ಆಳವಾಗಿ ಬೇರೂರಿಬಿಟ್ಟಿರುತ್ತವೆಯೋ ಅಂತಹವರ ರಕ್ಷಣೆ ಹಾಗೂ ಉದ್ಧಾರ ಸುಲಭವಲ್ಲ. ದುಃಖ-ದಾರಿದ್ರ್ಯ, ರೋಗ-ರುಜಿನ, ಚಿಂತೆ ಎಲ್ಲವೂ ಇಂತಹವರನ್ನು ಸದಾ ಆಲಂಗಿಸಿಕೊಂಡಿರುತ್ತವೆ. ಪಾಪದ ವೃಕ್ಷ ಆಳವಾಗಿ ಬೇರೂರಿಬಿಟ್ಟರೆ ಅದನ್ನು ನಾಶಪಡಿಸುವುದು ಸುಲಭವಲ್ಲ. ಮನಸ್ಸಿನ ನಿಗ್ರಹದಿಂದ ಇಂತಹ ಸಂಕಷ್ಟಗಳಿಂದ ಹೊರಬರಬಹುದು. ಆದರೆ ಕಾಮವು ಜಾಗೃತವಾಗಿರುವಾಗ ಅದು ಅಸಾಧ್ಯ. ಕೇವಲ ಈಶ್ವರನ ಅನುಗ್ರಹದಿಂದ ಮಾತ್ರ ಇಂತಹ ವಿಕೃತ ಬಯಕೆಗಳಿಂದ ಹೊರಬರುವುದು, ಮನಸ್ಸನ್ನು ನಿಯಂತ್ರಿಸುವುದು ಸಾಧ್ಯ. ಈಶ್ವರನ ಕೃಪೆಗೆ ಪಾತ್ರಳಾಗುವುದಕ್ಕೆ ಕಠಿಣ ತಪಸ್ಸು ಮಾಡಬೇಕಾಗುತ್ತದೆ. ಮನಸ್ಸಿನ ನಿಗ್ರಹವೂ ಒಂದು ದೊಡ್ಡ ಸಾಧನೆ. ನಿನಗೆ ಇದು ಈ ಸಮಯದಲ್ಲಿ ತುಂಬಾ ಅಗತ್ಯ."

ನನ್ನ ಅಳು ನಿಂತಿರಲಿಲ್ಲ. ಅವರ ಮುಂದೆ ಮಂಡಿಯೂರಿ ಕುಳಿತು ಕೇಳಿಕೊಂಡೆ, "ಸ್ವಾಮೀಜಿ, ದಯವಿಟ್ಟು ನನ್ನನ್ನು ಕ್ಷಮಿಸಿ. ನನಗೆ ಆಶ್ರಯ ನೀಡಿ..."

ಸ್ವಾಮೀಜಿಯವರು ಸ್ನೇಹಪೂರ್ಣ ನಗುವನ್ನು ಬೀರುತ್ತ ಹೇಳಿದರು, "ತಾಯಿ, ಆಹಾರ, ವಸ್ತ್ರ ಇತ್ಯಾದಿಗಳಿಗೆ ನಿನಗೆ ಯಾವತ್ತೂ ಬರ ಬರುವುದಿಲ್ಲ. ನಿನಗೆ ಬೇಕಾದಷ್ಟು

ಸಿಗುತ್ತಿರುತ್ತದೆ. ನಿಜ ಹೇಳಬೇಕೆಂದರೆ, ಈ ಪ್ರಪಂಚದಲ್ಲಿ ಹೊಟ್ಟೆ–ಬಟ್ಟೆಗೆ ಯಾರಿಗೂ ಯಾವತ್ತೂ ಕೊರತೆ ಬರಲಾರದು. ಒಂದು ವೇಳೆ ಕಡುಬಡವರಾದರೆ ಯಾರೋ ದಾನಿಗಳು ದಯಪಾಲಿಸುತ್ತಾರೆ. ನಿನಗೆ ಇಂತಹ ದುಃಸ್ಥಿತಿ ಬರುವುದಕ್ಕೆ ಕಾರಣ ದಾರಿದ್ರ್ಯವಲ್ಲ; ನಿನ್ನ ಕೆಟ್ಟ ಪ್ರವೃತ್ತಿ ಹಾಗೂ ವಿಕೃತ ಬಯಕೆಗಳೇ ನಿನಗೆ ಈ ಸ್ಥಿತಿಯನ್ನು ತಂದೊಡ್ಡಿವೆ. ಇವುಗಳೇ ನಿನ್ನ ಮೇಲೆ ಆಕ್ರಮಣ ನಡೆಸಿರುವುದು. ಇಂತಹ ವಿಕೃತ ಕಾಮನೆಗಳಿಂದ ಬಿಡುಗಡೆಯನ್ನು ನೀನು ಬಯಸುತ್ತಿಲ್ಲ; ದುಷ್ಟ ಬಯಕೆಗಳಿಂದ ಮುಕ್ತವಾದ ಆಶ್ರಯವೂ ನಿನಗೆ ಬೇಕಾಗಿಲ್ಲ. ನೀನು ಬಯಸುತ್ತಿರುವುದು ಅನ್ನಾಹಾರ, ವಸ್ತ್ರ–ಒಡವೆ ಮತ್ತು ವಸತಿಗೆ ಸಂಬಂಧಿಸಿದ ಆಶ್ರಯವನ್ನು. ಅದು ನಿನಗೆ ನನ್ನ ಆಶ್ರಮದಲ್ಲಿ ಸಿಗುವುದಿಲ್ಲ. ಏಕೆಂದರೆ ಇದು ಆಧ್ಯಾತ್ಮಿಕ ಕೇಂದ್ರ. ಇಲ್ಲಿ ಇರುವವರು ದೈಹಿಕ ಕಾಮನೆಗಳಿಂದ ಮುಕ್ತವಾಗಿ ಬದುಕುವುದಕ್ಕೆ ಇಷ್ಟಪಡುವವರು. ಹಾಗಾಗಿ ನಾನು ನಿನಗೊಂದು ಸಲಹೆ ನೀಡುತ್ತೇನೆ..."

"ಹೇಳಿ ಸ್ವಾಮೀಜಿ."

"ನಿನ್ನ ಮನೆಗೆ ಹಿಂದಿರುಗಿ ಹೋಗಿಬಿಡು. ಅದೇ ಒಳ್ಳೆಯದು. ಆಗಬಹುದೇ?"

ನಾನು ಸ್ವಾಮೀಜಿಯವರ ಸಲಹೆಯನ್ನು ಒಪ್ಪಿಕೊಂಡೆ. ನನ್ನ ತಂದೆಯ ಹೆಸರು ಮತ್ತು ವಿಳಾಸವನ್ನು ಬರೆದುಕೊಡುವಂತೆ ಅವರು ನನಗೆ ಸೂಚಿಸಿದರು. ನಾನು ಬರೆದುಕೊಟ್ಟೆ. ಅವರು ಕೂಡಲೇ ತಮ್ಮ ಶಿಷ್ಯನೊಬ್ಬನನ್ನು ಕರೆದು ಹೇಳಿದರು, "ಕಲ್ಕತ್ತಾದ ಈ ವಿಳಾಸಕ್ಕೆ ಒಂದು ಪತ್ರವನ್ನು ಬರೆ. ನಮ್ಮ ಆಶ್ರಮದ ಸಮೀಪದಲ್ಲಿರುವ ಉದ್ಯಾನವನದಲ್ಲಿ ರಾಮಕೃಷ್ಣ ಎನ್ನುವ ವ್ಯಕ್ತಿಯು ತನ್ನ ಪತ್ನಿ ಮತ್ತು ಇಬ್ಬರು ಮಕ್ಕಳೊಂದಿಗೆ ವಾಸವಾಗಿದ್ದಾರೆ. ಅವರ ಬಳಿಗೆ ಈಕೆಯನ್ನು ಕರೆದುಕೊಂಡು ಹೋಗಿ ನಾನು ಕಳುಹಿಸಿರುವುದಾಗಿ ಹೇಳು. ಎಲ್ಲವೂ ಸರಿಹೋಗುತ್ತದೆ."

ಶಿಷ್ಯನು ಅಲ್ಲಿಂದ ಹೊರಕ್ಕೆ ಹೋದ. ನಾನಿನ್ನೂ ಅವರ ಮುಂದೆ ಅಳುತ್ತಲೇ ಕುಳಿತಿದ್ದೆ. ಸ್ವಾಮೀಜಿ ನನ್ನನ್ನು ಸಮಾಧಾನಿಸುತ್ತ ಹೇಳಿದರು, "ತಾಯಿ, ನಿನ್ನ ತಂದೆಯವರು ನಿನ್ನನ್ನು ಮತ್ತೆ ಮನೆಯೊಳಕ್ಕೆ ಸೇರಿಸಿಕೊಳ್ಳುತ್ತಾರೆ ಎನ್ನುವ ಭರವಸೆ ನನಗಿಲ್ಲ. ಏಕೆಂದರೆ ಅವರು ಈ ಸಮಾಜದ ಜೊತೆಜೊತೆಯಲ್ಲಿಯೇ ಬದುಕಬೇಕಾಗುತ್ತದೆ. ಸಮಾಜವನ್ನು ಎದುರಿಸಿ ಬದುಕುವುದು, ಸಮಾಜದ ನಿಂದನೆಗಳಿಗೆ ಕಿವಿಗೊಡದೇ ಬಾಳುವುದು ಯಾವ ವ್ಯಕ್ತಿಗೂ ಸುಲಭವಾಗುವುದಿಲ್ಲ. ನಿನ್ನ ತಂದೆಯನ್ನು ದೂಷಿಸುವುದರಿಂದ ಏನೂ ಪ್ರಯೋಜನವಿಲ್ಲ. ಮೊದಲು ನೀನು ಪ್ರಾಯಶ್ಚಿತ್ತದ ಮೂಲಕ ನಿನ್ನ ಮನಸ್ಸನ್ನು ಶುದ್ಧಗೊಳಿಸಿಕೊಳ್ಳಬೇಕು. ಆತ್ಮಶುದ್ಧಿಯಿಂದ ಮಾತ್ರ ಈಶ್ವರಾಭಿಮುಖಿಯಾಗುವುದು ಸಾಧ್ಯವಾಗುತ್ತದೆ."

ಸ್ವಲ್ಪ ಹೊತ್ತಿನ ನಂತರ ಸ್ವಾಮೀಜಿಯವರ ಶಿಷ್ಯ ಅಲ್ಲಿ ಮತ್ತೆ ಪ್ರತ್ಯಕ್ಷನಾಗಿದ್ದ. ಆತ ನನ್ನನ್ನು ಕರೆದುಕೊಂಡು ಅಲ್ಲಿಂದ ನಿರ್ಗಮಿಸಿದ.

ಕೆಲವು ದಿನಗಳು ಕಳೆದವು. ಆಶ್ರಮದ ಸಮೀಪದಲ್ಲಿಯೇ ಇರುವ ಉದ್ಯಾನವನದಲ್ಲಿ, ರಾಮಕೃಷ್ಣರ ಪರಿವಾರದ ಆಶ್ರಯದಲ್ಲಿ ನಾನು ವಾಸಿಸತೊಡಗಿದ್ದೆ.

ರಾಮಕೃಷ್ಣರು ಆ ಉದ್ಯಾನವನದ ಮೇಲುಸ್ತುವಾರಿಯನ್ನು ನೋಡಿಕೊಳ್ಳುತ್ತಿದ್ದರು. ಹಸುವಿನ ಕೊಟ್ಟಿಗೆಯನ್ನು ಸ್ವಚ್ಛಗೊಳಿಸುವುದು, ಅಲ್ಲಿದ್ದ ಮೂರು ಹಸುಗಳು ಹಾಗೂ ಕೆಲವು ಕರುಗಳ ಮೈತೊಳೆಯುವುದು, ಅವುಗಳಿಗೆ ಹುಲ್ಲು-ನೀರು-ಕಲಗಚ್ಚು ನೀಡುವುದು, ಅವುಗಳನ್ನು ಮೇಯಲು ಬಿಡುವುದು ಮತ್ತು ಕಟ್ಟುವುದು, ದೇವರ ಪಾತ್ರೆಗಳನ್ನು ಸ್ವಚ್ಛಗೊಳಿಸುವುದು, ಸಾಧುಗಳು ಭೋಜನ ಮಾಡಿದ ನಂತರ ಆ ಸ್ಥಳವನ್ನು ಒರೆಸುವುದು, ಗೋಧಿ-ಅಕ್ಕಿ ಇತ್ಯಾದಿಗಳನ್ನು ಹಿಟ್ಟು ಮಾಡುವುದು ಇತ್ಯಾದಿ ಕೆಲಸಗಳನ್ನು ನನಗೆ ವಹಿಸಲಾಯಿತು. ನಾನು ಅತ್ಯಂತ ಸಂತೋಷದಿಂದ ಈ ಕೆಲಸಗಳನ್ನು ಪ್ರತಿನಿತ್ಯವೂ ಮಾಡುತ್ತಿದ್ದೆ. ಆದರೆ ಇವುಗಳನ್ನು ಮಾಡುವುದು ನನಗೆ ತುಂಬಾ ಕಷ್ಟವಾಗುತ್ತಿತ್ತು. ಏಕೆಂದರೆ ನನಗೆ ಇದಕ್ಕಿಂತ ಮೊದಲು ಇಂತಹ ಕೆಲಸಗಳನ್ನು ಮಾಡಿ ಅಭ್ಯಾಸವಿರಲಿಲ್ಲ. ಸ್ವಾಮೀಜಿಯವರ ನಿರ್ದೇಶನದ ಮೇರೆಗೆ ನನ್ನ ತಲೆಗೂದಲನ್ನು ಕತ್ತರಿಸಲಾಗಿತ್ತು. ಪ್ರತಿದಿನ ಬೆಳಿಗ್ಗೆ ಮಂಗಳಾರತಿ ನಡೆಯುವ ಸಂದರ್ಭದಲ್ಲಿ ಮಾತ್ರ ಅಲ್ಲಿನ ಮಂದಿರದ ಪ್ರಾಂಗಣಕ್ಕೆ ಹೋಗುವುದಕ್ಕೆ ನನಗೆ ಅನುಮತಿ ನೀಡಲಾಗಿತ್ತು. ಒಂದು ವೇಳೆ ಸ್ವಾಮೀಜಿಯವರು ಉದ್ಯಾನವನಕ್ಕೆ ಬಂದರೆ, ಅವಶ್ಯಕವೆನ್ನಿಸಿದರೆ ಅವರೊಂದಿಗೆ ಒಂದೆರಡು ಮಾತನಾಡುವುದಕ್ಕೆ ಅವಕಾಶ ದೊರಕುತ್ತಿತ್ತು. ಅಂತಹ ಸಂದರ್ಭದಲ್ಲಿ ನಾನು ಅವರಿಂದ ಸೂಕ್ತ ಮಾರ್ಗದರ್ಶನವನ್ನು ಪಡೆಯುತ್ತಿದ್ದೆ.

ಒಂದು ತಿಂಗಳು ಕಳೆದ ನಂತರ ನನ್ನ ತಂದೆಯವರಿಂದ ಪತ್ರ ಬಂದಿತು. 'ನಾನು ಅವಳನ್ನು ಮತ್ತೆ ನಮ್ಮ ಮನೆಗೆ ಸೇರಿಸಿಕೊಳ್ಳುವ ಪ್ರಶ್ನೆಯೇ ಇಲ್ಲ. ಆಕೆ ಸತ್ತುಹೋಗಿದ್ದಾಳೆ ಎಂದೇ ನಾನು ಭಾವಿಸಿದ್ದೇನೆ. ನನ್ನ ಮನಸ್ಸಿಗೆ ಘಾಸಿಯನ್ನು ಉಂಟುಮಾಡಿದ, ಮನೆತನದ ಗೌರವವನ್ನು ಮಣ್ಣುಪಾಲು ಮಾಡಿದ ಅವಳನ್ನು ನಾನು ಎಂದಿಗೂ ಕ್ಷಮಿಸುವುದಿಲ್ಲ' ಎಂದು ಅವರು ಸ್ವಾಮೀಜಿಯವರಿಗೆ ಆ ಪತ್ರದಲ್ಲಿ ಅತ್ಯಂತ ಸ್ಪಷ್ಟವಾಗಿ ತಿಳಿಸಿದ್ದರು. ಈ ವಿಷಯವನ್ನು ತಿಳಿದ ನನಗೆ ತುಂಬಾ ಬೇಸರವಾಯಿತು. ಅಷ್ಟೇ ಅಲ್ಲ, ಆ ಸಮಯದಲ್ಲಿ ನನ್ನ ಶರೀರವೂ ಅತ್ಯಂತ ದುರ್ಬಲವಾಗಿತ್ತು. ನನ್ನ ಆರೋಗ್ಯದ ಸ್ಥಿತಿ ಚೆನ್ನಾಗಿರಲಿಲ್ಲ. ಆದರೆ ತಂದೆಯ ಪತ್ರಕ್ಕೆ ಉತ್ತರ ಬರೆಯುವಷ್ಟರ ಮಟ್ಟಿಗೆ ಮನಸ್ಸು ಗಟ್ಟಿಯಾಗಿತ್ತು. ನನ್ನ ಈ ಆತ್ಮಕಥೆ ಬರೆಯುವುದನ್ನು ಆರಂಭಿಸುವುದಕ್ಕಿಂತ ಕೆಲವು ದಿನ ಮೊದಲು ಬೃಂದಾವನದಲ್ಲಿ ನಡೆದ ಜೋಕಾಲಿ ಉತ್ಸವಕ್ಕೆ ನಾನು ಹೋಗಿದ್ದೆ. ಆ ಸಮಯದಲ್ಲಿ ನಾನು ಇದೇ ಸ್ವಾಮೀಜಿಯರವರನ್ನು ಮತ್ತೊಮ್ಮೆ ಭೇಟಿಯಾಗುವ ಅವಕಾಶ ದೊರಕಿತು. (ಇದಕ್ಕೆ ಸಂಬಂಧಿಸಿದ ವಿವರಣೆಯನ್ನು ಸೂಕ್ತ ಸಮಯದಲ್ಲಿ ದಾಖಲಿಸುವೆ.) ಆ ಸಂದರ್ಭದಲ್ಲಿ ನಾನು ಅವರಿಗೆ ಹೇಳಿದೆ, "ಸ್ವಾಮೀಜಿ, ನಾನೊಬ್ಬಳು ಮಹಾಪಾಪಿ. ಸಮಾಜದಲ್ಲಿ ನನಗೆ ಯಾವುದೇ ಸ್ಥಾನಮಾನವಿಲ್ಲ. ಎಲ್ಲರ ದೃಷ್ಟಿಯಲ್ಲಿ ನಾನೊಬ್ಬಳು ಮಾನಗೆಟ್ಟ ವೇಶ್ಯೆ. ಸ್ವತಃ ನನ್ನ ತಂದೆಯವರೇ ನನ್ನನ್ನು ಪರಿತ್ಯಜಿಸಿದ್ದಾರೆ; ಮನೆಗೆ ಸೇರಿಸಿಕೊಳ್ಳಲಿಲ್ಲ. ಆದರೆ ನನ್ನಂತಹ ವೇಶ್ಯೆಯರ ಜೊತೆಯಲ್ಲಿ ಮಲಗುವುದಕ್ಕೆ ಬರುವ ಅದೆಷ್ಟೋ ಪುರುಷರು ತಮ್ಮ ಮಾನ, ಮರ್ಯಾದೆ, ಸಂಪತ್ತು, ದೇಹ,

ಮನಸ್ಸು ಎಲ್ಲವನ್ನೂ ಅರ್ಪಿಸುತ್ತಾರೆ; ಆದರೆ ಅಂತಹವರನ್ನೂ ಇದೇ ಸಮಾಜ ತನ್ನ ತಲೆಯ ಮೇಲೆ ಇಟ್ಟುಕೊಂಡು ಮೆರೆದಾಡಿಸುತ್ತದೆ! ಅವರಲ್ಲಿ ಹಲವರನ್ನು ಕವಿಗಳು, ಸಾಹಿತಿಗಳು ಎಂದು ಪ್ರಶಂಸಿಸಲಾಗುತ್ತದೆ; ಮತ್ತೆ ಕೆಲವರನ್ನು ರಾಜಕಾರಣಿಗಳು, ದೇಶಸೇವಕರು ಎಂದು ಹಾಡಿಹೊಗಳಲಾಗುತ್ತದೆ; ಶ್ರೀಮಂತರು, ಮಹಾದಾನಿಗಳು ಎಂದು ಅವರನ್ನು ಸನ್ಮಾನ ಮಾಡಲಾಗುತ್ತದೆ! ಅಷ್ಟೇ ಏಕೆ, ನಮ್ಮಂತಹ ಸೂಳೆಯರ ಜೊತೆಯಲ್ಲಿ ಮಲಗಿದ ಅನೇಕರು ಈಗ ಸ್ವಾಮೀಜಿಗಳಾಗಿದ್ದಾರೆ; ಸಮಾಜದಲ್ಲಿ ಎಲ್ಲರಿಗೂ ಬುದ್ಧಿವಾದ ಹೇಳುವ, ಮಾರ್ಗದರ್ಶನ ಮಾಡುವ ಅತ್ಯುನ್ನತ ಸ್ಥಾನದಲ್ಲಿ ಕುಳಿತಿದ್ದಾರೆ! ಒಂದು ವೇಳೆ ಇದೇ ಸಮಾಜ ಇಂತಹ ವ್ಯಕ್ತಿಗಳ ಕಾಮಪುರಾಣವನ್ನು ತಿಳಿದರೂ ಮೌನವಾಗಿಯೇ ಇರುತ್ತದೆ. ನ್ಯಾಯಾಲಯ, ವಿವಿಧ ಸಮಿತಿಗಳು, ನಗರಸಭೆಗಳು, ಮಠಗಳು, ಶಿಕ್ಷಣ ಸಂಸ್ಥೆಗಳು ಎಲ್ಲವೂ ಇಂತಹವರನ್ನು ಒಪ್ಪಿಕೊಳ್ಳುತ್ತವೆ. ಅವರಿಗೆ ಅಲ್ಲಿ ಯಾವ ರೀತಿಯ ಅವಮಾನವೂ ಆಗುವುದಿಲ್ಲ; ಬದಲಿಗೆ ವಿಶೇಷ ಗೌರವವೇ ಸಿಕ್ಕಿದರೂ ಆಶ್ಚರ್ಯವೇನಿಲ್ಲ. ಆದರೆ ನನ್ನಂತಹ ಒಂದು ಹೆಣ್ಣು ಬಾಲ್ಯದಲ್ಲಿ ಗೊತ್ತಿಲ್ಲದೆ, ವಯೋಸಹಜ ಭಾವನೆಗಳಿಗೆ ಬಲಿಯಾಗಿ ಒಂದು ತಪ್ಪು ಮಾಡಿಬಿಟ್ಟರೆ ಈ ಸಮಾಜ ಮಾತ್ರವಲ್ಲ, ಹುಟ್ಟಿಸಿದ ತಂದೆ-ತಾಯಿಯೂ ಕ್ಷಮಿಸುವುದಿಲ್ಲ! ನಾವು ಸಾಯುವವರೆಗೂ ಸಮಾಜದ 'ಗಣ್ಯ' ವ್ಯಕ್ತಿಗಳಿಗೆ ಸೆರಗು ಹಾಸಿಕೊಂಡು ಜೀವನ ಕಳೆಯಬೇಕಾದ ಅನಿವಾರ್ಯ ಪರಿಸ್ಥಿತಿಯನ್ನು ಇದೇ ಸಮಾಜ ಸೃಷ್ಟಿ ಮಾಡುತ್ತದೆ! ಇದಕ್ಕೆ ಏನನ್ನಬೇಕು ಸ್ವಾಮೀಜಿ?" ನನ್ನ ಮಾತನ್ನು ಕೇಳಿದ ಸ್ವಾಮೀಜಿ ಮುಗುಳ್ನಗೆ ಬೀರಿದ್ದರು.

ನಾನು ರಾಮಕೃಷ್ಣರ ಮನೆಯಲ್ಲಿ ವಾಸಿಸತೊಡಗಿ ಮೂರು ತಿಂಗಳುಗಳು ಸರಿದುಹೋಗಿದ್ದವು. ಅದೊಂದು ದಿನ ಸ್ವಾಮೀಜಿಯವರು ಉದ್ಯಾನವನಕ್ಕೆ ಬಂದ ಸಂದರ್ಭದಲ್ಲಿ ರಾಮಕೃಷ್ಣ ಹೇಳಿದರು, "ಸ್ವಾಮೀಜಿ, ನಮ್ಮ ಮನೆಯಲ್ಲಿರುವ ಗರ್ಭಿಣಿ ಮಹಿಳೆ ಎಷ್ಟೊಂದು ಕೆಲಸ ಮಾಡುತ್ತಾಳಲ್ಲ... ಅದರಿಂದ ಅವಳ ಹೊಟ್ಟೆಯಲ್ಲಿರುವ ಮಗುವಿಗೆ ಏನೂ ತೊಂದರೆ ಆಗುವುದಿಲ್ಲವೇ?"

ಆ ಸಮಯದಲ್ಲಿ ನಾನು ಅವರಿಗೆ ಸ್ವಲ್ಪ ಸಮೀಪದಲ್ಲಿಯೇ ಬೆರಣಿ ತಟ್ಟುತ್ತ ಕುಳಿತಿದ್ದೆ. ಸ್ವಾಮೀಜಿಯವರು ಅತ್ಯಂತ ಶಾಂತ ರೀತಿಯಲ್ಲಿಯೇ ಉತ್ತರಿಸಿದ್ದರು, "ಏನು ರಾಮಕೃಷ್ಣ, ಆಕೆಯ ಹೊಟ್ಟೆಯಲ್ಲಿರುವ ಮಗು ಇನ್ನೂ ಬದುಕಿಯೇ ಇದೆ ಎಂದುಕೊಂಡಿದ್ದೀಯಾ? ಈ ಸಂದರ್ಭದಲ್ಲಿ ಹೇಗಾದರೂ ಸರಿ, ಪ್ರಸವವಾಗಿಬಿಟ್ಟರೆ ತುಂಬಾ ಒಳ್ಳೆಯದು. ಒಂದು ವೇಳೆ ಇಷ್ಟು ಪರಿಶ್ರಮಪಡದೇ ಇದ್ದರೆ ಆಕೆಯ ದೇಹ ಬಸವಳಿದುಹೋಗುತ್ತದೆ. ಆಕೆಯ ಉದರದಲ್ಲಿಯೇ ಸತ್ತುಹೋಗಿರುವ ಮಗುವು ಆಕೆ ಹೆಚ್ಚು ಕೆಲಸ ಮಾಡುವುದರಿಂದಲಾದರೂ ಹೊರಬರಬಹುದೇನೋ ಎನ್ನುವ ನಿರೀಕ್ಷೆ ನನ್ನದು."

ಅವರ ಮಾತುಗಳನ್ನು ಕೇಳಿ ನಾನು ಗಾಬರಿಯಾದೆ; ರಾಮಕೃಷ್ಣ ಕೂಡ ಆಶ್ಚರ್ಯಚಕಿತರಾದರು; ಆತಂಕಕ್ಕೆ ಒಳಗಾದರು. ಸ್ವಾಮೀಜಿ ತಮ್ಮ ಮಾತು

ಮುಂದುವರಿಸಿದರು, "ಆಕೆಯ ದೇಹವನ್ನು ವಿಚಿತ್ರ ವ್ಯಾಧಿ ಅಂಟಿಕೊಂಡಿದೆ. ಪ್ರಕೃತಿಸಹಜವಾದ ಕೆಲವು ದೈಹಿಕ ಕಾಮನೆಗಳನ್ನು ಮನುಷ್ಯ ನಿಯಂತ್ರಿಸಿಕೊಳ್ಳದೇ ಹೋದರೆ ಅನೇಕ ರೀತಿಯ ರೋಗಗಳಿಗೆ ದೇಹವನ್ನು ಬಿಟ್ಟುಕೊಡಬೇಕಾಗುತ್ತದೆ."

ಆಶ್ಚರ್ಯಕರ ಸಂಗತಿಯೇನೆಂದರೆ, ಸ್ವಾಮೀಜಿಯವರು ರಾಮಕೃಷ್ಣರೊಂದಿಗೆ ಚರ್ಚಿಸಿದ ಸ್ವಲ್ಪ ಸಮಯದಲ್ಲಿಯೇ ನಾನು ಮೃತ ಗಂಡುಶಿಶುವಿಗೆ ಜನ್ಮನೀಡಿದ್ದೆ! ರಾಮಕೃಷ್ಣರ ಪತ್ನಿ ನನ್ನ ಸೇವೆ-ಶುಶ್ರೂಷೆ ಮಾಡಿದರು. ಅತ್ಯಂತ ಸರಳ ವ್ಯಕ್ತಿತ್ವದ, ಅಶಿಕ್ಷಿತ ರೈತ ಮಹಿಳೆಯ ಮಾತೃಪ್ರೇಮವನ್ನು ನಾನು ನನ್ನ ಜೀವಮಾನ ಪರ್ಯಂತರ ಮರೆಯಲಾರೆ. ಆತ್ಮಕಥೆಯನ್ನು ಬರೆಯಲು ಆರಂಭಿಸುವುದಕ್ಕಿಂತ ಕೆಲವು ದಿನಗಳ ಹಿಂದೆ ಬೃಂದಾವನಕ್ಕೆ ಹೋದ ಸಂದರ್ಭದಲ್ಲಿ ರಾಮಕೃಷ್ಣರ ಪತ್ನಿಯ ಬಗ್ಗೆ ಕೆಲವರಲ್ಲಿ ವಿಚಾರಿಸಿದ್ದೆ. ಆದರೆ ನಾನು ಅಲ್ಲಿಗೆ ಹೋಗುವುದಕ್ಕಿಂತ ಎಂಟು ತಿಂಗಳು ಮೊದಲೇ ಆಕೆಯ ಮರಣ ಸಂಭವಿಸಿದೆ ಎಂದು ಕೇಳಲ್ಪಟ್ಟೆ. ಅಪಾರ ವೇದನೆಯಿಂದ ಬಿಕ್ಕಿಬಿಕ್ಕಿ ಅತ್ತಿದ್ದೆ.

ಮಗುವಿಗೆ ಜನ್ಮನೀಡಿದ ನಂತರ ನನಗೆ ಆರೋಗ್ಯ ಸಮಸ್ಯೆ ಎದುರಾಯಿತು. ಏನನ್ನೂ ತಿನ್ನುವುದು ಸಾಧ್ಯವಾಗುತ್ತಿರಲಿಲ್ಲ. ತಿಂದ ಕೂಡಲೇ ವಾಂತಿಯಾಗುತ್ತಿತ್ತು. ಆಹಾರವೇ ಸೇರುತ್ತಿರಲಿಲ್ಲ. ಸಂಜೆಯ ಸಮಯದಲ್ಲಿ ಜ್ವರ ಕಾಣಿಸಿಕೊಂಡಿತು. ಜೊತೆಜೊತೆಯಲ್ಲಿಯೇ ಹೊಟ್ಟೆನೋವು. ನಾನು ಸಂಪೂರ್ಣವಾಗಿ ಹಾಸಿಗೆಹಿಡಿದೆ. ಸ್ವಾಮೀಜಿಯವರು ಕೂಡಲೇ ನನ್ನ ಚಿಕಿತ್ಸೆಗೆ ಸೂಕ್ತ ವ್ಯವಸ್ಥೆಯನ್ನು ಮಾಡಿದರು. ಸುಮಾರು ನಾಲ್ಕು ತಿಂಗಳ ನಂತರ ನನ್ನ ಆರೋಗ್ಯದಲ್ಲಿ ಸ್ವಲ್ಪ ಮಟ್ಟಿಗಿನ ಚೇತರಿಕೆ ಉಂಟಾಯಿತು.

ಇದೇ ಸಂದರ್ಭದಲ್ಲಿ ಒಂದು ತಡರಾತ್ರಿ ವಿಪರೀತ ತಲೆನೋವು ಕಾಣಿಸಿಕೊಂಡಿತು. ಏನೇನೋ ಕನಸುಗಳು ಬೀಳುತ್ತಿದ್ದವು. 'ನಾನು ನನ್ನ ಕಲ್ಕತ್ತಾದ ಮನೆಯಲ್ಲಿ ಇದ್ದೇನೆ. ಅಮ್ಮ ನನ್ನ ಪಕ್ಕದಲ್ಲಿಯೇ ಕುಳಿತುಕೊಂಡು ತಲೆಯನ್ನು ನೇವರಿಸುತ್ತಿದ್ದಾಳೆ. ನಾನು ಅಮ್ಮನಿಗೆ ಹೇಳಿದೆ, 'ಅಮ್ಮ, ನೀನು ಆ ರಂಗಮಂದಿರಕ್ಕೆ ಹೋಗು... ಜೊತೆಯಲ್ಲಿ ನನ್ನನ್ನೂ ಕರೆದುಕೊಂಡು ಹೋಗು...' ಆಕೆ ಹೇಳಿದಳು, 'ಇಲ್ಲ... ನೀನಿನ್ನೂ ಚಿಕ್ಕ ಮಗು...' ಸ್ವಲ್ಪ ಹೊತ್ತಿನಲ್ಲಿಯೇ ಅಲ್ಲಿಗೆ ಯಾರೋ ಬಂದು ಆಕೆಯನ್ನು ಕರೆದರು. ಆಕೆ ಕುಳಿತಿದ್ದವಳು ಎದ್ದು ನಿಂತಳು. ನಾನು ಆಕೆಯ ಕೈ ಹಿಡಿದು ಎಳೆಯುತ್ತ, ಜೋರಾಗಿ ಅಳುತ್ತ ಹೇಳಿದೆ, 'ಅಮ್ಮಾ, ಹೋಗಬೇಡ... ಹೋಗುವುದಾದರೆ ನನ್ನನ್ನೂ ನಿನ್ನ ಜೊತೆಯಲ್ಲಿ ಕರೆದುಕೊಂಡು ಹೋಗು...' ಕನಸಿನಲ್ಲಿಯೇ ನಾನು ಜೋರಾಗಿ ಕೂಗಿಬಿಟ್ಟಿದ್ದೆ.

ಪಕ್ಕದ ಕೋಣೆಯಲ್ಲಿದ್ದ ರಾಮಕೃಷ್ಣರ ಪತ್ನಿ ಕೂಡಲೇ ಅಲ್ಲಿಗೆ ಓಡಿಬಂದಿದ್ದರು. ನಾನು ಇನ್ನೂ ಜೋರಾಗಿ ಕೂಗುತ್ತಲೇ ಇದ್ದೆ, 'ಅಮ್ಮಾ, ನನ್ನನ್ನೂ ನಿನ್ನ ಜೊತೆಯಲ್ಲಿ ಕರೆದುಕೊಂಡು ಹೋಗು...' ನನಗೆ ಎಚ್ಚರವಾದಾಗ ರಾಮಕೃಷ್ಣರ ಪತ್ನಿ ನನಗೆ ಈ ವಿಷಯವನ್ನು ಹೇಳಿದರು.

ಮಾರನೆಯ ದಿನ ಸ್ವಾಮೀಜಿಯವರ ಜೊತೆ ಮಾತನಾಡುತ್ತಿದ್ದ ಸಮಯದಲ್ಲಿ ನಾನು ಕಂಡಿದ್ದ ಈ ಕನಸಿನ ಬಗ್ಗೆ ವಿಚಾರಿಸಿದೆ. ಅವರು ನೀಡಿದ ಉತ್ತರ ತುಂಬಾ ಸಂಕ್ಷಿಪ್ತವಾಗಿತ್ತು. "ನೀನು ಅನುಭವಿಸಬೇಕಾದುದು ಇನ್ನೂ ತುಂಬಾ ಇದೆ."

ಸನ್ಯಾಸಿ ದೀಕ್ಷೆಯನ್ನು ತೆಗೆದುಕೊಳ್ಳಬೇಕು ಎನ್ನುವ ಮನಸ್ಸಾಗಿತ್ತು. ನಾನು ಸ್ವಾಮೀಜಿಯವರಲ್ಲಿ ವಿನಂತಿಸಿಕೊಂಡೆ. ಆದರೆ ಅವರು ನನ್ನ ಕೋರಿಕೆಯನ್ನು ಸಾರಾಸಗಟಾಗಿ ತಿರಸ್ಕರಿಸಿದರು.

"ತಾಯಿ, ನಾನು ದೈವೇಚ್ಛೆಗೆ ವಿರುದ್ಧವಾಗಿ ನಡೆದುಕೊಳ್ಳಲಾರೆ. ದೀಕ್ಷೆ ತೆಗೆದುಕೊಳ್ಳುವುದಕ್ಕೆ ನಿನಗಿನ್ನೂ ಸಮಯ ಬಂದಿಲ್ಲ. ಎಲ್ಲಕ್ಕೂ ಕಾಯಬೇಕು..."

ಇನ್ನೂ ಆರೇಳು ತಿಂಗಳುಗಳು ಕಳೆದವು. ನಾನು ರಾಮಕೃಷ್ಣರ ಮನೆಯಲ್ಲಿ ಆಶ್ರಯ ಪಡೆದು ಒಂದು ವರ್ಷವಾಗಿತ್ತು. ನನ್ನ ಆರೋಗ್ಯದಲ್ಲಿ ಸುಧಾರಣೆಯಾಗಿತ್ತು. ದೈಹಿಕ ಶ್ರಮದ ಕೆಲಸವನ್ನೂ ಸುಲಲಿತವಾಗಿ ಮಾಡಲಾರಂಭಿಸಿದ್ದೆ. ಸ್ವಾಮೀಜಿಯವರ ಶಿಷ್ಯರಲ್ಲಿ ಕೆಲವರು ಪ್ರತಿದಿನವೂ ನಿರ್ದಿಷ್ಟ ಸಮಯದಲ್ಲಿ ಉದ್ಯಾನವನಕ್ಕೆ ಬರುತ್ತಿದ್ದರು. ದೇವರ ನೈವೇದ್ಯಕ್ಕೆ ಅಗತ್ಯವಾದ ಅಡುಗೆ ತಯಾರಿಸಲು ಬೇಕಾದ ಹಸಿತರಕಾರಿ, ಹಣ್ಣು, ಸೊಪ್ಪು ಮುಂತಾದವುಗಳನ್ನು ಅವರು ಉದ್ಯಾನವನದಿಂದಲೇ ತೆಗೆದುಕೊಂಡು ಹೋಗುತ್ತಿದ್ದರು. ಅವರ ಪೈಕಿ ಒಬ್ಬ ಶಿಷ್ಯನ ಜೊತೆಯಲ್ಲಿ ಮಾತನಾಡುವಾಗ ಆತನ ಮೇಲೆ ನನ್ನ ಕೆಟ್ಟನೋಟ ಹರಿದಿದ್ದನ್ನು ಸ್ವಾಮೀಜಿಯವರು ದೂರದಲ್ಲಿ ನಿಂತುಕೊಂಡೇ ಗಮನಿಸಿದ್ದರು. ನಾನು ಆತನಲ್ಲಿ ಕಾಮದ ಬಯಕೆಯನ್ನು ತೋಡಿಕೊಂಡರೂ ಆತ ನನ್ನ ಕೋರಿಕೆಯನ್ನು ಈಡೇರಿಸುವ ಮನಃಸ್ಥಿತಿಯವನಾಗಿರಲಿಲ್ಲ. ಪ್ರತಿನಿತ್ಯವೂ ಧ್ಯಾನ ಮಾಡುವ ಮೂಲಕ ಆತ ಆತ್ಮಸಂಯಮವನ್ನು ಸಾಧಿಸಿದ್ದ. ಆದರೂ ಸ್ವಾಮೀಜಿಯವರು ಮುಂದೆಂದೂ ಆತನನ್ನು ಉದ್ಯಾನವನಕ್ಕೆ ಕಳುಹಿಸಿಕೊಡಲಿಲ್ಲ.

ಒಂದು ದಿನ ನಾನು ಸುದೀರ್ಘ ಪ್ರೇಮಪತ್ರವೊಂದನ್ನು ಬರೆದು ಅದನ್ನು ಆತನಿಗೆ ಕೊಡುವ ಸಲುವಾಗಿ ಮಧ್ಯಾಹ್ನ ಸುಮಾರು ಎರಡು ಗಂಟೆಯ ಸಮಯದಲ್ಲಿ ಆಶ್ರಮದೊಳಗೆ ಪ್ರವೇಶ ಮಾಡಿದೆ. ಆ ಸಮಯದಲ್ಲಿ ಸ್ವಾಮೀಜಿಯವರು ಸಾಮಾನ್ಯವಾಗಿ ತಮ್ಮ ಆಸನದ ಮೇಲೆ ಕುಳಿತು ಧ್ಯಾನ ಮಾಡುತ್ತಿರುತ್ತಾರೆ ಎನ್ನುವುದು ನನಗೆ ಚೆನ್ನಾಗಿ ತಿಳಿದಿತ್ತು. ಹಾಗಾಗಿ ಪ್ರೇಮಪತ್ರ ತಲುಪಿಸುವುದಕ್ಕೆ ನಾನು ಅದೇ ಸಮಯವನ್ನು ಆಯ್ದುಕೊಂಡಿದ್ದೆ. ಆಶ್ರಮದ ಆವರಣದಲ್ಲಿದ್ದ ಒಂದು ಬೃಹತ್ ವೃಕ್ಷದ ಕೆಳಗೆ ನಿಂತು ನಾನು 'ಆತ'ನಿಗಾಗಿ ಕಾಯುತ್ತಿದ್ದೆ. ಐದಾರು ನಿಮಿಷಗಳು ಕಳೆದಿದ್ದವು ಅಷ್ಟೆ. ಎದುರಿನಲ್ಲಿ ಸ್ವಾಮೀಜಿ ಬರುತ್ತಿರುವುದು ನನ್ನ ದೃಷ್ಟಿಗೆ ಗೋಚರಿಸಿತು. ನನಗೆ ಭಯವಾಯಿತು. ಮೈ ನಡುಗತೊಡಗಿತು.

ನನ್ನ ಬಳಿಗೆ ಬಂದ ಸ್ವಾಮೀಜಿಯವರು ಪ್ರಶ್ನಿಸಿದರು, "ಈ ಸಮಯದಲ್ಲಿ ನೀನು ಆಶ್ರಮಕ್ಕೆ ಏಕೆ ಬಂದೆ? ಈ ಹೊತ್ತಿನಲ್ಲಿ ಇಲ್ಲಿಗೆ ಬರುವುದಕ್ಕೆ ನಿನಗೆ ಅನುಮತಿ ನೀಡಲಾಗಿಲ್ಲ."

ನಾನು ಸ್ವಲ್ಪವೂ ಗಲಿಬಿಲಿಗೆ ಒಳಗಾಗದೇ ತಕ್ಷಣವೇ ಉತ್ತರಿಸಿದೆ, “ಶ್ಯಾಮಿಲಿ(ಹಸು)ಯ ಕರು ಇತ್ತ ಕಡೆಗೆ ಓಡಿಬಂದಿತು. ಅದನ್ನು ಹುಡುಕಿಕೊಂಡು ಬಂದೆ.”

ಸ್ವಾಮೀಜಿಯವರು ತಮ್ಮ ತೋರುಬೆರಳನ್ನು ಪ್ರಾಂಗಣದ ಹೊರಕ್ಕೆ ತೋರಿಸುತ್ತ ಗಂಭೀರ ಸ್ವರದಲ್ಲಿ ನುಡಿದರು, “ಇಲ್ಲಿಂದ ಹೊರಕ್ಕೆ ನಡೆ. ಹಸುವಿನ ಕರು ಇಲ್ಲಿಗೆ ಬಂದಿಲ್ಲ. ಒಂದು ವೇಳೆ ಬಂದರೂ ಅದನ್ನು ಹುಡುಕುವುದು ನಿನ್ನ ಕೆಲಸವಲ್ಲ. ಅದನ್ನು ರಾಮಕೃಷ್ಣ ನೋಡಿಕೊಳ್ಳುತ್ತಾನೆ.”

ಮಾರನೆಯ ದಿನ ಬೆಳಿಗ್ಗೆಯೇ ನನಗೆ ಸ್ವಾಮೀಜಿಯವರಿಂದ ಕರೆ ಬಂದಿತು. ಕೂಡಲೇ ನಾನು ಅವರ ಮುಂದೆ ಹಾಜರಾದೆ. ಅವರ ಸಮೀಪದಲ್ಲಿ ಮಧ್ಯವಯಸ್ಕ ಬಂಗಾಳಿ ವ್ಯಕ್ತಿಯೊಬ್ಬರು ಕುಳಿತಿದ್ದರು. ಸ್ವಾಮೀಜಿಯವರು ನನ್ನನ್ನು ಉದ್ದೇಶಿಸಿ ಹೇಳಿದರು, “ನೀನು ಈ ದಿನವೇ ಇವರೊಂದಿಗೆ ಕಲ್ಕತ್ತಾಕ್ಕೆ ಹೋಗಬೇಕು. ಅಲ್ಲಿ ಇವರು ನಿನಗೆ ಎಲ್ಲಾ ರೀತಿಯ ವ್ಯವಸ್ಥೆಯನ್ನೂ ಮಾಡಿಕೊಡುತ್ತಾರೆ. ಏನೂ ಗಾಬರಿಯಾಗಬೇಕಿಲ್ಲ.”

ಸ್ವಾಮೀಜಿಯವರು ಒಬ್ಬ ಗೌರವಾನ್ವಿತ ವ್ಯಕ್ತಿ. ಸುತ್ತಮುತ್ತಲಿನ ಪ್ರದೇಶದಲ್ಲಿ ಅವರ ಬಗ್ಗೆ ಜನರಲ್ಲಿ ತುಂಬಾ ಉತ್ತಮ ಅಭಿಪ್ರಾಯವಿತ್ತು. ಆ ಕಾರಣದಿಂದಾಗಿಯೇ ಬೃಂದಾವನದಿಂದಲೂ ಅವರ ಅನೇಕ ಪರಿಚಿತರು ಅವರ ಬಳಿಗೆ ಬಂದು ವಿವಿಧ ವಿಷಯಗಳ ಬಗ್ಗೆ, ಸಮಸ್ಯೆಗಳ ಬಗ್ಗೆ ಚರ್ಚೆ ಮಾಡುತ್ತಿದ್ದರು. ನನ್ನನ್ನು ಕಲ್ಕತ್ತಾಕ್ಕೆ ಕರೆದೊಯ್ಯುವುದಕ್ಕೆ ಬಂದಿದ್ದ ವ್ಯಕ್ತಿಯೂ ಸ್ವಾಮೀಜಿಯವರ ಆತ್ಮೀಯರಾಗಿದ್ದರು. ಅವರ ಜೊತೆಯಲ್ಲಿ ನಾನು ಕಲ್ಕತ್ತಾಕ್ಕೆ ಬಂದೆ. ಅವರ ಮನೆಯಲ್ಲಿಯೇ ಸುಮಾರು ಹತ್ತು ದಿನಗಳ ಕಾಲ ಉಳಿದುಕೊಂಡೆ.

ಶ್ರೀಯುತ ‘ದಾಸ್’ ಎನ್ನುವ ವ್ಯಕ್ತಿಯೊಬ್ಬರು ಕಲ್ಕತ್ತಾದ ಹೊರವಲಯದಲ್ಲಿ ‘ಮಹಿಳಾ ಕಲ್ಯಾಣ ಆಶ್ರಮ’ವನ್ನು ಸ್ಥಾಪಿಸಿದ್ದರು. ಅವರು ಮೂಲತಃ ವಕೀಲರು. ಅವರನ್ನು ಹಲವರು ‘ಸಮಾಜ ಸೇವಕರು’ ಎಂದೂ ಗುರುತಿಸುತ್ತಿದ್ದರು; ಅದೇ ಹೆಸರಿನಲ್ಲಿ ಅವರು ಪ್ರಸಿದ್ಧರೂ ಆಗಿದ್ದರು. ನನ್ನನ್ನು ಆಶ್ರಮದಿಂದ ಕರೆದುಕೊಂಡು ಬಂದಿದ್ದ ಆ ಮಧ್ಯವಯಸ್ಕ ವ್ಯಕ್ತಿಯು ‘ದಾಸ್’ರ ಸ್ನೇಹಿತರಾಗಿದ್ದರು. ಅವರು ನನ್ನನ್ನು ‘ಮಹಿಳಾ ಕಲ್ಯಾಣ ಆಶ್ರಮ’ಕ್ಕೆ ಸೇರಿಸಿದರು.

ನನ್ನ ಜೀವನ ಚರಿತ್ರೆಯ ಪ್ರಮುಖ ಅಧ್ಯಾಯ ಇಲ್ಲಿಗೆ ಮುಕ್ತಾಯವಾಗುತ್ತದೆ. ತಂದೆಯ ನಿರ್ಲಕ್ಷ್ಯ, ಅನಾದರ, ತಾಯಿಯ ಅಗಲಿಕೆ, ಕೆಟ್ಟ ಸ್ನೇಹಿತರ ಸಹವಾಸ ಮುಂತಾದವುಗಳು ನನ್ನನ್ನು ಅಡ್ಡದಾರಿಗೆ ಕರೆದುಕೊಂಡು ಬಂದಿದ್ದವು. ಜೀವನದಲ್ಲಿ ನಾನು ಯಾವತ್ತೂ ಸಂಯಮವನ್ನು ಕಲಿಯಲೇ ಇಲ್ಲ. ವಯೋಸಹಜವಾದ ಬಯಕೆಗಳಿಗೆ ಕೇವಲ ತುಪ್ಪವನ್ನು ಸುರಿಯುತ್ತ ಬಂದೆ. ಚಿಕ್ಕ ವಯಸ್ಸಿನಿಂದಲೇ ಕಥೆ, ಕಾದಂಬರಿಗಳನ್ನು ಓದುತ್ತ ಬಂದ ಕಾರಣದಿಂದಾಗಿಯೋ ಏನೋ, ಸಮಾಜದಲ್ಲಿನ ಕಟ್ಟುಪಾಡುಗಳ ಬಗ್ಗೆ ನನ್ನ ಮನಸ್ಸಿನಲ್ಲಿ ಆಕ್ರೋಶ ಮೂಡಿತ್ತು. ಅವುಗಳನ್ನು

ವಿರೋಧಿಸುತ್ತಲೇ ಬಂದೆ. ಉತ್ತಮ ಆದರ್ಶಗಳ ಬಗ್ಗೆ ನನ್ನ ಗಮನ ಹರಿಯಲೇ ಇಲ್ಲ!

ವೇಶ್ಯಾವೃತ್ತಿಯಲ್ಲಿ ಇರುವವರ ಪೈಕಿ ಯಾರ್‍ಯಾರು ನನ್ನ ರೀತಿಯಲ್ಲಿ ಪರಪುರುಷನ ಅನೈತಿಕ ಪ್ರೇಮಪಾಶಕ್ಕೆ ಸಿಲುಕಿ ಅಡ್ಡದಾರಿಯನ್ನು ತುಳಿದಿದ್ದಾರೆಯೋ ಬಹುತೇಕ ಅವರೆಲ್ಲರ 'ಭಾಗ್ಯ'ದಲ್ಲಿಯೂ ಇದೇ ರೀತಿ ನಡೆದಿದೆ. ಇಂತಹ 'ಪುರುಷ'ರು ಅಪ್ರಾಪ್ತ ಬಾಲಕಿಯರನ್ನು ಪ್ರೇಮಿಸಿದಂತೆ ನಾಟಕವಾಡಿ, ಅವರ ಜೊತೆಯಲ್ಲಿ ತಮ್ಮ ಕಾಮದಾಹವನ್ನು ತೀರಿಸಿಕೊಂಡು, ಅಲ್ಪ ಸಮಯದಲ್ಲಿಯೇ ಅವರನ್ನು ನಡುನೀರಿನಲ್ಲಿ ಕೈಬಿಟ್ಟುಬಿಡುತ್ತಾರೆ. ತನ್ನ ಪ್ರಥಮ ಪ್ರಿಯಕರನೊಂದಿಗೆ ಜೀವನಪೂರ್ತಿ ಹೆಜ್ಜೆಹಾಕಿದ ಒಬ್ಬಳೇ ಒಬ್ಬಳು ವೇಶ್ಯೆಯೂ ಇರಲಾರಳು ಎನ್ನುವುದು ನನ್ನ ಅಭಿಪ್ರಾಯ. ಒಬ್ಬಳು ಅಪ್ರಾಪ್ತ ಬಾಲಕಿ ಗಂಡಸಿನ ಮೋಹದ ಮಾತುಗಳಿಗೆ ಯಾವ ರೀತಿ ತನ್ನನ್ನು ಒಪ್ಪಿಸಿಕೊಳ್ಳುತ್ತಾಳೆ ಮತ್ತು ಆತನಿಂದ ಮೋಸಹೋಗುತ್ತಾಳೆ ಎನ್ನುವುದಕ್ಕೆ ಸ್ವತಃ ನಾನೇ ಒಂದು ಉದಾಹರಣೆ.

ಅನೈತಿಕ ಪ್ರೇಮಸಂಬಂಧವು ಕಾಮಪ್ರಚೋದನೆ, ಉದ್ರೇಕ ಹಾಗೂ ಉತ್ತೇಜನದ ಕಾರಣದಿಂದಾಗಿಯೇ ಹುಟ್ಟಿಕೊಳ್ಳುತ್ತದೆ. ಇಂತಹ ಉದ್ರೇಕವು ಅಲ್ಪಕಾಲೀನ ಮತ್ತು ಮುಂದಾಲೋಚನಾರಹಿತ ಕ್ರಿಯೆ. ಇಂತಹ ಪ್ರೇಮವು ತುಂಬಾ ಬೇಗ ಹುಟ್ಟುತ್ತದೆ ಮತ್ತು ಅದಕ್ಕಿಂತಲೂ ಬೇಗ ನಾಶಹೊಂದುತ್ತದೆ. ಇಂತಹ ಅಕ್ರಮ ಸಂಬಂಧದಲ್ಲಿ ಬೆಸೆದುಕೊಂಡ ಹೆಣ್ಣು-ಗಂಡುಗಳ ನಡುವೆ ಭಿನ್ನಾಭಿಪ್ರಾಯ ಮೂಡುವುದಕ್ಕೆ ಮುಖ್ಯವಾದ ಕಾರಣ ಒಬ್ಬರ ಮೇಲೆ ಇನ್ನೊಬ್ಬರು ಆರೋಪ ಹೊರಿಸಿಕೊಳ್ಳುವುದು ಮತ್ತು ಆಕರ್ಷಣೆಯನ್ನು ಕಳೆದುಕೊಳ್ಳುವುದು. ತಪ್ಪು ಕಲ್ಪನೆಗಳು, ಗರ್ಭಸಂಚಯ, ರೂಪವಿಕೃತಿ ಮುಂತಾದವುಗಳು ಪರಸ್ಪರ ಆಕರ್ಷಣೆ ಕಳೆದುಕೊಳ್ಳುವುದಕ್ಕೆ ದಾರಿಮಾಡಿಕೊಡುವ ಇತರ ಅಂಶಗಳು. ಮದ್ಯಪಾನದ ಅಭ್ಯಾಸ, ಇನ್ನೊಬ್ಬರಲ್ಲಿ ಅನುರಕ್ತರಾಗುವುದು ಮುಂತಾದ ಅಂಶಗಳೂ ಈ ವಿಷಯದಲ್ಲಿ ಪ್ರಮುಖ ಪಾತ್ರವನ್ನು ವಹಿಸುತ್ತವೆ.

ನನ್ನ ವಿಷಯದಲ್ಲಿ ಇವೆಲ್ಲವೂ ನಡೆದಿವೆ. ರಮೇಶನ ಮದ್ಯಪಾನಾಸಕ್ತಿ ಮತ್ತು ನಾನು ಅಲ್ಪಾವಧಿಯಲ್ಲಿಯೇ ಗರ್ಭವತಿಯಾದುದು ನಮ್ಮಿಬ್ಬರ ನಡುವೆ ಭಿನ್ನಾಭಿಪ್ರಾಯ ಮೂಡುವುದಕ್ಕೆ ಪ್ರಮುಖ ಕಾರಣ. ಒಂದು ವೇಳೆ ರಮೇಶ ನನ್ನನ್ನು ಹಿಂದೂ ಧರ್ಮದ ವಿಧಿ-ವಿಧಾನದ ಪ್ರಕಾರ ವಿವಾಹವಾಗಿದ್ದರೆ, ನನ್ನ 'ಗಂಡ'ನ ಸ್ಥಾನವನ್ನು ಅಲಂಕರಿಸಿದ್ದರೆ, ಆತ ಎಂದಿಗೂ ನನ್ನನ್ನು 'ಮಾರ್ಗಮಧ್ಯ'ದಲ್ಲಿ ಕೈಬಿಡುತ್ತಿರಲಿಲ್ಲ ಎನ್ನುವುದು ನನ್ನ ಬಲವಾದ ನಂಬಿಕೆ. 'ಒಂದು ವೇಳೆ ಪತ್ನಿಯನ್ನು ಕೈಬಿಟ್ಟರೆ ಮುಂದೇನಾದರೂ ತೊಂದರೆಯಾಗಬಹುದು' ಎನ್ನುವ ಕಾನೂನಿನ ಭಯವೂ ಆತನಿಗೆ ಇರುತ್ತಿತ್ತು. ಜೊತೆಯಲ್ಲಿ ಸಮಾಜದ ಕಟ್ಟುಪಾಡುಗಳನ್ನು ಮೀರುವುದು ಆತನಿಗೆ ಸುಲಭವೂ ಆಗುತ್ತಿರಲಿಲ್ಲ. ಆತ ನನ್ನನ್ನು ವಿವಾಹವಾಗದೇ ಇದ್ದ ಕಾರಣದಿಂದಾಗಿಯೇ ನಾನು ಆತನಿಗೆ ಬೇಡವೆನ್ನಿಸಿದಾಗ ಒಂಟಿಯಾಗಿ

ಬಿಟ್ಟು ಹೊರಟೇಹೋದ! ಅಕ್ರಮ ಪ್ರೇಮ ಸಂಬಂಧಗಳಲ್ಲಿ ಪರಸ್ಪರ ಒಂದಾಗುವ 'ಸ್ವಾತಂತ್ರ್ಯ' ಇರುವ ರೀತಿಯಲ್ಲಿಯೇ ಬೇರ್ಪಡುವ 'ಸ್ವಾತಂತ್ರ್ಯ'ವೂ ಇರುತ್ತದೆ. ಹಾಗಾಗಿಯೇ ರಮೇಶ ನನ್ನನ್ನು ಅನಾಯಾಸವಾಗಿ, ಕಿಂಚಿತ್ತೂ ಬೇಸರವಿಲ್ಲದೇ ನನ್ನನ್ನು ಪರಿತ್ಯಜಿಸಿದ. ವಿಶೇಷವೆಂದರೆ, ಸಮಾಜವು ರಮೇಶನನ್ನು ಈ ಕಾರಣಕ್ಕಾಗಿ ಪ್ರಶಂಸೆ ಮಾಡಲೂಬಹುದು. ಆದರೆ ನಿಂದನೆಯನ್ನು ಕೇಳುವ 'ಸೌಭಾಗ್ಯ' ಇರುವುದು ನನಗೆ ಮಾತ್ರ. ಈ ಸತ್ಯವನ್ನು ರಮೇಶನೇ ನನಗೆ ನೂರಾರು ಬಾರಿ ಹೇಳಿದ್ದಾನೆ.

ಆಮೇಲೇನಾಯಿತು? ರಮೇಶನಿಂದ ಅಷ್ಟೊಂದು ದುಃಖವನ್ನು ಅನುಭವಿಸಿದರೂ ನನಗೆ ಬುದ್ಧಿ ಬರಲಿಲ್ಲ! ರಮೇಶ ನನ್ನನ್ನು ಬಿಟ್ಟುಹೋದ ಮೇಲೆ ನನಗೆ ಸ್ವಾಮೀಜಿಯವರ ಆಶ್ರಮದಲ್ಲಿ, ಸನ್ನಡತೆಯ ತಾಣದಲ್ಲಿ ಇರುವ ಅವಕಾಶ ಪ್ರಾಪ್ತವಾಯಿತು. ನನ್ನ ತಪ್ಪುಗಳನ್ನು ತಿದ್ದಿಕೊಂಡು ಉತ್ತಮ ಮಾರ್ಗದಲ್ಲಿ ಸಾಗುವುದಕ್ಕೆ ಒಳ್ಳೆಯ ಸ್ಥಳ ಮತ್ತು ಮಾರ್ಗದರ್ಶನ ದೊರಕಿತು. ಆದರೂ ನನ್ನ ಮನಸ್ಸಿನಲ್ಲಿ ಅಲ್ಲಿಯೂ ಮತ್ತೊಮ್ಮೆ ದುರ್ವರ್ತನೆಯ ಕುಡಿ ಅಂಕುರವಾಗಿತ್ತು! ಮನಸ್ಸಿನೊಳಗೆ ತೂರಿಕೊಂಡ 'ಕಾಮ'ವೆಂಬ ರಾಕ್ಷಸ 'ಸ್ವರ್ಗಸುಖ'ದ ಆಸೆಯನ್ನು ತೋರಿಸಿ, ಮತ್ತೊಮ್ಮೆ ನನ್ನನ್ನು ದಾರಿ ತಪ್ಪಿಸಿದ. ಇಲ್ಲದೇ ಹೋಗಿದ್ದರೆ ಸ್ವಾಮೀಜಿಯವರ ಆಶ್ರಮದಲ್ಲಿ ನನ್ನ ಬದುಕು ಹಸನಾಗಿಯೇ ಇರುತ್ತಿತ್ತೋ ಏನೋ! ಪ್ರೇಮಪತ್ರ ಹಿಡಿದು 'ಆತ'ನಿಗಾಗಿ ಆಶ್ರಮದ ಮರದ ಕೆಳಗೆ ನಿಂತ ನನ್ನ ವರ್ತನೆಯ ಬಗ್ಗೆ ನನಗೇ ಆಶ್ಚರ್ಯ ಉಂಟಾಗಿತ್ತು.

●

ದೇಹವನ್ನೇ ಮಾರಿಕೊಳ್ಳುವ ಅನಿವಾರ್ಯ

ದುರ್ಮಾರ್ಗವನ್ನು ತೊರೆದು ಸನ್ಮಾರ್ಗದಲ್ಲಿ ಜೀವನವನ್ನು ಸಾಗಿಸಬೇಕು ಎಂದು ಯಾವ್ಯಾವ ಮಹಿಳೆಯರು ಬಯಸುತ್ತಾರೆಯೋ ಅವರೆಲ್ಲರಿಗೂ ಈ 'ಮಹಿಳಾ ಕಲ್ಯಾಣ ಆಶ್ರಮ'ದಲ್ಲಿ ಆಶ್ರಯ ದೊರಕುತ್ತದೆ. ಯಾವುದಾದರೂ ಕರಕುಶಲ ಕೆಲಸಗಳನ್ನು ಮಾಡುವ ಮೂಲಕ ಜೀವನೋಪಾಯವನ್ನು ಕಂಡುಕೊಳ್ಳುವ ವಿಧಾನವನ್ನು ಅಲ್ಲಿ ಇಂತಹ ಮಹಿಳೆಯರಿಗೆ ಕಲಿಸಲಾಗುತ್ತದೆ. ಯಾರದೋ ಮುಲಾಜಿಗೆ ಸಿಲುಕಿ ಬಂದಿದ್ದ ಮಹಿಳೆಯರೂ ಅಲ್ಲಿದ್ದರು. ಉದಾಹರಣೆಗೆ ನನ್ನಂತಹ ಹೆಣ್ಣುಮಕ್ಕಳು. ಯಾವುದೋ ಘಳಿಗೆಯಲ್ಲಿ ಅಕ್ರಮ ಪ್ರೇಮಸಂಬಂಧಕ್ಕೆ ಮನಸ್ಸು ಹಾಗೂ ದೇಹವನ್ನು ಪುರುಷನಿಗೆ ಕೊಟ್ಟು, ಆತನಿಂದ ಹಾಗೂ ತನ್ನ ಪರಿವಾರದವರಿಂದ ತಿರಸ್ಕೃತಗೊಳ್ಳುವ ಹೆಣ್ಣುಮಕ್ಕಳಿಗೂ ಇಲ್ಲಿ ಆಶ್ರಯ ದೊರಕುತ್ತದೆ. ಕಾರಣವೇನೆಂದರೆ, ಅಂತಹ ಹೆಣ್ಣುಮಕ್ಕಳ ಬದುಕು ಅಸ್ಥಿರವಾಗಿರುತ್ತದೆ. ಯಾರು ಈ 'ಮಹಿಳಾ ಕಲ್ಯಾಣ ಆಶ್ರಮ'ದಲ್ಲಿ ಉಳಿದುಕೊಳ್ಳುವುದಕ್ಕೆ ಅವಕಾಶವನ್ನು ಪಡೆದುಕೊಳ್ಳುತ್ತಾರೆಯೋ ಅಂತಹ ನಿರ್ಗತಿಕ ಯುವತಿಯರು ನಿಜಕ್ಕೂ ಅದೃಷ್ಟಶಾಲಿಗಳು ಎನ್ನಲಾಗುತ್ತದೆ. ಆದರೆ ಇಲ್ಲಿ ನನ್ನ ಅನುಭವವೇ ಬೇರೆ ರೀತಿಯದ್ದು. ಇಲ್ಲಿರುವ ಬಹುತೇಕ ಎಲ್ಲರೂ ಕಿಶೋರಿಯರು ಅಥವಾ ಯುವತಿಯರು. ನಾನು ಈ ಆಶ್ರಮವನ್ನು ಸೇರಿಕೊಂಡ ಸಂದರ್ಭದಲ್ಲಿ ಇಲ್ಲಿದ್ದ 13–14 ಜನರಲ್ಲಿ ಮೂವರು ಮಾತ್ರ ಮಧ್ಯವಯಸ್ಕ ವಿಧವೆಯರು; ಉಳಿದವರೆಲ್ಲರೂ ಕಿಶೋರಿಯರು ಅಥವಾ ಯುವತಿಯರು.

ಕಾಲಕ್ರಮೇಣ ನನಗೆ ಇಲ್ಲಿ ಅರ್ಥವಾಗಿದ್ದೇನೆಂದರೆ, ಇಲ್ಲಿರುವ ಬಹುತೇಕ ಎಲ್ಲ ಯುವತಿಯರೂ ಸ್ವಂತ ಇಚ್ಛೆಯಿಂದ ಅಥವಾ ಪ್ರಿಯಕರನ ಪ್ರಚೋದನೆಯ ಕಾರಣದಿಂದಾಗಿ ಮನೆಯನ್ನು ತೊರೆದು ಬಂದವರು; ಅನ್ನಾಹಾರ ಅಥವಾ ಉಡುಗೆ–ತೊಡುಗೆಯ ಅಭಾವವನ್ನು ಅವರು ಕಂಡವರಲ್ಲ. 'ಏನನ್ನು ತಿನ್ನುವುದು?' ಎನ್ನುವ ಚಿಂತೆಗಿಂತ 'ಬದುಕನ್ನು ಯಾವ ರೀತಿಯಲ್ಲಿ ಅನುಭವಿಸಬೇಕು?' ಎನ್ನುವುದೇ ಅವರನ್ನು ತುಂಬಾ ಕಾಡುತ್ತಿದ್ದ ಪ್ರಶ್ನೆಯಾಗಿತ್ತು. ಕಲ್ಕತ್ತಾದಲ್ಲಿ ಮಹಿಳೆಯರು ನಾನಾ ಪ್ರಕಾರದ ಉದ್ಯೋಗದಲ್ಲಿ ತಮ್ಮನ್ನು ತೊಡಗಿಸಿಕೊಳ್ಳಬಹುದು ಮತ್ತು ಅನೇಕ ರೀತಿಯ

ನೌಕರಿಯೂ ಅವರಿಗೆ ದೊರಕುತ್ತದೆ. ಆ ಮೂಲಕ ಜೀವನೋಪಾಯಕ್ಕೆ ಅಗತ್ಯವಾದ ಹಣವನ್ನು ಸುಲಭವಾಗಿಯೇ ಸಂಪಾದಿಸಬಹುದು. ಆದರೆ ನಾನು ಗಮನಿಸಿರುವ ಪ್ರಕಾರ, ವಿವಿಧ ರೀತಿಯ ಉದ್ಯೋಗಗಳಲ್ಲಿ ತೊಡಗಿಕೊಂಡಿರುವ ಹಾಗೂ ನೌಕರಿಯನ್ನು ಮಾಡುತ್ತಿರುವ ಮಹಿಳೆಯರ ಪೈಕಿ ಹಲವರು ಅರೆಕಾಲಿಕ ವೇಶ್ಯಾವೃತ್ತಿಯನ್ನೂ ಮಾಡುತ್ತಿದ್ದಾರೆ. ಸಮಾಜದ ದೃಷ್ಟಿಯಿಂದ ಅವರು 'ಅಡ್ಡದಾರಿ'ಯಲ್ಲಿ ಸಾಗುತ್ತಿದ್ದಾರೆ. ಇದಕ್ಕೆ ಮುಖ್ಯ ಕಾರಣವೇನೆಂದರೆ ಇವರೆಲ್ಲರೂ ವೈವಾಹಿಕ ಜೀವನದ ಚೌಕಟ್ಟಿನ ಹೊರಗೆ ಬದುಕುವುದಕ್ಕೆ ಇಷ್ಟಪಡುವವರು ಅಥವಾ ಅಂತಹ ಅನಿವಾರ್ಯಕ್ಕೆ ಸಿಲುಕಿದವರು. ಹೋಟೆಲು ಅಥವಾ ವಸತಿಗೃಹ ಅಥವಾ ಮನೆಗಳಲ್ಲಿ ಸಹಾಯಕರ ಕೆಲಸ, ಮಾರುಕಟ್ಟೆಗಳಲ್ಲಿ ಹಣ್ಣು ಹೂವು ತರಕಾರಿಗಳ ವ್ಯಾಪಾರ, ಕಾರ್ಖಾನೆ ಅಥವಾ ಗಿರಣಿಗಳಲ್ಲಿ ನೌಕರಿ, ನಾಟಕ ಅಥವಾ ಸಿನಿಮಾಗಳಲ್ಲಿ ನಟನೆ, ಶುಶ್ರೂಷಕಿ, ಗಾಯಕಿ, ದಾದಿ, ರೈಲ್ವೆ ಅಥವಾ ದೂರವಾಣಿ ಕೇಂದ್ರದಲ್ಲಿ ಸಹಾಯಕಿ ಇತ್ಯಾದಿ ಉದ್ಯೋಗವನ್ನು ಮಾಡುವ ಮಹಿಳೆಯರಿಗೆ ಜೀವನ ಸಾಗಿಸುವುದಕ್ಕೆ ಬೇಕಾದ ಸಂಪಾದನೆಗೇನೂ ಕೊರತೆ ಉಂಟಾಗುವುದಿಲ್ಲ. ಅಷ್ಟೇ ಅಲ್ಲ, ಆ ಸಂಬಳ ಅಥವಾ ಸಂಪಾದನೆಯಲ್ಲಿ ಅತ್ಯಂತ ಗೌರವಯುತವಾಗಿ, 'ಪವಿತ್ರ'ವಾಗಿ ಬದುಕನ್ನು ನಿರ್ವಹಿಸಬಹುದು. ಆದರೆ ಎಲ್ಲ ಮಹಿಳೆಯರೂ ಇಂತಹ 'ಪವಿತ್ರ ಜೀವನ' ಸಾಗಿಸುವುದಕ್ಕೆ ಇಷ್ಟಪಡುವುದಿಲ್ಲ; ಕೆಲವರ ಬೇಡಿಕೆಗಳು 'ಬೇರೆ'ಯವೇ ಆಗಿರುತ್ತವೆ. ಇದನ್ನು ನಾನು ನನ್ನ ಸ್ವಂತ ಅನುಭವದ ಆಧಾರದ ಮೇಲೆ ಹೇಳುತ್ತಿದ್ದೇನೆ.

'ಮಹಿಳಾ ಕಲ್ಯಾಣ ಆಶ್ರಮ'ದ ಆಡಳಿತ ಮಂಡಳಿಯವರಿಗೆ, ಮೇಲ್ವಿಚಾರಕರಿಗೆ ನಾನು ನನ್ನ ತಂದೆಯವರ ಬಗ್ಗೆ ಏನನ್ನೂ ಹೇಳಿಲ್ಲ ಮತ್ತು ನನ್ನ ಮನೆಯ ವಿಳಾಸವನ್ನೂ ನೀಡಿಲ್ಲ. ನನ್ನ ಬಗೆಗಿನ ಬಹುತೇಕ ವಿಷಯಗಳನ್ನು ನಾನು ಗೌಪ್ಯವಾಗಿಯೇ ಇಟ್ಟಿದ್ದೆ. 'ನಾನು ಉಚ್ಚ ಕುಲದ ಒಬ್ಬಳು ಬ್ರಾಹ್ಮಣ ಹೆಣ್ಣು. ನಾನು 'ಕುಮಾರಿ'ಯಾಗಿದ್ದಾಗಲೇ ದುಷ್ಟ ವ್ಯಕ್ತಿಯೊಬ್ಬ ನನ್ನನ್ನು ಪ್ರೇಮಿಸಿದ ನಾಟಕವಾಡಿ ಮನೆಯಿಂದ ಓಡಿಸಿಕೊಂಡು ಹೋದ. ನಾನು ಗರ್ಭವತಿಯಾಗಿದ್ದೇನೆ ಎನ್ನುವುದು ತಿಳಿಯುತ್ತಿದ್ದಂತೆಯೇ ಆತ ನನ್ನನ್ನು ಒಂಟಿಯಾಗಿ ಬಿಟ್ಟು ಹೊರಟುಹೋದ. ನಾನು ಸ್ವಲ್ಪ ಮಟ್ಟಿಗೆ ಓದು-ಬರಹ ಕಲಿತಿದ್ದೇನೆ' ಎನ್ನುವುದನ್ನು ಮಾತ್ರ ಅವರಿಗೆ ತಿಳಿಸಿದ್ದೆ. ರಮೇಶನ ಹೆಸರನ್ನೂ ನಾನು ಅವರ ಮುಂದೆ ಹೇಳಲಿಲ್ಲ.

ಬೃಂದಾವನದಿಂದ ಕಲ್ಕತ್ತಾಕ್ಕೆ ಮರಳಿ ಬರುವ ಸಮಯದಲ್ಲಿ ನನ್ನ ಮನಸ್ಸಿನಲ್ಲಿ ಕನಸೊಂದು ಚಿಗುರೊಡೆದಿತ್ತು. ಕಲ್ಕತ್ತಾದ ಯಾವ ಮೂಲೆಯಲ್ಲಿ ಇದ್ದರೂ ನಾನು ಮುಕುಲ್ ದಾದಾ ಮತ್ತು ಕಮಲಾರನ್ನು ಒಮ್ಮೆಯಾದರೂ ಭೇಟಿಯಾಗಬಹುದು ಎನ್ನುವುದೇ ಆ ಬಯಕೆಯಾಗಿತ್ತು. ಜಗತ್ತೆನ್ನುವ ವಿಶಾಲ ಸಮುದ್ರದಲ್ಲಿ ನನ್ನ ಆಪ್ತರೆನ್ನುವ ವ್ಯಕ್ತಿಗಳು ಅವರಿಬ್ಬರೇ ಅಲ್ಲವೇ! ಆದರೆ 'ಮಹಿಳಾ ಕಲ್ಯಾಣ ಆಶ್ರಮ'ವನ್ನು ಪ್ರವೇಶಿಸಿದ ನಂತರ ನನ್ನ ಅರಿವಿಗೆ ಬಂದ ಸಂಗತಿಯೆಂದರೆ, 'ಮುಕುಲ್ ದಾದಾ ಮತ್ತು ಕಮಲಾರನ್ನು ಭೇಟಿಯಾಗುವುದು ಸುಲಭದ ಕೆಲಸವಲ್ಲ.'

ಅಲ್ಪಾವಧಿಯಲ್ಲಿಯೇ ಅಲ್ಲಿದ್ದ ಕೆಲವು ಸಮವಯಸ್ಕ ಯುವತಿಯರೊಂದಿಗೆ ಆತ್ಮೀಯ ಸ್ನೇಹ ಬೆಳೆದಿತ್ತು. ಅವರ ಪೈಕಿ ರಾಜಾಬಾಲಾ ಮತ್ತು ಕಾಳಿದಾಸಿ ಅತ್ಯಂತ ಪ್ರೀತಿಪಾತ್ರ ಗೆಳತಿಯರು. ಇವರಿಬ್ಬರ ಕಥೆಯನ್ನು ಇದೇ ಪುಸ್ತಕದ ಕೆಲವು ಕಡೆಗಳಲ್ಲಿ ಉಲ್ಲೇಖ ಮಾಡುತ್ತೇನೆ. ಇವರನ್ನು ನಿಮಗೆ ಪರಿಚಯಿಸುವುದು ಅತ್ಯಂತ ಅವಶ್ಯ ಎನ್ನುವುದು ನನ್ನ ಭಾವನೆ. ರಾಜಬಾಲಾ ಸೊನಗಾರ ಕುಟುಂಬದವಳು. ಈಕೆಯ ಮನೆಯಿರುವುದು ಕಲ್ಕತ್ತಾದಲ್ಲಿಯೇ. ಚಿಕ್ಕ ವಯಸ್ಸಿನಲ್ಲಿಯೇ ಈಕೆಯ ವಿವಾಹವಾಯಿತು. ಈಕೆಯ ತಂದೆ ಮತ್ತು ಮಾವ (ಗಂಡನ ತಂದೆ) ಇಬ್ಬರೂ ಶ್ರೀಮಂತರೇ. ಈಕೆಯ ಸಾಂಸಾರಿಕ ಜೀವನ ಚೆನ್ನಾಗಿಯೇ ನಡೆಯುತ್ತಿತ್ತು. ಆದರೆ ದೌರ್ಭಾಗ್ಯವಶಾತ್ ವಿವಾಹವಾದ ಕೇವಲ ಒಂದು ವರ್ಷದಲ್ಲಿಯೇ ಈಕೆಯ ಪತಿ ಅಕಾಲಿಕ ಮರಣಕ್ಕೆ ತುತ್ತಾದ. ಅದಾದ ನಂತರ ಈಕೆಯ ತಂದೆಯ ಮನೆಯ ಪಕ್ಕದಲ್ಲಿಯೇ ವಾಸವಾಗಿದ್ದ ಯುವಕನೊಬ್ಬನ ಜೊತೆಯಲ್ಲಿ ಈಕೆಗೆ ಪ್ರೇಮಾಂಕುರವಾಯಿತು. ರಾಜಬಾಲಾಳ ಅತ್ತಿಗೆಯೊಬ್ಬಳು ಈ ವಿಷಯದಲ್ಲಿ ಈಕೆಗೆ ಗೋಪ್ಯವಾಗಿ ನೆರವು ನೀಡಿದಳು. ಆ ಯುವಕ ಭಾರತದ ಸ್ವಾತಂತ್ರ್ಯ ಸಂಗ್ರಾಮದಲ್ಲಿ ಸಕ್ರಿಯವಾಗಿ ಪಾಲ್ಗೊಳ್ಳುತ್ತಿದ್ದ ಮತ್ತು 'ವಂದೇ ಮಾತರಂ' ಎಂದು ಘೋಷಣೆ ಕೂಗುತ್ತ ಕೆಲವು ದಿನಗಳ ಕಾಲ ಮನೆಯಿಂದ ಅದೃಶ್ಯನಾಗಿಬಿಡುತ್ತಿದ್ದ. ಮೂರು ವರ್ಷಗಳ ಕಾಲ ಆ ಯುವಕ ಮತ್ತು ರಾಜಬಾಲಾಳ ನಡುವಣ ಪ್ರೇಮಸಂಬಂಧ ಮುಂದುವರಿದಿತ್ತು. ಅದೊಂದು ದಿನ ರಾಜಬಾಲಾ ಗರ್ಭಿಣಿಯಾಗಿದ್ದಾಳೆ ಎನ್ನುವುದು ತಿಳಿಯುತ್ತಿದ್ದಂತೆಯೇ ಆತ ಪಲಾಯನ ಮಾಡಿಬಿಟ್ಟಿದ್ದ! ಮುಂದೇನು ಮಾಡುವುದೆಂದು ತಿಳಿಯದಾದ ರಾಜಬಾಲಾ 'ಗಂಗಾಸ್ನಾನ' ಮಾಡುವ ನೆಪವನ್ನು ಹೇಳಿ ಮನೆಗೆಲಸದಾಕೆಯ ಜೊತೆಯಲ್ಲಿ ಮನೆಯಿಂದ ಹೊರಗೆ ಬಂದಳು; ಮತ್ತೆ ಮನೆಗೆ ಹೋಗಲೇ ಇಲ್ಲ. ಅದಾದ ನಂತರ ಈಕೆ ನಾನಾ ಪ್ರಕಾರದ ಸಂಕಷ್ಟಗಳನ್ನು ಅನುಭವಿಸಿದಳು; ಜೀವವನ್ನು ಉಳಿಸಿಕೊಳ್ಳುವುದಕ್ಕಾಗಿ ಹೆಣಗಾಡಿದಳು; ಅಂತಿಮವಾಗಿ 'ಮಹಿಳಾ ಕಲ್ಯಾಣ ಆಶ್ರಮ'ವನ್ನು ಸೇರಿಕೊಂಡಳು.

ಕಾಳಿದಾಸಿ ಕಮ್ಮಾರರ ಮನೆಯ ಹೆಣ್ಣು. ನೋಡುವುದಕ್ಕೆ ಅತ್ಯಂತ ಸುಂದರಿ. ವರ್ಧಮಾನ ಜಿಲ್ಲೆಯ ಸಣ್ಣ ಹಳ್ಳಿಯಲ್ಲಿದೆ ಆಕೆಯ ಗಂಡನಮನೆ. ಅದೊಂದು ದಿನ ಕೆಲವು ದುಷ್ಟವ್ಯಕ್ತಿಗಳು ಆಕೆಯನ್ನು ಗಂಡನಮನೆಯಿಂದ ಅಪಹರಣ ಮಾಡಿದರು. ಆಕೆಯನ್ನು ಆ ಕಾಮುಕರು ಒಂದು ವರ್ಷ ತಮ್ಮ ಜೊತೆಯಲ್ಲಿ ಇರಿಸಿಕೊಂಡರು; ಅನೇಕ ಊರುಗಳಿಗೆ ಓಡಾಡಿಸಿದರು; ನಂತರ ಮನೆಯ ಬಳಿಗೆ ಕರೆತಂದು ಬಿಟ್ಟರು. ಈ ವಿಷಯಕ್ಕೆ ಸಂಬಂಧಿಸಿದಂತೆ ನ್ಯಾಯಾಲಯದಲ್ಲಿ ಮೊಕದ್ದಮೆಯೂ ಹೂಡಲ್ಪಟ್ಟಿತು. ಆದರೆ ಈ ಪ್ರಕರಣದ ನಂತರ ಆಕೆಯ ಪತಿ ಆಕೆಯನ್ನು ಸ್ವೀಕರಿಸುವುದಕ್ಕೆ ಇಷ್ಟಪಡಲಿಲ್ಲ. ಮುಂದೇನು ಮಾಡಬೇಕೆಂದು ತೋಚದಾದ ಆಕೆ ಅಂತಿಮವಾಗಿ ತನ್ನ ಗೆಳತಿಯೊಬ್ಬಳ ಸಲಹೆಯ ಮೇರೆಗೆ ವೇಶ್ಯಾವೃತ್ತಿ ಮಾಡುವುದಕ್ಕೆ ಮುಂದಾದಳು. ವರ್ಧಮಾನ್‌ನ ಯಾವುದೋ ಒಬ್ಬರು ವಕೀಲರಿಗೆ ಈ ವಿಷಯ

ತಿಳಿಯಿತು. ಅವರು ಕಾಳಿದಾಸಿಯನ್ನು ಈ 'ಮಹಿಳಾ ಕಲ್ಯಾಣ ಆಶ್ರಮ'ಕ್ಕೆ ಕಳುಹಿಸಿಕೊಟ್ಟರು.

ಕಾಲಕ್ರಮೇಣ ನನಗೆ 'ಸತ್ಯದರ್ಶನ'ವಾಗತೊಡಗಿತ್ತು. ಎಲ್ಲಕ್ಕಿಂತ ಮುಖ್ಯವಾಗಿ ನಾವಿರುವ 'ಮಹಿಳಾ ಕಲ್ಯಾಣ ಆಶ್ರಮ' ನಮ್ಮ ಪಾಲಿಗೆ ನಿರಪಾಯಕಾರಿಯಲ್ಲ ಎನ್ನುವುದು ತಿಳಿದಾಗ ಗಾಬರಿ, ಆತಂಕ, ಆಶ್ಚರ್ಯ! ಇಲ್ಲಿ ನಮ್ಮ ಊಟೋಪಚಾರಕ್ಕೆ ಯಾವ ರೀತಿಯ ಕೊರತೆಯೂ ಇರಲಿಲ್ಲ. ನಮ್ಮಲ್ಲಿ ಯಾರ್ಯಾರು ರೂಪ-ಯೌವನ ಸಂಪನ್ನರಾಗಿದ್ದರೋ ಅವರ ಮೇಲೆ ಆಶ್ರಮದ ಆಡಳಿತ ಮಂಡಳಿಯವರ ಪೈಕಿ ಕೆಲವರ 'ವಿಶೇಷ ದೃಷ್ಟಿ' ಬೀಳತೊಡಗಿತ್ತು. ನನಗೂ ಅವರು ತಮ್ಮ 'ಕೃಪೆ' ತೋರಿಸತೊಡಗಿದ್ದರು. ನಾನು ಅಲ್ಲಿ ಕೆಲಸವನ್ನು ಮಾಡಬೇಕಾಗಿರಲಿಲ್ಲ. ನನಗಾಗಿ ವಿಶೇಷ ತಿಂಡಿ-ತಿನಿಸುಗಳು ಹೊರಗಿನಿಂದ ಬರುತ್ತಿದ್ದವು. ನನ್ನನ್ನು ಸಂತುಷ್ಟಗೊಳಿಸುವ ಬಗ್ಗೆ ಅವರು ವಿಶೇಷ ಕಾಳಜಿ ವಹಿಸುತ್ತಿದ್ದರು. ನನಗಾಗಿ ದುಬಾರಿ ಉಡುಪುಗಳು, ಬೆಲೆಬಾಳುವ ಉಡುಗೊರೆಗಳು... ಒಂದೇ ಎರಡೇ! ಇದನ್ನೆಲ್ಲಾ ನೋಡಿದ ಇತರ ಮಹಿಳೆಯರು ನನ್ನ ಬಗ್ಗೆ ಅಸೂಯೆಯ ನೋಟವನ್ನು ಹರಿಸತೊಡಗಿದ್ದರು. ರಾಜಮಾಲಾ ಮತ್ತು ಕಾಳಿದಾಸಿ ನನ್ನನ್ನ ನೋಡಿ ಮುಗುಳ್ನಗೆ ಬೀರುತ್ತ ಹೇಳುತ್ತಿದ್ದರು, "ಈಗ ನೋಡು ನಿನ್ನ ಅದೃಷ್ಟ ಮತ್ತೆ ಖುಲಾಯಿಸಿದೆ!"

ನಿಜ... 'ಮಹಿಳಾ ಕಲ್ಯಾಣ ಆಶ್ರಮ'ದ ಮೇಲ್ವಿಚಾರಕರ ಪೈಕಿ ಒಬ್ಬ ವ್ಯಕ್ತಿ ನನ್ನ ಮೇಲೆ ವಿಶೇಷ ಪ್ರೀತಿ ತೋರಿಸತೊಡಗಿದ್ದ. ನಾನೂ ಮೌನಸಮ್ಮತಿ ಸೂಚಿಸಿದ್ದೆ. ನಾನೂ ಸೇರಿದಂತೆ ಕೆಲವರು ಪ್ರತ್ಯೇಕ ಕೋಣೆಯಲ್ಲಿ ಮಲಗುತ್ತಿದ್ದೆವು. ನನ್ನ ಮೇಲೆ ಆಕರ್ಷಿತನಾಗಿದ್ದ ಆ ವ್ಯಕ್ತಿ ರಾತ್ರಿಯ ಸಮಯದಲ್ಲಿ ನನ್ನ ಕೋಣೆಗೆ ಬರುತ್ತಿದ್ದ; ನಸುಕಿನಲ್ಲಿಯೇ ಹೊರಟುಹೋಗುತ್ತಿದ್ದ. ಕೆಲವೇ ದಿನಗಳಲ್ಲಿ ತಿಳಿಯಿತು, ಆತನ ಹಾಗೆಯೇ ಆಶ್ರಮದ ನಿರ್ವಾಹಕ ಮಂಡಳಿಯ ಕೆಲವರು ನನ್ನ 'ಸ್ನೇಹಿತೆ'ಯರ ಕೋಣೆಯಲ್ಲಿ ರಹಸ್ಯವಾಗಿ ರಾತ್ರಿಯನ್ನು ಕಳೆಯುತ್ತಿದ್ದ ವಿಷಯ. ಇದೇ ರೀತಿಯಲ್ಲಿ ಆ 'ಮಹಿಳಾ ಕಲ್ಯಾಣ ಆಶ್ರಮ'ದಲ್ಲಿ ದಿನಗಳು ಕಳೆಯುತ್ತಿದ್ದವು.

ಒಂದು ರಾತ್ರಿ ನಾನು ಮತ್ತು ನನ್ನ ರಹಸ್ಯಪ್ರೇಮಿ ಸುಖದಲ್ಲಿ ಪರವಶರಾಗಿದ್ದೆವು. ಅದೇ ಸುಸಮಯ ಎಂದುಕೊಂಡು, ನನ್ನನ್ನು ವಿವಾಹವಾಗುವಂತೆ ಆತನನ್ನು ಕೇಳಿಕೊಂಡೆ. ಆದರೆ ನನ್ನ ಪ್ರಸ್ತಾವವನ್ನು ಆತ ತಿರಸ್ಕರಿಸಿದ. ನನ್ನ ಮತ್ತು ಆತನ ನಡುವಣ ಸಂಬಂಧದ ವಿಷಯ ಈಗ 'ಮಹಿಳಾ ಕಲ್ಯಾಣ ಆಶ್ರಮ'ದಲ್ಲಿ ರಹಸ್ಯವಾಗಿ ಇರಲಿಲ್ಲ. ನನ್ನ ಸಮವಯಸ್ಕ ಕೆಲವು ಸ್ನೇಹಿತೆಯರಿಗೆ ಈ ವಿಷಯ ತಿಳಿದಿತ್ತು. ಅವರು ಆಗಾಗ ಈ ವಿಷಯಕ್ಕೆ ಸಂಬಂಧಿಸಿದಂತೆ ನನ್ನನ್ನು ಗೇಲಿ ಮಾಡುತ್ತಿದ್ದರು. ರಾಜಬಾಲಾ ಮತ್ತು ಕಾಳಿದಾಸಿ ನನ್ನ ಪರವಾಗಿ ನಿಂತರು. ಅವರು ನನ್ನ ಪ್ರೇಮಿಯ ಮುಂದೆ ನಿಂತು, ನನ್ನನ್ನು ವಿವಾಹವಾಗುವಂತೆ ಒತ್ತಾಯಿಸಿದರು. ಆದರೆ ಅವರ ಮಾತುಕತೆಯಿಂದ, ಮಧ್ಯಸ್ಥಿಕೆಯಿಂದ ಏನೂ ಪ್ರಯೋಜನವಾಗಲಿಲ್ಲ. ಅಂತಿಮವಾಗಿ ನಾನು ಆತನಿಗೆ ಹೇಳಿದೆ, "ಒಂದು ವೇಳೆ ನನ್ನ ರೂಪ ಹಾಗೂ ಯೌವನವನ್ನು

ಮಾರಾಟ ಮಾಡುವುದೇ ಆದರೆ ಈ ವಿಷಯವನ್ನು ಗುಪ್ತವಾಗಿಯೇ ಏಕೆ ಇರಿಸಿಕೊಳ್ಳಬೇಕು? ನೇರವಾಗಿ 'ಮಾರುಕಟ್ಟೆ'ಗೇ ಹೋಗಿ ಸೂಕ್ತ ಬೆಲೆಯನ್ನು ಮುಂದಿಟ್ಟು ದೇಹವನ್ನು, ಯೌವನವನ್ನು ಮಾರಿಕೊಳ್ಳಬಹುದಲ್ಲವೇ? ಚೆನ್ನಾಗಿ ಹಣವನ್ನೂ ಗಿಟ್ಟಿಸಿಕೊಳ್ಳಬಹುದು..." ನನ್ನ ಮಾತು ಆತನ ಮನಸ್ಸಿನ ಕದವನ್ನು ತಟ್ಟಲಿಲ್ಲ. ಅಂದಿನಿಂದಲೇ ರಾಜಬಾಲಾ ಹಾಗೂ ಕಾಳಿದಾಸಿ ತಮ್ಮ ರಹಸ್ಯ ಪ್ರೇಮಿಗಳನ್ನು ರಾತ್ರಿಯ ಸಮಯದಲ್ಲಿ ಕೋಣೆಗೆ ಬಿಟ್ಟುಕೊಳ್ಳಲಿಲ್ಲ. ನಾನೂ ಹಾಗೆಯೇ ಮಾಡಿದೆ. ಅಂದಿನಿಂದ ಆ ರಹಸ್ಯ ಪ್ರೇಮಿಗೆ ನನ್ನ ಕೋಣೆ ಮಾತ್ರವಲ್ಲ, ಹೃದಯದ ಬಾಗಿಲೂ ಮುಚ್ಚಿತ್ತು. ಮಾರನೆಯ ದಿನದಿಂದಲೇ 'ಮಹಿಳಾ ಕಲ್ಯಾಣ ಆಶ್ರಮ'ದಲ್ಲಿ ನನ್ನ ಮೇಲೆ ನಾನಾ ಪ್ರಕಾರದ ಹಿಂಸೆ, ಕಿರುಕುಳ ಆರಂಭವಾಯಿತು. ವಿವಿಧ ರೀತಿಯ ಆರೋಪಗಳನ್ನೂ ನಾನು ಹೊರಬೇಕಾಯಿತು. ಇನ್ನು ಈ 'ಆಶ್ರಮ'ದಲ್ಲಿ ಇರುವುದು ಬೇಡವೇ ಬೇಡ ಎಂದುಕೊಂಡೆ. ಅಂತಹ ಸನ್ನಿವೇಶವನ್ನು ಅಲ್ಲಿ ಸೃಷ್ಟಿಸಲಾಗಿತ್ತು. ಆದರೆ ಹೋಗುವುದಾದರೂ ಎಲ್ಲಿಗೆ? ನಾನೊಬ್ಬಳು ಅಸಹಾಯಕಿ, ಅಬಲೆ!

ಆ ಸಮಯದಲ್ಲಿ ಯೂರೋಪಿನಾದ್ಯಂತ ಭೀಕರ ಯುದ್ಧ ನಡೆಯುತ್ತಿತ್ತು. ಯುದ್ಧದಲ್ಲಿ ಗಾಯಗೊಂಡವರ ಸೇವೆಗಾಗಿ ಭಾರತದಿಂದಲೂ ಅಪಾರ ಸಂಖ್ಯೆಯ ದಾದಿಯರನ್ನು ಕರೆದುಕೊಂಡು ಹೋಗಲಾಗಿತ್ತು. ಪರಿಣಾಮವಾಗಿ ಕಲ್ಕತ್ತಾ, ಮುಂಬೈ ಸೇರಿದಂತೆ ಅನೇಕ ನಗರಗಳ ಆಸ್ಪತ್ರೆಗಳಲ್ಲಿ ಶುಶ್ರೂಕಿಯರ ಅಭಾವ ಉಂಟಾಯಿತು. 'ದಾದಿಯರು ಬೇಕಾಗಿದ್ದಾರೆ' ಎನ್ನುವ ಸಂದೇಶವನ್ನು ಹೊತ್ತ ಕರಪತ್ರಗಳನ್ನು ಹಂಚುವ ಮೂಲಕ ಆಸಕ್ತ ಮಹಿಳೆಯರಿಗಾಗಿ ಶೋಧ ನಡೆಸಲಾಗಿತ್ತು. ಅಂತಹುದೊಂದು ಕರಪತ್ರ ನಾವು ಆಶ್ರಯ ಪಡೆದಿದ್ದ 'ಮಹಿಳಾ ಕಲ್ಯಾಣ ಆಶ್ರಮ'ದ ಆವರಣದೊಳಕ್ಕೆ ಬಂದು ಬಿದ್ದಿತ್ತು. ಬಂಗಾಳಿ ಭಾಷೆಯಲ್ಲಿದ್ದ ಆ ಕರಪತ್ರವನ್ನು ನಾನು ಓದಿದೆ ಮತ್ತು ಅಲ್ಲಿದ್ದ ನನ್ನ ಸ್ನೇಹಿತೆಯರಿಗೆಲ್ಲಾ ಅದನ್ನು ಓದಿ ಹೇಳಿದೆ.

ಅದನ್ನು ಕೇಳಿದ ರಾಜಬಾಲಾಳಲ್ಲಿ ಹೊಸದೊಂದು ಆಲೋಚನೆ ಹುಟ್ಟಿಕೊಂಡಿತ್ತು. ಆಕೆ ನನಗೆ ಹೇಳಿದಳು, "ನಾವು ದಾದಿಯರ ಕೆಲಸವನ್ನು ಕಲಿಯಬೇಕು. ಖಂಡಿತವಾಗಿಯೂ ನಮಗೆ ನರ್ಸ್ ಉದ್ಯೋಗ ದೊರಕುತ್ತದೆ."

ನಾನು ಪ್ರತಿಕ್ರಿಯಿಸಿದೆ, "ಅದು ಸರಿ... ಆದರೆ ಆಶ್ರಮದ ಮಾಲೀಕರು ನಮಗೆ ದಾದಿಯರ ತರಬೇತಿಯನ್ನು ಕೊಡಿಸಿದರೆ ಮಾತ್ರ ಇದು ಸಾಧ್ಯ. ನಾವೇ ಬೇರೆ ಕಡೆಗೆ ಹೋಗಿ ಈ ತರಬೇತಿಯನ್ನು ಪಡೆದುಕೊಳ್ಳುವುದು ಸದ್ಯದ ಪರಿಸ್ಥಿತಿಯಲ್ಲಿ ಸಾಧ್ಯವೇ ಇಲ್ಲ."

ನಮ್ಮ ಅದೃಷ್ಟವೋ ಎನ್ನುವಂತೆ, ಒಂದೆರಡು ದಿನಗಳಲ್ಲಿಯೇ ಶ್ರೀಯುತ ದಾಸ್ 'ಮಹಿಳಾ ಕಲ್ಯಾಣ ಆಶ್ರಮ'ದ ವೀಕ್ಷಣೆಗೆಂದು ಬಂದರು. ರಾಜಬಾಲಾ ಆತನಿಗೆ ಈ ವಿಷಯವನ್ನು ತಿಳಿಸಿದಳು. ಆತ ಅತ್ಯಂತ ಸಂತೋಷದಿಂದ ನಮ್ಮ ಕೋರಿಕೆಗೆ ಸಮ್ಮತಿಯನ್ನು ನೀಡಿದರು ಮತ್ತು ನಮಗೆ ದಾದಿಯರ ಕೆಲಸಕ್ಕೆ ಸಂಬಂಧಿಸಿದ ಪ್ರಾಥಮಿಕ ಶಿಕ್ಷಣವನ್ನು ನೀಡುವುದಕ್ಕಾಗಿ ವೈದ್ಯರೊಬ್ಬರನ್ನು ನೇಮಕ ಮಾಡಿದರು.

ಕಾಳಿದಾಸಿ ಓದು–ಬರಹವನ್ನು ಕಲಿತವಳಾಗಿರಲಿಲ್ಲ. ಆಕೆಗೆ ಕಲಿಸುವ ಹೊಣೆಗಾರಿಕೆ ನನ್ನ ಮೇಲೆ ಬಿದ್ದಿತು. ವಿಶೇಷವೆಂದರೆ ಒಂದೇ ತಿಂಗಳಿನೊಳಗೆ ಆಕೆ ಈ ಕಾರ್ಯದಲ್ಲಿ ಪ್ರಗತಿ ಸಾಧಿಸಿದ್ದಳು. ತರಬೇತಿಯ ಅವಧಿಯಲ್ಲಿ ಆಗಾಗ ನಮ್ಮನ್ನು ಆಸ್ಪತ್ರೆಗೆ ಕರೆದುಕೊಂಡು ಹೋಗಲಾಗುತ್ತಿತ್ತು. ಅಲ್ಲಿ ನಮ್ಮ ವೈದ್ಯರು ನಮಗೆ ಅನೇಕ ರೀತಿಯ ಯಂತ್ರಗಳು ಹಾಗೂ ಔಷಧಿಗಳ ಹೆಸರು–ಉಪಯೋಗದ ಪರಿಚಯ ಮಾಡಿಸಿದರು.

'ಮಹಿಳಾ ಕಲ್ಯಾಣ ಆಶ್ರಮ'ದ ರಹಸ್ಯ ಪ್ರೇಮಿಗಳು ತಮ್ಮ ಚಪಲವನ್ನು ಇನ್ನೂ ಬಿಟ್ಟಿರಲಿಲ್ಲ. ಅವರು ನಮ್ಮನ್ನು ತುಂಬಾ ಬಲವಂತ ಮಾಡುತ್ತಿದ್ದರು. ನಾವು ಒಪ್ಪದೇ ಇದ್ದಾಗ ನಾನಾ ಪ್ರಕಾರದ ತೊಂದರೆಗಳನ್ನು ನೀಡುತ್ತಿದ್ದರು. ನಮ್ಮ ಮೇಲೆ ಅತ್ಯಾಚಾರ ಮಾಡುವುದಕ್ಕೂ ಮುಂದಾಗುತ್ತಿದ್ದರು. ಒಂದು ದಿನ ಒಬ್ಬ ಮೇಲ್ವಿಚಾರಕ ನನ್ನ ಗೆಳತಿಯೊಬ್ಬಳ ಮೇಲೆ ಪೈಶಾಚಿಕ ರೀತಿಯಲ್ಲಿ ಅತ್ಯಾಚಾರ ಮಾಡುವುದಕ್ಕೆ ಮುಂದಾದ. ನೋವನ್ನು ಸಹಿಸಿಕೊಳ್ಳಲಾಗದ ಆಕೆ ಓಡುತ್ತ ಹೋಗಿ ಪಕ್ಕದ ಮನೆಯ ಆವರಣದ ಗೋಡೆಯನ್ನು ಹಾರುವುದಕ್ಕೆ ಪ್ರಯತ್ನಿಸಿದಳು. ಆ ಸಂದರ್ಭದಲ್ಲಿ ಅವಳು ಗೋಡೆಯಿಂದ ಬಿದ್ದು ಕಾಲು ಮುರಿದುಕೊಂಡಳು. ಇದಕ್ಕೆ ಸಂಬಂಧಿಸಿದಂತೆ ಪೊಲೀಸ್ ಠಾಣೆಯಲ್ಲಿ ಪ್ರಕರಣವೂ ದಾಖಲಾಯಿತು. ಆದರೆ ಅಂತಿಮವಾಗಿ ಆ ಪ್ರಕರಣ ಏನಾಯಿತು ಎನ್ನುವುದು ನನಗೆ ತಿಳಿಯಲಿಲ್ಲ.

ಒಂದು ದಿನ ಸಾಯಂಕಾಲದ ನಂತರ ನಾನು, ರಾಜಬಾಲಾ, ಕಾಳಿದಾಸಿ ಹಾಗೂ ಇನ್ನೊಬ್ಬಳು ಯುವತಿ (ಆಕೆಯ ಹೆಸರನ್ನು ಮರೆತಿದ್ದೇನೆ. ಬಹುಶಃ ಖೆಂದಿ ಇರಬೇಕು) ಒಂದು ಕುದುರೆ ಗಾಡಿಯನ್ನು ಬಾಡಿಗೆಗೆ ಪಡೆದು ಟಾಲಿಗಂಜ್‌ಗೆ ಬಂದೆವು. ಅಲ್ಲಿಂದ ನಾವು ನಾಲ್ವರೂ ಟ್ರಾಮ್‌ನಲ್ಲಿ ಕುಳಿತು ಕಾರ್ನ್‌ವಾಲೀಸ್ ಓಣಿಯಲ್ಲಿರುವ 'ಬ್ರಹ್ಮ ಸಮಾಜ'ದ ಒಂದು ಪ್ರಾರ್ಥನಾ ಮಂದಿರವನ್ನು ಸೇರಿಕೊಂಡೆವು. ಆ ಸಮಯದಲ್ಲಿ ಅಲ್ಲಿ ಪ್ರಾರ್ಥನೆ ನಡೆಯುತ್ತಿತ್ತು.

ಆ ಸ್ಥಳವು ನನಗೆ ತುಂಬಾ ಪರಿಚಿತವಾಗಿತ್ತು. ನಾನು ಚಿಕ್ಕವಳಿದ್ದಾಗ ನನ್ನ ತಂದೆಯವರ ಜೊತೆಯಲ್ಲಿ ಈ ಪ್ರಾರ್ಥನಾ ಮಂದಿರಕ್ಕೆ ಅನೇಕ ಬಾರಿ ಬಂದಿದ್ದೇನೆ. ಆ ಸಂದರ್ಭವನ್ನು ನೆನಪಿಸಿಕೊಂಡು ನನ್ನ ಕಣ್ಣುಗಳಲ್ಲಿ ನೀರೂರಿತು. ಕೆಲವೇ ಹೊತ್ತಿನಲ್ಲಿ ಪ್ರಾರ್ಥನೆ ಮುಗಿಯಿತು. ಅಲ್ಲಿ ಸೇರಿದ್ದ ಬಹುತೇಕ ಭಕ್ತರು ಅಲ್ಲಿಂದ ಚದುರಿದರು. ಕೆಲವೇ ಕೆಲವರು ಮಾತ್ರ ಅಲ್ಲಿ ಉಳಿದಿದ್ದರು. ಅವರು ಯಾವುದೋ ವಿಷಯದ ಬಗೆಗಿನ ಚರ್ಚೆಯಲ್ಲಿ ತೊಡಗಿದ್ದರು. ನಾವು ನಿಧಾನವಾಗಿ ಅವರ ಕಡೆಗೆ ಹೆಜ್ಜೆಹಾಕಿದೆವು.

'ಬ್ರಹ್ಮ ಸಮಾಜ'ಕ್ಕೆ ಬರುವ ಯೋಚನೆ ಆ ಕ್ಷಣದ ತೀರ್ಮಾನವಾಗಿರಲಿಲ್ಲ. ನಾವು ಸುಮಾರು ಒಂದು ತಿಂಗಳು ಮೊದಲೇ ಈ ಬಗ್ಗೆ ಯೋಚಿಸಿ, ಅದಕ್ಕೆ ಬೇಕಾದ ಸಿದ್ಧತೆಗಳನ್ನು ಮಾಡಿಕೊಂಡಿದ್ದೆವು. ಇದಕ್ಕೆಲ್ಲಾ ಮೂಲ ಕಾರಣ ರಾಜಬಾಲಾ. 'ಬ್ರಹ್ಮ ಸಮಾಜವು ಎಲ್ಲರನ್ನೂ ಸ್ವೀಕರಿಸುತ್ತದೆ. ಬ್ರಹ್ಮಧರ್ಮವನ್ನು ಅನುಸರಿಸುವುದರಿಂದ

ವಿವಾಹವಾಗುವುದು ಸುಲಭವಾಗುತ್ತದೆ' ಎಂದು ನಮಗೆಲ್ಲಾ ಹೇಳಿದವಳು ಆಕೆಯೇ. ಅಲ್ಲಿಯೂ ಕೆಲವು 'ವಿಘ್ನ'ಗಳಿವೆ ಎನ್ನುವುದು ನಮಗೆ ತಿಳಿದಿದ್ದು ಕಾಲಾನಂತರದಲ್ಲಿ.

ನಮಗಿಂತ ನಾಲ್ಕೈದು ಅಡಿಗಳಷ್ಟು ದೂರದಲ್ಲಿ ನಿಂತಿದ್ದ ಒಬ್ಬರು ದೃಢಕಾಯ ವೃದ್ಧ ವ್ಯಕ್ತಿಯನ್ನು ತೋರಿಸುತ್ತ ನನ್ನ ಕಿವಿಯಲ್ಲಿ ನುಡಿದಳು ರಾಜಬಾಲಾ, "ಇವರು ಕೃಷ್ಣಕುಮಾರ ಮಿತ್ರ... ಇವರ ಪಾದಕ್ಕೆ ನಮಸ್ಕರಿಸು..."

ಮರುಕ್ಷಣವೇ ನಾವು ನಾಲ್ವರೂ ಅವರ ಪಾದಸ್ಪರ್ಶವನ್ನು ಮಾಡಿ ನಮಸ್ಕರಿಸಿದೆವು. ಅವರು ಅತ್ಯಂತ ಸ್ನೇಹಪೂರ್ಣ ಸ್ವರದಲ್ಲಿ ಮಾತನಾಡಿದರು. ನಾವು ಅಲ್ಲಿಗೆ ಬಂದ ಕಾರಣವನ್ನು ಪ್ರಶ್ನಿಸಿದರು. ನಾವು ಅವರನ್ನು ಸ್ವಲ್ಪ ಪಕ್ಕಕ್ಕೆ ಕರೆದುಕೊಂಡು ಹೋಗಿ, ನಮ್ಮ ವೃತ್ತಾಂತವನ್ನೆಲ್ಲಾ ತಿಳಿಸಿದೆವು ಮತ್ತು ನಮ್ಮ ರಕ್ಷಣೆಗೆ ಮಾರ್ಗೋಪಾಯ ಸೂಚಿಸುವಂತೆ ಅವರನ್ನು ಬೇಡಿಕೊಂಡೆವು. 'ಮಹಿಳಾ ಕಲ್ಯಾಣ ಆಶ್ರಮ'ದ ಮೇಲ್ವಿಚಾರಕರ ದುರ್ವರ್ತನೆಯನ್ನು ವಿವರಿಸಿದ ನಾವು, 'ಬ್ರಹ್ಮ ಸಮಾಜ'ವನ್ನು ಸೇರಿಕೊಳ್ಳಬೇಕೆಂಬ ನಮ್ಮ ಅಭಿಲಾಷೆಯನ್ನು ಅವರ ಮುಂದೆ ವ್ಯಕ್ತಪಡಿಸಿದೆವು.

ನಮ್ಮ ಮಾತುಗಳನ್ನೆಲ್ಲಾ ಶಾಂತವಾಗಿ ಕೇಳಿಸಿಕೊಂಡ ನಂತರ ಅವರು ಹೇಳಿದರು, "ನಿಮ್ಮೆಲ್ಲರ ರಕ್ಷಣೆಯನ್ನು ಕುರಿತಾಗಿ, ನಿಮ್ಮನ್ನೆಲ್ಲಾ ನಮ್ಮ ಸಮಾಜಕ್ಕೆ ಸೇರಿಸಿಕೊಳ್ಳುವುದಕ್ಕೆ ಸಂಬಂಧಿಸಿದಂತೆ ನಾನೊಬ್ಬನೇ ಯಾವ ತೀರ್ಮಾನವನ್ನೂ ತೆಗೆದುಕೊಳ್ಳುವುದು ಸಾಧ್ಯವಿಲ್ಲ. ಅದು ನನ್ನೊಬ್ಬನ ಕೈಯಲ್ಲಿಲ್ಲ. ನಮ್ಮ ಸಮಾಜದ ಎಲ್ಲಾ ಗಣ್ಯ ವ್ಯಕ್ತಿಗಳ ಜೊತೆಯಲ್ಲಿ ಚರ್ಚಿಸಿದ ನಂತರವೇ ನಾನು ನಿಮಗೆ ಭರವಸೆ ನೀಡಬಹುದು."

ನಂತರ ಅವರು ನಮ್ಮಿಂದ ಸ್ವಲ್ಪ ದೂರದಲ್ಲಿ ನಿಂತಿದ್ದ ಇನ್ನೊಬ್ಬ ವಯೋವೃದ್ಧ ವ್ಯಕ್ತಿಯನ್ನು ತಮ್ಮ ಬಳಿಗೆ ಕರೆದು, ನಮ್ಮ ವಿಷಯವನ್ನು ಅವರಿಗೆ ಸಂಪೂರ್ಣವಾಗಿ ವಿವರಿಸಿದರು. ಅದನ್ನು ಕೇಳಿಸಿಕೊಂಡ ಇನ್ನೊಬ್ಬರು ವಿಷಾದಭಾವವನ್ನು ವ್ಯಕ್ತಪಡಿಸುತ್ತ ಹೇಳಿದರು, "ಇಲ್ಲ... ಅದು ಹೇಗೆ ಸಾಧ್ಯವಾಗುತ್ತದೆ? ಇವರೆಲ್ಲರ ಪೂರ್ವಜೀವನ ಕಲುಷಿತಗೊಂಡಿದೆ. ಇವರನ್ನು ಸೇರಿಸಿಕೊಂಡರೆ 'ಬ್ರಹ್ಮ ಸಮಾಜ'ಕ್ಕೆ ಯಾವ ಪಾಪ ಅಂಟಿಕೊಳ್ಳುತ್ತದೆಯೋ ಏನೋ! ಬೇಡ... ಇವರನ್ನು ಸೇರಿಸಿಕೊಳ್ಳುವುದು ಬೇಡ..."

ಅಲ್ಲಿಂದ ಹೊರಡುವುದನ್ನು ಹೊರತುಪಡಿಸಿ ನಮ್ಮ ಮುಂದೆ ಅನ್ಯಮಾರ್ಗವಿರಲಿಲ್ಲ. ಆದರೂ ಅಂತಿಮ ಪ್ರಯತ್ನ ಮಾಡೋಣ ಎಂದುಕೊಂಡ ನಾವು ಶ್ರೀಯುತ ಕೃಷ್ಣಕುಮಾರ ಮಿತ್ರರ ಪಾದಗಳಿಗೆ ನಮಸ್ಕರಿಸುತ್ತ 'ಏನಾದರೂ ಪರಿಹಾರ ಸೂಚಿಸಿ' ಎಂದು ಬೇಡಿಕೊಂಡೆವು. ಅವರು ನಮ್ಮ ನಮಸ್ಕಾರವನ್ನು ಸ್ವೀಕರಿಸುತ್ತ 'ಒಳ್ಳೆಯದಾಗಲಿ' ಎಂದು ಆಶೀರ್ವದಿಸಿದರು. ಆದರೆ ಇನ್ನೊಬ್ಬ ವಯೋವೃದ್ಧ ವ್ಯಕ್ತಿ(ಅವರ ಹೆಸರು ಹೇರಂಬ ಎನ್ನುವುದು ನಂತರ ತಿಳಿಯಿತು)ಯು ಮುಖವನ್ನು ಗಂಟಿಕ್ಕಿಕೊಂಡು ಹೇಳಿದರು, "ಇಲ್ಲ... ಸಾಧ್ಯವೇ ಇಲ್ಲ..." ಎಂದು ಹೇಳುತ್ತಾ ಅಲ್ಲಿಂದ ಹೊರಟುಹೋದರು. (ಹೇರಂಬರನ್ನು ನಂತರದ ದಿನಗಳಲ್ಲಿ

ನಾನು ಮತ್ತೊಮ್ಮೆ ಭೇಟಿಯಾಗಿದ್ದೇನೆ. ಆದರೆ ಆ ಸಂದರ್ಭವನ್ನು ವಿವರಿಸಿದರೆ ಆ ವಯೋವೃದ್ಧರ ಮನಸ್ಸಿಗೆ ಬೇಸರವಾದೀತು ಎಂದು ಇಲ್ಲಿ ಉಲ್ಲೇಖಿಸಿಲ್ಲ)

'ಮುಂದೇನು ಮಾಡುವುದು? ಎಲ್ಲಿಗೆ ಹೋಗುವುದು?' ಎಂದು ನಾವು ಯೋಚಿಸತೊಡಗಿದೆವು. 'ಮಹಿಳಾ ಕಲ್ಯಾಣ ಆಶ್ರಮ' ನಮಗೆ ಮತ್ತೆ ಆಶ್ರಯ ಕೊಡುವುದಿಲ್ಲ ಎನ್ನುವುದು ಖಚಿತವಾಗಿತ್ತು. ಅಲ್ಲಿಗೆ ಮತ್ತೆ ಹೋಗುವ ಬಯಕೆಯೂ ನಮಗಿರಲಿಲ್ಲ. ಅದೇ ಕ್ಷಣ ನನಗೆ ಕಮಲಾಳ ನೆನಪಾಯಿತು. ಆಕೆಯ ಮನೆ ಇರುವ ಸ್ಥಳ ನನಗೆ ಚೆನ್ನಾಗಿ ತಿಳಿದಿತ್ತು. ಅಲ್ಲಿಗೆ ಹೋದರೆ ಒಂದೆರಡು ದಿನಗಳ ಮಟ್ಟಿಗೆ ಆಶ್ರಯ ಪಡೆದುಕೊಳ್ಳುವುದಕ್ಕೇನೂ ತೊಂದರೆಯಾಗಲಾರದು ಎನ್ನುವ ಭರವಸೆ ನನಗಿತ್ತು. ಕುದುರೆ ಗಾಡಿಯೊಂದನ್ನು ಬಾಡಿಗೆಗೆ ಪಡೆದು ನಾವು ನಾಲ್ವರೂ ಬಾಗಾ ಬಾಜಾರ್‌ನಲ್ಲಿದ್ದ ಕಮಲಾಳ ಮನೆಯ ಕಡೆಗೆ ಪ್ರಯಾಣಿಸಿದೆವು.

ನಮ್ಮ ದುರದೃಷ್ಟ! ಕಮಲಾ ಆ ಮನೆಯಲ್ಲಿ ಇರಲಿಲ್ಲ. ತನ್ನ ತಾಯಿಯ ಜೊತೆಯಲ್ಲಿ ಆಕೆ ಬೇರೆ ಯಾವುದೋ ಸ್ಥಳದಲ್ಲಿ ಮನೆ ಮಾಡಿಕೊಂಡು ಹೋಗಿದ್ದಾಳೆ ಎನ್ನುವ ವಿಷಯ ತಿಳಿಯಿತು. ಆ ಮನೆಗೆ ಬೇರೆ ಯಾರೋ ಬಾಡಿಗೆಗೆ ಬಂದಿದ್ದರು. ಕಮಲಾಳ ಮನೆ ಎಲ್ಲಿದೆ ಎನ್ನುವುದು ಅವರಿಗೂ ತಿಳಿದಿರಲಿಲ್ಲ. ಅವರು ತಮ್ಮ ಅಸಹಾಯಕತೆಯನ್ನು ವ್ಯಕ್ತಪಡಿಸಿದರು. ಆಗ ಉಂಟಾದ ಮಾನಸಿಕ ಆಘಾತ ಈಗಲೂ ನೆನಪಿದೆ. ಸುದೀರ್ಘ ಕಾಲ ಅನೇಕ ರೀತಿಯ ಕಷ್ಟಗಳನ್ನು ಅನುಭವಿಸಿದ ನಂತರ ಬಾಲ್ಯದ ಆತ್ಮೀಯ ಗೆಳತಿ ಕಮಲಾಳನ್ನು ನೋಡುವ ಅವಕಾಶ ಒದಗಿಬಂದಿದೆಯೆಂದು ಅತ್ಯಂತ ಆನಂದದಿಂದ ನಾನು ಅಲ್ಲಿಗೆ ಬಂದಿದ್ದೆ. ಆದರೆ ಅಲ್ಲಿಯೂ ನನಗೆ ಭ್ರಮನಿರಸನವಾಗುತ್ತದೆ ಎಂದು ನಾನು ಕನಸಿನಲ್ಲಿಯೂ ಊಹಿಸಿರಲಿಲ್ಲ. ತಲೆಯ ಮೇಲೆ ಕೈಹೊತ್ತು ಕ್ಷಣಕಾಲ ಅಲ್ಲಿಯೇ ಕುಳಿತುಬಿಟ್ಟಿದ್ದೆ.

ಮುಕುಲ್ ದಾದಾ ವಾಸಿಸುತ್ತಿದ್ದ ಬಾಡಿಗೆ ಮನೆ ಎಲ್ಲಿದೆ ಎನ್ನುವುದನ್ನು ನಾನು ಮರೆತುಬಿಟ್ಟಿದ್ದೆ. ಒಂದು ವೇಳೆ ಗೊತ್ತಿದ್ದಿದ್ದರೆ ಅವರ ಮೂಲಕ ಕಮಲಾಳ ಹೊಸ ನಿವಾಸದ ವಿಳಾಸವನ್ನು ಪಡೆದುಕೊಳ್ಳಬಹುದಾಗಿತ್ತು. ಮುಂದೇನು ಮಾಡುವುದು? ಅದೇ ಸಮಯದಲ್ಲಿ ರಾಜಬಾಲಾ ಒಂದು ಉಪಾಯ ಸೂಚಿಸಿದಳು, "ಇವತ್ತೊಂದು ರಾತ್ರಿ ಕಳೆಯುವುದಕ್ಕೆ ನಾನು ನಿಮ್ಮೆಲ್ಲರನ್ನೂ ಪರಿಚಿತ ಜಾಗವೊಂದಕ್ಕೆ ಕರೆದುಕೊಂಡು ಹೋಗುತ್ತೇನೆ. ನಾಳೆ ಬೆಳಿಗ್ಗೆ ಮುಂದಿನ ದಾರಿಯ ಬಗ್ಗೆ ಯೋಚಿಸೋಣ." ಆಕೆಯ ಮಾತನ್ನು ಒಪ್ಪಿಕೊಳ್ಳದೇ ಬೇರೆ ದಾರಿಯೇ ಇರಲಿಲ್ಲ. ಅಷ್ಟು ಹೊತ್ತಿಗಾಗಲೇ ರಾತ್ರಿಯಾಗಿತ್ತು.

ನಾವು ಅಲ್ಲಿಗೆ ಬಂದಿದ್ದ ಕುದುರೆ ಗಾಡಿಯವನಿಗೆ ಇನ್ನಷ್ಟು ಬಾಡಿಗೆ ಕೊಡುವುದಾಗಿ ಹೇಳಿ ನಮ್ಮ ಪ್ರಯಾಣವನ್ನು ಮುಂದುವರಿಸಿದೆವು. ಸ್ವಲ್ಪ ಹೊತ್ತಿನ ನಂತರ ನಾವು ತಲುಪಿದ್ದು ಚಾಂಪಾತಲಾ ಪ್ರದೇಶದ ಹಾಡಕಾಟಾ ಓಣಿಯನ್ನು. ಕುದುರೆ ಗಾಡಿಯವನನ್ನು ಅಲ್ಲಿಂದ ಕಳುಹಿಸಿಕೊಟ್ಟ ನಾವು ಸಮೀಪದಲ್ಲಿಯೇ ಇದ್ದ ವೇಶ್ಯೆಯೊಬ್ಬಳ ಮನೆಯಲ್ಲಿ ಆ ರಾತ್ರಿಯನ್ನು ಕಳೆದೆವು. ಆಕೆ ರಾಜಬಾಲಾ

ವೇಶ್ಯಾವೃತ್ತಿಗೆ ಬಂದಿದ್ದ ಸಂದರ್ಭದಲ್ಲಿ ಪರಿಚಿತಳಾದವಳು. ಅವಳು ದೊಡ್ಡದಾದ ಆ ಮನೆಯನ್ನು ಬಾಡಿಗೆಗೆ ಪಡೆದುಕೊಂಡು, ಅದರಲ್ಲಿದ್ದ ಕೆಲವು ಕೋಣೆಗಳನ್ನು ವೇಶ್ಯೆಯರಿಗೆ ಬಾಡಿಗೆಗೆ ಕೊಡುತ್ತಿದ್ದಳು. ಹೀಗೆ ಮಾಡುವುದರಿಂದ ಆಕೆಗೆ ಸ್ವಲ್ಪ ಹಣವೂ ಸಿಗುತ್ತಿತ್ತು. ಅಲ್ಲಿಗೆ ಗಿರಾಕಿಗಳನ್ನು ಕರೆದುಕೊಂಡು ಬರುತ್ತಿದ್ದ ವೇಶ್ಯೆಯರು ಗಂಟೆ ಲೆಕ್ಕದಲ್ಲಿ ಆಕೆಗೆ ಹಣವನ್ನು ನೀಡುತ್ತಿದ್ದರು. ಈ ರೀತಿ ಇತರ ವೇಶ್ಯೆಯರಿಂದ ಹಣವನ್ನು ಸಂಪಾದಿಸುವ ವೇಶ್ಯೆಯನ್ನು 'ಘರ್‌ವಾಲಿ' ಎಂದು ಕರೆಯುತ್ತಾರೆ. ನಾವು ಉಳಿದುಕೊಂಡಿದ್ದ ಮನೆಯೊಡತಿಯನ್ನು ಸುತ್ತಮುತ್ತಲಿನವರು 'ರಾಣಿ ಘರ್‌ವಾಲಿ' ಎಂದು ಕರೆಯುತ್ತಿದ್ದರು.

ಅನೇಕ ದಿನಗಳ ನಂತರ ರಾಜಬಾಲಾಳನ್ನು, ಅವಳ ಜೊತೆಯಲ್ಲಿ ಹೊಸಬರಾದ ನಮ್ಮನ್ನು ನೋಡಿದ ಆ 'ಘರ್‌ವಾಲಿ'ಗೆ ಉಂಟಾದ ಸಂತೋಷ ಅಷ್ಟಿಷ್ಟಲ್ಲ. ಆಕೆ ತನ್ನ ಮನೆಯಲ್ಲಿನ ಒಂದು ಕೋಣೆಯನ್ನು 'ಬಹಳ ಕಷ್ಟಪಟ್ಟು' ಬಿಟ್ಟುಕೊಟ್ಟಳು. ಅಲ್ಲಿ ಹಾಸಿಗೆಯಿಂದ ಹಿಡಿದು ಅಗತ್ಯವಾದ ಎಲ್ಲಾ ವಸ್ತುಗಳೂ ಇದ್ದವು. ಅತ್ಯಂತ ಪ್ರೀತಿಯಿಂದ ಆಕೆ ನಮಗೆ ಊಟದ ವ್ಯವಸ್ಥೆಯನ್ನೂ ಮಾಡಿದಳು. ರಾಜಬಾಲಾಳೊಂದಿಗೆ ಆಕೆ ನಾನಾ ವಿಧದ ಮಾತುಕತೆ ಆರಂಭಿಸಿದಳು. ಕೆಟ್ಟ ಯೋಚನೆಗಳು ತುಂಬಿಕೊಂಡಿದ್ದ ನನ್ನ ಮನಸ್ಸಿಗೆ ನೆಮ್ಮದಿಯಾದರೂ ಎಲ್ಲಿಂದ ಸಿಕ್ಕೀತು? ಅದೇ ಪ್ರಥಮ ಬಾರಿಗೆ ನಾನು ವೃತ್ತಿನಿರತ ವೇಶ್ಯೆಯೊಬ್ಬಳ ಮನೆಯನ್ನು ಪ್ರವೇಶ ಮಾಡಿದ್ದೆ. ಅಂತಹ ಸ್ಥಳವನ್ನು ನಾನು ನನ್ನ ಜೀವನದಲ್ಲಿ ನೋಡುತ್ತಿರುವುದೂ ಅದೇ ಮೊದಲು. ಒಂದು ಮೂಲೆಯಲ್ಲಿರುವ ಕೋಣೆಯಲ್ಲಿ ದೀಪವೇ ಇರಲಿಲ್ಲ; ನಾಲ್ಕೂ ದಿಕ್ಕುಗಳಿಂದ ಕೆಟ್ಟ ವಾಸನೆ ಮೂಗಿಗೆ ರಾಚುತ್ತಿತ್ತು; ಇನ್ನೊಂದು ಕಡೆಯಿಂದ ಬೆವರಿನ ವಾಸನೆ; ಇನ್ನೊಂದು ಕೋಣೆಯಿಂದ ಯಾವುದೋ ಸಿನಿಮಾ ಹಾಡು ಕೇಳಿಸುತ್ತಿತ್ತು; ಇನ್ನೆಲ್ಲಿಂದಲೋ ಜಗಳದ ಗದ್ದಲ; ಮತ್ತೊಂದೆಡೆಯಿಂದ ಹೆಣ್ಣು-ಗಂಡಿನ ಮಿಲನದ ನರಳುವಿಕೆ; ಇವೆಲ್ಲವನ್ನೂ ನೋಡಿದ, ಅನುಭವಿಸಿದ ನನ್ನ ಹೃದಯ ಕಂಪಿಸಿತ್ತು. ಅಲ್ಲಿಂದ ಓಡಿಹೋಗೋಣ ಎನ್ನುವ ಬಯಕೆ. ಆದರೆ ಹೋಗುವುದಾದರೂ ಎಲ್ಲಿಗೆ?

ರಾತ್ರಿ ಕಳೆಯಿತು; ಬೆಳಗಾಯಿತು. ನಮ್ಮ ಜೊತೆಯಲ್ಲಿ ಬಂದಿದ್ದ ನಾಲ್ಕನೆಯವಳು (ಬಹುಶಃ ಆಕೆಯ ಹೆಸರು ಖೆಂದಿ) ಹೇಳಿದಳು, "ಅಕ್ಕಾ, ಬೆಲಿಯಾಘಾಟ್‌ನಲ್ಲಿ ನನ್ನ ಚಿಕ್ಕಮ್ಮನ ಮನೆಯಿದೆ. ನಾನು ಅಲ್ಲಿಗೆ ಹೊರಟುಹೋಗುತ್ತೇನೆ. ಬಹುಶಃ ನನಗೆ ಅಲ್ಲಿ ಏನೂ ತೊಂದರೆಯಾಗಲಾರದು. ನನ್ನಿಂದ ನಿಮಗೂ ಏನೂ ಅಪಾಯ ಎದುರಾಗುವುದಿಲ್ಲ." ಆಕೆ ಅಲ್ಲಿಂದ ಹೊರಟುಹೋದಳು.

ನಾವು ಮೂವರೂ ಇನ್ನೂ ಮೂರ್ನಾಲ್ಕು ದಿನ ಅಲ್ಲಿಯೇ ಉಳಿದುಕೊಂಡೆವು. ಆ ಘರ್‌ವಾಲಿ ನನ್ನನ್ನು ಮತ್ತು ಕಾಳಿದಾಸಿಯನ್ನು ಪಕ್ಕದಲ್ಲಿಯೇ ಕುಳ್ಳಿರಿಸಿಕೊಂಡು 'ಇಬ್ಬರೂ ವೇಶ್ಯಾವೃತ್ತಿಗೆ ಬಂದುಬಿಡಿ' ಎಂದು ಒತ್ತಾಯಿಸಿದಳು. ನಮ್ಮಿಬ್ಬರನ್ನೂ ಒಪ್ಪಿಸುವುದಕ್ಕೆ ಆಕೆ ನಾನಾ ವಿಧದ ಪ್ರಯತ್ನಗಳನ್ನು ಮಾಡಿದಳು. ಆಕೆಯೊಂದಿಗೆ ತರ್ಕ ಮಾಡುವುದು ನನ್ನಿಂದ ಸಾಧ್ಯವಿರಲಿಲ್ಲ. ಅಷ್ಟೇ ಅಲ್ಲ, ಅದೆಷ್ಟೋ ಹುಡುಗಿಯರನ್ನು

ವೇಶ್ಯಾವೃತ್ತಿಗೆ ಇಳಿಸಿದ್ದ ಆಕೆಗೆ ಯುವತಿಯರ ಮನಸ್ಸನ್ನು ಗೆಲ್ಲುವುದು ಹೇಗೆ ಎನ್ನುವ ತಂತ್ರಗಾರಿಕೆ ಚೆನ್ನಾಗಿಯೇ ತಿಳಿದಿತ್ತು. ಆಕೆಯ ಮಾತುಗಳ ಸಾರಾಂಶ ಹೀಗಿತ್ತು. 'ವೇಶ್ಯೆಯರು ಸ್ವತಂತ್ರರು. ದೇವರು ಅವರಿಗೆ ಸೌಂದರ್ಯವನ್ನು ನೀಡಿದ್ದಾನೆ. ಪುರುಷರನ್ನು ಆಕರ್ಷಿಸುವ ವಿಶೇಷ ಶಕ್ತಿಯನ್ನು, ಕೌಶಲ್ಯವನ್ನು ದೇವರು ಹೆಣ್ಣಿಗೆ ಕೊಟ್ಟಿದ್ದು ಯಾವ ಕಾರಣಕ್ಕಾಗಿ? ಈ ವೃತ್ತಿಯಲ್ಲಿಯೂ ಜೀವನ ನಿರ್ವಹಣೆ ಕಷ್ಟವೇನೂ ಆಗುವುದಿಲ್ಲ. ವಕೀಲರು ತಮ್ಮ ಬುದ್ಧಿಚಾತುರ್ಯವನ್ನು ಮಾರಾಟ ಮಾಡುತ್ತಾರೆ; ಪಂಡಿತರು ತಮ್ಮ ಪಾಂಡಿತ್ಯವನ್ನು ವಿಕ್ರಯ ಮಾಡುತ್ತಾರೆ; ಗುರುವಿನ ಸ್ಥಾನದಲ್ಲಿ ಕುಳಿತವರು ಮಂತ್ರೋಪದೇಶವನ್ನು ಮಾರಾಟ ಮಾಡುತ್ತಾರೆ; ಪರಿಸ್ಥಿತಿ ಹೀಗಿರುವಾಗ ರೂಪವತಿಯರು ತಮ್ಮ ಸೌಂದರ್ಯವನ್ನು ಮಾರಾಟ ಮಾಡಬಾರದೇನು? ಅಪಾಯ-ತೊಂದರೆ ಉಂಟಾಗುವ ಭಯ ಎಲ್ಲಾ ವೃತ್ತಿಯಲ್ಲಿಯೂ ಇರುತ್ತದೆ. ದೇಶದ ಅನೇಕ ಗಣ್ಯ ವ್ಯಕ್ತಿಗಳು ನಾಯಿಗಳ ಹಾಗೆ ವೇಶ್ಯೆಯರ ಪಾದವನ್ನು ನೆಕ್ಕುತ್ತಾರೆ; ಶ್ರೀಮಂತರ ಧನರಾಶಿಯು ವೇಶ್ಯೆಯರ ಮನೆಯಲ್ಲಿ ಕರಗಿಹೋಗುತ್ತದೆ; ಕೆಲವರು ಒಂದು ಬಾರಿ ವೇಶ್ಯೆಯರ ಕೃಪಾಕಟಾಕ್ಷ ಪಡೆಯುವುದಕ್ಕೆ ಸಾವಿರಾರು ರೂಪಾಯಿ ಸುರಿಯುತ್ತಾರೆ...'

ನಾನು ಆಕೆಯ ಮಾತಿಗೆ ಮನಸೋತೆನೇ? ತಪ್ಪು ಮಾಡಿದೆನೇ? ಆ ಕ್ಷಣ ಏನೂ ಅರ್ಥವಾಗಲಿಲ್ಲ. 'ರಾಣಿ ಘರ್‌ವಾಲಿ' ನಮಗೋಸ್ಕರ ಮನೆಯನ್ನು ಹುಡುಕುವುದಕ್ಕೆ ಆರಂಭಿಸಿದಳು. ಕಾಳಿದಾಸಿ ಆಕೆಯ ಮನೆಯಲ್ಲಿಯೇ ಒಂದು ಕೋಣೆಯಲ್ಲಿ ಉಳಿದಳು. ಆಮ್‌ಹಾರ್ಸ್ಟ್ ಓಣಿಯ ಕೊನೆಯಲ್ಲಿ ಕಾಲೇಜೊಂದರ ಒಂದೆರಡು ಕೋಣೆಗಳು ಹೊಸದಾಗಿ ನಿರ್ಮಾಣವಾಗುತ್ತಿದ್ದವು. ಅವುಗಳಿಗೆ ಸಮೀಪದಲ್ಲಿದ್ದ ಕೊಳಚೆ ಪ್ರದೇಶದಲ್ಲಿ ಎರಡು ಕೋಣೆಯ ಮನೆಯೊಂದನ್ನು ನಾನು ಮತ್ತು ರಾಜಬಾಲಾ ಬಾಡಿಗೆಗೆ ಪಡೆದುಕೊಂಡೆವು. 'ರಾಣಿ ಘರ್‌ವಾಲಿ' ನಮಗೆ ಸ್ವಲ್ಪ ಹಣವನ್ನು ಸಾಲರೂಪದಲ್ಲಿ ನೀಡಿದಳು. ಅಷ್ಟೇ ಅಲ್ಲ, ಮನೆಗೆ ಅಗತ್ಯವಾಗಿ ಬೇಕಾದ ಸಾಮಾನು ಸರಂಜಾಮು, ಬಟ್ಟೆ ಇತ್ಯಾದಿಗಳ ವ್ಯವಸ್ಥೆಯನ್ನೂ ಮಾಡಿದಳು.

ದುರ್ಜನರ ಸಂಗ ಒಬ್ಬ ವ್ಯಕ್ತಿಯನ್ನು ಯಾವ ರೀತಿಯಲ್ಲಿ ಅಧಃಪತನ ಮಾಡುತ್ತದೆ ಎನ್ನುವುದರ ಅನುಭವ ನನಗೆ ಆಗತೊಡಗಿತ್ತು. ನಾನು ಶಾಲೆಯಲ್ಲಿ ಕಲಿತಿದ್ದ ವಿದ್ಯೆಯೆಲ್ಲವನ್ನೂ ಮರೆತುಬಿಡುವ ಸ್ಥಿತಿಯನ್ನು ತಲುಪಿದ್ದೆ. ಮುಕುಲ್ ದಾದಾ ನನಗೆ ಅದೆಷ್ಟೋ ಹೊಸ ವಿಷಯಗಳನ್ನು ಬೋಧಿಸುತ್ತಿದ್ದರು. ಸಾಹಿತ್ಯ, ಇತಿಹಾಸ ಇತ್ಯಾದಿ ಎಲ್ಲ ವಿಭಾಗಗಳ ಪರಿಚಯವನ್ನೂ ಅವರು ನನಗೆ ಮಾಡಿಸಿದ್ದರು. ಎಲ್ಲವೂ ನಿರರ್ಥಕವಾಗಿಹೋದವು. ನಾನು ಯಾರ ಜೊತೆಯಲ್ಲಿ ಇದ್ದೆನೋ ಅವರ್ಯಾರೂ ಓದು-ಬರಹದ ಬಗ್ಗೆ ಚರ್ಚೆಯನ್ನು ಮಾಡುತ್ತಿರಲಿಲ್ಲ. ಯಾರು ಎಷ್ಟು ಜನ ಗಿರಾಕಿಗಳನ್ನು ಹಿಡಿದುಕೊಂಡರು, 'ಪ್ರೇಮಿ'ಯ ಜೊತೆಯಲ್ಲಿ ಏನೇನು ಮಾತನಾಡಲಾಯಿತು... ಬಹುತೇಕ ಎಲ್ಲವೂ ಅಶ್ಲೀಲ ಮಾತುಗಳೇ! ಇದುವೇ ನಾವು ಚರ್ಚಿಸುತ್ತಿದ್ದ ಪ್ರಧಾನ ವಿಷಯ. ಅದನ್ನು ಹೊರತುಪಡಿಸಿದರೆ, ಅಡುಗೆ, ಊಟ,

ತಿಂಡಿ, ಮನೆಗೆಲಸ ಇತ್ಯಾದಿ ದಿನನಿತ್ಯದ ಚಟುವಟಿಕೆಗಳು. ನಾಚಿಕೆಯಿಂದಾಗಿ ನಾನು ಮನೆಗೆ ಬೇಕಾದ ವಸ್ತುಗಳನ್ನು ತರುವುದಕ್ಕೆ ಮಾರುಕಟ್ಟೆಗೆ ಹೋಗುತ್ತಿರಲಿಲ್ಲ; ಬೇರೆ ಯಾರ ಮೂಲಕವಾದರೂ ತರಿಸಿಕೊಳ್ಳುತ್ತಿದ್ದೆ.

ವೇಶ್ಯಾಗೃಹಕ್ಕೆ ಬರುವ 'ಗಿರಾಕಿ'ಯನ್ನು, ವೇಶ್ಯೆಯ 'ಪ್ರೇಮಿ'ಯನ್ನು ಬಂಗಾಳಿ ವೇಶ್ಯೆಯರು 'ಬಾಬು' ಎಂದು ಕರೆಯುತ್ತಾರೆ. ಇಲ್ಲಿಂದ ಮುಂದೆ ನಾನೂ ಆಗಾಗ ಇದೇ ಪದವನ್ನು ಬಳಸುತ್ತೇನೆ. ಈ 'ಬಾಬು' ಶಬ್ದಕ್ಕೆ ಸಂಬಂಧಿಸಿದಂತೆ ನಮ್ಮನಮ್ಮಲ್ಲಿಯೇ ಸಾಕಷ್ಟು ಚರ್ಚೆಗಳೂ ನಡೆದಿವೆ. ಯಾವುದಾದರೂ ನಿರ್ದಿಷ್ಟ ವೇಶ್ಯೆಯ 'ಪ್ರೇಮಿ'ಯು ಇನ್ನೊಬ್ಬಳು ವೇಶ್ಯೆಯ ಕೋಣೆಯನ್ನು ಪ್ರವೇಶ ಮಾಡಿದರೆ ಬಹಳ ದೊಡ್ಡ ಜಗಳವೇ ನಡೆದುಹೋಗುತ್ತಿತ್ತು. ವಿಶೇಷವೆಂದರೆ ಅಲ್ಲಿದ್ದ ಇತರ ವೇಶ್ಯೆಯರೂ ಈ ಜಗಳದಲ್ಲಿ ಜೊತೆಗೂಡುತ್ತಿದ್ದರು. ನಾನೂ ಇದಕ್ಕೆ ಹೊರತಾಗಿರಲಿಲ್ಲ. ಅಂತಹ ಸಂದರ್ಭದಲ್ಲಿ ಕೇಳಿಬರುತ್ತಿದ್ದ ಅಶ್ಲೀಲ, ಅಶ್ರಾವ್ಯ ಶಬ್ದಗಳನ್ನು ಕೇಳುವುದು ನನಗೆ ಅಭ್ಯಾಸವಾಗಿಹೋಗಿತ್ತು. ಒಮ್ಮೊಮ್ಮೆ ನನಗೆ ನಾನೇ ಅಂದುಕೊಳ್ಳುತ್ತಿದ್ದೆ, 'ಶಾಲೆಯಲ್ಲಿ ಓದಿದ ವಿದ್ಯೆಯು ನನ್ನೊಳಗೆ ಅಹಂಕಾರವನ್ನು ಮೂಡಿಸಿ ನನ್ನನ್ನು ಸರ್ವನಾಶ ಮಾಡುವಲ್ಲಿ ಮಾತ್ರ ಯಶಸ್ವಿಯಾಯಿತೇ ವಿನಃ ಚಿಕ್ಕ ವಯಸ್ಸಿನಲ್ಲಿ ನನ್ನ ಮೇಲೆ ಕಾಮುಕ ಭಾವನೆಯು ನಡೆಸಿದ ಆಕ್ರಮಣವನ್ನು ತಡೆದು ನನ್ನನ್ನು ಕಾಪಾಡುವಲ್ಲಿ ಗೆಲುವು ಕಾಣಲಿಲ್ಲ.

ಸಾಯಂಕಾಲದ ಸಮಯದಲ್ಲಿ ತುಂಬಾ ಚೆನ್ನಾಗಿ ಅಲಂಕರಿಸಿಕೊಂಡು ಸಮೀಪದಲ್ಲಿರುವ ಪ್ರಮುಖ ಬೀದಿಗಳಿಗೆ ಹೋಗುತ್ತಿದ್ದೆ. ಅಲ್ಲಿ ಸ್ವಲ್ಪ ಹೊತ್ತು ನಿಂತುಕೊಂಡು, ಉತ್ತಮ ರೀತಿಯಲ್ಲಿ ಉಡುಪು ಧರಿಸಿದ ಯಾವುದಾದರೂ ಪುರುಷರು ಅಲ್ಲಿ ಇದ್ದಾರೆಯೇ ಎಂದು ನೋಡುತ್ತಿದ್ದೆ. ಅಂತಹ ವ್ಯಕ್ತಿ ಕಾಣಿಸಿದರೆ ಆತನ ಕಣ್ಣುಗಳನ್ನೇ ಒಂದೆರಡು ಕ್ಷಣ ದಿಟ್ಟಿಸಿ ನೋಡಿ, ಸಣ್ಣದೊಂದು ನಗುವನ್ನು ಬೀರಿ, ನನ್ನ ಮನೆಯ ಕಡೆಗೆ ನಿಧಾನವಾಗಿ ಹೆಜ್ಜೆಹಾಕುತ್ತಿದ್ದೆ. ಸಾಮಾನ್ಯವಾಗಿ ಅಂತಹ ಸಂದರ್ಭದಲ್ಲಿ ಆ ವ್ಯಕ್ತಿಯೂ ನನ್ನನ್ನು ಅನುಸರಿಸುತ್ತಿದ್ದ. ಈ ರೀತಿಯಲ್ಲಿ ನಾನು ನನ್ನ 'ಆ ಕ್ಷಣದ ಪ್ರೇಮಿ'ಯನ್ನು ಹುಡುಕುತ್ತಿದ್ದೆ. ರಾಣಿ ಘರ್‌ವಾಲಿಯೇ ನನಗೆ ಈ 'ಕೌಶಲ್ಯ'ವನ್ನು ಕಲಿಸಿಕೊಟ್ಟಿದ್ದಳು.

ಮೊದಮೊದಲು ಈ ರೀತಿಯಲ್ಲಿ 'ಗಿರಾಕಿ'ಗಳನ್ನು ಹುಡುಕಿಕೊಂಡು ಹೋಗುವಾಗ ತುಂಬಾ ಭಯವಾಗುತ್ತಿತ್ತು. ಎಲ್ಲಕ್ಕಿಂತ ಮುಖ್ಯವಾಗಿ ನನ್ನ ತಂದೆಯ ಕಡೆಯವರು ಯಾರಾದರೂ ನನ್ನನ್ನು ನೋಡಿಬಿಡಬಹುದು ಎನ್ನುವ ಆತಂಕ. ನಂದಣ್ಣ, ಹರಿಮತಿ, ಆಕೆಯ ಸಹಾಯಕಿ, ತಂದೆಯವರ ಕಾರಿನ ಚಾಲಕ, ಅಷ್ಟೇ ಏಕೆ, ಸ್ವತಃ ತಂದೆಯವರು ನನ್ನನ್ನು ನೋಡಿಬಿಟ್ಟರೆ ಮರ್ಯಾದೆ ಹೋಗುತ್ತದೆಯಲ್ಲವೇ? ಇಂತಹ ಪರಿಸ್ಥಿತಿಯಲ್ಲಿ ನನಗೆ ಧೈರ್ಯವನ್ನು ಹೇಳಿದವಳು, 'ಆತ್ಮಸ್ಥೈರ್ಯ'ವನ್ನು ತುಂಬಿದವಳು ರಾಜಬಾಲಾ. ಆಕೆ ಹೇಳಿದಳು, "ನಿನ್ನ ಮನೆಯಿರುವುದು ಈ ಬಡಾವಣೆಯಲ್ಲಿ ಅಲ್ಲ. ಅದು ಇರುವುದು ಇಲ್ಲಿಂದ ತುಂಬಾ ದೂರದಲ್ಲಿ. ಅದೇ

ಬೇರೆ ಬಡಾವಣೆ. ಕಲ್ಕತ್ತಾದಂತಹ ನಗರದಲ್ಲಿ ಯಾರೂ ಯಾರ ಬಗ್ಗೆಯೂ ತಲೆ ಕೆಡಿಸಿಕೊಳ್ಳುವುದಿಲ್ಲ; ಅವರ ಪಾಡಿಗೆ ಅವರಿರುತ್ತಾರೆ. ಇಷ್ಟೊಂದು ಜನಸಂಖ್ಯೆಯಿರುವ ನಗರದಲ್ಲಿ ನಮ್ಮ ಪರಿಚಿತರು ಕಣ್ಣಿಗೆ ಬೀಳುವ ಸಾಧ್ಯತೆ ಇಲ್ಲವೇ ಇಲ್ಲ ಎನ್ನಬಹುದು. ಒಂದು ಬಡಾವಣೆಯ ಜನರಿಗೆ ಇನ್ನೊಂದು ಬಡಾವಣೆಯ ಜನರ ಪರಿಚಯವೂ ಇರುವುದಿಲ್ಲ. ಹಾಗಾಗಿ ನೀನೇನೂ ಭಯಪಡಬೇಕಿಲ್ಲ."

ಆಕೆಯ ಮಾತು ನಿಜವೆನ್ನಿಸಿತು. ಕೆಲವೊಮ್ಮೆ ನಾನೂ ಅದೇ ರೀತಿಯಲ್ಲಿಯೇ ಯೋಚಿಸಿದ್ದೆ. ಅನೇಕ ಬಾರಿ ನಾನು ರಾಜಬಾಲಾಳ ಜೊತೆಯಲ್ಲಿಯೇ ಮನೆಯಿಂದ ಹೊರಕ್ಕೆ ಹೋಗುತ್ತಿದ್ದೆ. ನನ್ನ ಮನಸ್ಸಿನಲ್ಲಿ ಇನ್ನೂ ಒಂದು ಆಸೆಯಿತ್ತು. 'ಒಂದು ವೇಳೆ ಮಾರ್ಗಮಧ್ಯದಲ್ಲಿ ಯಾವತ್ತಾದರೂ ಮುಕುಲ್ ದಾದಾರನ್ನು ನೋಡುವುದು ಸಾಧ್ಯವಾಗಬಹುದೇ?' ಎನ್ನುವುದೇ ಆ ನಿರೀಕ್ಷೆ. ಏಕೆಂದರೆ ಮುಕುಲ್ ದಾದಾ ವಾಸವಾಗಿದ್ದ ಮನೆಯೂ ಅದೇ ಪ್ರದೇಶದಲ್ಲಿ ಇದೆಯೆನ್ನುವುದು ನನ್ನ ನಂಬಿಕೆಯಾಗಿತ್ತು.

ಚಳಿಗಾಲದ ಒಂದು ರಾತ್ರಿ. ಎಂದಿನಂತೆ ನಾನು ಮುಖ್ಯಬೀದಿಯಿಂದ ಮನೆಯ ಕಡೆಗೆ ಸಾಗುತ್ತಿದ್ದೆ. ಟವೆಲ್‌ನಿಂದ ಮುಖವನ್ನು ಮುಚ್ಚಿಕೊಂಡಿದ್ದ ಒಬ್ಬ ವ್ಯಕ್ತಿ ನನ್ನನ್ನು ಅನುಸರಿಸಿಕೊಂಡು ಬರುತ್ತಿದ್ದ! ನಮ್ಮ ಮನೆಯವರೆಗೂ ಬಂದ ಆತ ನೇರವಾಗಿ ರಾಜಬಾಲಾಳ ಕೋಣೆಗೆ ಹೋದ. ನೋಡುವುದಕ್ಕೆ ಆತ ತುಂಬಾ ಸಭ್ಯ ವ್ಯಕ್ತಿಯಂತೆ ಕಾಣಿಸುತ್ತಿದ್ದ.

ಮಾರನೆಯ ದಿನ ಬೆಳಿಗ್ಗೆ ರಾಜಬಾಲಾ ನನ್ನನ್ನು ತನ್ನ ಕೋಣೆಗೆ ಕರೆದಳು. ಮಾತನಾಡುತ್ತಿದ್ದ ಸಮಯದಲ್ಲಿ ಆಕೆ, "ನಿನ್ನೆ ರಾತ್ರಿ ನನ್ನ ಕೋಣೆಗೆ ಬಂದಿದ್ದನಲ್ಲ. ಆತ ಯಾರೆಂದು ನಿನಗೆ ಗೊತ್ತೇನು?"

ನಾನು 'ಗೊತ್ತಿಲ್ಲ' ಎನ್ನುವಂತೆ ತಲೆಯನ್ನು ಅಡ್ಡಡ್ಡ ಆಡಿಸಿದೆ. ಆಕೆ ತನ್ನ ಮಾತನ್ನು ಮುಂದುವರಿಸುತ್ತ ಹೇಳಿದಳು, "ತರಕಾರಿ ಮಾರುಕಟ್ಟೆಯ ಸಮೀಪದಲ್ಲಿ ಒಂದು ಮಹಾವಿದ್ಯಾಲಯವಿದೆ. ಅಲ್ಲಿ ಆತ ದೊಡ್ಡ ಪ್ರಾಧ್ಯಾಪಕ. ಆತನ ಹೆಸರು ಶ್ರೀ.... ಆತ ಇದಕ್ಕಿಂತಲೂ ಮೊದಲು ಮೂರ್ನಾಲ್ಕು ಬಾರಿ ನನ್ನ ಬಳಿಗೆ ಬಂದಿದ್ದ."

ಆ ವ್ಯಕ್ತಿಯ ಹೆಸರನ್ನು ಕೇಳಿ ನಾನು ಆಶ್ಚರ್ಯಚಕಿತಳಾದೆ. ಏಕೆಂದರೆ ಆತನ ಹೆಸರನ್ನು ಮುಕುಲ್ ದಾದಾ ಆಗಾಗ ಉಲ್ಲೇಖಿಸುತ್ತಿದ್ದರು. 'ತುಂಬಾ ಒಳ್ಳೆಯ ಪ್ರಾಧ್ಯಾಪಕ; ಬಹಳ ಚೆನ್ನಾಗಿ ಪಾಠ ಮಾಡುತ್ತಾರೆ' ಎಂದೂ ಹೇಳುತ್ತಿದ್ದರು. ನನ್ನ ಮನಸ್ಸಿನಲ್ಲಿ ಆಲೋಚನೆಯೊಂದು ಮೂಡಿತ್ತು. 'ಆ ವ್ಯಕ್ತಿಯನ್ನು ವಿಚಾರಿಸಿದರೆ ಮುಕುಲ್ ದಾದಾ ಬಗ್ಗೆ ಏನಾದರೂ ಮಾಹಿತಿ ಸಿಗಬಹುದೇ? ಒಮ್ಮೆ ಯಾಕೆ ಪ್ರಯತ್ನಿಸಿ ನೋಡಬಾರದು!'

'ರಾಣಿ ಘರ್‌ವಾಲಿ' ಆಗಾಗ ನಮ್ಮ ಮನೆಗೆ ಬಂದುಹೋಗುತ್ತಿದ್ದಳು. ನಾನು ಆಕೆಯನ್ನು 'ರಾಣಿ ಚಿಕ್ಕಮ್ಮ' ಎಂದು ಕರೆಯುತ್ತಿದ್ದೆ. ಆಕೆ ನೀಡುತ್ತಿದ್ದ ಧೈರ್ಯದ ಕಾರಣದಿಂದಾಗಿ ಕ್ರಮೇಣ ನನ್ನ ಮನಸ್ಸಿನಲ್ಲಿದ್ದ ಭಯ ಹೊರಟುಹೋಗಿತ್ತು. ಉಳಿದ

ಎಲ್ಲಾ 'ಸಹೋದ್ಯೋಗಿ'ಗಳ ರೀತಿಯಲ್ಲಿಯೇ ನಾನು ಅತ್ಯಂತ ಸಂತೋಷದಿಂದಲೇ ನನ್ನ ವೃತ್ತಿಯನ್ನು ಮುಂದುವರಿಸಿಕೊಂಡು ಹೋಗುತ್ತಿದ್ದೆ. ಆಗಾಗ ಗಂಗಾಸ್ನಾನ ಮಾಡುತ್ತಿದ್ದೆ; ಪಾಪ ಕಳೆಯಬೇಕಲ್ಲವೇ! ಅತ್ಯಂತ ನಿರ್ಭಯವಾಗಿ ಕಾಳಿಘಾಟ್ ಕಡೆಗೂ ಹೋಗುತ್ತಿದ್ದೆ.

ರಾಣಿ ಚಿಕ್ಕಮ್ಮ ಆಗಾಗ ಹೇಳುತ್ತಿದ್ದಳು, "ಇನ್ನೂ ನೀನು ಯಾರ ಬಗ್ಗೆ ಭಯಪಡುತ್ತಿದ್ದೀಯ? ನಿನ್ನನ್ನು ಯಾರೂ ಏನೂ ಮಾಡಲಾಗದು. ಒಮ್ಮೆ ಸರ್ಕಾರಿ ಕಚೇರಿಯಲ್ಲಿ ನಿನ್ನ ಹೆಸರನ್ನು ದಾಖಲಿಸಿದರೆ ಸಾಕು. ಪೊಲೀಸರೂ ನಿನ್ನ ತಂಟೆಗೆ ಬರುವುದಿಲ್ಲ. ನೀನು ನಿನ್ನ ಸ್ವಂತ ಇಚ್ಛೆಯಿಂದ ಈ ವೃತ್ತಿಯನ್ನು ಸ್ವೀಕರಿಸಿರುವಾಗ ಬೇರೆಯವರು ನಿನ್ನ ಬಗ್ಗೆ ಏನಂದುಕೊಳ್ಳುತ್ತಾರೆಯೋ ಎಂದು ಹೆದರುವುದೇಕೆ? ನರ್ತಿಸುವುದಕ್ಕೆಂದು ವೇದಿಕೆಯನ್ನು ಏರಿದ ಮೇಲೆ ನಾಚಿಕೆಪಟ್ಟುಕೊಂಡರೆ ಕುಣಿಯುವುದಕ್ಕೆ ಆಗುತ್ತದೆಯೇನು?"

ಒಂದು ದಿನ ರಾಣಿ ಚಿಕ್ಕಮ್ಮ ನಮ್ಮ ಮನೆಗೆ ಬಂದು ಮಾತುಕತೆಯಲ್ಲಿ ತೊಡಗಿದ್ದಳು. ಆಕೆ ಹೇಳಿದಳು, "ನೀನು ಸತ್ತೇಹೋಗಿದ್ದೀಯ ಎಂದು ನಿನ್ನ ತಂದೆಯವರು ಭಾವಿಸಿರುತ್ತಾರೆ. ನಿನಗೆ ಅವರ ಮನಸ್ಸಿನಲ್ಲಿ ಯಾವತ್ತೂ ಸ್ಥಾನವಿರಲಾರದು. ಹಾಗಿರುವಾಗ ಅವರು ನಿನ್ನನ್ನು ಮತ್ತೆ ಮನೆಗೆ ಸೇರಿಸಿಕೊಳ್ಳುವ ಪ್ರಶ್ನೆಯೇ ಉದ್ಭವಿಸುವುದಿಲ್ಲ. ನೀನೂ ಆಶ್ರಯ ಬಯಸಿ ಅವರ ಬಳಿಗೆ ಹೋಗುವುದಿಲ್ಲ; ಅವರ ಮುಂದೆ ಅಂಗಲಾಚುವುದೂ ಇಲ್ಲ. ಹಾಗಿರುವಾಗ ನೀನೇಕೆ ಅವರ ಬಗ್ಗೆ ಭಯಪಡಬೇಕು?"

"ಆದರೂ... ತನ್ನ ಮಗಳು ವೇಶ್ಯಾವೃತ್ತಿಯಲ್ಲಿ ತೊಡಗಿರುವುದನ್ನು ನೋಡಿದರೆ ಯಾವ ತಂದೆಗಾದರೂ ಬೇಸರ, ದುಃಖ ಉಂಟಾಗದಿರುತ್ತದೆಯೇ?" ನಾನು ಪ್ರಶ್ನಿಸಿದೆ.

"ನೀನು ಸಂಕಷ್ಟದಲ್ಲಿದ್ದ ಸಮಯದಲ್ಲಿ ಒಂದು ವೇಳೆ ಅವರು ಮತ್ತೆ ಮನೆಗೆ ಸೇರಿಸಿಕೊಂಡಿದ್ದಿದ್ದರೆ ಇಂತಹ ಪರಿಸ್ಥಿತಿ ಅವರಿಗೆ ಎದುರಾಗುತ್ತಲೇ ಇರಲಿಲ್ಲ ಅಲ್ಲವೇ? ನಿನ್ನನ್ನು ಮತ್ತೆ ಮಗಳಾಗಿ ಸ್ವೀಕರಿಸದೇ ಇರುವುದು ಅವರೇ ತಾನೆ? ಸಣ್ಣದೊಂದು ತಪ್ಪು ಮಾಡಿದ ಮಗಳಿಗೆ ಬುದ್ಧಿ ಹೇಳಿ ಅವಳನ್ನು ಅವರು ಮತ್ತೆ ಮನೆಗೆ ಸೇರಿಸಿಕೊಳ್ಳಬೇಕಿತ್ತಲ್ಲವೇ? ಮಾನಿ... ಈ ದಾರಿಯಲ್ಲಿ ಹೆಜ್ಜೆ ಹಾಕಿದ್ದೀಯ. ಇನ್ನು ಮುಂದೆ ಇನ್ನೂ ಅನೇಕ ಸತ್ಯಗಳನ್ನು ನೀನು ನೋಡುವುದು ಬಾಕಿಯಿದೆ. ತಂದೆಯ ಸಮ್ಮುಖದಲ್ಲಿಯೇ ಮಗಳು ವೇಶ್ಯಾವೃತ್ತಿ ಮಾಡುವುದು, ಗರ್ಭಧಾರಿಣಿಯಾದ ಹೆಂಗಸೊಬ್ಬಳು ತನ್ನ ಸ್ವಂತ ಮಗಳನ್ನೇ ಅಲಂಕಾರ ಮಾಡಿ ವೇಶ್ಯಾವಾಟಿಕೆಗೆ ಕಳುಹಿಸಿಕೊಡುವುದು, ಸ್ವಂತ ಅಣ್ಣ-ತಮ್ಮಂದಿರೇ ತಮ್ಮ ಸಹೋದರಿಯನ್ನು ಈ ವೃತ್ತಿಗೆ ಕಳುಹಿಸಿ ಸಂಪಾದನೆ ಮಾಡುವುದು ಇತ್ಯಾದಿ ಎಲ್ಲವೂ ಕಾಲಕ್ರಮೇಣ ನಿನ್ನ ಅನುಭವಕ್ಕೆ ಬರುತ್ತವೆ. ನಾವು ಮಾತ್ರ ವೇಶ್ಯೆಯರು ಎಂದುಕೊಳ್ಳಬೇಡ... ಸಂಪೂರ್ಣ ಸಮಾಜವೇ ಒಂದಿಲ್ಲೊಂದು ರೂಪದಲ್ಲಿ ಹಾದರವನ್ನು ಪ್ರೋತ್ಸಾಹಿಸುತ್ತಿದೆ ಮತ್ತು ಪೋಷಿಸುತ್ತಿದೆ."

ನಾನು ಮತ್ತು ರಾಜಬಾಲಾ ಆಕೆಯ ಮಾತುಗಳನ್ನು ಕುತೂಹಲದಿಂದ ಕೇಳಿಸಿಕೊಳ್ಳುತ್ತಿದ್ದೆವು. ರಾಣಿ ಚಿಕ್ಕಮ್ಮ ತನ್ನ ಮಾತನ್ನು ಮುಂದುವರಿಸಿದಳು, "ಮಾನಿ, ಇದೊಂದು ವಿಚಿತ್ರ ಪ್ರಪಂಚ. ಯಾವುದೋ ಒಂದು ದಿನ ನಿನ್ನ ಪ್ರೀತಿಯ ನಂದಣ್ಣನೇ ಈ ಮನೆಗೆ ಬರಬಹುದು. ಮುಕುಲ್ ದಾದಾ ಇಲ್ಲಿಗೆ ಬರುವುದಿಲ್ಲ ಎಂದು ಹೇಳಲಾಗದು. ಅಷ್ಟೇ ಏಕೆ, ಸ್ವತಃ ನಿನ್ನ ತಂದೆಯೇ ಯಾವತ್ತಾದರೂ ಒಂದು ದಿನ ನನ್ನ ಕೋಣೆಗೆ ಬಂದರೆ ಆಶ್ಚರ್ಯವೇನೂ ಇಲ್ಲ... ಈ ವೃತ್ತಿಯಲ್ಲಿ ಎಲ್ಲವೂ ಸಾಧ್ಯ."

ಆಕೆಯ ಮಾತುಗಳನ್ನು ಕೇಳಿ ನಾನು ಒಮ್ಮೆ ಮೃದುವಾಗಿ ನಾಲಿಗೆ ಕಚ್ಚಿಕೊಂಡೆ. ರಾಜಬಾಲಾ ತಲೆಯನ್ನು ತಗ್ಗಿಸಿ ಕುಳಿತಿದ್ದಳು. ರಾಣಿ ಚಿಕ್ಕಮ್ಮ ಮಾತನಾಡುತ್ತಲೇ ಇದ್ದಳು. "ಆ ದಿನ ಒಬ್ಬಳು ರಾಮಬಾಗಾನ್‌ನಿಂದ ನನ್ನ ಮನೆಗೆ ಬಂದಿದ್ದಳು. ಆ ದಿನ ನೀನೂ ಆಕೆಯನ್ನು ನೋಡಿದ್ದೀಯ. ಆಕೆಯ ಬಗ್ಗೆ ತಿಳಿದುಕೊಳ್ಳುವ ಆಸಕ್ತಿ ಇದೆಯಾ? ಆಕೆಯ ತಂದೆಯ ಹೆಸರು ಭಟ್ಟಾಚಾರ್ಯ. ಕಲ್ಕತ್ತಾದ ಒಂದು ಪ್ರತಿಷ್ಠಿತ ಕಾಲೇಜಿನಲ್ಲಿ ಹೆಸರಾಂತ ಪ್ರಾಧ್ಯಾಪಕ. ಕೆಲವು ವರ್ಷಗಳ ಹಿಂದೆ ತನ್ನ ವೃತ್ತಿಯನ್ನು ತೊರೆದು, ತಾನು ಇಟ್ಟುಕೊಂಡವಳ ಜೊತೆಯಲ್ಲಿ ರಾಮಬಾಗಾನ್‌ನಲ್ಲಿ ವಾಸವಾಗಿದ್ದಾನೆ. ಅಷ್ಟೇ ಅಲ್ಲ, ಆಕೆಯ ಮೊದಲ ಪತಿಯಿಂದ ಜನಿಸಿದ ಮಗಳೊಂದಿಗೂ ಆತ ಅನೈತಿಕ ಸಂಬಂಧವನ್ನು ಇರಿಸಿಕೊಂಡಿದ್ದಾನೆ. ಇದು ಕಾಮಜಗತ್ತಿನ ಒಂದು ಸಣ್ಣ ಉದಾಹರಣೆ ಮಾತ್ರ. ಇಂತಹ ಅನೇಕ ಘಟನೆಗಳನ್ನು ನಾನು ನೋಡಿದ್ದೇನೆ; ಹಲವಾರು ಕುತೂಹಲಕರ ಸಂಗತಿಗಳನ್ನು ಕೇಳಿದ್ದೇನೆ. ನೀವೂ ಇನ್ನು ಮುಂದೆ ಇಂತಹ ಅನೇಕ ಸನ್ನಿವೇಶಗಳನ್ನು ಕಣ್ಣಾರೆ ನೋಡಲಿದ್ದೀರಿ."

ನಾವು ವಾಸವಾಗಿದ್ದ ಕಟ್ಟಡದಲ್ಲಿಯೇ ಇದ್ದ ಇನ್ನೊಂದು ಮನೆಯಲ್ಲಿ ಒಂದು ದಿನ ಒಬ್ಬಳು ಮಹಿಳೆ ಭಾವಚಿತ್ರವೊಂದಕ್ಕೆ ಹೂವಿನ ಹಾರವನ್ನು ಹಾಕಿ ಶೃಂಗಾರ ಮಾಡುತ್ತಿದ್ದಳು. ಆಕೆ ಮಧ್ಯವಯಸ್ಕಳು. ಆದರೆ ತನ್ನ ದೇಹಸೌಂದರ್ಯವನ್ನು ತುಂಬಾ ಚೆನ್ನಾಗಿ ಕಾಪಾಡಿಕೊಂಡು ಬಂದಿದ್ದಳು. ನಾನು ಆಕೆಯನ್ನು ಪ್ರಶ್ನಿಸಿದೆ, "ಈ ಭಾವಚಿತ್ರ ಯಾರದ್ದು?"

ಆಕೆ ಉತ್ತರಿಸಿದಳು, "ಇದು ಶಿವನಾಥ ಶಾಸ್ತ್ರಿಯವರ ಭಾವಚಿತ್ರ. ಅವರು 'ಬ್ರಹ್ಮ ಸಮಾಜ'ದಲ್ಲಿ ಒಬ್ಬರು ಪ್ರಧಾನ ಆಚಾರ್ಯರು."

ಆಕೆ ನೀಡಿದ ಉತ್ತರವನ್ನು ಕೇಳಿ ನಾನು ಆಶ್ಚರ್ಯವನ್ನು ವ್ಯಕ್ತಪಡಿಸುತ್ತ ಪ್ರತಿಕ್ರಿಯಿಸಿದೆ, "ಹೌದೇ? ಇದೇ ಶಿವನಾಥ ಶಾಸ್ತ್ರಿಯವರ 'ನಿಮಾಯಿ ಸನ್ಯಾಸ್' ಕವಿತೆಯನ್ನು ನಾನು ಶಾಲೆಯಲ್ಲಿ ಓದುತ್ತಿದ್ದಾಗ ಬಾಯಿಪಾಠ ಮಾಡಿದ್ದೆ. ನನ್ನ ತಂದೆಯವರೂ ಆಗಾಗ ಇವರ ಹೆಸರನ್ನು ಹೇಳುತ್ತಿದ್ದರು. ನನ್ನದೊಂದು ಸಣ್ಣ ಪ್ರಶ್ನೆ... ಇವರ ಭಾವಚಿತ್ರವನ್ನು ನಿನ್ನ ಮನೆಯಲ್ಲಿ ಯಾಕೆ ಇರಿಸಿಕೊಂಡಿದ್ದೀಯಾ? ಇವರನ್ನು ಏಕೆ ಪೂಜಿಸುತ್ತಿದ್ದೀಯಾ?"

ನನ್ನ ಪ್ರಶ್ನೆಗೆ ಆಕೆ ಸುದೀರ್ಘವಾಗಿ ಉತ್ತರಿಸಿದಳು. "ನಾನು 17–18 ವರ್ಷ ವಯಸ್ಸಿನವಳಾಗಿದ್ದಾಗ ಒಬ್ಬಳು ಮಧ್ಯವಯಸ್ಕ ವೇಶ್ಯೆಯು ನನಗೆ ಆಶ್ರಯ ನೀಡಿದಳು.

ಆಕೆಗೆ ಇಬ್ಬರು ಪುಟ್ಟ ಮಕ್ಕಳಿದ್ದರು. ಆಕೆಯ 'ಪ್ರೇಮಿ' (ಬಾಬಾ) ಆಕೆಗೊಂದು ಸಣ್ಣ ಮನೆಯನ್ನು ದಾನವಾಗಿ ನೀಡಿದರು. ರೂಪ ಹಾಗೂ ಯೌವನವಿದ್ದ ನನ್ನನ್ನು ವೇಶ್ಯಾವೃತ್ತಿಯಲ್ಲಿ ತೊಡಗಿಸಿ ಒಂದಿಷ್ಟು ಹಣ ಮಾಡಿಕೊಳ್ಳಬೇಕು ಎನ್ನುವುದು ಆಕೆಯ ಉದ್ದೇಶವಾಗಿತ್ತು. ಆ ಕಾರಣಕ್ಕಾಗಿಯೇ ಆಕೆ ನನ್ನನ್ನು ಅಲ್ಲಿಗೆ ಕರೆದುಕೊಂಡು ಬಂದಿದ್ದಳು. ಆಕೆ ಚಂಪಾತಲಾದ ಬಡವರ ಮನೆಯ ಹೆಣ್ಣು. ಏಳು ವರ್ಷ ವಯಸ್ಸಿನಲ್ಲಿದ್ದಾಗಲೇ ಆಕೆ ವಿಧವೆಯಾಗಿದ್ದಳು. ವಿದ್ಯಾಸಾಗರ ಹಾಗೂ ಶಿವನಾಥ ಶಾಸ್ತ್ರಿಯವರು ಆಕೆಯ ಪುನರ್ವಿವಾಹ ಮಾಡುವುದಕ್ಕಾಗಿ ತುಂಬಾ ಪ್ರಯತ್ನ ಮಾಡಿದರು. ಆದರೆ ನಾನಾ ಕಾರಣಗಳಿಂದಾಗಿ ಅದು ಸಾಧ್ಯವಾಗಲಿಲ್ಲ. ಶಿವನಾಥ ಶಾಸ್ತ್ರಿಯವರನ್ನು ಬಾಲ್ಯದಲ್ಲಿ ಆಕೆ 'ಅಣ್ಣಾ' ಎಂದು ಸಂಬೋಧಿಸುತ್ತಿದ್ದಳು. ಆನಂತರದಲ್ಲಿ ಪರಿಸ್ಥಿತಿಯ ಕೈಗೊಂಬೆಯಾಗಿ ಆಕೆ ವೇಶ್ಯಾವೃತ್ತಿಯನ್ನು ಅವಲಂಬಿಸಿದಳು. ನಾನು ಆಕೆಯ ಆಶ್ರಯಕ್ಕೆ ಬಂದ ನಂತರ ಒಂದು ದಿನ ಶಿವನಾಥ ಶಾಸ್ತ್ರಿಯವರು ಮನೆಗೆ ಬಂದರು ಮತ್ತು ವೇಶ್ಯಾವೃತ್ತಿಯನ್ನು ಪರಿತ್ಯಾಗ ಮಾಡುವಂತೆ ನಾನಾ ವಿಧವಾಗಿ ಆಕೆಗೆ ಉಪದೇಶ ಮಾಡಿದರು. ಆದರೆ ಅವರ ಮಾತಿನಿಂದ ಏನೂ ಪ್ರಯೋಜನವಾಗಲಿಲ್ಲ. ಕೆಲವು ವರ್ಷಗಳ ನಂತರ, ಮರಣಹೊಂದುವುದಕ್ಕಿಂತ ಸ್ವಲ್ಪ ದಿನ ಮೊದಲು ಆಕೆಯ ಮನಸ್ಸು ಪರಿವರ್ತನೆಯಾತ್ತು. ವಿಷಾದ ಭಾವನೆ ಆಕೆಯಲ್ಲಿ ಮೂಡಿತ್ತು. ಆ ಸಂದರ್ಭದಲ್ಲಿ ನಾನು ಆಕೆಯ ಮನೆಯಲ್ಲಿಯೇ ಇದ್ದೆ. ನಾನು ಆಕೆಯನ್ನು 'ಅಮ್ಮಾ' ಎಂದೇ ಸಂಬೋಧಿಸುತ್ತಿದ್ದೆ. ಆಕೆ ಇದೇ ಶಿವನಾಥ ಶಾಸ್ತ್ರಿಯವರ ಭಾವಚಿತ್ರವನ್ನು ಖರೀದಿಸಿಕೊಂಡು ತಂದಳು. ಪ್ರತಿನಿತ್ಯವೂ ಈ ಭಾವಚಿತ್ರವನ್ನು ಹೂವಿನ ಹಾರಗಳಿಂದ ಅಲಂಕರಿಸಿ, ಭಕ್ತಿಯಿಂದ ಪೂಜಿಸುತ್ತಿದ್ದಳು. ತನ್ನ ಕೊನೆಯುಸಿರು ತ್ಯಜಿಸುವ ಸಂದರ್ಭದಲ್ಲಿ ಆಕೆ ಈ ಭಾವಚಿತ್ರವನ್ನು ನನ್ನ ಕೈಗೊಪ್ಪಿಸಿ, 'ನೀನು ಎಷ್ಟು ದಿನ ಬದುಕಿರುತ್ತೀಯೋ ಅಲ್ಲಿಯವರೆಗೂ ಈ ಭಾವಚಿತ್ರಕ್ಕೆ ಹೂವಿನ ಹಾರಹಾಕಿ ಅಲಂಕರಿಸು ಮತ್ತು ಭಕ್ತಿಯಿಂದ ಪೂಜೆ ಮಾಡು' ಎಂದು ಸೂಚಿಸಿದಳು. ಆಕೆ ಸಾವನ್ನಪ್ಪಿದ ನಂತರ ಆಕೆಯ ಇಬ್ಬರು ಮಕ್ಕಳು ಆ ಮನೆಯನ್ನು ತಮ್ಮ ವಶಕ್ಕೆ ತೆಗೆದುಕೊಂಡು ನನ್ನನ್ನು ಮನೆಯಿಂದ ಹೊರಹಾಕಿದರು. ನಂತರ ನಾನು ಇಲ್ಲಿಗೆ ಬಂದು ವಾಸಿಸುತ್ತಿದ್ದೇನೆ."

ನಾನು ಪ್ರಶ್ನಿಸಿದೆ, "ಶಿವನಾಥ ಶಾಸ್ತ್ರಿಯವರು ಇಷ್ಟೊಂದು ಉದಾರ ವ್ಯಕ್ತಿತ್ವ ಹೊಂದಿದವರು. ಅಂತಹ ವ್ಯಕ್ತಿ ಅಡ್ಡದಾರಿ ಹಿಡಿದವರನ್ನು ಉದ್ಧಾರ ಮಾಡುವ ಸಲುವಾಗಿ ವೇಶ್ಯಾಗ್ರಹಕ್ಕೂ ಬರುತ್ತಿದ್ದರಲ್ಲ; ಇದರಿಂದ ಅವರಿಗೆ ಮುಜುಗರ ಆಗುತ್ತಿರಲಿಲ್ಲವೇ?"

ಆ ಮಹಿಳೆ ಶಿವನಾಥ ಶಾಸ್ತ್ರಿಯವರ ಭಾವಚಿತ್ರಕ್ಕೆ ಆರತಿಯನ್ನು ಬೆಳಗಿದಳು. ಅತ್ಯಂತ ಭಕ್ತಪೂರ್ವಕವಾಗಿ ನಮಸ್ಕರಿಸಿದಳು. ಆನಂತರ ನನ್ನ ಕಡೆಗೆ ತಿರುಗಿ ಹೇಳಿದಳು, "ವೇಶ್ಯಾವೃತ್ತಿಯಲ್ಲಿರುವ ಅನೇಕರನ್ನು ಅವರು ಸನ್ಮಾರ್ಗಕ್ಕೆ ಕರೆತಂದಿದ್ದಾರೆ. ಆ ಮಹಿಳೆಯರು ವೇಶ್ಯಾವೃತ್ತಿಯನ್ನು ತೊರೆದು ಅತ್ಯಂತ ಗೌರವಯುತ ಜೀವನವನ್ನು

ಸಾಗಿಸುವುದಕ್ಕೆ ಬೇಕಾದ ಎಲ್ಲಾ ವ್ಯವಸ್ಥೆಗಳನ್ನು ಅವರು ಮಾಡಿಕೊಟ್ಟಿದ್ದಾರೆ. ಢಾಕಾದ ಒಬ್ಬಳು ವೇಶ್ಯೆಯ ಮಗಳಾದ ಲಕ್ಷ್ಮೀಮಣಿಯನ್ನು ಅವರು 'ಬ್ರಹ್ಮ ಸಮಾಜ'ದ ಯುವಕನೊಬ್ಬನೊಂದಿಗೆ ವಿವಾಹ ಮಾಡಿಸಿದರು. ಆ ಮೂಲಕ ಆ ಹುಡುಗಿಯ ಬದುಕಿಗೆ ಹೊಸದೊಂದು ದಾರಿಯನ್ನು ತೋರಿಸಿದರು. ಅವರ ಬಗೆಗಿನ ಇಂತಹ ಅನೇಕ ಸತ್ಯಕಥೆಗಳನ್ನು ನಾನು ಕೇಳಿದ್ದೇನೆ."

ಆಕೆಯ ಮಾತನ್ನು ಕೇಳಿ ನನಗೆ ಆಶ್ಚರ್ಯ ಮತ್ತು ಸಂತೋಷ ಏಕಕಾಲದಲ್ಲಿ ಉಂಟಾಯಿತು. "ಹಾಗಿದ್ದರೆ 'ಬ್ರಹ್ಮ ಸಮಾಜ' ಈಗ ಬದಲಾಗಿಹೋಗಿದೆಯೇನು! ಕೆಲವು ದಿನಗಳ ಹಿಂದೆ ನಾನು ಮತ್ತು ಇತರ ಮೂವರು ಯುವತಿಯರು 'ಬ್ರಹ್ಮ ಸಮಾಜ'ದ ಆಶ್ರಮಕ್ಕೆ ಹೋಗಿ, ನಮ್ಮನ್ನು ಸ್ವೀಕರಿಸುವಂತೆ ಮನವಿ ಮಾಡಿಕೊಂಡೆವು. ಆದರೆ ಅವರು ನಮಗೆ ಆಶ್ರಯ ನೀಡಲಾಗದು ಎಂದು ಹೇಳಿದರು. ಹೇರಂಬ ಎನ್ನುವ ಹೆಸರಿನವರೊಬ್ಬರು (ಅವರ ಪೂರ್ಣಹೆಸರು ಹೇರಂಬಚಂದ್ರ ಮೈತ್ರ ಎನ್ನುವುದು ನಂತರದ ದಿನಗಳಲ್ಲಿ ತಿಳಿಯಿತು) ನಮ್ಮನ್ನು 'ದುರಾಚಾರಿ' ಮಹಿಳೆಯರು ಎಂದು ಅನಾದರ ತೋರಿದರಲ್ಲದೇ ನಮ್ಮ ನಮಸ್ಕಾರವನ್ನೂ ತಿರಸ್ಕರಿಸಿದರು. ಈಗ ನನಗನ್ನಿಸುತ್ತಿದೆ, ಒಂದು ವೇಳೆ ಶಿವನಾಥ ಶಾಸ್ತ್ರಿಯವರು ಇದ್ದಿದ್ದರೆ ನಮಗೆ ಈ ಸ್ಥಿತಿ ಬರುತ್ತಿರಲಿಲ್ಲ."

ನಾನು ವಾಸಿಸುತ್ತಿದ್ದ ಪರಿಸರ ತುಂಬಾ ಕೆಟ್ಟದಾಗಿತ್ತು. ಸ್ವಚ್ಛತೆ ಎನ್ನುವ ಪದ ಅಲ್ಲಿ ವಾಸಿಸುತ್ತಿದ್ದ ಬಹುತೇಕ ಜನರಿಗೆ ಗೊತ್ತೇ ಇರಲಿಲ್ಲವೇನೋ! ಕೊಳೆಗೇರಿಯಲ್ಲಿ ವಾಸಿಸುವವರು ಸ್ವಚ್ಛತೆ ಮತ್ತು ಆರೋಗ್ಯದ ಬಗ್ಗೆ ಯೋಚಿಸುವುದು ಉಚಿತವೂ ಅಲ್ಲ ಬಿಡಿ! ದಿನೇ ದಿನೇ ನನ್ನ ಆರೋಗ್ಯದಲ್ಲಿಯೂ ಏರುಪೇರು ಉಂಟಾಯಿತು. ರಾಣಿ ಚಿಕ್ಕಮ್ಮನ 'ಮಾರ್ಗದರ್ಶನ'ದಂತೆ ನಾನು ಗರ್ಭನಿರೋಧಕ ಔಷಧಿಯೊಂದನ್ನು ಸೇವಿಸುತ್ತಿದ್ದೆ. ಅದನ್ನು ಉಪಯೋಗಿಸುವುದಕ್ಕೆ ಆರಂಭಿಸಿದ ದಿನದಿಂದಲೇ ಅನಾರೋಗ್ಯ ನನ್ನನ್ನು ಬಾಧಿಸತೊಡಗಿತ್ತು. ಪ್ರತಿನಿತ್ಯ ಒಂದಲ್ಲ ಒಂದು ಸಮಸ್ಯೆ. ರಾಜಬಾಲಾ ಅದೇ ಔಷಧಿಯನ್ನು ಸೇವಿಸುತ್ತಿದ್ದಳು. ಆಶ್ಚರ್ಯಕರ ಸಂಗತಿಯೆಂದರೆ ಅದರ ಸೇವನೆಯಿಂದ ಆಕೆಗೆ ಯಾವ ರೀತಿಯ ಆರೋಗ್ಯ ಸಮಸ್ಯೆಯೂ ಉಂಟಾಗಿರಲಿಲ್ಲ. ನನ್ನ ದೇಹ ದಿನೇ ದಿನೇ ಕೃಶ ಮತ್ತು ದುರ್ಬಲವಾಗತೊಡಗಿತ್ತು. ಸಹಿಸಿಕೊಳ್ಳಲಾಗದಷ್ಟು ಮೈಕೈ ನೋವು. ಹಸ್ತ ಮತ್ತು ಪಾದಗಳಲ್ಲಿ ಅಸಹ್ಯವಾದ ಕಲೆಗಳು. ಮುಖ ಮತ್ತು ದೇಹದ ಮೇಲೆಯೂ ಅಲ್ಲಲ್ಲಿ ಗುಳ್ಳೆಗಳು. ಅಸಾಧ್ಯ ವೇದನೆ... ನನ್ನಿಂದ ಸಹಿಸಿಕೊಳ್ಳುವುದಕ್ಕೆ ಸಾಧ್ಯವಾಗುತ್ತಿರಲಿಲ್ಲ. ಇವುಗಳನ್ನೆಲ್ಲಾ ನೋಡಿದ ರಾಣಿ ಚಿಕ್ಕಮ್ಮ ಹೇಳಿದಳು, "ಆಸ್ಪತ್ರೆಗೆ ಹೋಗುವುದೊಂದೇ ದಾರಿ. ಬೇರೆ ಉಪಾಯವಿಲ್ಲ."

ನಾನು ಜೀವದ ಆಸೆಯನ್ನೇ ಬಿಟ್ಟುಬಿಟ್ಟಿದ್ದೆ. ಹಾಸಿಗೆಯ ಮೇಲೆ ಬಿದ್ದುಕೊಂಡು ಹಗಲು–ರಾತ್ರಿ ನಿರಂತರವಾಗಿ ರೋದಿಸುತ್ತಿದ್ದೆ. ಕಣ್ಣೀರೇ ಬತ್ತಿಹೋಗಿದೆಯೇನೋ ಎನ್ನುವಂತಹ ಪರಿಸ್ಥಿತಿ. ಈ ರೀತಿಯಲ್ಲಿ ರೋಗದಿಂದ ನರಳುವುದಕ್ಕಿಂತ ಸಾಯುವುದೇ ಉತ್ತಮ ಎನ್ನಿಸಿತ್ತು. ಆತ್ಮೀಯ ಸ್ನೇಹಿತರು, ಬಂಧುಗಳು ಯಾರೂ

ಇರಲಿಲ್ಲ. ಸುತ್ತಮುತ್ತಲಿನ ಮನೆಗಳಲ್ಲಿದ್ದ 'ಸಹೋದ್ಯೋಗಿ'ಗಳು ಹಗಲಿನಲ್ಲಿ ಅವರವರ ಕಾರ್ಯಗಳಲ್ಲಿ ನಿರತರಾಗಿರುತ್ತಿದ್ದರು. ಸಾಯಂಕಾಲದ ನಂತರ ಹೊಸ ಅಥವಾ ಹಳೆಯ 'ಪ್ರೇಮಿ'ಯನ್ನು ಬರಮಾಡಿಕೊಳ್ಳುವುದಕ್ಕಾಗಿ ಮನೆಯ ಬಾಗಿಲಿನಲ್ಲಿ ಮುಗುಳ್ನಗೆ ಬೀರುತ್ತ ನಿಂತಿರುತ್ತಿದ್ದರು. ಆನಂತರ ರಾತ್ರಿಯೆಲ್ಲಾ ನಿದ್ರೆಯಿಲ್ಲದೇ ಕಳೆಯುತ್ತಿದ್ದರು ಅಥವಾ ಮದ್ಯಪಾನ ಅಥವಾ ಬೇರೆ ಯಾವುದಾದರೂ 'ಅಮಲಿನಲ್ಲಿ' ಮಧ್ಯರಾತ್ರಿ ದಾಟಿದ ನಂತರವೂ ಎಚ್ಚರವಾಗಿಯೇ ಇರುತ್ತಿದ್ದರು. ಬೆಳಿಗ್ಗೆ ಅವರೆಲ್ಲಾ ಏಳುವಾಗ ಎಂಟು ಅಥವಾ ಒಂಬತ್ತು ಗಂಟೆ ಆಗಿರುತ್ತಿತ್ತು. ಇಂತಹ ಪರಿಸ್ಥಿತಿಯಲ್ಲಿ ನನ್ನನ್ನು ನೋಡುವವರು ಯಾರು? ನನ್ನ ಸುತ್ತಲೂ ನೀರವ ಮೌನ! ಕತ್ತಲೆಯಲ್ಲಿಯೂ ಭಯಂಕರ ದೃಶ್ಯಗಳು ಕಣ್ಣುಗಳ ಮುಂದೆ ಪ್ರತ್ಯಕ್ಷವಾಗುತ್ತಿದ್ದವು. ಅನಾಥಪ್ರಜ್ಞೆ ಜಾಗೃತವಾಗುತ್ತಿತ್ತು. ಮುಂದೇನು ಮಾಡುವುದು ಎನ್ನುವುದು ಅರ್ಥವಾಗದೇ ಒಂಟಿಯಾಗಿ ರೋದಿಸುತ್ತಿದ್ದೆ. ಸಹಿಸಿಕೊಳ್ಳಲಾಗದ ವೇದನೆ. ಬಹುಶಃ ನಾನು ಹೆಚ್ಚು ದಿನ ಬದುಕಿ ಉಳಿಯಲಾರೆ ಎನ್ನಿಸಿತ್ತು... ಸಾವು ಸಮೀಪದಲ್ಲಿಯೇ ಇದೆ ಎನ್ನುವುದು ದೃಢವಾಗತೊಡಗಿತ್ತು.

ನನ್ನ ಕಷ್ಟವನ್ನು ನೋಡಿ ದುಃಖಿತರಾದ ರಾಣಿ ಚಿಕ್ಕಮ್ಮ ಮತ್ತು ರಾಜಬಾಲಾ ನನ್ನನ್ನು ಆಸ್ಪತ್ರೆಗೆ ಕರೆದುಕೊಂಡು ಬಂದರು. ನನ್ನ ಪರಿಸ್ಥಿತಿಯನ್ನು ನೋಡಿದ ವೈದ್ಯರು ತಕ್ಷಣವೇ ದಾಖಲಾಗುವಂತೆ ಸೂಚಿಸಿದರು. ಚಿಕಿತ್ಸೆ ಆರಂಭವಾಯಿತು. ಸುಮಾರು ಮೂರು ತಿಂಗಳ ನಿರಂತರ ಚಿಕಿತ್ಸೆಯ ನಂತರ ನಾನು ಸ್ವಲ್ಪ ಸುಧಾರಿಸಿಕೊಂಡೆ. ವೈದ್ಯರು ನನಗೆ ಮರುಜೀವ ನೀಡಿದ್ದರು. ನಾನು ಮತ್ತೆ ಮನೆಗೆ ಬಂದಿದ್ದೆ. ಆದರೆ ನನ್ನ ಕೈಯಲ್ಲಿ ಒಂದು ಪೈಸೆಯೂ ಇರಲಿಲ್ಲ!

●

ಸಮಾಜವೆನ್ನುವ ಮುಖವಾಡಗಳ ಸಂತೆ

ಬೃಂದಾವನದಲ್ಲಿದ್ದಾಗ ನನಗೆ ಸ್ವಾಮೀಜಿ ಹೇಳಿದ್ದರು, 'ಅನ್ನಾಹಾರ, ಉಡುಗೆ-ತೊಡುಗೆಗೆ ನಿನಗೆ ಯಾವತ್ತೂ ಕೊರತೆಯಾಗುವುದಿಲ್ಲ. ಆದರೆ ನಿನ್ನ ಮನಸ್ಸಿನೊಳಗಿನ ಕಾಮ-ಕಾಮನೆಗಳನ್ನು ನಿಯಂತ್ರಿಸಿಕೊಳ್ಳುವುದು ನಿನಗೆ ಕಷ್ಟವಾಗಬಹುದು. ಅವುಗಳ ಆಕ್ರಮಣದಿಂದ ಪಾರಾಗುವುದು ನಿನಗೊಬ್ಬಳಿಗೆ ಮಾತ್ರವಲ್ಲ, ಯಾರಿಗೂ ಸುಲಭವಲ್ಲ. ಕಾಮರಾಕ್ಷಸ ಅನೇಕರನ್ನು ಬೀದಿಗೆ ತಂದಿದ್ದಾನೆ. ಅದನ್ನು ನಿಯಂತ್ರಿಸಿಕೊಳ್ಳುವುದಕ್ಕೆ ಪ್ರಯತ್ನಿಸು...'

ಅವರ ಮಾತು ಅಕ್ಷರಶಃ ಸತ್ಯ ಎನ್ನುವುದು ನನ್ನ ಜೀವನದಲ್ಲಿ ಅನೇಕ ಬಾರಿ ಸಾಬೀತಾಗಿತ್ತು. 'ದಾರಿದ್ರ್ಯದಿಂದ ಪಾರಾಗುವುದು ಯಾರಿಗೂ ಕಷ್ಟವಲ್ಲ. ಆದರೆ ಕಾಮನೆಗಳಿಗೆ ಕಡಿವಾಣ ಹಾಕುವುದು ಸುಲಭವಲ್ಲ!' ಈ ಮಾತು ನನ್ನ ಜೀವನದಲ್ಲಿ ಸಂಪೂರ್ಣ ನಿಜವೇ ಆಗಿತ್ತು.

ರಾಣಿ ಚಿಕ್ಕಮ್ಮ ಈ ಬಾರಿ ನನ್ನನ್ನು ತನ್ನ ಸ್ವಂತ ಮನೆಗೆ ಕರೆದುಕೊಂಡು ಬಂದಿದ್ದಳು. ಅಲ್ಲಿ ಎರಡನೆಯ ಮಹಡಿಯ ಒಂದು ಉತ್ತಮ ಮನೆ ಖಾಲಿಯಾಗಿತ್ತು. ಅದು ಚಿಕ್ಕದೇ ಆಗಿದ್ದರೂ ಚೊಕ್ಕವಾಗಿತ್ತು. ಈ ರೀತಿಯಲ್ಲಿ ಆಕೆ ನನ್ನ ಮೇಲೆ ದಯೆಯನ್ನು ತೋರಿದ್ದರ ಮುಖ್ಯ ಉದ್ದೇಶ ನನ್ನನ್ನು ಸರ್ವನಾಶದ ಹಾದಿಗೆ ಎಳೆದುಕೊಂಡು ಹೋಗುವುದು ಎನ್ನುವ ಸತ್ಯದ ಅರಿವು ನನಗೆ ಆಗ ಇರಲಿಲ್ಲ.

ನಾನೇನೂ ಅವಿದ್ಯಾವಂತೆಯಾಗಿರಲಿಲ್ಲ. ನಾನು ಓದಿರುವ ವಿದ್ಯೆಯ ಆಧಾರದ ಮೇಲೆ ಯಾವುದಾದರೂ ಉದ್ಯೋಗವನ್ನು ಸುಲಭವಾಗಿಯೇ ಸಂಪಾದಿಸಬಹುದಾಗಿತ್ತು. ಚಿಕ್ಕ ಮಕ್ಕಳಿಗೆ ಮನೆಪಾಠವನ್ನು ಮಾಡಬಹುದಾಗಿತ್ತು; ದೂರವಾಣಿ ಕಚೇರಿಯಲ್ಲಿ ಯಾವುದಾದರೂ ಕೆಲಸ ಸಂಪಾದಿಸಬಹುದಾಗಿತ್ತು; ದಾದಿಯ ಕೆಲಸಕ್ಕೆ ಬೇಕಾದ ತರಬೇತಿಯನ್ನೂ ಪಡೆದಿದ್ದರಿಂದ ಯಾವುದಾದರೂ ಆಸ್ಪತ್ರೆಯಲ್ಲಿ ಕೆಲಸಕ್ಕೆ ಸೇರಿಕೊಳ್ಳಬಹುದಾಗಿತ್ತು; ಚಿಕ್ಕ ಮಕ್ಕಳಿಗೆ ಸಂಗೀತಾಭ್ಯಾಸ ಮಾಡಿಸಬಹುದಾಗಿತ್ತು... ಆದರೆ ಇಂತಹ ಯಾವುದೇ ಸನ್ಮಾರ್ಗದಲ್ಲಿ ಹಣ ಸಂಪಾದಿಸುವ 'ಯೋಚನೆ' ನನಗಿರಲಿಲ್ಲ; ಯಾವುದೇ ಮಹಾನುಭಾವರು ನನಗೆ ಇಂತಹ ಅವಕಾಶವನ್ನು ನೀಡಲೂ ಇಲ್ಲ. ಕೇವಲ ನನ್ನ ರೂಪ ಹಾಗೂ ಯೌವನವನ್ನು ಮಾರಾಟ ಮಾಡಿ ಬದುಕುವ ದುರ್ಬುದ್ಧಿಯನ್ನು ರಾಣಿ ಚಿಕ್ಕಮ್ಮ ನನ್ನ ಮನಸ್ಸಿನಲ್ಲಿ ತುಂಬಿದ್ದಳು; ಅದಕ್ಕೆ ಬೇಕಾದ 'ಕೌಶಲ್ಯ'ಗಳನ್ನೂ ಆಕೆ ನನಗೆ ಕಲಿಸಿದ್ದಳು; ಇನ್ನೂ 'ಮಾರ್ಗದರ್ಶನ' ನೀಡುತ್ತಲೇ ಇದ್ದಳು.

ಒಂದು ದಿನ ಆಕೆಯೊಂದಿಗೆ ಮಾತನಾಡುತ್ತ ನಾನು ಪ್ರಶ್ನಿಸಿದೆ, “ರಾಣಿ ಚಿಕ್ಕಮ್ಮ, ನನ್ನ ದೇಹಕಾಂತಿ ಮಲಿನವಾಗಿದೆ. ದೇಹದ ಪ್ರತಿಯೊಂದು ಅಂಗವೂ ತನ್ನ ಆಕರ್ಷಣೆಯನ್ನು ಕಳೆದುಕೊಳ್ಳುತ್ತಿದೆ. ತಲೆಗೂದಲೂ ಮೊದಲಿನ ಸೌಂದರ್ಯವನ್ನು ಉಳಿಸಿಕೊಂಡಿಲ್ಲ. ಹೀಗಿರುವಾಗ ನಾನು ಈ ವೃತ್ತಿಯಲ್ಲಿ ಇನ್ನು ಮುಂದೆಯೂ ಸಂಪಾದನೆ ಮಾಡುವುದು ಹೇಗೆ ಸಾಧ್ಯವಾಗುತ್ತದೆ?”

ನನ್ನ ಪ್ರಶ್ನೆಯನ್ನು ಕೇಳಿ ಆಕೆ ನಗುತ್ತಲೇ ಉತ್ತರಿಸಿದ್ದಳು, “ವೇಶ್ಯೆಯರಿಗೆ ರೂಪ ಮಾತ್ರ ಸಂಪತ್ತಲ್ಲ. ನಮ್ಮ ಬಳಿಗೆ ಬರುವ ಪುರುಷರು ಕೇವಲ ನಮ್ಮ ಸೌಂದರ್ಯವನ್ನು ಮಾತ್ರ ನೋಡಿ ಆಕರ್ಷಿತರಾಗುವುದಿಲ್ಲ. ನಿನ್ನ ಅನುಭವಕ್ಕೂ ಬಂದಿರಬಹುದು, ಸುಂದರ ವೇಶ್ಯೆಯರಿಗೆ ಹೋಲಿಸಿದರೆ ಕುರೂಪಿ ವೇಶ್ಯೆಯರು ಹೆಚ್ಚು ಸಂಪಾದನೆಯನ್ನು ಮಾಡುತ್ತಾರೆ. ನಮ್ಮ ಬಳಿಗೆ ಬರುವ ಪುರುಷರೊಂದಿಗೆ ನಾವು ಯಾವ ರೀತಿಯಲ್ಲಿ ಕಳೆಯುತ್ತೇವೆ ಮತ್ತು ಅವರನ್ನು ತೃಪ್ತಿಪಡಿಸುತ್ತೇವೆ ಎನ್ನುವುದೇ ಈ ವೃತ್ತಿಯಲ್ಲಿ ಮುಖ್ಯವಾಗುತ್ತದೆ. ಯಾವಾಗ ಪುರುಷರು ಸಾಯಂಕಾಲ ಅಥವಾ ರಾತ್ರಿಯ ಸಮಯದಲ್ಲಿ ವೇಶ್ಯೆಯರ ಓಣಿಗೆ ಕಾಲಿಡುತ್ತಾರೆಯೋ ಆ ಸಮಯದಲ್ಲಿ ಕಾಮದೇವನು ಅವರ ಮೇಲೆ ಹೂವಿನ ಬಾಣವನ್ನು ಬಿಟ್ಟಿರುತ್ತಾನೆ. ಆ ಸಮಯದಲ್ಲಿ ಅವರ ಗಮನ ಇರುವುದೇ ಬೇರೆ ಕಡೆಗೆ...”

ರಾಣಿ ಚಿಕ್ಕಮ್ಮ ನನಗೆ ವೇಶ್ಯಾವೃತ್ತಿಗೆ ಬೇಕಾದ ಅನೇಕ ‘ಕೌಶಲ್ಯ’ಗಳನ್ನು ಕಲಿಸಿದ್ದಳು. ಬಟ್ಟೆ ತೊಡುವ ವಿಧಾನ, ನಿಂತುಕೊಳ್ಳುವ ಭಂಗಿ, ಮಾತನಾಡುವ ಕಲೆ, ನಡೆಯುವ ರೀತಿ ಮುಂತಾದವುಗಳ ಬಗ್ಗೆ ಆಕೆ ನನಗೆ ಅನೇಕ ‘ತಂತ್ರ’ಗಳನ್ನು ಹೇಳಿಕೊಟ್ಟಿದ್ದಳು ಮತ್ತು ನಾನು ಯಾವ ರೀತಿ ಕಾಣಿಸಿಕೊಂಡರೆ ‘ಪ್ರೇಮಿ’ಗಳನ್ನು ಸುಲಭವಾಗಿ ಆಕರ್ಷಿಸಬಹುದು ಎಂದು ತಿಳಿಸಿಕೊಟ್ಟಿದ್ದಳು. “ನಮ್ಮ ಮನಸ್ಸಿನಲ್ಲಿ ಎಷ್ಟೇ ದುಃಖ, ಚಿಂತೆಗಳಿದ್ದರೂ ಆಗಂತುಕ ರಸಿಕರ ಮುಂದೆ ಅವುಗಳನ್ನು ಯಾವ ಕಾರಣಕ್ಕೂ ವ್ಯಕ್ತಪಡಿಸಬಾರದು. ಅವರೊಂದಿಗೆ ನಗುನಗುತ್ತಲೇ ವ್ಯವಹರಿಸಬೇಕು. ಅವರಿಗೆ ಯಾವ ರೀತಿಯಲ್ಲಿ ಪ್ರೀತಿ ತೋರಿಸಬೇಕೆಂದರೆ, ನಾವು ಮಾಡುತ್ತಿರುವುದು ಕಪಟ ಎನ್ನುವ ಸಣ್ಣ ಅನುಮಾನವೂ ಅವರಲ್ಲಿ ಮೂಡಬಾರದು. ಒಂದು ವೇಳೆ ನಮ್ಮನ್ನು ಅರಸಿಕೊಂಡು ಬಂದಿರುವವರು ಮದ್ಯಪಾನಿಯಾಗಿದ್ದರೆ ನಾವೇ ಗ್ಲಾಸಿಗೆ ಮದ್ಯವನ್ನು ಸುರಿದು ನಿಧಾನವಾಗಿ, ರಸಿಕತೆಯಿಂದ ಮಾತನಾಡುತ್ತ ಅದನ್ನು ಅವರಿಗೆ ಕುಡಿಸಬೇಕು. ಬಂದಿರುವ ವ್ಯಕ್ತಿಯು ಬಯಸಿದ ರೀತಿಯಲ್ಲಿ ಸುಖವನ್ನು ನೀಡಬೇಕು; ಆತ ಹೇಗೆ ಹೇಳಿದರೂ ಹಾಗೆ ನಡೆದುಕೊಳ್ಳಬೇಕು; ಯಾವುದರಲ್ಲಿಯೂ ನಿರಾಸಕ್ತಿಯನ್ನು ತೋರಿಸಿ ‘ಪ್ರೇಮಿ’ಗೆ ನಿರಾಸೆ ಉಂಟುಮಾಡಬಾರದು. ಒಮ್ಮೆ ನಮ್ಮೊಂದಿಗೆ ರಸಿಕತೆಯ ಕ್ಷಣಗಳನ್ನು ಕಳೆಯುವ ವ್ಯಕ್ತಿಯು ಮತ್ತೆ ನಮ್ಮನ್ನೇ ಅರಸಿಕೊಂಡು ಬರುವಂತೆ ಮಾಡಬೇಕು...” ಒಂದೇ ಎರಡೇ... ಹತ್ತಾರು ಸಲಹೆಗಳನ್ನು ಆಕೆ ನನಗೆ ನೀಡಿದ್ದಳು. ಈ ವೃತ್ತಿಯಲ್ಲಿನ ಕೌಶಲ್ಯಗಳ ಬಗ್ಗೆ ತರಬೇತಿ ನೀಡುವುದನ್ನು ಆಕೆಯಿಂದ ಕಲಿಯಬೇಕು! ನಾನು

ಹಳೆಯ 'ಮಾನದಾ' ಆಗಿ ಉಳಿದಿರಲಿಲ್ಲ. ನವನವೀನ ಶೈಲಿಯ 'ಮಾನದಾ' ಆಗಿ ಬದಲಾಗಿದ್ದೆ!

ನಾನು ಅತ್ಯಂತ ಮಧುರವಾಗಿ ಹಾಡಬಲ್ಲವಳಾಗಿದ್ದೆ. ನನ್ನ ಧ್ವನಿಯೂ ಅತ್ಯಂತ 'ಸಿಹಿ'ಯಾಗಿತ್ತು. ಇದನ್ನು ನಾನು ನಿಮಗೆ ಈಗಾಗಲೇ ಹೇಳಿದ್ದೇನೆ. ಈ ವಿದ್ಯೆಯನ್ನು ನಾನು ನನ್ನ ವೇಶ್ಯಾವೃತ್ತಿಯಲ್ಲಿ ತುಂಬಾ ಚೆನ್ನಾಗಿ ಬಳಸಿಕೊಂಡೆ. ನನಗೆ ಸಂಗೀತವನ್ನು ಕಲಿಸುವುದಕ್ಕಾಗಿ ರಾಣಿ ಚಿಕ್ಕಮ್ಮ ಒಬ್ಬರು ಶಿಕ್ಷಕರನ್ನೂ ನೇಮಕ ಮಾಡಿದಳು. ಸಂಗೀತದಲ್ಲಿ ಆ ವ್ಯಕ್ತಿ ಸಾಕಷ್ಟು ಸಾಧನೆಯನ್ನು ಮಾಡಿದವರಾಗಿದ್ದರು. ಅವರು ನನಗೆ ಆಗಾಗ ಹೇಳುತ್ತಿದ್ದರು, "ನೀನು ಕಲಿತಿರುವ ಶಾಸ್ತ್ರೀಯ ಸಂಗೀತ ಅಥವಾ ಸ್ವದೇಶಿ ಗಾಯನ ಇಲ್ಲಿ ಉಪಯೋಗಕ್ಕೆ ಬರುವುದಿಲ್ಲ. ಇಲ್ಲಿಗೆ ಬರುವ ರಸಿಕರು ಹಿಂದಿ ಹಾಡುಗಳನ್ನು ಹೆಚ್ಚಾಗಿ ಇಷ್ಟಪಡುತ್ತಾರೆ. ಕೀರ್ತನೆಗಳನ್ನೂ ನೀನು ಕಲಿಯಬಹುದು. ಮುಂದೆ ಉಪಯೋಗಕ್ಕೆ ಬಂದೀತು..."

ಮೂರ್ನಾಲ್ಕು ತಿಂಗಳುಗಳಲ್ಲಿಯೇ ನಾನು ಸಂಗೀತ ಕಲಿಕೆಯಲ್ಲಿ ಪ್ರಗತಿಯನ್ನು ಸಾಧಿಸಿದ್ದೆ. ಕೀರ್ತನೆಗಳನ್ನು ಕಲಿಯುವುದಕ್ಕೆ ಸ್ವಲ್ಪ ಹೆಚ್ಚು ಸಮಯ ಬೇಕಾಯಿತು.

ಪುರುಷರನ್ನು ಆಕರ್ಷಿಸುವ ರೀತಿಯಲ್ಲಿ ನಡೆಯುವುದನ್ನು ಕಲಿಯುವುದರ ಜೊತೆಜೊತೆಯಲ್ಲಿಯೇ ವ್ಯಕ್ತಿಯನ್ನು ಆಯ್ಕೆ ಮಾಡಿಕೊಳ್ಳುವ ವಿದ್ಯೆಯನ್ನೂ ಕಲಿತಿದ್ದೆ. ಯಾರು ಕಡಿಮೆ ಹಣವನ್ನು ನೀಡುತ್ತಾರೆ, ಯಾರು ರೋಗಿಗಳು, ಯಾರು ದುಷ್ಟ ನಡತೆಯ ವ್ಯಕ್ತಿಗಳು, ಯಾರು ಶ್ರೀಮಂತರು, ಯಾರು ಒಳ್ಳೆಯವರು ಇತ್ಯಾದಿ ವಿಷಯಗಳನ್ನು ಅವರ ಮುಖ ನೋಡುತ್ತಿದ್ದಂತೆಯೇ ಕಂಡುಕೊಳ್ಳುವುದನ್ನೂ ನಾನು ಚೆನ್ನಾಗಿ ಕರಗತಮಾಡಿಕೊಂಡಿದ್ದೆ. ಇನ್ನೂ ಒಂದು ವರ್ಗದ ಜನರಿರುತ್ತಾರೆ. ಅವರು ವೇಶ್ಯೆಯರ ಮನೆಗೆ ಕಳ್ಳತನ ಮಾಡುವುದಕ್ಕಾಗಿ ಬರುತ್ತಾರೆ. ಕೆಲವೊಮ್ಮೆ ಅವರು ವೇಶ್ಯೆಯರ ಹತ್ಯೆ ಮಾಡುವುದಕ್ಕೂ ಹಿಂಜರಿಯುವುದಿಲ್ಲ. ಅನೇಕ ಸಂದರ್ಭಗಳಲ್ಲಿ ವೇಶ್ಯೆಯರು ತಮ್ಮ ಪ್ರಾಣವನ್ನೇ ಕೈಯಲ್ಲಿ ಹಿಡಿದುಕೊಂಡು ಜೀವಿಸಬೇಕಾಗುತ್ತದೆ. ಅಪರಿಚಿತ ವ್ಯಕ್ತಿಗಳನ್ನು ಹಾಸಿಗೆಗೆ ಕರೆಯುವುದು ವೇಶ್ಯೆಯರಿಗೆ ಅನಿವಾರ್ಯ. ಕೆಲವೊಮ್ಮೆ ನಾಲ್ಕೈದು ರೂಪಾಯಿಯ ಗಳಿಕೆಗಾಗಿ ರಾತ್ರಿಯೆಲ್ಲಾ ಗಿರಾಕಿಗಳು ನೀಡುವ ಹಿಂಸೆಯನ್ನು ಸಹಿಸಿಕೊಳ್ಳಬೇಕಾಗುತ್ತದೆ. ಕೆಲವರು ಮಧ್ಯರಾತ್ರಿಯ ನಂತರ ತಮ್ಮೊಡನೆ ಸುಖವನ್ನು ಹಂಚಿಕೊಂಡ ವೇಶ್ಯೆಯನ್ನೇ ಕೊಲೆ ಮಾಡಿ, ಆಕೆಯ ಕೋಣೆಯಲ್ಲಿ ಸಿಕ್ಕಿದ ಹಣ ಹಾಗೂ ಒಡವೆಗಳನ್ನು ದೋಚಿಕೊಂಡು ಪಲಾಯನ ಮಾಡಿದ ಉದಾಹರಣೆಗಳೂ ಇವೆ. ಕೆಲವೊಮ್ಮೆ ವೇಶ್ಯೆಯರು ತಾವು ಮಾಡಿದ ಪಾಪಕಾರ್ಯಕ್ಕಾಗಿ ಈ ರೂಪದಲ್ಲಿ ಪ್ರಾಯಶ್ಚಿತ್ತ ಅನುಭವಿಸಬೇಕಾಗುತ್ತದೆ.

ನನ್ನ ಮನೆಗೆ ಒಬ್ಬ ಗಣ್ಯ ವ್ಯಕ್ತಿ ಆಗಾಗ ಬರುತ್ತಿರುತ್ತಾರೆ. ಅವರು ಕಲ್ಕತ್ತಾ ನಗರದ ಪ್ರತಿಷ್ಠಿತ ವೈದ್ಯರು. ಅವರು ಅದುವರೆಗೂ ವಿವಾಹವನ್ನು ಮಾಡಿಕೊಂಡಿರಲಿಲ್ಲ. ನಾನು ಅವರಿಂದ ಅನೇಕ ರೀತಿಯ ಉಪಯೋಗಗಳನ್ನು ಪಡೆದುಕೊಂಡಿದ್ದೇನೆ. ಮಿಲನದ ಸಂದರ್ಭದಲ್ಲಿ ನನ್ನ ಶರೀರ ತುಂಬಾ ಬೇಗ ದಣಿಯುತ್ತಿತ್ತು.

ಈ ಸಮಸ್ಯೆಯನ್ನು ನಿವಾರಿಸಿಕೊಳ್ಳುವುದಕ್ಕಾಗಿ ಆ ವೈದ್ಯರು ನನಗೆ ಉತ್ತಮ ಔಷಧಿಗಳನ್ನು ತಂದುಕೊಡುತ್ತಿದ್ದರು. ಚಿಕಿತ್ಸೆ ನೀಡುವುದರಲ್ಲಿ ಅವರು ತುಂಬಾ ಹೆಸರು ಮಾಡಿದ್ದರು. ಅಂತಹ ವೈದ್ಯರು ಕೇಳುವಷ್ಟು ಹಣವನ್ನು ನೀಡಿ ಚಿಕಿತ್ಸೆ ಪಡೆದುಕೊಳ್ಳುವುದು ನನ್ನಂತಹ ಸಾಮಾನ್ಯ ಮಹಿಳೆಯಿಂದ ಸಾಧ್ಯವೇ ಇರಲಿಲ್ಲ. ಅವರು ಎರಡು ಮೂರು ತಾಸು ನನ್ನೊಂದಿಗೆ ಸಮಯ ಕಳೆದರೆ ನನಗೆ ಹತ್ತಿಪ್ಪತ್ತು ರೂಪಾಯಿ ನೀಡುತ್ತಿದ್ದರು. ಕೆಲವು ದಿನ ಸಾಯಂಕಾಲದ ನಂತರ ಅವರು ನನ್ನನ್ನು ತಮ್ಮ ಕಾರಿನಲ್ಲಿ ಹೊರಕ್ಕೆ ಕರೆದುಕೊಂಡು ಹೋಗುತ್ತಿದ್ದರು. ಅಂತಹ ಸಂದರ್ಭದಲ್ಲಿ ಅವರು ಐಶಾರಾಮಿ ಹೋಟೆಲು, ಗಂಗಾ ನದಿಯ ತೀರ, ಈಡನ್ ಗಾರ್ಡನ್ ಮುಂತಾದ ಸ್ಥಳಗಳಿಗೆ ಕರೆದೊಯ್ದು, ನನಗೆ ಬೇಕಾದ ಕೆಲವು ವಸ್ತುಗಳನ್ನು ಹಾಗೂ ತಿಂಡಿಯನ್ನು ಕೊಡಿಸಿ, ತಡರಾತ್ರಿಯ ನಂತರ ನನ್ನ ಮನೆಯ ಬಳಿ ಬಿಡುತ್ತಿದ್ದರು. ನನಗೆ ಐವತ್ತು ರೂಪಾಯಿ ಹಣವನ್ನೂ ದಯಪಾಲಿಸುತ್ತಿದ್ದರು. ಅವರೊಬ್ಬರಿಂದಲೇ ನನಗೆ ಪ್ರತಿ ತಿಂಗಳೂ ಸುಮಾರು ಇನ್ನೂರು ರೂಪಾಯಿ ಸಂಪಾದನೆಯಾಗುತ್ತಿತ್ತು.

ರಾಣಿ ಚಿಕ್ಕಮ್ಮ ನನ್ನನ್ನು ಆಗಾಗ ಎಚ್ಚರಿಸುತ್ತಿದ್ದಳು. "ಮಾನಿ, ಈ ವೃತ್ತಿಯಲ್ಲಿ ಸಮಯವನ್ನು ದುರುಪಯೋಗ ಪಡಿಸಿಕೊಳ್ಳಬಾರದು. ನಮಗೆ ವಯಸ್ಸಾದ ನಂತರ ಏನು ಮಾಡುವುದು ಎನ್ನುವ ಎಚ್ಚರಿಕೆಯೂ ನಮಗಿರಬೇಕು. ಈಗಿನಿಂದಲೇ ಹಣವನ್ನು ಉಳಿಸಿಕೊಳ್ಳದೇ ಹೋದರೆ ಭವಿಷ್ಯದ ಜೀವನ ತುಂಬಾ ಕಷ್ಟವಾಗಿಬಿಡುತ್ತದೆ. ನಿನಗೂ ಗೊತ್ತು, ಈ ವೃತ್ತಿಯಲ್ಲಿ ನಮಗೆ ಯಾರೂ ಬಂಧು-ಬಾಂಧವರು ಇರುವುದಿಲ್ಲ. ನಮ್ಮ ಕೈಯಲ್ಲಿರುವ ಹಣ ಮಾತ್ರ ನಮ್ಮನ್ನು ರಕ್ಷಣೆ ಮಾಡಬಲ್ಲುದು. ಈ ಬಗ್ಗೆ ಸದಾ ಎಚ್ಚರಿಕೆಯಿಂದಿರು."

ವೈದ್ಯರ ಪರಿಚಯವಾದಾಗಿನಿಂದ ನಾನು ನನ್ನ ವೃತ್ತಿಯಲ್ಲಿ ಆಸಕ್ತಿಯನ್ನು ಕಳೆದುಕೊಂಡಿದ್ದೆ. ಅವರು ನನಗೆ ತಿಂಗಳಿಗೆ ಸಾಕಾಗುವಷ್ಟು ಹಣವನ್ನು ನೀಡುತ್ತಿದ್ದುದರಿಂದ ಆಗಂತುಕ 'ಪ್ರೇಮಿ'ಗಳಿಗಾಗಿ ಹುಡುಕಾಡುವುದನ್ನು ಬಹುತೇಕ ಬಿಟ್ಟುಬಿಟ್ಟಿದ್ದೆ. ಇದನ್ನು ಸೂಕ್ಷ್ಮವಾಗಿ ಗಮನಿಸಿದ್ದರಿಂದ ರಾಣಿ ಚಿಕ್ಕಮ್ಮ ನನಗೆ ಈ ಬುದ್ಧಿವಾದ ಹೇಳಿದ್ದಳು. ನನ್ನನ್ನು ಜೊತೆಯಲ್ಲಿ ಸುತ್ತಾಡಿಸುತ್ತಿದ್ದ ಡಾಕ್ಟರ್ 'ಬಾಬು' ಸದಾಕಾಲ ನನ್ನೊಂದಿಗೆ ಇರುವುದಿಲ್ಲ ಎನ್ನುವುದು ಆಕೆಯ ಅನುಮಾನವಾಗಿತ್ತು. ಆಕೆಯ ಊಹೆ ನಿಜವಾಗುವುದಕ್ಕೆ ಹೆಚ್ಚು ಸಮಯ ಬೇಕಾಗಲಿಲ್ಲ. ಎಷ್ಟೆಂದರೂ ಆಕೆ ಈ ವೃತ್ತಿಯಲ್ಲಿ ತುಂಬಾ ಪಳಗಿದವಳು. ಇಂತಹ ಎಷ್ಟೋ ಘಟನೆಗಳು ಆಕೆಯ ಜೀವನದಲ್ಲಿ ಘಟಿಸಿಹೋಗಿರುತ್ತವೆ ಅಥವಾ ಇಂತಹ ವ್ಯಕ್ತಿಗಳನ್ನು ಆಕೆ ಅತ್ಯಂತ ಸಮೀಪದಿಂದ ಗಮನಿಸಿರುತ್ತಾಳೆ.

ಅದೇ ವರ್ಷ ಆಶ್ವೀಜ ಮಾಸದಲ್ಲಿ ಪೂರ್ವ ಬಂಗಾಳ ಭೀಷಣ ಚಂಡಮಾರುತಕ್ಕೆ ತುತ್ತಾಯಿತು. ಹಲವರು ಪ್ರಾಣ ಕಳೆದುಕೊಂಡರು; ಅಪಾರ ಪ್ರಮಾಣದ ಆಸ್ತಿ-ಪಾಸ್ತಿ ಹಾನಿ ಸಂಭವಿಸಿತು. ಮನೆಗಳು, ತೋಟ-ಗದ್ದೆಗಳು ನಾಶವಾದವು; ಜಾನುವಾರುಗಳು ನಾಪತ್ತೆಯಾದವು. ನಿರಾಶ್ರಿತರಿಗೆ ಸಹಾಯ ಮಾಡುವ ಸಲುವಾಗಿ

ನಿಧಿ ಸಂಗ್ರಹ ಕಾರ್ಯವೂ ಆರಂಭವಾಯಿತು. ಪ್ರಖ್ಯಾತ ಬ್ಯಾರಿಸ್ಟರ್ (ಹಿರಿಯ ವಕೀಲ) ವ್ಯೋಮಕೇಶ ಚಕ್ರವರ್ತಿ ಮತ್ತು ಚಿತ್ತರಂಜನ ದಾಸ್ (ಇವರಿಬ್ಬರೂ ಈಗ ಜೀವಂತವಾಗಿಲ್ಲ) ಈ ಸತ್ಕಾರ್ಯದ ನೇತೃತ್ವ ವಹಿಸಿದ್ದರು. ಅವರೆಲ್ಲರ ಪ್ರಯತ್ನದ ಫಲವಾಗಿ ಸಾವಿರಾರು ರೂಪಾಯಿ ಸಂಗ್ರಹವಾಯಿತು. ಯುವಜನರಂತೂ ಬಿದಿಬೀದಿಗಳಲ್ಲಿ ತಿರುಗುತ್ತ ಧನಸಂಗ್ರಹ ಮಾಡುತ್ತಿದ್ದರು. ಅವರು ವೇಶ್ಯೆಯರ ಬೀದಿಗೂ ಬಂದರು. ನಾವೂ ಆ ನಿಧಿಗೆ ನಮ್ಮಿಂದ ಸಾಧ್ಯವಾದಷ್ಟು ಹಣವನ್ನು ದಾನ ಮಾಡಿದೆವು.

ಅದೊಂದು ದಿನ ನನ್ನ ಅದೇ ವೈದ್ಯ 'ಬಾಬು' ನನ್ನ ಬಳಿ ಮಾತನಾಡುತ್ತಿದ್ದ ಸಂದರ್ಭದಲ್ಲಿ ಹೇಳಿದರು, "ಮಾನಿ, ನಿಮ್ಮ ವೃತ್ತಿಯಲ್ಲಿರುವ ಎಲ್ಲ ಮಹಿಳೆಯರೂ ಸೇರಿ, ಚಂದಾ ಸಂಗ್ರಹ ಮಾಡುವುದಕ್ಕಾಗಿ ತಿರುಗಾಡಿ, 'ಚಂಡಮಾರುತ ಸಂತ್ರಸ್ತರ ನಿಧಿ'ಗೆ ಸ್ವಲ್ಪ ಹಣವನ್ನು ಸಂಗ್ರಹ ಮಾಡಿಕೊಡುವುದು ಸಾಧ್ಯವಾದರೆ ಶ್ರೀಯುತ ಸಿ.ಆರ್. ದಾಸ್‌ರವರು ಸಂತುಷ್ಟರಾಗುತ್ತಾರೆ. ಈ ಸತ್ಕಾರ್ಯದಲ್ಲಿ ಸಮಾಜದ ಪ್ರತಿಯೊಂದು ಸ್ತರದ ಜನರೂ ಕೈಜೋಡಿಸುವುದು ತುಂಬಾ ಮುಖ್ಯ ಎನ್ನುವುದು ಅವರ ಅಭಿಪ್ರಾಯ. ನೀವೆಲ್ಲರೂ ಬೆಂಬಲ ನೀಡಬಹುದಾ?"

ನಾನು ಅವರಿಗೆ ಸ್ಪಷ್ಟವಾಗಿ ಹೇಳಿದೆ, "ನೋಡಿ, ನಾನು ಈ ವೃತ್ತಿಗೆ ಹೊಸಬಳು. ಇತರ ವೇಶ್ಯೆಯರೊಂದಿಗೆ ನನಗೆ ಅಷ್ಟೇನೂ ಸಂಪರ್ಕವಿಲ್ಲ. ನೀವು ಹೇಳಿದ್ದರಿಂದ ನನ್ನಿಂದ ಎಷ್ಟು ಸಾಧ್ಯವೋ ಅಷ್ಟು ಪ್ರಯತ್ನ ಮಾಡುವೆ."

ಅವರು ಹೇಳಿದರು, "ರಾಮಬಾಗಾನ್, ಸೋನಾಗಾಛಿ, ಘೂಲ್‌ಬಾಗಾನ್ ಮುಂತಾದ ಕಡೆಗಳಲ್ಲಿ ನನಗೆ ಪರಿಚಯ ಇರುವ ಇನ್ನೂ ಕೆಲವು ಮಹಿಳೆಯರು ಇದ್ದಾರೆ. ಕೆಲವು ರಂಗಭೂಮಿ, ಸಿನಿಮಾ ಕಲಾವಿದೆಯರೂ ನನಗೆ ಗೊತ್ತು. ಎಲ್ಲರ ಬಳಿಯೂ ನಾನು ನೆರವನ್ನು ಕೇಳುತ್ತಿದ್ದೇನೆ. ಖಂಡಿತವಾಗಿಯೂ ಎಲ್ಲರೂ ಕೈಜೋಡಿಸುತ್ತಾರೆ ಎನ್ನುವ ನಂಬಿಕೆ ನನಗಿದೆ."

ಆ ವೈದ್ಯ 'ಬಾಬು', ಶ್ರೀಯುತ ಸಿ.ಆರ್. ದಾಸ್, ಇನ್ನೂ ಕೆಲವು ಗಣ್ಯರ ಸಹಭಾಗಿತ್ವದಲ್ಲಿ ನಡೆದ 'ಪರಿಹಾರ ನಿಧಿ ಸಂಗ್ರಹ' ಕಾರ್ಯಕ್ಕೆ ವೇಶ್ಯೆಯರ ಬೀದಿಯ ಮಹಿಳೆಯರೂ ತಮ್ಮಿಂದಾದಷ್ಟು ಧನಸಹಾಯ ಮಾಡಿದರು. ಇದರ ಪರಿಣಾಮವಾಗಿ ವೇಶ್ಯೆಯರ ಬೀದಿಯಲ್ಲಿಯೇ ಕೆಲವು ಸಾವಿರದಷ್ಟು ಹಣ ಸಂಗ್ರಹವಾಯಿತು. ಆ ನಿಧಿಗೆ ನಾನೂ ಸ್ವಲ್ಪ ದಾನ ಮಾಡಿದೆ. ಅದುವೇ ಸಾರ್ವಜನಿಕ ಸೇವೆಗೆ ನಾನು ಮಾಡಿದ ಪ್ರಪ್ರಥಮ ದಾನ. ಅಷ್ಟೇ ಅಲ್ಲ, ಈ ಸಂದರ್ಭದಲ್ಲಿ ಶ್ರೀಯುತ ಸಿ.ಆರ್. ದಾಸ್‌ರವರನ್ನು ಸ್ಪರ್ಶಿಸುವ ಸುಯೋಗವೂ ನನಗೆ ದೊರಕಿತು. ನಾನು ಅವರ ಪಾದಗಳನ್ನು ಮುಟ್ಟಿ ನಮಸ್ಕರಿಸಿದೆ. ಆ ಸಮಯದಲ್ಲಿ ಅವರ ಕಣ್ಣುಗಳು ತೇವಗೊಂಡಿದ್ದನ್ನು ಗಮನಿಸಿದೆ. ಆ ಕಣ್ಣೀರು ಹರಿದಿದ್ದು ಆನಂದದಿಂದಲೋ ಅಥವಾ ದುಃಖದಿಂದಲೋ ನನಗಂತೂ ಅರ್ಥವಾಗಲಿಲ್ಲ. ಅವರು ನನ್ನ ತಲೆಯನ್ನು ಮುಟ್ಟಿ ಆಶೀರ್ವಾದ ಮಾಡಿದರು. ನನ್ನ ಜೀವನ ಸಾರ್ಥಕ ಎನ್ನಿಸಿತ್ತು ಒಂದು ಕ್ಷಣ.

ಏಕೆಂದರೆ ಅವರು 'ದೇಶಬಂಧು' ಎಂದೇ ಪ್ರಖ್ಯಾತರಾದವರು. ಅಂತಹ ಮಹಾನ್ ವ್ಯಕ್ತಿಯಿಂದ ಆಶೀರ್ವಾದ ಪಡೆಯುವ ಭಾಗ್ಯ ನನಗೆ ಲಭಿಸಿತ್ತು.

ತುಂಬಾ ದಿನಗಳ ನಂತರ ನಾನು ರಾಜಬಾಲಾಳನ್ನು ನೋಡುವ ಸಲುವಾಗಿ ಆಕೆಯ ಮನೆಗೆ ಹೋದೆ. ನನ್ನ ಕಣ್ಣುಗಳನ್ನೇ ನಾನು ನಂಬುವ ಸ್ಥಿತಿಯಲ್ಲಿ ಇರಲಿಲ್ಲ. ಅನೇಕ ರೀತಿಯ ಆಲಂಕಾರಿಕ ಹಾಗೂ ಐಶಾರಾಮಿ ವಸ್ತುಗಳು ಆಕೆಯ ಮನೆಯನ್ನು ಸೇರಿಕೊಂಡಿದ್ದವು. ಒಂದು ಪಲ್ಲಂಗ, ದೊಡ್ಡದಾದ ಕನ್ನಡಿ, ಅಲಮಾರಿ, ಐಶಾರಾಮಿ ಕುರ್ಚಿಗಳು ಮುಂತಾದ ಅನೇಕ ವಸ್ತುಗಳಿದ್ದವು. ಉತ್ತಮ ಗುಣಮಟ್ಟದ ದಪ್ಪನೆಯ ಹಾಸಿಗೆಯು ಮಂಚದ ಮೇಲಿತ್ತು. ಆಕೆಯ ದೇಹದ ಮೇಲೆ ಬೆಲೆಬಾಳುವ ಕೆಲವು ಚಿನ್ನದ ಆಭರಣಗಳಿದ್ದವು. ಸ್ವಲ್ಪ ಹಣವನ್ನೂ ಒಟ್ಟುಗೂಡಿಸಿ ಇಟ್ಟುಕೊಂಡಿದ್ದಾಳೆ ಎನ್ನುವುದೂ ತಿಳಿಯಿತು. ಪುಟ್ಟದೊಂದು ಮನೆಯಲ್ಲಿ ಇದ್ದುಕೊಂಡು ವೇಶ್ಯಾವೃತ್ತಿ ನಡೆಸುವ ಹೆಂಗಸೊಬ್ಬಳು ಇಷ್ಟೊಂದು ಹಣ ಸಂಪಾದಿಸಬಹುದು ಎನ್ನುವ ಕಲ್ಪನೆಯೂ ನನಗೆ ಇರಲಿಲ್ಲ. ಇದೆಲ್ಲಾ ಹೇಗೆ ಸಾಧ್ಯವಾಯಿತು ಎಂದು ಪ್ರಶ್ನಿಸಿದಾಗ ರಾಜಬಾಲಾ ಎಲ್ಲವನ್ನೂ ವಿವರವಾಗಿ ಹೇಳಿದಳು.

"ವಿವಿಧ ಪ್ರಕಾರದ ಜನರು ವೇಶ್ಯೆಯನ್ನು ಹುಡುಕಿಕೊಂಡು ಬರುತ್ತಾರೆ. ಅವರ ಪೈಕಿ ಶ್ರೀಮಂತರ ಮನೆಯ ಮಕ್ಕಳು ತಮ್ಮ ಜೊತೆಯಲ್ಲಿ ಸ್ನೇಹಿತರನ್ನೂ ವೇಶ್ಯೆಯ ಮನೆಗೆ ಕರೆದುಕೊಂಡು ಬರುತ್ತಾರೆ. ಇವರಲ್ಲಿ ಬಹುತೇಕ ಜನರು ರಾಜಾರೋಷವಾಗಿಯೇ ವೇಶ್ಯೆಯರ ಜೊತೆಯಲ್ಲಿ ವ್ಯವಹರಿಸುತ್ತಾರೆ. ಇವರಿಗೆ ಭಯ, ನಾಚಿಕೆ, ಮರ್ಯಾದೆ ಇವುಗಳ ಬಗ್ಗೆ ಯಾವ ಯೋಚನೆಯೂ ಇರುವುದಿಲ್ಲ. ಸಮಾಜ ತಮ್ಮ ಬಗ್ಗೆ ಏನೆಂದುಕೊಳ್ಳುತ್ತದೆ ಎನ್ನುವ ಬಗ್ಗೆ ಇವರು ಯೋಚಿಸುವುದೂ ಇಲ್ಲ. ಇವರೆಲ್ಲರೂ ಮದ್ಯಪಾನ, ಹಾಡು, ಕುಣಿತ ಮುಂತಾದವುಗಳಲ್ಲಿ ಮೈಮರೆತುಬಿಡುತ್ತಾರೆ. ಇವರು ಸಾಮಾನ್ಯವಾಗಿ ಚಿಕ್ಕ ಕೋಣೆಗಳಿರುವ ಮನೆಗಳಿಗೆ ಹೋಗುವುದಿಲ್ಲ. ಏನಿದ್ದರೂ ರಾಮಬಾಗಾನ್, ಸೋನಾಗಾಛಿ ಇವುಗಳೇ ಇವರ 'ತೀರ್ಥಕ್ಷೇತ್ರ'ಗಳು. ಇನ್ನೊಂದು ಪ್ರಕಾರದ 'ಬಾಬು'ಗಳಿರುತ್ತಾರೆ. ಅವರು ಸಮಾಜದ ಟೀಕೆಗಳಿಗೆ ತುಂಬಾ ಭಯಪಡುತ್ತಾರೆ. ಇವರೆಲ್ಲರೂ ಸಮಾಜದಲ್ಲಿ 'ಗಣ್ಯ ವ್ಯಕ್ತಿ' ಎಂದು ಗುರುತಿಸಲ್ಪಟ್ಟಿರುತ್ತಾರೆ. ಇವರು ಯಾವುದಾದರೂ ವೇಶ್ಯೆಯೊಂದಿಗೆ ರಹಸ್ಯ ಸಂಪರ್ಕವನ್ನು ಇಟ್ಟುಕೊಂಡಿರುತ್ತಾರೆ; ಬಹಿರಂಗವಾಗಿ ವೇಶ್ಯೆಯನ್ನು ಅರಸಿಕೊಂಡು ಅಲೆದಾಡುವುದಿಲ್ಲ. ದೇಹದ ಹಸಿವನ್ನು ತೀರಿಸಿಕೊಳ್ಳುವುದೇ ಇವರ ಏಕೈಕ 'ಉದ್ದೇಶ'ವಾಗಿರುತ್ತದೆ. ಇವರಿಗೆ ಹಾಡು, ಕುಣಿತ, ಕುಡಿತ ಇವ್ಯಾವುದೂ ಮುಖ್ಯವಾಗಿರುವುದಿಲ್ಲ; ಇವರಲ್ಲಿ ಕೆಲವರು ಇಂಥವನ್ನು ಬಯಸುವುದೂ ಇಲ್ಲ. ಕದ್ದುಮುಚ್ಚಿ ವೇಶ್ಯೆಯರ ಮನೆಗೆ ಬರುವ ಇಂಥವರು ತಮ್ಮ ಕೆಲಸ ಮುಗಿದ ನಂತರ ಮುಖಮುಚ್ಚಿಕೊಂಡೇ ಜಾಗ ಖಾಲಿ ಮಾಡುತ್ತಾರೆ. ಇಂತಹ 'ಹೊಲಸು' ಕೆಲಸವನ್ನು ಮಾಡಿದರೂ ಸಮಾಜದಲ್ಲಿ ತಮ್ಮ ಘನತೆ, ಗೌರವ, ಸ್ಥಾನಮಾನ ಮುಂತಾದವುಗಳನ್ನು ಕಾಪಾಡಿಕೊಳ್ಳುವುದಕ್ಕೆ ಇವರು ಹೆಚ್ಚಿನ ಪ್ರಾಶಸ್ತ್ಯವನ್ನು

ನೀಡುತ್ತಾರೆ. ಕವಿಗಳು, ಸಾಹಿತಿಗಳು, ಸಮಾಜ ಸುಧಾರಕರು, ಹೆಸರಾಂತ ವಕೀಲರು, ಶಾಲಾ ಶಿಕ್ಷಕರು, ಕಾಲೇಜು ಪ್ರಾಧ್ಯಾಪಕರು, ರಾಜಕೀಯ ಮುಖಂಡರು ಮತ್ತು ಅವರ ನಿಕಟವರ್ತಿಗಳು, ಸರ್ಕಾರಿ ಕಚೇರಿಗಳಲ್ಲಿ ಉನ್ನತ ಹುದ್ದೆಯಲ್ಲಿ ಇರುವವರು, ಮಹಾನ್ ಪಂಡಿತರು, ವೈದ್ಯರು, ವಾಗ್ಮಿಗಳು, ಪುರೋಹಿತರು, ಸ್ವಾಮೀಜಿಗಳು ಮುಂತಾದವರೆಲ್ಲರೂ ಈ 'ಶ್ರೇಣಿ'ಯಲ್ಲಿ ಬರುತ್ತಾರೆ. ನನ್ನ ಮನೆಗೆ ಉಚ್ಚ ನ್ಯಾಯಾಲಯದ ಪ್ರಖ್ಯಾತ ವಕೀಲರೊಬ್ಬರು ಬರುತ್ತಿರುತ್ತಾರೆ. ಅವರು ಕಲ್ಕತ್ತಾದ ಉಚ್ಚ ಕುಲಕ್ಕೆ ಸೇರಿದವರು. ಹೆಸರು ಜಿತೇಂದರ್. ಮಧ್ಯವಯಸ್ಸನ್ನು ದಾಟಿದ್ದಾರೆ. ಅವರು ಇಲ್ಲಿಗೆ ಬಂದಾಗ ನನಗೆ ಹೆಚ್ಚು ಹಣವನ್ನು ನೀಡುತ್ತಾರೆ. ಒಂದು ದಿನ ನಾನು ಅವರನ್ನು ಆಲಂಗಿಸಿಕೊಂಡು ನಗುನಗುತ್ತಲೇ ಭವಿಷ್ಯ ನುಡಿದಿದ್ದೆ; ಶುಭ ಹಾರೈಸಿದ್ದೆ. 'ಖಂಡಿತವಾಗಿಯೂ ನೀವು ಕೆಲವೇ ದಿನಗಳಲ್ಲಿ ಉಚ್ಚ ನ್ಯಾಯಾಲಯದಲ್ಲಿ ಉನ್ನತ ಹುದ್ದೆಯನ್ನು ಅಲಂಕರಿಸುತ್ತೀರಿ.' ಆಶ್ಚರ್ಯ! ನಾನು ಹೇಳಿದ ಮಾತು ನಿಜವಾಯಿತು. ನಿಜಕ್ಕೂ ಉನ್ನತ ಹುದ್ದೆ ಅವರನ್ನು ಅರಸಿಕೊಂಡು ಬಂದಿತ್ತು. ಇದರಿಂದ ತುಂಬಾ ಸಂತೋಷಗೊಂಡ ಅವರು ಅನೇಕ ಬೆಲೆಬಾಳುವ ವಸ್ತುಗಳನ್ನು ನನಗೆ ಕೊಡಿಸಿದರು. ನೀನು ಇಲ್ಲಿ ನೋಡುತ್ತಿರುವ ವಸ್ತುಗಳೆಲ್ಲವೂ ಅವರು ನನಗೆ ಕೊಡಿಸಿರುವ ಉಡುಗೊರೆ."

ರಾಜಬಾಲಾಳ ಜೊತೆಯಲ್ಲಿ ಮಾತನಾಡುತ್ತ ಸಮಯ ಸರಿದಿದ್ದೇ ತಿಳಿಯಲಿಲ್ಲ. ಆ ದಿನ ಸೂರ್ಯ ತನ್ನ ಕಾರ್ಯವನ್ನು ಮುಗಿಸಿ ಪಶ್ಚಿಮದ ಕಡಲಿನಲ್ಲಿ ಲೀನವಾಗಿದ್ದ. ನಾನು ಕುಳಿತಲ್ಲಿಂದ ಎದ್ದು ಹೊರಡುವುದಕ್ಕೆ ಸಿದ್ಧಳಾದೆ. ಅದೇ ಸಮಯದಲ್ಲಿ ಒಬ್ಬ ವ್ಯಕ್ತಿ ರಾಜಬಾಲಾಳ ಕೋಣೆಯನ್ನು ಪ್ರವೇಶಿಸಿದ. ಆಕೆ ಆ ವ್ಯಕ್ತಿಯನ್ನು ಅತ್ಯಂತ ಆದರದಿಂದ ಸ್ವಾಗತಿಸಿ ಕುರ್ಚಿಯ ಮೇಲೆ ಕುಳ್ಳಿರಿಸಿದಳು. ನಂತರ ನನ್ನನ್ನು ಕಳುಹಿಸಿಕೊಡುವುದಕ್ಕೆಂದು ಮನೆಯಿಂದ ಹೊರಕ್ಕೆ ಬಂದಳು. ನಾನು ನಿಧಾನ ಧ್ವನಿಯಲ್ಲಿ ಪ್ರಶ್ನಿಸಿದೆ, "ಇವರು ಯಾರು? ನೋಡುವುದಕ್ಕೆ ಬ್ರಾಹ್ಮಣ ಪಂಡಿತರ ಹಾಗೆ ಕಾಣಿಸುತ್ತಾರಲ್ಲ!"

ನಗುತ್ತಲೇ ನನಗೆ ಆ ವ್ಯಕ್ತಿಯ ಬಗ್ಗೆ ವಿವರಿಸಿದಳು ರಾಜಬಾಲಾ. "ಇವರು ನನ್ನ 'ಬಾಬು'ಗಳಲ್ಲಿ ಒಬ್ಬರು. ಬಹಳ ದೊಡ್ಡ ಪ್ರಾಧ್ಯಾಪಕರು. ಓದಿನಲ್ಲಿ ಗರಿಷ್ಠ ಪದವಿಯನ್ನೂ ಪಡೆದಿರುವವರು. ಇವರು ಇತ್ತೀಚಿನ ದಿನಗಳಲ್ಲಿ ನನ್ನ ಬಗ್ಗೆ ತುಂಬಾ ಆಸಕ್ತಿಯನ್ನು ತೋರಿಸುತ್ತಿದ್ದಾರೆ. ಆದರೆ ಇವರಿಗೆ ಒಂದು ದೌರ್ಬಲ್ಯವಿದೆ... ಅದೇನೆಂದರೆ, ಪ್ರತಿನಿತ್ಯ ಇವರಿಗೆ 'ಹೊಸದು' ಬೇಕು. ನಮ್ಮ ಬೀದಿಯಲ್ಲಿ ಇವರು ಚಿರಪರಿಚಿತ ವ್ಯಕ್ತಿ. ವೇಶ್ಯೆಯರ ಮನೆಗೆ ಇವರು ಆಗಾಗ ಬರುತ್ತಲೇ ಇರುತ್ತಾರೆ. ನಾನೂ ಅಷ್ಟೇ... ನನ್ನಿಂದ ಎಷ್ಟು ಸಾಧ್ಯವೋ ಅಷ್ಟರ ಮಟ್ಟಿಗೆ 'ಆದರಿಸು'ತ್ತಿದ್ದೇನೆ. ಎಷ್ಟು ದಿನ ಸಾಧ್ಯವೋ ಅಷ್ಟು ದಿನ ಇಲ್ಲಿಗೇ ಬರುವಂತೆ ನೋಡಿಕೊಳ್ಳುತ್ತೇನೆ. ಯಾವತ್ತು ಇವರು ಇಲ್ಲಿಗೆ ಬರುವುದನ್ನು ನಿಲ್ಲಿಸುತ್ತಾರೆಯೋ ಏನೋ! ಯಾರಿಗೆ ಗೊತ್ತು ಅಲ್ವಾ?"

ಕೆಲವು ದಿನಗಳ ಹಿಂದೆ ಕಾಳಿದಾಸಿ ತಾನು ವಾಸಿಸುತ್ತಿದ್ದ ಹಾಡಕಾಟಾ ಓಣಿಯನ್ನು ತೊರೆದು ರಾಮಬಾಗಾನ್‌ಗೆ ಹೊರಟುಹೋಗಿದ್ದಳು. ಆಕೆ ಅತ್ಯಂತ ಶ್ರೀಮಂತ ವ್ಯಕ್ತಿಯೊಬ್ಬನ 'ಸಂಪರ್ಕ'ವನ್ನು ಸಾಧಿಸಿದ್ದಳು. ಒಂದು ದಿನ ನಾನು ಕಾಳಿದಾಸಿಯ ಹೊಸ ಮನೆಗೆ ಹೋದೆ. ಮೂರು ಮಹಡಿಯ ಕಟ್ಟಡ. ಎರಡನೆಯ ಮಹಡಿಯಲ್ಲಿ ಈಕೆಯ ವಾಸ. ಕುಳಿತುಕೊಳ್ಳುವುದಕ್ಕೆ ಒಂದು ಕೋಣೆ; ಮಲಗುವುದಕ್ಕೆ ಇನ್ನೊಂದು ಕೋಣೆ. ಎರಡೂ ಕೋಣೆಗಳಲ್ಲಿ 'ಶ್ರೀಮಂತಿಕೆ' ಕಾಣಿಸುತ್ತಿತ್ತು. ವಿದ್ಯುದ್ದೀಪ, ಪಂಖಗಳು, ಪಲ್ಲಂಗ, ಅಲಮಾರಿ, ದೊಡ್ಡದಾದ ನಿಲುಗನ್ನಡಿ, ಕಲಾತ್ಮಕ ಚಿತ್ರಗಳು, ಸಂಗಮರಿ ಕಲ್ಲಿನ ಮೇಜು, ಅದಕ್ಕೊಂದು ದುಬಾರಿ ಹಾಸುಬಟ್ಟೆ, ದಪ್ಪ ಹಾಗೂ ಮೆತ್ತನೆಯ ಹಾಸಿಗೆ, ಅದಕ್ಕೆ ಹೊಂದುವಂತಹ ತಲೆದಿಂಬುಗಳು, ಅನೇಕಾನೇಕ ಆಲಂಕಾರಿಕ ವಸ್ತುಗಳು ಆ ಕೋಣೆಗಳ ಸೌಂದರ್ಯವನ್ನು ಹೆಚ್ಚಿಸಿದ್ದವು. ಅದೇ ರೀತಿಯಲ್ಲಿ ಕಾಳಿದಾಸಿಯ ದೇಹವೂ ವಿವಿಧ ಬಗೆಯ ಆಭರಣಗಳಿಂದ ಶೋಭಿಸುತ್ತಿತ್ತು. ಕುತ್ತಿಗೆಯಲ್ಲಿ ಮೂರ್ನಾಲ್ಕು ಬಂಗಾರದ ಹಾರಗಳು, ತೋಳುಗಳಲ್ಲಿ ತೋಳ್ಬಂದಿ, ಸೊಂಟಕ್ಕೆ ಡಾಬು, ಕೈಗಳಲ್ಲಿ ಬಂಗಾರದ ಬಳೆಗಳು, ದುಬಾರಿ ಬೆಲೆಯ ಬನಾರಸ್ ಸೀರೆ, ಅದಕ್ಕೊಪ್ಪುವ ರವಿಕೆ ಇತ್ಯಾದಿಗಳೆಲ್ಲವೂ ಆಕೆಯ ದೇಹಸೌಂದರ್ಯಕ್ಕೆ ಮೆರುಗು ನೀಡಿದ್ದವು. ಅಲಮಾರಿ ತುಂಬಾ ಬೆಲೆಬಾಳುವ ಅನೇಕ ಬಟ್ಟೆಗಳು ಮತ್ತು ಇತರ ವಸ್ತುಗಳಿದ್ದವು. ಆಕೆಯ 'ಬಾಬು' ಆಕೆಗೆ ಪ್ರತಿ ತಿಂಗಳೂ ಮುನ್ನೂರು ರೂಪಾಯಿ ನಗದು ನೀಡುತ್ತಿದ್ದ. ಅಷ್ಟೇ ಅಲ್ಲ, ಮನೆಯ ಬಾಡಿಗೆ, ಆಕೆಯ ಊಟೋಪಚಾರ, ಇತರ ಖರ್ಚುಗಳೆಲ್ಲದರ ಜವಾಬ್ದಾರಿಯನ್ನೂ ಆತನೇ ನಿರ್ವಹಿಸುತ್ತಿದ್ದ.

ಕಾಳಿದಾಸಿಗೆ ಈ 'ಅಲ್ಲಾವುದ್ದೀನನ ದೀಪ' ದೊರಕಿದ್ದು ಮೂರ್ನಾಲ್ಕು ತಿಂಗಳುಗಳ ಹಿಂದೆ. ಆಕೆಯ 'ಅದೃಷ್ಟ'ವನ್ನು ನೋಡಿ ನಾನು ಆಶ್ಚರ್ಯದಿಂದ ಹುಬ್ಬೇರಿಸಿದ್ದೆ. ಇಂತಹ ಸುಯೋಗ ನನಗೆ ಯಾವತ್ತೂ ಒದಗಿಬಂದಿರಲಿಲ್ಲ. 'ನಿನಗೂ ಇಂತಹ ಸೌಭಾಗ್ಯ ಒದಗಿಬರಲಿದೆ. ಚಿಂತಿಸದಿರು' ಎಂದು ನನ್ನ ಮನಸ್ಸಿನೊಳಗೆ ಕುಳಿತುಕೊಂಡಿದ್ದ ಯಾವುದೋ 'ಸೈತಾನ' ಪದೇಪದೇ ನುಡಿಯತೊಡಗಿದ್ದ. ಒಂದೆರಡು ಕ್ಷಣ ಹಗಲುಗನಸು ಕಂಡಿದ್ದೆ!

ಈಗಾಗಲೇ ತಿಳಿಸಿರುವಂತೆ ಕಾಳಿದಾಸಿ ನೋಡುವುದಕ್ಕೆ ತುಂಬಾ ಸುಂದರವಾಗಿದ್ದಳು. ಈಗಂತೂ ಸುಖದ ಸುಪ್ಪತ್ತಿಗೆಯಲ್ಲಿ ತೇಲಾಡುತ್ತಿದ್ದ ಕಾರಣದಿಂದಾಗಿ ಆಕೆಯ ಸೌಂದರ್ಯ ನೂರ್ಮಡಿಯಾಗಿತ್ತು. ಕುಗ್ರಾಮದ ಯುವತಿಯಾಗಿದ್ದರೂ ಆಕೆ ಚೆನ್ನಾಗಿ ಹಾಡುತ್ತಿದ್ದಳು. ನಾನು ಬಿಡುವಿನ ಸಮಯದಲ್ಲಿ ಆಕೆಗೆ ಸಂಗೀತವನ್ನು ಕಲಿಸುತ್ತಿದ್ದೆ. ಆ ಮನೆಯಲ್ಲಿ ಮಧ್ಯವಯಸ್ಸನ್ನು ದಾಟಿದ್ದ ಹೆಂಗಸೊಬ್ಬಳಿದ್ದಳು. ಆಕೆಯೇ ತನ್ನನ್ನು ಈ ಹೊಸ 'ಪ್ರೇಮಿ'ಯ ಪರಿಚಯ ಮಾಡಿಸಿರುವುದಾಗಿ ಕಾಳಿದಾಸಿಯೇ ಹೇಳಿದಳು. ಅಷ್ಟೇ ಅಲ್ಲ, ಆಕೆಯ ನೆರವಿನಿಂದಲೇ ತಾನು ಹಾಡಕಾಟಾ ಓಣಿಯಿಂದ ರಾಮಬಾಗಾನ್ ಪ್ರದೇಶಕ್ಕೆ

ಮನೆಯನ್ನು ವರ್ಗಾಯಿಸಿದ್ದಾಗಿಯೂ ಆಕೆ ತಿಳಿಸಿದಳು. 'ನಾನು ಇರುವ ಬಡಾವಣೆಗೆ ನೀನೂ ಬಂದುಬಿಡು' ಎನ್ನುವ ಸಲಹೆಯನ್ನೂ ನೀಡಿದಳು ಕಾಳಿದಾಸಿ. ನಾನು ಅಂತಹ ಸದವಕಾಶವನ್ನು ನಿರೀಕ್ಷಿಸತೊಡಗಿದೆ.

ರಾಣಿ ಚಿಕ್ಕಮ್ಮನ ಸಾಲವನ್ನು ನಾನು ಆ ಹೊತ್ತಿಗಾಗಲೇ ತೀರಿಸಿದ್ದೆ. ಆಕೆಯ ಆರ್ಥಿಕ 'ಋಣ' ನನ್ನ ಮೇಲಿರಲಿಲ್ಲ. ಮನೆಗೆ ಬೇಕಾದ ಸಾಮಾನು-ಸರಂಜಾಮುಗಳನ್ನು ಜೋಡಿಸಿಕೊಳ್ಳುವಷ್ಟು ಹಣವನ್ನೂ ಒಟ್ಟುಗೂಡಿಸಿದ್ದೆ. ಇದೇ ಸಮಯದಲ್ಲಿ ನನಗೆ ಸಭ್ಯ ವ್ಯಕ್ತಿಯೊಬ್ಬನ ಪರಿಚಯವಾಯಿತು. ಆತನೊಬ್ಬ ಬ್ರಾಹ್ಮಣ ಯುವಕ. ಯಾವುದೋ ಬ್ಯಾಂಕಿನಲ್ಲಿ ಅಧಿಕಾರಿಯಾಗಿದ್ದ. ಆತನ ಹೆಸರು ಪಾರ್ಥ ಚಟ್ಟೋಪಾಧ್ಯಾಯ. ಎರಡು ಮೂರು ಬಾರಿ ನನ್ನ ಮನೆಗೆ ಬಂದಿದ್ದ ಆತನಿಗೆ ನಾನು ತುಂಬಾ ಇಷ್ಟವಾಗಿದ್ದೆ. ಅದರಲ್ಲೂ ಮುಖ್ಯವಾಗಿ ನನ್ನ ಗಾಯನವು ಆತನನ್ನು ವಿಶೇಷ ರೀತಿಯಲ್ಲಿ ಆಕರ್ಷಿಸಿತ್ತು.

ಆತ ನನ್ನನ್ನು ಬೇರೆ ಕಡೆಗೆ ಕರೆದುಕೊಂಡು ಹೋಗುವ ಪ್ರಸ್ತಾವವನ್ನು ಮುಂದಿಟ್ಟ. "ನಾನು ನಿನ್ನನ್ನು ಸ್ವಲ್ಪ ಉನ್ನತ ಸ್ಥಾನದಲ್ಲಿ ಇಡುವುದಕ್ಕೆ ಬಯಸುತ್ತೇನೆ. ಹಾಡಕಾಟಾ ಓಣಿ ಸಭ್ಯ ವ್ಯಕ್ತಿಗಳಿಗೆ ಯೋಗ್ಯವಾಗಿಲ್ಲ. ಇಲ್ಲಿಗೆ ಹೆಚ್ಚಾಗಿ ಬರುವುದು ತುಂಬಾ ಕೆಳದರ್ಜೆಯ ಜನರು. ನಿನ್ನ ಆದಾಯವೂ ಇಲ್ಲಿ ಕಡಿಮೆಯೇ ಆಗಿರುತ್ತದೆ. ನಿನ್ನ ಜೀವನಶೈಲಿ ಬದಲಾದರೆ ಆದಾಯವೂ ಹೆಚ್ಚುತ್ತದೆ" ಎಂದು ಆತ ನನ್ನ ಮನವೊಲಿಸುವ ಪ್ರಯತ್ನ ಮಾಡಿದ.

ಆತನ ಮಾತುಗಳನ್ನು ಕೇಳಿ ನನಗೆ ನಗು ಬಂದಿತು. ಮನಸ್ಸಿನೊಳಗೇ ಅಂದುಕೊಂಡೆ, 'ವೇಶ್ಯೆಯರಲ್ಲೂ ಮೇಲುದರ್ಜೆ, ಕೆಳದರ್ಜೆ ಎನ್ನುವ ಭೇದಭಾವ! ನಮ್ಮ ವೃತ್ತಿಯಲ್ಲಿಯೂ ವರ್ಗೀಕರಣ!'

'ಒಂದು ವೇಳೆ ಇದ್ದಕ್ಕಿದ್ದಂತೆ ಇಲ್ಲಿಂದ ಹೊರಟುಹೋದರೆ ನನ್ನ ಪ್ರೀತಿಯ ಡಾಕ್ಟರ್ ಬಾಬುವಿನ ಸಂಪರ್ಕವನ್ನು ಕಳೆದುಕೊಳ್ಳಬೇಕಾಗುತ್ತದೆ' ಎಂದು ಭಾವಿಸಿದ ನಾನು ತಕ್ಷಣಕ್ಕೆ ಬ್ಯಾಂಕ್ ಬಾಬುವಿನ ಸಲಹೆಗೆ ಸಮ್ಮತಿ ನೀಡಲಿಲ್ಲ. ಆದರೆ ಆ ವಿಷಯವನ್ನು ರಹಸ್ಯವಾಗಿಟ್ಟು ಆತನಿಗೆ ಹೇಳಿದೆ, "ನಾನು ಇಲ್ಲಿನ ಘರ್‌ವಾಲಿಯೊಂದಿಗೆ ಕೆಲವು ಒಪ್ಪಂದ ಮಾಡಿಕೊಂಡಿದ್ದೇನೆ. ಆಕೆ ನನಗೆ ಧನಸಹಾಯ ಮಾಡುತ್ತಾಳೆ. ಸಾಲವನ್ನೂ ನೀಡಿದ್ದಾಳೆ. ನನ್ನಿಂದ ಆಕೆಯೂ ಸಂಪಾದನೆ ಮಾಡುತ್ತಾಳೆ. ಹಾಗಾಗಿ ಈಗಲೇ ನಾನು ಇಲ್ಲಿಂದ ಬರುವುದು ಸಾಧ್ಯವಿಲ್ಲ. ಎರಡು ಮೂರು ತಿಂಗಳು ಕಳೆಯಲಿ. ಆನಂತರ ಬರುತ್ತೇನೆ."

ನನ್ನನ್ನು ತುಂಬಾ ಇಷ್ಟಪಟ್ಟಿದ್ದ ಈ ಬ್ಯಾಂಕ್ ಉದ್ಯೋಗಿಯು ಆಗಾಗ ನನ್ನ ಮನೆಗೆ ಬಂದು ರಾತ್ರಿಯನ್ನು ಕಳೆಯುತ್ತಿದ್ದ. ಕೆಲವೊಮ್ಮೆ ತನ್ನ ಜೊತೆಯಲ್ಲಿ ಒಂದಿಬ್ಬರು ಸ್ನೇಹಿತರನ್ನೂ ಕರೆತರುತ್ತಿದ್ದ. ಅವರ ಪೈಕಿ ಒಂದಿಬ್ಬರು ಸ್ವಲ್ಪ ಪ್ರಮಾಣದಲ್ಲಿ ಮದ್ಯಸೇವನೆ ಮಾಡುತ್ತಿದ್ದರು. ಆದರೆ ಯಾರೊಬ್ಬರೂ ಕಂಠಪೂರ್ತಿ ಕುಡಿದು ತೂರಾಡುವ, ಅಸಭ್ಯವಾಗಿ ವರ್ತಿಸುವ 'ಕುಡುಕ'ರಾಗಿರಲಿಲ್ಲ. ನಾನು ಕೆಲವೊಮ್ಮೆ

ಅಣಬೆ, ಮೀನು, ಮಾಂಸ, ಚಪಾತಿ ಮುಂತಾದ ವಿವಿಧ ಬಗೆಯ ಖಾದ್ಯಗಳನ್ನು ತಯಾರಿಸಿ ಅವರಿಗೆ ತಿನ್ನಿಸುತ್ತಿದ್ದೆ. ಇದರಿಂದಾಗಿ ಅವರೊಂದಿಗೆ ನನ್ನ ಆತ್ಮೀಯತೆ ವೃದ್ಧಿಸತೊಡಗಿತ್ತು. ನನ್ನ ಈ 'ಬ್ಯಾಂಕ್ ಬಾಬು'ವಿಗೆ ಎಲೆಯಡಿಕೆ ತಿನ್ನುವ ಅಭ್ಯಾಸ ಜೋರಾಗಿತ್ತು. ಸೋನಾಲಿ ಹಾಗೂ ರೂಪಾಲಿ ಜಾತಿಯ ವೀಳ್ಯದೆಲೆಗಳ ಜೊತೆಯಲ್ಲಿ ತಂಬಾಕು ಸೇರಿಸಿ ತಿನ್ನುವುದು ಆತನಿಗೆ ತುಂಬಾ ಪ್ರಿಯವಾದ ಅಭ್ಯಾಸವಾಗಿತ್ತು. ಆತ ಭಾರೀ 'ಶೋಕಿವಾಲಾ' ಆಗಿದ್ದ. ಆತ ಎಷ್ಟೆಂದರೂ ಬ್ಯಾಂಕ್ ಉದ್ಯೋಗಿಯಲ್ಲವೇ! ತನ್ನ ಯೋಗ್ಯತೆಗೆ ಅನುಗುಣವಾಗಿ ಆತ ದೊಡ್ಡ ಮೋಟಾರ್ ಬೈಕನ್ನು ಖರೀದಿಸಿದ್ದ. ಅದನ್ನು ಏರಿ ನಮ್ಮ ಮನೆಗೆ ಬರುತ್ತಿದ್ದ. ಆ ಬೈಕ್ ಮೇಲೆ ಕುಳಿತು ನಾನು ಆತನೊಂದಿಗೆ ಅನೇಕ ಬಾರಿ ಸುತ್ತಾಡುವುದಕ್ಕೆ ಹೋಗಿದ್ದೇನೆ. ನನ್ನೊಂದಿಗೆ ತಿರುಗಾಡುವುದೆಂದರೆ ಆತನಿಗೆ ತುಂಬಾ ಇಷ್ಟವಾಗಿತ್ತು.

ಕೆಲವು ದಿನಗಳ ಕಾಲ ನಾನು 'ಎರಡು ದೋಣಿ'ಗಳನ್ನೂ ಒಟ್ಟಿಗೆ ಮುನ್ನಡೆಸುವ ಪ್ರಯತ್ನ ಮಾಡಿದೆ. ಆದರೆ ಈ ವಿಷಯದಲ್ಲಿ ನಾನು ಯಶಸ್ವಿಯಾಗಲಿಲ್ಲ. ನಾನು ಇನ್ನೊಬ್ಬ 'ಪ್ರೇಮಿ'ಯೊಂದಿಗೆ ಅನ್ಯೋನ್ಯವಾಗಿ ತಿರುಗಾಡುತ್ತಿದ್ದೇನೆ ಎನ್ನುವ ವಿಷಯ ನನ್ನ 'ಡಾಕ್ಟರ್ ಬಾಬು'ವಿಗೆ ತಿಳಿಯುವುದಕ್ಕೆ ಹೆಚ್ಚು ಸಮಯ ಬೇಕಾಗಲಿಲ್ಲ. ಹಾಗಾಗಿ ಅವರು ನನ್ನ ಬಳಿಗೆ ಬರುವುದನ್ನು ಕ್ರಮೇಣ ಕಡಿಮೆ ಮಾಡಿದರು. ಅಂತಿಮವಾಗಿ ನನ್ನ ಮನೆಗೆ ಬರುವುದನ್ನೇ ನಿಲ್ಲಿಸಿಬಿಟ್ಟರು 'ಡಾಕ್ಟರ್ ಬಾಬು.' ಒಂದು ಕಡೆಯಲ್ಲಿ, ನಾನಿರುವ ಬಡಾವಣೆಯನ್ನು ಬಿಟ್ಟು ಬೇರೆ ಕಡೆಗೆ ಬರುವಂತೆ 'ಬ್ಯಾಂಕ್ ಬಾಬು' ನಿರಂತರವಾಗಿ ನನ್ನನ್ನು ಒತ್ತಾಯಿಸುತ್ತಲೇ ಇದ್ದ. ಇನ್ನೊಂದು ಕಡೆಯಲ್ಲಿ, 'ಡಾಕ್ಟರ್ ಬಾಬು' ನನ್ನಿಂದ ದೂರವಾಗಿದ್ದರು. ಮನೆಯನ್ನು ಬದಲಿಸುವುದಕ್ಕೆ ಇದೇ ಸುಸಮಯ ಎಂದು ಭಾವಿಸಿದ ನಾನು, 'ಘರ್‌ವಾಲಿಯ ಸಾಲ ತೀರಿಸಬೇಕು' ಎನ್ನುವ ನೆಪವನ್ನು ಹೇಳಿ 'ಬ್ಯಾಂಕ್ ಬಾಬು'ವಿನಿಂದ ಐದು ನೂರು ರೂಪಾಯಿ ನಗದನ್ನು 'ಕಿತ್ತು'ಕೊಂಡೆ. 'ನಾನು ಬೇರೆ ಮನೆಗೆ ಬರುವುದಕ್ಕೆ ನೀನು ನನಗೆ ಇನ್ನೂ ಇನ್ನೂರು ರೂಪಾಯಿ ಹೆಚ್ಚುವರಿಯಾಗಿ ನೀಡಬೇಕು' ಎಂದು ಆತನನ್ನು ಕೇಳಿಕೊಂಡೆ. ಅದಕ್ಕೂ ಆತ ಬೇಸರಿಸಲಿಲ್ಲ; ತಕ್ಷಣವೇ ನೀಡಿದ. ರಾಮಬಾಗಾನ್ ಪ್ರದೇಶದಲ್ಲಿ, ಕಾಳಿದಾಸಿ ಮನೆಗೆ ಸಮೀಪದಲ್ಲಿ ಎರಡು ಕೋಣೆಯ ಒಂದು ಮನೆಯನ್ನು ನಾನು ಬಾಡಿಗೆಗೆ ಪಡೆದುಕೊಂಡೆ.

ನನ್ನನ್ನು ಇಷ್ಟಪಟ್ಟಿದ್ದ 'ಡಾಕ್ಟರ್ ಬಾಬು' ಸಮಾಜದಲ್ಲಿ ಈಗಲೂ ಅತ್ಯಂತ ಪ್ರಸಿದ್ಧ ವ್ಯಕ್ತಿ. ನಾನು ಈಗಾಗಲೇ ಹೇಳಿರುವಂತೆ ಅವರು ಅದುವರೆಗೂ ವಿವಾಹವನ್ನು ಮಾಡಿಕೊಂಡಿರಲಿಲ್ಲ. ನಾನು ವೇಶ್ಯಾವೃತ್ತಿ ಆರಂಭ ಮಾಡಿದ ದಿನಗಳಲ್ಲಿ ಅವಿವಾಹಿತ ಪುರುಷರನ್ನೇ ಹೆಚ್ಚು ಇಷ್ಟಪಡುತ್ತಿದ್ದೆ; ಆಯ್ಕೆ ಮಾಡಿಕೊಳ್ಳುತ್ತಿದ್ದೆ. ಮನೆಯಲ್ಲಿ ಹೆಂಡತಿಯ ಆಕರ್ಷಣೆ ಇಲ್ಲದ ಕಾರಣದಿಂದಾಗಿ ಅಂತಹ ಅವಿವಾಹಿತ 'ಪ್ರೇಮಿ'ಗಳು ನನ್ನನ್ನು ಹೆಚ್ಚು ಇಷ್ಟಪಡುತ್ತಾರೆ ಎನ್ನುವುದು ನನ್ನ ಭಾವನೆಯಾಗಿತ್ತು. ಆದರೆ ಈಗ, ಅಂದರೆ ಸುದೀರ್ಘ ಕಾಲದ ಅನುಭವದಿಂದಾಗಿ ನನ್ನ ಆ ಭ್ರಾಂತಿ

ದೂರವಾಗಿತ್ತು. ಯಾರು ತಮ್ಮ ಪತ್ನಿಯನ್ನು ಹೆಚ್ಚು ಪ್ರೀತಿಸುತ್ತಾರೆಯೋ ಅಂಥವರು ತಮ್ಮ 'ರಹಸ್ಯ ಪ್ರೇಮಿ'ಯನ್ನೂ ಅಷ್ಟೇ ಪ್ರೀತಿಸುತ್ತಾರೆ ಎನ್ನುವ ಸತ್ಯದ ಅರಿವು ನನಗೆ ಆಗಿತ್ತು. ಅವಿವಾಹಿತ ಯುವಕರು ಚಂಚಲಚಿತ್ತರಾಗಿರುತ್ತಾರೆ ಮತ್ತು ಅವರು ತಾವು ಅನೈತಿಕ ಸಂಬಂಧ ಬೆಳೆಸಿದವರ ಪೈಕಿ ಯಾರನ್ನೂ ತಮ್ಮ ಮನಸ್ಸಿನಲ್ಲಿ ಶಾಶ್ವತವಾಗಿ ಇಟ್ಟುಕೊಳ್ಳುವುದಕ್ಕೆ ಇಷ್ಟಪಡುವುದಿಲ್ಲ.

ನನ್ನ 'ಡಾಕ್ಟರ್ ಬಾಬು' ನನ್ನನ್ನು ಬಿಟ್ಟ ನಂತರ ಅನೇಕ ವೇಶ್ಯೆಯರೊಂದಿಗೆ ಆಸಕ್ತರಾಗಿದ್ದಾರೆ ಎನ್ನುವ ವಿಷಯ ನನ್ನ ಕಿವಿಗೆ ಬಿದ್ದಿತ್ತು. ಅಷ್ಟೇ ಏಕೆ, ಅವರು ಯಾವುದೋ ಗೃಹಿಣಿಯೊಂದಿಗೆ ಸಂಬಂಧ ಇಟ್ಟುಕೊಂಡ ಹಗರಣದ ವಿಷಯ ಭಾರೀ ಅಪಪ್ರಚಾರಕ್ಕೆ ಕಾರಣವಾಯಿತು; ಪತ್ರಿಕೆಯಲ್ಲಿಯೂ ಪ್ರಕಟವಾಗಿತ್ತು. ಅದು ಸತ್ಯವೋ ಸುಳ್ಳೋ ದೇವರಿಗೇ ಗೊತ್ತು!

ರಾಮಬಾಗಾನ್‌ಗೆ ಬಂದ ನಂತರ ಅತ್ಯಂತ ಸುಖ–ಸಂತೋಷದಿಂದ ದಿನಗಳನ್ನು ಕಳೆಯತೊಡಗಿದ್ದೆ. ಆದರೆ ಒಂದು ವಿಷಯ ಮಾತ್ರ ಆಗಾಗ ನನ್ನ ಮನಸ್ಸಿನಲ್ಲಿ ಜಾಗೃತಗೊಂಡು ಚಿಂತಿತಳಾಗಿ ಕುಳಿತುಬಿಡುತ್ತಿದ್ದೆ. ಮುಕುಲ್ ದಾದಾ ಹಾಗೂ ಕಮಲಾರನ್ನು ಕುರಿತಾದ ಯಾವ ಮಾಹಿತಿಯೂ ನನಗೆ ಅದುವರೆಗೂ ಸಿಕ್ಕಿರಲಿಲ್ಲ. ಅವರೀಗ ಎಲ್ಲಿರಬಹುದು, ಏನು ಮಾಡುತ್ತಿರಬಹುದು ಇತ್ಯಾದಿ ಯೋಚನೆಗಳು ನನ್ನನ್ನು ಕಾಡುತ್ತಿದ್ದವು. ಇದೇ ವೇಳೆ, ಬಾಬಾ (ಅಪ್ಪ), ಚಿಕ್ಕಮ್ಮ ಅಥವಾ ನಂದಣ್ಣ ನನ್ನನ್ನು ಈ ಸ್ಥಿತಿಯಲ್ಲಿ ನೋಡಿಬಿಟ್ಟರೆ ಏನು ಮಾಡುವುದು ಎನ್ನುವ ಚಿಂತೆಯೂ ನನ್ನ ತಲೆಯನ್ನು ಕೊರೆಯುತ್ತಿತ್ತು. ಅವರ್ಯಾರೂ ನನ್ನನ್ನು ನೋಡದೇ ಇರಲಿ ಎನ್ನುವುದು ನನ್ನ ಬಯಕೆಯಾಗಿತ್ತು. ಆದರೆ ಕಮಲಾ ಮತ್ತು ಮುಕುಲ್ ದಾದಾಗೆ ನಾನು ಈ ವೃತ್ತಿಯಲ್ಲಿ ತೊಡಗಿಕೊಂಡಿರುವ ವಿಷಯ ತಿಳಿದಿರಲೂಬಹುದು. ಒಂದು ವೇಳೆ ಗೊತ್ತಾಗಿದ್ದರೆ ಅವರು ನನ್ನ ಬಗ್ಗೆ ತುಂಬಾ ಚಿಂತಿತರಾಗುತ್ತಾರೆ; ಬೇಸರಿಸುತ್ತಾರೆ. ವೇಶ್ಯೆಯರ ಜೀವನ ಎಷ್ಟೊಂದು ಅಪಾಯಕಾರಿ ಎನ್ನುವುದು ನನಗೆ ಅತ್ಯಲ್ಪ ಅವಧಿಯಲ್ಲಿಯೇ ಅರಿವಾಗಿತ್ತು. ಎಲ್ಲರೂ ಈ ವೃತ್ತಿಯಲ್ಲಿರುವ ನನ್ನನ್ನು ತುಚ್ಛವಾಗಿ ಕಾಣಬಹುದು, ಎದುರಿನಲ್ಲಿ ಸಿಕ್ಕಿದರೆ ಬಂಧುಗಳು ನನ್ನನ್ನು ಕಾಲಿನಿಂದ ಒದೆಯಲೂಬಹುದು; ಆದರೆ ಕಮಲಾ ಮತ್ತು ಮುಕುಲ್ ದಾದಾ ನನ್ನ ಬಗ್ಗೆ ಕನಿಕರ ಭಾವನೆಯನ್ನೇ ಹೊಂದಿರುತ್ತಾರೆ ಎನ್ನುವುದು ನನ್ನ ದೃಢವಾದ ನಂಬಿಕೆ.

ರಾಮಬಾಗಾನ್‌ನಲ್ಲಿರುವ ಮನೆಗೆ ಬಂದ ನಂತರ ನನ್ನ ಮನಸ್ಸಿನಲ್ಲಿ ಓದುವ ಬಯಕೆ ಜಾಗೃತಗೊಂಡಿತ್ತು. 'ಬ್ಯಾಂಕ್ ಬಾಬು'ವಿಗೆ ಹೇಳಿ ಪುಸ್ತಕಗಳನ್ನು ಇಡುವುದಕ್ಕಾಗಿ ಒಂದು ಅಲಮಾರಿಯನ್ನು ತರಿಸಿಕೊಂಡೆ. ಬಂಗಾಳಿ ಹಾಗೂ ಇಂಗ್ಲಿಷ್ ಭಾಷೆಯ ಕೆಲವು ಪುಸ್ತಕಗಳನ್ನೂ ಆತನಿಂದಲೇ ತರಿಸಿಕೊಂಡು ಅದರೊಳಗೆ ಜೋಡಿಸಿದೆ. ನನ್ನ ಜ್ಞಾನಾಸಕ್ತಿಯನ್ನು ನೋಡಿ ಆತ ಸಂತೋಷಗೊಂಡಿದ್ದ. ಮಾಸಿಕ ಪತ್ರಿಕೆಗಳಾಗಿದ್ದ 'ಪ್ರವಾಸಿ' ಮತ್ತು 'ಭಾರತವರ್ಷ'ವನ್ನು ಆತ ಪ್ರತಿ ತಿಂಗಳೂ ನನಗೆ

ತಂದುಕೊಡುತ್ತಿದ್ದ. ಸಾಯಂಕಾಲದ ಸಮಯದಲ್ಲಿ ಆತ ತನ್ನ ಕಚೇರಿಯಿಂದ ಬರುವಾಗ ದಿನಪತ್ರಿಕೆಗಳನ್ನು ತರುತ್ತಿದ್ದ. ನಾನು ಅವುಗಳನ್ನು ಆಸಕ್ತಿಯಿಂದ ಓದುತ್ತಿದ್ದೆ. ಓದು, ಗಾಯನ, 'ಬಾಬು'ವಿನ ಸ್ನೇಹಸಂಬಂಧ ಮುಂತಾದವುಗಳಿಂದಾಗಿ ನಾನು ಒಂದು ರೀತಿಯಲ್ಲಿ ನೆಮ್ಮದಿಯ ಜೀವನ ಸಾಗಿಸತೊಡಗಿದ್ದೆ.

ಇದೇ ಸಂದರ್ಭದಲ್ಲಿ ಸಾಹಿತ್ಯ ಕ್ಷೇತ್ರವೂ ಬದಲಾವಣೆಯ ಕಾಲಘಟ್ಟದಲ್ಲಿತ್ತು. ಸಾಹಿತ್ಯದೊಂದಿಗೆ ನಮ್ಮ ವೇಶ್ಯಾವೃತ್ತಿಯಲ್ಲಿನ ಮಹಿಳೆಯರ ಜೀವನ ಚಿತ್ರಣವೂ ಇರುವುದರಿಂದ ಇಲ್ಲಿ ನಾನು ಈ ವಿಷಯದ ಮೇಲೆಯೂ ಬೆಳಕು ಚೆಲ್ಲಬೇಕಾಗಿದೆ. ಕುಲಟೆಯರ ವ್ಯಕ್ತಿತ್ವ, ಜೀವನಶೈಲಿ ಮುಂತಾದವುಗಳನ್ನು ಆಧಾರವಾಗಿಟ್ಟುಕೊಂಡು ಬಂಕಿಮಚಂದ್ರ ಚಟ್ಟೋಪಾಧ್ಯಾಯ ಮತ್ತು ಅವರ ಸಮಕಾಲೀನ ಸಾಹಿತಿಗಳು ತಮ್ಮ ಕೃತಿಗಳಲ್ಲಿ ಬಿಂಬಿಸಿದ ಅಭಿಪ್ರಾಯವನ್ನು ಓದಿದರೆ, ವೇಶ್ಯಾವೃತ್ತಿಯಲ್ಲಿರುವ ಎಲ್ಲರ ಬಗ್ಗೆ ಓದುಗರಲ್ಲಿ ಅಸಹ್ಯ ಭಾವನೆ ಹಾಗೂ ಆಕ್ರೋಶ ಮೂಡುತ್ತದೆ ಮತ್ತು ಆ ಅಭಿಪ್ರಾಯದ ಬೇರು ಗಟ್ಟಿಯಾಗುತ್ತ ಹೋಗುತ್ತದೆ. ಕೃಷ್ಣಕಾಂತರ 'ಉಯಿಲ್', 'ಚಂದ್ರಶೇಖರ' ಮುಂತಾದ ಕಾದಂಬರಿಗಳಲ್ಲಿಯೂ ಕುಲಟೆಯರ ಪರಿಸ್ಥಿತಿ, ಅವಮಾನ, ಪ್ರಾಯಶ್ಚಿತ್ತ ಇತ್ಯಾದಿ ಅಂಶಗಳು ವ್ಯಾಪಕವಾಗಿ ಕಂಡುಬರುತ್ತವೆ. ವೇಶ್ಯಾವೃತ್ತಿಯಲ್ಲಿರುವ ಮಹಿಳೆಯರನ್ನು, ಅವರ ಜೀವನಶೈಲಿಯನ್ನು ಇಂತಹ ಸಾಹಿತ್ಯ ಕೃತಿಗಳಲ್ಲಿ ಯಾವ ರೀತಿಯಲ್ಲಿ ಚಿತ್ರಿಸಲಾಗಿದೆಯೆಂದರೆ, ಅದನ್ನು ಓದಿದವರು ವೇಶ್ಯೆಯರನ್ನು ನೋಡುವುದಕ್ಕೂ ಹೆದರುತ್ತಿದ್ದರು, ಅವರನ್ನು ಸ್ಪರ್ಶಿಸುವುದಕ್ಕೆ ಹಿಂಜರಿಯುತ್ತಿದ್ದರು, ಕುಲಟೆಯರು ತಮ್ಮ ಸಮೀಪಕ್ಕೆ ಬಂದರೆ ಅಸಹ್ಯಪಟ್ಟುಕೊಳ್ಳುತ್ತಿದ್ದರು. ಅಮೃತಲಾಲ್ ಬಸ್ತರ್ ತಮ್ಮ 'ತರುಣವಾಲಾ' ನಾಟಕದಲ್ಲಿಯೂ ಇಂತಹುದೇ ಸನ್ನಿವೇಶಗಳನ್ನು ಸೃಷ್ಟಿಸಿದ್ದಾರೆ ಮತ್ತು ಪ್ರದರ್ಶಿಸಿದ್ದಾರೆ. ಮಹಾಕವಿ ರವೀಂದ್ರನಾಥರು ತಮ್ಮ ಕೆಲವು ಕಥೆ–ಕಾದಂಬರಿಗಳಲ್ಲಿ ವೇಶ್ಯೆಯರ ಚಾರಿತ್ರ್ಯದ ಬಗ್ಗೆ ಹೊಸ ನೋಟವನ್ನು ಬೀರಿದರು; ಆ ಮೂಲಕ ವೇಶ್ಯೆಯರ ಬಗ್ಗೆ ಜನಸಾಮಾನ್ಯರಿಗೆ ಸಹಾನುಭೂತಿ ಮೂಡುವಂತೆ ಮಾಡಿದರು. ಯಾವ ಭಾವನೆಗಳನ್ನು ರವೀಂದ್ರನಾಥರು ಅಸ್ಪಷ್ಟವಾಗಿ ಮೂಡಿಸಿದರೋ ಅದೇ ಅಭಿಪ್ರಾಯವನ್ನು ಶರತ್ ಚಟ್ಟೋಪಾಧ್ಯಾಯ, ನರೇಶ ಸೇನಗುಪ್ತ ಹಾಗೂ ಇನ್ನಿತರ ಕೆಲವು ಯುವ ಸಾಹಿತಿಗಳು ತಮ್ಮ ಕೃತಿಗಳಲ್ಲಿ ಸ್ಪಷ್ಟವಾಗಿ ಹಾಗೂ ನೇರವಾಗಿ ಬಿಂಬಿಸಿದರು. ಅವರು ತಮ್ಮ ಕೃತಿಗಳಲ್ಲಿ ವ್ಯಕ್ತಪಡಿಸಿದ ಭಾವನೆಗಳನ್ನು ಓದಿದವರು ವೇಶ್ಯೆಯರ ಬಗ್ಗೆ ಆಕರ್ಷಿತರಾದರೂ ಆಶ್ಚರ್ಯವೇನಿರಲಿಲ್ಲ. ಅಷ್ಟೊಂದು ಸ್ಪಷ್ಟವಾಗಿ ಅವರು ಕುಲಟೆಯರ ಬದುಕಿನ ಚಿತ್ರಣಗಳನ್ನು ವರ್ಣಿಸಿದ್ದರು. ಅವರು ತಮ್ಮ ಕೃತಿಗಳಲ್ಲಿ ಉಲ್ಲೇಖಿಸುತ್ತಾರೆ, "ವೇಶ್ಯೆಯರು ಅಪವಿತ್ರರಾಗಿರಬಹುದು, ಹಣಕ್ಕಾಗಿ ತಮ್ಮ ದೇಹವನ್ನು ಮಾರಾಟ ಮಾಡಿಕೊಳ್ಳಬಹುದು; ಆದರೆ ಅವರು ಎಂದಿಗೂ ಮನುಷ್ಯತ್ವದ ಆದರ್ಶವನ್ನು ಮೀರಿ ನಡೆದುಕೊಳ್ಳುವುದಿಲ್ಲ. ಪತಿತ ನಾರಿಯರೂ ಸರಳ ಚಿತ್ತವನ್ನು, ಧಾರ್ಮಿಕ ಭಾವನೆಗಳನ್ನು, ದೇವರಲ್ಲಿ ಭಕ್ತಿಯನ್ನು,

ದಯಾಮಯಿ ಹೃದಯವನ್ನು, ಮಾನವೀಯತೆಯನ್ನು ಹೊಂದಿರುವುದರಿಂದ ಅವರನ್ನು ದ್ವೇಷಿಸುವ ಅಥವಾ ಅವರ ಬಗ್ಗೆ ತಾತ್ಸಾರ ನೋಟವನ್ನು ಬೀರುವ ಆವಶ್ಯಕತೆ ಏನಿದೆ? ಈ ವಿಷಯದಲ್ಲಿ ತಪ್ಪು ವೇಶ್ಯೆಯರದ್ದಲ್ಲ, ನಮ್ಮ ಸಮಾಜದ್ದು."

ಈ ಎಲ್ಲಾ ಕಥಾ ಸಾಹಿತ್ಯ ಹಾಗೂ ಕಾದಂಬರಿಗಳು ಯುವಕ-ಯುವತಿಯರ ಮನಸ್ಸಿನಲ್ಲಿ ಚಂಚಲತೆಯನ್ನು ಮೂಡಿಸಿದವು. ಅವರು 'ಶ್ರೀಕೃಷ್ಣ ಭ್ರಮಣ ಕಾಹಿನಿ' ಕೃತಿಯಲ್ಲಿನ ರಾಜಲಕ್ಷ್ಮಿಯ ರೀತಿಯಲ್ಲಿ ವೇಶ್ಯೆಯರಿಗಾಗಿ ಹುಡುಕಾಟ ನಡೆಸಿದರು. 'ಶುಭ ಸಂಗಿನಿ' ಕಾದಂಬರಿಯನ್ನು ಓದಿ ಅದರಲ್ಲಿನ ಶುಭಾಳ ರೀತಿಯಲ್ಲಿ ನಟಿಯರ ಬಗ್ಗೆ ಕುತೂಹಲಿಗಳಾದರು. 'ಪರಪಾರೆ' ನಾಟಕವನ್ನು ನೋಡಿದ ಜನರು ಅದರಲ್ಲಿನ ಸರಯೂ ಪಾತ್ರವನ್ನು ತುಂಬಾ ಮೆಚ್ಚಿಕೊಂಡರು; ಆಕೆಯ ಬಗ್ಗೆ ಅನುಕಂಪ ತೋರಿದರು. ನನ್ನ ದೀರ್ಘಕಾಲೀನ ಅನುಭವದ ಆಧಾರದ ಮೇಲೆ ಹೇಳುವುದಾದರೆ, ಬಂಗಾಳದ ಅನೇಕ ಯುವಕರು ವೇಶ್ಯೆಯರೊಂದಿಗೆ ದೈಹಿಕ ಸಂಬಂಧ ಹೊಂದುವುದಕ್ಕೆ ಹೆಚ್ಚು ಆಸಕ್ತಿಯನ್ನು ತೋರಿಸತೊಡಗಿದರು.

ವೇಶ್ಯೆಯರ ಬದುಕಿನ ಚಿತ್ರಣವನ್ನು ನವ್ಯ ಸಾಹಿತಿಗಳ ಗುಂಪು 'ವಾಸ್ತವಿಕ ರೂಪ'ದಲ್ಲಿ ಬಿಂಬಿಸತೊಡಗಿತ್ತು. ಇದಕ್ಕಾಗಿಯೇ ಅವರು 'ರಿಯಲಿಸ್ಟಿಕ್ ಆರ್ಟ್' ಎನ್ನುವ ಹೊಸ ಪ್ರಕಾರವನ್ನೇ ಹುಟ್ಟುಹಾಕಿದರು. ಆದರೆ ಇತ್ತೀಚಿನ ದಿನಗಳಲ್ಲಿ ಕೆಲವರು ಈ ಪ್ರಕಾರವನ್ನು ವಿರೂಪಗೊಳಿಸಿ ಸರ್ವನಾಶಗೊಳಿಸುವ ಪ್ರಯತ್ನಕ್ಕೂ ಕೈಹಾಕಿರುವುದು ಕಂಡುಬರುತ್ತದೆ. ಕಾಲೇಜುಗಳಲ್ಲಿ ಉನ್ನತ ವ್ಯಾಸಂಗ ಮಾಡುತ್ತಿರುವ ಹಲವು ಯುವಕ-ಯುವತಿಯರು ನಟನಾ ವೃತ್ತಿಯನ್ನು ಅವಲಂಬಿಸಿದ್ದಾರೆ. ಗೌರವಾನ್ವಿತ ಮನೆತನದ ಜಮೀನುದಾರರೊಬ್ಬರ ಪುತ್ರ ತಾನು ಮದುವೆಯಾಗಲಿದ್ದ ಹುಡುಗಿಯ ಜೊತೆಯಲ್ಲಿ ಸಾವಿರಾರು ಪ್ರೇಕ್ಷಕರ ಮುಂದೆ ರಂಗಮಂಚದ ಮೇಲೆ ಅಭಿನಯ ಮಾಡುತ್ತಾನೆ. ಆ ಯುವತಿಯ ತಂದೆ-ತಾಯಿಯರು ಆಕೆಯನ್ನು ಅಭಿನಯಿಸುವುದಕ್ಕೆ ಕಳುಹಿಸಿಕೊಡುತ್ತಾರೆ. ನಾನೇ ಸ್ವತಃ ಕೇಳಿದ್ದೇನೆ, ಅಭಿನಯಿಸುವ ಸಂದರ್ಭದಲ್ಲಿ ಆ ಯುವತಿ ತಾನು ಮದುವೆಯಾಗಲಿರುವ ಹುಡುಗನ ಜೊತೆಯಲ್ಲಿ ಪ್ರೇಮ ಸಂಭಾಷಣೆ ನಡೆಸುತ್ತಾಳೆ. ತನ್ನ ಮಗಳು ರಂಗಮಂಚದ ಮೇಲೆ ಪ್ರೇಮಕಲೆಯನ್ನು ಅದೆಷ್ಟು ಅದ್ಭುತವಾಗಿ ಪ್ರದರ್ಶಿಸುತ್ತಿದ್ದಾಳೆ; ನಟನೆಯನ್ನು ಆಕೆ ತುಂಬಾ ಚೆನ್ನಾಗಿ ಕಲಿತಿದ್ದಾಳೆ ಎಂದು ಆಕೆಯ ತಂದೆ-ತಾಯಿ ಹೆಮ್ಮೆ ಪಡುತ್ತಾರೆ. ಆ ತಂದೆಗೆ ಸಮಾಜದಲ್ಲಿ ಅತ್ಯುನ್ನತ ಸ್ಥಾನವೂ ಸಿಗುತ್ತದೆ. ಕೆಲವರು ಇವರನ್ನು 'ಮಹಾನ್ ಕವಿ', 'ಶ್ರೇಷ್ಠ ದಾರ್ಶನಿಕ' ಇತ್ಯಾದಿ ವಿಶೇಷಣಗಳನ್ನು ನೀಡಿ ಗೌರವಿಸುತ್ತಾರೆ! ಆದರೆ ಅದೇ ವ್ಯಕ್ತಿ ನಾಟಕ ನೋಡುವುದಕ್ಕೆ ಬಂದು ನಟಿಯರು ನರ್ತಿಸುವಾಗ ಕಣ್ಣೆವೆಯಿಕ್ಕದೇ ಆಕೆಯ 'ಅಭಿನಯ'ವನ್ನೇ ನೋಡುತ್ತಿರುತ್ತಾರೆ. 'ಬ್ರಹ್ಮ ಸಮಾಜ'ದಿಂದ ಈ ದೇಶವು ಆದರ್ಶ ನಡೆಯನ್ನು, ನೀತಿಬೋಧನೆಯನ್ನು ನಿರೀಕ್ಷಿಸುತ್ತದೆ. ಆದರೆ ಅದರ ಕೆಲವು ಸದಸ್ಯರೂ ವಿವಿಧ ನಾಟಕಗಳಲ್ಲಿನ ರಸನಿಮಿಷಗಳನ್ನು ಸವಿಯುವುದಕ್ಕಾಗಿ ರಂಗಮಂದಿರಕ್ಕೆ ಬರುತ್ತಿದ್ದುದನ್ನು ನಾನು ನೋಡಿದ್ದೇನೆ. ಶ್ರೀಯುತ ರವೀಂದ್ರನಾಥ ಟ್ಯಾಗೋರ್,

ಶ್ರೀ ರಾಮಾನಂದ ಚಟ್ಟೋಪಾಧ್ಯಾಯ, ಶ್ರೀಮತಿ ಅಬಲಾ ಬಸು, ಶ್ರೀಮತಿ ಕಾಮಿನಿ ರಾವ್, ಶ್ರೀಮತಿ ಬಿ.ಎಲ್. ಚೌಧರಿ, ಶ್ರೀಮತಿ ಸರಳಾ ದೇವಿ ಮುಂತಾದ ಮಹನೀಯರೆಲ್ಲರೂ ಶ್ರೀಮಂತ ಹಾಗೂ ಗೌರವಾನ್ವಿತ ಮನೆತನದ ಹೆಣ್ಣುಮಕ್ಕಳು ವೇದಿಕೆಯ ಮೇಲೆ ನರ್ತನ ಮಾಡುವುದನ್ನು ಸಮರ್ಥಿಸುತ್ತಾರೆ. ಇದೇ ವಿಷಯಕ್ಕೆ ಸಂಬಂಧಿಸಿದಂತೆ ವಿವಿಧ ಪತ್ರಿಕೆಗಳಲ್ಲಿ ಚರ್ಚೆಗಳು ನಡೆದಿವೆ. ನಾನೂ ಈ ವಾದ-ಪ್ರತಿವಾದವನ್ನು ಓದಿದ್ದೇನೆ; ಓದಿ ತುಂಬಾ ನೊಂದಿದ್ದೇನೆ. ಸಮಾಜದಲ್ಲಿ ಅತ್ಯಂತ ಗೌರವಯುತ ಸ್ಥಾನದಲ್ಲಿರುವ ಹಲವಾರು ಜನರ ಯೋಚನಾ ವಿಧಾನವನ್ನು ನೋಡಿ ಆಶ್ಚರ್ಯಚಕಿತಳಾಗಿದ್ದೇನೆ.

ನನ್ನ ಆತ್ಮಕಥೆ ಬರೆಯುವಾಗ ಈ ವಿಷಯವನ್ನು ಪ್ರಸ್ತಾಪಿಸುವ ಆವಶ್ಯಕತೆ ಖಂಡಿತವಾಗಿಯೂ ಇದೆ ಎನ್ನುವುದು ನನ್ನ ಅಭಿಪ್ರಾಯ. ಸಂಯಮ ಹಾಗೂ ತಾಳ್ಮೆಯನ್ನು ಕಳೆದುಕೊಂಡಿದ್ದೇ ನನ್ನಂತಹ ನಾರಿಯರು ಈ ವೇಶ್ಯಾವೃತ್ತಿಗೆ ಬರುವುದಕ್ಕೆ ಮುಖ್ಯವಾದ ಕಾರಣ. ಸಮಾಜದ ಪ್ರತಿಯೊಂದು ಸ್ತರದ ಜನರೂ ಯಾವುದೋ ಒಂದು ಹಂತದಲ್ಲಿ ಬಹುಶಃ ಈ ಪರಿಸ್ಥಿತಿಯನ್ನು ಎದುರಿಸಿರುತ್ತಾರೆ. ಯಾರು ಸಮಾಜದ ಒಳಿತಿನ ಬಗ್ಗೆ ಯೋಚಿಸುತ್ತಾರೆಯೋ ಅಂಥವರ ದೃಷ್ಟಿ ಇತ್ತ ಕಡೆಗೂ ಹರಿಯಬೇಕು ಎನ್ನುವುದು ನನ್ನ ಅಭಿಪ್ರಾಯ ಮತ್ತು ನಿವೇದನೆ. ಕೆಲವು ತರುಣರ ಕುತಂತ್ರ, ಮೋಸ, ವಂಚನೆಯ ಕಾರಣದಿಂದಾಗಿಯೇ ಅಲ್ಲವೆ ನಾನು ಅಥವಾ ನನ್ನಂಥವರು ಈ ವೃತ್ತಿಯನ್ನು ಅಪ್ಪಿಕೊಂಡಿದ್ದು? ನೃತ್ಯ, ಕುಣಿತ, ಗಾಯನ, ನಟನೆ ಮುಂತಾದ ಕ್ಷೇತ್ರಕ್ಕೆ ಬರುವ ಯುವಕ-ಯುವತಿಯರ ನಡೆಯ ಬಗ್ಗೆ ಅವರ ಪಾಲಕರು ಸದಾ ತಮ್ಮ ಗಮನ ಹರಿಸುತ್ತಲೇ ಇರುತ್ತಾರೇನು? ತಮ್ಮ ಮಕ್ಕಳು ಕಾಲು ಜಾರಿಲ್ಲ ಎನ್ನುವುದು ಅವರಿಗೆ ಖಚಿತವಾಗಿ ತಿಳಿದಿರುತ್ತದೇನು? ತಾರುಣ್ಯದಲ್ಲಿ ಶ್ರೀಮಂತರ ಮನೆಯ ಹೆಣ್ಣುಮಕ್ಕಳೂ ಅನೈತಿಕ ಸಂಬಂಧಕ್ಕೆ ದೇಹವನ್ನು ಒಪ್ಪಿಸಿಕೊಂಡಿರಬಹುದಲ್ಲವೇ? ಆದರೆ ಅವರನ್ನು ಯಾರೂ 'ವೇಶ್ಯೆ' ಎಂದು ಕರೆಯುವುದಿಲ್ಲ! ಇನ್ನೂ ವಿಶೇಷವೆಂದರೆ ಯಾರು ಸ್ವತಃ ಶೀಲವನ್ನು ಕಳೆದುಕೊಂಡಿರುತ್ತಾರೆಯೋ ಅಂಥವರೇ ನಮ್ಮಂಥವರನ್ನು ನೋಡಿ ನಗುತ್ತಿರುತ್ತಾರೆ! ನನ್ನ ಜೊತೆಯಲ್ಲಿಯೇ ಇರುವ ರಾಣಿ ಎನ್ನುವ ವೇಶ್ಯೆಯು ಶ್ರೀಮಂತ ವ್ಯಕ್ತಿಯೊಬ್ಬರ ಅನೈತಿಕ ಸಂಬಂಧದಿಂದ ಹುಟ್ಟಿದ ಮಗುವಂತೆ! ಇದನ್ನು ಆಕೆಯೇ ಹೇಳಿಕೊಂಡಿದ್ದಾಳೆ. ತನ್ನ ತಂದೆ ಸಮಾಜದಲ್ಲಿ ಒಬ್ಬ ಪ್ರತಿಷ್ಠಿತ ವ್ಯಕ್ತಿ ಎಂದು ಆಕೆಯೇ ನನ್ನ ಮುಂದೆ ಹೇಳಿಕೊಂಡಿದ್ದಾಳೆ ಮತ್ತು ಆ ವ್ಯಕ್ತಿಯ ಹೆಸರನ್ನೂ ತಿಳಿಸಿದ್ದಾಳೆ. ಆ ವ್ಯಕ್ತಿ ನನಗೆ ಮಾತ್ರವಲ್ಲ, ಸಂಪೂರ್ಣ ಕಲ್ಕತ್ತಾಕ್ಕೇ ಗೊತ್ತಿರುವವರು. ಆದರೆ ಸಾಕ್ಷಿ ಆಧಾರಗಳಿಲ್ಲದೇ ನಾನು ಇಲ್ಲಿ ಅವರ ಹೆಸರನ್ನು ಉಲ್ಲೇಖಿಸುವುದಕ್ಕೆ ಇಷ್ಟಪಡುವುದಿಲ್ಲ.

ನವ್ಯ ಸಾಹಿತ್ಯದ ಈ 'ರಿಯಾಲಿಸ್ಟಿಕ್ ಆರ್ಟ್'ನ ಫಲವನ್ನು ನಾವು ಇನ್ನೂ ಒಂದು ಕಡೆಯಲ್ಲಿ ನೋಡಬಹುದು. ವೇಶ್ಯಾವೃತ್ತಿಯಲ್ಲಿ ತನ್ನನ್ನು ತೊಡಗಿಸಿಕೊಂಡಿದ್ದ ಮಹಿಳೆಯೊಬ್ಬಳು ಯಾವುದಾದರೂ ಸತ್ಕಾರ್ಯಕ್ಕೆ ಆರ್ಥಿಕ ಸಹಾಯ ಮಾಡುವುದಕ್ಕೆ

ಮುಂದಾದರೆ ಅನೇಕ ಕಡೆಗಳಲ್ಲಿ ಆ ಹಣವನ್ನು ಸ್ವೀಕರಿಸಲಾಗುವುದಿಲ್ಲ. ಅಷ್ಟೇ ಏಕೆ, ಕೆಲವು ವರ್ಷಗಳ ಹಿಂದೆ ಭೂಕಂದಾಯ ಅಧಿಕಾರಿಯೂ ವೇಶ್ಯೆಯ ಹೆಸರಿನಲ್ಲಿರುವ ಭೂಮಿಯ ತೆರಿಗೆಯ ಹಣವನ್ನು ಆಕೆಯಿಂದ ತೆಗೆದುಕೊಳ್ಳುತ್ತಿರಲಿಲ್ಲ. ಕಾಲಕ್ರಮೇಣ ಈ ಭಾವನೆ, ಪದ್ಧತಿ ದೂರವಾಗತೊಡಗಿತು. ಈ ವಿಷಯದಲ್ಲಿ ದೇಶಬಂಧು ಚಿತ್ತರಂಜನ ದಾಸ್‌ರವರು ವಿಶಾಲ ಮನೋಭಾವದವರಾಗಿದ್ದರು. ಜನಕಲ್ಯಾಣ ಕಾರ್ಯಗಳಿಗಾಗಿ ಅವರು ವೇಶ್ಯೆಯರು ನೀಡಿದ ದಾನವನ್ನು ಸ್ವೀಕರಿಸುತ್ತಿದ್ದರು. ಅಷ್ಟೇ ಅಲ್ಲ, ಜನಹಿತ ಕಾರ್ಯದಲ್ಲಿ ತಮ್ಮನ್ನು ಸಂಪೂರ್ಣವಾಗಿ ತೊಡಗಿಸಿಕೊಳ್ಳುವಂತೆ ಅವರು ವೇಶ್ಯಾವೃತ್ತಿಯಲ್ಲಿ ಇರುವ ಮಹಿಳೆಯರಿಗೆ ಕರೆನೀಡಿದ್ದರು. ಅವರ ಉದ್ದೇಶವೇನೋ ಮಹತ್ತರದ್ದಾಗಿತ್ತು. ಆದರೆ ನಮ್ಮಂತಹ 'ನೀಚ' ವ್ಯಕ್ತಿಗಳಿಂದ ಅವರ ಉದ್ದೇಶವನ್ನು ಈಡೇರಿಸುವುದು ಸಾಧ್ಯವಾಗಲೇ ಇಲ್ಲ. ಒಂದು ವೇಳೆ ಸಮಾಜದ ಎಲ್ಲ ವರ್ಗದ ಜನರೂ ಅವರ ಜನಹಿತ ಕಾರ್ಯಕ್ರಮಗಳಲ್ಲಿ ಕೈಜೋಡಿಸಿದ್ದಿದ್ದರೆ ದೇಶದ ನೇತೃತ್ವ ಅವರ ಕೈಗೆ ಸುಲಭವಾಗಿಯೇ ಬರುತ್ತಿತ್ತೋ ಏನೋ! ದೇಶದ ಹಿತದೃಷ್ಟಿಯಿಂದ ಅದು ಅವಶ್ಯಕವೂ ಆಗಿತ್ತು. ಈ ನಿಟ್ಟಿನಲ್ಲಿ ನವ್ಯ ಸಾಹಿತ್ಯವು ವೇಶ್ಯೆಯರ ಬಗ್ಗೆ ಸಹಾನುಭೂತಿ ವ್ಯಕ್ತಪಡಿಸುತ್ತಿದ್ದುದನ್ನು ನಾನು ಇಲ್ಲಿ ಉಲ್ಲೇಖಿಸಲೇಬೇಕು. ಎಲ್ಲಕ್ಕಿಂತ ಮುಖ್ಯವಾದ ಸಂಗತಿಯೇನೆಂದರೆ, ಸಮಾಜದ ಮುಖ್ಯ ವಾಹಿನಿಯೊಂದಿಗೆ ಬಹಿರಂಗವಾಗಿ ಬೆರೆಯುವ ಸುಯೋಗವೊಂದು ನನ್ನ ಜೀವನದಲ್ಲಿಯೂ ಒದಗಿಬಂದಿತ್ತು. ಅದರ ಬಗ್ಗೆ ನಾನು ಸೂಕ್ತ ಸಮಯದಲ್ಲಿ ದಾಖಲಿಸುತ್ತೇನೆ.

ಜನಸಾಮಾನ್ಯರ ಹಿತರಕ್ಷಣೆಗೆ ಸಂಬಂಧಿಸಿದಂತೆ ನಡೆದ ಸಾಮಾಜಿಕ ಮತ್ತು ರಾಜಕೀಯ ಆಂದೋಲನಗಳಲ್ಲಿ ಬಹಿರಂಗವಾಗಿ ಭಾಗವಹಿಸಿದ ವಿಷಯವನ್ನು ಪ್ರಸ್ತಾಪಿಸುವುದಕ್ಕಿಂತ ಮೊದಲಿಗೆ ನನ್ನ ಜೀವನದ ಇನ್ನೂ ಒಂದೆರಡು ಪ್ರಮುಖ ಘಟನೆಗಳನ್ನು ದಾಖಲಿಸುವುದಕ್ಕೆ ನಾನು ಇಷ್ಟಪಡುತ್ತೇನೆ. ಅದರೊಂದಿಗೆ ಈ ಅಧ್ಯಾಯವನ್ನು ಮುಗಿಸುತ್ತೇನೆ.

ನಾನು ವಾಸಿಸುತ್ತಿದ್ದ ಕಟ್ಟಡದಲ್ಲಿಯೇ ಇದ್ದ ಒಂದು ಕೋಣೆಯ ಮನೆಯಲ್ಲಿ ಮಹಿಳೆಯೊಬ್ಬಳು ಹೊಸದಾಗಿ ಬಾಡಿಗೆಗೆ ಬಂದಿದ್ದಳು. ಆಕೆ ಏಳು ತಿಂಗಳ ಗರ್ಭಿಣಿ. ಕೆಲವೇ ದಿನಗಳಲ್ಲಿ ಅವಳ ಜೊತೆಯಲ್ಲಿ ನಾನು ಸಲುಗೆ ಬೆಳೆಸಿಕೊಂಡಿದ್ದೆ. ಬಿಡುವಿದ್ದಾಗ ಸ್ವಲ್ಪ ಸಮಯವನ್ನು ಆಕೆಯೊಂದಿಗೆ ಕಳೆಯುತ್ತಿದ್ದೆ. ಆ ಸಮಯದಲ್ಲಿ ಆಕೆ ತನ್ನ ಬಗ್ಗೆ ಒಂದಿಷ್ಟು ವಿಷಯಗಳನ್ನು ಹೇಳಿಕೊಂಡಳು. ಆಕೆ ಅತ್ಯಂತ ಬಡಕುಟುಂಬದವಳು; ವಿಧವೆ. ವಿದ್ಯಾಭೂಷಣ ಎನ್ನುವ ಹೆಸರಿನ ಶಿಕ್ಷಕನೊಬ್ಬ ಆಕೆಯ ಜೀವನವನ್ನು ಸರ್ವನಾಶ ಮಾಡಿದ್ದ. ಆಕೆಯನ್ನು ಮರುವಿವಾಹವಾಗುವುದಾಗಿ ನಂಬಿಸಿ, ತನ್ನ ಕಾಮತೃಷೆಯನ್ನು ತೀರಿಸಿಕೊಂಡ ಆ ಮಹಾನುಭಾವ, ಆಕೆ ಗರ್ಭಿಣಿ ಎನ್ನುವ ವಿಷಯ ತಿಳಿಯುತ್ತಿದ್ದಂತೆಯೇ ಆಕೆಯಿಂದ ದೂರಸರಿದಿದ್ದ! ಸುತ್ತಮುತ್ತಲಿನ ಜನರ ನಿಂದನೆಗಳಿಗೆ ಕಿವಿಗೊಡಲಾಗದ ಆಕೆ ಬೇರೆ ದಾರಿ ಕಾಣದೇ ವೇಶ್ಯೆಯರ ಓಣಿಯನ್ನು ಸೇರಿಕೊಂಡಿದ್ದಳು. ನಮ್ಮಂತಹ ಕಳಂಕಿತ ಮಹಿಳೆಯರ ಜೊತೆಯಲ್ಲಿಯೇ ಇದ್ದುಬಿಟ್ಟರೆ

ಸುತ್ತಮುತ್ತ ಇರುವವರಂತೂ ತನ್ನನ್ನು ಟೀಕಿಸುವುದಿಲ್ಲ; ಪ್ರತಿ ನಿತ್ಯ ನಿಂದನೆಯ ಮಾತುಗಳನ್ನು ಕೇಳಬೇಕಾಗಿಲ್ಲ ಎನ್ನುವುದು ಆಕೆಯ 'ಲೆಕ್ಕಾಚಾರ'ವಾಗಿತ್ತು. ನಾನು ಈ ದುರದೃಷ್ಟವಂತೆಯ ಸಹಾಯಕ್ಕೆ ನಿಲ್ಲಲು ನಿರ್ಧರಿಸಿದೆ.

ನನ್ನ ಸಲಹೆಯ ಮೇರೆಗೆ ಆಕೆ ವಿದ್ಯಾಭೂಷಣ ಮಹಾಶಯನಿಗೆ ಪತ್ರವೊಂದನ್ನು ಬರೆದಳು. ಕೆಲವೇ ದಿನಗಳಲ್ಲಿ ಆತ ಅಲ್ಲಿಗೆ ಬಂದಿದ್ದ. ನಾನು ನಾನಾ ಪ್ರಕಾರದ 'ತಂತ್ರ'ಗಳ ಮೂಲಕ ಆತನನ್ನು 'ಪರಿಚಯಿಸಿಕೊಂಡೆ.' ಈ ವಿಷಯದಲ್ಲಿ ಹೇಗೆ ಮುಂದುವರಿಯಬಹುದು ಎನ್ನುವ ಬಗ್ಗೆ ನಾನು ನನ್ನ 'ಬ್ಯಾಂಕ್ ಬಾಬು' ಜೊತೆ ಚರ್ಚಿಸಿ, ಆತನಿಂದ ಒಂದಿಷ್ಟು ಸಲಹೆಗಳನ್ನು ಪಡೆದುಕೊಂಡಿದ್ದೆ.

ಒಂದು ದಿನ ನಾನು ವಿದ್ಯಾಭೂಷಣನ ಜೊತೆಯಲ್ಲಿ ಮಾತನಾಡುತ್ತ ಅತ್ಯಂತ ವಿನಯದಿಂದ ಮನವಿ ಮಾಡಿದೆ, "ಈ ಅಸಹಾಯಕಿ ಈಗ ತುಂಬಾ ಕಷ್ಟದ ಪರಿಸ್ಥಿತಿಯಲ್ಲಿ ಇದ್ದಾಳೆ. ಒಂದು ವೇಳೆ ನೀವೂ ಈಕೆಯನ್ನು ಕೈಬಿಟ್ಟರೆ ಇವಳ ಗತಿಯೇನು? ದಯವಿಟ್ಟು ಈಕೆಯ ಬಗ್ಗೆ ಒಮ್ಮೆ ಯೋಚಿಸಿ ನೋಡಿ..."

ಆದರೆ ಆತ ನನ್ನ ಮನವಿಯನ್ನು ತಿರಸ್ಕರಿಸಿದ; ಮಾತುಗಳನ್ನು ಉಪೇಕ್ಷಿಸಿದ. ನನ್ನ ತಾಳ್ಮೆಯ ಕಟ್ಟೆಯೊಡೆದಿತ್ತು. ಕೋಪದಿಂದ ಜೋರಾದ ಧ್ವನಿಯಲ್ಲಿ ಹೇಳಿದೆ, "ಮಹಾನುಭಾವರೇ, ನಾನು ವೇಶ್ಯಾವೃತ್ತಿಯಲ್ಲಿರುವ ನಾರಿ. ನಿಮ್ಮಂಥವರಿಂದ ತಿರಸ್ಕಾರಕ್ಕೆ ಒಳಗಾದವಳು; ಆದರೆ ನೀವು ಸಮಾಜವನ್ನು ಸುಧಾರಿಸುವ ವೃತ್ತಿಯಲ್ಲಿ ಇರುವವರು. ನನ್ನಂಥವಳಿಂದ ಉಪದೇಶವನ್ನು, ಬೈಗುಳಗಳನ್ನು ಕೇಳುವುದು ನಿಮ್ಮಂತಹ ವ್ಯಕ್ತಿಗಳಿಗೆ ಶೋಭೆ ತರುತ್ತದೆಯೇನು? ಛೀ... ಛೀ... ನಿಮಗೆ ನಾಚಿಕೆಯಾಗುವುದಿಲ್ಲವೇನು? ಗುರುವಿನ ಸ್ಥಾನದಲ್ಲಿರುವ ನೀವು ಸಾಮಾನ್ಯ ಬಡ ಕುಟುಂಬದ, ವಿಧವೆಯ ಶೀಲದ ಜೊತೆಯಲ್ಲಿ ಚೆಲ್ಲಾಟವಾಡಿದ್ದೀರಿ. ಒಬ್ಬಳು ಮುಗ್ಧೆಯ ಬದುಕನ್ನೇ ಸರ್ವನಾಶ ಮಾಡುವುದಕ್ಕೆ ಹೊರಟಿದ್ದೀರಿ. ನನಗನ್ನಿಸುತ್ತದೆ, ನೀವು ಸ್ಮೃತಿ ಶಾಸ್ತ್ರಜ್ಞ ಪಂಡಿತರೂ ಅಲ್ಲ, ಬೋಧನೆ ಮಾಡುವುದಕ್ಕೆ ಯೋಗ್ಯತೆ ಇರುವ ವ್ಯಕ್ತಿಯೂ ಅಲ್ಲ. ನೀವೊಬ್ಬರು ಮೋಸಗಾರರು. ನಿಮ್ಮ ಪಾಂಡಿತ್ಯಕ್ಕೆ ಧಿಕ್ಕಾರವಿರಲಿ; ನಿಮ್ಮ ಶಾಸ್ತ್ರಜ್ಞಾನಕ್ಕೂ ಧಿಕ್ಕಾರ... ನಾನು ಮಹಾಪಾಪದ ವೃತ್ತಿಯನ್ನು ಮಾಡುತ್ತಿರುವ ಹೆಣ್ಣು. ನಾನು ನರಕಕ್ಕೆ ಹೋಗುತ್ತೇನೆ ಎನ್ನುವುದು ನನಗೂ ಗೊತ್ತು. ಆದರೆ ನೀವು ನರಕಕ್ಕೆ ಹೋಗುವುದಿಲ್ಲ ಎನ್ನುವುದು ಸಾಧ್ಯವೇ? ಬಹುಶಃ ನಿಮ್ಮಂತಹ ಮಹಾಪಾಪಿಗಳಿಗೆ ಸೂಕ್ತವಾದ ನರಕ ಇನ್ನೂ ಸಿದ್ಧವಾಗಿಲ್ಲವೋ ಏನೋ! ಛೀ..."

ನಾನು ಕೋಪದಿಂದ ಕೂಗಾಡುತ್ತಿದ್ದರೆ ಆ ಮಹಾಶಯ ವಿದ್ಯಾಭೂಷಣ ಸುಮ್ಮನೆ ನಿಂತಿದ್ದ. ಆತನಿಂದ ಯಾವ ಪ್ರತಿಕ್ರಿಯೆಯೂ ಇಲ್ಲ! ಆದರೆ ನಾನು ನನ್ನ ಮಾತುಗಳನ್ನು ನಿಲ್ಲಿಸಲಿಲ್ಲ. ಕೋಪದಿಂದ ಎತ್ತರದ ಸ್ಥಾಯಿಯಲ್ಲಿ ನುಡಿದೆ, "ನೀವು ಎಷ್ಟೇ ಬುದ್ಧಿವಂತ ವ್ಯಕ್ತಿ ಇರಬಹುದು. ಆದರೆ ನ್ಯಾಯಾಲಯದಲ್ಲಿ ಮೊಕದ್ದಮೆಯನ್ನು ಹೂಡಿ ನಿಮ್ಮಿಂದ ಯಾವ ರೀತಿಯಲ್ಲಿ ಪರಿಹಾರ ಪಡೆದುಕೊಳ್ಳಬೇಕು ಎನ್ನುವುದು ನನಗೆ ಚೆನ್ನಾಗಿ ಗೊತ್ತು. ನೀವು ನಿಮ್ಮನ್ನು ಕಾಪಾಡಿಕೊಳ್ಳುವುದು ಸಾಧ್ಯವೇ ಇಲ್ಲ. ಏಕೆಂದರೆ ನೀವು

ಈಕೆಯ ಮನೆಗೆ ಬಂದುಹೋಗುತ್ತಿರುವುದನ್ನು ಇಲ್ಲಿರುವ ಎಲ್ಲರೂ ನೋಡಿದ್ದಾರೆ. ಇಲ್ಲಿರುವ ಪ್ರತಿಯೊಬ್ಬರೂ ನಿಮ್ಮ ವಿರುದ್ಧ ಸಾಕ್ಷಿ ನುಡಿಯುತ್ತಾರೆ. ನಿಮ್ಮಿಂದಲೇ ಈಕೆಗೆ ಗರ್ಭಸಂಚಯವಾಗಿದೆ ಎನ್ನುವುದನ್ನು ನ್ಯಾಯಾಲಯದ ಕಟಕಟೆಯಲ್ಲಿ ನಿಂತು ನಾವೆಲ್ಲರೂ ಹೇಳುತ್ತೇವೆ. ನಾನು ಸುಳ್ಳು ಹೇಳುತ್ತಿಲ್ಲ ಅಥವಾ ನಿಮ್ಮನ್ನು ಬೆದರಿಸುವುದಕ್ಕೆ ಇಂತಹ ಮಾತುಗಳನ್ನು ಆಡುತ್ತಿಲ್ಲ. ನಿಮ್ಮಿಂದಾಗಿ ಒಬ್ಬಳು ಅಮಾಯಕ ಹೆಣ್ಣಿನ ಬಾಳು ಹಾಳಾಗುವುದನ್ನು ನಾನು ಮತ್ತು ಇಲ್ಲಿರುವ ಯಾರೊಬ್ಬರೂ ಸಹಿಸುವುದಿಲ್ಲ. ನಿಮ್ಮಂತಹ ಮೋಸಗಾರರಿಗೆ ಯಾವತ್ತೂ ಕ್ಷಮೆಯಿಲ್ಲ. ನಿಮಗೆ ಶಿಕ್ಷೆಯಾಗಲೇಬೇಕು. ಮುಂದೇನಾಗುತ್ತದೆ ಎನ್ನುವುದನ್ನು ನೀವೇ ನೋಡುತ್ತೀರಿ..."

ವಿದ್ಯಾಭೂಷಣ ಯಾವ ಪ್ರತಿಕ್ರಿಯೆಯನ್ನೂ ನೀಡದೇ ಅಲ್ಲಿಂದ ಹೊರಟುಹೋದ. ಆತನಲ್ಲಿ ಭಯ ಉಂಟಾಗಿತ್ತು. ಆತನ ಕಣ್ಣುಗಳೇ ಇದಕ್ಕೆ ಸಾಕ್ಷಿ ನುಡಿಯುತ್ತಿದ್ದವು. ಕೆಲವು ದಿನಗಳ ನಂತರ ನನ್ನ ಮನೆಗೆ ಬಂದ ವಿದ್ಯಾಭೂಷಣ ನನಗೆ ನೂರು ರೂಪಾಯಿಗಳನ್ನು ಕೊಡುತ್ತ ಹೇಳಿದ, "ಈಕೆ(ವಿಧವೆ ಹೆಣ್ಣು)ಗೆ ಏನೇನು ಆವಶ್ಯಕತೆಯಿದೆಯೋ ಅವುಗಳಿಗಾಗಿ ಈ ಹಣವನ್ನು ಉಪಯೋಗಿಸಿ."

ನಾನು ಆತನಿಂದ ಆ ಹಣವನ್ನು ಸ್ವೀಕರಿಸಿದೆ ಮತ್ತು ಆಕೆಗೆ ಬೇಕಾದ ವಿವಿಧ ರೀತಿಯ ವಸ್ತುಗಳನ್ನು ತಂದುಕೊಟ್ಟೆ, ಆಕೆಯ ಆರೋಗ್ಯದ ಕಡೆಗೆ ಹೆಚ್ಚಿನ ಕಾಳಜಿ ವಹಿಸಿದೆ. ಕೆಲವು ದಿನಗಳ ನಂತರ ಆಕೆಗೆ ಪ್ರಸವವಾಯಿತು. ವಿದ್ಯಾಭೂಷಣ ಬಂದು ಬಾಣಂತಿ ಮತ್ತು ಮಗುವನ್ನು ಬೇರೆ ಕಡೆಗೆ ಕರೆದುಕೊಂಡು ಹೋಗಿಬಿಟ್ಟ. ಆನಂತರ ಬೇರೆ ಮೂಲಗಳಿಂದ ತಿಳಿದುಬಂದ ಸಂಗತಿಯೇನೆಂದರೆ, ಆಕೆಗಾಗಿ ಆತ ಹೆಚ್ಚಿನ ಹಣವನ್ನು ಖರ್ಚು ಮಾಡುವುದಕ್ಕೆ ಸಿದ್ಧನಿರಲಿಲ್ಲ. ಆತನ ಕೆಟ್ಟ ನಡವಳಿಕೆಯ ಬಗ್ಗೆ ಕ್ರಮೇಣ ಇನ್ನೂ ಕೆಲವು ವಿಷಯಗಳು ನನಗೆ ತಿಳಿದುಬಂದವು. ಆತ ತನ್ನ ಕೆಲವು ಶಿಷ್ಯೆಯರನ್ನು ಹಾಸಿಗೆಗೆ ಎಳೆದಿದ್ದ; ಅವರನ್ನು ತನ್ನ ಕಾಮತೃಷೆಗೆ ಬಳಸಿಕೊಂಡಿದ್ದ. ಅವರೆಲ್ಲರ ಬದುಕಿನಲ್ಲಿ ಆಟವಾಡಿದ್ದ. ನಾನು ಇದಕ್ಕೆ ಸಂಬಂಧಿಸಿದ ಕೆಲವು ದಾಖಲೆಗಳನ್ನು ಸಂಗ್ರಹಿಸಿದೆ. ಆತ ಕೆಲಸ ಮಾಡುತ್ತಿದ್ದ ಶಾಲೆಯ ವಿಳಾಸಕ್ಕೆ ಒಂದು ಬೇನಾಮಿ ಪತ್ರವನ್ನು ಬರೆದು, ನಾನು ಸಂಗ್ರಹಿಸಿದ್ದ ದಾಖಲೆಗಳ ಬಗ್ಗೆಯೂ ವಿವರಿಸಿದ್ದೆ. ಶಾಲೆಯ ಆಡಳಿತ ಮಂಡಳಿಯ ಕೈಗೆ ಆ ಪತ್ರ ಸಿಗಬೇಕು ಎನ್ನುವುದು ನನ್ನ ಉದ್ದೇಶವಾಗಿತ್ತು. ಇಂತಹ ಕಾಮುಕ ವ್ಯಕ್ತಿಗಳಿಗೆ, ವಿಶ್ವಾಸದ್ರೋಹಿಗಳಿಗೆ ತಕ್ಕ ಶಿಕ್ಷೆ ಆಗಲೇಬೇಕು. ಮಧ್ಯವಯಸ್ಸನ್ನು ದಾಟಿದ್ದ ಆ ವ್ಯಕ್ತಿ ಹದಿನಾರರ ಹರೆಯದ ಹುಡುಗಿಯೊಬ್ಬಳನ್ನು ವಿವಾಹ ಮಾಡಿಕೊಂಡು ಆಕೆಯ ಯೌವನವನ್ನು ಮತ್ತು ಬದುಕನ್ನು ಸರ್ವನಾಶ ಮಾಡಿದ್ದ ಎನ್ನುವ ವಿಷಯವೂ ಕಾಲಾನಂತರದಲ್ಲಿ ನನಗೆ ತಿಳಿದುಬಂದಿತು. ಆತನ ಬಗ್ಗೆ ವಿವಿಧ ದಿನಪತ್ರಿಕೆಗಳಲ್ಲಿಯೂ ಸುದ್ದಿಗಳು ಪ್ರಕಟವಾದವು. ಸಮಾಜವನ್ನು ಸರಿಯಾದ ದಾರಿಯಲ್ಲಿ ನಡೆಸಿಕೊಂಡು ಹೋಗಬೇಕಾದ ಗೌರವಾನ್ವಿತ ಶಿಕ್ಷಕ ವೃತ್ತಿಯಲ್ಲಿದ್ದ ಇಂತಹ ವ್ಯಕ್ತಿಗಳನ್ನು ನೋಡಿ ಜನರಿಂದ ಅವಹೇಳನಕ್ಕೆ ಗುರಿಯಾಗುವಂತಹ ವೃತ್ತಿಯಲ್ಲಿರುವ ನನ್ನಂತಹ ವೇಶ್ಯೆಯರೂ ಛೀಮಾರಿ

ಹಾಕುತ್ತಿದ್ದರು. ಇಂತಹ ವ್ಯಕ್ತಿಗಳಿಗೆ ಏನು ಹೇಳಬೇಕು ಎನ್ನುವುದನ್ನು ನೀವೇ ತೀರ್ಮಾನಿಸಿ.

ನಮ್ಮ ಮನೆಯ ಪಕ್ಕದಲ್ಲಿ ಸುಶೀಲಾ ಹೆಸರಿನ ಒಬ್ಬಳು ವಾಸವಾಗಿದ್ದಳು. ಅವಳು ಒಬ್ಬ ನವಾಬನ 'ಪ್ರೇಯಸಿ.' ಆತನ ಬಳಿಯಿರುವ ಸಂಪತ್ತು ಮತ್ತು ಐಶ್ವರ್ಯ ವರ್ಣನೆಗೆ ನಿಲುಕದಷ್ಟು ಅಧಿಕವಾಗಿತ್ತು. ನವಾಬನೆಂದರೆ ಸಾಮಾನ್ಯ ವ್ಯಕ್ತಿಯೇನು? ಆತ ಲಕ್ಷಾಂತರ ರೂಪಾಯಿ ಖರ್ಚು ಮಾಡಿ ರಾಜಧಾನಿಯಲ್ಲಿ ಒಂದು ಬೃಹತ್ ಅರಮನೆ ನಿರ್ಮಿಸಿದ್ದ. ಆದರೆ ಆತ ಅಲ್ಲಿ ವಾಸಿಸುತ್ತಿರಲಿಲ್ಲ. ಕಲ್ಕತ್ತಾಗೆ ಆಗಾಗ ಬಂದು ಸುಶೀಲಾಳ ಜೊತೆಯಲ್ಲಿ ಇರುವುದಕ್ಕೆ ಆತ ಹೆಚ್ಚು ಇಷ್ಟಪಡುತ್ತಿದ್ದ. ಅತ್ತ ಆತನ ಚಿನ್ನದಂತಹ ಅರಮನೆಯು ನರಿ ನಾಯಿಗಳ ವಾಸಸ್ಥಳವಾಗಿಹೋಗಿತ್ತು! ಆತನ ಪ್ರಜೆಗಳ ದುಃಸ್ಥಿತಿಯನ್ನು ವರ್ಣಿಸಲಾಗದು. ಅವ್ಯವಸ್ಥೆ ಹಾಗೂ ದುರಾಡಳಿತದ ಬಲೆಯೊಳಗೆ ಸಿಲುಕಿ ಅವರು ವಿಲವಿಲನೆ ಒದ್ದಾಡುತ್ತಿದ್ದರು. ಬಡಜನರ ರಕ್ತವನ್ನು ಹೀರುತ್ತಿದ್ದ ಅಧಿಕಾರಿ ವರ್ಗದವರು, ನಟಿಯರು ಹಾಗೂ ನರ್ತಕಿಯರ 'ಪೂಜೆ' ಮಾಡುತ್ತಿದ್ದರು. ನವಾಬನಂತೂ ವೇಶ್ಯೆಯರ ಸೆರಗಿನ ಅಡಿಯಲ್ಲಿಯೇ ದಿನವನ್ನು ಕಳೆಯುತ್ತಿದ್ದ. ನವಾಬರು, ಬಾದಶಾಹ ಮುಂತಾದವರು ವೇಶ್ಯೆಯರ ಸಂಗ ಮಾಡುವುದು, ಅವರ ಜೊತೆಯಲ್ಲಿಯೇ ದಿನದ ಬಹುಸಮಯವನ್ನು ಕಳೆಯುತ್ತಿದ್ದುದು ಹೊಸ ವಿಷಯವೇನೂ ಅಲ್ಲ. ಹಾಗಿದ್ದರೆ ಈ ವಿಷಯವನ್ನು ಇಲ್ಲಿ ದಾಖಲಿಸುತ್ತಿರುವುದಕ್ಕೆ ಕಾರಣವೇನು? ಅದಕ್ಕೂ ಒಂದು ಮುಖ್ಯವಾದ ಕಾರಣವಿದೆ. ನಾನು ಸುಶೀಲಾಳ ಮನೆಯೊಳಗೆ ಪ್ರವೇಶ ಮಾಡುತ್ತಿದ್ದಂತೆಯೇ ಆಶ್ಚರ್ಯಚಕಿತಳಾದೆ. ನವಾಬನ ಅರಮನೆಯೇ ಅಲ್ಲಿಗೆ ಸ್ಥಳಾಂತರವಾಗಿದೆಯೇನೋ ಎನ್ನುವ ಅನುಮಾನ ಆ ಕ್ಷಣ ನನ್ನಲ್ಲಿ ಮೂಡಿತ್ತು. ಬೆಲೆಬಾಳುವ ಪೀಠೋಪಕರಣಗಳು, ಕಲಾತ್ಮಕ ಚಿತ್ರಗಳು, ಬಾಗಿಲು ಹಾಗೂ ಕಿಟಕಿ ಪರದೆಗಳು, ಮುತ್ತು–ಮಾಣಿಕ್ಯಗಳು, ಬೃಹತ್ ನಿಲುಗನ್ನಡಿಗಳು, ಆನೆಯ ದಂತದಿಂದ ತಯಾರಿಸಿದ ವಿವಿಧ ವಸ್ತುಗಳು ಮುಂತಾದವುಗಳೆಲ್ಲವೂ ಆತನ ರಾಜಧಾನಿಯಿಂದ ಇಲ್ಲಿಗೆ ಬಂದಿದ್ದವು. ಅವುಗಳ ಪೈಕಿ ಕೆಲವು ಮಾರಾಟವಾಗಿದ್ದವು ಮತ್ತು ಇನ್ನು ಕೆಲವು ಸುಶೀಲಾಳ ಮನೆಯನ್ನು ಅಲಂಕರಿಸಿದ್ದವು. ಇವುಗಳ ಪೈಕಿ ಅನೇಕ ಅಮೂಲ್ಯ ವಸ್ತುಗಳು ನವಾಬನ ಪೂರ್ವಜರ ಶೌರ್ಯ–ಸಾಹಸಕ್ಕೆ ಸಾಕ್ಷಿಯಾಗಿ ರಾಜಧಾನಿಯ ಪುರಾತನ ಅರಮನೆಯಲ್ಲಿ ಅಂದವಾಗಿ ಜೋಡಿಸಲ್ಪಟ್ಟಿದ್ದವು ಮತ್ತು ಅನೇಕ ಪ್ರವಾಸಿಗಳು, ಇತಿಹಾಸ ತಜ್ಞರು ಅವುಗಳನ್ನು ನೋಡಿ ನವಾಬರ ಪೂರ್ವಜರ ಬಗ್ಗೆ ಗೌರವ ಸಮರ್ಪಣೆ ಮಾಡುತ್ತಿದ್ದರು. ಇಂತಹ ಅಮೂಲ್ಯ ವಸ್ತುಗಳು ಕೀಳು ಅಭಿರುಚಿಯ ಇಂತಹ ನವಾಬನ ಕಾರಣದಿಂದಾಗಿ ವೇಶ್ಯೆಯ ಮನೆಯನ್ನು ಸೇರಿದ್ದವು. ತನ್ನ ಪೂರ್ವಜರ ಸಾಹಸದ ಕಥೆಗಳಿಗೆ ಸಾಕ್ಷಿಯ ರೂಪದಲ್ಲಿರುವ ವಸ್ತುಗಳಿಗೆ ಇಂತಹ ದುಃಸ್ಥಿತಿಯನ್ನು ತಂದ ಆ ನವಾಬನ ಬಗ್ಗೆ ನನಗೆ ತುಂಬಾ ಬೇಸರ, ಅಸಹ್ಯ ಭಾವನೆ ಉಂಟಾಯಿತು. ಯಾರು ತನ್ನ ಪೂರ್ವಜರ ಬಗ್ಗೆ ಶ್ರದ್ಧೆಯನ್ನೇ ಹೊಂದಿರುವುದಿಲ್ಲವೋ ಅಂತಹವರು ಬದುಕಿದ್ದರೇನು ಸತ್ತರೇನು?

ಸುಶೀಲಾ ನಗರವನ್ನು ಸುತ್ತಾಡುವುದಕ್ಕೆ ಅನುಕೂಲವಾಗಲೆಂದು ನವಾಬನು ಆಕೆಗೆ ಒಂದು ಕಾರನ್ನು ಕೊಡಿಸಿದ್ದ. ಆಕೆ ಅದರಲ್ಲಿ ಕುಳಿತು ಬಿಡುವಿದ್ದಾಗೆಲ್ಲಾ ಸುತ್ತಾಡುತ್ತಿದ್ದಳು. ನವಾಬನ ಹಿರಿಯ ಬೇಗಂಗೆ ಹೋಲಿಸಿದರೆ ಸುಶೀಲಾಳ ಬಳಿಯಲ್ಲಿ ಹೆಚ್ಚಿನ ಸಂಪತ್ತು ಮತ್ತು ಒಡವೆಗಳು ಇದ್ದಿರಬಹುದು. ನವಾಬನು ಆಕೆಗೆ ಬೆಲೆಬಾಳುವ ವಜ್ರ–ವೈಢೂರ್ಯಗಳನ್ನು ಆಗಾಗ ಅರಮನೆಯಿಂದ ತಂದುಕೊಡುತ್ತಿದ್ದ. ಪ್ರತಿ ತಿಂಗಳೂ ಆಕೆಗೆ ಒಂದು ಸಾವಿರ ರೂಪಾಯಿ 'ಮಾಸಾಶನ' ಸಿಗುವಂತೆಯೂ ಮಾಡಿದ್ದ. ಅಷ್ಟೇ ಅಲ್ಲ, ಆಕೆಗಾಗಿ ದೊಡ್ಡ ಪ್ರಮಾಣದಲ್ಲಿ ಸಾಲವನ್ನು ಮಾಡಿದ್ದ ಆತ ಇದೇ ಕಾರಣಕ್ಕಾಗಿ ನ್ಯಾಯಾಲಯದ ಕಟಕಟೆಯಲ್ಲಿ ನಿಲ್ಲುವ ಪರಿಸ್ಥಿತಿ ಉಂಟಾಯಿತು. ಕೊನೆಗೊಂದು ದಿನ ಬೆಟ್ಟದ ತುದಿಯಲ್ಲಿ ಪ್ರಕೃತಿ ವೀಕ್ಷಣೆ ಮಾಡುತ್ತಿದ್ದ ಸಂದರ್ಭದಲ್ಲಿ ಆತ ಸಿಡಿಲು ಬಡಿದು ಸಾವನ್ನಪ್ಪಿದ.

ವೃತ್ತಿಯಲ್ಲಿ ನಾನು ವೇಶ್ಯೆಯಾಗಿದ್ದರೂ ದೇಶದ ರಾಜಕೀಯ ವಿಷಯಗಳ ಬಗ್ಗೆ ವಿಶೇಷ ರೀತಿಯಲ್ಲಿ ಆಸಕ್ತಳಾಗಿದ್ದೆ. ದೇಶದ ಸ್ವಾತಂತ್ರ್ಯ ಹೋರಾಟದ ಬಗ್ಗೆ ನಾನು ದಿನಪತ್ರಿಕೆಗಳಲ್ಲಿ, ಮಾಸಪತ್ರಿಕೆಗಳಲ್ಲಿ ವಿವಿಧ ವಿಷಯಗಳನ್ನು ಓದುತ್ತಲೇ ಇರುತ್ತೇನೆ. ದೇಶದ ಸ್ವಾತಂತ್ರ್ಯ ಹೋರಾಟದಲ್ಲಿ ಭಾಗವಹಿಸಿ, ದೇಶಕ್ಕಾಗಿ ಪ್ರಾಣವನ್ನೇ ಮುಡುಪಾಗಿಟ್ಟಿದ್ದ ನವಾಬರ ಸಾಹಸವನ್ನು ಸಾರುವ ವಿವಿಧ ಅಪರೂಪದ ವಸ್ತುಗಳನ್ನು ಅದೇ ವಂಶದ ಕಿರಿಯ ನವಾಬನೊಬ್ಬ ಸಮಾಜದ ದೃಷ್ಟಿಯಿಂದ ಅತ್ಯಂತ ಕೀಳು ಸ್ಥಾನದಲ್ಲಿರುವ 'ಯಕಶ್ಚಿತ್' ವೇಶ್ಯೆಯ ಮನೆಗೆ ತಂದು ಇಡುತ್ತಾನೆ; ಮಾರಾಟ ಮಾಡಿ ವೇಶ್ಯೆಯೊಂದಿಗೆ ಉಲ್ಲಾಸದಿಂದ ಕಾಲ ಕಳೆಯುತ್ತಾನೆ ಎನ್ನುವುದನ್ನು ನಾನು ಊಹಿಸಿಕೊಳ್ಳುವುದಕ್ಕೂ ಸಾಧ್ಯವಿರಲಿಲ್ಲ. ಆದರೆ ಇದು ನಾನು ಕಣ್ಣಾರೆ ಕಂಡಿರುವ ಸತ್ಯ. ದೇಶದ ಸ್ವಾತಂತ್ರ್ಯಕ್ಕಾಗಿ ತಮ್ಮ ಪೂರ್ವಜರು ಮಾಡುತ್ತಿದ್ದ ಹೋರಾಟವನ್ನು ಮುಂದುವರಿಸಬೇಕಾಗಿದ್ದ ನವಾಬರು ಇಷ್ಟೊಂದು ಕೀಳು ಮಟ್ಟಕ್ಕೆ ಇಳಿದರೆ, ದೇಶಕ್ಕೆ ಸ್ವಾತಂತ್ರ್ಯ ದೊರಕುವುದಾದರೂ ಹೇಗೆ? ರಾಜ್ಯದ ಸಂಪೂರ್ಣ ಉಸ್ತುವಾರಿಯನ್ನು ನೋಡಿಕೊಳ್ಳಬೇಕಾಗಿದ್ದ ಇಂತಹ 'ಮಹಾನ್ ವ್ಯಕ್ತಿ'ಗಳು ಸದಾ ಕಾಲ ಮೋಜುಮಸ್ತಿಯಲ್ಲಿಯೇ ಇದ್ದುಬಿಟ್ಟರೆ ದೇಶದ ಭವಿಷ್ಯದ ಕಥೆಯೇನು? ವೇಶ್ಯಾವೃತ್ತಿಯಲ್ಲಿರುವ ನಾನು ಮತ್ತು ನನ್ನಂತಹ ಹಲವಾರು ನಾರಿಯರು ಸಮಾಜದ ದೃಷ್ಟಿಯಲ್ಲಿ ಅಸಹ್ಯಕರ ಕಸುಬನ್ನು ನಡೆಸುವವರು; ಕೀಳು ಜನರು; ಬಹಿರಂಗವಾಗಿ 'ಸ್ಪರ್ಶ'ಕ್ಕೆ ಅಯೋಗ್ಯರು. ಒಪ್ಪಿಕೊಳ್ಳುತ್ತೇನೆ. ಆದರೆ ರಾಜ್ಯವನ್ನು ಆಳುವಂತಹ 'ಮಹಾಪುರುಷರು' ನಮ್ಮಂಥವರ ತೆಕ್ಕೆಯಲ್ಲಿ ಮಲಗುತ್ತಾರಲ್ಲ; ಅವರನ್ನು ಏನೆಂದು ಕರೆಯುವುದು? ಅವರಿಗೆ ಏಕೆ ಅಷ್ಟೊಂದು ಗೌರವ, ಮರ್ಯಾದೆ? ಬಹುಶಃ ಇವೆಲ್ಲಾ ಉತ್ತರವಿಲ್ಲದ ಅಥವಾ ಉತ್ತರ ಸಿಗದ ಪ್ರಶ್ನೆಗಳು.

●

ಬೆಂಕಿಯೊಂದಿಗೆ ಸರಸ...

1920ನೇ ಇಸವಿಯಲ್ಲಿ ಮಹಾತ್ಮ ಗಾಂಧೀಜಿಯವರ ನೇತೃತ್ವದಲ್ಲಿ ಭಾರತದಾದ್ಯಂತ ಅಸಹಕಾರ ಚಳವಳಿ ಆರಂಭವಾಯಿತು. ಬಾಂಗ್ಲಾದೇಶದಲ್ಲಿ ಈ ಆಂದೋಲನದ ನಿರ್ವಹನೆಯ ಜವಾಬ್ದಾರಿಯನ್ನು ದೇಶಬಂಧು ಚಿತ್ತರಂಜನ್ ದಾಸ್ ವಹಿಸಿಕೊಂಡರು. ವಿದ್ಯಾರ್ಥಿಗಳು ಶಾಲಾ-ಕಾಲೇಜನ್ನು ಬಹಿಷ್ಕರಿಸಬೇಕು; ವಕೀಲರು ಹಾಗೂ ಬ್ಯಾರಿಸ್ಟರುಗಳು ನ್ಯಾಯವಾದಿ ಕಾರ್ಯವನ್ನು ತ್ಯಜಿಸಬೇಕು; ಸರ್ಕಾರದ ಯಾವುದೇ ಸಮಿತಿಗಳಲ್ಲಿ ಯಾರೂ ಭಾಗವಹಿಸಬಾರದು; ಸರ್ಕಾರಿ ಹುದ್ದೆಗಳನ್ನು ಪರಿತ್ಯಾಗ ಮಾಡಬೇಕು; ವಿದೇಶಿ ವಸ್ತುಗಳನ್ನು ತಿರಸ್ಕರಿಸಬೇಕು; ಮುಖ್ಯವಾಗಿ ಈ ಐದು ಅಂಶಗಳು ಅಸಹಕಾರ ಆಂದೋಲನದ ಮೂಲಮಂತ್ರಗಳಾಗಿದ್ದವು. ಇವುಗಳನ್ನು ಪ್ರಚಾರ ಮಾಡುವ ಸಲುವಾಗಿ ಹಳ್ಳಿ-ಹಳ್ಳಿಗಳಲ್ಲಿ, ನಗರ-ನಗರಗಳಲ್ಲಿ, ಒಟ್ಟಾರೆ ದೇಶದಾದ್ಯಂತ ಸಭೆ-ಸಮಾರಂಭಗಳನ್ನು ಆಯೋಜಿಸಲಾಯಿತು. ಜನರು ಗುಂಪುಗೂಡಿ ಮೆರವಣಿಗೆ ನಡೆಸಿದರು, ಸಾರ್ವಜನಿಕ ಆಸ್ತಿಪಾಸ್ತಿಗಳಿಗೆ ಹಾನಿ ಉಂಟುಮಾಡಿದರು, ಸ್ವಯಂಸೇವಕರ ತಂಡಗಳು ರಚನೆಯಾದವು, ವಿವಿಧ ಕಡೆಗಳಲ್ಲಿ ಸಭೆ-ಸಮಾರಂಭಗಳ ಆಯೋಜನೆಯಾಯಿತು, 'ಬೇಕೇ ಬೇಕು, ನ್ಯಾಯ ಬೇಕು...' ಘೋಷಣೆ ಮೊಳಗತೊಡಗಿತು.

ಕೇವಲ ಪುರುಷರು ಮಾತ್ರವಲ್ಲ, ಮಹಿಳೆಯರೂ ಈ ಆಂದೋಲನದಲ್ಲಿ ಸಕ್ರಿಯವಾಗಿ ಪಾಲ್ಗೊಂಡರು. ದೇಶಬಂಧು ಚಿತ್ತರಂಜನ ದಾಸರ ಸಹಧರ್ಮಿಣಿ ಪೂಜನೀಯ ವಾಸಂತಿ ದೇವಿಯವರು ಮಹಿಳೆಯರ ಗುಂಪಿನ ನೇತೃತ್ವ ವಹಿಸಿಕೊಂಡರು. ಆಂದೋಲನದಲ್ಲಿ ಪಾಲ್ಗೊಂಡಿದ್ದ ಮಹಿಳೆಯರ ಪೈಕಿ ಊರ್ಮಿಳಾ ದೇವಿ, ಸುನೀತಿ ದೇವಿ, ಸಂತೋಷಕುಮಾರಿ ದಾಸಗುಪ್ತ, ಮೋಹಿನಿದೇವಿ, ಹೇಮಪ್ರಭಾ ಮಜುಂದಾರ, ಬಗಲಾ ಸೋಮ, ಉಮಾದೇವಿ ಮುಂತಾದ ಕೆಲವರ ಹೆಸರು ಇಲ್ಲಿ ಉಲ್ಲೇಖನೀಯ. ಹಳ್ಳಿಗಳಿಗೆ, ಹೋಬಳಿ ಪ್ರದೇಶಗಳಿಗೆ ಚಳವಳಿನಿರತ ಮಹಿಳೆಯರ ಗುಂಪು ಭೇಟಿನೀಡತೊಡಗಿತು. ಅವರೆಲ್ಲರಲ್ಲಿ ಅದೆಂತಹ ಉತ್ಸಾಹ,

ಅದೆಂತಹ ಆಕ್ರೋಶ! ಅವರೆಲ್ಲರಲ್ಲಿಯೂ ಅಪೂರ್ವ ದೇಶಪ್ರೇಮದ ಛಾಯೆ ಸ್ಪಷ್ಟವಾಗಿ ಕಾಣಿಸುತ್ತಿತ್ತು. ಅಸಹಕಾರ ಚಳವಳಿಯಲ್ಲಿ ಭಾಗವಹಿಸಿದ ಎಲ್ಲಾ ಮಹಿಳೆಯರನ್ನು ಸಂಘಟಿತಗೊಳಿಸುವ ಸಲುವಾಗಿ ದೇಶಬಂಧು ಚಿತ್ತರಂಜನ ದಾಸರು 'ಮಹಿಳಾ ತಂಡ'ವೊಂದನ್ನು ಸ್ಥಾಪಿಸಿದರು. ಇದಕ್ಕೆ ಸಂಬಂಧಿಸಿದ ವಿವರಗಳನ್ನು ಮುಂದಿನ ಪುಟಗಳಲ್ಲಿ ನಿಮ್ಮೊಂದಿಗೆ ಹಂಚಿಕೊಳ್ಳುತ್ತೇನೆ.

ಪೊಲೀಸರು ಎಲ್ಲಾ ಕಡೆಗಳಲ್ಲಿಯೂ ಆಂದೋಲನಕಾರರನ್ನು ಬಂಧಿಸಲಾರಂಭಿಸಿದರು. ಚಳವಳಿ ನಿರತ ಮಹಿಳೆಯರೂ ಪೊಲೀಸರು ನಡೆಸಿದ ಬಂಧನ ಕಾರ್ಯಾಚರಣೆಯಿಂದ ತಪ್ಪಿಸಿಕೊಳ್ಳುವುದು ಸಾಧ್ಯವಾಗಲಿಲ್ಲ. ನಾನು ಮತ್ತು ಇತರ ಕೆಲವು ವೇಶ್ಯೆಯರು ಸೇರಿಕೊಂಡು ಒಂದು ತಂಡವನ್ನು ರಚಿಸಿಕೊಂಡೆವು. ನಮ್ಮೆಲ್ಲರ 'ಬಾಬು'ಗಳು ಈ ವಿಷಯದಲ್ಲಿ ನಮ್ಮನ್ನು ಬೆಂಬಲಿಸುತ್ತಿದ್ದರು ಮತ್ತು ನಮಗೆ ಪ್ರೋತ್ಸಾಹ ನೀಡುತ್ತಿದ್ದರು. ಇದಕ್ಕಿಂತ ಮೊದಲಿಗೆ ಪೂರ್ವ ಬಂಗಾಳದಲ್ಲಿ ಸಂಭವಿಸಿದ ಚಂಡಮಾರುತ ದುರಂತದಲ್ಲಿ ಸಂಕಷ್ಟಕ್ಕೆ ಸಿಲುಕಿಕೊಂಡವರ ನೆರವಿಗಾಗಿ ದೇಣಿಗೆ ಸಂಗ್ರಹ ಮಾಡುವ ಸಂದರ್ಭದಲ್ಲಿ ಸಮಾಜದ ಅನೇಕ ಗಣ್ಯ ವ್ಯಕ್ತಿಗಳ ಜೊತೆಯಲ್ಲಿ ಹೆಜ್ಜೆಹಾಕುವಂತಹ ಸುಯೋಗ ನನಗೆ ಒದಗಿಬಂದಿತ್ತು. ಆ ಸಮಯದಲ್ಲಿ ಸೇನೆಯವರ ಸಾಹಸ, ಚತುರತೆ ಮತ್ತು ದಕ್ಷತೆಯ ಅರಿವು ನನಗೆ ಆಗಿತ್ತು; ದೇಶದ ಹಿರಿಯ ಮತ್ತು ಕಿರಿಯ ನಾಯಕರ ಪರಿಚಯ ಮಾಡಿಕೊಳ್ಳುವ ಅವಕಾಶವೂ ದೊರಕಿತ್ತು. ಈಗ ಮತ್ತೆ ಅಂತಹುದೇ ಒಂದು ಹೋರಾಟದಲ್ಲಿ ನಾನು ಭಾಗಿಯಾಗಿದ್ದೆ. ಅಸಹಕಾರ ಆಂದೋಲನದಲ್ಲಿ ಭಾಗಿಯಾಗಿದ್ದ ನಮ್ಮನ್ನು ನೋಡಿ ಚಿತ್ತರಂಜನ ದಾಸರ ಸಹಕರ್ಮಿಗಳು ತುಂಬಾ ಸಂತೋಷಗೊಂಡರು ಮತ್ತು ನಮಗೆ ವಿವಿಧ ರೀತಿಯಲ್ಲಿ ಸಹಾಯವನ್ನೂ ಮಾಡಿದರು.

ಕೆಲವೇ ದಿನಗಳಲ್ಲಿ ಈ ಅಸಹಕಾರ ಆಂದೋಲನವು ತೀವ್ರತೆಯನ್ನು ಹೆಚ್ಚಿಸಿಕೊಂಡಿತು. ಎಲ್ಲರೂ ಒಟ್ಟಿಗೆ ದೇಶದ ಸ್ವಾತಂತ್ರ್ಯಕ್ಕಾಗಿ ಹೆಜ್ಜೆಹಾಕುವಾಗ 'ನಾವೆಲ್ಲರೂ ಒಂದೇ' ಎನ್ನುವ ವಿಶಾಲ ಮನೋಭಾವ ಎದ್ದು ಕಾಣಿಸುತ್ತಿತ್ತು. 'ನಾವು ಅಸ್ಪೃಶ್ಯ ವೇಶ್ಯೆಯರು ಮತ್ತು ಅವರೆಲ್ಲರೂ ಪವಿತ್ರ ಕುಲದ ಗಣ್ಯ ವ್ಯಕ್ತಿಗಳು' ಎನ್ನುವ ಭಾವನೆ ನಮ್ಮಲ್ಲಿ ಇರಲಿಲ್ಲ. ಅದೇ ರೀತಿಯಲ್ಲಿ 'ನಾವು ಸಮಾಜದಲ್ಲಿ ಅತ್ಯಂತ ಕೀಳು ದರ್ಜೆಯ ವೃತ್ತಿಯಲ್ಲಿ ತೊಡಗಿಕೊಂಡಿರುವ ವೇಶ್ಯೆಯರೊಂದಿಗೆ ಹೆಜ್ಜೆಹಾಕುತ್ತಿದ್ದೇವೆ' ಎನ್ನುವ ಭಾವನೆ ಸಮಾಜದ ಪ್ರತಿಷ್ಠಿತ ಕುಲದ ಜನರಲ್ಲಿಯೂ ಇರಲಿಲ್ಲ. ಯಾರು ಅದುವರೆಗೆ ವೇಶ್ಯಾಗೃಹಕ್ಕೆ ಹೋಗಿಯೇ ಇಲ್ಲವೋ ಅಥವಾ ವೇಶ್ಯೆಯರೊಂದಿಗೆ ಸಂಬಂಧ ಇಟ್ಟುಕೊಳ್ಳುವ ಬಗ್ಗೆ ಯೋಚನೆಯನ್ನೂ ಮಾಡಿಲ್ಲವೋ, ಅಂತಹ ಸಜ್ಜನರೊಂದಿಗೆ ನಾವು ಒಂದೇ ಕಾರಿನಲ್ಲಿ ಓಡಾಡುತ್ತಿದ್ದೆವು, ಮಾತನಾಡುತ್ತಿದ್ದೆವು, ಹಾಸ್ಯಚಟಾಕಿಯನ್ನೂ ಹಾರಿಸುತ್ತಿದ್ದೆವು. ಎಲ್ಲರೂ ನಮ್ಮ ನಿಸ್ವಾರ್ಥ ದೇಶಪ್ರೇಮವನ್ನು ಮುಕ್ತಕಂಠದಿಂದ ಪ್ರಶಂಸಿಸುತ್ತಿದ್ದರು. ಅವರು ನಮ್ಮನ್ನು ಹೊಗಳಿದಾಗ ಮನಸ್ಸು ಆನಂದ ಅನುಭವಿಸುತ್ತಿತ್ತು. ಅದೊಂದು ರೀತಿಯ ಅಪೂರ್ವ ಅನುಭವ.

ಅಸಹಕಾರ ಚಳವಳಿ ಮುಕ್ತಾಯಕ್ಕೆ ಬಂದ ಸಂದರ್ಭದಲ್ಲಿ ನಾವೆಲ್ಲರೂ ಮನೆಗೆ ಹಿಂದಿರುಗುವುದಕ್ಕಿಂತ ಮೊದಲು ಒಂದು ಸಲ ದೇಶಬಂಧು ಚಿತ್ತರಂಜನ ದಾಸರನ್ನು ಭೇಟಿಯಾದೆವು. ಅವರಿಗೆ ನಾವೆಲ್ಲರೂ ಸಾಷ್ಟಾಂಗ ನಮಸ್ಕಾರ ಮಾಡಿದೆವು. ಅವರು ಅತ್ಯಂತ ಸ್ನೇಹಭಾವದಿಂದ ನಗುನಗುತ್ತಲೇ ನಮಗೆ ಆಶೀರ್ವಾದ ಮಾಡಿದರು. ಮಧ್ಯವಯಸ್ಕ ವ್ಯಕ್ತಿಯೊಬ್ಬರು ಆ ಸಂದರ್ಭದಲ್ಲಿ ಅವರ ಪಕ್ಕದಲ್ಲಿಯೇ ಕುಳಿತಿದ್ದರು. ಅಲ್ಲಿ ಬೇರೆ ಯಾರೂ ಇರಲಿಲ್ಲ. ನಾವು ವೇಶ್ಯಾವೃತ್ತಿಯಲ್ಲಿ ತೊಡಗಿಕೊಂಡಿರುವ ಮಹಿಳೆಯರು ಎನ್ನುವುದು ಆ ವ್ಯಕ್ತಿಗೆ ತಿಳಿಯಿತು. ಕೂಡಲೇ ಅವರು ದೇಶಬಂಧು ಚಿತ್ತರಂಜನ ದಾಸರನ್ನು ಉದ್ದೇಶಿಸಿ ಪ್ರಶ್ನಿಸಿದರು, "ಅಂತಿಮವಾಗಿ ಇವರನ್ನೂ ನಮ್ಮ ಆಂದೋಲನದಲ್ಲಿ ಸೇರಿಸಿಕೊಂಡಿರಿ! ಹೀಗೆ ಮಾಡಿದ್ದು ನಿಮಗೆ ಸರಿ ಎನ್ನಿಸುತ್ತದೆಯೇ ಮಿಸ್ಟರ್ ದಾಸ್?"

ಒಂದು ಕ್ಷಣ ಮೌನವಾಗುಳಿದ ಚಿತ್ತರಂಜನ ದಾಸರು ವಿಷಾದದ ನಿಟ್ಟುಸಿರನ್ನು ಬಿಡುತ್ತ ಹೇಳಿದರು, "ನೀವು 'ದೃಷ್ಟಿದೋಷ' ಇರುವ ಗುಂಪಿಗೆ ಸೇರಿದವರು. ನನ್ನ ಆಲೋಚನೆಯೊಂದಿಗೆ ನಿಮ್ಮ ಅಭಿಪ್ರಾಯಗಳು ಹೊಂದಿಕೊಳ್ಳುವುದಿಲ್ಲ. ನಮ್ಮಿಬ್ಬರ ಚಿಂತನೆಗಳು ವಿಭಿನ್ನ. ನೀವು 'ಸಂಜೀವಿನಿ' ಸಂಪಾದಕ ಶ್ರೀಯುತ ಕೃಷ್ಣರವರ ಬಳಿಗೆ ಹೋಗಿ. ಅವರು ನಿಮ್ಮ ರೀತಿಯಲ್ಲಿಯೇ ಯೋಚಿಸುವ ವ್ಯಕ್ತಿ. ನಾವೆಲ್ಲರೂ ಕೇಶವ ಸೇನ್‌ರ ಸಂಕೀರ್ಣ ಅಭಿಪ್ರಾಯಗಳಿಂದ ಹೊರಬಂದು ಉದಾರ ಮನೋಭಾವವನ್ನು ಬೆಳೆಸಿಕೊಳ್ಳಬೇಕು ಎನ್ನುವ ಉದ್ದೇಶದಿಂದಲೇ 'ಬ್ರಹ್ಮ ಸಮಾಜ'ದ ಸೃಷ್ಟಿಯಾಯಿತು. ಆದರೆ ಅಂತಿಮವಾಗಿ ಅದರಲ್ಲಿಯೂ ಕ್ಷುದ್ರತೆ, ಕೀಳು ಮನೋಭಾವನೆ ಮೂಗು ತೂರಿಸಿದೆ. ನಾವು ಬಾವಿಯ ಹಾಗೆ ಚಿಕ್ಕದಾಗಿರಬಾರದು; ಸಮುದ್ರದ ರೀತಿಯಲ್ಲಿ ಪ್ರಶಾಂತವಾಗಿರಬೇಕು, ವಿಶಾಲವಾಗಿರಬೇಕು; ಉದಾರ ಮನೋಭಾವದಿಂದ ಎಲ್ಲರನ್ನೂ ಸ್ವೀಕರಿಸಬೇಕು, ಗೌರವಿಸಬೇಕು. ಪಾಶ್ಚಾತ್ಯ ದೇಶಗಳಲ್ಲಿ ನಾವು ಏನನ್ನು ಕಾಣುತ್ತಿದ್ದೇವೆ? ನಾವೂ ಈ ವಿಷಯದಲ್ಲಿ ಹಾಗೆಯೇ ಯೋಚಿಸಬೇಕು ಮತ್ತು ನಡೆದುಕೊಳ್ಳಬೇಕು. ನಾವು ಯಾರನ್ನು ಅಸಹ್ಯ ನೋಟವನ್ನು ಬೀರುತ್ತ ಸಮಾಜದಿಂದ ದೂರ ಇಟ್ಟಿದ್ದೇವೆಯೋ ಅವರು ಈಗ ತಾವಾಗಿಯೇ ಮುಂದೆ ಬಂದಿದ್ದಾರೆ ಮತ್ತು ದೇಶದ ಸ್ವಾತಂತ್ರ್ಯ ಹೋರಾಟದಲ್ಲಿ ತಮ್ಮನ್ನು ತೊಡಗಿಸಿಕೊಂಡಿದ್ದಾರೆ. ಇದೊಂದು ಶುಭಲಕ್ಷಣ. ನಮ್ಮ ಹೋರಾಟಕ್ಕೆ ಹೊಸದೊಂದು ಅಪೂರ್ವ ಶಕ್ತಿಯ ಸೇರ್ಪಡೆ ಆದಂತಹ ಅನುಭವ ನನಗಾಗುತ್ತಿದೆ."

ನಾವು ಅಲ್ಲಿಂದ ಹೊರಟುಬಂದೆವು. ಅವರ ತರ್ಕ-ವಿತರ್ಕ, ವಾದ-ವಿವಾದ ಎಷ್ಟು ದೂರದವರೆಗೆ ಹೋಯಿತು, ಯಾವ ಹಂತವನ್ನು ತಲುಪಿತು ಎನ್ನುವ ಬಗ್ಗೆ ನನಗೆ ಹೆಚ್ಚಿನ ಮಾಹಿತಿ ತಿಳಿದುಬರಲಿಲ್ಲ. ಆದರೆ ಈಗ ನನಗೆ ಅರ್ಥವಾಗುತ್ತಿದೆ, ದೇಶಬಂಧು ಚಿತ್ತರಂಜನ ದಾಸರ ಕನಸನ್ನು ನನಸು ಮಾಡುವಲ್ಲಿ ನಾವು ವಿಫಲರಾಗಿದ್ದೇವೆ. ಅವರ ಆಸೆಯನ್ನು ಪೂರ್ಣಗೊಳಿಸುವುದು ನಮ್ಮಿಂದ ಸಾಧ್ಯವಾಗಿಲ್ಲ. ಆ ಮಹಾಪುರುಷನ ಬಹುದೊಡ್ಡ ಕನಸೊಂದನ್ನು ನಾವು

ಛಿದ್ರಛಿದ್ರಗೊಳಿಸಿದ್ದೇವೆ. ದೇಶಸೇವೆಯ ಮಹಾಯಜ್ಞದಲ್ಲಿ ಭಾಗವಹಿಸುವುದರಿಂದ ನಮ್ಮೆಲ್ಲರ ಪಾಪಗಳೂ ಭಸ್ಮವಾಗಿಹೋಗುತ್ತವೆ ಎಂದು ಅವರು ಭಾವಿಸಿದ್ದರು. ಆದರೆ ಅದು ಸಾಧ್ಯವಾಗಲಿಲ್ಲ. ದೇಶದ ಸ್ವಾತಂತ್ರ್ಯ ಹೋರಾಟಗಾರರ ಜೊತೆಯಲ್ಲಿ ನಾವೆಲ್ಲರೂ ಹೆಜ್ಜೆಹಾಕಿದ್ದರ ಪರಿಣಾಮ ಶುಭದಾಯಕವಾಗಲಿಲ್ಲ.

ಬೆಂಕಿಯೊಂದಿಗೆ ಸರಸವಾಡುವುದು ಸದಾ ಅಪಾಯಕಾರಿ. ಇದರಿಂದ ಯಾರೊಬ್ಬರೂ ಹೊರತಾಗಿಲ್ಲ. ನಮ್ಮನ್ನು ದೇಶದ ಸ್ವಾತಂತ್ರ್ಯ ಹೋರಾಟದಲ್ಲಿ ತೊಡಗಿಸಿಕೊಳ್ಳುವ ಮೂಲಕ ದೇಶನಾಯಕರು ತಪ್ಪು ಮಾಡಿದ್ದರು. ಯಾವುದೇ ಸತ್ಕಾರ್ಯದಲ್ಲಿ ಪತಿವ್ರತೆಯರು ಭಾಗವಹಿಸುವುದು ಮುಖ್ಯವೇ ಹೊರತು ನಮ್ಮಂತಹ ಕುಲಟೆಯರಲ್ಲ! ನಾವೆಲ್ಲರೂ ಶುದ್ಧಚಿತ್ತ ಮತ್ತು ಸಂಯಮವೇ ಇಲ್ಲದೇ ಅತ್ಯಂತ ಮಹತ್ವದ ಆ ಕಾರ್ಯದಲ್ಲಿ ತೊಡಗಿಕೊಂಡಿದ್ದೆವು. ಸುಳ್ಳುತನ, ವಂಚನೆ, ಕಪಟತನ, ಕಾಮುಕತನ ಇವೆಲ್ಲವೂ ವೇಶ್ಯೆಯರ ನಡವಳಿಕೆಯ ಪ್ರಮುಖ ಲಕ್ಷಣಗಳು. ಸ್ವಾತಂತ್ರ್ಯ ಹೋರಾಟದಂತಹ ದೇಶಸೇವೆಯ ಕಾರ್ಯದಲ್ಲಿ ನಿರತರಾಗಿದ್ದರೂ ನಮ್ಮೊಳಗಿನ ದುಷ್ಟ ಪ್ರವೃತ್ತಿಗಳು ನಮ್ಮನ್ನು ಮುನ್ನಡೆಸುತ್ತಿದ್ದವು! 'ಮನಸ್ಸೆಂಬುದು ಮರ್ಕಟ.' ನಮ್ಮ ಪರಿಸ್ಥಿತಿಯೂ ಹಾಗೆಯೇ ಆಗಿತ್ತು.

ಸ್ವಾತಂತ್ರ್ಯ ಚಳವಳಿಯಲ್ಲಿ ಭಾಗವಹಿಸಿದ್ದ ಅನೇಕ ಯುವಕರು ಅದುವರೆಗೆ ಸಿಗರೇಟನ್ನೂ ಸೇದಿದವರಾಗಿರಲಿಲ್ಲ. ತಮ್ಮ ಅತ್ಯುತ್ತಮ ಚಾರಿತ್ರ್ಯಕ್ಕೆ ಅವರು ಹೆಸರುವಾಸಿಯಾಗಿದ್ದರು. ಯಾವ ಕೆಟ್ಟ ಅಭ್ಯಾಸವನ್ನೂ ಅವರು ಕಲಿತವರಾಗಿರಲಿಲ್ಲ. ಆದರೆ ಅಂತಹ ಪವಿತ್ರ ಗುಣ-ಸ್ವಭಾವವನ್ನು ಹೊಂದಿದ್ದ ಹಲವಾರು ಯುವಕರು ಅಸಹಕಾರ ಆಂದೋಲನದಲ್ಲಿ ನಮ್ಮೊಂದಿಗೆ ಜೊತೆಯಾಗಿ ಹೆಜ್ಜೆಹಾಕಿದ್ದರ ಪರಿಣಾಮವಾಗಿ ಮದ್ಯಪಾನವನ್ನೂ ಕಲಿತಿದ್ದರು! ಆ ಯುವಕರೆಲ್ಲರೂ ಅದೆಷ್ಟು ಪವಿತ್ರ ಮನಸ್ಸನ್ನು, ಮಹಿಳೆಯರ ಬಗ್ಗೆ ಗೌರವವನ್ನು ಹೊಂದಿದ್ದರೆಂದರೆ ಹೆಂಗಸರೊಂದಿಗೆ ಮಾತನಾಡುವಾಗ ಅವರು ತಲೆಯೆತ್ತುತ್ತಿರಲಿಲ್ಲ; ಅವರ ಮುಖವನ್ನೂ ಸರಿಯಾಗಿ ನೋಡುತ್ತಿರಲಿಲ್ಲ. ಆದರೆ ನಮ್ಮ ಸಂಪರ್ಕಕ್ಕೆ ಬಂದ ನಂತರ ವೇಶ್ಯೆಯರಿರಲಿ, ತಮ್ಮ ಅತ್ತಿಗೆ-ನಾದಿನಿಯರನ್ನೂ ಕೆಟ್ಟ ಭಾವನೆಯಿಂದ ದಿಟ್ಟಿಸಿ ನೋಡತೊಡಗಿದ್ದರು; ಪ್ರಾಯದ ಹುಡುಗಿಯರನ್ನು ಕಂಡಾಗಲೆಲ್ಲ ಅವರ ಕಡೆಗೆ ಕಾಮುಕ ನೋಟವನ್ನು ಬೀರತೊಡಗಿದ್ದರು.

ವೇಶ್ಯೆಯರಲ್ಲಿ ಇನ್ನೂ ಒಂದು ವಿಶೇಷ ಗುಣವನ್ನು ಕಾಣಬಹುದು. ಯಾವುದೇ ಸಚ್ಚಾರಿತ್ರ್ಯವಂತ ಹಾಗೂ ಸಂಯಮ ಶಕ್ತಿಯನ್ನು ಹೊಂದಿರುವ ಪುರುಷರನ್ನು ನೋಡಿದ ಕೂಡಲೇ ತಮ್ಮ ವಿಶೇಷ ಹಾವಭಾವಗಳಿಂದ, ಕಣ್ಣೋಟದಿಂದ, ನಡಿಗೆಯಿಂದ ತಮ್ಮ ಕಡೆಗೆ ಸೆಳೆದುಕೊಳ್ಳುವಲ್ಲಿ ಯಶಸ್ವಿಯಾಗುವುದನ್ನು ಅವರು ತಮ್ಮ ಹೆಚ್ಚುಗಾರಿಕೆ ಎಂದು ಭಾವಿಸುತ್ತಾರೆ.

ನಮ್ಮ ಪೈಕಿ ಅನೇಕ ಮಹಿಳೆಯರು ಅಸಹಕಾರ ಆಂದೋಲನದಲ್ಲಿ ಭಾಗವಹಿಸಿದ್ದ ಸಂದರ್ಭದಲ್ಲಿ ಹಲವಾರು ದೇಶಪ್ರೇಮಿ ಯುವಕರನ್ನು ತಮ್ಮ ಕಡೆಗೆ ಆಕರ್ಷಿಸುವ

ಪ್ರಯತ್ನದಲ್ಲಿ ನಿರತರಾಗಿದ್ದರು. ಆ ಸಮಯದಲ್ಲಿ ಪ್ರತಿಯೊಂದು ಕ್ಷಣವೂ ನಮ್ಮವರ ಕಣ್ಣು ಮತ್ತು ಮನಸ್ಸು ಹೊಸ 'ಬಾಬು'ವನ್ನು ಗಿಟ್ಟಿಸಿಕೊಳ್ಳುವ ಕಾರ್ಯದಲ್ಲಿ ಮಗ್ನವಾಗಿರುತ್ತಿತ್ತು. ಈ ಅಪರಾಧದ ವಿಷಯದಲ್ಲಿ ನಾನೂ ಹೊರತಾಗಿರಲಿಲ್ಲ. ಅಷ್ಟೇ ಏಕೆ, ಕೆಲವರಂತೂ ಪಿತೃಸಮಾನರಾದ ದೇಶಬಂಧು ಚಿತ್ತರಂಜನ ದಾಸರಂತಹ ಮಹಾನ್ ವ್ಯಕ್ತಿಗಳನ್ನು ತಮ್ಮ ಬುಟ್ಟಿಗೆ ಬೀಳಿಸಿಕೊಳ್ಳುವ ಪ್ರಯತ್ನವನ್ನೂ ಮಾಡಿದ್ದಾರೆ. ಆದರೆ ಅವರ ಪ್ರಯತ್ನ ಯಶಸ್ವಿಯಾಗಲಿಲ್ಲ. ಮನೆಗೆ ಬಂದ ನಂತರ ನಾವು ಇದೇ ವಿಷಯವನ್ನು ಕುರಿತಾಗಿ ಚರ್ಚಿಸುತ್ತಿದ್ದೆವು. ಯಾರು ಎಷ್ಟು ಹೊಸ 'ಬಾಬು'ವನ್ನು 'ಸಂಪಾದಿಸಿದ್ದಾರೆ?', ಯಾರ ಮನೆಗೆ ಯಾವ ದೇಶಪ್ರೇಮಿ ಯುವಕ ಬಂದುಹೋಗುತ್ತಾನೆ? ದೇಶಪ್ರೇಮಿ ಯುವಕರಿಂದ ಯಾರು ಎಷ್ಟು ಸಿಗರೇಟುಗಳನ್ನು ಗಳಿಸಿಕೊಂಡಿದ್ದಾರೆ? ಯಾರು ಎಷ್ಟು ಜನ ಸ್ವಾತಂತ್ರ್ಯ ಹೋರಾಟಗಾರರ ಕಾರಿನಲ್ಲಿ ಪ್ರಯಾಣಿಸಿದ್ದಾರೆ? ಅವರನ್ನು ಬುಟ್ಟಿಗೆ ಹಾಕಿಕೊಳ್ಳುವಲ್ಲಿ ಯಶಸ್ವಿಯಾಗಿದ್ದಾರೆಯೇ? ದೇಶಪ್ರೇಮಿ ಹೋರಾಟಗಾರರಿಂದ ಯಾರು ಎಷ್ಟು ಹಣವನ್ನು ಎಗರಿಸಿದ್ದಾರೆ? ಇತ್ಯಾದಿ ಅನೇಕ ವಿಷಯಗಳ ಬಗೆಗಿನ ಚರ್ಚೆ ನಡೆಯುತ್ತಿತ್ತು.

ಹಾಗಿದ್ದರೆ ಈ ಆಂದೋಲನದ ಸಮಯದಲ್ಲಿ ನಾವು ಕೇವಲ ಯುವಕರನ್ನು ಮಾತ್ರ ನಮ್ಮ ದಾರಿಗೆ ತರುವ ಪ್ರಯತ್ನವನ್ನು ಮಾಡಿದ್ದೇವೆಯೇ? ಖಂಡಿತವಾಗಿಯೂ ಹಾಗೇನೂ ಇಲ್ಲ. ಅನೇಕ ಗೃಹಿಣಿಯರು, ಉತ್ತಮ ಕುಲದ ಹಲವಾರು ಯುವತಿಯರೂ ಈ ಆಂದೋಲನದಲ್ಲಿ ಭಾಗವಹಿಸುವ ಸಲುವಾಗಿ ಮನೆಯಿಂದ ಹೊರಕ್ಕೆ ಬಂದಿದ್ದರು. ಅವರೆಲ್ಲರೂ ಸುಶಿಕ್ಷಿತ ಮತ್ತು ಸನ್ನಡತೆಯ ಪರಿವಾರಕ್ಕೆ ಸೇರಿದವರಾಗಿದ್ದರು ಎನ್ನುವುದರಲ್ಲಿ ಯಾವುದೇ ಸಂಶಯವಿರಲಿಲ್ಲ. ಸಾಮಾನ್ಯವಾಗಿ ಸಂಪ್ರದಾಯಸ್ಥ ಹಿಂದೂಗಳು ತಮ್ಮ ಮನೆಯ ಹೆಣ್ಣುಮಕ್ಕಳನ್ನು ಅಥವಾ ಹೆಂಗಸರನ್ನು ಈ ರೀತಿಯಲ್ಲಿ ಮನೆಯಿಂದ ಹೊರಕ್ಕೆ ಕಳುಹಿಸುತ್ತಿರಲಿಲ್ಲ. ಆದರೆ ಈ ಆಂದೋಲನದಲ್ಲಿ ಅಂತಹ ಉತ್ತಮ ಕುಲದ ಹೆಣ್ಣುಮಕ್ಕಳು ಹಾಗೂ ಹೆಂಗಸರು ನಮ್ಮ ಜೊತೆಯಲ್ಲಿ ಹೆಜ್ಜೆಹಾಕಿದ್ದಾರೆ ಮತ್ತು ಬಿಡುವಿನ ಸಮಯದಲ್ಲಿ ನಮ್ಮೊಂದಿಗೆ ಕುಳಿತು ತುಂಬಾ ಹೊತ್ತು ಹರಟೆ ಹೊಡೆದಿದ್ದಾರೆ; ಮುಕ್ತವಾಗಿ ತಮ್ಮ ಅಭಿಪ್ರಾಯಗಳನ್ನು ಹಂಚಿಕೊಂಡಿದ್ದಾರೆ; ವೈಯಕ್ತಿಕ ಜೀವನದ ನೋವು-ನಲಿವಿನ ಬಗ್ಗೆಯೂ ಮುಕ್ತವಾಗಿ ಚರ್ಚಿಸಿದ್ದಾರೆ. ನನಗೆ ಚೆನ್ನಾಗಿ ಗೊತ್ತು, ಈ ಆಂದೋಲನದಲ್ಲಿ ಭಾಗವಹಿಸಿದ್ದ ಅನೇಕ ಗೌರವಾನ್ವಿತ ಕುಟುಂಬದ ಮಹಿಳೆಯರು ತಮ್ಮ ಗಂಡಂದಿರ ಬಳಿಗೆ ಹಿಂದಿರುಗಿಲ್ಲ! ಅವರಲ್ಲಿ ಕೆಲವರು ದೇಶನಾಯಕರ ಜೊತೆಯಲ್ಲಿ ದೇಶಕ್ಕಾಗಿ ತಮ್ಮನ್ನು ಸಂಪೂರ್ಣವಾಗಿ ಸಮರ್ಪಿಸಿಕೊಂಡರು; ದೇಶಸೇವೆಯೇ ತಮ್ಮ ಜೀವನದ ಅಂತಿಮ ಗುರಿ ಎಂದು ನಿರ್ಣಯಿಸಿದರು. ಆದರೆ ಇನ್ನು ಕೆಲವರು ದೇಶಪ್ರೇಮಿ ಯುವಕರು-ಪುರುಷರ ಜೊತೆಯಲ್ಲಿ ಅನೈತಿಕ ಲೈಂಗಿಕ ಸಂಬಂಧವನ್ನು ಬೆಳೆಸಿಕೊಂಡರು; ಮತ್ತೆ ಕೆಲವರು ಪತಿ-ಪತ್ನಿಯರಂತೆ ಜೀವಿಸತೊಡಗಿದರು. ಇದೇನೂ ರಹಸ್ಯ ಸಂಗತಿಯಾಗಿ ಉಳಿದಿಲ್ಲ. ಕೆಲವು

ಪುರುಷರಂತೂ ದೇಶಪ್ರೇಮಿಯ ಸೋಗಿನಲ್ಲಿ ಹುಡುಗಿಯರನ್ನು, ಮಹಿಳೆಯರನ್ನು ತಮ್ಮ ವಶಪಡಿಸಿಕೊಳ್ಳುವುದನ್ನೇ 'ಕಾಯಕ'ವಾಗಿಸಿಕೊಂಡಿದ್ದರು. ನಮ್ಮ ದೇಶದಲ್ಲಿ ಮಾತ್ರವಲ್ಲ, ವಿದೇಶಗಳಲ್ಲಿಯೂ ಇಂತಹ ಅನೇಕ ಉದಾಹರಣೆಗಳನ್ನು ಕಾಣುತ್ತೇವೆ. ಸಾಧುವೇಷದಲ್ಲಿರುವ ಲಂಪಟರಿಗೆ ಈ ಜಗತ್ತಿನಲ್ಲಿ ಕೊರತೆಯೇನೂ ಇಲ್ಲ. ಇನ್ನೂ ವಿಶೇಷವೆಂದರೆ ಇಂತಹ ಕೆಲವು ಗೋಮುಖ ವ್ಯಾಘ್ರಗಳನ್ನು ಜನರು ತಮ್ಮ ನಾಯಕರನ್ನಾಗಿ ಆಯ್ಕೆ ಮಾಡಿಕೊಂಡಿರುವುದನ್ನೂ ನಾನು ತುಂಬಾ ಸಮೀಪದಿಂದ ನೋಡಿದ್ದೇನೆ. ವಾಸ್ತವದಲ್ಲಿ ಇಂತಹ ಅನೇಕ ಲಂಪಟ ವ್ಯಕ್ತಿಗಳು ಸಮಾಜದ ದೃಷ್ಟಿಯಿಂದ 'ಮಹಾನ್' ನಾಯಕರು, ದೇಶಪ್ರೇಮಿಗಳು ಮತ್ತು ಹೋರಾಟಗಾರರು! ಕೆಲವು ವ್ಯಕ್ತಿಗಳ ಇನ್ನೊಂದು ಮುಖ ಈ ಸಮಾಜದ ಕಣ್ಣಿಗೆ ಬೀಳುವುದೇ ಇಲ್ಲ!

ಅಸಹಕಾರ ಆಂದೋಲನಕ್ಕೆ ಸಂಬಂಧಿಸಿದ ಒಂದು ಘಟನೆ ಇಲ್ಲಿ ಉಲ್ಲೇಖನೀಯ. ಗ್ರಾಮೀಣ ಪ್ರದೇಶದ ಒಂದು ಬ್ರಾಹ್ಮಣ ಕುಟುಂಬ. ಅದರ ಸದಸ್ಯರೆಲ್ಲರೂ ದೇಶಭಕ್ತರು. ಆ ಕುಟುಂಬದ ಸೊಸೆಯೊಬ್ಬಳು ಅಸಹಕಾರ ಆಂದೋಲನದಲ್ಲಿ ತನ್ನನ್ನು ಸಕ್ರಿಯವಾಗಿ ತೊಡಗಿಸಿಕೊಳ್ಳುವ ಸಲುವಾಗಿ ಬಂದಿದ್ದಳು. ಆಕೆ ಸುರಸುಂದರಿ. ಆಕೆಯನ್ನು ನಾನು ಕಣ್ಣಾರೆ ನೋಡಿದ್ದೇನೆ. ಅವಳೊಂದಿಗೆ ಮಾತನಾಡಿದ್ದೇನೆ. ಒಂದು ದಿನವಂತೂ ಗಂಟೆಗಟ್ಟಲೆ ಆಕೆಯೊಂದಿಗೆ ಸುಖ-ದುಃಖ ಹಂಚಿಕೊಂಡಿದ್ದೇನೆ. ಒಂದು ವೇಳೆ ನನ್ನ ಈ ಆತ್ಮಕಥೆಯೇನಾದರೂ ಆಕೆಯ ಕೈಗೆ ಸಿಕ್ಕಿದರೆ ಆಕೆ ನನ್ನನ್ನು ಖಂಡಿತವಾಗಿಯೂ ಗುರುತಿಸುತ್ತಾಳೆ; ನನ್ನನ್ನು ನೆನಪಿಸಿಕೊಳ್ಳುತ್ತಾಳೆ. ಕೆಲವೇ ಸಮಯದ ಮಾತುಕತೆಯಲ್ಲಿಯೇ ನಮ್ಮಿಬ್ಬರ ನಡುವೆ ಸ್ನೇಹ ಮೂಡಿತ್ತು. ಆಕೆಗೆ ಸಂಬಂಧಿಸಿದ ಘಟನೆಯೊಂದನ್ನು ನಾನು ಉಲ್ಲೇಖಿಸುತ್ತಿರುವುದಕ್ಕಾಗಿ ಆಕೆಯ ಕ್ಷಮೆ ಯಾಚಿಸುತ್ತೇನೆ. ಒಳ್ಳೆಯ ಉದ್ದೇಶದೊಂದಿಗೆ ಅಸಹಕಾರ ಆಂದೋಲನದಲ್ಲಿ ಸಕ್ರಿಯವಾಗಿ ಪಾಲ್ಗೊಂಡಿದ್ದ ಆಕೆ ಕೆಲವು ತೊಂದರೆಗಳಲ್ಲಿ ಸಿಲುಕಿಕೊಳ್ಳುವಂತಾಯಿತು. ಇದಕ್ಕೆ ಕಾರಣರು ಯಾರು ಎನ್ನುವುದು ನನಗೆ ಚೆನ್ನಾಗಿ ಗೊತ್ತು.

ನಾನು ಆ ಬ್ರಾಹ್ಮಣ ಹೆಂಗಸಿನ ಜೊತೆಯಲ್ಲಿ ಅತ್ಯಂತ ಆತ್ಮೀಯವಾಗಿ ಮಾತನಾಡುವ ಸಂದರ್ಭದಲ್ಲಿ ತನ್ನ ಬಗೆಗಿನ ಕೆಲವು ವಿಷಯಗಳನ್ನು ಆಕೆ ನನ್ನೊಂದಿಗೆ ಮನಬಿಚ್ಚಿ ಹೇಳಿಕೊಂಡಿದ್ದಾಳೆ. ಆಂದೋಲನದಲ್ಲಿ ಪಾಲ್ಗೊಂಡ ಕೆಲವೇ ದಿನಗಳಲ್ಲಿ ಆಕೆ 'ದೇಶಪ್ರೇಮಿ' ಯುವಕನೊಬ್ಬನ ಕಡೆಗೆ ಆಕರ್ಷಿತಳಾದಳು. ಆತನೊಂದಿಗೆ ಅನೈತಿಕ ಪ್ರೇಮಸಂಬಂಧವನ್ನೂ ಬೆಳೆಸಿಕೊಂಡಳು. ಆತ ಉನ್ನತ ವ್ಯಾಸಂಗವನ್ನು ಮಾಡಿದ್ದ ಒಬ್ಬ ಅವಿವಾಹಿತ ಯುವಕ. ಈ ವಿಷಯವನ್ನು ಕೇಳಿದಾಗ ನನಗೆ ನಿಜಕ್ಕೂ ಆಶ್ಚರ್ಯವಾಯಿತು. ಏಕೆಂದರೆ, ನೋಡುವುದಕ್ಕೆ ಅತ್ಯಂತ ಸುಂದರಿಯಾಗಿದ್ದ ಆ ಹೆಂಗಸು ಮಧ್ಯವಯಸ್ಸನ್ನು ದಾಟಿದ್ದಳು. ಆದರೆ ಆಕೆ ಅನೈತಿಕ ಸಂಬಂಧವನ್ನು ಬೆಳೆಸಿದ್ದು ಇಪ್ಪತ್ತೈದರ ಒಳಗಿನ ಯುವಕನೊಂದಿಗೆ. ಒಂದು ಬಾರಿ ಈಕೆ ಮಹಿಳಾ ಚಳವಳಿಗಾರರ ಜೊತೆಯಲ್ಲಿ ಪ್ರಚಾರಕಾರ್ಯದ ನಿಮಿತ್ತ ಪೂರ್ವ ಬಂಗಾಳಕ್ಕೆ ಹೋಗಿದ್ದಳು. ಅಲ್ಲಿನ 'ಮಹಿಳಾ ಮಂದಿರ'ದ ಒಂದು ಕೋಣೆಯಲ್ಲಿ ಈಕೆ

ಆ ಯುವಕನೊಂದಿಗೆ ಕುಳಿತು ಗೀತೆಯನ್ನು ಪಠಿಸಿದ್ದಳಂತೆ. ಅಲ್ಲಿಯೇ ಅವರಿಬ್ಬರೂ ಮೊದಲ ಬಾರಿಗೆ ಪರಿಚಯವಾಗಿದ್ದಂತೆ!

ಈಗಾಗಲೇ ನಾನು ತಿಳಿಸಿರುವಂತೆ, ಸಹಕಾರ ಆಂದೋಲನದಲ್ಲಿ ಪಾಲ್ಗೊಳ್ಳುವ ಸಲುವಾಗಿ ಗ್ರಾಮೀಣ ಪ್ರದೇಶಗಳಿಂದ ಆಗಮಿಸುವ ಯುವತಿಯರು ಹಾಗೂ ಮಹಿಳೆಯರಿಗಾಗಿ ದೇಶಬಂಧು ಚಿತ್ತರಂಜನ ದಾಸರು ಕಲ್ಕತ್ತಾದಲ್ಲಿ ವಸತಿ ವ್ಯವಸ್ಥೆಯನ್ನು ಮಾಡಿದ್ದರು. ಅಲ್ಲಿಂದಲೇ ಅವರ ಕನಸಿನ 'ಮಹಿಳಾ ಮಂದಿರ' ಕಾರ್ಯಾರಂಭ ಮಾಡಿತ್ತು. ಎಲ್ಲಕ್ಕಿಂತ ಮೊದಲಿಗೆ ಭವಾನಿಪುರದಲ್ಲಿ, ದೇಶಬಂಧುವಿನ ಸಮ್ಮುಖದಲ್ಲಿಯೇ ಇದು ಚಾಲನೆಯನ್ನು ಪಡೆದುಕೊಂಡಿತು. ಹಿರಿಯ ಸ್ವಾತಂತ್ರ್ಯ ಹೋರಾಟಗಾರ ಶ್ರೀಯುತ ವಸಂತಕುಮಾರ ಮಜುಂದಾರರ ಪತ್ನಿ ಶ್ರೀಮತಿ ಹೇಮಪ್ರಭಾ ಮಜುಂದಾರರು ಇದರ ಸಂಪೂರ್ಣ ಜವಾಬ್ದಾರಿಯನ್ನು ವಹಿಸಿಕೊಂಡರು. ಆರಂಭದಲ್ಲಿ ಅತ್ಯಂತ ನಿಷ್ಠೆಯಿಂದ ಕೆಲಸ ಮಾಡಿದ ಅವರಿಗೆ ಕಾಲಕ್ರಮೇಣ ಈ 'ಮಹಿಳಾ ಮಂದಿರ'ದ ಭಾರವು ಹೊರೆಯಾಗಿ ಪರಿಣಮಿಸಿತು. ಹೋರಾಟದ ಜೊತೆಜೊತೆಯಲ್ಲಿಯೇ ಇದನ್ನೂ ನಡೆಸಿಕೊಂಡು ಹೋಗುವುದು ಅವರಿಗೆ ಕಷ್ಟವಾಗಿದ್ದರಿಂದಾಗಿ ಈ ಸಂಘಟನೆಯ ಕಚೇರಿಯನ್ನು ಕಲ್ಕತ್ತಾದ ಸೀತಾರಾಮ ಘೋಷ್ ಬೀದಿಗೆ ಸ್ಥಳಾಂತರಿಸಲಾಯಿತು.

ಅಸಹಕಾರ ಆಂದೋಲನದಲ್ಲಿ ಭಾಗವಹಿಸುವ ಸಲುವಾಗಿ ಮನೆಯನ್ನು, ಗಂಡನನ್ನು ತೊರೆದು ಬಂದಿದ್ದ ಆ ಬ್ರಾಹ್ಮಣ ಮಹಿಳೆ ಮತ್ತೆ ತನ್ನ ಮನೆಗೆ ಹೋಗಲಿಲ್ಲ; ಕಲ್ಕತ್ತಾದಲ್ಲಿಯೇ ಉಳಿದುಕೊಂಡಳು. ನವ ಹಾಗೂ ಯುವಪ್ರೇಮಿಯ ಜೊತೆಗಿನ ಅನೈತಿಕ ಲೈಂಗಿಕ ಸಂಬಂಧದ ಪರಿಣಾಮವಾಗಿ ಆಕೆಯಲ್ಲಿ ಗರ್ಭಧಾರಣೆಯ ಲಕ್ಷಣಗಳು ಕಂಡುಬಂದವು. ಕೂಡಲೇ ಆ 'ಸ್ವಾತಂತ್ರ್ಯ ಹೋರಾಟಗಾರ' ಯುವಕ ಆ ಬ್ರಾಹ್ಮಣ ಹೆಂಗಸಿನ ಜೊತೆಯಲ್ಲಿ 'ಪಲಾಯನ' ಮಾಡಿದ. ವಿಶೇಷವೆಂದರೆ, ಆ ಮಹಿಳೆಯೊಂದಿಗೆ ಅನೈತಿಕ ಸಂಬಂಧವನ್ನು ಬೆಳೆಸಿ, ಆಕೆಯನ್ನು ಗರ್ಭವತಿಯಾಗಿಸಿ, ಆಕೆಯೊಂದಿಗೆ ಪಲಾಯನ ಮಾಡಿದ ಆ ಯುವಕನು ದೇಶಬಂಧು ಚಿತ್ತರಂಜನ ದಾಸರಿಗೆ ತುಂಬಾ ಪರಿಚಿತನಾಗಿದ್ದ. ಅಷ್ಟೇ ಅಲ್ಲ, ಅವರ ಪ್ರೀತಿಪಾತ್ರ 'ಶಿಷ್ಯ'ನೂ, ಅನುಯಾಯಿಯೂ ಆಗಿದ್ದ. ಆದರೆ ಈ ವಿಷಯಕ್ಕೆ ಸಂಬಂಧಿಸಿದಂತೆ ಚಿತ್ತರಂಜನ ದಾಸರು ಆ ಯುವಕನ ವಿರುದ್ಧ ಯಾವ ಕ್ರಮವನ್ನೂ ತೆಗೆದುಕೊಳ್ಳುವುದು ಸಾಧ್ಯವಾಗಲಿಲ್ಲ ಅಥವಾ ತೆಗೆದುಕೊಳ್ಳಲಿಲ್ಲ.

ಅಸಹಕಾರ ಆಂದೋಲನದಲ್ಲಿ ಪಾಲ್ಗೊಂಡಿದ್ದ ಅನೇಕ ಪುರುಷರು ಹಾಗೂ ಮಹಿಳೆಯರ ಮಧ್ಯೆ ಅನೈತಿಕ ಲೈಂಗಿಕ ಸಂಬಂಧ ಬೆಳೆದಿದ್ದ ವಿಷಯ ದೇಶಬಂಧು ಚಿತ್ತರಂಜನ ದಾಸರಿಗೆ ತಿಳಿಯದೇ ಇದ್ದ ವಿಷಯವೇನೂ ಆಗಿರಲಿಲ್ಲ. ಆದರೆ ಅನೈತಿಕ ಲೈಂಗಿಕ ಸಂಬಂಧಗಳನ್ನು ಬೆಳೆಸಿಕೊಂಡಿದ್ದ ವ್ಯಕ್ತಿಗಳನ್ನು ವಿರೋಧಿಸುವುದರಿಂದ ಪ್ರಯೋಜನವಾಗಬಹುದೇ ಎನ್ನುವ ಪ್ರಶ್ನೆ ಅವರನ್ನು ಕಾಡಿತ್ತು. ಅವರು ವಿರೋಧ ವ್ಯಕ್ತಪಡಿಸಿದಾಗ ದೈಹಿಕ ಸುಖಕ್ಕೆ ವಿಶೇಷ ಆದ್ಯತೆಯನ್ನು ನೀಡಿದ 'ಹೋರಾಟಗಾರರು'

‘ದೇಶಪ್ರೇಮ’ವನ್ನು ಮರೆತು ‘ಪ್ರೇಮಿ–ಪ್ರಿಯಕರ’ರ ಜೊತೆಯಲ್ಲಿ ‘ಪಲಾಯನ’ ಮಾಡಿದರು. ಅಷ್ಟೇ ಅಲ್ಲ, ಹಲವಾರು ಸ್ವಾತಂತ್ರ್ಯ ಹೋರಾಟಗಾರರು ಅಕ್ರಮ ಲೈಂಗಿಕ ಸಂಬಂಧಗಳಲ್ಲಿಯೇ ಹೆಚ್ಚು ಆಸಕ್ತಿ ತೋರಿಸುತ್ತಿರುವುದನ್ನು ಗಮನಿಸಿದ ಅನೇಕ ನಿಷ್ಠಾವಂತ ದೇಶಪ್ರೇಮಿಗಳು ಹೋರಾಟದ ಅಂಗಳದಿಂದ ತಾವಾಗಿಯೇ ದೂರಸರಿಯತೊಡಗಿದರು. ಈ ಬೆಳವಣಿಗೆಯನ್ನು ನೋಡಿದ ಚಿತ್ತರಂಜನ ದಾಸರ ಮನಸ್ಸು ಚಿಂತೆಯ ಗೂಡಾಯಿತು; ಮಾನಸಿಕ ಆರೋಗ್ಯದ ಜೊತೆಯಲ್ಲಿ ದೈಹಿಕ ಆರೋಗ್ಯವೂ ಕೆಡತೊಡಗಿತು. ಅವರು ಅನಾರೋಗ್ಯಕ್ಕೆ ತುತ್ತಾದರು. ಸ್ವಾತಂತ್ರ್ಯ ಹೋರಾಟಗಾರರಲ್ಲಿ ಕೆಲವರು ಧನದಾಹಿಗಳಾಗಿದ್ದರು. ಹೋರಾಟಕ್ಕಾಗಿ ಸಂಗ್ರಹಿಸಲಾಗುತ್ತಿದ್ದ ನಿಧಿಯ ದುರ್ಬಳಕೆಯೂ ಆರಂಭವಾಯಿತು. ತಮ್ಮ ನೇತೃತ್ವದಲ್ಲಿ ನಡೆಯುತ್ತಿದ್ದ ಆಂದೋಲನವು ದಾರಿ ತಪ್ಪುತ್ತಿರುವುದನ್ನು ಗಮನಿಸಿದ ದೇಶಬಂಧು ಚಿತ್ತರಂಜನ ದಾಸರು ಹಾಸಿಗೆ ಬಿಟ್ಟು ಏಳಲಾರದ ಸ್ಥಿತಿಯನ್ನು ತಲುಪಿದರು. ಅವಮಾನದ ಬೇಗೆಯಿಂದ ಬೆಂದುಹೋದರು. ಅಂತಿಮವಾಗಿ ಅವರು ಈ ಚಿಂತೆಯಲ್ಲಿಯೇ ತಮ್ಮ ಇಹಲೋಕ ಯಾತ್ರೆಯನ್ನು ಮುಗಿಸಿದರು. ಅವರ ಶವಯಾತ್ರೆಯಲ್ಲಿ ಅಪಾರ ಜನರು ಪಾಲ್ಗೊಂಡಿದ್ದರು. ನಾನು ವಾಸವಾಗಿದ್ದ ವೇಶ್ಯೆಯರ ಬೀದಿಯಿಂದಲೂ ಹಲವಾರು ಮಹಿಳೆಯರು ಇದರಲ್ಲಿ ಭಾಗವಹಿಸುವುದಕ್ಕೆ ತೆರಳಿದ್ದರು. ಆದರೆ ನಾನು ಹೋಗಿರಲಿಲ್ಲ. ಇದಕ್ಕೆ ಕಾರಣವನ್ನು ಕೇಳಿದ ಸ್ನೇಹಿತೆಯರಿಗೆ ನಾನು ಹೇಳಿದೆ, “ದೇಶಬಂಧು ಚಿತ್ತರಂಜನ ದಾಸರನ್ನು ಕೊಂದಿದ್ದು ನಾವುಗಳೇ ಅಲ್ಲವೇ? ಅವರ ಅಕಾಲಮೃತ್ಯುವಿಗೆ ನಾವೇ ಕಾರಣರಲ್ಲವೇ? ದೇಶಸೇವೆಯ ಹೆಸರಿನಲ್ಲಿ ನಾವು ಆಂದೋಲನಕಾರರ ಮನಸ್ಸಿನಲ್ಲಿ ಪ್ರತಿಯೊಂದು ಹಂತದಲ್ಲಿಯೂ ‘ವಿಷಬೀಜ’ವನ್ನು ಬಿತ್ತಿದೆವು. ಚಿತ್ತರಂಜನ ದಾಸರು ಜೀವಂತವಾಗಿದ್ದಾಗ ಅವರ ಮನಸ್ಸಿಗೆ ನಾವು ನಮ್ಮ ವರ್ತನೆಯಿಂದ ಭಾರೀ ಆಘಾತವನ್ನು ಉಂಟುಮಾಡಿದೆವು. ಈಗ, ಸಾವನ್ನಪ್ಪಿದ ನಂತರ ಅವರು ಸ್ವರ್ಗಕ್ಕೆ ತೆರಳುತ್ತಿರುವ ಈ ಸಂದರ್ಭದಲ್ಲಿ ನಮ್ಮಂತಹ ಪಾಪಿಗಳ ನೋಟ ಅವರ ಶವದ ಮೇಲೆ ಬೀಳಬಾರದು. ನಮ್ಮ ದೃಷ್ಟಿ ಬಿದ್ದರೆ ಅವರ ಪವಿತ್ರ ಮುಖವು ಅಪವಿತ್ರಗೊಳ್ಳುತ್ತದೆ; ಅವರು ನಮ್ಮನ್ನು ಎಂದಿಗೂ ಕ್ಷಮಿಸುವುದಿಲ್ಲ.” ಇದೇ ಅಭಿಪ್ರಾಯದಿಂದಲೇ ನಾನು ದೇಶಬಂಧು ಚಿತ್ತರಂಜನ ದಾಸರ ಅಂತಿಮ ಯಾತ್ರೆಯಲ್ಲಿ ಭಾಗವಹಿಸಲಿಲ್ಲ.

ಆಂದೋಲನದಲ್ಲಿ ಭಾಗವಹಿಸುವುದಕ್ಕೆ ಮನೆಯನ್ನು ತೊರೆದು ಬಂದಿದ್ದ ಬ್ರಾಹ್ಮಣ ಮಹಿಳೆಯೊಂದಿಗೆ ಅಕ್ರಮ ಸಂಬಂಧವನ್ನು ಬೆಳೆಸಿ ಊರು ಬಿಟ್ಟು ಓಡಿಹೋದ ಆ ಯುವಕ ಈಗ ನೆಮ್ಮದಿಯ ಜೀವನ ಸಾಗಿಸುತ್ತಿದ್ದಾನೆ. ಅವರಿಬ್ಬರೂ ಈಗ ಪತಿ–ಪತ್ನಿಯರು! ಅವರಿಗೆ ಒಂದು ಮಗುವೂ ಇದೆ. ಸಮಾಜವು ಅವರನ್ನು ಯಾವ ರೀತಿಯ ಕೀಳುಭಾವನೆಯಿಂದಲೂ ನೋಡುತ್ತಿಲ್ಲ. ಬ್ರಹ್ಮಚರ್ಯ ವ್ರತವನ್ನು ಕೈಗೊಂಡಿದ್ದ, ಉನ್ನತ ಶಿಕ್ಷಣವನ್ನು ಪಡೆದಿದ್ದ ಆ ಸ್ವಾತಂತ್ರ್ಯ ಹೋರಾಟಗಾರ ಈ ರೀತಿಯಲ್ಲಿ ‘ದಾಂಪತ್ಯ’ ಜೀವನಕ್ಕೆ ಅಡಿಯಿರಿಸಿ, ಸಮಾಜದಲ್ಲಿ ಗೌರವಯುತ

ಸ್ಥಾನವನ್ನು ಪಡೆದುಕೊಂಡಿದ್ದಾನೆ. ರಾಜಕೀಯ ಕ್ಷೇತ್ರದಲ್ಲಿಯೂ ಆತನಿಗೆ ಉನ್ನತ ಸ್ಥಾನ ಲಭ್ಯವಾಗಿದೆ. ಹೇ ಸಮಾಜವೇ, ಪುರುಷರ ವಿಷಯದಲ್ಲಿ ನಿನಗೆ ಕಣ್ಣೇ ಕಾಣಿಸದೇನು?

ಪ್ರತಿಭಟನೆ, ಮೆರವಣಿಗೆ ಮಾಡುವ ಸಂದರ್ಭದಲ್ಲಿ ಆರಕ್ಷಕರು ಪುರುಷರನ್ನು ಮಾತ್ರವಲ್ಲ, ಮಹಿಳೆಯರನ್ನೂ ಬಂಧಿಸುತ್ತಿದ್ದರು. ಒಮ್ಮೆ ಶ್ರೀಮತಿ ವಾಸಂತಿ ದೇವಿ, ಶ್ರೀಮತಿ ಬಗಲಾ ಸೋಮ ಸೇರಿದಂತೆ ಹಲವು ಮಹಿಳಾ ಹೋರಾಟಗಾರರನ್ನು ಪೊಲೀಸರು ಬಂಧಿಸಿ, ಠಾಣೆಗೆ ಕರೆದುಕೊಂಡು ಹೋಗಿ ಎಚ್ಚರಿಕೆಯನ್ನು ಕೊಟ್ಟು ಬಿಡುಗಡೆ ಮಾಡಿದ್ದರು. ನಾವು (ವೇಶ್ಯೆಯರು) ಪೊಲೀಸರಿಗೆ ಭಯಪಡುತ್ತಿರಲಿಲ್ಲ. ಏಕೆಂದರೆ ರಸ್ತೆಯಲ್ಲಿ ರಾತ್ರಿ ಪಹರೆ ಕಾಯುವವನಿಂದ ಹಿಡಿದು ಉನ್ನತ ಅಧಿಕಾರಿಗಳವರೆಗೆ ಎಲ್ಲರೊಂದಿಗೂ ನಮಗೆ 'ವಿಶೇಷ' ಪರಿಚಯವಿರುತ್ತಿತ್ತು. ನಮ್ಮಲ್ಲಿ ಕೆಲವರನ್ನೂ ಪೊಲೀಸರು ಬಂಧಿಸಿ ಠಾಣೆಗೆ ಕರೆದುಕೊಂಡು ಹೋದರು. ಅಲ್ಲಿದ್ದ ಮುಖ್ಯ ಅಧಿಕಾರಿಯು ನನ್ನನ್ನು ನೋಡಿ ಮುಗುಳ್ನಗೆ ಬೀರಿದ್ದ. ಆತ ನನಗೆ ಪರಿಚಿತ ವ್ಯಕ್ತಿಯೇ ಆಗಿದ್ದ! ಪ್ರಖ್ಯಾತ ನಟಿ ನೀರದಾ ಸುಂದರಿಯ ಮನೆಯಲ್ಲಿ ನಾನು ಆತನೊಂದಿಗೆ ಮಾತುಕತೆ ನಡೆಸಿದ್ದೆ; ಆತನ 'ಪರಿಚಯ' ಮಾಡಿಕೊಂಡಿದ್ದೆ. ಕಲ್ಕತ್ತಾದಲ್ಲಿ ಬಹುತೇಕ ಎಲ್ಲರೂ ಈ ಬ್ರಾಹ್ಮಣ ವಂಶೀಯ ಪೊಲೀಸ್ ಅಧಿಕಾರಿಯ ಬಗ್ಗೆ ಚೆನ್ನಾಗಿ ತಿಳಿದಿದ್ದಾರೆ. ನಮ್ಮನ್ನೆಲ್ಲಾ ಆತ ಕೆಲವೇ ನಿಮಿಷಗಳಲ್ಲಿ ಬಿಡುಗಡೆಗೊಳಿಸಿದ್ದ. ನಮ್ಮ ವಿರುದ್ಧ ಒಂದೇ ಒಂದು ಕೆಟ್ಟ ಪದವನ್ನೂ ಆತ ಬಳಸಲಿಲ್ಲ ಎನ್ನುವುದು ಇಲ್ಲಿ ಉಲ್ಲೇಖನೀಯ.

ಕೆಲವು ದಿನಗಳ ನಂತರ ಉತ್ತರ ಬಂಗಾಳ ಭೀಕರ ಜಲಪ್ರವಾಹಕ್ಕೆ ತುತ್ತಾಯಿತು. ನೆರೆಪೀಡಿತ ಜನರಿಗೆ ನೆರವು ನೀಡುವ ಸಲುವಾಗಿ ಕಲ್ಕತ್ತಾದ ವಿವಿಧ ಕಡೆಗಳಲ್ಲಿ ಜನರಿಂದ ಹಣಸಂಗ್ರಹ ಮಾಡುವ ಸಲುವಾಗಿ ಹಲವಾರು ರೀತಿಯ ಕಾರ್ಯಕ್ರಮಗಳನ್ನು ಹಮ್ಮಿಕೊಳ್ಳಲಾಯಿತು. ಈ ಉದ್ದೇಶಕ್ಕಾಗಿ ಒಂದು ಕೇಂದ್ರೀಯ ಸಮಿತಿಯೂ ರಚನೆಯಾಯಿತು. ಆಚಾರ್ಯ ಪ್ರಫುಲ್ಲಚಂದ್ರ ರಾಯ್‌ಯವರು ಇದರ ನೇತೃತ್ವವನ್ನು ವಹಿಸಿಕೊಂಡರು. ವಿದ್ಯಾರ್ಥಿಗಳು ಹಾಗೂ ಯುವಜನರು ಬೀದಿಬೀದಿಗಳಲ್ಲಿ ಹಾಡುಗಳನ್ನು ಹೇಳುತ್ತ 'ದೇಣಿಗೆ' ಸಂಗ್ರಹ ಆರಂಭಿಸಿದರು. ಶ್ರೀಮಂತ ವ್ಯಕ್ತಿಗಳು ತಾವಾಗಿಯೇ ಮುಂದೆ ಬಂದು ಅಪಾರ ಪ್ರಮಾಣದ ಹಣವನ್ನು ದಾನ ಮಾಡಿದರು. ರಂಗಮಂದಿರ, ಚಿತ್ರಮಂದಿರಗಳ ಮಾಲೀಕರು ಇದೇ ಉದ್ದೇಶಕ್ಕಾಗಿ ವಿಶೇಷ ರಸಮಂಜರಿ ಕಾರ್ಯಕ್ರಮಗಳನ್ನು ನಡೆಸಿ ದೇಣಿಗೆ ಸಂಗ್ರಹಿಸಿದರು. ರಸ್ತೆಬದಿಗಳಲ್ಲಿ ವಿವಿಧ ರೀತಿಯ ಮನೋರಂಜನಾ ಕಾರ್ಯಕ್ರಮಗಳನ್ನು ನಡೆಸುವ ಮೂಲಕವೂ ನಿಧಿ ಸಂಗ್ರಹ ಮಾಡಲಾಗುತ್ತಿತ್ತು. ಸರ್ಕಾರದ ಕಡೆಯಿಂದಲೂ ನೆರೆಪೀಡಿತರ ನೆರವಿಗಾಗಿ ಅಲ್ಪಪ್ರಮಾಣದ ಹಣವನ್ನು ಬಿಡುಗಡೆ ಮಾಡಲಾಗಿತ್ತು.

ಅಸಹಕಾರ ಆಂದೋಲನದ ಸಮಯದಲ್ಲಿ ಸಕ್ರಿಯವಾಗಿ ಪಾಲ್ಗೊಳ್ಳುವ ಮೂಲಕ ನಾವು (ವೇಶ್ಯೆಯರು) ಸಾಹಸವನ್ನು ಮೆರೆದಿದ್ದೆವು; ನಮ್ಮಿಂದಾದ

ಕೊಡುಗೆಯನ್ನು ಸಲ್ಲಿಸಿದ್ದೆವು. ಈ ಸಂದರ್ಭದಲ್ಲಿಯೂ ಕೈಕಟ್ಟಿ ಕುಳಿತುಕೊಳ್ಳುವುದಕ್ಕೆ ನಮ್ಮ ಮನಸ್ಸು ಒಪ್ಪಲಿಲ್ಲ. ಈಗಲೂ ನಾವೆಲ್ಲರೂ ಸೇರಿ ಒಂದು ತಂಡವನ್ನು ರಚನೆ ಮಾಡಿಕೊಂಡೆವು. ಈ ಬಾರಿ ಇನ್ನಷ್ಟು ಅಧಿಕ ಹಣವನ್ನು ಸಂಗ್ರಹಿಸಿ ನೆರೆ ಸಂತ್ರಸ್ತರಿಗೆ ತಲುಪಿಸುವ ನಿರ್ಧಾರವನ್ನು ನಾವು ತೆಗೆದುಕೊಂಡಿದ್ದೆವು. ನಮ್ಮಲ್ಲಿಯೇ ದೇಣಿಗೆಯನ್ನು ಸಂಗ್ರಹಿಸುವ ಬದಲಿಗೆ ಬೀದಿಬೀದಿಗಳನ್ನು ಸುತ್ತಾಡಿ, ಹಾಡುಗಳನ್ನು ಹೇಳುತ್ತ, ನೃತ್ಯವನ್ನು ಮಾಡುತ್ತ ಜನರಿಂದ ಹಣ ಸಂಗ್ರಹ ಮಾಡಬೇಕೆಂದು ನಾವು ನಿರ್ಧರಿಸಿದ್ದೆವು. ನಮ್ಮ ಯೋಜನೆಗೆ ಅನುಗುಣವಾಗಿ ನಾವು ವೇಶ್ಯೆಯರ ಪ್ರತ್ಯೇಕ ತಂಡಗಳನ್ನು ರಚಿಸಿಕೊಂಡು ಹಾಡಕಾಟಾ ಓಣಿ, ರಾಮಬಾಗಾನ್, ಸೋನಾಗಾಛಿ, ಘೂಲ್‌ಬಾಗಾನ್, ಚಾಂಪಾತಲಾ, ಆಹಿರೀಟೋಲಾ, ಜೋಡಾಸಾಂಕೊ, ಸಿಪ್ಲಾ, ಕೆರಾಣಿಬಾಗಾನ್ ಮುಂತಾದ ವಿವಿಧ ಬೀದಿಗಳಲ್ಲಿ ಸಾರ್ವಜನಿಕರಿಂದ ಹಣಸಂಗ್ರಹ ಮಾಡುವುದಕ್ಕೆ ಮುಂದಾದೆವು.

ನಿಜಕ್ಕೂ ಅದೊಂದು ಅಪೂರ್ವ ದೃಶ್ಯ. ಪ್ರತಿಯೊಂದು ತಂಡದಲ್ಲಿಯೂ 50–60 ವೇಶ್ಯೆಯರು; ಅವರ ಮೈಮೇಲೆ ಕೆಂಪು ಅಂಚಿನ ತಿಳಿ ಹಳದಿ ಬಣ್ಣದ ಸೀರೆ; ಹಣೆಯಲ್ಲಿ ಸಿಂಧೂರ; ಕಂಠದಿಂದ ಹೊರಹೊಮ್ಮುತ್ತಿದ್ದ ಮಧುರ ಗಾಯನ; ಮನೋಹರ ರೀತಿಯ ನಡಿಗೆಯ ಶೈಲಿ; ಜೊತೆಯಲ್ಲಿ ಕ್ಲಾರಿಯೋನೆಟ್ ಮತ್ತು ಹಾರ್ಮೋನಿಯಂ ನುಡಿಸುತ್ತಿದ್ದ ಕೆಲವು ಪುರುಷರು. ಎಲ್ಲರಿಗಿಂತ ಮುಂದೆ ಇಬ್ಬರು ಮಹಿಳೆಯರು; ಅವರಿಬ್ಬರೂ ಸೇರಿ ಒಂದು ನಿಶಾನೆ (ಬ್ಯಾನರ್) ಹಿಡಿದಿರುತ್ತಿದ್ದರು; ಅದರ ಮೇಲೆ 'ಪತಿತಾ ನಾರಿ ಸಮಿತಿ' (ವೇಶ್ಯೆಯರ ಸಮಿತಿ) ಎನ್ನುವ ಬರಹ. ಇನ್ನಿಬ್ಬರು ವೇಶ್ಯೆಯರು ಬಟ್ಟೆಯೊಂದನ್ನು ಹಿಡಿದು ಮುಂದಕ್ಕೆ ಸಾಗುತ್ತಿದ್ದರು. ದಾನಿಗಳು ಚಿಲ್ಲರೆ ಹಾಗೂ ನೋಟುಗಳನ್ನು ಅದರ ಮೇಲೆ ಹಾಕುತ್ತಿದ್ದರು. ಇನ್ನಿಬ್ಬರು ಮಹಿಳೆಯರು ಜನರಿಂದ ಹಳೆಯ ಬಟ್ಟೆಗಳನ್ನು ಸಂಗ್ರಹ ಮಾಡುತ್ತಿದ್ದರು.

ವೇಶ್ಯೆಯರ ಪೈಕಿ ಎಲ್ಲರೂ ಸುರಸುಂದರಿಯರು ಎಂದು ಹೇಳುವಂತೆಯೂ ಇರಲಿಲ್ಲ; ಅದೇ ರೀತಿಯಲ್ಲಿ ಅವರೆಲ್ಲರೂ ಕುರೂಪಿಗಳು ಎನ್ನುವಂತೆಯೂ ಇರಲಿಲ್ಲ. ಏನೇ ಇರಲಿ, ಚೆನ್ನಾಗಿ ಅಲಂಕಾರ ಮಾಡಿಕೊಂಡು ಮನೆಯಿಂದ ಹೊರಕ್ಕೆ ಬಂದ ವೇಶ್ಯೆಯರೆಲ್ಲರೂ ಸುಂದರವಾಗಿಯೇ ಕಾಣಿಸುತ್ತಾರೆ. ಏಕೆಂದರೆ, ಸೌಂದರ್ಯದ ಆಧಾರದ ಮೇಲೆಯೇ ಇವರ ವೃತ್ತಿ ಅವಲಂಬಿತ. ತಮ್ಮ ಸೌಂದರ್ಯವನ್ನು ತೋರಿಸಿ ಜನಸಾಮಾನ್ಯರನ್ನು ವಿಶೇಷ ರೀತಿಯಲ್ಲಿ ಆಕರ್ಷಿಸುವ ಸಲುವಾಗಿ ವೇಶ್ಯೆಯರು ಕಲ್ಕತ್ತಾದ ರಾಜಮಾರ್ಗಗಳಲ್ಲಿ ನಿಂತುಕೊಳ್ಳಬೇಕೆಂಬ ನಿಯಮವೇನೂ ಇಲ್ಲ. ಅದೇ ರೀತಿಯಲ್ಲಿ ಅವರು ರಸ್ತೆಯ ಬದಿಯಲ್ಲಿ ನಿಂತುಕೊಂಡಿದ್ದರೆ ಪೊಲೀಸರು ಅವರನ್ನು ಬಂಧಿಸುವುದೂ ಇಲ್ಲ. ರಸಿಕರನ್ನು ಆಕರ್ಷಿಸುವ ಸಲುವಾಗಿ ಅವರು ತಮ್ಮ ಮನೆಯ ಹೊಸ್ತಿಲಿನ ಬಳಿಯಲ್ಲಿ ನಿಂತರೆ ಸಾಕು; ಮನೆಯಿಂದ ಹೊರಕ್ಕೆ ಬರಬೇಕಾಗಿಯೂ ಇಲ್ಲ. ಕೆಲವೊಮ್ಮೆ ಮಾತ್ರ ಮೂರ್ನಾಲ್ಕು ವೇಶ್ಯೆಯರು ಒಟ್ಟೊಟ್ಟಿಗೆ ಕೆಲವು ಬೀದಿಗಳಲ್ಲಿ ಕಾಣಿಸಿಕೊಳ್ಳುತ್ತಾರೆ. ಕೆಲವೇ ಕ್ಷಣಗಳಲ್ಲಿ ಹತ್ತಾರು

ಪುರುಷರು ಅವರ ಹಿಂದೆ ಪ್ರತ್ಯಕ್ಷರಾಗಿರುತ್ತಾರೆ! ಇಂತಹ ಪರಿಸ್ಥಿತಿ ಇರುವಾಗ, ಒಂದು ವೇಳೆ ವೇಶ್ಯೆಯರ ತಂಡವೇ ಚೆನ್ನಾಗಿ ಅಲಂಕರಿಸಿಕೊಂಡು, ಹಾಡುಗಳನ್ನು ಹೇಳುತ್ತಾ ಬೀದಿಬೀದಿಗಳಲ್ಲಿ ವೈಯಾರದಿಂದ ನಡೆಯುತ್ತಿದ್ದರೆ, ಜನಸಾಮಾನ್ಯರ ದೃಷ್ಟಿ ಅವರೆಲ್ಲರ ಮೇಲೆ ಯಾವ ರೀತಿ ಹರಿಯಬಹುದು ಎನ್ನುವುದನ್ನು ನೀವೇ ಒಮ್ಮೆ ಊಹಿಸಿಕೊಂಡು ನೋಡಿ!

ನಾನು ಈಗಾಗಲೇ ಹೇಳಿರುವಂತೆ, ವೇಶ್ಯೆಯರ ಪ್ರತಿದಿನವೂ ತಾಳ್ಮೆಯೇ ಇಲ್ಲದೇ ಕಳೆಯುತ್ತಿರುತ್ತದೆ ಮತ್ತು ಭೋಗಲಾಲಸೆಗಳಿಂದ ಮನಸ್ಸು ಕಲುಷಿತಗೊಂಡಿರುತ್ತದೆ. ನಮ್ಮ ಮನಸ್ಸಿನಲ್ಲಿ ಕೆಟ್ಟ ಯೋಚನೆಗಳು, ಅದರಲ್ಲೂ ಮುಖ್ಯವಾಗಿ ಕಾಮುಕರಿಗಾಗಿ ಹುಡುಕಾಡುವ ಪ್ರವೃತ್ತಿ ಸದಾ ಕಾಲ ಜಾಗೃತವಾಗಿರುತ್ತದೆ. ಅಸಹಕಾರ ಆಂದೋಲನದಲ್ಲಿ ದೇಶಪ್ರೇಮದ ಭಾವನೆ ಅಥವಾ ಪ್ರವಾಹಪೀಡಿತರ ಸಹಾಯಾರ್ಥ ನಿಧಿ ಸಂಗ್ರಹಿಸುವ ಕಾರ್ಯದಲ್ಲಿ ದಯೆಯ ಭಾವನೆ ವೇಶ್ಯಾವೃತ್ತಿಯಲ್ಲಿ ತೊಡಗಿಕೊಂಡಿದ್ದ ನಾರಿಯರ ಮನಸ್ಸಿನಲ್ಲಿ ವಿಶೇಷ ಸ್ಥಾನವನ್ನು ಪಡೆದುಕೊಂಡಿರಲಿಲ್ಲ. ಬದಲಿಗೆ, ಜನಸಾಮಾನ್ಯರ ಎದುರಿನಲ್ಲಿ ನಮ್ಮ ಸೌಂದರ್ಯವನ್ನು ಪ್ರದರ್ಶಿಸುವ, ಅವರಲ್ಲಿ ವೇಶ್ಯೆಯರ ಬಗ್ಗೆ ವಿಶೇಷ ಆಸಕ್ತಿಯನ್ನು ಮೂಡಿಸುವ ಹಾಗೂ ಕಾಮಭಾವನೆಯನ್ನು ಕೆರಳಿಸುವ, ಅವರನ್ನು ನಮ್ಮ ಬೀದಿಗೆ ಸೆಳೆಯುವ, ನಮ್ಮ ದೇಹವ್ಯಾಪಾರವನ್ನು ಹೆಚ್ಚಿಸಿಕೊಳ್ಳುವ ಉದ್ದೇಶವೇ ನಮ್ಮ ಈ ಕಾರ್ಯದಲ್ಲಿ ಪ್ರಧಾನವಾಗಿತ್ತು. ನಮ್ಮಲ್ಲಿ ಎಲ್ಲರೂ ಇದೇ ಭಾವನೆಯನ್ನು ಹೊಂದಿದ್ದರು ಎಂದು ಹೇಳುವುದು ಸಾಧ್ಯವಿಲ್ಲವಾದರೂ ಅನೇಕರ ಉದ್ದೇಶ ಇದೇ ಆಗಿತ್ತು ಎನ್ನುವುದರಲ್ಲಿ ಯಾವುದೇ ಅನುಮಾನವಿರಲಿಲ್ಲ.

ನಿಧಿ ಸಂಗ್ರಹದ ನೆಪದಲ್ಲಿ ನಾವು ಯಾವ್ಯಾವಾಗ ಮನೆಯಿಂದ ಬೀದಿಗೆ ಇಳಿಯುತ್ತಿದ್ದೆವೋ ಆ ಸಮಯದಲ್ಲಿ ನೂರಾರು ಜನರು ನಮ್ಮ ಹಿಂದೆ ಬರುತ್ತಿದ್ದರು.

ಪ್ರವಾಹಪೀಡಿತ ಜನರು ನೆರವಿಗಾಗಿ ಕಾತರಿಸುತ್ತಿದ್ದರು. ಅವರ ಜೀವನ ಯಾವ ರೀತಿಯಲ್ಲಿ ಸಂಕಷ್ಟಕ್ಕೆ ಸಿಲುಕಿಕೊಂಡಿತ್ತು ಎನ್ನುವುದು ವರ್ಣನೆಗೆ ನಿಲುಕದ ಸಂಗತಿ. ಹಲವರು ತಮ್ಮ ಕುಟುಂಬದ ಸದಸ್ಯರನ್ನು ಕಳೆದುಕೊಂಡಿದ್ದರು; ಬಹುತೇಕ ಎಲ್ಲರ ಹೊಲ-ಗದ್ದೆ-ಮನೆಗಳು ಜಲಾವೃತಗೊಂಡಿದ್ದವು; ಜೀವನೋಪಾಯಕ್ಕೆ ಮಾರ್ಗವೇ ಉಳಿದಿರಲಿಲ್ಲ. ಗಮನೀಯ ಸಂಗತಿಯೇನೆಂದರೆ, ನಾವು ಇವರಿಗೆ ನೆರವಾಗುವ ಉದ್ದೇಶದಿಂದ ನಿಧಿ ಸಂಗ್ರಹಕ್ಕೆ ಮುಂದಾಗಿದ್ದೆವು; ಆದರೆ ದಾನ ಮಾಡುವವರಲ್ಲಿ ಬಹುತೇಕ ಮಂದಿ ನಮ್ಮ ಉದ್ದೇಶವನ್ನು ನೋಡಿ ಹಣ ಅಥವಾ ಇತರ ಉಪಯುಕ್ತ ವಸ್ತುಗಳನ್ನು ನೀಡುತ್ತಿರಲಿಲ್ಲ. ಬದಲಿಗೆ, ನಮ್ಮ ರೂಪವನ್ನು ನೋಡಿ, ನಮ್ಮ 'ಕಟಾಕ್ಷ'ವನ್ನು ಬಯಸಿ, ನಮ್ಮ ಗಾಯನವನ್ನು ಕೇಳಿ, ನಾವು ನಡೆಯುವ ಶೈಲಿಗೆ ಮರುಳಾಗಿ ತಮ್ಮ 'ಉದಾರತೆ'ಯನ್ನು ಪ್ರದರ್ಶಿಸುತ್ತಿದ್ದರು. ಇದಕ್ಕೆ ಸಾಕ್ಷಿಯೆಂದರೆ, ವಿದ್ಯಾರ್ಥಿಗಳು ಮತ್ತು ಯುವಜನರು ನಮ್ಮಂತೆಯೇ ಬೀದಿ ಬೀದಿಯಲ್ಲಿ ಹಣ ಸಂಗ್ರಹ ಕಾರ್ಯದಲ್ಲಿ ನಿರತರಾಗಿದ್ದರೂ ಅವರ ಸುತ್ತ ಜನರೂ ಸೇರುತ್ತಿರಲಿಲ್ಲ; ಅವರಿಗೆ ಹೆಚ್ಚಿನ ದಾನವನ್ನೂ ಮಾಡುತ್ತಿರಲಿಲ್ಲ.

ಪ್ರತಿದಿನವೂ ಬೆಳಿಗ್ಗೆ ಮತ್ತು ಸಂಜೆ ವೇಶ್ಯೆಯರ ತಂಡಗಳು ನಿಧಿ ಸಂಗ್ರಹಕ್ಕಾಗಿ ವಿವಿಧ ಬೀದಿಗಳಿಗೆ ತೆರಳುತ್ತಿದ್ದವು. ನಾವೆಲ್ಲರೂ ಅತ್ಯಂತ ಉತ್ಸಾಹದಿಂದ ಈ ಕಾರ್ಯದಲ್ಲಿ ನಿರತರಾಗಿದ್ದೆವು. ಉತ್ತಮ ರೀತಿಯಲ್ಲಿ ನಮಗೆ ಹಣ ಸಂಗ್ರಹವೂ ಆಗುತ್ತಿತ್ತು. ಕೆಲವೇ ದಿನಗಳಲ್ಲಿ ಲಕ್ಷಗಟ್ಟಲೆ ಹಣವನ್ನು ಸಂಗ್ರಹಿಸುವುದರಲ್ಲಿ ನಾವು ಯಶಸ್ವಿಯಾಗಿದ್ದೆವು. ಆದರೆ ಅದರಲ್ಲಿ ಬಹುಪಾಲು ಹಣ ನಮ್ಮ ಖಾಸಗಿ 'ಖಜಾನೆ'ಯನ್ನು ಸೇರಿತ್ತು ಮತ್ತು ಸ್ವಲ್ಪ ಭಾಗ ಮಾತ್ರ ಪ್ರವಾಹ ಸಂತ್ರಸ್ತರ ನೆರವಿನ ಕೇಂದ್ರ ಸಮಿತಿಯನ್ನು ತಲುಪಿತ್ತು! ನಾವು ನೀಡಿದ ಅಲ್ಪ ಹಣ ಹಾಗೂ ಒಂದಿಷ್ಟು ವಸ್ತುಗಳನ್ನು ಆಚಾರ್ಯ ಪ್ರಫುಲ್ಲಚಂದ್ರ ರಾಯ್ ಅತ್ಯಂತ ಪ್ರೀತಿಯಿಂದ ಸ್ವೀಕರಿಸಿದರು. ನಮ್ಮಿಂದ ನೆರವು ಸ್ವೀಕರಿಸಿದ್ದಕ್ಕಾಗಿ ಕೆಲವು 'ಸಂಸ್ಕಾರವಂತರು' ಅವರ ಮುಂದೆ ತಮ್ಮ ವಿರೋಧವನ್ನು ವ್ಯಕ್ತಪಡಿಸಿದರು. ಆದರೆ ಆಚಾರ್ಯರು ಅವರೆಲ್ಲರ ಮನವೊಲಿಸುವಲ್ಲಿ ಯಶಸ್ವಿಯಾದರು.

ಕ್ರಮೇಣ ನಾವು ಸಮಾಜದ ಸಂಸ್ಕಾರವಂತ ಕುಟುಂಬಗಳ ಪುರುಷರು ಹಾಗೂ ಮಹಿಳೆಯರೊಂದಿಗೆ ಬೆರೆಯುವುದಕ್ಕೆ ಹೆಚ್ಚು ಅವಕಾಶ ಸಿಗತೊಡಗಿತ್ತು. ಇದಕ್ಕಿಂತ ಮೊದಲು ಇಂತಹ ಸುಯೋಗ ನಮಗೆ ಸಿಗುತ್ತಿರಲಿಲ್ಲ ಎಂದೇನೂ ಅಲ್ಲ. ದ್ವಾದಶ ಗೋಪಾಲ, ತಾರಕೇಶ್ವರ, ಕಾಳಿಘಾಟ್ ಮುಂತಾದ ಪುಣ್ಯಕ್ಷೇತ್ರಗಳಲ್ಲಿ ಹಾಗೂ ವಿವಿಧ ಜಾತ್ರಾ ಮಹೋತ್ಸವಗಳಲ್ಲಿ ಹಲವಾರು ವರ್ಷಗಳಿಂದ ನಮ್ಮ ಮುಕ್ತ ಸಂಚಾರಕ್ಕೆ ಯಾವ ರೀತಿಯ ಅಭ್ಯಂತರವೂ ಇರಲಿಲ್ಲ; ಈಗಲೂ ಇಲ್ಲ. ಅಲ್ಲಿ ನಮಗೆ ಕೆಲವು 'ಪ್ರೇಮಿ'ಗಳು ದೊರಕುತ್ತಿದ್ದರು. ಆದರೂ ಅಲ್ಲಿಗೆ ಬರುವ ಬಹುತೇಕ ಜನರು ತಮ್ಮದೇ ಆದ ಕೆಲವು ಧಾರ್ಮಿಕ ಕಾರ್ಯಕ್ರಮಗಳಲ್ಲಿ, ವಿವಿಧ ರೀತಿಯ ಆಚರಣೆಗಳಲ್ಲಿ ಮಗ್ನರಾಗಿರುತ್ತಿದ್ದರು. ವೇಶ್ಯೆಯರ ಜೊತೆಯಲ್ಲಿ ಮಾತನಾಡುವುದಕ್ಕೆ, ಅವರ ಪರಿಚಯ ಮಾಡಿಕೊಳ್ಳುವುದಕ್ಕೆ ಅಂತಹ ಸಂದರ್ಭಗಳಲ್ಲಿ ಹಾಗೂ ಸ್ಥಳಗಳಲ್ಲಿ ಹೆಚ್ಚಿನ ಅವಕಾಶ ದೊರಕುತ್ತಿರಲಿಲ್ಲ. ಹಾಗಾಗಿ ನಮ್ಮ ವೃತ್ತಿಯಲ್ಲಿರುವ ಮಹಿಳೆಯರಿಗೆ ಅಲ್ಲಿ ಆಗುತ್ತಿದ್ದ ಲಾಭ ತುಂಬಾ ಕಡಿಮೆಯಾಗಿತ್ತು. ಆದರೆ ಯಾವಾಗ ಅಸಹಕಾರ ಚಳವಳಿಯಲ್ಲಿ ಭಾಗವಹಿಸುವ ಸಲುವಾಗಿ ನಾವು ಮನೆಯನ್ನು ಬಿಟ್ಟು ಬೀದಿಗೆ ಬಂದೆವೋ, ಆವಾಗ ಸಾರ್ವಜನಿಕರ ಜೊತೆಯಲ್ಲಿ ಮುಕ್ತವಾಗಿ ಬೆರೆಯುವುದಕ್ಕೆ ಎಲ್ಲ ರೀತಿಯ ಅನುಕೂಲಗಳೂ ದೊರಕಿದವು. ಅಷ್ಟೇ ಅಲ್ಲ, ಆ ಸಮಯದಲ್ಲಿ ನಮ್ಮೊಂದಿಗೆ ಅವರು, ಅವರೊಂದಿಗೆ ನಾವು ಮಾತನಾಡುವುದು ಹಾಗೂ ಬೆರೆಯುವುದು ಅನಿವಾರ್ಯವೂ ಆಗಿತ್ತು. ಜಾತ್ರೆಗಳಲ್ಲಿ ಅಥವಾ ತೀರ್ಥಕ್ಷೇತ್ರಗಳಲ್ಲಿ ವೇಶ್ಯೆಯರು ಜನರ ಮಧ್ಯೆ ಅಲ್ಲಲ್ಲಿ ಕಾಣಿಸಿಕೊಳ್ಳುತ್ತಿದ್ದರು; ಅವರು ಒಟ್ಟೊಟ್ಟಿಗೆ ಇರುತ್ತಿರಲಿಲ್ಲ. ಅಂತಹ ಸಂದರ್ಭದಲ್ಲಿ ಸಾರ್ವಜನಿಕರ ಕಣ್ಣು ಸುಲಭವಾಗಿ ಅವರ ಮೇಲೆ ಬೀಳುತ್ತಿರಲಿಲ್ಲ. ವೇಶ್ಯೆಯರೊಂದಿಗೆ ವ್ಯವಹರಿಸಿದವರಿಗೆ, ಅವರೊಂದಿಗೆ ಕಾಲ ಕಳೆದವರಿಗೆ, ಅವರ ವಿಶೇಷ ಲಕ್ಷಣಗಳನ್ನು ಚೆನ್ನಾಗಿ ತಿಳಿದವರಿಗೆ ಮಾತ್ರ ಅಲ್ಲಿ ಅವರನ್ನು ಗುರುತುಹಿಡಿಯುವುದು ಸಾಧ್ಯವಾಗುತ್ತಿತ್ತು. ಆದರೆ ಅಸಹಕಾರ ಚಳವಳಿಯ

ಸಮಯದಲ್ಲಿ, ನೆರೆಪೀಡಿತರ ನೆರವಿಗಾಗಿ ನಿಧಿ ಸಂಗ್ರಹಿಸುವ ಸಂದರ್ಭದಲ್ಲಿ ನಾವೆಲ್ಲರೂ ಒಟ್ಟೊಟ್ಟಿಗೆ, ಗುಂಪುಗುಂಪಾಗಿ ಮುಖ್ಯ ರಸ್ತೆಗೆ ಬರುತ್ತಿದ್ದೆವು. ಅಂತಹ ಸಂದರ್ಭಗಳಲ್ಲಿ ಜನಸಾಮಾನ್ಯರ 'ಮುಗ್ಧದೃಷ್ಟಿ'ಯು ನಮ್ಮ ಮೇಲೆ ಬೀಳುತ್ತಿತ್ತು ಮತ್ತು ಅವರು ನಮ್ಮಿಂದ ಆಕರ್ಷಿತರಾಗದೇ ಇರುವುದು ಸಾಧ್ಯವೇ ಇರಲಿಲ್ಲ.

ಮಹಾತ್ಮ ಗಾಂಧೀಜಿಯವರ ನೇತೃತ್ವದ ಅಸಹಕಾರ ಚಳವಳಿಗೆ ಸಂಬಂಧಿಸಿದ ಇನ್ನೂ ಕೆಲವು ವಿಷಯಗಳು ಇಲ್ಲಿ ಉಲ್ಲೇಖನೀಯ. ಎಲ್ಲಕ್ಕಿಂತ ಮುಖ್ಯವಾಗಿ ಅಸ್ಪೃಶ್ಯತಾ ನಿವಾರಣೆ, ಚರಕ ಹಾಗೂ ಖಾದಿ. ನಮ್ಮ ವೇಶ್ಯಾ ಸಮಾಜಕ್ಕೆ ಸಂಬಂಧಿಸಿದಂತೆ ಈ ಹೋರಾಟಗಳು ವಿಭಿನ್ನ ರೂಪವನ್ನು ತೆಗೆದುಕೊಂಡವು. ಅದನ್ನು ಸಂಕ್ಷಿಪ್ತವಾಗಿ ವಿವರಿಸುವ ಪ್ರಯತ್ನವನ್ನು ನಾನಿಲ್ಲಿ ಮಾಡಿದ್ದೇನೆ. ಸಮಾಜದಲ್ಲಿ ಅತ್ಯಂತ ಕೆಳವರ್ಗದ ಚಮ್ಮಾರ, ಹೊಲೆಯ, ಮಾದಿಗ ಮುಂತಾದ ಜಾತಿಗಳಿಗೆ ಸೇರಿದ ಜನರನ್ನು ಮೇಲ್ವರ್ಗದ ಜಾತಿಗಳ ಜನರ ಜೊತೆಯಲ್ಲಿ ಬೆರೆಯುವಂತೆ ಮಾಡುವುದು, ಅವರು ತಯಾರಿಸಿದ ಅಡುಗೆಯನ್ನು ಮೇಲ್ವರ್ಗದವರೂ ಸೇವಿಸುವಂತಹ ವಾತಾವರಣವನ್ನು ನಿರ್ಮಿಸುವುದು, ಕೆಳವರ್ಗದ ಜಾತಿಗಳ ಜನರಿಗೆ ದೇವಾಲಯದಲ್ಲಿ ಪ್ರವೇಶಕ್ಕೆ ಅವಕಾಶ ಮಾಡಿಕೊಡುವುದು ಇತ್ಯಾದಿ ಅನೇಕ ಸುಧಾರಣಾ ಯೋಜನೆಗಳನ್ನು ಜಾರಿಗೆ ತರುವುದು ಮಹಾತ್ಮ ಗಾಂಧಿಯವರ 'ಅಸ್ಪೃಶ್ಯತಾ ನಿವಾರಣೆ' ಆಂದೋಲನದ ಮುಖ್ಯ ಉದ್ದೇಶವಾಗಿತ್ತು ಎನ್ನುವುದು ನನ್ನ ಭಾವನೆ. ಸಮಾಜದಲ್ಲಿನ ಅಂತ್ಯಜರನ್ನು ಮುಖ್ಯವಾಹಿನಿಗೆ ಕರೆತರುವ ಮೂಲಕ ಸಾಮಾಜಿಕ ಕ್ರಾಂತಿಯೊಂದನ್ನು ಉಂಟುಮಾಡುವುದಕ್ಕೆ ಅವರು ಹಲವಾರು ಯೋಜನೆಗಳನ್ನು ರೂಪಿಸಿದ್ದರು. ಆದರೆ ಮಹಾತ್ಮ ಗಾಂಧಿಯವರ ಕೆಲವು ಭಕ್ತರು ವೇಶ್ಯಾವೃತ್ತಿಯಲ್ಲಿ ತೊಡಗಿರುವವರನ್ನೂ 'ಅಸ್ಪೃಶ್ಯ' ವರ್ಗದವರೆಂದು ಭಾವಿಸಿ, ಅವರನ್ನೂ ಸಮಾಜದ ಮುಖ್ಯವಾಹಿನಿಗೆ ಕರೆತರುವ ಪ್ರಯತ್ನಗಳನ್ನು ನಡೆಸತೊಡಗಿದರು. ಎಲ್ಲರಿಗೂ ತಿಳಿದಿರುವ ಹಾಗೆ, ಯಾರ್‍ಯಾರು ವೇಶ್ಯೆಯ ಮನೆಗೆ ಹೋಗುತ್ತಾರೆಯೋ ಅವರೆಲ್ಲರೂ ಆ ವೇಶ್ಯೆ ಮಾಡಿದ ತಿಂಡಿ–ತಿನಿಸು–ಪಾನೀಯಗಳನ್ನು 'ಗುಪ್ತ'ವಾಗಿ ಸೇವಿಸುತ್ತಿದ್ದರು; ಅಂದರೆ ತಾವು ವೇಶ್ಯೆಯರ ಮನೆಯಲ್ಲಿ ಆಕೆ ತಯಾರಿಸಿದ ಆಹಾರ ಸೇವಿಸಿದ್ದನ್ನು ಇತರರ ಮುಂದೆ ಹೇಳಿಕೊಳ್ಳುತ್ತಿರಲಿಲ್ಲ. (ವೇಶ್ಯೆಯ ಮನೆಗೆ ಹೋಗಿದ್ದನ್ನೇ ಹೇಳಿಕೊಳ್ಳದವರು ಅಲ್ಲಿ ಆಹಾರ ಸೇವಿಸಿದ್ದನ್ನು ಹೇಗೆ ಹೇಳಿಕೊಳ್ಳುತ್ತಾರೆ!) ಅಲ್ಲಿ ಅವರು ಆಹಾರ ಸೇವಿಸುತ್ತಿದ್ದರು ಎಂದಷ್ಟೇ ಹೇಳಿದರೆ ಆ ಮಾತು ಅಪೂರ್ಣವಾಗುತ್ತದೆ. 'ವೇಶ್ಯೆಯ ಕೈಯಿಂದ ಆಹಾರವನ್ನು ಸೇವಿಸಿ ಕೃತಾರ್ಥರಾಗುತ್ತಿದ್ದರು' ಎನ್ನುವುದೇ ಹೆಚ್ಚು ಸೂಕ್ತ. ಗೌಪ್ಯವಾಗಿ ಮಾಡುತ್ತಿದ್ದ ಈ ಕಾರ್ಯವನ್ನು ಬಹಿರಂಗಗೊಳಿಸಿ, ತಾವೂ ಗಾಂಧೀಜಿಯವರ 'ಅಸ್ಪೃಶ್ಯತಾ ಆಂದೋಲನ'ದಲ್ಲಿ ಮಹತ್ವದ ಪಾತ್ರವನ್ನು ನಿರ್ವಹಿಸುತ್ತಿದ್ದೇವೆ ಎಂದು ತೋರಿಸಿಕೊಳ್ಳುವುದು ಕೆಲವು 'ಗಾಂಧಿ ಭಕ್ತ'ರ ಉದ್ದೇಶವಾಗಿತ್ತು. ದೇವಾಲಯಗಳಲ್ಲಿ ವೇಶ್ಯೆಯರಿಗೆ ಪ್ರವೇಶವು ಯಾವತ್ತೂ ನಿಷಿದ್ಧವಾಗಿರಲಿಲ್ಲ. ಚೆನ್ನಾಗಿ ಅಲಂಕರಿಸಿಕೊಂಡು ಬರುತ್ತಿದ್ದ ವೇಶ್ಯೆಯರನ್ನು ನೋಡಿ

ಅರ್ಚಕರೇ ಅವರ ಕಡೆಗೆ ವಿಶೇಷ ನೋಟವನ್ನು ಹರಿಸುತ್ತಿದ್ದರು. ಹೆಚ್ಚಿನ ದಕ್ಷಿಣೆಯ ಆಸೆಯಿಂದಲೋ ಏನೋ, ಸನ್ನೆಯ ಮೂಲಕವೇ ವೇಶ್ಯೆಯರನ್ನು ಒಳಕ್ಕೆ ಬಿಡುವಂತೆ ತಮ್ಮ ಸಹೋದ್ಯೋಗಿಗಳಿಗೆ ಸೂಚಿಸುತ್ತಿದ್ದರು.

ವೇಶ್ಯೆಯರ ಮೇಲಿನ ಈ ಅಪೂರ್ವ ಸಹಾನುಭೂತಿಯ ಪರಿಣಾಮವಾಗಿ ಅನೇಕ ಕಡೆಗಳಲ್ಲಿ 'ವೇಶ್ಯೆಯರ ಸಂಘ'ಗಳು ಸ್ಥಾಪನೆಯಾದವು. ಅವುಗಳ ಪೈಕಿ ಬರಿಶಾಲದಲ್ಲಿ ಸ್ಥಾಪನೆಯಾಗಿದ್ದ 'ವೇಶ್ಯಾ ಸಮಿತಿ'ಯು ಅನೇಕರ ಆಕರ್ಷಣೆಯ ಕೇಂದ್ರವಾಗಿತ್ತು. ಅದೇ ಸಮಯದಲ್ಲಿ ಬರಿಶಾಲದಿಂದ ಒಬ್ಬಳು ವೇಶ್ಯೆಯು ನನ್ನ ಗೆಳತಿ ಕಾಳಿದಾಸಿಯ ಮನೆಗೆ ಬಂದಳು. ಆಕೆಯ ಹೆಸರು ಈಗ ನನಗೆ ಸರಿಯಾಗಿ ನೆನಪಿಲ್ಲ; ಬಹುಶಃ ವಸಂತಕುಮಾರಿ ಇರಬೇಕು. ಏನೇ ಇರಲಿ, ಒಬ್ಬ ಯುವಕ ಈ ವಸಂತಕುಮಾರಿಯನ್ನು ಕರೆದುಕೊಂಡು ಕಲ್ಕತ್ತಾಕ್ಕೆ ಬಂದಿದ್ದ. ಆತ ಯಾವುದೋ ಶ್ರೀಮಂತ ವ್ಯಾಪಾರಿಯ ಪುತ್ರ. ತಂದೆಯ ಲೋಹದ ತಿಜೋರಿಯಿಂದ ಎಂಟು ನೂರು ರೂಪಾಯಿಗಳನ್ನು ಕಳ್ಳತನ ಮಾಡಿ, ತನ್ನ ಈ 'ಗೆಳತಿ'ಯನ್ನು ಕಲ್ಕತ್ತಾಕ್ಕೆ ಕರೆದುಕೊಂಡು ಬಂದಿದ್ದ. ಆ ದಿನ ವಸಂತಕುಮಾರಿಯೊಂದಿಗೆ ಮಾತನಾಡುತ್ತಿದ್ದ ಸಂದರ್ಭದಲ್ಲಿ ಅನೇಕ ಹೊಸ ವಿಷಯಗಳು ನನಗೆ ತಿಳಿದುಬಂದವು. ಬರಿಶಾಲದಲ್ಲಿ ಒಬ್ಬ ಹೆಸರಾಂತ ದೇಶಪ್ರೇಮಿ ದಾರ್ಶನಿಕ ವ್ಯಕ್ತಿಯು ಹದಿಹರೆಯದ ತರುಣರ ಮೂಲಕ ವೇಶ್ಯಾಗೃಹಗಳಲ್ಲಿ ಅಸಹಕಾರ ಆಂದೋಲನದ ಸಂದೇಶಗಳನ್ನು ಪ್ರಚಾರ ಮಾಡಿಸುತ್ತಿದ್ದ. ಚರಕದ ಉಪಯೋಗದ ಬಗ್ಗೆಯೂ ಆ ಯುವಕರು ಪ್ರಚಾರ ಮಾಡುತ್ತಿದ್ದರು; ಅದನ್ನು ಉಪಯೋಗಿಸುವ ವಿಧಾನವನ್ನು ವೇಶ್ಯೆಯರಿಗೆ ಕಲಿಸುತ್ತಿದ್ದರು. ಅಲ್ಲಿನ ವೇಶ್ಯೆಯರು ಚರಕದ ಮೂಲಕ ಖಾದಿ ಬಟ್ಟೆ ನೇಯುವುದನ್ನು ಅತ್ಯಲ್ಪ ಅವಧಿಯಲ್ಲಿಯೇ ಕಲಿತರು. ವಸಂತಕುಮಾರಿಯ ಮಾತುಗಳು ನನ್ನನ್ನು ಉತ್ತೇಜಿಸಿದವು. ನಾನೂ ಒಂದು ಚರಕವನ್ನು ಖರೀದಿಸಿದೆ ಮತ್ತು ಅದರಿಂದ ನೂಲು ತೆಗೆಯುವುದನ್ನು, ಖಾದಿ ಬಟ್ಟೆ ನೇಯುವುದನ್ನು ಕಲಿತುಕೊಂಡೆ. ಅಷ್ಟೇ ಅಲ್ಲ, ಖಾದಿ ಬಟ್ಟೆಯಿಂದ ತಯಾರಾದ ಸೀರೆ ಮತ್ತು ಕುಪ್ಪುಸವನ್ನು ಧರಿಸತೊಡಗಿದೆ.

ಬಹಳ ಹೆಮ್ಮೆಯಿಂದ ಹೇಳಿಕೊಳ್ಳುತ್ತೇನೆ, ನನ್ನ ಪ್ರಯತ್ನದ ಫಲವಾಗಿ ರಾಮಬಾಗಾನ್‌ನಲ್ಲಿ ನೆಲೆಸಿದ್ದ ಹತ್ತು ವೇಶ್ಯೆಯರು ಚರಕದಿಂದ ನೂಲು ತೆಗೆಯುವುದನ್ನು ಕಲಿತರು. ಇಲ್ಲಿನ ಕೆಲವರು ಖಾದಿ ಬಟ್ಟೆಗಳನ್ನು ಧರಿಸುವುದಕ್ಕೆ ಆರಂಭಿಸಿದರು. ಆದರೆ ಕೇವಲ ಎರಡೇ ತಿಂಗಳುಗಳಲ್ಲಿ ಎಲ್ಲವೂ ಅಂತ್ಯವಾಗಿತ್ತು! ಚರಕ, ಖಾದಿ ಎಲ್ಲವೂ ನಿಂತುಹೋದವು! ಈ ಬೆಳವಣಿಗೆ ಅನಿರೀಕ್ಷಿತವೇನೂ ಆಗಿರಲಿಲ್ಲ. ಇದಕ್ಕೆ ಮುಖ್ಯ ಕಾರಣ ನಮ್ಮಲ್ಲಿನ ತಾಳ್ಮೆಯ ಕೊರತೆ.

ಒಂದು ದಿನ ಯಾವುದೋ ದಿನಪತ್ರಿಕೆಯಲ್ಲಿ ಪ್ರಕಟವಾಗಿದ್ದ ಸುದ್ದಿಯನ್ನು ಓದಿ ಆಶ್ಚರ್ಯಚಕಿತಳಾದೆ. ನಿಜಕ್ಕೂ ಎಂತಹ ದುಃಖದ ವಿಷಯ! 'ಬರಿಶಾಲದ ಯುವಕರು ವೇಶ್ಯೆಯರ ಮನೆಗೆ ಹೋಗಿಬರುವುದಕ್ಕೆ ಈಗೀಗ ಸ್ವಲ್ಪವೂ ಸಂಕೋಚಪಡುವುದಿಲ್ಲ...' ಅದೇ ಬರಹದಲ್ಲಿ ಅಶ್ವಿನಿಕುಮಾರ ಎನ್ನುವವರ ಹೆಸರೂ ಪ್ರಸ್ತಾಪವಾಗಿತ್ತು. ನನಗೆ

ತುಂಬಾ ಕುತೂಹಲ ಹಾಗೂ ವಿಷಾದ ಏಕಕಾಲದಲ್ಲಿ ಉಂಟಾದವು. ನಾನು ವಸಂತಕುಮಾರಿಯನ್ನು ಪ್ರಶ್ನಿಸಿದೆ, "ಬರಿಶಾಲದಲ್ಲಿ ಅಶ್ವಿನಿಕುಮಾರ ಎಂದರೆ ಯಾರು?"

ವಸಂತಕುಮಾರಿ ನೀಡಿದ ಉತ್ತರ ಹೀಗಿತ್ತು. "ನಾನು ಮೂರು ತಿಂಗಳುಗಳ ಹಿಂದಷ್ಟೇ ತ್ರಿಪುರಾದ ಬ್ರಾಹ್ಮಣವಾಡಿಯಿಂದ ಬರಿಶಾಲಕ್ಕೆ ಬಂದವಳು. ನನಗೆ ಅಶ್ವಿನಿಕುಮಾರ ಎನ್ನುವವರ ಪರಿಚಯ ಇಲ್ಲ. ಬಹುಶಃ 'ಅವನಿಗೆ' ಗೊತ್ತಿರುವ ಸಾಧ್ಯತೆ ಇದೆ."

ಆಕೆ 'ಅವನಿಗೆ' ಎಂದು ಹೇಳಿದ್ದು ತನ್ನ 'ಬಾಬು'ವಿಗೆ ಎನ್ನುವುದು ನನಗೆ ಅರ್ಥವಾಗಿತ್ತು. ಆ ಸಮಯದಲ್ಲಿ ಆಕೆಯ 'ಬಾಬು' ಪಕ್ಕದಲ್ಲಿಯೇ ಇದ್ದ ಮಂಚದ ಮೇಲೆ ಮಲಗಿಕೊಂಡು ಎಲೆಯಡಿಕೆಯನ್ನು ಮೆಲ್ಲುತ್ತ ಕರ್ಕಶ ಸ್ವರದಲ್ಲಿ ಯಾವುದೋ ಹಾಡನ್ನು ಗುನುಗುನಿಸುತ್ತಿದ್ದ. ಅದೊಂದು ಬಂಗಾಳಿ ಪ್ರೇಮಗೀತೆ... ಆತ ನಿಜಕ್ಕೂ ರಸಿಕನೇ... ಅನುಮಾನವೇ ಇರಲಿಲ್ಲ.

ವಸಂತಕುಮಾರಿ ತನ್ನ ಕಡೆಗೆ ಕೈತೋರಿಸಿದ್ದನ್ನು ಗಮನಿಸಿದ್ದ ಆ ಯುವಕ ನಮ್ಮಿಬ್ಬರ ನಡುವಣ ಮಾತುಗಳನ್ನು ಕೇಳಿಸಿಕೊಳ್ಳುತ್ತಲೂ ಇದ್ದ. ನಮ್ಮ ಕಡೆಗೆ ತಿರುಗಿದ ಆತ ನಮ್ಮನ್ನೇ ಪ್ರಶ್ನಿಸಿದ, "ಅಶ್ವಿನಿಕುಮಾರರ ಹೆಸರನ್ನು ನೀವು ಕೇಳಿಲ್ಲವೇನು? ಅತ್ಯಂತ ಜನಪ್ರಿಯ ವ್ಯಕ್ತಿ ಶ್ರೀಮಾನ್ ಅಶ್ವಿನಿಕುಮಾರ ದತ್ತ. ನೀವು ಇಷ್ಟೊಂದು ಪುಸ್ತಕಗಳನ್ನು ಓದಿದ್ದೇನೆಂದು ಹೇಳಿಕೊಳ್ಳುತ್ತೀರಲ್ಲ... ಅವರು ಬರೆದ 'ಭಕ್ತಿಯೋಗ'ವನ್ನು ಓದಿಲ್ಲವೇನು? ಒಂದು ವೇಳೆ ಓದಿಲ್ಲದಿದ್ದರೆ ಖಂಡಿತವಾಗಿಯೂ ಒಮ್ಮೆ ಅದನ್ನು ಓದಿ. ಅಂತಹ ಆದರ್ಶ ವ್ಯಕ್ತಿಯನ್ನು ಬಹುಶಃ ನೀವು ಬೇರೆ ಎಲ್ಲಿಯೂ ನೋಡುವುದು ಸಾಧ್ಯವಿಲ್ಲ. ಬರಿಶಾಲ ಇಷ್ಟರಮಟ್ಟಿಗೆ ಖ್ಯಾತಿಯನ್ನು ಗಳಿಸುವುದಕ್ಕೆ ಅವರೇ ಕಾರಣ."

ತಕ್ಷಣವೇ ನಾನು ಪ್ರತಿಕ್ರಿಯಿಸಿದೆ, "ಓಹ್... ಅಶ್ವಿನಿಕುಮಾರ ದತ್ತ... ಹ್ಞಾ... ಅವರ ಹೆಸರು ನನಗೆ ಚೆನ್ನಾಗಿ ಗೊತ್ತು."

ಕ್ಷಣಕಾಲ ಆತ ಏನನ್ನೂ ಹೇಳಲಿಲ್ಲ. ನಾನೇ ಆತನ ಕಡೆಗೆ ತಿರುಗಿ ಪ್ರಶ್ನಿಸಿದ್ದೆ, "ಅಂದಹಾಗೆ ನೀವೂ ಅದೇ ಬರಿಶಾಲದ ಯುವಕ ಅಲ್ಲವೇ?"

ನನ್ನ ಪ್ರಶ್ನೆಗೆ ಆತ ಉತ್ತರವನ್ನು ನೀಡಲಿಲ್ಲ. ನಿರ್ಲಜ್ಜ ವ್ಯಕ್ತಿಯಂತೆ ಮುಖವನ್ನು ಇನ್ನೊಂದು ಕಡೆಗೆ ತಿರುಗಿಸಿಕೊಂಡು, ಹಾಡುವುದನ್ನು ಮುಂದುವರಿಸಿದ. ಅದೆಂತಹ ಕರ್ಕಶ ಧ್ವನಿ! ಆ ಹಾಡಿನ ಮೂಲ ಗಾಯಕನೇನಾದರೂ ಅದನ್ನು ಕೇಳಿಸಿಕೊಂಡರೆ ಎದೆಯೊಡೆದು ಸತ್ತೇಹೋಗುತ್ತಾನೆ!

'ಬರೀ ಕನಸಿನಲ್ಲಿ ಮಾತ್ರ ಬರುವ ಓ ಚೆಲುವೆ
ಎದುರಿಗೆ ಬಾರದೆ ಸುಮ್ಮನೇಕೆ ನಿಂತಿರುವೆ?'

ಆತನ ವರ್ತನೆ ನನಗೇಕೋ ಸರಿಯೆನ್ನಿಸಲಿಲ್ಲ. ವಸಂತಕುಮಾರಿಗೆ ವಿದಾಯ ಹೇಳಿ ಅಲ್ಲಿಂದ ಬಂದುಬಿಟ್ಟೆ. ಮನಸ್ಸಿನಲ್ಲಿಯೇ ಅಂದುಕೊಂಡೆ, 'ಮನುಷ್ಯ ಅದೆಷ್ಟು

ವಿಚಿತ್ರ! ಒಬ್ಬ ಆದರ್ಶ ವ್ಯಕ್ತಿಯನ್ನು ಪ್ರಶಂಸೆ ಮಾಡುತ್ತಾನೆ. ಆದರೆ ಆತನ ಆದರ್ಶವನ್ನು ಅನುಸರಿಸುವ ಬದಲಿಗೆ ಸಂಪೂರ್ಣ ಅದಕ್ಕೆ ವಿರುದ್ಧವಾಗಿ ನಡೆದುಕೊಳ್ಳುತ್ತಾನೆ. ಯಾವುದು ಒಳ್ಳೆಯದು ಎನ್ನುವುದು ಚೆನ್ನಾಗಿಯೇ ತಿಳಿದಿರುತ್ತದೆ. ಆದರೆ ಒಳ್ಳೆಯದನ್ನು ತನ್ನ ಬದುಕಿನಲ್ಲಿ ಅಳವಡಿಸಿಕೊಳ್ಳುವ ಪ್ರಯತ್ನವನ್ನು ಮಾಡುವುದೇ ಇಲ್ಲ!'

ಏನೇ ಇರಲಿ, ವಸಂತಕುಮಾರಿಯ ಪ್ರಿಯಕರ, ಒಂದು ದಿನ ಅಶ್ವಿನಿಕುಮಾರ ದತ್ತರವರು ರಚಿಸಿದ 'ಭಕ್ತಿಯೋಗ' ಪುಸ್ತಕವನ್ನು ಖರೀದಿಸಿ ತಂದು ನನ್ನ ಕೈಗೆ ಕೊಟ್ಟ. "ಇದನ್ನು ಉಡುಗೊರೆಯ ರೂಪದಲ್ಲಿ ಕೊಡುತ್ತಿದ್ದೇನೆ. ದಯವಿಟ್ಟು ಸ್ವೀಕರಿಸಿ" ಎಂದು ಮುಗುಳ್ನಗೆ ಬೀರಿದ್ದ. ಆತನ ಕಣ್ಣುಗಳಲ್ಲಿ ಕೆಟ್ಟ ಭಾವನೆಗಳೇನೂ ಇರಲಿಲ್ಲ. ಅದನ್ನು ಸ್ವೀಕರಿಸಿದೆ. ಈಗಲೂ ಬಿಡುವಾದಾಗ ಅದನ್ನು ಓದುತ್ತಿರುತ್ತೇನೆ. ನಾಲ್ಕಾರು ಬಾರಿ ಓದಿ ಮುಗಿಸಿದ್ದೇನೆ. ತುಂಬಾ ಒಳ್ಳೆಯ ಪುಸ್ತಕ.

'ವೇಶ್ಯಾ ಸಮಿತಿ'ಯ ಪ್ರಭಾವ ದಿನೇದಿನೇ ವಿಸ್ತರಿಸತೊಡಗಿತ್ತು. ಇದು ಸಮಾಜದಲ್ಲಿ 'ನೀತಿವಂತ' ಎನ್ನಿಸಿಕೊಂಡ ಹಲವರ ನಿದ್ದೆಗೆಡಿಸತೊಡಗಿತ್ತು. ಒಬ್ಬ 'ಪ್ರಜ್ಞಾವಂತ' ವ್ಯಕ್ತಿ ಈ ಸಮಿತಿಯ ವಿರುದ್ಧ ಸಮರವನ್ನೇ ಸಾರಿದ್ದರು. ಅವರೇ 'ಸಂಜೀವಿನಿ' ಪತ್ರಿಕೆಯ ಸಂಪಾದಕ ಶ್ರೀಯುತ ಕೃಷ್ಣಕುಮಾರ ಮಿತ್ರ. ಆರಂಭದಿಂದಲೂ ಅವರು ಈ ಸಮಿತಿಯನ್ನು ವಿರೋಧಿಸುತ್ತಲೇ ಇದ್ದರು. ತಮ್ಮ ಪತ್ರಿಕೆಯಲ್ಲಿ ಅವರು ಪ್ರತಿದಿನವೂ ವೇಶ್ಯಾ ಸಂಘಟನೆಗಳ ವಿರುದ್ಧ ಲೇಖನಗಳನ್ನು ಬರೆಯತೊಡಗಿದ್ದರು. ಕೆಲವು ಬಾರಿ ಅವರು ಇದೇ ವಿಷಯಕ್ಕೆ ಸಂಬಂಧಿಸಿದಂತೆ ಸಂಪಾದಕೀಯವನ್ನೂ ಬರೆದಿದ್ದಾರೆ. ಇಂತಹ ದೃಢ ಮನಸ್ಸಿನ ಮಹಾಪುರುಷನನ್ನು ನಾನು ನನ್ನ ಜೀವನದಲ್ಲಿ ಕೆಲವೇ ಕೆಲವು ಬಾರಿ ಮಾತ್ರ ಪ್ರತ್ಯಕ್ಷವಾಗಿ ನೋಡಿದ್ದೇನೆ. ಆ ವಿಷಯದಲ್ಲಿ ನಾನು ಅದೃಷ್ಟವಂತೆ. ಅವರೊಬ್ಬರು ದೇವತಾ ಮನುಷ್ಯ ಎಂದೇ ನಾನು ಭಾವಿಸಿದ್ದೇನೆ. ನಾನೊಬ್ಬಳೇ ಅಲ್ಲ, ಇನ್ನೂ ಅನೇಕ ಜನರು ಅವರ ಬಗ್ಗೆ ಇದೇ ಭಾವನೆಯನ್ನು, ಗೌರವವನ್ನು ಹೊಂದಿದ್ದಾರೆ. ನನ್ನ ಇಬ್ಬರು 'ಸಹೋದ್ಯೋಗಿ'ಗಳ ಬಾಯಿಯಿಂದಲೂ ಅವರ ಬಗ್ಗೆ ಒಳ್ಳೆಯ ಅಭಿಪ್ರಾಯವನ್ನು ಕೇಳಿದ್ದೇನೆ. ಆ ಇಬ್ಬರೆಂದರೆ ಸುರುಚಿ ಮತ್ತು ಉಷಾಬಾಲಾ. ಅವರು ವ್ಯಕ್ತಪಡಿಸಿದ ಅಭಿಪ್ರಾಯವನ್ನು ನಿಮ್ಮ ಮುಂದೆ ಇಡುವುದು ನನ್ನ ಕರ್ತವ್ಯ.

"ಶ್ರೀಯುತ ಕೃಷ್ಣಕುಮಾರ ಮಿತ್ರರ ಬಗ್ಗೆ ಇನ್ನೂ ಒಂದೆರಡು ಮಾತುಗಳನ್ನು ಇಲ್ಲಿ ಉಲ್ಲೇಖಿಸದೇ ಇರುವುದು ನನ್ನಿಂದ ಸಾಧ್ಯವಿಲ್ಲ. ಅವರ ಸನ್ನಡತೆ, ಸಚ್ಚಾರಿತ್ರ್ಯ ಹಾಗೂ ಆದರ್ಶಗಳು ಪ್ರತಿಯೊಬ್ಬರಿಗೂ ಮಾದರಿ. ನಮ್ಮಂತಹವರು ಅವರ ಮುಂದೆ ಸಣ್ಣದೊಂದು ಕೀಟಕ್ಕೆ ಸಮಾನ. ಹಾಗಿದ್ದರೂ ಅವರ ಬಗ್ಗೆ ಒಂದೆರಡು ಮಾತುಗಳನ್ನು ಆಡುವುದರಿಂದ ನನ್ನ ಮನಸ್ಸಿಗೆ ಸಂತೋಷ ಸಿಗುತ್ತದೆ; ಜೀವನ ಸಾರ್ಥಕ ಎನ್ನಿಸುತ್ತದೆ. ಕೃಷ್ಣಕುಮಾರ ಮಿತ್ರರು ದುಷ್ಟ ವ್ಯಕ್ತಿಗಳನ್ನು ಮತ್ತು ಜನರ ಕೆಟ್ಟ ನಡವಳಿಕೆಯನ್ನು ಯಾವತ್ತೂ ಕ್ಷಮಿಸುವ ವ್ಯಕ್ತಿಯಲ್ಲ. ಯಾರೇ ಆಗಲಿ ಕೆಟ್ಟ ಮಾರ್ಗದಲ್ಲಿ ಹೆಜ್ಜೆ ಹಾಕಿದರೆ, ಅಂತಹವರನ್ನು ಅವರು ಟೀಕಿಸದೇ ಬಿಡುವುದಿಲ್ಲ.

ನೇರ ಹಾಗೂ ದಿಟ್ಟ ಮಾತುಗಳ ಮೂಲಕ ಅವರು ತಮ್ಮದೇ ಆದ ವಿಶಿಷ್ಟ ವ್ಯಕ್ತಿತ್ವವನ್ನು ಕಟ್ಟಿಕೊಂಡವರು. ರವೀಂದ್ರನಾಥರು ರಂಗಮಂದಿರಗಳಿಗೆ ಹೋಗಿ ನಟಿಯರಿಗೆ ಗಾಯನವನ್ನು ಕಲಿಸುತ್ತಾರೆ ಎನ್ನುವ ಕಾರಣಕ್ಕಾಗಿ ಕೃಷ್ಣಕುಮಾರ ಮಿತ್ರರು ಅವರನ್ನು ಕಟುವಾದ ಪದಗಳಿಂದ ಟೀಕಿಸಿದ್ದರು. ಆಚಾರ್ಯ ಪ್ರಫುಲ್ಲಚಂದ್ರರು ವೇಶ್ಯೆಯರಿಂದ ದಾನವನ್ನು ಸ್ವೀಕರಿಸಿದ್ದನ್ನೂ ಅವರು ಬಲವಾಗಿ ಖಂಡಿಸಿದ್ದರು. ಡಾಕ್ಟರ್ ವಿಮಲ್‌ಚಂದ್ರ ಘೋಷರು 'ಸರಯೂ ಸದನ'ದ ಸಹಾಯಾರ್ಥ ವೇಶ್ಯೆಯರಿಂದ ನೃತ್ಯ ಕಾರ್ಯಕ್ರಮ ಏರ್ಪಡಿಸಿದ್ದರ ವಿರುದ್ಧ ಅವರು ತಮ್ಮ ಪತ್ರಿಕೆಯಲ್ಲಿ ಲೇಖನ ಬರೆದಿದ್ದರು. ಮಿನರ್ವಾ ಥಿಯೇಟರ್‌ನಲ್ಲಿ ಏರ್ಪಡಿಸಲಾಗಿದ್ದ ವೇಶ್ಯೆಯರ ಸಭೆಯಲ್ಲಿ ಶ್ರೀಮತಿ ಜ್ಯೋತಿರ್ಮಯಿ ಗಂಗೂಲಿಯವರು ಸ್ವಯಂಸೇವಕಿಯರ ನೇತೃತ್ವ ವಹಿಸಿದ್ದನ್ನು ಕೃಷ್ಣಕುಮಾರ ಮಿತ್ರರು ಖಂಡಿಸಿದ್ದರು. 'ಬ್ರಹ್ಮ ಸಮಾಜ'ದಲ್ಲಿ ಗುರುತಿಸಿಕೊಂಡಿದ್ದ ಶ್ರೇಷ್ಠ ವ್ಯಕ್ತಿಗಳು ತಪ್ಪು ಮಾಡಿದಾಗ ಇವರು ಯಾವ ಹಿಂಜರಿಕೆಯೂ ಇಲ್ಲದೇ ನೇರವಾಗಿ ವಿರೋಧಿಸುತ್ತಿದ್ದರು. ನಮ್ಮ ಕೆಲವು 'ಪ್ರೇಮಿ'ಗಳೂ ಅವರನ್ನು ಕಂಡರೆ ತುಂಬಾ ಭಯಪಡುತ್ತಿದ್ದರು.

"ಮಹಾತ್ಮ ಗಾಂಧಿಯವರು ಬಂಗಾಳಕ್ಕೆ ಬಂದಾಗ ಒಮ್ಮೆ ಬರಿಶಾಲಕ್ಕೂ ಭೇಟಿ ನೀಡಿದರು. ಆ ಸಮಯದಲ್ಲಿ ಅಲ್ಲಿನ 'ವೇಶ್ಯಾ ಸಮಿತಿ'ಯು ಅವರನ್ನು ಆಮಂತ್ರಿಸಿತು. ಆದರೆ ಗಾಂಧಿಯವರು ಅಲ್ಲಿಗೆ ಭೇಟಿ ನೀಡಲಿಲ್ಲ. ಇದಕ್ಕೆ ಸಂಬಂಧಿಸಿದಂತೆ ಅವರ ಪ್ರತಿಕ್ರಿಯೆ ಹೀಗಿತ್ತು. 'ಒಂದು ವೇಳೆ ವೇಶ್ಯೆಯರೆಲ್ಲರೂ ಸೇರಿ ಸಂಘಟನೆಯನ್ನು ಸ್ಥಾಪಿಸಬಹುದು ಎನ್ನುವುದಾದರೆ, ಕಳ್ಳರು-ಡಕಾಯಿತರೂ ಸಂಘವನ್ನು ಸ್ಥಾಪಿಸಿಕೊಳ್ಳಬಹುದಲ್ಲವೇ?'

"ಒಂದು ವೇಳೆ ಮಹಾತ್ಮ ಗಾಂಧಿಯವರು ಬರಿಶಾಲದಲ್ಲಿ ಸ್ಥಾಪನೆಯಾಗಿದ್ದ 'ವೇಶ್ಯೆಯರ ಸಮಿತಿ'ಗೆ ಭೇಟಿ ನೀಡಿದ್ದಿದ್ದರೆ ಅವರನ್ನೂ ಕೃಷ್ಣಕುಮಾರ ಮಿತ್ರರು ವಿಮರ್ಶೆಗೆ ಒಳಪಡಿಸುತ್ತಿದ್ದರು ಎಂದು ಕೆಲವರು ಹೇಳುತ್ತಿದ್ದುದನ್ನು ನಾನು ಕೇಳಿದ್ದೇನೆ."

ಇತ್ತ ನಮ್ಮ ಜೀವನದಲ್ಲಿಯೂ ಕೆಟ್ಟ ಘಳಿಗೆಗಳು ಸಮೀಪಿಸುತ್ತಿದ್ದವು. ರಾಜಕೀಯ ಆಂದೋಲನಗಳಿಂದ ಹೊರಬಂದ ಯುವಕರ ಜೊತೆಯಲ್ಲಿ ಹೆಜ್ಜೆಹಾಕುವ ಸಮಯದಲ್ಲಿ ನಾವು ಆತ್ಮಸಂಯಮ ಕಾಪಾಡಿಕೊಳ್ಳುವುದಕ್ಕೆ ಪ್ರಯತ್ನಿಸಲೇ ಇಲ್ಲ. ದೈಹಿಕವಾಗಿ ಮತ್ತು ಮಾನಸಿಕವಾಗಿ ನಾವು ಅಪರಾಧ ಮಾಡಿದ್ದೆವು. ಎಲ್ಲಿ ಶಿಕ್ಷಣದ ಕೊರತೆಯಿದೆಯೋ, ಎಲ್ಲಿ ಸರಿಯಾದ ಆಡಳಿತವಿಲ್ಲವೋ, ಎಲ್ಲಿ ಅಹಂಕಾರವೇ ಪ್ರಬಲವಾಗಿರುತ್ತದೆಯೋ, ಅಲ್ಲಿ ಇಂತಹ ಘಟನೆಗಳು ಘಟಿಸುವುದು ಅತ್ಯಂತ ಸಹಜ. ನನ್ನ ಜೊತೆಯಲ್ಲಿ ತುಂಬಾ ಆತ್ಮೀಯವಾಗಿ ನಡೆದುಕೊಳ್ಳುತ್ತಿದ್ದ ಬ್ಯಾಂಕ್ 'ಬಾಬು' ಕೂಡ ನನ್ನ ನಡವಳಿಕೆಯ ಬಗ್ಗೆ ಅನುಮಾನಿಸಿದ್ದ; ನಾನು ಬೇರೆ ಯುವಕರ ಜೊತೆಯಲ್ಲಿ ಸಂಬಂಧ ಬೆಳೆಸುತ್ತಿದ್ದೇನೆ ಎಂದು ಸಂದೇಹಪಟ್ಟಿದ್ದ.

ಇನ್ನೊಂದೆಡೆಯಲ್ಲಿ, ಆತನೂ ಈ ವಿಷಯದಲ್ಲಿ ಅಪರಾಧವನ್ನು ಮಾಡಿದ್ದ. ಆತ

ಇತ್ತೀಚಿನ ದಿನಗಳಲ್ಲಿ ರಂಗಮಂದಿರಕ್ಕೆ ಆಗಾಗ ಹೋಗುತ್ತಿರುವುದನ್ನು ಗಮನಿಸಿದ್ದೇನೆ. ಅದೊಂದು ದಿನ ರಂಗಮಂದಿರದ ಚೌಕಿ ಮನೆ(ಪ್ರಸಾಧನ ಕೋಣೆ)ಯಲ್ಲಿ ಆತ ಯಾವುದೋ ನಟಿಯ ಜೊತೆಯಲ್ಲಿ ಹರಟೆಯಲ್ಲಿ ತೊಡಗಿದ್ದುದನ್ನು, ತುಂಬಾ ಸಲುಗೆಯಿಂದ ವರ್ತಿಸುತ್ತಿದ್ದುದನ್ನು ನಾನೇ ಕಣ್ಣಾರೆ ನೋಡಿದ್ದೇನೆ. ನಾವಿಬ್ಬರೂ ಒಂದು ದಿನ ರಂಗಮಂದಿರಕ್ಕೆ ಒಟ್ಟಿಗೆ ಹೋಗಿದ್ದೆವು. ಆದರೆ ಆತ ನನ್ನನ್ನು ಒಳಗೆ ಬಿಟ್ಟು ಒಬ್ಬನೇ ಹೊರಟುಹೋಗಿದ್ದ. ಆತ ಎಲ್ಲಿಗೆ ಹೋಗಿದ್ದನೆನ್ನುವುದು ನನಗೆ ಚೆನ್ನಾಗಿ ತಿಳಿದಿತ್ತು. ಆ ಸಮಯದಲ್ಲಿ ನಾನು ಏನು ಮಾಡುವುದು ಸಾಧ್ಯ?

ನಾವಿಬ್ಬರೂ ವಿರುದ್ಧ ವಿದ್ಯುತ್ ಶಕ್ತಿಯುಳ್ಳ ಮೇಘಗಳ ರೀತಿಯಲ್ಲಿ ಪರಸ್ಪರ ತುಂಬಾ ಸಮೀಪಕ್ಕೆ ಬಂದಿದ್ದೆವು. ಪರಸ್ಪರರ ಬಗ್ಗೆ ಅನುಮಾನಪಟ್ಟಿದ್ದೆವು. ಕೊನೆಗೊಂದು ದಿನ ದಿಗ್‌ದಿಗಂತವೇ ಕಂಪಿಸುವ ಹಾಗೆ ಡಿಕ್ಕಿ ಹೊಡೆದು ಸಿಡಿಲಾದರೂ ಆಶ್ಚರ್ಯವೇನಿಲ್ಲ.

●

ಕವಲು ದಾರಿಯ ಪಯಣ

ಮದ್ಯಪಾನ ಮುಕ್ತ ದೇಶವು ಮಹಾತ್ಮ ಗಾಂಧೀಜಿಯವರ ಇನ್ನೊಂದು ದೊಡ್ಡ ಕನಸು. ಮದ್ಯಪಾನ ವಿರೋಧಿ ಆಂದೋಲನಕ್ಕೆ ಅವರು ಕರೆನೀಡಿದ್ದರು. ಅದಕ್ಕನುಗುಣವಾಗಿ, ಚಳವಳಿ ನಿರತ ಯುವಕರು ಎಲ್ಲಾ ಕಡೆಗಳಲ್ಲಿಯೂ ಮದ್ಯದಂಗಡಿಗಳ ಮೇಲೆ ದಾಳಿ ನಡೆಸತೊಡಗಿದ್ದರು. ನಮ್ಮ ನೌಕರನೊಬ್ಬ ಮನೆಗೆ ಬಂದಿದ್ದ 'ಬಾಬು'ವಿಗಾಗಿ ಮದ್ಯವನ್ನು ತರುವುದಕ್ಕೆಂದು ಅಂಗಡಿಗೆ ಹೋಗಿದ್ದ. ಮಾರ್ಗಮಧ್ಯದಲ್ಲಿ ಚಳವಳಿಕಾರರು ಆತನನ್ನು ಸುತ್ತುವರಿದಿದ್ದರು. ಅವರೆಲ್ಲರ ಪ್ರಶ್ನೆ ಒಂದೇ, "ಯಾರಿಗಾಗಿ ಮದ್ಯವನ್ನು ತೆಗೆದುಕೊಂಡು ಹೋಗುತ್ತಿದ್ದೀಯಾ?"

ಬೇರೆ ದಾರಿ ಕಾಣದಾದ ನಮ್ಮ ನೌಕರ ನನ್ನ ಮನೆಯ ಸಂಖ್ಯೆಯನ್ನು ಅವರಿಗೆ ತಿಳಿಸಿದ. ಅವರು ಅಷ್ಟಕ್ಕೇ ನಿಲ್ಲಲಿಲ್ಲ. "ಮನೆಯ ಒಡತಿಯ ಹೆಸರು ಹೇಳು."

ನೌಕರ ಹೇಳಿದ, "ಫಿರೋಜಾ ಬೀಬಿಯ ಮನೆ."

ನಾನು ಸಾಮಾನ್ಯವಾಗಿ ಪಚ್ಚೆ ಹಸಿರು ಬಣ್ಣದ ಬಟ್ಟೆಗಳನ್ನು ಹೆಚ್ಚು ಇಷ್ಟಪಡುತ್ತಿದ್ದ ಕಾರಣದಿಂದಾಗಿ ರಾಮಬಾಗಾನ್‌ನಲ್ಲಿ ಬಹುತೇಕ ಎಲ್ಲರೂ ನನ್ನನ್ನು 'ಫಿರೋಜಾ (ಪಚ್ಚೆಹಸಿರು) ಬೀಬಿ' ಎಂದೇ ಕರೆಯುತ್ತಿದ್ದರು. ಚಾಕರನೇನೋ ನನ್ನ ಹೆಸರನ್ನು ಹೇಳಿದ್ದ. ಆದರೆ ಅದರಿಂದ ಪ್ರಯೋಜನವೇನೂ ಆಗಲಿಲ್ಲ; ರಿಯಾಯಿತಿಯೂ ಸಿಗಲಿಲ್ಲ. ಆತ ಬರಿಗೈಯಲ್ಲಿ ಮನೆಗೆ ಹಿಂದಿರುಗಿದ್ದ.

ಮಾರನೆಯ ದಿನ ಮಧ್ಯಾಹ್ನದ ಸಮಯದಲ್ಲಿ ಊಟವನ್ನು ಮುಗಿಸಿ ವಿಶ್ರಾಂತಿ ತೆಗೆದುಕೊಳ್ಳುತ್ತಿದ್ದೆ. ನನ್ನ ಮನೆಯ ನೌಕರ ಬಂದು ಹೇಳಿದ, 'ಯಾರೋ ನಿಮ್ಮನ್ನು ಭೇಟಿಯಾಗುವುದಕ್ಕೆ ಬಂದಿದ್ದಾರೆ.' ಆ ವ್ಯಕ್ತಿಯನ್ನು ಒಳಕ್ಕೆ ಕರೆದುಕೊಂಡು ಬರುವಂತೆ ಆತನಿಗೆ ಸೂಚಿಸಿ, ನಾನು ಹಾಸಿಗೆಯಿಂದ ಎದ್ದು ಕುಳಿತೆ. ಗೋಡೆಗೆ ಹೊಂದಿಸಿದ್ದ ದೊಡ್ಡದಾದ ನಿಲುಗನ್ನಡಿಯ ಮುಂದೆ ನಿಂತು ಕೆದರಿದ ಕೂದಲನ್ನು ಮತ್ತು ತೊಟ್ಟಿದ್ದ ಸೀರೆಯನ್ನು ಸರಿಪಡಿಸಿಕೊಂಡೆ. ಇದಕ್ಕಿದ್ದಂತೆ ನಾನು ಆಶ್ಚರ್ಯಚಕಿತಳಾದೆ. ಕಾರಣ, ಕನ್ನಡಿಯಲ್ಲಿ ಕಾಣಿಸಿದ ವ್ಯಕ್ತಿಯೊಬ್ಬರ ಪ್ರತಿಬಿಂಬ! ಬಂದಿರುವ ವ್ಯಕ್ತಿ... ನೆನಪಾಯಿತು. ನಂದಣ್ಣನ ಒಬ್ಬ ಆತ್ಮೀಯ ಗೆಳೆಯ!

ಆತ ಖಾದಿಯ ಧೋತಿಯನ್ನು ಧರಿಸಿದ್ದ. ದೇಹದ ಮೇಲ್ಭಾಗದಲ್ಲಿಯೂ ಒಂದು ಖಾದಿಯ ಶಾಲು. ಪಾದಗಳಲ್ಲಿ ಮದ್ರಾಸಿ (ದಕ್ಷಿಣ ಭಾರತದ್ದು) ಚಪ್ಪಲಿ. ಕೈಯಲ್ಲಿ ಸಣ್ಣದೊಂದು ಲಾಠಿ. ತಲೆಯ ಮೇಲಿನ ಕೂದಲು ತುಂಬಾ ಚಿಕ್ಕದಾಗಿ ಕತ್ತರಿಸಲ್ಪಟ್ಟಿತ್ತು. ಆತನನ್ನು ನೋಡಿ ಮುಖದಲ್ಲಿ ಆಶ್ಚರ್ಯಭಾವವನ್ನು ವ್ಯಕ್ತಪಡಿಸದೇ ಸಹಜ ಶೈಲಿಯಲ್ಲಿ ಪ್ರಶ್ನಿಸಿದೆ, "ತಾವು ಯಾರೆಂದು ಗೊತ್ತಾಗಲಿಲ್ಲ. ನನ್ನಿಂದ ಏನಾಗಬೇಕು?" ಪ್ರಶ್ನೆಯನ್ನೇನೋ ಸಹಜ ಸ್ವರದಲ್ಲಿಯೇ ಕೇಳಿದ್ದೆ. ಆದರೆ ಆ ಕ್ಷಣ ನನ್ನ ಎದೆ ಜೋರಾಗಿ ಕಂಪಿಸತೊಡಗಿತ್ತು.

ನಂದಣ್ಣನ ಸ್ನೇಹಿತ ನನ್ನನ್ನು ಒಮ್ಮೆ ಅಡಿಯಿಂದ ಮುಡಿಯವರೆಗೂ ದಿಟ್ಟಿಸಿ ನೋಡಿದ. ನಂತರ ಆಶ್ಚರ್ಯವನ್ನು ವ್ಯಕ್ತಪಡಿಸುತ್ತ ಪ್ರಶ್ನಿಸಿದ, "ಮಾನಿ, ನೀನು ಇಲ್ಲಿ?"

ತಕ್ಷಣ ನಾನು ಪ್ರತಿಕ್ರಿಯಿಸಿದ್ದೆ, "ನೀವು ತಪ್ಪು ತಿಳಿದಿದ್ದೀರಿ... ನನ್ನ ಹೆಸರು ಮಾನಿ ಅಲ್ಲ, ಫಿರೋಜಾ ಬೀಬಿ..."

ನಂದಣ್ಣನ ಗೆಳೆಯ ಮುಂದಿನ ಪ್ರಶ್ನೆಯನ್ನು ಕೇಳುವುದಕ್ಕಿಂತ ಮೊದಲಿಗೆ ಕೋಣೆಯ ಒಳಗೆ ಬಂದು ಮಂಚದ ಮೇಲೆ ಕುಳಿತಿದ್ದ; ಕೈಯಲ್ಲಿದ್ದ ಲಾಠಿಯನ್ನು ಪಕ್ಕದಲ್ಲಿಯೇ ಇದ್ದ ಕುರ್ಚಿಗೆ ಒರಗಿಸಿದ್ದ. ನಾನು ಆತನ ಸಮ್ಮುಖದಲ್ಲಿ ನಿಂತುಕೊಂಡೇ ಇದ್ದೆ. ಆತ ನನ್ನ ಬಲಗೈಯನ್ನು ಹಿಡಿದುಕೊಂಡು ಹೇಳಿದ, "ಬಾ... ಇಲ್ಲೇ ಪಕ್ಕದಲ್ಲಿ ಕುಳಿತುಕೋ."

ನಾನು ಯಂತ್ರದ ರೀತಿಯಲ್ಲಿ ಆತನ ಸೂಚನೆಯನ್ನು ಪಾಲಿಸಿದ್ದೆ. ಆತನ ಪಕ್ಕದಲ್ಲಿ ಕುಳಿತು, ತಲೆಯನ್ನು ತಗ್ಗಿಸಿಕೊಂಡು, ಚಾದರದ ಮೇಲೆ ಕೈಬೆರಳುಗಳನ್ನು ಆಡಿಸತೊಡಗಿದೆ. ನಂದಣ್ಣನ ಆತ್ಮೀಯ ಸ್ನೇಹಿತನಾದ ಆತನ ಹೆಸರು ಉಪೇಂದ್ರ. ಸ್ನೇಹಿತರು ಆತನನ್ನು 'ಉಪಿನ್' ಎಂದೂ ಕರೆಯುತ್ತಿದ್ದರು.

ಒಂದೆರಡು ಕ್ಷಣಗಳ ಕಾಲ ಮೌನವಾಗಿದ್ದ ಆತ ನಿಧಾನ ಸ್ವರದಲ್ಲಿ ನನ್ನನ್ನು ಪ್ರಶ್ನಿಸಿದ, "ಬೇರೆ ಹೆಸರನ್ನು ಹೇಳಿದಾಕ್ಷಣ ನನ್ನ ಕಣ್ಣುಗಳನ್ನು ನೀನು ಮೋಸಗೊಳಿಸಲಾಗದು. ಹೇಳು, ಅಂತಿಮವಾಗಿ ನೀನು ಈ ವೃತ್ತಿಗೆ ಬಂದುಬಿಟ್ಟೆಯಾ? ಚೆನ್ನಾಗಿ ಓದುತ್ತಿದ್ದ ನೀನು ಇಂತಹ ತೀರ್ಮಾನವನ್ನು ತೆಗೆದುಕೊಂಡುಬಿಟ್ಟೆಯಾ? ಯಾಕೆ?"

ಆತನ ಪ್ರಶ್ನೆಗೆ ನಾನೇನೂ ಉತ್ತರಿಸಲಿಲ್ಲ. ನನ್ನನ್ನು ನಾನು ನಿಯಂತ್ರಿಸಿಕೊಳ್ಳಲಾಗದ ಸ್ಥಿತಿಯಲ್ಲಿದ್ದೆ. ಮಂಚದ ಮೇಲೆ ಕುಳಿತುಕೊಂಡಿದ್ದ ನಾನು ಜೋರಾಗಿ ಅಳುತ್ತ, ಆತನ ಕಾಲುಗಳನ್ನು ಗಟ್ಟಿಯಾಗಿ ಹಿಡಿದುಕೊಂಡೆ. ಅಂತಹ ಪರಿಸ್ಥಿತಿಯಲ್ಲಿ ಮಾತುಗಳು ಹೊರಡುವುದಾದರೂ ಹೇಗೆ?

ಆತ ನನ್ನನ್ನು ಸಮಾಧಾನಪಡಿಸುತ್ತ ನುಡಿದ, "ಸಮಾಧಾನ ಮಾಡಿಕೋ... ನಿನ್ನೆ ನಾನು ಮತ್ತು ಇತರ ಕೆಲವರು ಮದ್ಯದಂಗಡಿಯನ್ನು ಮುಚ್ಚಿಸುವ ಕಾರ್ಯದಲ್ಲಿ ನಿರತರಾಗಿದ್ದೆವು. ಆ ಸಮಯದಲ್ಲಿ ನಿನ್ನ ಮನೆಯ ನೌಕರ ಅಲ್ಲಿಗೆ ಬಂದ. ನಾವು 'ಯಾರಿಗಾಗಿ ಮದ್ಯವನ್ನು ತೆಗೆದುಕೊಂಡು ಹೋಗುತ್ತಿದ್ದೀಯ?' ಎಂದು ಆತನನ್ನು ಪ್ರಶ್ನಿಸಿದಾಗ ಆತ 'ಫಿರೋಜಾ ಬೀಬಿ'ಯ ಹೆಸರನ್ನು ಹೇಳಿದ ಮತ್ತು ಆಕೆಯ

ವಿಳಾಸವನ್ನೂ ನೀಡಿದ. ನಾನು ಮಹಾತ್ಮ ಗಾಂಧಿಯವರ ಸಂದೇಶಗಳಿಂದ, ತತ್ವಗಳಿಂದ ಆಕರ್ಷಿತನಾಗಿದ್ದೇನೆ. ಅವರು ನೀಡಿರುವ ಕರೆಯನ್ನು ಜಾರಿಗೊಳಿಸುವ ಸಲುವಾಗಿ ನಾನು ಮತ್ತು ನನ್ನ ಸ್ನೇಹಿತರು ಮದ್ಯಪಾನ ಮತ್ತು ಮದ್ಯದಂಗಡಿಗಳ ವಿರುದ್ಧ ಹೋರಾಟ ನಡೆಸುತ್ತಿದ್ದೇವೆ. 'ಮದ್ಯಮುಕ್ತ ದೇಶ' ನಮ್ಮ ಹೋರಾಟದ ಗುರಿ. ನಮ್ಮ ದೇಹದಲ್ಲಿ ಜೀವ ಇರುವವರೆಗೂ ಈ ಉದ್ದೇಶಕ್ಕಾಗಿ ಹೋರಾಡುತ್ತೇವೆ ಎಂದು ನಾವು ಗಾಂಧೀಜಿಯವರ ಮುಂದೆ ಪ್ರತಿಜ್ಞೆ ಮಾಡಿದ್ದೇವೆ. ನಾವು ವೇಶ್ಯೆಯರ ಮನೆಗೂ ಹೋಗಿ ಮದ್ಯಪಾನ ಮಾಡಬಾರದು ಎಂದು ವಿನಂತಿಸುತ್ತಿದ್ದೇವೆ ಮತ್ತು ಅಲ್ಲಿ ಮದ್ಯ ನಮಗೆ ಕಂಡುಬಂದರೆ ಬೀದಿಗೆ ಚೆಲ್ಲುತ್ತಿದ್ದೇವೆ. 'ಫಿರೋಜಾ ಬೀಬಿ'ಯ ಮನೆಗೆ ಭೇಟಿ ನೀಡುವ ಕೆಲಸ ನನ್ನ ಪಾಲಿಗೆ ಬಂದಿತು. ಇಲ್ಲಿಗೆ ಬಂದು ನೋಡಿದರೆ... ನನ್ನ ಪರಿಚಿತ ಹುಡುಗಿ ಮಾನದಾ ಇದ್ದಾಳೆ! ಹ್ಞಾ... ಒಂದು ವಿಷಯ ನೆನಪಿನಲ್ಲಿಟ್ಟುಕೋ... ಇಂದಿನಿಂದ ನಿನ್ನ ಮನೆಗೆ ಮದ್ಯದ ಸರಬರಾಜು ಆಗಕೂಡದು. ಒಂದು ವೇಳೆ ನೀನು ಮದ್ಯವನ್ನು ಇಲ್ಲಿಗೆ ತರಿಸಿದರೆ ಅದರ ಪರಿಣಾಮ ಬೇರೆಯೇ ಆಗಿರುತ್ತದೆ..."

ನಂದಣ್ಣನ ಸ್ನೇಹಿತ ಉಪೇಂದ್ರನ ಮೂಲಕ ನನ್ನ ಮನೆಗೆ ಸಂಬಂಧಿಸಿದ ಕೆಲವು ವಿಷಯಗಳನ್ನು ತಿಳಿದುಕೊಂಡೆ. ನನ್ನ ವಿಷಯದಲ್ಲಿ ತುಂಬಾ ಬೇಸರಗೊಂಡಿದ್ದ ತಂದೆಯವರು ಕಲ್ಕತ್ತಾದಲ್ಲಿದ್ದ ಸಮಸ್ತ ಆಸ್ತಿಯನ್ನೂ ಮಾರಾಟ ಮಾಡಿ ಹಳ್ಳಿಯೊಂದನ್ನು ಸೇರಿಕೊಂಡಿದ್ದರು. ನನ್ನ ಮಾವ(ನಂದಣ್ಣನ ತಂದೆ)ನವರು ಸಾವನ್ನಪ್ಪಿದ್ದರು. ನಂದಣ್ಣ ದೇಶಸೇವೆಯಲ್ಲಿ ತನ್ನನ್ನು ತೊಡಗಿಸಿಕೊಂಡಿದ್ದ ಮತ್ತು ಮಹಾತ್ಮ ಗಾಂಧಿಯವರು ಕರೆಕೊಡುತ್ತಿದ್ದ ಆಂದೋಲನಗಳಲ್ಲಿ ಸಕ್ರಿಯನಾಗಿದ್ದ. ಆತ ಇನ್ನೂ ವಿವಾಹ ಮಾಡಿಕೊಂಡಿರಲಿಲ್ಲ. ಮುಕುಲ್ ದಾದಾ ಬಿ.ಎಲ್. ಪದವಿಯನ್ನು ಪಡೆದುಕೊಂಡು ನ್ಯಾಯವಾದಿಯಾಗಿ ಕಾರ್ಯನಿರ್ವಹಿಸುತ್ತಿದ್ದ. ಸಾಹಿತ್ಯದಲ್ಲಿನ ಆಸಕ್ತಿಯು ಆತನಿಗೆ ಧನ ಸಂಪಾದನೆಗೆ ಸ್ವಲ್ಪವೂ ಸಹಕಾರಿಯಾಗಲಿಲ್ಲ. ಕಮಲಾ ಮೆಟ್ರಿಕ್ ಪರೀಕ್ಷೆಯಲ್ಲಿ ಉತ್ತೀರ್ಣಳಾದ ಬಳಿಕ ವೈದ್ಯಕೀಯ ಶಿಕ್ಷಣ ಪಡೆಯುವುದಕ್ಕಾಗಿ ಬೇರೆ ಯಾವುದೋ ರಾಜ್ಯಕ್ಕೆ ಹೊರಟುಹೋಗಿದ್ದಳು. ಆಕೆಯ ತಾಯಿ ಕಲ್ಕತ್ತಾದಲ್ಲಿರುವ ಮನೆಯನ್ನು ಬಿಟ್ಟು, ಕಮಲಾಳೊಂದಿಗೆ ವಾಸವಾಗಿದ್ದಾರೆ.

"ಆಗಾಗ ನನ್ನ ಮನೆಗೆ ಬಂದುಹೋಗುತ್ತಿರು" ಎಂದು ನಾನು ಆತನನ್ನು ವಿನಂತಿಸಿದೆ. ನನ್ನ ಮನವಿಗೆ ಆತನ ಪ್ರತಿಕ್ರಿಯೆ ಅತ್ಯಂತ ತೀಕ್ಷ್ಣವಾಗಿತ್ತು. ಆತ ನುಡಿದ, "ನಾನು ಯಾವ ಉದ್ದೇಶದಿಂದ ಇಲ್ಲಿಗೆ ಬಂದೆನೋ ಆ ಕೆಲಸ ಪೂರ್ಣಗೊಂಡಿದೆ. ಇನ್ನು ಮುಂದೆ ಮದ್ಯವನ್ನು ತರಿಸುವ, ಖರೀದಿಸುವ ಪ್ರಯತ್ನವನ್ನು ಮಾಡಬೇಡ. ಗಾಂಧೀಜಿಯವರ ಅನುಯಾಯಿಗಳ ಕೆಂಗಣ್ಣಿಗೆ ಯಾವತ್ತೂ ಗುರಿಯಾಗಬೇಡ. ಅಷ್ಟೇ... ಹೇಳುವುದೇನೂ ಬಾಕಿ ಉಳಿದಿಲ್ಲ. ನಾನಿನ್ನು ಹೊರಡುತ್ತೇನೆ."

ಅಷ್ಟು ಹೇಳಿದ ಆತ ತಾನು ಕುಳಿತಿದ್ದ ಹಾಸಿಗೆಯಿಂದ ಎದ್ದು ನಿಂತ. ಏನಾದರೂ ತಿಂದುಕೊಂಡು ಹೋಗು ಎಂದು ನಾನು ಆತನನ್ನು ಒತ್ತಾಯಿಸಿದೆ. ಆದರೆ ಆತ ನನ್ನ ಕೋರಿಕೆಯನ್ನು ಪುರಸ್ಕರಿಸಲಿಲ್ಲ. ಒಂದೇ ಒಂದು 'ಪಾನ್' ಸೇವಿಸುವುದಕ್ಕೂ ಆತ

ಸಿದ್ಧನಿರಲಿಲ್ಲ. ಇಂತಹ ಸಚ್ಚಾರಿತ್ರ್ಯವಂತ ಯುವಕನೂ ನನ್ನ ಮನೆಗೆ ಬಂದಿದ್ದ ಎಂದು ಹೇಳಿಕೊಳ್ಳುವುದಕ್ಕೆ ನನಗೆ ಒಂದು ರೀತಿಯಲ್ಲಿ ಹೆಮ್ಮೆ ಉಂಟಾಗುತ್ತದೆ. ನನ್ನಂತಹ ವೇಶ್ಯೆಯ ಮನೆಗೆ ಬಂದಿದ್ದರೂ ಆತ ತನ್ನನ್ನು ತಾನು ನಿಯಂತ್ರಿಸಿಕೊಳ್ಳುವಲ್ಲಿ, ಪಾಪಕೂಪದಿಂದ ದೂರವೇ ಉಳಿಯುವಲ್ಲಿ ಯಶಸ್ವಿಯಾಗಿದ್ದ.

ನಾನು ಮನೆಗೆ ಮದ್ಯ ತರಿಸುವುದನ್ನು ನಿಲ್ಲಿಸಿದೆ. ಮನೆಗೆ ಬರುವ 'ಪ್ರೇಮಿ'ಗಳು ಇದರಿಂದ ತುಂಬಾ ಬೇಸರಗೊಂಡರು. ಅಷ್ಟೇ ಏಕೆ, ನನಗೆ ಅಲ್ಲಿ ಎಲ್ಲಾ ರೀತಿಯ ವ್ಯವಸ್ಥೆ ಮಾಡಿಕೊಟ್ಟಿದ್ದ ಪ್ರೀತಿಯ 'ಬಾಬು' ಕೂಡ ಇದೇ ವಿಷಯಕ್ಕಾಗಿ ಅನೇಕ ಬಾರಿ ಬೇಸರ ವ್ಯಕ್ತಪಡಿಸಿದ್ದ. ನಂದಣ್ಣನ ಸ್ನೇಹಿತ ಉಪೇಂದ್ರನಿಗೆ ನಾನು ಆಗಾಗ ಪತ್ರ ಬರೆಯತೊಡಗಿದ್ದೆ. ಅವುಗಳಿಗೆ ಆತ ಅತ್ಯಂತ ಸಂಕ್ಷಿಪ್ತವಾಗಿ ಉತ್ತರ ಬರೆಯುತ್ತಿದ್ದ. ನಮ್ಮಿಬ್ಬರ ನಡುವಣ ಈ ಪತ್ರ ವ್ಯವಹಾರವನ್ನು ನನ್ನ 'ಬ್ಯಾಂಕ್ ಬಾಬು' ಸಂಶಯದ ಕಣ್ಣುಗಳಿಂದ ನೋಡತೊಡಗಿದ್ದ. ಇದೇ ವಿಷಯಕ್ಕೆ ಸಂಬಂಧಿಸಿದಂತೆ ನಮ್ಮಿಬ್ಬರ ನಡುವೆ ಭಿನ್ನಾಭಿಪ್ರಾಯ ಮೂಡಿತ್ತು; ದಿನೇ ದಿನೇ ಅದು ಬೆಳೆಯುತ್ತ ಹೋಯಿತು.

ನಂದಣ್ಣನ ಈ ಗೆಳೆಯ ನನಗೆ ತುಂಬಾ ಪರಿಚಿತ ವ್ಯಕ್ತಿ. ಬಾಲ್ಯದಲ್ಲಿ ನಾನು ಆತನನ್ನು ನಮ್ಮ ಮನೆಯಲ್ಲಿ ಅನೇಕ ಬಾರಿ ನೋಡಿದ್ದೇನೆ. ಆತ ನಂದಣ್ಣನ ಆತ್ಮೀಯ ಸ್ನೇಹಿತ ಮಾತ್ರವಾಗಿರಲಿಲ್ಲ; ಆತನ ದೂರದ ಸಂಬಂಧಿಯೂ ಆಗಿದ್ದ. ಒಂದು ಬಾರಿ ನಂದಣ್ಣನನ್ನು ನನ್ನ ಮನೆಗೆ ಕಳುಹಿಸಿಕೊಡುವಂತೆ ನಾನು ಉಪೇಂದ್ರನನ್ನು ಪತ್ರದ ಮೂಲಕ ಕೇಳಿಕೊಂಡಿದ್ದೆ. ಆದರೆ ನಾನು ಇಂತಹ ಪರಿಸ್ಥಿತಿಯಲ್ಲಿ ಇರುವುದನ್ನು ತಿಳಿದ ನಂದಣ್ಣ ನನ್ನ ಬಳಿಗೆ ಬರುವುದನ್ನು ಸ್ಪಷ್ಟವಾಗಿ ನಿರಾಕರಿಸಿದ್ದ.

ಮುಂದಿನ ಎರಡು ಮೂರು ತಿಂಗಳು ಕಳೆಯುವುದಕ್ಕಿಂತ ಮೊದಲೇ 'ಬ್ಯಾಂಕ್ ಬಾಬು' ನನ್ನನ್ನು ಬಿಟ್ಟುಬಿಟ್ಟಿದ್ದ. ರಂಗಮಂದಿರದಲ್ಲಿ ಯಾವ ನಟಿಯ ಜೊತೆಯಲ್ಲಿ ಆಗಾಗ ಹರಟೆ ಹೊಡೆಯುತ್ತಿದ್ದನೋ ಆಕೆಯ ಮನೆಗೆ ಹೋಗುವುದಕ್ಕೆ ಆರಂಭಿಸಿದ್ದ. ತಾನು ಅಧಿಕಾರಿಯಾಗಿ ಕೆಲಸ ಮಾಡುತ್ತಿದ್ದ ಬ್ಯಾಂಕ್‌ನ ಹಣದಿಂದಲೂ ಆಕೆಯ ಪೂಜೆಯನ್ನು ಮಾಡತೊಡಗಿದ್ದ. ಆತ ಮಾಡುತ್ತಿದ್ದ ದುಂದುವೆಚ್ಚದ ಕಾರಣದಿಂದಾಗಿ ಒಂದೆರಡು ವರ್ಷಗಳಲ್ಲಿಯೇ ಆತನ ಬ್ಯಾಂಕ್ ದಿವಾಳಿಯಾಗಿಹೋಯಿತು. ಆತ ತಾನೂ ಮುಳುಗಿಹೋದ, ಆ ಬ್ಯಾಂಕ್ ಮೇಲೆ ನಂಬಿಕೆಯಿಟ್ಟು ಹಣ ಹೂಡಿದವರನ್ನೂ ಸರ್ವನಾಶ ಮಾಡಿಬಿಟ್ಟ! ಅನೇಕ ವ್ಯಾಪಾರಿಗಳು, ವಿವಿಧ ಸಂಘ–ಸಂಸ್ಥೆಗಳು ಈತನಿಂದಾಗಿ ಅಪಾರ ನಷ್ಟವನ್ನು ಅನುಭವಿಸುವಂತಾಯಿತು. ಬ್ಯಾಂಕ್ ದಿವಾಳಿಯಾದ ಕಾರಣದಿಂದಾಗಿ ಅದರಲ್ಲಿ ಹಣ ಇಟ್ಟವರೆಲ್ಲರೂ ಬೀದಿಗೆ ಬರುವಂತಾಯಿತು. ನನ್ನನ್ನು ಬಿಟ್ಟು ಹೋದ 'ಬ್ಯಾಂಕ್ ಬಾಬು' ನಟಿಯೊಬ್ಬಳ ಸಹವಾಸ ಮಾಡಿ, ತನ್ನ ಹಾಗೂ ಬ್ಯಾಂಕಿನ ಹಣವನ್ನು ಆಕೆಗೆ ಸುರಿದ ಕಾರಣದಿಂದಾಗಿ, ಆ ಬ್ಯಾಂಕ್‌ನಲ್ಲಿ ತನ್ನ ಸಂಸ್ಥೆಯ ಹಣವನ್ನೆಲ್ಲಾ ಇಟ್ಟಿದ್ದ ಮತ್ತು ಅದನ್ನೇ ಅವಲಂಬಿಸಿದ್ದ ಕಲ್ಕತ್ತಾದ ಅತ್ಯಂತ ಪುರಾತನ ಮಾಸಪತ್ರಿಕೆಯೊಂದೂ ತನ್ನ ಪ್ರಕಟಣೆಯನ್ನೇ ನಿಲ್ಲಿಸುವಂತಾಯಿತು!

ನಾನೊಂದು ನಿರ್ಧಾರಕ್ಕೆ ಬಂದಿದ್ದೆ. 'ಇನ್ನು ಮುಂದೆ ಯಾವುದೇ ಒಬ್ಬ ವ್ಯಕ್ತಿಯನ್ನು ನಂಬಿಕೊಂಡು ಇರಬಾರದು.' ನಾನು ಆ ಹೊತ್ತಿಗಾಗಲೇ 'ಉತ್ತಮ ಗಾಯಕಿ' ಎಂದು ಹಲವರಿಂದ ಪ್ರಶಂಸೆ ಪಡೆದಿದ್ದೆ. ನಾನು ಕೆಲವೇ ದಿನಗಳಲ್ಲಿ ಸೋನಾಗಾಛಿಗೆ ಹೊರಟುಹೋದೆ. ರಾಜಮಾಹಿ ಜಿಲ್ಲೆಯ ಜಮೀನುದಾರರ ಮನೆಯ ಯುವಕನೊಬ್ಬ ಅಲ್ಲಿ ನನ್ನ ಮನೆಗೆ ಬರುತ್ತಿದ್ದ. ಆತ ತುಂಬಾ ಮದ್ಯಪಾನ ಮಾಡುತ್ತಿದ್ದ. ಆತನ ಜೊತೆಯಲ್ಲಿ ನಾನು ರಂಗಮಂದಿರ ಮತ್ತು ಚಿತ್ರಮಂದಿರಗಳಿಗೆ ಹೋಗುತ್ತಿದ್ದೆ. ಒಂದು ದಿನ ಚಿತ್ರಮಂದಿರದಲ್ಲಿ ಕುಳಿತಿದ್ದೆ. ಜಮೀನ್ದಾರ 'ಬಾಬು' ವಿಪರೀತ ಮದ್ಯಪಾನ ಮಾಡಿದ್ದ ಮತ್ತು ಬಾಯಿಗೆ ಬಂದಂತೆ ಏನೇನೋ ಬಡಬಡಿಸುತ್ತಿದ್ದ. ನನ್ನ ಜೊತೆಯಲ್ಲಿ ಅಶ್ಲೀಲ ರೀತಿಯಲ್ಲಿ ನಡೆದುಕೊಳ್ಳುತ್ತಿದ್ದ. ಆದರೆ, ಆತನ ಅತ್ತೆ (ಹೆಂಡತಿಯ ತಾಯಿ) ನಮಗೆ ಸಮೀಪದ ಇನ್ನೊಂದು ಆಸನದಲ್ಲಿ ಕುಳಿತಿದ್ದ ವಿಷಯ ನನಗೆ ಗೊತ್ತಿರಲಿಲ್ಲ. ಆಕೆ ತನ್ನ ಅಳಿಯನ ಕೃಷ್ಣಲೀಲೆಯನ್ನು ನೋಡಿ ಕೆಂಡಾಮಂಡಲವಾಗಿದ್ದಳು. ಕೂಡಲೇ ಆಕೆ ತನ್ನ ಆಸನದಿಂದ ಎದ್ದು ಬಂದು, ತನ್ನ ಅಳಿಯನನ್ನು 'ಎಳೆದು'ಕೊಂಡು ಅಲ್ಲಿಂದ ಹೊರಟುಹೋದಳು. ಆ ಜಮೀನ್ದಾರನ ಊರಿನ ಇನ್ನೊಬ್ಬ ವ್ಯಕ್ತಿ ನನ್ನ ಪಕ್ಕದ ಮನೆಯ ವೇಶ್ಯೆಯ 'ಪ್ರೇಮಿ.' ಆತ ಕೆಲವು ದಿನಗಳ ನಂತರ ತಿಳಿಸಿದ, ನನ್ನ ಜೊತೆ ಸಂಪರ್ಕ ಹೊಂದಿದ್ದ ಜಮೀನುದಾರ ಯುವಕ ಊರಿನಲ್ಲಿ ತುಂಬಾ ಉತ್ತಮ ಕುಲದವನಂತೆ; ಆತನ ಕುಟುಂಬಕ್ಕೆ ಊರಿನಲ್ಲಿ ಬಹಳ ಒಳ್ಳೆಯ ಹೆಸರಿದೆಯಂತೆ; ಸಿನಿಮಾ ಮಂದಿರದಲ್ಲಿ ನಡೆದ ಆ ಘಟನೆಯಿಂದಾಗಿ ಆ ಕುಟುಂಬದ ಮರ್ಯಾದೆ ಬೀದಿ ಪಾಲಾಯಿತಂತೆ!

ನಾನು ಆಗಾಗ ಸಮಾಜದ ಗಣ್ಯ ವ್ಯಕ್ತಿಗಳಿಗೆ ಸೇರಿದ ಉದ್ಯಾನವನ ಅಥವಾ ಸಭೆ-ಸಮಾರಂಭಗಳಲ್ಲಿ ಏರ್ಪಡಿಸಲಾಗುವ ಸಂಗೀತ-ನೃತ್ಯ ಕಾರ್ಯಕ್ರಮಗಳಿಗೆ ಹೋಗುತ್ತಿದ್ದೆ. ಅಲ್ಲಿ ಸಂಪಾದನೆಯೇನೋ ಚೆನ್ನಾಗಿಯೇ ಆಗುತ್ತಿತ್ತು. ಆದರೆ ಸ್ವಲ್ಪ ಅಪಾಯಕಾರಿಯೂ ಆಗಿತ್ತು. ಶ್ರೀಮಂತರ ಕೆಲವು ಹುಚ್ಚಾಟಿಕೆಗಳನ್ನು ನೋಡಿ ನಾನು ರೋಸಿಹೋಗುತ್ತಿದ್ದೆ. ಅಂತಹ ಸಂದರ್ಭಗಳಲ್ಲಿ ಸಂಪೂರ್ಣ ರಾತ್ರಿ ಜಾಗರಣೆ ಮಾಡಬೇಕಾಗಿತ್ತು; ಹತ್ತಾರು ಮಂದಿ ಒಟ್ಟಿಗೆ ಮೈಮುಟ್ಟುವುದಕ್ಕೆ ಬರುತ್ತಿದ್ದರು; ಕಂಠಪೂರ್ತಿ ಕುಡಿದು ಮೈಮೇಲೆ ಬೀಳುತ್ತಿದ್ದರು; ಅವರೆಲ್ಲರನ್ನು ತೃಪ್ತಿಪಡಿಸುವ ಪ್ರಯತ್ನದಲ್ಲಿ ನಾನು ಹೈರಾಣಾಗಿಹೋಗುತ್ತಿದ್ದೆ. 'ಇಲ್ಲ... ಇನ್ನು ನನ್ನಿಂದ ಇವನ್ನೆಲ್ಲಾ ಸಹಿಸಿಕೊಳ್ಳುವುದು ಸಾಧ್ಯವೇ ಇಲ್ಲ. ಇಂಥವರ ಸಹವಾಸವೇ ಬೇಡ' ಎನ್ನುವ ಭಾವನೆ ಮೂಡುತ್ತಿತ್ತು. ಹೃದಯದಲ್ಲಿ ವೇದನೆ ಉಂಟಾಗುತ್ತಿತ್ತು. ಆದರೆ ಮನಸ್ಸು ಅರ್ಥಮಾಡಿಕೊಳ್ಳುವ ವ್ಯಾಪ್ತಿಯನ್ನು ಮೀರಿದ್ದು. ಪದೇ ಪದೇ ಅದೇ ಸುಂಟರಗಾಳಿಯೊಳಗೆ ಸಿಲುಕುತ್ತಿದ್ದೆ. ಕಾಡುವ ಕಾಮನೆಗಳು ಹಾಗೂ ಹಣದ ಮೇಲಿನ ಮೋಹ ನನ್ನನ್ನು ಮತ್ತೆ ಮತ್ತೆ ಇಂತಹ ವಿಷವ್ಯೂಹದೊಳಕ್ಕೆ ನೂಕುತ್ತಿದ್ದವು.

1924ನೇ ಇಸವಿಯಲ್ಲಿ 'ತಾರಕೇಶ್ವರ ಸತ್ಯಾಗ್ರಹ' ಆರಂಭವಾಯಿತು. ನೂತನ ಸ್ವಾಮೀಜಿ ಸತೀಶ ಗಿರಿ ವಿರುದ್ಧ ಆರಂಭದಿಂದಲೂ ನಾನಾ ಪ್ರಕಾರದ ದಬ್ಬಾಳಿಕೆ

ಹಾಗೂ ಶೋಷಣೆಯ ಆರೋಪಗಳಿದ್ದವು. ಹಾಗಾಗಿ ಅವರು ಪೂಜೆ ಸಲ್ಲಿಸುತ್ತಿದ್ದ ಆಲಯದ ಸಂಪತ್ತಿನ ಮೇಲುಸ್ತುವಾರಿಯನ್ನು ನೋಡಿಕೊಳ್ಳುವುದಕ್ಕಾಗಿ ಸರ್ಕಾರವು ಆಡಳಿತಾಧಿಕಾರಿಯನ್ನು ನೇಮಕ ಮಾಡಿತು. ಆದರೆ ಸ್ವಾಮಿ ಸಚ್ಚಿದಾನಂದ ಹಾಗೂ ಸ್ವಾಮಿ ವಿಶ್ವಾನಂದರ ನೇತೃತ್ವದ ಪ್ರಭಾವಶಾಲಿ ವ್ಯಕ್ತಿಗಳ ತಂಡವು ಆಡಳಿತಾಧಿಕಾರಿಯು ಆಲಯವನ್ನು ಪ್ರವೇಶಿಸುವುದನ್ನು ತಡೆಯಿತು. ಇನ್ನೊಂದೆಡೆಯಲ್ಲಿ ಕಾಂಗ್ರೆಸ್ಸಿಗರ ತಂಡವು ಆಲಯಕ್ಕೆ ಆಡಳಿತಾಧಿಕಾರಿಯ ನೇಮಕವನ್ನು ಬೆಂಬಲಿಸಿತು. ಅವರ ಪ್ರಕಾರ ಯಾವ ಸ್ವಾಮೀಜಿಯೂ ದೇವಾಲಯದ ಸಂಪತ್ತಿನ ಮೇಲೆ ಅಧಿಕಾರವನ್ನು ಹೊಂದುವಂತಿಲ್ಲ. ಪ್ರಾಂಗಣದಲ್ಲಿರುವ ದೇವರ ಮೂರ್ತಿಯ ದರ್ಶನ ಮಾಡುವ ಮತ್ತು ಪೂಜಿಸುವ ಅಧಿಕಾರವು ಜನಸಾಮಾನ್ಯರಿಗೆ ಇದೆ ಎನ್ನುವುದು ಕಾಂಗ್ರೆಸ್ಸಿಗರ ವಾದ. ಇವೆಲ್ಲದರ ಪರಿಣಾಮವಾಗಿ ಪ್ರಭಾವಶಾಲಿ ವ್ಯಕ್ತಿಗಳ ತಂಡ, ಕಾಂಗ್ರೆಸ್ಸಿಗರ ತಂಡ, ಸರ್ಕಾರ, ಸ್ವಾಮೀಜಿ ಮುಂತಾದವರ ನಡುವೆ ತಿಕ್ಕಾಟ-ಘರ್ಷಣೆ ಆರಂಭವಾಗಿತ್ತು. ಹೊಡೆದಾಟ, ಬಡಿದಾಟ, ಮಾರಾಮಾರಿ ಇತ್ಯಾದಿಗಳು ನಿರಂತರವಾಗಿ ಮುಂದುವರಿದವು.

ಇದೇ ಸಮಯದಲ್ಲಿ ನಾವು ಹತ್ತು-ಹನ್ನೆರಡು ವೇಶ್ಯೆಯರು ಕಲ್ಕತ್ತಾದಿಂದ ತಾರಕೇಶ್ವರ 'ಯಾತ್ರೆ'ಗೆ ಹೋಗಿದ್ದೆವು. ಅಲ್ಲಿ ಹೋಗಿ ನೋಡಿದರೆ, ಹೂಗ್ಲಿ, ಶ್ರೀರಾಮಪುರ, ನೋನಾಡಾಂಗಾ, ಸೆವುಡಾಫುಲಿ ಮುಂತಾದ ಸ್ಥಳಗಳಿಂದಲೂ ಅನೇಕ ವೇಶ್ಯೆಯರು ಬಂದಿದ್ದರು. ನಾವೆಲ್ಲರೂ ಸೇರಿ ಮಹಿಳಾ ಸ್ವಯಂಸೇವಕಿಯರ ತಂಡವನ್ನು ರಚಿಸಿಕೊಂಡೆವು ಮತ್ತು ಸತ್ಯಾಗ್ರಹ ನಡೆಸುವ ಕಾರಣವನ್ನು ಮುಂದಿಟ್ಟುಕೊಂಡು ನಾವು ಸ್ವಲ್ಪ ದೇಣಿಗೆಯನ್ನೂ ಸಂಗ್ರಹಿಸಿದ್ದೆವು.

ಸ್ವಾಮೀಜಿಯವರ ನಿವಾಸದ ಮುಂದೆ ಸತ್ಯಾಗ್ರಹ ನಡೆಸುವುದಕ್ಕೆ ಕಾಂಗ್ರೆಸ್ಸಿಗರು ನಮಗೆ ಅವಕಾಶ ನೀಡಲಿಲ್ಲ. ಮಂದಿರವನ್ನು ರಕ್ಷಿಸುವುದೇ ನಮ್ಮ ಪ್ರಮುಖ ಕಾರ್ಯವಾಗಿತ್ತು. ಸ್ವಾಮಿ ಸಚ್ಚಿದಾನಂದರನ್ನು ಬಂಧಿಸುವುದಕ್ಕೆಂದು ಪೋಲೀಸರು ಬಂದ ಸಂದರ್ಭದಲ್ಲಿ ನಾವು ಅವರನ್ನು (ಸಚ್ಚಿದಾನಂದರನ್ನು) ಸುತ್ತುವರಿದು ನಿಂತುಕೊಂಡೆವು. ಅನ್ಯಮಾರ್ಗವಿಲ್ಲದೇ ಪೋಲೀಸರು ಅಲ್ಲಿಂದ ಹಿಂದಿರುಗಿದರು. ನಾವೆಲ್ಲರೂ ಸರದಿಯ ಪ್ರಕಾರ ಮಂದಿರದ ದ್ವಾರದ ಬಳಿಯಲ್ಲಿ ಕಾವಲು ಕಾಯತೊಡಗಿದೆವು. ಡಾ. ಪ್ರತಾಪಚಂದ್ರ ಗುಹ ಮತ್ತು ಶ್ರೀಮತಿ ಸಂತೋಷಕುಮಾರಿ ಗುಪ್ತರವರು ತಾರಕೇಶ್ವರದಲ್ಲಿ ನಡೆದ ಸತ್ಯಾಗ್ರಹದ ಪ್ರಧಾನ ಸಂಚಾಲಕರಾಗಿದ್ದರು. ನಮ್ಮನ್ನೆಲ್ಲ ಉತ್ತೇಜನಗೊಳಿಸುವ ಹಾಗೂ ನಮ್ಮಲ್ಲಿ ಉತ್ಸಾಹವನ್ನು ತುಂಬುವ ಸಲುವಾಗಿ ದೇಶಬಂಧು ಚಿತ್ತರಂಜನ ದಾಸರು ಒಂದು ದಿನ ನಮ್ಮ ಬಳಿಗೆ ಬಂದಿದ್ದರು. ನಮ್ಮ ಸುಖ-ಸಂತೋಷದ ಸಲುವಾಗಿ ಸಾಕಷ್ಟು ಹಣವನ್ನು ವ್ಯಯಿಸಲಾಗಿತ್ತು. ಸತ್ಯಾಗ್ರಹದ ಹೆಸರಿನಲ್ಲಿ ಸಾವಿರಾರು ರೂಪಾಯಿ ದೇಣಿಗೆಯನ್ನು ಸಂಗ್ರಹಿಸಲಾಗಿತ್ತು. ಕೆಲವೇ ದಿನಗಳಲ್ಲಿ ತಾರಕೇಶ್ವರ ಸತ್ಯಾಗ್ರಹ ಸಮಸ್ಯೆಯ ಇತ್ಯರ್ಥಕ್ಕೆ ಸಂಬಂಧಿಸಿದಂತೆ ಸಂಧಾನ ಪ್ರಕ್ರಿಯೆ ಆರಂಭವಾಯಿತು. ಆದರೆ ಸತ್ಯಾಗ್ರಹ

ಸಂದರ್ಭದಲ್ಲಿ ನಡೆದ ಬೀಭತ್ಸ ಘಟನೆಗಳನ್ನು ನಾವೆಲ್ಲರೂ ಪ್ರತ್ಯಕ್ಷವಾಗಿ ನೋಡಿ ಭಯಪಟ್ಟಿದ್ದೆವು; ಅವುಗಳನ್ನು ನಮ್ಮ ಜೀವನದಲ್ಲಿ ಯಾವತ್ತೂ ಮರೆಯುವುದು ಸಾಧ್ಯವೇ ಇಲ್ಲ. ಮಹಿಳಾ ಸ್ವಯಂಸೇವಕಿಯರ ರೂಪದಲ್ಲಿದ್ದ ವೇಶ್ಯೆಯರ ಜೊತೆಯಲ್ಲಿ ಪುರುಷರ ತಂಡದಲ್ಲಿದ್ದ 'ಸ್ವಯಂಸೇವಕರು' ನಡೆದುಕೊಂಡ ರೀತಿಯನ್ನು ನೋಡಿ ನಮಗೇ ಆಶ್ಚರ್ಯವಾಗಿತ್ತು. ಹಲವರು ನಮ್ಮೊಂದಿಗೆ ಕಲುಷಿತ ಸಂಬಂಧವನ್ನು ಹೊಂದುವುದಕ್ಕೆ ತುಂಬಾ ಆಸಕ್ತರಾಗಿದ್ದರು. ಯಾರೆಲ್ಲ ದೇಶಪ್ರೇಮಿ ಹೆಸರಿನಲ್ಲಿ ನಮಗೆ ಪರಿಚಿತರಾದರೋ ಅವರಲ್ಲಿ ಹಲವರು ನಮ್ಮೊಂದಿಗೆ ರಾತ್ರಿ ಕಳೆಯುವುದಕ್ಕೆ ಉತ್ಸಾಹ ತೋರಿಸುತ್ತಿದ್ದರು. ಕೆಲವು ಸ್ವಾತಂತ್ರ್ಯ ಹೋರಾಟಗಾರರಂತೂ ಲಜ್ಜೆಯನ್ನೇ ಬಿಟ್ಟು ನಮ್ಮೊಂದಿಗೆ ವ್ಯವಹರಿಸುತ್ತಿದ್ದರು. ಯಾವ ಸಂಕೋಚವೂ ಇಲ್ಲದೇ ತಮಗೆ 'ಬೇಕಾದುದನ್ನು' ನಮ್ಮ ಬಳಿಯಲ್ಲಿ ಕೇಳುತ್ತಿದ್ದರು. ನಾವೇನೋ ವೇಶ್ಯೆಯರು... ಸಮಾಜದ ದೃಷ್ಟಿಯಲ್ಲಿ ಎಲ್ಲವನ್ನೂ ಬಿಟ್ಟವರು. ಆದರೆ ಸ್ವಾತಂತ್ರ್ಯ ಹೋರಾಟಗಾರರು ಹಾಗೂ ದೇಶಪ್ರೇಮಿಗಳ ಸೋಗಿನಲ್ಲಿದ್ದ 'ಮಹಾಪುರುಷರು' ನಮ್ಮೊಂದಿಗೆ ಇಷ್ಟೊಂದು ಮುಕ್ತವಾಗಿ ರಾತ್ರಿಯನ್ನು ಕಳೆಯಬಹುದಾ? ಕತ್ತಲಾಗುತ್ತಿದ್ದಂತೆಯೇ ಅವರೆಲ್ಲರ ನಿಜರೂಪ ನಮ್ಮ ಮುಂದೆ ಬೆತ್ತಲಾಗುತ್ತಿತ್ತು. ಧಾರ್ಮಿಕ ಕೇಂದ್ರವಾಗಿರುವ ತಾರಕೇಶ್ವರದಲ್ಲಿಯೇ ಈ ರೀತಿಯಾದರೆ, ಬೇರೆ ಕಡೆಗಳಲ್ಲಿ ಹೇಗಿದ್ದಿರಬಹುದು ಎನ್ನುವುದನ್ನು ನೀವೇ ಊಹಿಸಿ ನೋಡಿ. ಸಮಾಜದಲ್ಲಿ 'ಪ್ರತಿಷ್ಠಿತ' ವ್ಯಕ್ತಿಗಳೆಂದು ಗುರುತಿಸಿಕೊಂಡಿರುವ ಕೆಲವರು ನಮ್ಮೊಂದಿಗೆ ವ್ಯವಹರಿಸುತ್ತಿದ್ದ ರೀತಿ ನಿಜಕ್ಕೂ ಅಸಹ್ಯಕರ!

ತಾರಕೇಶ್ವರದಲ್ಲಿ ನನಗೆ ಸುಕೃತಿ ಹೆಸರಿನ ಯುವತಿಯೊಬ್ಬಳ ಪರಿಚಯವಾಯಿತು. ಆಕೆಗೆ ಸಾವಿತ್ರಿ ಎನ್ನುವ ಹೆಸರಿನ ಒಬ್ಬಳು ಸಹೋದರಿಯಿದ್ದಳು. ಇವರು ಕಲ್ಕತ್ತಾದ ಜೋಡಾಸಾಂಕೊ ಹಳ್ಳಿಯ ಒಂದು ಪ್ರತಿಷ್ಠಿತ ಕುಲದವರು. ಇವರ ಕುಟುಂಬದಲ್ಲಿ ಲಕ್ಷ್ಮೀ–ಸರಸ್ವತಿಯರಿಬ್ಬರೂ ಸಂತೋಷದಿಂದ ನೆಲೆಸಿದ್ದರು ಎಂದು ಜನರು ಮಾತನಾಡಿಕೊಳ್ಳುತ್ತಿದ್ದರು. ಮನೆಯಲ್ಲಿ ಇವರಿಗೆ ಯಾವ ಕೊರತೆಯೂ ಇರಲಿಲ್ಲ. ಹಾಗಿದ್ದ್ಯಾಗ್ಯೂ, ಇವರಿಬ್ಬರೂ ವೇಶ್ಯಾವೃತ್ತಿಯಲ್ಲಿ ತಮ್ಮನ್ನು ತೊಡಗಿಸಿಕೊಂಡು ಶೋಭಾಬಾಜಾರ್‌ನಲ್ಲಿ ವಾಸಿಸುತ್ತಿದ್ದರು. ಸರ್ಕಾರಿ ವಕೀಲನೊಬ್ಬ ಸುಕೃತಿಯ ಮನೆಗೆ ನಿರಂತರವಾಗಿ ಬಂದುಹೋಗುತ್ತಿದ್ದ. ಕೆಲವು ದಿನಗಳ ಹಿಂದಷ್ಟೇ ಸಾವಿತ್ರಿ ಸಾವನ್ನಪ್ಪಿದ್ದಳು. ಪ್ರಖ್ಯಾತ ಸ್ವಾತಂತ್ರ್ಯ ಹೋರಾಟಗಾರನೊಬ್ಬ ಸಾವಿತ್ರಿಯ 'ಬಾಬು.' ಬಂಗಾಳದ ಹೆಮ್ಮೆ ಎಂದು ಗುರುತಿಸಲ್ಪಡುತ್ತಿದ್ದ ಆ ಮಹಾನ್ ವ್ಯಕ್ತಿಯ ವೈಯಕ್ತಿಕ ಜೀವನ ಇಷ್ಟೊಂದು ಕೀಳು ಮಟ್ಟಕ್ಕೆ ಇಳಿದಿತ್ತು. ಸಮಾಜದಲ್ಲಿ ಹೆಸರು ಮಾಡಿದ್ದ, ಮಹಾನ್ ದೇಶಪ್ರೇಮಿ ಎನ್ನಿಸಿದ್ದ ಆ ವ್ಯಕ್ತಿ ಸಂಜೆಯಾಗುತ್ತಿದ್ದಂತೆಯೇ ವೇಶ್ಯೆಯ ಸೆರಗಿನೊಳಗೆ ಕರಗಿಹೋಗುತ್ತಿದ್ದ. ತನ್ನ ಬಳಿಗೆ ಬರುತ್ತಿದ್ದ ಅನೇಕ ಹೆಸರಾಂತ ರಾಷ್ಟ್ರನಾಯಕರ ಬಗ್ಗೆ ಸುಕೃತಿ ನನಗೆ ವಿವರಿಸಿದಳು. ಆ ಮಹಾನ್ ವ್ಯಕ್ತಿಗಳ ಹೆಸರನ್ನು ಮತ್ತು ಅವರು ಆಕೆ ಹಾಗೂ ಸಾವಿತ್ರಿಯ ಜೊತೆಯಲ್ಲಿ ನಡೆದುಕೊಳ್ಳುತ್ತಿದ್ದ ರೀತಿಯನ್ನು

ಇಲ್ಲಿ ದಾಖಲಿಸಿದರೆ ನಾನು ಕಾನೂನಾತ್ಮಕ ಸಮಸ್ಯೆಗಳಿಗೆ ಖಂಡಿತವಾಗಿಯೂ ಸಿಲುಕಿಕೊಳ್ಳುತ್ತೇನೆ. ಆದ್ದರಿಂದ ಅಂತಹ 'ಶ್ರೇಷ್ಠ ಸ್ವಾತಂತ್ರ್ಯ ಹೋರಾಟಗಾರರ' ಹಾಗೂ 'ದೇಶಪ್ರೇಮಿಗಳ' ಹೆಸರನ್ನು ಇಲ್ಲಿ ಉಲ್ಲೇಖಿಸಿಲ್ಲ. ಅಂತಹ 'ನಾಯಕ'ರ ದುರ್ವರ್ತನೆಗಳಿಗೆ ಸುಕೃತಿಯ ಕುಟುಂಬ ಸಾಕ್ಷಿಯಾಗಿ ನಿಂತಿದೆ.

ಉಪೇಂದ್ರನ ಜೊತೆಯಲ್ಲಿ ನನ್ನ ಪತ್ರವ್ಯವಹಾರ ಮುಂದುವರಿದಿತ್ತು. ನಾನು ಆತನನ್ನು ಉಪೇನ್ ಎಂದು ಸಂಕ್ಷಿಪ್ತವಾಗಿ ಕರೆಯುತ್ತಿದ್ದೆ. ಆತನ ಮೂಲಕ ನನಗೆ ನನ್ನ ಮನೆಯವರು ಹಾಗೂ ಬಾಲ್ಯಸ್ನೇಹಿತರ ಬಗೆಗಿನ ಕೆಲವು ಮಾಹಿತಿಗಳು ಲಭ್ಯವಾಗುತ್ತಿದ್ದವು. ನಂದಣ್ಣ ನನ್ನನ್ನು ಭೇಟಿಯಾಗುವುದಕ್ಕೆ ಸಿದ್ಧನಿಲ್ಲ ಎನ್ನುವ ಮಾಹಿತಿಯನ್ನು ಉಪೇನ್ ಒದಗಿಸಿದ್ದ. 'ಆತ ಅತ್ಯಂತ ಶಿಸ್ತುಬದ್ಧ ಜೀವನವನ್ನು ನಡೆಸುತ್ತಿದ್ದಾನೆ; ಆದರ್ಶವನ್ನು ರೂಢಿಸಿಕೊಂಡಿದ್ದಾನೆ. ಅಡ್ಡದಾರಿಯಲ್ಲಿ ನಡೆಯುವ ಪ್ರತಿಯೊಬ್ಬರ ಬಗ್ಗೆಯೂ ಆತ ಅಸಹ್ಯಪಟ್ಟುಕೊಳ್ಳುತ್ತಾನೆ ಮತ್ತು ಅಂಥವರಿಂದ ದೂರವೇ ಉಳಿಯುತ್ತಾನೆ. ಅಸಹಕಾರ ಆಂದೋಲನದ ಸಂದರ್ಭದಲ್ಲಿ ಅನೇಕ ಯುವತಿಯರು ಮತ್ತು ಹೆಂಗಸರು ಆತನಿಗೆ ಹತ್ತಿರವಾಗುವುದಕ್ಕೆ ಪ್ರಯತ್ನಿಸಿದರು. ಆದರೆ ಆತ ಎಲ್ಲರಿಂದಲೂ ಅಂತರವನ್ನು ಕಾಪಾಡಿಕೊಂಡಿದ್ದಾನೆ. ವಿಲಾಸಶೂನ್ಯತೆ ಮತ್ತು ಸತ್ಕಾರ್ಯಾಸಕ್ತಿಗಳೇ ಆತನ ಜೀವನದ ವಿಶಿಷ್ಟ ಗುಣಗಳು. ಆತ ತನ್ನ ಮನಸ್ಸಿನ ಮೇಲೆ ಸಂಪೂರ್ಣ ಹಿಡಿತವನ್ನು ಸಾಧಿಸಿದ್ದಾನೆ. ದೇಶಸೇವೆಯೊಂದೇ ಆತನ ಗುರಿ. ಸನ್ನಡೆಯ ಮೂಲಕ ಆತ ಎಲ್ಲರ ಪ್ರಶಂಸೆಗೆ ಪಾತ್ರನಾಗಿದ್ದಾನೆ...' ನಂದಣ್ಣನನ್ನು ಕುರಿತಾಗಿ ಇಂತಹ ಕೆಲವು ಸಂಗತಿಗಳನ್ನು ಉಪೇನ್ ನನ್ನೊಂದಿಗೆ ಹಂಚಿಕೊಂಡಿದ್ದ. ನಿಜ... ಸ್ವಾತಂತ್ರ್ಯ ಹೋರಾಟಗಾರರ ಪೈಕಿ ಇಂತಹ ಆದರ್ಶ ವ್ಯಕ್ತಿಗಳು ನಮ್ಮ ಜೊತೆಯಲ್ಲಿ ಇದ್ದಾರೆ. ಆದರೆ ಇಂಥವರ ಸಂಖ್ಯೆ ಮಾತ್ರ ತುಂಬಾ ಕಡಿಮೆಯಾಗಿತ್ತು.

ನನಗೆ ಸಂಬಂಧಿಸಿದಂತೆ ನಂದಣ್ಣ ತನ್ನ ನಿರ್ಧಾರವನ್ನು ಉಪೇನ್ ಮೂಲಕ ತಿಳಿಸಿದ್ದ. 'ಒಂದು ವೇಳೆ ಮಾನದಾ (ನಾನು) ವೇಶ್ಯಾವೃತ್ತಿಯ ಮೂಲಕ ಸಂಪಾದಿಸಿದ ಎಲ್ಲಾ ಸಂಪತ್ತನ್ನೂ ತ್ಯಜಿಸಿ, ಉಟ್ಟ ಬಟ್ಟೆಯಲ್ಲಿ ನನ್ನ ಬಳಿಗೆ ಬಂದರೆ ನಾನು ಆಕೆಯನ್ನು ಪ್ರೀತಿಯಿಂದಲೇ ಸ್ವಾಗತಿಸುತ್ತೇನೆ. ಅತ್ಯಂತ ಆದರದಿಂದ ಅವಳನ್ನು ಬರಮಾಡಿಕೊಳ್ಳುತ್ತೇನೆ. ಆಕೆಯ ಜೀವನೋಪಾಯಕ್ಕೆ ಬೇಕಾದ ವ್ಯವಸ್ಥೆಯನ್ನೂ ಮಾಡಿಕೊಡುತ್ತೇನೆ. ಮೊದಲಿನಂತೆಯೇ ಆಕೆಯೊಂದಿಗಿನ ಸ್ನೇಹವನ್ನು ಮುಂದುವರಿಸಿಕೊಂಡು ಹೋಗುತ್ತೇನೆ. ಆದರೆ, ಆಕೆಯು ವೇಶ್ಯೆಯರ ಬೀದಿಯಲ್ಲಿ ಜೀವನವನ್ನು ಸಾಗಿಸುತ್ತ, ವೇಶ್ಯಾವೃತ್ತಿಯನ್ನೇ ಮುಂದುವರಿಸಿಕೊಂಡು ಹೋಗುವುದಾದರೆ, ಆಕೆಯೊಂದಿಗೆ ನಾನು ಯಾವ ರೀತಿಯ ಸಂಬಂಧವನ್ನು ಇರಿಸಿಕೊಳ್ಳುವುದು ಸಾಧ್ಯವಾಗದು.'

ನಾನು ಯಾವತ್ತೂ ಸಿಗರೇಟು ಸೇದಿಲ್ಲ ಮತ್ತು ಮದ್ಯಪಾನ ಮಾಡಿಲ್ಲ. ಇಂತಹ ದುರಭ್ಯಾಸಗಳಿದ್ದರೆ ವೇಶ್ಯೆಯರು ಹಣ ಸಂಪಾದನೆ ಮಾಡುವುದು

ಮತ್ತು ಮಾಡಿದ ಸಂಪತ್ತನ್ನು ಕಾಪಾಡಿಕೊಳ್ಳುವುದು ಸಾಧ್ಯವಿಲ್ಲ. ನನಗೆ ಇವೆರಡೂ ಚಟಗಳನ್ನು ಅಂಟಿಸುವುದಕ್ಕೆ ನನ್ನ 'ಬಾಬು'ಗಳು ಅನೇಕ ಬಾರಿ ಪ್ರಯತ್ನ ಮಾಡಿದ್ದಾರೆ. ಆದರೆ ಅವರು ಈ ವಿಷಯದಲ್ಲಿ ಯಾವತ್ತೂ ಯಶಸ್ಸನ್ನು ಕಂಡಿಲ್ಲ. ಮದ್ಯಪಾನ ನಿವಾರಣೆಯ ಉದ್ದೇಶದೊಂದಿಗೆ ಉಪೇನ್ ಅನೇಕ ಬಾರಿ ವೇಶ್ಯೆಯರ ಮನೆಗೆ ಹೋಗಿ, ಇದರಿಂದಾಗುವ ದುಷ್ಪರಿಣಾಮಗಳ ಬಗ್ಗೆ ಅವರಿಗೆ ಮನವರಿಕೆ ಮಾಡಿಕೊಡುವ ಪ್ರಯತ್ನ ನಡೆಸಿದ್ದಾನೆ. ಈ ಕಾರ್ಯದಲ್ಲಿ ನಾನೂ ನನ್ನಿಂದ ಸಾಧ್ಯವಾದಷ್ಟು ಸಹಾಯ ಮಾಡಿದ್ದೇನೆ.

ಹಬ್ಬದ ರಜೆಗಳು, ದೀರ್ಘಕಾಲೀನ ರಜೆಗಳು ಮುಂತಾದ ಸಂದರ್ಭಗಳಲ್ಲಿ ಗ್ರಾಮಾಂತರ ಪ್ರದೇಶಗಳಿಂದ ವಕೀಲರು, ಸರ್ಕಾರಿ ಅಧಿಕಾರಿಗಳು, ಇನ್ನಿತರ ಗಣ್ಯ ವ್ಯಕ್ತಿಗಳು ಕಲ್ಕತ್ತಾಕ್ಕೆ ಬಂದು ಕೆಲವು ದಿನಗಳ ಕಾಲ ಉಳಿದುಕೊಳ್ಳುತ್ತಿದ್ದರು. ಅಂತಹ ಸಂದರ್ಭಗಳಲ್ಲಿ ನಮ್ಮ ಮನೆಗಳಿಗೆ ಅವರ ಪೈಕಿ ಹಲವರ 'ಶುಭಾಗಮನ'ವಾಗುತ್ತಿತ್ತು. ಜಮೀನುದಾರರು, ವ್ಯಾಪಾರಿಗಳು ಮುಂತಾದವರೆಲ್ಲರೂ ಬೇರೆ ಸಮಯಗಳಲ್ಲಿ ನಮ್ಮ ಬಳಿಗೆ ಬಂದುಹೋಗುವುದು ಸಾಧ್ಯವಾಗುತ್ತಿತ್ತು. ಆದರೆ ಸರ್ಕಾರಿ ನೌಕರರಿಗೆ ಹಾಗಲ್ಲವಲ್ಲ! ರಜೆಯೇ ಸಿಗದಿದ್ದರೆ ಅವರು ನಮ್ಮ ಬಳಿಗೆ ಬಂದುಹೋಗುವುದಾದರೂ ಹೇಗೆ? ಕೆಲವು ಜಮೀನುದಾರರು, ವ್ಯಾಪಾರಿಗಳು ಹಾಗೂ ಇತರ ಶ್ರೀಮಂತರು ಗ್ರಾಮಾಂತರ ಪ್ರದೇಶಗಳಿಂದ ಕಲ್ಕತ್ತಾದಲ್ಲಿರುವ ನಮಗೆ (ವೇಶ್ಯೆಯರಿಗೆ) ಪ್ರತಿ ತಿಂಗಳೂ 'ಪ್ರೀತಿಯ ಕಾಣಿಕೆ'ಗಳನ್ನು, ಹಣವನ್ನು ಕಳುಹಿಸುತ್ತಿದ್ದರು. ನಾನೂ ಕೆಲವರಿಂದ 'ಪ್ರೀತಿಯ ಕಾಣಿಕೆ'ಯನ್ನು 'ಮಾಸಾಶನ'ವನ್ನು ಪಡೆಯುತ್ತಿದ್ದೆ. ನೋವಾಖಲಿಯ ಒಬ್ಬ ರಾಯಬಹಾದ್ದೂರ್, ವರ್ಧಮಾನದ ಒಬ್ಬ ಜಮೀನುದಾರ, ಢಾಕಾದ ಒಬ್ಬ ಬಹುದೊಡ್ಡ ಔಷಧಿ ವ್ಯಾಪಾರಿ, ರಾಮಪುರದ ಒಬ್ಬ ವಕೀಲ ಮುಂತಾದವರು ನನಗೆ ಪ್ರತಿ ತಿಂಗಳೂ ನಿರ್ದಿಷ್ಟ ಹಣವನ್ನು ಕಳುಹಿಸುತ್ತಿದ್ದರು; ಜೊತೆಯಲ್ಲಿ ಕೆಲವು ವಿಶೇಷ ಉಡುಗೊರೆಗಳನ್ನೂ ನಾನು ಅವರಿಂದ ಪಡೆದುಕೊಳ್ಳುತ್ತಿದ್ದೆ. ಚೀತ್ಪುರದ ಅಕ್ಕಸಾಲಿಗರ ಓಣಿಯ ಒಬ್ಬಳು ಯುವತಿ ನನ್ನ ಆತ್ಮೀಯ ಗೆಳತಿ. ಮೈಮನ್‌ಸಿಂಗ್‌ರ ಸ್ನೇಹಿತರಾದ ಒಬ್ಬ ವಕೀಲನು ಆಕೆಯ 'ಬಾಬು.' ಆಕೆಯ ಮನೆಯಲ್ಲಿಯೇ ನನಗೆ ಢಾಕಾದ ಒಬ್ಬ ವ್ಯಾಪಾರಿಯ ಪರಿಚಯವೂ ಆಯಿತು. ಆತನ ಮೂಲಕ ಢಾಕಾದ ಇನ್ನೂ ಕೆಲವು ರಸಿಕರು ನನ್ನ ಮನೆಗೆ ಬರತೊಡಗಿದರು. ಕಲ್ಕತ್ತಾದ ಬ್ಯಾರಿಸ್ಟರ್ ಒಬ್ಬರ ಮಗಳು ನನಗೆ ಪರಿಚಯವಾಗಿದ್ದೂ ಪ್ರಭಾಳ ಮನೆಯಲ್ಲಿಯೇ. ಒಬ್ಬೊಬ್ಬರದ್ದು ಒಂದೊಂದು ಕಥೆ! ಪ್ರತಿನಿತ್ಯ ಹೊಸ 'ಬಾಬು'ಗಳೊಂದಿಗೆ ನನ್ನ 'ದೇಹ ವ್ಯಾಪಾರ' ಯಾವ ಅಡೆತಡೆಯೂ ಇಲ್ಲದೇ ನಡೆದುಕೊಂಡು ಹೋಗತೊಡಗಿತ್ತು ಸೋನಾಗಾಛಿಯಲ್ಲಿ. ಇಲ್ಲಿ ವೇಶ್ಯಾವಾಟಿಕೆಗೆ ಬರುತ್ತಿದ್ದ ಯುವತಿಯರನ್ನು ನೋಡಿದರೆ ನನಗೇ ಆಶ್ಚರ್ಯವಾಗುತ್ತಿತ್ತು. ಸಮಾಜದಲ್ಲಿ ಪ್ರತಿಷ್ಠಿತ ವ್ಯಕ್ತಿಗಳೆನ್ನಿಸಿಕೊಂಡವರ ಹೆಣ್ಣುಮಕ್ಕಳೂ ಇಲ್ಲಿ 'ದೇಹಸೇವೆ' ಮಾಡುತ್ತಿದ್ದರು. ಅಂತಹ ಯುವತಿಯರೊಂದಿಗೆ

ನಾನು ತುಂಬಾ ಆತ್ಮೀಯ ಸಂಬಂಧವನ್ನು ಇರಿಸಿಕೊಳ್ಳುತ್ತಿದ್ದೆ; ಅವರಿಗೆ ಕೆಲವು ಮಾರ್ಗದರ್ಶನವನ್ನೂ ನೀಡುತ್ತಿದ್ದೆ. ಆದರೆ, ಬ್ಯಾರಿಸ್ಟರ್ ಮಗಳಷ್ಟು ನಿರ್ಭೀತಿಯ ಯುವತಿಯರನ್ನು ನಾನು ನೋಡಿದ್ದು ತುಂಬಾ ಕಡಿಮೆ.

ಇದೇ ಸಂದರ್ಭದಲ್ಲಿ ಒಂದು ಶೋಚನೀಯ ದುರ್ಘಟನೆ ನನ್ನ ಸಮ್ಮುಖದಲ್ಲಿ ನಡೆದುಹೋಯಿತು. ನಾನು ಇಲ್ಲಿ ಆ ಘಟನೆಯನ್ನು ವಿವರಿಸುತ್ತಿದ್ದೇನೆ. ಇದನ್ನು ಓದಿದಾಗ ನಾನು ಯಾವ ರೀತಿಯ ಕ್ರೂರ ತಲೆಹಿಡುಕ ಸಮಾಜದ ಮಧ್ಯೆ ಪ್ರವೇಶ ಮಾಡಿದ್ದೇನೆ ಎನ್ನುವುದರ ಅರಿವು ನಿಮಗಾಗಬಹುದು. ಇದರಿಂದ ನಾನು ಯಾವ ರೀತಿಯಲ್ಲಿ ಹೊರಕ್ಕೆ ಬರಬಹುದು, ನಾನು ಹೇಗೆ ಈ ಅಪಾಯದಿಂದ ಪಾರಾಗಬಹುದು ಎನ್ನುವುದನ್ನು ಸಮಾಜದ 'ಗಣ್ಯ' ವ್ಯಕ್ತಿಗಳು ಯೋಚಿಸಬಹುದು; ನನಗೆ ಸಲಹೆಯನ್ನೂ ನೀಡಬಹುದು; ತಮಗೆ ಆದರದ ಸ್ವಾಗತ.

ಕಲ್ಕತ್ತಾದ ಮಧ್ಯಭಾಗದಲ್ಲಿರುವ ಬಾದುಡಬಾಗಾನ್ ಹಳ್ಳಿಯ ಸಮೀಪದಲ್ಲಿ ಒಬ್ಬ ಜಮೀನುದಾರ ವಾಸ ಮಾಡುತ್ತಿದ್ದಾನೆ. ಆತನ ಪೂರ್ವಜರು ಸಮಾಜದಲ್ಲಿ ಅತ್ಯಂತ ಪ್ರಖ್ಯಾತಿಯನ್ನು ಪಡೆದಿದ್ದರು. ಈ ಜಮೀನುದಾರ ಸಕಲಕಲಾವಲ್ಲಭ. ಎಲ್ಲ ಚಟಗಳಿಗೂ ಈತ ದಾಸನಾಗಿದ್ದ. ನೆರೆಹೊರೆಯಲ್ಲಿರುವ ಗೃಹಿಣಿಯರ ಮೇಲೆಯೂ ಈತನ ಕಾಮದ ನೋಟ ಸದಾ ಹರಿದಾಡುತ್ತಿತ್ತು. ಈತನ ಅನೇಕ ಗೆಳೆಯರು ಹಾಗೂ ಸಂಬಂಧಿಕರು ಈತನ ದುಶ್ಚಟಗಳಿಗೆ ಎಲ್ಲಾ ರೀತಿಯಿಂದಲೂ ನೆರವಾಗುತ್ತಿದ್ದರು. ಇವರು ಮಹಿಳೆಯರಿಗೆ ಅನೇಕ ರೀತಿಯ ಆಸೆಗಳನ್ನು ತೋರಿಸಿ ಅಥವಾ ಬೆದರಿಸಿ ಅವರನ್ನು ತಮ್ಮ 'ಪ್ರಭು'ವಿನ ಮಂಚಕ್ಕೆ ಕಳುಹಿಸಿಕೊಡುತ್ತಿದ್ದರು. ಕೆಲವೊಮ್ಮೆ ಕಲ್ಕತ್ತಾದ ಬಂಗಲೆಯಲ್ಲಿ, ಮತ್ತೆ ಕೆಲವೊಮ್ಮೆ ತೋಟದ ಮನೆಗಳಲ್ಲಿ, ಇನ್ನು ಕೆಲವೊಮ್ಮೆ ಯಾವುದಾದರೂ ಸಣ್ಣ ಮನೆಗಳಲ್ಲಿ... ಒಟ್ಟಿನಲ್ಲಿ ಆ ಜಮೀನುದಾರನ ರಾಸಲೀಲೆ ನಿರಂತರವಾಗಿ ನಡೆದುಕೊಂಡು ಹೋಗುತ್ತಿತ್ತು.

ಗೃಹಿಣಿಯರ ಪೈಕಿ ಕೆಲವರು ವಿವಿಧ ರೀತಿಯ ಆಸೆ-ಆಮಿಷಗಳಿಗೆ ಬಲಿಯಾಗಿ ಸ್ವಂತ ಇಚ್ಛೆಯಿಂದ ಆತನೊಂದಿಗೆ ಬೆರೆಯುತ್ತಿದ್ದರೆ ಮತ್ತೆ ಕೆಲವರು ಬಲವಂತದಿಂದ ಆತನ ಮಂಚಕ್ಕೆ ನೂಕಲ್ಪಡುತ್ತಿದ್ದರು. ಅವರಲ್ಲಿ ಬಹುತೇಕ ಯಾರಿಗೂ ಹಾಡು-ಕುಣಿತದ ಅಭ್ಯಾಸ ಇರುತ್ತಿರಲಿಲ್ಲ. ಅವರು ಮದ್ಯಪಾನದ ಬಗ್ಗೆಯೂ ಆಸಕ್ತಿ ಹೊಂದಿರುತ್ತಿರಲಿಲ್ಲ. ಆದ್ದರಿಂದ ಹಾಡು, ಕುಣಿತ ಹಾಗೂ ಕುಡಿತದಲ್ಲಿ ಆತನೊಂದಿಗೆ 'ಬೆರೆಯುವುದಕ್ಕಾಗಿ' ಸೋನಾಗಾಛಿ ಮತ್ತು ರಾಮಬಾಗಾನ್‌ನಿಂದ ವೇಶ್ಯಾವೃತ್ತಿಯಲ್ಲಿ ತೊಡಗಿಕೊಂಡಿರುವ ನನ್ನಂಥವರನ್ನು ಕರೆಸಿಕೊಳ್ಳಲಾಗುತ್ತಿತ್ತು. ಆ ಜಮೀನುದಾರನ ತೋಟದ ಮನೆಗೆ ನಾನೂ ಮೂರ್ನಾಲ್ಕು ಬಾರಿ ಹೋಗಿದ್ದೆ. ಒಂದು ರಾತ್ರಿಗೆ ನನಗೆ ನೂರು ರೂಪಾಯಿ ಕೊಡಲಾಗುತ್ತಿತ್ತು. ಹಾಡು ಹೇಳುವುದು ನನ್ನ ಕೆಲಸವಾಗಿತ್ತು. ನಾನು ಮದ್ಯಸೇವನೆ ಮಾಡುತ್ತಿರಲಿಲ್ಲ. ನನ್ನ ಜೊತೆಯಲ್ಲಿ ಇನ್ನೂ ಇಬ್ಬರು ಅಥವಾ ಮೂವರು ವೇಶ್ಯೆಯರು ಇರುತ್ತಿದ್ದರು. ಅವರು ಆ ಜಮೀನುದಾರನಿಗೆ ಮದ್ಯಪಾನ ಮಾಡಿಸುತ್ತಿದ್ದರು; ತಾವೂ ಯಥೇಚ್ಛವಾಗಿ ಕುಣಿದು ಆತನಿಗೆ 'ತೃಪ್ತಿ' ನೀಡುತ್ತಿದ್ದರು.

ಅದೊಂದು ರಾತ್ರಿ ಜಮೀನುದಾರನ ತೋಟದ ಮನೆಗೆ ಬರುವಂತೆ ನನಗೆ ಕರೆ ಬಂದಿತು. ನನ್ನನ್ನು ಕರೆಯುವುದಕ್ಕೆ ಬಂದವರಿಂದ ಸ್ವಲ್ಪ ಹಣವನ್ನು ಮುಂಗಡ ಪಡೆದುಕೊಂಡ ನಾನು ಸಾಯಂಕಾಲದ ನಂತರ ಮನೆಯಿಂದ ಹೊರಟೆ. ಅಲ್ಲಿಗೆ ಹೋದಾಗ ರಾತ್ರಿ ಎಂಟು ಗಂಟೆಯಾಗಿತ್ತು. ಒಬ್ಬಳು ಸುಂದರ ಯುವತಿಯನ್ನು ಜಮೀನುದಾರನ ಮಂಚದ ಸೇವೆಗಾಗಿ ಕರೆದುತರಲಾಗಿತ್ತು. ಆಕೆಯ ವಯಸ್ಸು 18 ಅಥವಾ 19 ವರ್ಷಗಳಿದ್ದಿರಬಹುದು. ಬೆಳ್ಳನೆಯ ಮೈಬಣ್ಣ; ಕಾಂತಿಯುತ ಕಂಗಳು; ನೀಳವಾದ ಶರೀರ; ಕೋಮಲ ಮುಖ... ನೋಡುವುದಕ್ಕೆ ಅತ್ಯಂತ ಸುಂದರಿಯಾಗಿದ್ದಳು. ಆಕೆಯನ್ನು ನೋಡುತ್ತಿದ್ದಂತೆಯೇ ನನ್ನ ಮನಸ್ಸಿಗೆ ತುಂಬಾ ಬೇಸರ ಉಂಟಾಯಿತು. 'ಈ ದುಷ್ಟ ಜಮೀನುದಾರನ ಕಾಮತೃಷೆಯನ್ನು ತಣಿಸುವುದಕ್ಕಾಗಿ ಅದೆಷ್ಟು ಯುವತಿಯರು ಬಲಿಯಾಗಬೇಕೋ ಏನೋ! ಆತನ ಪಾಪ ಕೃತ್ಯಗಳಲ್ಲಿ ನಾನೂ ಭಾಗಿಯಾಗುವಂತೆ ಆಯಿತಲ್ಲ!' ಮನಸ್ಸು ವ್ಯಥೆಯ ಗೂಡಾಗಿದ್ದರಿಂದಲೋ ಏನೋ, ಆ ರಾತ್ರಿ ಚೆನ್ನಾಗಿ ಹಾಡುವುದೂ ನನ್ನಿಂದ ಸಾಧ್ಯವಾಗಲಿಲ್ಲ. ಆ ಯುವತಿಯೊಂದಿಗೆ ಮಾತನಾಡುವ ಅವಕಾಶವೇನಾದರೂ ದೊರಕಬಹುದೇ ಎಂದು ನಾನು ಕಾಯತೊಡಗಿದ್ದೆ.

'ಮನೋರಂಜನಾ ಕಾರ್ಯಕ್ರಮ'ಗಳು ಆರಂಭವಾದವು. ಜಮೀನುದಾರ ಮತ್ತು ಆತನ ಸ್ನೇಹಿತರು ಮದ್ಯಪಾನ ಮಾಡತೊಡಗಿದರು. ನಾನು ಒಂದೆರಡು ಹಾಡುಗಳನ್ನು ಹಾಡಿದೆ. ಅಲ್ಲಿ ಉಪಸ್ಥಿತರಿದ್ದ ಇತರ ವೇಶ್ಯೆಯರೂ ತಮ್ಮ ಹಾಡು ಮತ್ತು ನೃತ್ಯಕ್ಕೆ ಚಾಲನೆ ನೀಡಿದರು. ತೋಟದ ಮನೆ ತುಂಬಾ ಸುಂದರವಾಗಿತ್ತು. ಮನೆಯ ಸುತ್ತಲೂ 'ವಾಯುವಿಹಾರ'ಕ್ಕೆ ತುಂಬಾ ಸ್ಥಳವಿತ್ತು. ನಾನು ಸೂಕ್ತ ಸಮಯ ನೋಡಿಕೊಂಡು ಮನೆಯಿಂದ ಹೊರಕ್ಕೆ ಬಂದೆ. ಬರುವಾಗ ಆ ಯುವತಿಗೆ ನನ್ನೊಂದಿಗೆ ಬರುವಂತೆ ಮೃದುವಾದ ಸ್ವರದಲ್ಲಿ ಕರೆದೆ. "ನಡಿ... ಒಮ್ಮೆ ತೋಟವನ್ನು ಸುತ್ತಾಡಿಕೊಂಡು ಬರೋಣ..."

ತೋಟದಲ್ಲಿ ಒಂದು ಸುಂದರವಾದ ಕೊಳವಿತ್ತು. ಅದರ ಸುತ್ತ ಅಲ್ಲಲ್ಲಿ ಕಲ್ಲಿನ ಬೆಂಚುಗಳಿದ್ದವು. ನಾವಿಬ್ಬರೂ ಒಂದು ಬೆಂಚಿನ ಮೇಲೆ ಕುಳಿತುಕೊಂಡೆವು. ನಾನು ಆಕೆಯೊಂದಿಗೆ ತುಂಬಾ ಹೊತ್ತು ಮಾತನಾಡಿದೆ. ಆಕೆ ತನ್ನ ಬಗ್ಗೆ ಒಂದಿಷ್ಟು ಮಾಹಿತಿಗಳನ್ನು ಹಂಚಿಕೊಂಡಳು. ಅವುಗಳ ಸಾರಾಂಶವನ್ನು ಮಾತ್ರ ನಾನಿಲ್ಲಿ ನೀಡುತ್ತಿದ್ದೇನೆ.

ಆಕೆಯ ಹೆಸರು ಅಪರಾಜಿತಾ ದೇವಿ. ಆಕೆ ಬ್ರಾಹ್ಮಣ ಕುಟುಂಬವೊಂದರ ಸೊಸೆ. ವರ್ಧಮಾನ ಜಿಲ್ಲೆಯ ಹಳ್ಳಿಯೊಂದರಲ್ಲಿ ಆಕೆಯ ತವರು ಮನೆಯಿದೆ. ಕಲ್ಕತ್ತಾದಲ್ಲಿ ನೆಲೆಸಿರುವ ಮುಖ್ಯೋಪಾಧ್ಯಾಯ ಕುಟುಂಬದ 'ಸುಪುತ್ರ'ನೊಂದಿಗೆ ಆಕೆಯ ವಿವಾಹವಾಗಿದೆ. ಆಕೆಯ ಗಂಡ ತನ್ನ ಸೋದರತ್ತೆಯ ಮನೆಯಲ್ಲಿ ವಾಸವಾಗಿದ್ದಾನೆ. ಆಕೆಯ ಒಂದಿಬ್ಬರು ಸಹೋದರಿಯರು ತಮ್ಮ ಸ್ವಂತ ಮನೆಗಳಲ್ಲಿ ನೆಲೆಸಿದ್ದಾರೆ. ಅಪರಾಜಿತಾ ದೇವಿಯ ಪತಿಯ ತಂದೆ-ತಾಯಿ ತೀರಿಹೋಗಿದ್ದರು. ಅಷ್ಟೇ ಅಲ್ಲ, ಆತನಿಗೆ ಆತ್ಮೀಯ ಸ್ನೇಹಿತರು, ಬಂಧುಗಳು ಬೇರೆ ಯಾರೂ ಇರಲಿಲ್ಲ. ಆತ ಅತ್ಯಂತ

ಶಾಂತ ಸ್ವಭಾವದವನಾಗಿದ್ದ. ತನ್ನ ಸೋದರತ್ತೆ ಹೇಳಿದಂತೆಯೇ ನಡೆದುಕೊಳ್ಳುತ್ತಿದ್ದ. ಸೋದರತ್ತೆಯ ಮರಣದ ನಂತರ ಆಕೆಯ ಮನೆ, ಹಣ ಹಾಗೂ ಇತರ ಸಂಪತ್ತು ತನಗೇ ಸಿಗುತ್ತದೆ ಎನ್ನುವ ನಂಬಿಕೆ ಆತನದ್ದಾಗಿತ್ತು.

ಅಪರಾಜಿತಾ ದೇವಿಯ ಗಂಡನ ಸೋದರತ್ತೆ ವಿಧವೆ. ಅವಳು ತನ್ನ ಗಂಡ ಸಾವನ್ನಪ್ಪಿದ ನಂತರ ಕಂಡುಕೊಂಡ ಸಂಪಾದನೆಯ ಮಾರ್ಗದ ಬಗ್ಗೆ ಸುತ್ತಮುತ್ತಲಿನ ಜನರು ಕೆಟ್ಟ ಅಭಿಪ್ರಾಯವನ್ನು ಹೊಂದಿದ್ದರು. ಸ್ವಂತ ಸಂಪಾದನೆ ಮಾಡುವುದಕ್ಕೆ ಯೋಗ್ಯತೆ ಇಲ್ಲದ ಆಕೆ ತನ್ನ ಸಹೋದರನ ಮಗನ ಹೆಂಡತಿಯನ್ನು ವ್ಯಭಿಚಾರಕ್ಕೆ ಇಳಿಸುವ ಮೂಲಕ ಹಣ ಗಳಿಸುತ್ತಾಳೆ ಎಂದು ಎಲ್ಲರೂ ಮಾತನಾಡಿಕೊಳ್ಳುತ್ತಿದ್ದರು. ಇನ್ನೂ ಗಮನೀಯ ಸಂಗತಿಯೇನೆಂದರೆ, ಅಪರಾಜಿತಾ ದೇವಿಯನ್ನು ಮದುವೆಯಾಗುವುದಕ್ಕಿಂತ ಮೊದಲು ಆಕೆಯ ಗಂಡನಿಗೆ ಎರಡು ಬಾರಿ ವಿವಾಹವಾಗಿತ್ತು! ಆತನ ಮೊದಲ ಇಬ್ಬರು ಪತ್ನಿಯರೂ ಬೆಂಕಿ ಅನಾಹುತದಲ್ಲಿ ಸಾವನ್ನಪ್ಪಿದ್ದರು. ಅಪರಾಜಿತಾ ದೇವಿಯ ಗಂಡನ ಸೋದರತ್ತೆ ಹೇಳುವ ಪ್ರಕಾರ ಆ ಇಬ್ಬರೂ ತಾವೇ ತಮ್ಮ ದೇಹಕ್ಕೆ ಬೆಂಕಿ ಹಚ್ಚಿಕೊಂಡು ಆತ್ಮಹತ್ಯೆ ಮಾಡಿಕೊಂಡಿದ್ದರು. ಅಪರಾಜಿತಾ ದೇವಿಯು ತನ್ನ ಗಂಡನಿಗೆ ಮೂರನೇ ಪತ್ನಿ! ಆಕೆಗೆ ಒಂದು ಗಂಡು ಮಗುವಿದೆ.

ಅಪರಾಜಿತಾ ದೇವಿಯನ್ನೂ ಆಕೆಯ ಗಂಡನ ಸೋದರತ್ತೆ ದುರ್ಮಾರ್ಗದಲ್ಲಿ ಧನ ಸಂಪಾದನೆಗೆ ನೂಕಿದ್ದಳು. ಆದರೆ ತನ್ನ ದೇಹವನ್ನು ಮಾರಾಟ ಮಾಡಿಕೊಳ್ಳುವುದು ಅಪರಾಜಿತಾ ದೇವಿಗೆ ಸ್ವಲ್ಪವೂ ಇಷ್ಟವಿರಲಿಲ್ಲ. ಇದೇ ವಿಷಯಕ್ಕೆ ಸಂಬಂಧಿಸಿದಂತೆ ಆಕೆಯ ಮನೆಯಲ್ಲಿ ಆಗಾಗ ಜಗಳ ನಡೆಯುತ್ತಿತ್ತು. ತನ್ನ ಸೋದರತ್ತೆ ಮತ್ತು ಹೆಂಡತಿಯ ಮಧ್ಯೆ ಜಗಳ ನಡೆಯುತ್ತಿದ್ದರೆ 'ಪತಿ ಮಹಾಶಯ' ಮಾತ್ರ ಒಂದೂ ಮಾತನಾಡದೇ ಕುಳಿತುಬಿಡುತ್ತಿದ್ದ. ತನ್ನ ಗಂಡನ ಇಂತಹ ವರ್ತನೆಯನ್ನು ನೋಡಿ ಅಪರಾಜಿತಾ ದೇವಿ ತುಂಬಾ ನೊಂದುಕೊಳ್ಳುತ್ತಿದ್ದಳು. ಪ್ರತಿನಿತ್ಯ ಆಕೆ ಮನೆಯಲ್ಲಿ ಹಗಲು–ರಾತ್ರಿ ಹಿಂಸೆಯನ್ನು ಅನುಭವಿಸುತ್ತಿದ್ದಳು. ಆಕೆಯ ಗಂಡನ ಸೋದರತ್ತೆಗೆ ಒಬ್ಬ ದುಷ್ಟ ವೈದ್ಯನ ಪರಿಚಯವಿತ್ತು. ಆತ ಇಂತಹ ವಿಷಯದಲ್ಲಿ ಆಕೆಗೆ ಸದಾ ಸಹಕಾರ ನೀಡುತ್ತಿದ್ದ. ಹೊಸ ಹೊಸ ರಸಿಕರನ್ನು, ಶ್ರೀಮಂತ ವ್ಯಕ್ತಿಗಳನ್ನು ಆತ ಅಪರಾಜಿತಾ ದೇವಿಯ ಗಂಡನ ಸೋದರತ್ತೆಗೆ ಪರಿಚಯಿಸುತ್ತಿದ್ದ; ಸೊಸೆಯನ್ನು ಆ ಗಣ್ಯ ವ್ಯಕ್ತಿಯ ಬಳಿಗೆ ಕಳುಹಿಸಿಕೊಡುವಂತೆ ಸೂಚಿಸುತ್ತಿದ್ದ; ಅಪರಾಜಿತಾ ದೇವಿಯ 'ದುಡಿಮೆ'ಯಲ್ಲಿ ಆ ದುಷ್ಟ ವೈದ್ಯನೂ ಸಾಕಷ್ಟು ಹಣ ಮಾಡಿಕೊಳ್ಳುತ್ತಿದ್ದ! ವೃತ್ತಿಯಲ್ಲಿ ವೈದ್ಯ; ಮಾಡುವುದು ತಲೆಹಿಡುಕನ ಕೆಲಸ! ಇಂತಹ ಪರಿಸ್ಥಿತಿಯಲ್ಲಿ ಅಪರಾಜಿತಾ ದೇವಿ ಎಷ್ಟು ದಿನ ತನ್ನ 'ಶೀಲ'ವನ್ನು ಕಾಪಾಡಿಕೊಳ್ಳುವುದು ಸಾಧ್ಯ?

ನಾನು ಅಪರಾಜಿತಾ ದೇವಿಯನ್ನು ಪ್ರಶ್ನಿಸಿದೆ, "ನೀನು ಮುಂದೇನು ಮಾಡಬೇಕು ಅಂದುಕೊಂಡಿದ್ದೀಯಾ? ನೀನೂ ಆತ್ಮಹತ್ಯೆ ಮಾಡಿಕೊಳ್ಳುವ ಬಗ್ಗೆ ಯೋಚಿಸುತ್ತಿದ್ದೀಯೇನು?"

ಆಕೆ ಅತ್ಯಂತ ದೃಢವಾದ ಧ್ವನಿಯಲ್ಲಿ ಉತ್ತರಿಸಿದಳು, "ನಾನೇಕೆ ಆತ್ಮಹತ್ಯೆ ಮಾಡಿಕೊಳ್ಳಬೇಕು? ನನಗೆ ತಂದೆ ಇದ್ದಾರೆ, ಅಣ್ಣ ಇದ್ದಾನೆ, ಮುದ್ದಾದ ಮಗುವೂ ಇದೆ. ನಾನು ಯಾವತ್ತೂ ಆತ್ಮಹತ್ಯೆ ಮಾಡಿಕೊಳ್ಳುವುದಿಲ್ಲ; ಅಂತಹ ಯೋಚನೆಯನ್ನೂ ಮಾಡುವುದಿಲ್ಲ. ಅಷ್ಟೇ ಅಲ್ಲ, ಕಾಮುಕರಿಗೆ ನನ್ನ ಶೀಲವನ್ನು ಮಾರಾಟ ಮಾಡಿಕೊಳ್ಳುವುದೂ ಇಲ್ಲ. ನನ್ನ ಪ್ರಾಣ ಹೋದರೂ ಪರವಾಗಿಲ್ಲ; ಆದರೆ ನನ್ನ ಶೀಲವನ್ನು ನಾನು ಬೇರೆಯವರಿಗೆ ಒಪ್ಪಿಸುವುದಿಲ್ಲ."

ಹದಿಹರೆಯದ ಆ ಗೃಹಿಣಿಯ ದೃಢವಾದ ನಿರ್ಧಾರ ಮತ್ತು ತಾಳ್ಮೆಯನ್ನು ನೋಡಿ ನಾನು ಬೆಕ್ಕಸ ಬೆರಗಾದೆ. ಇನ್ನೂ ವಿಶೇಷವೆಂದರೆ, ಅಪರಾಜಿತಾ ದೇವಿ ಶಾಲೆಗೆ ಹೋಗಿ ಶಿಕ್ಷಣವನ್ನು ಪಡೆದವಳಲ್ಲ; ಓದು-ಬರಹ ತಿಳಿದವಳಲ್ಲ; ಸಾಹಿತ್ಯ-ಸಂಗೀತದ ಬಗ್ಗೆ ಯಾರೊಂದಿಗೂ ಚರ್ಚೆ ನಡೆಸಿದವಳಲ್ಲ. ಹಾಗಿದ್ದರೂ ಆಕೆಯ ಮುಖದಲ್ಲಿ ಅದೆಂತಹ ತೇಜಸ್ಸು! ಮನಸ್ಸಿನಲ್ಲಿ ಅದೆಂತಹ ದೃಢವಾದ ನಿಶ್ಚಯ?

ನಾನು ಆಕೆಯನ್ನು ಪ್ರಶ್ನಿಸಿದೆ, "ಒಂದು ವೇಳೆ ನೀನು ಈ ಜಮೀನುದಾರನಿಗೆ ನಿನ್ನ ಶೀಲವನ್ನು ಒಪ್ಪಿಸಲು ನಿರಾಕರಿಸಿದರೆ, ಆತನೊಂದಿಗೆ ಸಹಕರಿಸದೇ ಇದ್ದರೆ, ಅದರ ಪರಿಣಾಮ ಏನಾಗುತ್ತದೆ ಎನ್ನುವುದು ನಿನಗೆ ಗೊತ್ತೇನು?"

ಅಪರಾಜಿತಾ ದೇವಿ ಮತ್ತೆ ದೃಢವಾದ ಧ್ವನಿಯಲ್ಲಿ ಉತ್ತರಿಸಿದಳು, "ಹ್ಞಾ... ನನಗೆ ಚೆನ್ನಾಗಿ ಗೊತ್ತು. ಇವರು ನನ್ನನ್ನು ಸಾಯಿಸಬಹುದು. ನನ್ನ ಗಂಡನ ಸೋದರತ್ತೆಯೂ ನನ್ನಿಬ್ಬರು ಸವತಿಯರನ್ನು ಕೊಲೆ ಮಾಡಿದ್ದಾಳೆ. ಆನಂತರ ಜನರ ಮುಂದೆ ಹೇಳಿದ್ದಾಳೆ, 'ಒಬ್ಬಳ ಬಟ್ಟೆಯ ಮೇಲೆ ಸೀಮೆ ಎಣ್ಣೆ ಚೆಲ್ಲಿಹೋಗಿತ್ತು. ಆನಂತರ ಬೆಂಕಿ ತಗುಲಿತು. ಇನ್ನೊಬ್ಬಳು ತಾನಾಗಿಯೇ ಆತ್ಮಹತ್ಯೆ ಮಾಡಿಕೊಂಡಳು' ಎಂದು. ಆದರೆ ಆಕೆ ಹೇಳಿದ ಮಾತುಗಳನ್ನು ನಂಬುವುದಕ್ಕೆ ಜನರೇನೂ ದಡ್ಡರಲ್ಲ. ಇಬ್ಬರೂ ಸೊಸೆಯಂದಿರು ಒಂದೇ ರೀತಿಯಲ್ಲಿ ಸಾವಿಗೆ ಶರಣಾಗುವುದು ಹೇಗೆ ಸಾಧ್ಯ ಎಂದು ಎಲ್ಲರೂ ಯೋಚಿಸಿರುತ್ತಾರೆ. ಇತ್ತೀಚಿನ ದಿನಗಳಲ್ಲಿ ಪ್ರತಿ ದಿನವೂ ನನಗೂ ಆಕೆಗೂ ಜಗಳ ನಡೆಯುತ್ತಿದೆ. ಆಕೆಗೆ ನಾನು ಹೇಳಿದ್ದೇನೆ, 'ನನ್ನೊಂದಿಗೆ ಇದೇ ರೀತಿ ಜಗಳವಾಡುತ್ತಿದ್ದರೆ, ನನ್ನನ್ನು ಇಂತಹ ಕೆಟ್ಟ ಕೆಲಸಕ್ಕೆ ನೂಕುತ್ತಿದ್ದರೆ, ನಾನು ನೆರೆಹೊರೆಯವರ ಮುಂದೆ ಎಲ್ಲಾ ವಿಷಯಗಳನ್ನೂ ಹೇಳಿಬಿಡುತ್ತೇನೆ.' ಆಗ ಆಕೆ ಹೇಳಿದಳು, 'ಒಂದು ವೇಳೆ ನೀನು ಹಾಗೆ ಮಾಡಿದರೆ, ನಿನ್ನ ಕುತ್ತಿಗೆಯನ್ನು ಹಿಸುಕಿ ಕೊಲೆ ಮಾಡಿಬಿಡುತ್ತೇನೆ' ಎಂದು. ಆಗ ನಾನೂ ಗಟ್ಟಿಯಾದ ಧ್ವನಿಯಲ್ಲಿ ಹೇಳಿದ್ದೆ, 'ನನ್ನ ಮೈಯನ್ನು ಮುಟ್ಟುವುದಕ್ಕೆ ನಾನು ಯಾರಿಗೂ ಅವಕಾಶ ನೀಡುವುದಿಲ್ಲ. ನಾನೂ ನೋಡಿಯೇ ಬಿಡುತ್ತೇನೆ, ಯಾರಿಗೆ ಅಂತಹ ಧೈರ್ಯವಿದೆ ಎನ್ನುವುದನ್ನು' ಎಂದು. ಪ್ರತಿನಿತ್ಯವೂ ಮನೆಯಲ್ಲಿ ಇದೇ ರೀತಿಯಲ್ಲಿ ನಮ್ಮಿಬ್ಬರ ನಡುವೆ ಜಗಳ ನಡೆಯುತ್ತಲೇ ಇರುತ್ತದೆ. ಆದರೆ ನಾನು ಆಕೆಗೆ ಸ್ವಲ್ಪವೂ ಹೆದರುವುದಿಲ್ಲ."

ಅಪರಾಜಿತಾ ದೇವಿಯ ಮಾತುಗಳನ್ನು ಕೇಳುತ್ತಿದ್ದ ನಾನು ನಾಚಿಕೆಯಿಂದ, ಮುಜುಗರದಿಂದ ತಲೆಯನ್ನು ತಗ್ಗಿಸಿದ್ದೆ. 'ನಿಜಕ್ಕೂ ಅಪರಾಜಿತಾ ಸ್ವರ್ಗದ ದೇವತೆ;

ನಾನು ನರಕದ ಕೀಟ. ಹಿಂದೂ ಸಮಾಜದಲ್ಲಿ ನನ್ನಂತಹ ಕಳಂಕಿತೆಯರು ಮಾತ್ರ ಜನಿಸಿಲ್ಲ; ಅಪರಾಜಿತಾಳಂತಹ ಪತಿವ್ರತಾ ಶಿರೋಮಣಿಗಳೂ ಜನಿಸಿದ್ದಾರೆ. ನನ್ನಂತಹ ಅಪವಿತ್ರ ನಾರಿಯ ದೇಹವನ್ನು ಸ್ಪರ್ಶಿಸಿದ ಗಾಳಿಯು ಅಪರಾಜಿತಾಳಂತಹ ಪವಿತ್ರ ಹೆಣ್ಣಿನ ದೇಹವನ್ನು ಸ್ಪರ್ಶ ಮಾಡುವುದರಿಂದ ಆಕೆಯ ಪಾವಿತ್ರ್ಯಕ್ಕೆ ತೊಂದರೆಯಾಗಬಹುದೇನೋ' ಎನ್ನುವ ಭಾವನೆ ನನ್ನ ಮನಸ್ಸಿನೊಳಗೆ ಮೂಡಿತ್ತು. ಆಕೆಯೊಂದಿಗಿನ ಮಾತುಕತೆಯನ್ನು ಮುಗಿಸುವ ನಿರ್ಧಾರಕ್ಕೆ ಬಂದಿದ್ದೆ. ಇನ್ನೇನು ಅಲ್ಲಿಂದ ಎದ್ದು ಹೊರಡಬೇಕು ಎನ್ನುವಷ್ಟರಲ್ಲಿ ಆಕೆಯ ಗಂಡನ ಸೋದರತ್ತೆ ಮತ್ತು ಇನ್ನೊಬ್ಬ ವ್ಯಕ್ತಿ (ಅಪರಾಜಿತಾ ಹೇಳಿದಳು, ಆತನೇ ತಲೆಹಿಡುಕ ಡಾಕ್ಟರ್ ಎಂದು) ನಾವು ಕುಳಿತಿದ್ದ ಕಡೆಗೇ ಬರುತ್ತಿರುವುದು ಕಾಣಿಸಿತು. ನಾನು ಕುಳಿತಲ್ಲಿಂದ ಎದ್ದು, ಅಪರಾಜಿತಾಳ ಪಾದಗಳನ್ನು ಮುಟ್ಟಿ ನಮಸ್ಕಾರ ಮಾಡಿದೆ. ಆಕೆಯ ಪಾದದ ದೂಳನ್ನು ನನ್ನ ಹಣೆಗೆ ಹಚ್ಚಿಕೊಂಡೆ. ಆಕೆ ಅಲ್ಲಿಂದ ಹೊರಟುಹೋದಳು. ಆಕೆ ಹೋಗುತ್ತಿರುವುದನ್ನೇ ವೀಕ್ಷಿಸುತ್ತ ನಾನು ಹೂವಿನ ಗಿಡವೊಂದರ ಕೆಳಗೆ ನಿಂತುಕೊಂಡೇ ಇದ್ದೆ.

ತೋಟದ ಮನೆಯೊಳಕ್ಕೆ ಬಂದು ಮತ್ತಷ್ಟು ಮೋಜುಮಸ್ತಿಯಲ್ಲಿ ಪಾಲ್ಗೊಳ್ಳುವ ಮಾನಸಿಕ ಸ್ಥಿತಿಯಲ್ಲಿ ನಾನು ಇರಲಿಲ್ಲ. ತುಂಬಾ ದಣಿವಾಗುತ್ತಿದೆ ಎನ್ನುವ ಕಾರಣವನ್ನು ಹೇಳಿ ನಾನು ಅಲ್ಲಿಂದ ಬೇಗನೆ ಹೊರಟುಬಿಟ್ಟೆ. ಮನೆಗೆ ಬಂದರೂ, ಉತ್ತಮವಾದ ಹಾಸಿಗೆಯ ಮೇಲೆ ಮಲಗಿದರೂ ಭಯಾನಕ ಕನಸುಗಳ ಕಾರಣದಿಂದಾಗಿ ಆಗಾಗ ಎಚ್ಚರವಾಗುತ್ತಲೇ ಇತ್ತು. ಕನಸುಗಳನ್ನು ಬಯ್ದುಕೊಳ್ಳುತ್ತಲೇ ಬೆಳಗಿನ ಸೂರ್ಯನಿಗಾಗಿ ಕಾಯತೊಡಗಿದ್ದೆ.

ಎರಡು ದಿನಗಳ ನಂತರ ದಿನಪತ್ರಿಕೆಯಲ್ಲಿ ಪ್ರಕಟವಾಗಿದ್ದ ಆ ಸುದ್ದಿಯನ್ನು ಓದಿ ದಿಗ್ಭ್ರಾಂತಳಾದೆ. ಅದರಲ್ಲಿ ಅಪರಾಜಿತಾಳ ಮರಣವಾರ್ತೆ ಪ್ರಕಟವಾಗಿತ್ತು. ಆಕೆಯ ಗಂಡನ ಸೋದರತ್ತೆಯು ಎಂದಿನಂತೆ ಪೊಲೀಸರ ಮುಂದೆ ಸುಳ್ಳು ಹೇಳಿಕೆಯನ್ನು ನೀಡಿದ್ದಳು. 'ನಸುಕಿನ ವೇಳೆಯಲ್ಲಿ ಅಡುಗೆ ಮಾಡುವಾಗ ಒಲೆಯ ಬೆಂಕಿ ಆಕೆಯ ಸೀರೆಯ ಅಂಚಿಗೆ ತಗುಲಿತು; ಕ್ಷಣಮಾತ್ರದಲ್ಲಿ ಅದು ಆಕೆಯ ದೇಹವನ್ನೆಲ್ಲಾ ಆಕ್ರಮಿಸಿಕೊಂಡಿತು. ನಾವು ಅಲ್ಲಿಗೆ ಬರುವಷ್ಟರಲ್ಲಿ ಆಕೆ ಕೊನೆಯುಸಿರು ಬಿಡುವ ಹಂತದಲ್ಲಿದ್ದಳು. ಅವಳನ್ನು ಬದುಕಿಸಿಕೊಳ್ಳುವುದು ನಮ್ಮಿಂದ ಸಾಧ್ಯವಾಗಲಿಲ್ಲ.'

ಪೊಲೀಸ್ ಪ್ರಕರಣ ದಾಖಲಾಯಿತು. ಶವವನ್ನು ವೈದ್ಯಕೀಯ ಪರೀಕ್ಷೆಗೆ ಕಳುಹಿಸಲಾಯಿತು. ವೈದ್ಯರು (ಅದೇ ತಲೆಹಿಡುಕ ವೈದ್ಯ) ಅಪರಾಜಿತಾಳ ಗಂಡನ ಸೋದರತ್ತೆಯ ಹೇಳಿಕೆಯನ್ನು ಸಮರ್ಥಿಸಿ ವರದಿಯನ್ನು ನೀಡಿದ್ದರು! ಆ ಸುದ್ದಿಯನ್ನು ಓದಿದ ನಾನು ಕೆಲವು ಕ್ಷಣಗಳವರೆಗೆ ಮಾನಸಿಕ ಆಘಾತಕ್ಕೆ ಗುರಿಯಾದೆ. ಒಂದು ವಾರಕ್ಕೂ ಅಧಿಕ ಕಾಲ ನಾನು ಮಾನಸಿಕ ಉದ್ವೇಗ ಹಾಗೂ ಅಶಾಂತಿಯಿಂದ ಬಳಲಿದೆ. ಊಟ-ತಿಂಡಿ ಏನೂ ಬೇಡವೇ ಬೇಡ ಅನ್ನಿಸಿಬಿಟ್ಟಿತು. ಅಪರಾಜಿತಾ ದೇವಿಯನ್ನು ನೆನಪಿಸಿಕೊಂಡಾಗಲೆಲ್ಲ ಈಗಲೂ ಆಕೆಯ ಮುಖ ನನ್ನ

ಕಣ್ಮುಂದೆ ಕಾಣಿಸಿಕೊಳ್ಳುತ್ತದೆ. ಶೀಲಕ್ಕೆ ಬೆಲೆ ನೀಡಿದ ಆಕೆ ಮಾನ ಕಾಪಾಡಿಕೊಳ್ಳಲು ಹೋಗಿ ತನ್ನ ಪ್ರಾಣವನ್ನೇ ಬಲಿ ಕೊಟ್ಟಿದ್ದಳು. ಆದರೆ ನಾನು ಅಥವಾ ನನ್ನಂತಹ ವೇಶ್ಯೆಯರು?

ಈ ದೇಶದ ಅದೆಷ್ಟೋ ಮನೆಗಳಲ್ಲಿ ಪ್ರತಿ ದಿನವೂ ಇಂತಹ ದುರ್ಘಟನೆಗಳು, ಶೋಷಣೆಗಳು ನಡೆದಿವೆ ಮತ್ತು ನಡೆಯುತ್ತಲೇ ಇವೆ. ಇವುಗಳ ಬಗ್ಗೆ 'ಸಮಾಜ ಸುಧಾರಕರು' ಎಂದು ಸಾರ್ವಜನಿಕರಿಂದ ಹಾರ-ತುರಾಯಿ ಹಾಕಿಸಿಕೊಳ್ಳುವವರು ಗಮನ ಹರಿಸಿದ್ದಾರೇನು? ಅಪರಾಜಿತಾ ದೇವಿಯಂತಹ ಅದೆಷ್ಟು ಪತಿವ್ರತೆಯರು ಇಂತಹ ಸಂಕಷ್ಟಕ್ಕೆ ಸಿಲುಕಿದ್ದಾರೆ ಎನ್ನುವುದನ್ನು ಲೆಕ್ಕವಿಟ್ಟವರು ಯಾರು? ಅವರು ಸಮಾಜದ ವಿರುದ್ಧ ಶಾಪ ಹಾಕುವುದಿಲ್ಲವೇನು? ಈ ಸಮಾಜಕ್ಕೆ, ಮಹಾನ್ ನಾಯಕರ ರೀತಿಯಲ್ಲಿ ಗುರುತಿಸಿಕೊಂಡವರಿಗೆ ಅಬಲೆಯರ ಶಾಪ ತಟ್ಟುವುದಿಲ್ಲವೇನು? ದುಷ್ಟರು, ಲಂಪಟರು ತಮ್ಮ ಬಳಿಯಿರುವ ಹಣ-ಸಂಪತ್ತಿನ ಮದದಿಂದ ತಮ್ಮೆಲ್ಲಾ ತಪ್ಪುಗಳನ್ನೂ ಮುಚ್ಚಿಹಾಕಿ ಎಲ್ಲರೆದುರು ಎದೆಯುಬ್ಬಿಸಿಕೊಂಡೇ ಓಡಾಡುತ್ತಿದ್ದಾರಲ್ಲ; ಅಂಥವರನ್ನು ನಿಯಂತ್ರಿಸುವವರು ಯಾರು?

ಅದೊಂದು ದಿನ ಕಾಳಿದಾಸಿ ನನ್ನ ಮನೆಗೆ ಬಂದಳು. ಆಕೆ ಯಾವುದೋ ಸಂಕಷ್ಟದಲ್ಲಿ ಸಿಲುಕಿಕೊಂಡಿದ್ದಾಳೆ ಎನ್ನುವುದು ಆಕೆಯ ಮುಖವನ್ನು ನೋಡುತ್ತಿದ್ದಂತೆಯೇ ನನಗೆ ಅರ್ಥವಾಯಿತು. ಸ್ವಲ್ಪ ಹೊತ್ತು ಇತರ ವಿಷಯಗಳನ್ನು ಚರ್ಚಿಸಿದ ನಂತರ ತನ್ನ ವೈಯಕ್ತಿಕ ಸಮಸ್ಯೆಗಳ ಬಗ್ಗೆಯೂ ನನ್ನ ಬಳಿ ಹೇಳಿಕೊಂಡಳು. ಆಕೆಯ 'ಬಾಬು'ವಿಗೆ ಕುದುರೆ 'ರೇಸ್' ಹುಚ್ಚು ಮತ್ತು ಮದ್ಯಪಾನದ ಚಟ ವಿಪರೀತವಾಗಿತ್ತು. ತಾನು ದುಡಿದ ಸರ್ವಸಂಪತ್ತನ್ನೂ ಆತ ಕುದುರೆಯ 'ಬಾಲ'ಕ್ಕೆ ಮತ್ತು ಮದ್ಯದ ಬಾಟಲಿಗೆ ಸುರಿದಿದ್ದ. ಪರಿಣಾಮವಾಗಿ ಕೆಲವೇ ಸಮಯದಲ್ಲಿ ಆತನ ವ್ಯವಹಾರ ಸಂಪೂರ್ಣ ನಷ್ಟಕ್ಕೆ ಗುರಿಯಾಯಿತು. ಆತ ಈಗ 'ದಿವಾಳಿ.' ಪರಿಣಾಮವಾಗಿ ಕಾಳಿದಾಸಿ ಇನ್ನೊಬ್ಬ 'ಬಾಬು'ವನ್ನು ಹುಡುಕಿಕೊಳ್ಳಬೇಕಾಯಿತು. ಹೊಸ 'ಬಾಬು' ಒಬ್ಬ ಮಾರ್ವಾಡಿ; ತುಂಬಾ ಕಂಜೂಸು ಗಿರಾಕಿ. ಹಾಗಾಗಿ ಖರ್ಚಿಗೂ ಹಣ ಇಲ್ಲ ಎನ್ನುವಂತಹ ಪರಿಸ್ಥಿತಿಯನ್ನು ತಲುಪಿದ್ದಳು ಕಾಳಿದಾಸಿ. ತನ್ನ ಬಳಿಯಿದ್ದ ಒಡವೆಯೊಂದನ್ನು ನನ್ನ ಮುಂದೆ ಹಿಡಿದು, "ಇದನ್ನು ಅಡವಿಟ್ಟುಕೊಂಡು ನನಗೆ ಐದು ನೂರು ರೂಪಾಯಿ ಸಾಲ ಕೊಡು" ಎಂದು ವಿನಂತಿಸಿಕೊಂಡಳು.

ಸಾಮಾನ್ಯವಾಗಿ ಯಾರ್ಯಾರು ವೇಶ್ಯಾಗೃಹಗಳಿಗೆ ಆಗಾಗ ಭೇಟಿ ಕೊಡುತ್ತಿರುತ್ತಾರೆಯೋ ಅಂಥವರಿಗೆ ಇನ್ನೂ ಎರಡು ಪ್ರಮುಖ ವ್ಯಸನಗಳಿರುತ್ತವೆ; ಕುದುರೆ ಓಟದ ಪಂದ್ಯ ಮತ್ತು ಮದ್ಯಪಾನ. ಕುದುರೆ ಓಟದ ಪಂದ್ಯದಲ್ಲಿ ಹಣ ಹೂಡುವುದರಿಂದ ಅನೇಕರು ಸಾವಿರಾರು ರೂಪಾಯಿಗಳನ್ನು ಸಂಪಾದಿಸುತ್ತಾರೆ ಎನ್ನುವುದು ನಿಜ. ಆದರೆ ಆ ರೂಪದಲ್ಲಿ ಬಂದ ಹಣವನ್ನು ಮತ್ತೆ ಅದೇ ಪಂದ್ಯದಲ್ಲಿ ಕಟ್ಟುವ ಮೂಲಕ ಕಳೆದುಕೊಳ್ಳುತ್ತಾರೆ! ಯಾವ ಮಾರ್ಗದಲ್ಲಿ ಉತ್ಪತ್ತಿಯೋ ಅದೇ ಮಾರ್ಗದಲ್ಲಿ ನಿಷ್ಪತ್ತಿ! ಕಲ್ಕತ್ತಾದಲ್ಲಿ 'ಕುದುರೆ ರೇಸ್' ನಡೆಯುವ ದಿನ

ವೇಶ್ಯೆಯರ ಬೀದಿಗಳಲ್ಲಿ ಜನವೋ ಜನ! ಕುದುರೆ ಪಂದ್ಯದಲ್ಲಿ ಯಾರು ಲಾಭವನ್ನು ಗಳಿಸುತ್ತಾರೆಯೋ ಅವರು ಆ ಸಂಭ್ರಮವನ್ನು ವೇಶ್ಯೆಯರ ಜೊತೆಯಲ್ಲಿ ಕುಡಿಯುತ್ತ, ಸಂಭ್ರಮಿಸುತ್ತ, ಸ್ವರ್ಗದಲ್ಲಿ ತೇಲಾಡುತ್ತ ಕಳೆಯುತ್ತಾರೆ. ಯಾರು ಕುದುರೆ ಪಂದ್ಯದಲ್ಲಿ ಹಣವನ್ನು ಕಳೆದುಕೊಳ್ಳುತ್ತಾರೆಯೋ ಅವರು ತಮ್ಮ ದುಃಖವನ್ನು ಮರೆಯುವುದಕ್ಕಾಗಿ ವೇಶ್ಯಾಗೃಹಕ್ಕೆ ಬರುತ್ತಾರೆ. ಕೈಯಲ್ಲಿ ಅಳಿದುಳಿದ ಹಣವನ್ನು ಆಕೆಗೆ ಕೊಟ್ಟು, ಕಂಠಪೂರ್ತಿ ಕುಡಿದು, ಆಕೆಯ ತೆಕ್ಕೆಯೊಳಗೆ ಸೇರಿಕೊಳ್ಳುತ್ತಾರೆ!

ನನ್ನ ಬಳಿ ಆ ಸಮಯದಲ್ಲಿ ನಗದು ಇರಲಿಲ್ಲ. ನಾನಿರುವ ಕಟ್ಟಡದ ಇನ್ನೊಂದು ಮನೆಗೆ ಉಷಾಬಾಲಾ ಹೆಸರಿನ ಹೆಂಗಸು ಹೊಸದಾಗಿ ಬಂದಿದ್ದಳು. ಆಕೆಯು ಸ್ವಲ್ಪ ಹಣವನ್ನು ಒಟ್ಟುಗೂಡಿಸಿಕೊಂಡಿರುವ ವಿಷಯ ನನಗೆ ತಿಳಿದಿತ್ತು. ಕಾಳಿದಾಸಿ ತಂದಿದ್ದ ಒಡವೆಯ ಮೌಲ್ಯ ಸುಮಾರು ಒಂದು ಸಾವಿರ ರೂಪಾಯಿ. ನಾನು ಒತ್ತಾಯ ಮಾಡಿದ್ದರಿಂದಾಗಿ ಉಷಾಬಾಲಾ ಆ ಒಡವೆಯನ್ನು ಇಟ್ಟುಕೊಂಡು ಐದು ನೂರು ರೂಪಾಯಿಯನ್ನು ಕಾಳಿದಾಸಿಗೆ ಸಾಲದ ರೂಪದಲ್ಲಿ ನೀಡಿದಳು.

ಕೆಲವು ದಿನಗಳ ನಂತರ ತಿಳಿಯಿತು, ಸಾಲ ರೂಪದಲ್ಲಿ ಪಡೆದಿದ್ದ ಆ ಹಣವನ್ನು ಕಾಳಿದಾಸಿ ಕುದುರೆ ರೇಸ್ ಮತ್ತು ಮದ್ಯಪಾನ ಚಟಕ್ಕೆ ಸುರಿದಿದ್ದಳು! ತನ್ನ 'ಬಾಬು'ವಿನ ಸಹವಾಸದಿಂದಾಗಿ ಆಕೆಯೂ ಇವೆರಡು ಚಟಗಳನ್ನು ಅಂಟಿಸಿಕೊಂಡಿದ್ದಳು. ಅಷ್ಟೇ ಅಲ್ಲ, ಅವುಗಳಲ್ಲಿಯೇ ದಿನದ ಬಹುಸಮಯವನ್ನು ಕಳೆಯತೊಡಗಿದ್ದಳು. ನನಗೆ ಆಕೆಯ ಬಗ್ಗೆ ಇನ್ನೂ ಒಂದು ಹೊಸ ವಿಷಯ ತಿಳಿಯಿತು. ಅದೇನೆಂದರೆ, ಆಕೆಯ ನೂತನ ಮಾರ್ವಾಡಿ 'ಬಾಬು' ಆಕೆಗೆ ಮೊದಲಿನಿಂದಲೂ ಪರಿಚಯವಿದ್ದ, ಆಕೆಯೊಂದಿಗೆ ಗುಪ್ತ ಸಂಬಂಧವನ್ನು ಹೊಂದಿದ್ದ ವ್ಯಕ್ತಿಯೇ ಆಗಿದ್ದ! ಇವೆಲ್ಲವನ್ನೂ ಕೇಳಿದ ನಂತರ ಆಕೆಯ ಮೇಲಿದ್ದ ಕನಿಕರ ಭಾವನೆ ನನ್ನ ಮನಸ್ಸಿನಲ್ಲಿ ಉಳಿದುಕೊಳ್ಳಲಿಲ್ಲ. ಆಕೆ ಉಷಾಬಾಲಾಳ ಬಳಿ ಮಾಡಿದ್ದ ಸಾಲವನ್ನು ತೀರಿಸಲೂ ಇಲ್ಲ.

ಕಾಳಿದಾಸಿ ಈಗಲೂ ಅದೇ ಸ್ಥಿತಿಯಲ್ಲಿಯೇ ಇದ್ದಾಳೆ. ಆಕೆ ನನ್ನ ಹಾಗೆಯೇ ತಾನು ಮಾಡಿದ ಪಾಪಕ್ಕೆ ಪ್ರಾಯಶ್ಚಿತ್ತವನ್ನು ಅನುಭವಿಸುತ್ತಿದ್ದಳು. ಕೆಲವು ದಿನಗಳ ಹಿಂದೆ ನಾನು ಆಕೆಯನ್ನು ಕಲ್ಕತ್ತಾದ ಮುಖ್ಯ ಬೀದಿಯೊಂದರಲ್ಲಿ ಬೀಡಾ ಮಾರುತ್ತಿದ್ದ ಮುಸಲ್ಮಾನ ಯುವಕನೊಬ್ಬನ ಜೊತೆಯಲ್ಲಿ ನೋಡಿದ್ದೇನೆ. ಅವಳ ಸ್ಥಿತಿಯನ್ನು ಕಂಡು ನನಗೆ ನಿಜಕ್ಕೂ ಮರುಕ ಉಂಟಾಯಿತು. ಏಕೆಂದರೆ 26ರ ಹರೆಯದ ಯುವತಿಯ ದೇಹವು 60 ವರ್ಷ ವಯಸ್ಸಿನ ಮುದುಕಿಯ ಹಾಗೆ ಕಾಣುತ್ತಿತ್ತು! ಕ್ಷೀಣ ಹಾಗೂ ಒಣಕಲು ದೇಹ; ಮೇಲ್ನೋಟಕ್ಕೆ ಎದ್ದು ಕಾಣುತ್ತಿದ್ದ ಎಲುಬುಗಳ ಹಂದರ; ಮದ್ಯಪಾನ ಹಾಗೂ ಇತರ ಚಟಗಳಿಂದ ಅಂಟಿಕೊಂಡಿದ್ದ ವಿವಿಧ ರೀತಿಯ ರೋಗಗಳು; ಮಾಸಲು ಉಡುಗೆ; ಬಹುಶಃ ಒಂದೇ ಜೊತೆ ಬಟ್ಟೆ ಇತ್ತೋ ಏನೋ! ಎರಡು ಹೊತ್ತಿನ ಊಟಕ್ಕೆ ಪರದಾಡುವಂತಹ ಹೀನಾಯ ಸ್ಥಿತಿ; ಇಂತಹ ಪರಿಸ್ಥಿತಿಯಲ್ಲಿಯೂ ನಿರಂತಹ ಸಂಭೋಗ! 'ವೇಶ್ಯೆಯರಿಗೆ ಇಂತಹ ಪರಿಸ್ಥಿತಿಯಲ್ಲಿಯೂ ಸಾವು ಬರುವುದಿಲ್ಲ ಏಕೆ?' ನನ್ನನ್ನೇ ನಾನು ಒಮ್ಮೆ

ಪ್ರಶ್ನಿಸಿಕೊಂಡಿದ್ದೆ. ನಾನು ಆ ಸಮಯದಲ್ಲಿ ಕಾಳಿದಾಸಿಯನ್ನು ಮಾತನಾಡಿಸಲಿಲ್ಲ. ಯಾಕೋ ಏನೋ... ಅವಳನ್ನು ಮಾತನಾಡಿಸಬೇಕು ಅನ್ನಿಸಲೇ ಇಲ್ಲ! ಎಂತಹ ವಿಚಿತ್ರ ಮನಸ್ಸು! ಒಂದು ಕಾಲದಲ್ಲಿ ಆತ್ಮೀಯ ಗೆಳತಿ... ಈಗ? ಸ್ವಾಮೀಜಿಯವರು ಮಾಡಿದ್ದ ಉಪದೇಶ ಆ ಕ್ಷಣ ನೆನಪಾಯಿತು, 'ದೈವೇಚ್ಛೆಯನ್ನು ಮೀರಿ ನಡೆಯುವ ಶಕ್ತಿ ಯಾರಿಗೂ ಇಲ್ಲ. ಆತ ಯಾವತ್ತೂ ನಮಗೆ ನಮ್ಮ ಕರ್ಮಫಲವನ್ನೇ ನೀಡುತ್ತಾನೆ.'

ಉಷಾಬಾಲಾಳ ಸಂಗತಿಯನ್ನು ಇಲ್ಲಿಯೇ ಹೇಳಿಬಿಡುತ್ತೇನೆ. ಆಕೆ ಫರೀದಾಬಾದ್‌ನಲ್ಲಿ ವಾಸವಾಗಿರುವ ಒಬ್ಬ ಬ್ರಾಹ್ಮಣ ವಕೀಲನೊಬ್ಬನ ಪತ್ನಿ. ಆಕೆ ತವರು ಮನೆಗೆ ಹೋಗಿದ್ದ ಸಂದರ್ಭದಲ್ಲಿ ಕೆಲವು ಶ್ರೀಮಂತ ಮುಸಲ್ಮಾನರು ಆಕೆಯನ್ನು ಅಪಹರಿಸಿ, ಕಲ್ಕತ್ತಾಕ್ಕೆ ಸಮೀಪದಲ್ಲಿರುವ ಬೆಲಿಯಾಘಾಟ್‌ನಲ್ಲಿ ಇರಿಸಿದರು. 'ನಾರಿ ರಕ್ಷಾ ಸಮಿತಿ'ಯ ಮುಖಂಡರಾದ ಶ್ರೀಯುತ ಮಹೇಶಚಂದ್ರ ಆತರ್ಥಿಯವರಿಗೆ ಈ ವಿಷಯ ತಿಳಿಯಿತು. ಅವರು ತಮ್ಮ ಸಂಘಟನೆಯ ಕೆಲವು ಕಾರ್ಯಕರ್ತರ ಮೂಲಕ ಪೊಲೀಸರ ನೆರವನ್ನು ಪಡೆದು ಆಕೆಯನ್ನು ಅಪಹರಣಕಾರರ ಬಂಧನದಿಂದ ಬಿಡುಗಡೆ ಮಾಡಿಸಿದರು. ಇದಕ್ಕೆ ಸಂಬಂಧಿಸಿದಂತೆ ಪೊಲೀಸ್ ಠಾಣೆಯಲ್ಲಿ ಪ್ರಕರಣವೂ ದಾಖಲಾಯಿತು; ನ್ಯಾಯಾಲಯದಲ್ಲಿ ಮೊಕದ್ದಮೆ ಇನ್ನೂ ನಡೆಯುತ್ತಿದೆ. ಆದರೆ ಆಕೆಯ ಪತಿಯು ಆಕೆಯನ್ನು ಮತ್ತೆ ಪತ್ನಿಯ ರೂಪದಲ್ಲಿ ಸ್ವೀಕರಿಸುವುದಕ್ಕೆ ನಿರಾಕರಿಸಿದ. ಇಂತಹ ಪರಿಸ್ಥಿತಿಯಲ್ಲಿ ಉಷಾಬಾಲಾ ಕೆಲವು ದಿನಗಳ ಕಾಲ 'ಸಂಜೀವನಿ' ಪತ್ರಿಕೆಯ ಸಂಪಾದಕ ಮತ್ತು 'ನಾರಿ ರಕ್ಷಾ ಸಮಿತಿ'ಯ ಸಂಚಾಲಕ ಶ್ರೀಯುತ ಕೃಷ್ಣಕುಮಾರ ಮಿತ್ರರ ಮನೆಯಲ್ಲಿಯೇ ಉಳಿದುಕೊಂಡಳು. ಇದೇ ಉಷಾಬಾಲಾಳ ವಿಷಯವನ್ನು ನಾನು ಇದಕ್ಕಿಂತಲೂ ಮೊದಲು ಒಂದು ಬಾರಿ ಉಲ್ಲೇಖಿಸಿದ್ದೇನೆ. ಆಕೆ ಅವರ ಬಗ್ಗೆ ನನ್ನ ಬಳಿ ಹೇಳಿದ ಕೆಲವು ವಿಷಯಗಳನ್ನು ಇಲ್ಲಿ ದಾಖಲಿಸುತ್ತಿದ್ದೇನೆ.

"ಶ್ರೀಯುತ ಕೃಷ್ಣಕುಮಾರ ಮಿತ್ರರು ನನ್ನನ್ನು ತಮ್ಮ ಸ್ವಂತ ಮಗಳಂತೆಯೇ ನೋಡಿಕೊಳ್ಳುತ್ತಿದ್ದರು. ಅವರು ನನಗೆ ಓದು-ಬರೆಹ ಕಲಿಸುವ ವ್ಯವಸ್ಥೆಯನ್ನೂ ಮಾಡಿದರು. ಕರಕುಶಲ ಕಲೆಯನ್ನು ಕಲಿಯುವುದಕ್ಕೆ ಅವರು ನನಗೆ ಅವಕಾಶ ಮಾಡಿಕೊಟ್ಟರು. ಒಂದು ಶಾಲೆಗೆ ನನ್ನನ್ನು ದಾಖಲಿಸಿದರು. ಆದರೆ ಓದು, ಬರೆಹ ಅಥವಾ ಕರಕುಶಲ ಕಲೆಯನ್ನು ಕಲಿಯುವ ವಿಷಯದಲ್ಲಿ ನಾನು ಆಸಕ್ತಿಯನ್ನು ತೋರಿಸಲಿಲ್ಲ. ನನ್ನ ಮನಃಸ್ಥಿತಿ ಸರಿಯಿರಲಿಲ್ಲ. ಸಂಸಾರಸ್ಥಳಾಗಿದ್ದ ನನ್ನ ಮನಸ್ಸು ಕಾಮದ ಕಡೆಗೆ ಆಸಕ್ತಿಯನ್ನು ತೋರಿಸುತ್ತಿತ್ತು. ತಪ್ಪು ದಾರಿಯಲ್ಲಿ ನಡೆಯುವುದಕ್ಕೆ ಮನಸ್ಸು ಪ್ರಚೋದಿಸುತ್ತಿತ್ತು. ನನ್ನ ವಯಸ್ಸು ಹದಿನೆಂಟು ವರ್ಷಗಳನ್ನು ದಾಟಿದ್ದರಿಂದಾಗಿ ಕೃಷ್ಣಕುಮಾರ ಮಿತ್ರರು ಬಲವಂತವಾಗಿ ನನ್ನನ್ನು ತಮ್ಮ ಮನೆಯಲ್ಲಿ ಇರಿಸಿಕೊಳ್ಳುವುದಕ್ಕೆ ಇಷ್ಟಪಡಲಿಲ್ಲ. ಕೆಲವು ದಿನಗಳ ಕಾಲ ನಾನು ರಸ್ತೆಯ ಬದಿಯಲ್ಲಿ ಕುಳಿತು ಎಲೆಯಡಿಕೆ ಮಾರಾಟ ಮಾಡುತ್ತಿದ್ದೆ. ಆ ಮೂಲಕ ನನ್ನ ಜೀವನೋಪಾಯಕ್ಕೆ ದಾರಿಯನ್ನು ಕಂಡುಕೊಂಡಿದ್ದೆ. ಕಾಲಚಕ್ರ ಉರುಳತೊಡಗಿತ್ತು.

"ಮನಸ್ಸಿನ ನಿಗ್ರಹ ದಿನೇ ದಿನೇ ನನಗೆ ಕಷ್ಟವಾಗತೊಡಗಿತ್ತು. ದೇಹ ಪುರುಷರ ಸ್ನೇಹಸಂಬಂಧವನ್ನು ಬಯಸತೊಡಗಿತ್ತು. ಇದೇ ಸಮಯದಲ್ಲಿ ಒಬ್ಬ ವ್ಯಕ್ತಿ ಆಗಾಗ ವೇಶ್ಯಾಗೃಹಕ್ಕೆ ಹೋಗಿಬರುತ್ತಿದ್ದುದು ನನ್ನ ಗಮನಕ್ಕೆ ಬಂದಿತು. ಆತ ನನಗೆ 'ತಾರಕಬಾಬು' ಹೆಸರಿನಲ್ಲಿ ಪರಿಚಿತನಾದ. ನಾಲ್ಕೈದು ವೇಶ್ಯೆಯರು ಆತನಿಗೆ ತುಂಬಾ ಪರಿಚಿತರಾಗಿದ್ದರು. ಆತ ನನಗೂ ಸ್ವಲ್ಪ ಮಟ್ಟಿಗೆ ಆತ್ಮೀಯನಾದ. ನಾನು ಗಮನಿಸಿದ್ದೇನೆ, ಆತ ಯಾವುದೇ ಕೆಟ್ಟ ಉದ್ದೇಶದಿಂದ ವೇಶ್ಯಾಗೃಹಕ್ಕೆ ಹೋಗುತ್ತಿರಲಿಲ್ಲ. ಆತ 'ನಾರಿ ರಕ್ಷಾ ಸಮಿತಿ'ಯ ಕಾರ್ಯಕರ್ತನೋ ಅಥವಾ ಪೊಲೀಸ್ ಗೂಢಚಾರನೋ ಎನ್ನುವುದು ನನಗೆ ತಿಳಿಯಲಿಲ್ಲ. ಆತ ಒಮ್ಮೆ ನನಗೆ ಹೇಳಿದ್ದ, 'ಇತ್ತೀಚಿನ ದಿನಗಳಲ್ಲಿ ಹಲವರು ಗೌರವಾನ್ವಿತ ಕುಟುಂಬಗಳಿಂದ ಹೆಣ್ಣುಮಕ್ಕಳನ್ನು, ಹೆಂಗಸರನ್ನು ಅಪಹರಿಸಿ ಅಥವಾ ಪ್ರೇಮಿಸಿದ ರೀತಿಯಲ್ಲಿ ನಾಟಕವಾಡಿ ವೇಶ್ಯಾಗೃಹಕ್ಕೆ ತಂದು ಬಿಡುತ್ತಿದ್ದಾರೆ. ಕೆಲವು ಹುಡುಗಿಯರು ಸಮಾಜಕ್ಕೆ ಹೆದರಿ ತಮ್ಮ ಪ್ರೇಮಿಯ ಜೊತೆಯಲ್ಲಿ ವೇಶ್ಯೆಯರ ಮನೆಯಲ್ಲಿಯೇ ಉಳಿದುಕೊಳ್ಳುತ್ತಾರೆ. ಅಂತಿಮವಾಗಿ ಪ್ರೇಮಿಯು ಆಕೆಯ ಬಳಿಗೆ ಬರುವುದನ್ನು ಬಿಟ್ಟುಬಿಟ್ಟಾಗ ಅನಿವಾರ್ಯವಾಗಿ ಆಕೆ ವೇಶ್ಯಾವೃತ್ತಿಯನ್ನು ಅವಲಂಬಿಸುತ್ತಾಳೆ. ಇಂತಹ ವಿಷಯಗಳನ್ನು ಸಂಗ್ರಹ ಮಾಡುವುದಕ್ಕಾಗಿಯೇ ನಾನು ವೇಶ್ಯೆಯರ ಮನೆಗೆ ಆಗಾಗ ಭೇಟಿ ಕೊಡುತ್ತಿರುತ್ತೇನೆ.' ಆತನ ಪರಿಚಯವಾದ ನಂತರ ನಾನೂ ಆತನಿಗೆ ಈ ವಿಷಯದಲ್ಲಿ ನನ್ನಿಂದ ಸಾಧ್ಯವಾದಷ್ಟು ಸಹಾಯವನ್ನು ಮಾಡತೊಡಗಿದೆ. ನಾನೂ ವೇಶ್ಯೆಯರ ಬೀದಿಯಲ್ಲಿ ಒಂದು ಮನೆ ಮಾಡಿಕೊಂಡು ವಾಸಿಸತೊಡಗಿದೆ. ಈ ವಿಷಯದಲ್ಲಿ ಆತ ನನಗೆ ಸಹಾಯವನ್ನು ಮಾಡಿದ.

"ಅದೊಂದು ದಿನ ತಾರಕಬಾಬು ನನಗೆ ಹೇಳಿದ, 'ನೀನು ವಾಸಿಸುತ್ತಿರುವ ಮನೆಯ ಎದುರಿನಲ್ಲಿರುವ ಕಟ್ಟಡದ ಎಲ್ಲಾ ಮನೆಗಳನ್ನೂ ಬಾಡಿಗೆಗೆ ಪಡೆದುಕೊಂಡಿರುವ ಯುವತಿಯ ಬಗ್ಗೆ ನನಗೆ ಸ್ವಲ್ಪ ಮಾಹಿತಿ ಬೇಕಾಗಿದೆ. ಆಕೆಯ ಮೇಲೆ ರಹಸ್ಯವಾಗಿ ಒಂದು ಗಮನವನ್ನು ಇಟ್ಟಿರು. ಆಕೆಯನ್ನು ಕುರಿತಾಗಿ ಸಾಧ್ಯವಾದಷ್ಟು ವಿಷಯಗಳನ್ನು ಸಂಗ್ರಹ ಮಾಡು.' ಮಾರನೆಯ ದಿನದಿಂದಲೇ ನಾನು ಆ ಮನೆಗೆ ಹೋಗಿಬರತೊಡಗಿದೆ. ಆ ಯುವತಿಯನ್ನು ಪರಿಚಯ ಮಾಡಿಕೊಂಡೆ. ಪ್ರತಿ ದಿನವೂ ಆಕೆಯೊಂದಿಗೆ ಹೆಚ್ಚಿನ ಸಮಯವನ್ನು ಕಳೆಯತೊಡಗಿದೆ. ಆಕೆ ತನ್ನನ್ನು ಕುರಿತಾದ ಕೆಲವು ವಿಷಯಗಳನ್ನು ನನ್ನೊಂದಿಗೆ ಹಂಚಿಕೊಂಡಳು. ಸಾಧ್ಯವಾದಷ್ಟು ಗರಿಷ್ಠ ಮಾಹಿತಿಗಳನ್ನು ನಾನು ಆಕೆಯಿಂದ ಸಂಗ್ರಹಿಸತೊಡಗಿದೆ.

"ಕೆಲವು ದಿನಗಳ ನಂತರ ತಾರಕಬಾಬು ನನ್ನ ಮನೆಗೆ ಬಂದ. ಎದುರುಗಡೆ ಮನೆಯಲ್ಲಿ ವಾಸವಾಗಿದ್ದ ಯುವತಿಯ ಬಗ್ಗೆ ನಾನು ಸಂಗ್ರಹಿಸಿದ ಕೆಲವು ಮಾಹಿತಿಗಳನ್ನು ಆತನೊಂದಿಗೆ ಹಂಚಿಕೊಂಡೆ. 'ಆಕೆ ಒಬ್ಬಳು ಬ್ರಾಹ್ಮಣ ಕುಲದ ಯುವತಿ. ಆಕೆಯ ಹೆಸರು ಸುರುಚಿಬಾಲಾ. ಆಕೆಯ ತಂದೆ ಒಬ್ಬ ನಿವೃತ್ತ ಇಂಜಿನಿಯರ್. ಪ್ರಸ್ತುತ ಅವರು ಕಾಶಿಯಲ್ಲಿ ವಾಸವಾಗಿದ್ದಾರೆ. ಹೂಗ್ಲಿ ತಾಲ್ಲೂಕಿನ ಯಾವುದೋ ಒಬ್ಬ ಬ್ರಾಹ್ಮಣ ಯುವಕನ ಜೊತೆಯಲ್ಲಿ ಸುರುಚಿಬಾಲಾಳ

ವಿವಾಹವಾಯಿತು. ಆಕೆ ಹೇಳುವ ಪ್ರಕಾರ ಆಕೆಯ ಗಂಡನಿಗೆ ಅದಕ್ಕಿಂತಲೂ ಮೊದಲೇ ವಿವಾಹವಾಗಿತ್ತು. ಗಂಡನ ಮನೆಯಲ್ಲಿ ವಾಸಿಸುವ ಅವಕಾಶ ಹಾಗೂ ಅದೃಷ್ಟ ಆಕೆಗೆ ಲಭ್ಯವಾಗಲಿಲ್ಲ. ಆಕೆ ತನ್ನ ತಂದೆಯವರ ಜೊತೆಯಲ್ಲಿ ಕಾಶಿಯಲ್ಲಿ ಉಳಿದುಕೊಂಡಳು. ಕಥೆ, ಕಾದಂಬರಿಗಳನ್ನು ಓದುವುದು ಹಾಗೂ ನಾಟಕಗಳನ್ನು ನೋಡುವುದು ಆಕೆಗೆ ಬಾಲ್ಯದಿಂದಲೂ ತುಂಬಾ ಇಷ್ಟವಾದ ಹವ್ಯಾಸವಾಗಿತ್ತು. ಕಾಲಕ್ರಮೇಣ ಆಕೆ ಹಠಮಾರಿ ಸ್ವಭಾವವನ್ನು ರೂಢಿಸಿಕೊಂಡಳು. ತಂದೆ–ತಾಯಿ ಹೇಳಿದ ಮಾತುಗಳನ್ನು ಆಕೆ ಕೇಳುತ್ತಲೇ ಇರಲಿಲ್ಲ. ಅನೇಕ ಸಂದರ್ಭಗಳಲ್ಲಿ ಆಕೆ ಅವರ ಇಷ್ಟಕ್ಕೆ ವಿರುದ್ಧವಾಗಿಯೇ ನಡೆದುಕೊಳ್ಳುತ್ತಿದ್ದಳು. ಕಾಶಿಯಲ್ಲಿ ದುಶ್ಚಟಗಳನ್ನು ಅಂಟಿಸಿಕೊಂಡಿದ್ದ ಯುವಕರಿಗೇನೂ ಕೊರತೆ ಇರಲಿಲ್ಲ. ಸಕಲ ಹವ್ಯಾಸಗಳೂ ಇದ್ದ ಯುವಕನೊಬ್ಬನನ್ನು ಸುರುಚಿಬಾಲಾ ಪ್ರೀತಿಸಿದಳು. ಒಂದಿಷ್ಟು ದಿನ ಅವರಿಬ್ಬರ ಪ್ರೇಮವ್ಯವಹಾರ ರಹಸ್ಯವಾಗಿಯೇ ನಡೆಯಿತು. ಕೊನೆಗೊಂದು ದಿನ ಆಕೆ ತನ್ನ ಪ್ರಿಯಕರನೊಂದಿಗೆ ಕಲ್ಕತ್ತಾಕ್ಕೆ ಓಡಿಬಂದಳು. ಇಲ್ಲಿಗೆ ಬಂದ ನಂತರ ಆಕೆಯ ಪ್ರಿಯಕರನ ವರ್ತನೆ ಬದಲಾಯಿತು. ತನ್ನ ಸ್ನೇಹಿತರೊಂದಿಗೂ ಹಾಸಿಗೆ ಹಂಚಿಕೊಳ್ಳುವಂತೆ ಆತ ಆಕೆಯನ್ನು ಒತ್ತಾಯಿಸಿದ. ಆತ ಹೇಳಿದಂತೆಯೇ ಕೇಳುವುದು ಆಕೆಗೆ ಅನಿವಾರ್ಯವಾಯಿತು. ಕೊನೆಗೊಂದು ದಿನ ಆಕೆಯ ಪ್ರಿಯಕರ ಅಲ್ಲಿಂದ ಪಲಾಯನ ಮಾಡಿದ. ಸಂಕಷ್ಟಕ್ಕೆ ಸಿಲುಕಿಕೊಂಡಳು ಸುರುಚಿಬಾಲಾ. ಅಂತಹ ಪರಿಸ್ಥಿತಿಯಲ್ಲಿ ಪೊಲೀಸರು ಆಕೆಯನ್ನು ತಮ್ಮ ವಶಕ್ಕೆ ಪಡೆದುಕೊಂಡು ನ್ಯಾಯಾಲಯಕ್ಕೆ ಹಾಜರುಪಡಿಸಿದರು. ಅದೇ ಸಂದರ್ಭದಲ್ಲಿ 'ನಾರಿ ರಕ್ಷಾ ಸಮಿತಿ'ಯ ಮುಖಂಡ ಶ್ರೀಯುತ ಮಹೇಶಚಂದ್ರ ಆತರ್ಥಿಯವರು ಬೇರೆ ಯಾವುದೋ ಕಾರ್ಯದ ನಿಮಿತ್ತ ಅಲ್ಲಿಗೆ ಬಂದಿದ್ದರು. ಪ್ರಕರಣದ ವಿಚಾರಣೆ ನಡೆಸುತ್ತಿದ್ದ ನ್ಯಾಯಾಧೀಶರಿಗೆ ಮಹೇಶಚಂದ್ರರ ಪರಿಚಯವಿತ್ತು. ಅವರು ಒಂದು ಸಲಹೆ ನೀಡಿದರು, 'ಮಹೇಶಬಾಬು, ಈಕೆ ತುಂಬಾ ಸಂಕಷ್ಟದಲ್ಲಿ ಸಿಲುಕಿಕೊಂಡಿದ್ದಾಳೆ. ಈಕೆಯನ್ನು ನೀವೇ ಕರೆದುಕೊಂಡು ಹೋಗಿ, ಈಕೆಯ ಬದುಕಿಗೆ ಒಂದು ದಾರಿ ತೋರಿಸಿ. ನಿಮ್ಮ 'ನಾರಿ ರಕ್ಷಾ ಸಮಿತಿ'ಯ ಕಡೆಯಿಂದ ಇವಳ ಬದುಕು ಹಸನಾಗಲಿ.'

"ನ್ಯಾಯಾಧೀಶರ ಸಲಹೆಯ ಪ್ರಕಾರ ಮಹೇಶಚಂದ್ರರು ಸುರುಚಿಬಾಲಾಳನ್ನು ತಮ್ಮ ಜೊತೆಯಲ್ಲಿ ಕರೆದುಕೊಂಡು ಬಂದರು. ಮುಂದಿನ ಮೂರ್ನಾಲ್ಕು ದಿನಗಳಲ್ಲಿಯೇ ಕೃಷ್ಣಕುಮಾರ ಮಿತ್ರರು ಆಕೆಯ ಜವಾಬ್ದಾರಿಯನ್ನು ವಹಿಸಿಕೊಂಡರು; ತಮ್ಮ ಮನೆಯಲ್ಲಿಯೇ ಆಕೆಗೆ ಆಶ್ರಯವನ್ನು ನೀಡಿದರು. ಅವರು ತಂದೆಯ ಪ್ರೀತಿಯನ್ನು ತೋರಿಸುತ್ತ ಆಕೆಯನ್ನು ಉತ್ತಮ ಮಾರ್ಗದಲ್ಲಿ ಕರೆದೊಯ್ಯುವ ಪ್ರಯತ್ನವನ್ನು ಮಾಡತೊಡಗಿದರು. ಆದರೆ ಉದಾರ ಮನಸ್ಸಿನ, ವಿಶಾಲ ಮನೋಭಾವದ ಈ ಮಹಾನ್ ವ್ಯಕ್ತಿಯನ್ನು ಸುರುಚಿಬಾಲಾ ಅರ್ಥಮಾಡಿಕೊಳ್ಳಲಿಲ್ಲ. ಅದೇ ಸಮಯದಲ್ಲಿ ಕೆಟ್ಟ ಹವ್ಯಾಸಗಳ ದಾಸರಾಗಿದ್ದ ಕೆಲವರು ಆಕೆಗೆ ಪರಿಚಯವಾದರು. ಆಕೆ ಬಯಸುತ್ತಿದ್ದುದೂ ಅದನ್ನೇ ಆಗಿತ್ತು. ಮತ್ತೆ ಆಕೆ ಕೆಟ್ಟ ಮಾರ್ಗವನ್ನೇ ಆಯ್ಕೆ

ಮಾಡಿಕೊಂಡಿದ್ದಳು. ಆಕೆಗೆ ಶ್ರೀಮಂತ ಪಾರ್ಸಿ ಯುವಕನೊಬ್ಬನ ಪರಿಚಯವಾಯಿತು. ಆತನೊಂದಿಗೆ ಆಕೆ ನಿಕಟ ಸಂಬಂಧವನ್ನು ಬೆಳೆಸಿದಳು. ಅವಳ ಜೀವನ ಶೈಲಿಯೇ ಬದಲಾಗಿಹೋಯಿತು. ಈಗ ಆಕೆ ಆತನ ಹೆಂಡತಿಯ ರೀತಿಯಲ್ಲಿ ದರ್ಪದಿಂದಲೇ ಜೀವಿಸತೊಡಗಿದಳು. ಕೂದಲನ್ನು ಬಾಬ್ ಕಟ್ ಮಾಡಿಸಿಕೊಂಡಳು; ಚಿಕ್ಕದಾದ ಸ್ಕರ್ಟ್ ಹಾಕಿಕೊಳ್ಳತೊಡಗಿದಳು; ತೋಳಿಲ್ಲದ ಬಣ್ಣಬಣ್ಣದ ರವಿಕೆಯನ್ನು ಧರಿಸತೊಡಗಿದಳು; ಹಿಂದಿ ಹಾಗೂ ಇಂಗ್ಲಿಷ್ ಕಲಿಯತೊಡಗಿದಳು; ಈಗ ಅವಳು ಬ್ರಿಟೀಷ್ ಯುವತಿಯಂತೆ ಕಾಣಿಸುತ್ತಿದ್ದಳು... ಸಂಪೂರ್ಣ ಆಧುನಿಕ ಕಾಲದ ಹುಡುಗಿ!'

"ನಾನು ಹೇಳುತ್ತಿದ್ದುದೆಲ್ಲವನ್ನೂ ಅತ್ಯಂತ ಕುತೂಹಲದಿಂದ ಕೇಳಿಸಿಕೊಳ್ಳುತ್ತಿದ್ದ ತಾರಕಬಾಬು ಪ್ರಶ್ನಿಸಿದ್ದ, 'ಅದೆಲ್ಲಾ ಸರಿ... ಕೃಷ್ಣಕುಮಾರ ಮಿತ್ರರ ಮನೆಯಿಂದ ಸುರುಚಿಬಾಲಾ ತಪ್ಪಿಸಿಕೊಂಡಿದ್ದು ಹೇಗೆ? ಈ ವಿಷಯ ನನಗೆ ಅರ್ಥವಾಗುತ್ತಿಲ್ಲ... ಸ್ವಲ್ಪ ಹೇಳಬಹುದಾ?"

ನಾನು ಆತನಿಗೆ ಹೇಳಿದೆ, "ಇಲ್ಲ... ನನ್ನ ಬಳಿ ಆಕೆ ಈ ವಿಷಯದ ಬಗ್ಗೆ ಏನನ್ನೂ ಹೇಳಲಿಲ್ಲ."

"ತಾರಕಬಾಬು ತನ್ನ ಮಾತನ್ನು ಮುಂದುವರಿಸಿದ, 'ಕೃಷ್ಣಕುಮಾರ ಮಿತ್ರರ ಅಳಿಯ ಶಚೀನ್‌ರವರ ಚಿನ್ನದ ಕೈಗಡಿಯಾರವನ್ನು ಆಕೆ ಕದ್ದಿದ್ದಾಳೆ. ಇದಕ್ಕೆ ಸಂಬಂಧಿಸಿದಂತೆ ಮೊಕದ್ದಮೆ ದಾಖಲಾಯಿತು. ಮಹೇಶಚಂದ್ರರು ಮತ್ತೆ ಆಕೆಯನ್ನು ನ್ಯಾಯಾಲಯದ ಕಟಕಟೆ ಹತ್ತಿಸಿದರು. ವಿಚಾರಣೆಯ ಸಂದರ್ಭದಲ್ಲಿ ಆಕೆ ತನಗೆ ವೇಶ್ಯಾವೃತ್ತಿಯನ್ನು ನಡೆಸುವುದಕ್ಕೆ ಅನುಮತಿಯನ್ನು ಕೇಳಿದಳು. ಅದಕ್ಕೆ ನ್ಯಾಯಾಧೀಶರು ಒಪ್ಪಿಗೆಯನ್ನು ಸೂಚಿಸಿದರು."

ಅದೊಂದು ದಿನ ನಾನು ಮತ್ತು ಉಷಾಬಾಲಾ ಮಾತುಕತೆಯಲ್ಲಿ ನಿರತರಾಗಿದ್ದ ಸಮಯದಲ್ಲಿಯೇ ಸುರುಚಿ ನಗುನಗುತ್ತಲೇ ನನ್ನ ಮನೆಯನ್ನು ಪ್ರವೇಶಿಸಿದಳು. ಆಕೆಯ ಕೈಯಲ್ಲಿ ನಾನಾ ಪ್ರಕಾರದ ಹೂವು, ಹಣ್ಣು, ಬಿಸ್ಕತ್ತು, ಕೇಕ್ ಇತ್ಯಾದಿ ವಸ್ತುಗಳು ಕಾಣಿಸಿದವು. ಕುಳಿತುಕೊಳ್ಳುವಂತೆ ನಾನು ಆಕೆಗೆ ಸೂಚಿಸಿದೆ. ಆದರೆ ಆಕೆ ನಿಂತುಕೊಂಡೇ ಹೇಳತೊಡಗಿದಳು, "ಅಕ್ಕಾ, ನಾನು ಇಂದು ಹಗ್ ಸಾಹೇಬರ ಮಾರುಕಟ್ಟೆಗೆ ಹೋಗಿದ್ದೆ. ಅಲ್ಲಿಂದಲೇ ಇವೆಲ್ಲವನ್ನೂ ಖರೀದಿಸಿಕೊಂಡು ಬಂದೆ. ನಾಳೆ ಬೆಳಿಗ್ಗೆ ನೀವೆಲ್ಲರೂ ಚಹಾ ಕುಡಿಯುವುದಕ್ಕೆ ನಮ್ಮ ಮನೆಗೇ ಬಂದುಬಿಡಿ. ಒಂದು ಒಳ್ಳೆಯ ಸುದ್ದಿಯಿದೆ. ಈ ದಿನ ಮಹೇಶಚಂದ್ರ ಆತರ್ಥಿಯವರನ್ನು ಭೇಟಿಯಾದೆ. ತಮ್ಮ ಮನೆಗೆ ಬರುವುದಕ್ಕೆ ಹೇಳಿದ್ದಾರೆ. ಕಾರಣವೇನೋ ಗೊತ್ತಿಲ್ಲ. ನಾನು ಹೋಗುತ್ತಿದ್ದೇನೆ."

ಸುರುಚಿಯ ಬಗ್ಗೆ ತಾರಕಬಾಬು ಉಷಾಬಾಲಾಳ ಬಳಿಯಲ್ಲಿ ಏನೇನು ಹೇಳಿದ್ದನೋ ಏನೋ! ನಾನಂತೂ ಆತನ ಮಾತುಗಳನ್ನು ಕೇಳಿಸಿಕೊಂಡಿಲ್ಲ. ಆದರೆ ಒಂದು ವಿಷಯವಂತೂ ನನಗೆ ಸ್ಪಷ್ಟವಾಗಿ ಅರ್ಥವಾಗಿದೆ. ಅದೇನೆಂದರೆ,

ಸುರುಚಿ ಮತ್ತು ಉಷಾ ಇಬ್ಬರೂ ನನ್ನ ರೀತಿಯಲ್ಲಿಯೇ ದುರದೃಷ್ಟವಂತೆಯರು. ಯೌವನದ ಹೊಸ್ತಿಲಿನಲ್ಲಿ ನಿಂತಿದ್ದಾಗ ಯಾರೋ ತೋರಿಸಿದ ಆಮಿಷಕ್ಕೆ ಬಲಿಯಾಗಿ ಆತ್ಮಸಂಯಮವನ್ನು ಕಳೆದುಕೊಂಡು ಜೀವನದಲ್ಲಿ ಅಡ್ಡದಾರಿ ಹಿಡಿದಿದ್ದೆವು. ವಿಶಾಲ ಸಮುದ್ರದ ಮಧ್ಯಭಾಗದಲ್ಲಿ ದಿಕ್ಕೇ ತೋಚದೆ ನಿಂತ ನಾವಿಕನ ಸ್ಥಿತಿ ನಮ್ಮದಾಗಿತ್ತು. ದುರ್ಮಾರ್ಗದಲ್ಲಿ ಸಂಚರಿಸುತ್ತಿದ್ದ ಸಮಯದಲ್ಲಿಯೂ ನನಗೆ ಹಾಗೂ ನನ್ನಂಥವರಿಗೆ ಸನ್ಮಾರ್ಗದಲ್ಲಿ ನಡೆಯುವುದಕ್ಕೆ ಪೂರಕವಾದ ಅವಕಾಶಗಳು ಆಗಾಗ ಸಿಗುತ್ತಿದ್ದವು. ಆದರೆ ನಮಗೆ ಆ ಸಮಯದಲ್ಲಿ 'ಸನ್ಮಾರ್ಗ' ಬೇಡವಾಗಿರುತ್ತಿತ್ತು. ನಾವೇ ಅಂತಹ ಸದವಕಾಶಗಳನ್ನು ಕೈಚೆಲ್ಲಿಬಿಡುತ್ತಿದ್ದೆವು. ಯೌವನದ ಆಸೆ-ಆಕಾಂಕ್ಷೆಗಳಿಗೆ, ದೈಹಿಕ ವಾಂಛೆಗಳಿಗೆ ಬಲಿಯಾಗುವ ಮನಸ್ಸನ್ನು ನಿಯಂತ್ರಿಸುವ ಶಕ್ತಿಯನ್ನೇ ನಾವು ಕಳೆದುಕೊಂಡಿದ್ದೆವು. ಕೆಲವೇ ವರ್ಷಗಳಲ್ಲಿ ನಾವು ದುಃಖವನ್ನು ಅನುಭವಿಸಬೇಕಾಗುತ್ತದೆ ಎನ್ನುವ ಕಲ್ಪನೆಯೂ ನಮಗೆ ಆ ಸಮಯದಲ್ಲಿ ಇರಲಿಲ್ಲ. ಅದನ್ನೇ ಅಲ್ಲವೇ 'ಕರ್ಮಫಲ' ಎನ್ನುವುದು! 'ನಾವು ಮಾಡಿದ ಪಾಪಕ್ಕೆ ಪ್ರಾಯಶ್ಚಿತ್ತ ಆಗಲೇಬೇಕಲ್ಲವೇ?'

●

ಹೊಸ ಹಾದಿಯಲ್ಲಿ...

ಸೋನಾಗಾಛಿಗೆ ಬಂದ ನಂತರ ನನ್ನ 'ದುಡಿಮೆ' ತುಂಬಾ ಕಡಿಮೆಯಾಯಿತು. ವಿವಿಧ ರೀತಿಯ ರೋಗಗಳು ದಾಳಿ ಮಾಡಿದ ಕಾರಣದಿಂದಾಗಿ ದೇಹವು ಕೃಶ ಮತ್ತು ದುರ್ಬಲವಾಗತೊಡಗಿತ್ತು. ಮನೆಯ ಬಾಡಿಗೆ, ಅಡುಗೆ ಮಾಡುವವನು ಹಾಗೂ ಚಾಕರನ ಸಂಬಳ, ಔಷಧಿ ಮುಂತಾದವುಗಳಿಗಾಗಿ ಪ್ರತಿ ತಿಂಗಳೂ ನನಗೆ ತುಂಬಾ ಹಣ ಬೇಕಾಗುತ್ತಿತ್ತು. ಪೂಜೆ-ಪುನಸ್ಕಾರಗಳಿಗಾಗಿಯೂ ಒಂದಿಷ್ಟು ಹಣವನ್ನು ಖರ್ಚು ಮಾಡುತ್ತಿದ್ದೆ. ಅದರಲ್ಲೂ ವಿಶೇಷವಾಗಿ, ಸರಸ್ವತಿ ಪೂಜೆಯನ್ನು ನಾನು ಯಾವತ್ತೂ ನಿಲ್ಲಿಸಿರಲಿಲ್ಲ.

ಒಬ್ಬರು ವಕೀಲರು ಮತ್ತು ಒಬ್ಬರು ಬ್ಯಾರಿಸ್ಟರ್ ನನ್ನ ಮನೆಗೆ ಬಂದುಹೋಗುತ್ತಿದ್ದರು. ಕಾನೂನು ವ್ಯವಹಾರಗಳಲ್ಲಿ ಅವರಿಬ್ಬರೂ ಪರಸ್ಪರ ಎಷ್ಟು ಸಹಕಾರಿಗಳೋ ನನ್ನ ವಿಷಯದಲ್ಲಿಯೂ ಅಷ್ಟೇ 'ಹೊಂದಾಣಿಕಾ' ಮನೋಭಾವವನ್ನು ಪ್ರದರ್ಶಿಸುತ್ತಿದ್ದರು. ವೇಶ್ಯಾವೃತ್ತಿಯಲ್ಲಿ ತೊಡಗಿಕೊಂಡಿರುವ ಮಹಿಳೆಯರಲ್ಲಿ ಬಳಕೆಯಲ್ಲಿರುವ ಒಂದು ಅಲಿಖಿತ ಒಪ್ಪಂದ ಅಥವಾ ನಿಯಮದ ಬಗ್ಗೆ ನಾನು ಇಲ್ಲಿ ಉಲ್ಲೇಖಿಸುವುದು ತುಂಬಾ ಅಗತ್ಯ. ನಮ್ಮ 'ಬಾಬು'ಗಳ ಜೊತೆಯಲ್ಲಿ ಅವರ ಸ್ನೇಹಿತರು ಅಥವಾ ಪರಿಚಿತರು ಬಂದಾಗ ಅವರೊಂದಿಗೆ ಕೆಟ್ಟದಾಗಿ ನಡೆದುಕೊಳ್ಳುವುದು, ಅವರನ್ನು ಹಾಸಿಗೆಗೆ ಕರೆಯುವುದು, ಕಾಮದ ಭಾವನೆಯಿಂದ ನೋಡುವುದು ಇತ್ಯಾದಿಗಳೆಲ್ಲವೂ ವೇಶ್ಯೆಯರಿಗೆ ನಿಷಿದ್ಧವಾಗಿದೆ. ಒಂದು ವೇಳೆ ಆ ರೀತಿ ಯಾವುದಾದರೂ ವೇಶ್ಯೆ ನಡೆದುಕೊಂಡರೆ ನಮ್ಮ ವೇಶ್ಯಾ ಸಮಾಜವು ಆಕೆಯನ್ನು ದೂಷಿಸುತ್ತದೆ ಮತ್ತು ಪ್ರತ್ಯೇಕವಾಗಿ ನೋಡುತ್ತದೆ. ಪರಿಸ್ಥಿತಿ ಹೀಗಿದ್ದರೂ ಕೆಲವು ದುರಾಸೆಯ ವೇಶ್ಯೆಯರು ತಮ್ಮ 'ಬಾಬು'ವಿನ ಸ್ನೇಹಿತರೊಂದಿಗೆ ರಹಸ್ಯವಾಗಿ ಸಂಬಂಧವನ್ನು ಇಟ್ಟುಕೊಂಡಿರುತ್ತಾರೆ. ಅಂಥವರನ್ನು ನಮ್ಮ ವೇಶ್ಯಾ ಸಮಾಜ ಯಾವತ್ತೂ ಮೆಚ್ಚಿಕೊಳ್ಳುವುದಿಲ್ಲ. ಒಂದು ವೇಳೆ ತಾನು ಸಂಬಂಧವಿರಿಸಿಕೊಂಡಿರುವ ವೇಶ್ಯೆಯೊಂದಿಗೆ ತನ್ನ ಗೆಳೆಯರು ಲೈಂಗಿಕ ಸಂಪರ್ಕ ಹೊಂದಿರುವುದು ತಿಳಿದರೆ ಆ 'ಗಣ್ಯ ವ್ಯಕ್ತಿ'ಯೂ ಅಂತಹ ಸ್ನೇಹಿತರೊಂದಿಗೆ

ಜಗಳವಾಡುತ್ತಾನೆ; ಅನೇಕ ಸಂದರ್ಭಗಳಲ್ಲಿ ಅಂತಹ ಸ್ನೇಹಿತರ ನಡುವೆ ಮಾರಾಮಾರಿಯೂ ನಡೆದುಹೋಗುತ್ತದೆ; ಅವರು ಪರಸ್ಪರ ಸಂಬಂಧವನ್ನು ಕಡಿದುಕೊಳ್ಳುತ್ತಾರೆ; ಕೆಲವೊಮ್ಮೆ ಇದೇ ವಿಷಯಕ್ಕಾಗಿ ಕೊಲೆಗಳು ನಡೆದುಹೋಗಿರುವ ಉದಾಹರಣೆಗಳೂ ಇವೆ! ಸ್ನೇಹಿತರು ಒಬ್ಬಳೇ ವೇಶ್ಯೆಯೊಂದಿಗೆ ಸಂಬಂಧವನ್ನು ಹೊಂದಿರುವುದು ತುಂಬಾ ಅಪರೂಪ ಎನ್ನುವುದು ಇಲ್ಲಿ ಉಲ್ಲೇಖನೀಯ.

ನಾನು ಈ ಅಲಿಖಿತ ನಿಯಮವನ್ನು ಮೀರಿ ಇಬ್ಬರು ಆತ್ಮೀಯ ಸ್ನೇಹಿತರೊಂದಿಗೆ 'ಗೆಳೆತನ' ಹೊಂದಿದ್ದೆ. ಒಂದೇ ವೃತ್ತಿಯಲ್ಲಿದ್ದ ಅವರಿಬ್ಬರನ್ನೂ 'ಪ್ರಣಯಿ'ಗಳ ರೂಪದಲ್ಲಿ ಸ್ವೀಕರಿಸಿದ್ದೆ. ಈ ಬಗ್ಗೆ ಅವರಿಗೆ ಸ್ವಲ್ಪವೂ ಬೇಸರವಿರಲಿಲ್ಲ. ಒಂದೇ ಹಣ್ಣನ್ನು ಹಂಚಿಕೊಂಡು ತಿನ್ನುವ ಸ್ನೇಹಿತರಂತೆಯೇ ಅವರಿದ್ದರು; ಇಬ್ಬರೂ ನನ್ನನ್ನು 'ಹಂಚಿ'ಕೊಂಡಿದ್ದರು.

ಇದೇ ವಿಷಯಕ್ಕಾಗಿ ಅನೇಕ ವೇಶ್ಯೆಯರು ನನ್ನನ್ನು ನಿಂದಿಸುತ್ತಿದ್ದರು. ಆದರೆ ನಾನು ಯೋಚಿಸುತ್ತಿದ್ದ ರೀತಿಯೇ ಬೇರೆಯಾಗಿತ್ತು. 'ಸಮುದ್ರದ ಮೇಲೆ ಮಲಗಿದವನಿಗೆ ಚಂದ್ರಬಿಂಬದ ಭಯವೇಕೆ?' 'ವೇಶ್ಯೆ' ಎನ್ನುವ ಹಣೆಪಟ್ಟಿಯನ್ನು ಕಟ್ಟಿಕೊಂಡ ಮೇಲೆ 'ಕಳಂಕ'ದ ಬಗ್ಗೆ ಚಿಂತಿಸುವುದು ಎಷ್ಟರ ಮಟ್ಟಿಗೆ ಸರಿ? 'ಬಲಿದಾನ' ನಾಟಕದ ಒಂದು ಗೀತೆ ನನ್ನ ಮನಸ್ಸಿನೊಳಗೆ ಆಗಾಗ ಪ್ರತ್ಯಕ್ಷವಾಗುತ್ತಲೇ ಇರುತ್ತದೆ.

'ಕಳಂಕವೇ ಆಕೆಗೆ ಮುಕುಟ ಮಣಿ
ಕಾಮದಾಟಕ್ಕೆ ಗುಟ್ಟಾಗಿ ಆಗುವುದೇಕೆ ಅಣಿ?'

ನೀರಿನಲ್ಲಿ ಮುಳುಗಿದ ಮೇಲೆ ಮಳೆಯೇನು, ಚಳಿಯೇನು! ನರಕದೊಳಕ್ಕೆ ಬಂದು ಬಿದ್ದಾಗಿದೆ. ಇನ್ನು ಜನರ ನಿಂದನೆಗಳ ಬಗ್ಗೆ ಚಿಂತಿಸುವುದರಿಂದ ಏನು ಪ್ರಯೋಜನ! ಆಡಿಕೊಳ್ಳುವವರ ಮಾತುಗಳಿಗೆ ಬೇಸರಿಸಿಕೊಳ್ಳುವುದೇಕೆ? ನಾನು ಮಾಡುತ್ತಿರುವುದು ಘನಂದಾರಿ ಉದ್ಯೋಗವೇನು? ನಾನು ಮಾಡುತ್ತಿರುವುದು ವೇಶ್ಯಾವೃತ್ತಿ; ನಾನೊಬ್ಬಳು ವೇಶ್ಯೆ ಅಷ್ಟೇ!

ಕಾಲಕ್ರಮೇಣ ಇದೇ ವಕೀಲ-ಬ್ಯಾರಿಸ್ಟರ್ 'ಬಾಬು'ಗಳಿಗೆ ಪರಿಚಿತರಾದ ಒಂದಿಬ್ಬರು ನನ್ನ ಮನೆಗೆ ಬಂದರು. ಅವರು ಸಮಾಜದಲ್ಲಿ ಉನ್ನತ ಸ್ಥಾನವನ್ನು ಪಡೆದುಕೊಂಡವರು. ಅವರು ನನ್ನ ಮನೆಗೆ ಬಂದಾಗ ಅವರನ್ನು ನಾನು ತುಂಬಾ ಚೆನ್ನಾಗಿ ನೋಡಿಕೊಳ್ಳುತ್ತಿದ್ದೆ. ಅವರೂ ನನಗೆ ಹೆಚ್ಚಿನ ಹಣವನ್ನು ಕೊಟ್ಟು ಹೋಗುತ್ತಿದ್ದರು. ಇದೇ ಸಮಯದಲ್ಲಿ ನನ್ನ ಮನಸ್ಸಿನಲ್ಲಿ ಹೊಸ ಯೋಚನೆಯೊಂದು ಮೂಡಿತು. ಕಲ್ಕತ್ತಾ ನಗರದ ಹಲವಾರು ಗಣ್ಯ ಹಾಗೂ ಶ್ರೀಮಂತ ವ್ಯಕ್ತಿಗಳ ಜೊತೆಯಲ್ಲಿ ನನ್ನ 'ಬಾಬು'ಗಳಾದ ವಕೀಲ-ಬ್ಯಾರಿಸ್ಟರ್ ಅತ್ಯಂತ ನಿಕಟ ಸಂಬಂಧವನ್ನು ಹೊಂದಿರುತ್ತಾರೆ ಎನ್ನುವುದು ನನಗೆ ಗೊತ್ತಿತ್ತು. ಹಾಗಾಗಿ ಅವರನ್ನು ಉಪಯೋಗಿಸಿಕೊಂಡು 'ಸಂಪಾದನೆ' ಮಾಡುವುದಕ್ಕೆ ನಾನು ತೀರ್ಮಾನಿಸಿದೆ. ಅವರಿಗೆ ಪರಿಚಿತರಾದ ಶ್ರೀಮಂತ ವ್ಯಕ್ತಿಗಳನ್ನು ಹೇಗಾದರೂ

ನನಗೆ ಪರಿಚಯಿಸುವಂತೆ ನಾನು ಅವರನ್ನು ಕೇಳಿಕೊಂಡೆ. ಅಂತಹ ಶ್ರೀಮಂತ ವ್ಯಕ್ತಿಗಳಿಂದ ಬರುವ 'ಆದಾಯ'ದಲ್ಲಿ ಅರ್ಧದಷ್ಟು ಪಾಲನ್ನು ಅವರಿಬ್ಬರಿಗೆ ನೀಡುವುದಾಗಿ ಹೇಳಿದೆ. ಅವರು ನನ್ನ 'ಕೋರಿಕೆ'ಯನ್ನು ಒಪ್ಪಿಕೊಂಡರು.

ಈಗ ನಾನು 'ಪಕ್ಕಾ ವೇಶ್ಯೆ'ಯೇ ಆಗಿಬಿಟ್ಟಿದ್ದೆ. ರಾಮಬಾಗಾನ್‌ನಲ್ಲಿ ನೆಲೆಸಿದ್ದ ಸಂದರ್ಭದಲ್ಲಿ 'ಕೆಳದರ್ಜೆ'ಯ ಕೆಲವು ವೇಶ್ಯೆಯರು ಬೀದಿ ಬದಿಯಲ್ಲಿ ನಿಂತುಕೊಂಡು ಒಂದಿಬ್ಬರು 'ಬಾಬು'ಗಳನ್ನು ಪುಸಲಾಯಿಸಿ ನನ್ನ ಮನೆಗೆ ಕರೆದುಕೊಂಡು ಬರುತ್ತಿದ್ದರು. ಅವರಿಗೆ ಸ್ಥಳಾವಕಾಶ ಮಾಡಿಕೊಟ್ಟಿದ್ದಕ್ಕಾಗಿ ತಮ್ಮ 'ಬೆವರಿನ ಸಂಪಾದನೆ'ಯಲ್ಲಿ ನನಗೂ ಸ್ವಲ್ಪ ಹಣವನ್ನು ಕೊಟ್ಟುಹೋಗುತ್ತಿದ್ದರು. ಟೆಗಾರ್ಟ್ 'ಮಹಾಶಯ' ಪೊಲೀಸ್ ಆಯುಕ್ತನಾಗಿ ಅಧಿಕಾರವನ್ನು ವಹಿಸಿಕೊಂಡ ನಂತರದಲ್ಲಿ ಈ 'ಸಂಪಾದನೆ'ಯೂ ನಿಂತುಹೋಯಿತು. ಕಲ್ಕತ್ತಾ ನಗರದಲ್ಲಿ ಯಾವ್ಯಾವ 'ಸಭ್ಯ' ವ್ಯಕ್ತಿಗಳು ವೇಶ್ಯೆಯರ 'ದಲ್ಲಾಳಿ'ಗಳ ಕಾರ್ಯವನ್ನು ನಿರ್ವಹಿಸುತ್ತಿದ್ದಾರೆ ಎನ್ನುವ ಸಂಗತಿ ನನಗೆ ಚೆನ್ನಾಗಿ ತಿಳಿದಿತ್ತು. ಅಂತಹ ದಲ್ಲಾಳಿಗಳ ಮೂಲಕ ಶ್ರೀಮಂತ ವ್ಯಕ್ತಿಗಳ ಜೊತೆಯಲ್ಲಿ ಸಂಬಂಧವನ್ನು ಬೆಳೆಸಿಕೊಂಡರೆ ಉತ್ತಮ ರೀತಿಯಲ್ಲಿ ಸಂಪಾದನೆ ಮಾಡಬಹುದು ಎಂದು ನನಗೆ ಅನೇಕ ವೇಶ್ಯೆಯರು 'ಸಲಹೆ' ಹಾಗೂ 'ಮಾರ್ಗದರ್ಶನ' ನೀಡಿದ್ದರು. ಆದರೆ ನನಗೆ ನಿರಂತರವಾಗಿ ಹಣವನ್ನು ನೀಡುತ್ತಿದ್ದ 'ಬಾಬು'ಗಳಿಗೆ ಅನ್ಯಾಯ ಮಾಡುವುದಕ್ಕೆ ನನ್ನ ಮನಸ್ಸು ಒಪ್ಪುತ್ತಿರಲಿಲ್ಲ. ನಾನು ಹೆಚ್ಚು ಹಣ ಮಾಡುವ ದುರಾಸೆಗೆ ಹೋಗಲಿಲ್ಲ. ನನ್ನ 'ಬಾಬು'ಗಳು ನೀಡುತ್ತಿದ್ದ ಹಣ ಹಾಗೂ 'ಸುಖ'ದಿಂದ ತೃಪ್ತಳಾಗಿದ್ದೆ. ಆದರೆ ಈಗ ನಾನು 'ಪಾಪ'ದ ಮಾರ್ಗದಲ್ಲಿ ತುಂಬಾ ದೂರ ಬಂದುಬಿಟ್ಟಿದ್ದೆ; ಒಂದು ರೀತಿಯಲ್ಲಿ ಅಂತಿಮ ಹಂತವನ್ನು ತಲುಪಿದ್ದೆ. ಈಗ ನನಗೆ ನಿಷ್ಠೆಗಿಂತ ಹಣವೇ ಮುಖ್ಯ ಎನ್ನಿಸತೊಡಗಿತ್ತು!

ನನ್ನ ವಕೀಲ ಹಾಗೂ ಬ್ಯಾರಿಸ್ಟರ್ 'ಬಾಬು'ಗಳು ನನಗೆ ಉತ್ತಮ 'ದಲ್ಲಾಳಿ'ಗಳೂ ಆಗಿದ್ದರು. ಈ ಕಾರ್ಯದಲ್ಲಿ ಅವರು ತಮ್ಮ ಚಾತುರ್ಯವನ್ನು, ಬುದ್ಧಿವಂತಿಕೆಯನ್ನು ತುಂಬಾ ಚೆನ್ನಾಗಿಯೇ ಪ್ರದರ್ಶಿಸುತ್ತಿದ್ದರು. ಕಾಲಕ್ರಮೇಣ ಅವರು ಕಲ್ಕತ್ತಾದ ಗಣ್ಯ ಹಾಗೂ ಶ್ರೀಮಂತ ವ್ಯಕ್ತಿಗಳನ್ನು ನನ್ನ ಮನೆಗೆ ಕರೆದುಕೊಂಡು ಬರತೊಡಗಿದರು. ಅವರ ಪೈಕಿ ಕೆಲವರು ಉನ್ನತ ವ್ಯಾಸಂಗ ಮಾಡಿದ್ದ ಜಮೀನುದಾರರ ಮಕ್ಕಳು; ಮತ್ತೆ ಕೆಲವರು ರಾಜಕೀಯ ಮುಖಂಡರು; ಇನ್ನು ಕೆಲವರು ಹೆಸರಾಂತ ವೈದ್ಯರು. ಈ ಪಟ್ಟಿಯಲ್ಲಿ ಇವರು ಮಾತ್ರವಲ್ಲ, ಸಮಾಜ ಸುಧಾರಕರು ಮತ್ತು ಶ್ರೇಷ್ಠ ಹಾಗೂ ಶ್ರೀಮಂತ ಉದ್ಯಮಿಗಳೂ ಇದ್ದರು. ಗಮನೀಯ ಸಂಗತಿಯೇನೆಂದರೆ ಇವರ ಪೈಕಿ ಬಹುತೇಕ ಜನರು ಮಧ್ಯವಯಸ್ಕರು ಅಥವಾ ವೃದ್ಧರು! ಬಂಗಾಳದ ಗಡಿಯಾಚೆಯಿಂದಲೂ ಹಲವರು ನನ್ನ ಬಳಿಗೆ ಬರತೊಡಗಿದರು.

ನಾಲ್ಕೈದು ತಿಂಗಳುಗಳು ಕಳೆಯುವಷ್ಟರಲ್ಲಿ ನಾನು ಒಂದಿಷ್ಟು ಹಣವನ್ನು ಸಂಪಾದನೆ ಮಾಡಿಕೊಂಡಿದ್ದೆ. ಈಗ ನಾನೂ 'ಶ್ರೀಮಂತೆ!' ನನ್ನ ವೃತ್ತಿಗೆ ನೆರವಾಗಿ ನಿಂತಿದ್ದ ಇಬ್ಬರೂ 'ದಲ್ಲಾಳಿ ಬಾಬು'ಗಳೂ ನನ್ನ ಬೆವರಿನ ಸೇವೆಯಿಂದ ಸಾಕಷ್ಟು 'ಗಳಿಕೆ'

ಮಾಡಿಕೊಂಡಿದ್ದರು. ಒಮ್ಮೊಮ್ಮೆ ನನ್ನ ಬಗ್ಗೆ ನಾನೇ ಯೋಚಿಸುತ್ತಿದ್ದೆ. 'ನಾನೆಂತಹ ಕ್ಷುದ್ರಜೀವಿ! ಹೀನ ಸ್ವಭಾವದವಳು! ಪ್ರತಿದಿನವೂ ಒಬ್ಬೊಬ್ಬ 'ಗಣ್ಯ' ವ್ಯಕ್ತಿಗಳೊಂದಿಗೆ ಪ್ರೇಮದ ನಾಟಕ; ದೇಹವನ್ನು ಅರ್ಪಿಸಿಕೊಳ್ಳುವ 'ಆಟ.' ನಾನು ಹೀಗೆಲ್ಲಾ ಮಾಡುತ್ತಿದ್ದುದರ ಏಕೈಕ ಉದ್ದೇಶ 'ಹಣ ಸಂಪಾದನೆ!' ಇವನ್ನೆಲ್ಲಾ ಯೋಚಿಸಿದಾಗ ನನ್ನ ಮನಸ್ಸು ಅಸಹ್ಯಭಾವದಿಂದ ಮುದುಡಿಹೋಗುತ್ತಿತ್ತು. ಕೆಲವೊಮ್ಮೆ ಕನ್ನಡಿಯ ಮುಂದೆ ನಿಂತು ಮುಖವನ್ನು ನೋಡಿಕೊಂಡಾಗ ಬೇಸರಗೊಳ್ಳುತ್ತಿದ್ದೆ. ಮೊದಲಿನ ಲಾವಣ್ಯವೂ ಇಲ್ಲ; ಮುಖದಲ್ಲಿ ಕಾಂತಿಯೂ ಇಲ್ಲ! ಕಳಾಹೀನ ವದನ! ತಕ್ಷಣವೇ ಕನ್ನಡಿಯಿಂದ ದೂರ ಸರಿಯುತ್ತಿದ್ದೆ.

●

ಬದಲಾಯಿತು ಹೆಸರು : ನಾನೀಗ ಮಿಸ್ ಮುಖರ್ಜಿ

ವಯೋವೃದ್ಧಿಗೆ ಅನುಗುಣವಾಗಿ ಸೋನಾಗಾಛಿಯಲ್ಲಿ ನನ್ನ 'ಗ್ರಾಹಕ' ಮಹಾನುಭಾವರ ಸಂಖ್ಯೆಯಲ್ಲಿ ಕುಸಿತ ಆರಂಭವಾಗಿತ್ತು. ಆದರೆ ಇಂತಹ ಕಷ್ಟದ ಪರಿಸ್ಥಿತಿಯಲ್ಲಿಯೂ ನನ್ನಿಬ್ಬರು ವಕೀಲ ಮತ್ತು ಬ್ಯಾರಿಸ್ಟರ್ 'ಬಾಬು'ಗಳು ನನ್ನ ಕೈಬಿಡಲಿಲ್ಲ. ಅವರ ಸಲಹೆಯ ಮೇರೆಗೆ ನಾನು ಸೋನಾಗಾಛಿಯನ್ನು ತೊರೆದು ಭವಾನಿಪುರಕ್ಕೆ ಬಂದು ನೂತನ ರೀತಿಯಲ್ಲಿ ಜೀವನ ನಡೆಸುವುದನ್ನು ಆರಂಭಿಸಿದೆ. ಮನಃಶಾಸ್ತ್ರಜ್ಞರು ಯಾವಾಗಲೂ ಹೇಳುತ್ತಿರುವ ಮತ್ತು ನಾನೂ ನನ್ನ ಇಷ್ಟು ದಿನಗಳ ಅನುಭವದಿಂದ ತಿಳಿದುಕೊಂಡಿರುವ ಬಹುದೊಡ್ಡ ಸತ್ಯವೇನೆಂದರೆ, ಈ ಜಗತ್ತಿನಲ್ಲಿ ಯಾವುದು ಸುಲಭ ಹಾಗೂ ಸಹಜವಾಗಿ ಸಿಗುತ್ತದೆಯೋ ಅದು ಸುಂದರವಾಗಿದ್ದರೂ ಮನಸ್ಸನ್ನು ಆಕರ್ಷಿಸುವುದಿಲ್ಲ; ಆದರೆ ಯಾವುದು ಸಿಗುವುದು ತುಂಬಾ ಕಷ್ಟವೋ, ಯಾವುದು ಕೈಗೆ ಎಟಕುವುದೇ ಇಲ್ಲವೋ ಅದು ಸದಾ ಆಸೆಯನ್ನು ಹುಟ್ಟಿಸುತ್ತಿರುತ್ತದೆ. ನಾನು ಭವಾನಿಪುರದಲ್ಲಿರುವ ಒಂದು ಸುಂದರವಾದ ಬಂಗಲೆಯಲ್ಲಿ ಬ್ಯಾರಿಸ್ಟರ್ ಸಾಹೇಬರ ನಾದಿನಿಯ ರೂಪದಲ್ಲಿ, 'ಮಿಸ್ ಮುಖರ್ಜಿ' ಹೆಸರಿನಲ್ಲಿ, ಸಾಮಾನ್ಯ ಜನರ ಕೈಗೆ ಸಿಗದ ರೀತಿಯಲ್ಲಿ ವಾಸಿಸುವ ಪ್ರಯತ್ನ ಮಾಡತೊಡಗಿದೆ. ಬಾಲ್ಯ ಹಾಗೂ ಕಿಶೋರಾವಸ್ಥೆಯಲ್ಲಿ ಕಲಿತಿದ್ದ ವಿದ್ಯೆ, ಅದಾದ ನಂತರ ಮಾನವ ಸಮಾಜದ ವಿವಿಧ ಸ್ತರಗಳ ಜನರ ಜೊತೆಯಲ್ಲಿ ಹಲವಾರು ರೀತಿಯಲ್ಲಿ ಬೆರೆತ ಅನುಭವದಿಂದ ಕಲಿತ ಪಾಠ ಮುಂತಾದವುಗಳು ನನ್ನನ್ನು ಪರಿಪಕ್ವ 'ಕಲಾವಿದೆ'ಯನ್ನಾಗಿ ಮಾಡಿದ್ದವು. ಮಿಸ್ ಮುಖರ್ಜಿಯ ರೂಪದಲ್ಲಿ ನಗುನಗುತ್ತ ಜೀವನವನ್ನು ಸಾಗಿಸುವುದು ನನಗೇನೂ ಕಷ್ಟದ ಕೆಲಸವಾಗಿರಲಿಲ್ಲ. ನನ್ನ ಮಾತು, ವರ್ತನೆ, ನಡೆಯುವ ಶೈಲಿ, ಹಾವ-ಭಾವ, ಅಲಂಕರಿಸಿಕೊಳ್ಳುವ ರೀತಿ ಇತ್ಯಾದಿಗಳನ್ನು ಸೂಕ್ಷ್ಮವಾಗಿ ಗಮನಿಸಿದರೂ ನಾನು ಒಬ್ಬಳು ಶ್ರೀಮಂತರ ಮನೆಯ ಹೆಣ್ಣಲ್ಲ ಎಂದು ಹೇಳುವುದು ಯಾರಿಂದಲೂ ಸಾಧ್ಯವಿರಲಿಲ್ಲ. ಜನರ ಸಮ್ಮುಖದಲ್ಲಿ ಅತ್ಯಂತ ಸಭ್ಯಳಾಗಿ ನಡೆದುಕೊಳ್ಳುತ್ತಿದ್ದೆ. ಸಾಯಂಕಾಲದ ಸಮಯದಲ್ಲಿ ಅಕ್ಕನ ಗಂಡ ಬ್ಯಾರಿಸ್ಟರ್ (ಜನರ ದೃಷ್ಟಿಯಲ್ಲಿ)

ಜೊತೆಯಲ್ಲಿ ಸಮೀಪದಲ್ಲಿರುವ ಉದ್ಯಾನವನಕ್ಕೆ ಹೋಗುತ್ತಿದ್ದೆ. ಅಲ್ಲಿನ ಬೆಂಚಿನ ಮೇಲೆ ಕುಳಿತುಕೊಂಡ ಸಮಯದಲ್ಲಿ ಸ್ವಲ್ಪ ದೂರದಲ್ಲಿರುವ ಯಾವುದಾದರೂ ಅಪರಿಚಿತ ವ್ಯಕ್ತಿಯ ಮೇಲೆ ದೃಷ್ಟಿಯನ್ನು ಹರಿಸುತ್ತಿದ್ದೆ. ಒಂದೇ ನೋಟದಲ್ಲಿಯೇ ಅವರನ್ನು ಪರಿಚಿತರನ್ನಾಗಿಸಿಕೊಳ್ಳುತ್ತಿದ್ದೆ. ಅವರನ್ನು ಮನೆಗೆ ಕರೆದುಕೊಂಡು ಬಂದು, ಅವರಿಗೆ ನಾನೇ ನನ್ನ ಕೈಯಾರೆ ಚಹಾವನ್ನು ತಯಾರಿಸಿ ಕೊಟ್ಟು ಇನ್ನಷ್ಟು ಹತ್ತಿರದವಳಾಗುತ್ತಿದ್ದೆ. ಸ್ವಲ್ಪ ಹೊತ್ತು ಮಾತನಾಡುತ್ತಿದ್ದಂತೆಯೇ ಅವರು ಸಹಜವಾಗಿಯೇ ನನ್ನ ಬಗ್ಗೆ ಆಸಕ್ತಿಯನ್ನು ತಾಳುತ್ತಿದ್ದರು. ಅವರೊಂದಿಗೆ ಗಂಭೀರ ರೀತಿಯಲ್ಲಿಯೇ ನಡೆದುಕೊಳ್ಳುತ್ತಿದ್ದ ನಾನು ಕ್ರಮೇಣವಾಗಿ ಅವರ ಹೃದಯವನ್ನು ಆವರಿಸಿಕೊಳ್ಳುತ್ತಿದ್ದೆ. ಅವರಾಗಿಯೇ ನನ್ನಲ್ಲಿ ಪ್ರೇಮ ನಿವೇದನೆಯನ್ನು ಮಾಡುವ ರೀತಿಯಲ್ಲಿ ಅವರನ್ನು ನನ್ನ ನವಿರಾದ ಮಾತುಗಳಿಂದ ಪ್ರಚೋದಿಸುತ್ತಿದ್ದೆ. ನಾನು ಅದುವರೆಗೂ ಯಾರನ್ನೂ ಇಷ್ಟಪಟ್ಟೇ ಇಲ್ಲ ಎನ್ನುವಂತೆ ವರ್ತಿಸುತ್ತಿದ್ದೆ. ಅಂತಿಮವಾಗಿ ಅವರ ಪ್ರೇಮ ನಿವೇದನೆಯನ್ನು ಒಪ್ಪಿಕೊಂಡಂತೆಯೂ, ಅವರೇ ನನ್ನ ಮೊದಲನೆಯ ಪ್ರಿಯಕರ ಎನ್ನುವಂತೆಯೂ ನಟಿಸುತ್ತಿದ್ದೆ. ಅದುವರೆಗೆ ಯಾವ ದುಂಬಿಯೂ ಕುಳಿತಿರದ ಪುಷ್ಪ ನಾನು ಎನ್ನುವಂತೆ ನಾಟಕವಾಡಿ ಅವರನ್ನು ಸಂಪೂರ್ಣವಾಗಿ ನನ್ನವರನ್ನಾಗಿ ಮಾಡಿಕೊಳ್ಳುತ್ತಿದ್ದೆ. ಅಂತಹ ಸಂದರ್ಭದಲ್ಲಿ 'ಪ್ರತಿಫಲ'ಕ್ಕೇನೂ ಕೊರತೆ ಇರುತ್ತಿರಲಿಲ್ಲ.

ಆ ಸಮಯದಲ್ಲಿ ನಾನು ಪತಿವ್ರತೆಯಂತೆ ನಟಿಸುತ್ತಿದ್ದ ರೀತಿಯನ್ನು ನೆನಪಿಸಿಕೊಂಡರೆ ಈಗಲೂ ನನಗೆ ನಗು ಬರುತ್ತದೆ. ಅದೊಂದು ದಿನ ಸಂಜೆಯ ಸಮಯದಲ್ಲಿ, ನನ್ನ ಎದುರುಗಡೆಯಿದ್ದ ಟಿಪಾಯಿಯ ಒಂದು ಬದಿಯಲ್ಲಿ ಶ್ರೀಯುತ ಗೋಸ್ವಾಮಿ ಮತ್ತು ಇನ್ನೊಂದು ಬದಿಯಲ್ಲಿ ಶ್ರೀಮಾನ್ ಚೌಧರಿ ಕುಳಿತಿದ್ದರು. ಅವರಿಬ್ಬರೂ ಶ್ರೀಮಂತರು; ಪ್ರತಿಷ್ಠಿತ ಮನೆತನದ ಸದಸ್ಯರು. ನಾನು ನನ್ನ ಎದುರಿನಲ್ಲಿ ಒಂದು ಹಾರ್ಮೋನಿಯಂ ಪೆಟ್ಟಿಗೆಯನ್ನು ಇಟ್ಟುಕೊಂಡು ಕುಳಿತಿದ್ದೆ. ಅದನ್ನೇ ತದೇಕ ದೃಷ್ಟಿಯಿಂದ ನೋಡುತ್ತ, ಬೆರಳುಗಳನ್ನು ಅದರ ಮೇಲೆ ಆಡಿಸುತ್ತ, ಮಧುರ ಧ್ವನಿಯಲ್ಲಿ ಗೀತೆಯೊಂದನ್ನು ಹಾಡತೊಡಗಿದೆ.

'ಬಾ ಬಾರೋ ರಸಿಕ ಶಿಖಾಮಣಿ...
ಬಹುದೂರದಿಂದ ಬಂದು ಕಾದಿರುವೆ, ಆಗಬಯಸುವೆ ನಿನ್ನ ಕಣ್ಮಣಿ...
ಪ್ರೇಮದ ಕಮಲ ಅರಳಿದೆ ದುಂಬಿಯಾಸರೆ ಬಯಸಿದೆ...
ವಿರಹದ ವೇದನೆ ಸಹಿಸದೆ ಪರಿತಪಿಸುತ್ತಿದೆ ನನ್ನೆದೆ...'

ನನ್ನ ಹಾಡನ್ನು ಕೇಳಿದ ಗೋಸ್ವಾಮಿ ಹೇಳಿದರು, "ಈಗ ಹೇಳು, ದುಂಬಿಯಾಗುವ ಭಾಗ್ಯವಂತರು ಯಾರು?"

ನಾನು ಮೆಲ್ಲನೆಯ ಸ್ವರದಲ್ಲಿ ಉಸುರಿದೆ, "ಆತನೊಬ್ಬ ಮಾನಸಪುರುಷ. ಒಬ್ಬ ಆದರ್ಶ ಪ್ರೇಮಿ. ವಾಸ್ತವ ಪ್ರಪಂಚದ ಆಚೆಗೆ ತನ್ನ ಪ್ರೇಯಸಿಯನ್ನು ಕರೆದೊಯ್ಯುವ ರಸಿಕ ಮಹಾಶಯ..."

ಅದೇ ಸಮಯದಲ್ಲಿ ಶ್ರೀಯುತ ಚೌಧರಿಯವರು ನನ್ನ ಕಡೆಗೆ ತಮ್ಮ ಬೆರಳನ್ನು ತೋರಿಸುತ್ತ ಹೇಳಿದರು, "ಅಂತಹ ಪುರುಷ ಬಂದೇಬಿಟ್ಟಿದ್ದಾನೆ... ಬಿಡಬಾರದು ಆತನನ್ನು."

ಸ್ವಲ್ಪ ಹೊತ್ತಿನಲ್ಲಿಯೇ ನಮ್ಮ ನಡುವೆ ಜೋರಾದ ಧ್ವನಿಯಲ್ಲಿ ಹಾಸ್ಯಸಂಭಾಷಣೆ ಆರಂಭವಾಗಿತ್ತು.

ಕೆಲವು ಕ್ಷಣಗಳು ಅಷ್ಟೇ. ನನ್ನ ವಕೀಲ 'ಬಾಬು'ವಿನ ಜೊತೆಯಲ್ಲಿ ಒಬ್ಬ ವ್ಯಕ್ತಿ ಅಲ್ಲಿಗೆ ಬಂದಿದ್ದರು. ಅವರು ಸಮಾಜದ ಗಣ್ಯವ್ಯಕ್ತಿಗಳಲ್ಲಿ ಒಬ್ಬರು. ಹಾಗಿದ್ದರೆ ಅವರನ್ನು ನನ್ನ 'ಬಾಬು' ಗುರುತುಹಿಡಿಯಲಿಲ್ಲವೇನು? ಕೈಗಡಿಯಾರ, ಚಿನ್ನದ ಸರ, ಹಣೆಯ ಮೇಲೆ ಗಂಧದ ತಿಲಕ, ಕನ್ನಡಕ, ಶಾಲು, ಗಂಭೀರ ಮುಖಭಾವ...

ಕೋಣೆಯೊಳಕ್ಕೆ ಬರುತ್ತಿದ್ದಂತೆಯೇ ಆತ ಹೇಳಿದ, "ನಾನು ತುಂಬಾ ಹೊತ್ತು ಹೊರಗೆ ನಿಂತುಕೊಂಡು ನಿನ್ನ ಅಪ್ಸರೆಯ ಕಂಠದಿರಿದ ಮಾತುಗಳನ್ನು, ಹಾಡನ್ನು ಕೇಳಿಸಿಕೊಳ್ಳುತ್ತಿದ್ದೆ. ಇದೇ ಧ್ವನಿಯನ್ನು ನಾನು ಇದಕ್ಕಿಂತ ಮೊದಲು ಒಮ್ಮೆ ಸ್ಪಷ್ಟವಾಗಿ ಕೇಳಿಸಿಕೊಂಡಿದ್ದೇನೆ. ಅದು ತುಂಬಾ ಹಿಂದಿನ ಮಾತು. ಇದೇ ಕಲ್ಕತ್ತಾದ ರಾಮಬಾಗಾನ್‌ನ ಮತಿ ಬೀಬಿಯ ಮನೆಯಲ್ಲಿ. ನಾನು ಪೂರ್ವ ಬಂಗಾಳದ ಒಬ್ಬ ರೇಷ್ಮೆ ವ್ಯಾಪಾರಿ. ನನ್ನ ಪರಿಚಯವಿಲ್ಲದ ಮಹಿಳೆಯರು ಈ ನಗರದಲ್ಲಿ ತುಂಬಾ ಕಡಿಮೆ. ಆದರೆ ಈ ದಿನ ನಿಮ್ಮ ಮನೆಯಲ್ಲಿ ಕೇಳಿದ ಈ 'ಧ್ವನಿ'ಯನ್ನು ನಾನು ಬೇರೆಲ್ಲಿಯೂ ಕೇಳಿಲ್ಲ; ಇದನ್ನು ಮರೆಯುವುದೂ ನನ್ನಿಂದ ಸಾಧ್ಯವಿಲ್ಲ. ನಾನಿನ್ನು ನಿಮ್ಮನ್ನು ಬಿಡುವುದಿಲ್ಲ..."

ಮರುಕ್ಷಣವೇ ಆತ ಚಿನ್ನದ ನಾಣ್ಯವೊಂದನ್ನು ನನ್ನ ಕೈಯಲ್ಲಿಟ್ಟು ನನ್ನನ್ನು ಸನ್ಮಾನಿಸಿದ. ಆತನ ವರ್ತನೆಯನ್ನು ನೋಡಿದ ನಾನು ಕೋಪಿಸಿಕೊಂಡವಳಂತೆ ನಟಿಸುತ್ತ, ಇಂಗ್ಲಿಷ್‌ನಲ್ಲಿ ಒಂದೆರಡು ಶಬ್ದಗಳನ್ನು ಹೇಳುತ್ತ ಎದ್ದುನಿಂತೆ. "ಗೇಟ್ ಕೀಪರ್... ಗೇಟ್ ಕೀಪರ್..." ನಾನು ಜೋರಾಗಿ ಕೂಗುತ್ತಿದ್ದಂತೆಯೇ ಮನೆಯ ಕಾವಲುಗಾರ ನನ್ನ ಮುಂದೆ ಪ್ರತ್ಯಕ್ಷನಾಗಿದ್ದ. ಆತನಿಗೆ ಜೋರಾದ ಧ್ವನಿಯಲ್ಲಿಯೇ ಹೇಳಿದೆ, "ಈ ವ್ಯಕ್ತಿಯನ್ನು ಮನೆಯಿಂದ ಹೊರಕ್ಕೆ ಕಳುಹಿಸು..."

ಮರುಕ್ಷಣವೇ ನಾನೂ ಆತನೊಂದಿಗೆ ಹೊರಕ್ಕೆ ಬರುವ ಇಂಗಿತವನ್ನು ವ್ಯಕ್ತಪಡಿಸಿದೆ. ಆ ವ್ಯಕ್ತಿಯನ್ನು ಮನೆಯಿಂದ ಹೊರಕ್ಕೆ ಕರೆತಂದು, ರಸ್ತೆಯ ಬಳಿಯಲ್ಲಿರುವ ಮುಖ್ಯದ್ವಾರದ ಸಮೀಪಕ್ಕೆ ಬಂದು, ಆತನಿಗೆ ಹೇಳಿದೆ, "ನಾನು ಎಂದೆಂದಿಗೂ ನಿನ್ನವಳೇ. ಸಂದರ್ಭಕ್ಕೆ ಅನುಗುಣವಾಗಿ ನಾನು ನಿಮ್ಮನ್ನು ಮನೆಯಿಂದ ಹೊರಕ್ಕೆ ಕಳುಹಿಸುವಂತೆ ಕಾವಲುಗಾರನಿಗೆ ಹೇಳಿದೆ. ಏಕೆಂದರೆ, ನನ್ನ ಮುಂದೆ ಅಲ್ಲಿ ಕುಳಿತಿದ್ದ ಇಬ್ಬರೂ ಮಹಾನ್ ವ್ಯಕ್ತಿಗಳು... ನನಗೆ ಅತಿಥಿಗಳು... ಅವರ ಮುಂದೆ ನೀವು ಹಾಗೆ ಹೇಳಿದ್ದು ಮತ್ತು ನಡೆದುಕೊಂಡಿದ್ದು ನನಗೆ ಇಷ್ಟವಾಗಲಿಲ್ಲ. ನಿಮಗೆ ಸದಾ ಸ್ವಾಗತ..."

ಆತನನ್ನು ಕಳುಹಿಸಿ ನಾನು ಮತ್ತೆ ಮನೆಯ ಒಳಕ್ಕೆ ಬಂದೆ. ಸಮಯ ಸರಿಯುತ್ತಲೇ ಇತ್ತು. ರಾತ್ರಿ ತುಂಬಾ ಹೊತ್ತಾಗಿತ್ತು. ಆದರೂ ಅವರಿಬ್ಬರೂ ಸುಲಭಕ್ಕೆ

ಬಗ್ಗುವವರಂತೆ ಕಂಡುಬರಲಿಲ್ಲ; ಹಠಸ್ವಭಾವದವರು! ಗೋಸ್ವಾಮಿಯವರು ತಮ್ಮ ಕಿಸೆಯಿಂದ ಚಿನ್ನದ ಸಿಗರೇಟು ಪೆಟ್ಟಿಗೆಯನ್ನು ಹೊರಕ್ಕೆ ತೆಗೆದು ಮೇಜಿನ ಮೇಲೆ ಇಟ್ಟಿದ್ದರು. ನಾನು ಅದರಲ್ಲಿದ್ದ ಸಿಗರೇಟುಗಳನ್ನೆಲ್ಲಾ ಹೊರಕ್ಕೆ ತೆಗೆದು, ಅವುಗಳನ್ನೆಲ್ಲಾ ಒಂದು ಕಾಗದದಲ್ಲಿ ಸುತ್ತಿಟ್ಟು, ಸಿಗರೇಟು ಪೆಟ್ಟಿಗೆಯನ್ನು ಅಲಮಾರಿಯ ಒಳಕ್ಕೆ ಇಟ್ಟು ಅದರ ಬಾಗಿಲು ಮುಚ್ಚುತ್ತಾ ಹೇಳಿದೆ, "ಈ ಅಮೂಲ್ಯವಾದ ವಸ್ತು ನಿಮ್ಮ ಪ್ರೀತಿಯ ದ್ಯೋತಕವಾಗಿ ಮಿಸ್ ಮುಖರ್ಜಿಯ ಅಲಮಾರಿಯನ್ನು ಸೇರಿಕೊಳ್ಳುತ್ತಿದೆ. ಯಾವ ದಿನ ನನ್ನಲ್ಲಿ ನಿಮಗೆ ಪ್ರೀತಿಯ ಕೊರತೆ ಕಾಣಿಸುತ್ತದೆಯೋ ಆ ದಿನ ನೀವು ಇದನ್ನು ಹಿಂದಕ್ಕೆ ಪಡೆಯಬಹುದು. ಅಲ್ಲಿಯವರೆಗೆ ಇದು ಇಲ್ಲಿಯೇ ಭದ್ರವಾಗಿ, ನಿಮ್ಮ ಪ್ರೀತಿಯ ಕಾಣಿಕೆಯಾಗಿ ಉಳಿದುಕೊಳ್ಳುತ್ತದೆ."

ಗೋಸ್ವಾಮಿಯವರು ವಿಹ್ವಲ ಮುಖಭಾವದಿಂದ ನನ್ನ ಕಡೆಗೆ ನೋಡುತ್ತ ಪ್ರಶ್ನಿಸಿದರು, "ಅಂತಹ ಪರಿಸ್ಥಿತಿ ಯಾವತ್ತಾದರೂ ಬರುವುದು ಸಾಧ್ಯವೇನು? ನಾನು ನಿನ್ನನ್ನು ಮರೆಯುವುದು ಹೇಗೆ ಸಾಧ್ಯ? ನನ್ನ ಪ್ರಕಾರ ಅಂತಹ ಪರಿಸ್ಥಿತಿ ಯಾವತ್ತೂ ಬರುವುದಿಲ್ಲ."

ಶ್ರೀಯುತ ಚೌಧರಿಯವರು ನಗುತ್ತಲೇ ಹೇಳಿದರು, "ಹಾಗಿದ್ದರೆ ಆ ಪೆಟ್ಟಿಗೆ ಮತ್ತೆ ಇವರ ಕಿಸೆಯನ್ನು ಸೇರಿಕೊಳ್ಳುವುದು ಸಾಧ್ಯವೇ ಇಲ್ಲವೇ ಎನ್ನುವ ಬಗ್ಗೆ ನನಗೂ ಕುತೂಹಲವಿದೆ."

ಅವರ ಮಾತನ್ನು ಕೇಳಿದ ಗೋಸ್ವಾಮಿಯವರು ಮತ್ತೊಮ್ಮೆ ತಮ್ಮ ಸಿಗರೇಟ್ ಪೆಟ್ಟಿಗೆಯ ಕಡೆಗೆ ಆಸೆಯಿಂದ ನೋಡತೊಡಗಿದರು. ನನಗೆ ಅವರ ವರ್ತನೆ ಇಷ್ಟವಾಗಲಿಲ್ಲ. ನಾನು ಹುಸಿಮುನಿಸಿಕೊಂಡವಳಂತೆ ನಟಿಸುತ್ತ ಹೇಳಿದೆ, "ಇಷ್ಟೊಂದು ಶ್ರೀಮಂತ ಮನೆತನದ ವ್ಯಕ್ತಿಗೆ ಇದೇನು ದೊಡ್ಡ ವಸ್ತುವೇನು! ಇಂತಹ ಸಾವಿರಾರು ಸಿಗರೇಟ್ ಕೇಸ್‌ಗಳನ್ನು ಅವರು ಖರೀದಿಸಬಹುದು."

ಗೋಸ್ವಾಮಿ ಹೇಳಿದರು, "ಇರಬಹುದು. ಆದರೂ ಇದು..."

ನಾನು ಒಗಟಿನ ರೀತಿಯಲ್ಲಿ ಪ್ರಶ್ನಿಸಿದೆ, "ಸಿಂಹದ ಗುಹೆಯಿಂದ ಅದರ ಒಂದು ಸುಂದರ ಮರಿಯು ಒಂಟಿಯಾಗಿ ಹೊರಕ್ಕೆ ಬರುವುದು ಸಾಧ್ಯವೆಂದು ಭಾವಿಸುವಿರೇನು?"

"ಆಹಾ! ಎಂತಹ ಅದ್ಭುತ ಕಲ್ಪನೆ!" ಎಂದು ಗೋಸ್ವಾಮಿಯವರು ಹೇಳುತ್ತಿದ್ದಂತೆಯೇ ಚೌಧರಿಯವರು ಪ್ರತಿಕ್ರಿಯಿಸಿದ್ದರು, "ಕೆಲವೊಮ್ಮೆ ಕಲ್ಪನೆಗಳಿಗಿಂತ ವಾಸ್ತವವು ಹೆಚ್ಚು ಆಶ್ಚರ್ಯಕರವಾಗಿರುತ್ತದೆ."

ಕೆಲವು ಕ್ಷಣಗಳು ಕಳೆದವು. ಶ್ರೀಯುತ ಗೋಸ್ವಾಮಿ ಕೋಣೆಯಿಂದ ಹೊರಕ್ಕೆ ಹೋದರು. ಒಂದೆರಡು ನಿಮಿಷಗಳಲ್ಲಿಯೇ ನನಗೆ ತಲೆನೋವು ಆರಂಭವಾಯಿತು. ಜೊತೆಯಲ್ಲಿಯೇ ರಕ್ತದೊತ್ತಡದಲ್ಲಿ ಏರಿಕೆಯಾದ ಅನುಭವ! ನನ್ನ ದೇಹ ವಿವಿಧ ರೀತಿಯ ರೋಗಗಳಿಂದ ಬಳಲುತ್ತಿದ್ದುದು ಹೊಸ ಸಂಗತಿಯೇನೂ ಆಗಿರಲಿಲ್ಲ. ಆಗಾಗ ಅನಾರೋಗ್ಯದಿಂದ ಬಳಲುತ್ತಲೇ ಇದ್ದೆ. ಸ್ವಲ್ಪ ದಣಿವಾರಿಸಿಕೊಳ್ಳುವ

ಸಲುವಾಗಿ ಎದುರುಗಡೆಯಿದ್ದ ಸೋಫಾದ ಮೇಲೆ ಕಾಲುಗಳನ್ನು ಉದ್ದವಾಗಿ ಚಾಚಿ ಕುಳಿತುಕೊಂಡೆ. ಅದೇ ಸಮಯದಲ್ಲಿ ಸಮೀಪದಲ್ಲಿಯೇ ಇದ್ದ ಚೌಧರಿಯವರು ನಿಶ್ಶಬ್ದವಾಗಿ ದೀಪದ ಗುಂಡಿಯನ್ನು ಆರಿಸಿದ್ದರು. ಚಂದಿರನ ಕಿರಣಗಳು ಕೋಣೆಯ ಒಳಗೆ ತುಂಬಿಕೊಂಡಿದ್ದವು. ಚೌಧರಿಯವರು ತಾವು ಕುಳಿತಿದ್ದ ಕುರ್ಚಿಯನ್ನು ನನ್ನ ಸಮೀಪಕ್ಕೆ ಎಳೆದುಕೊಂಡರು. ನಾನು ಅವರ ಕೈಯನ್ನು ನನ್ನ ಎದೆಯ ಮೇಲೆ ಇರಿಸಿಕೊಳ್ಳುತ್ತ ಹೇಳಿದೆ, "ಆಹಾ... ಇದೆಂತಹ ಅನುಭವ! ಚೌಧರಿಯವರೇ, ನಾನು ಈ ದಿನ ಗೋಸ್ವಾಮಿಯವರಿಂದ ಎಷ್ಟು ಹಣವನ್ನು ವಸೂಲಿ ಮಾಡಿದೆ ಎನ್ನುವುದು ನಿಮಗೆ ಗೊತ್ತೇನು? 600 ರೂಪಾಯಿ ಮೌಲ್ಯದ ಅವರ ಚಿನ್ನದ ಸಿಗರೇಟು ಪೆಟ್ಟಿಗೆಯನ್ನು ನಾನು ಈ ದಿನ ನನ್ನ ಅಲಮಾರಿ ಸೇರಿಸಿಕೊಂಡಿದ್ದೇನೆ. ಅದನ್ನು ಸಂಪೂರ್ಣವಾಗಿ 'ಅರಗಿಸಿಕೊಳ್ಳುವುದು' ನನ್ನಿಂದ ಸಾಧ್ಯವಾಗಬಹುದೇ? ಇನ್ನೂ ಎಷ್ಟು ಹಣವನ್ನು ನಾನು ಅವರಿಂದ ಗಳಿಸಬಹುದು ಎನ್ನುವುದನ್ನು ನಿಮ್ಮಿಂದ ಹೇಳುವುದು ಸಾಧ್ಯವೇ?" ಅವರು ಏನೋ ಒಂದು ಉತ್ತರ ನೀಡುವುದಕ್ಕೆ ಮುಂದೆ ಬಂದರು. ಅದೇ ಸಮಯದಲ್ಲಿ ನಾನು ಅವರ ಕೈಬೆರಳಿನಲ್ಲಿದ್ದ ಉಂಗುರವನ್ನು ನನ್ನ ಕೈಗೆ ಜಾರಿಸಿಕೊಂಡು ಹೇಳಿದೆ, "ನಿಮಗಿಬ್ಬರಿಗೂ ಈ ದಿನ ಒಂದು ಪರೀಕ್ಷೆಯಿದೆ. ನೀವು ಎದುರಿನಲ್ಲಿರುವ ಹಾಸಿಗೆಯ ಮೇಲೆ ಕುಳಿತುಕೊಳ್ಳಿ."

ಮರುಕ್ಷಣದಲ್ಲಿಯೇ ನಾನು ಒಂದು ಹಾಡನ್ನು ಗುನುಗುನಿಸತೊಡಗಿದೆ...

'ಪ್ರೇಮಿಗಳ ಧ್ವನಿ ಶಾಂತವಾಗಿದೆ
ಮನದ ಮಾತು ಅರ್ಥವಾಗದೆ...'

ಅದೇ ಸಮಯದಲ್ಲಿ ನನ್ನ 'ಬ್ಯಾರಿಸ್ಟರ್ ಬಾಬು' ಕೋಣೆಯೊಳಕ್ಕೆ ಪ್ರವೇಶ ಮಾಡಿದ್ದ. ಒಳಗೆ ದೀಪಗಳು ಉರಿಯುತ್ತಿರಲಿಲ್ಲ. ಚಂದ್ರನ ಬೆಳಕು ಮಾತ್ರ ಆವರಿಸಿಕೊಂಡಿತ್ತು. ಕೋಣೆಯೊಳಗೆ ಇಬ್ಬರ ಇರುವಿಕೆಯನ್ನು ಗಮನಿಸಿದ ಆತ, "ಹಾಗಿದ್ದರೆ ಈ ರಾತ್ರಿಯ ಮಟ್ಟಿಗೆ ನಾನು ಇನ್ನೊಂದು ಕೋಣೆಯಲ್ಲಿ ವಿಶ್ರಾಂತಿ ಪಡೆದುಕೊಳ್ಳುತ್ತೇನೆ... ನೀನೂ ವಿಶ್ರಾಂತಿ ತಗೋ..." ಎಂದು ಹೇಳುತ್ತಾ ಕೋಣೆಯಿಂದ ಹೊರಕ್ಕೆ ಹೊರಟ. ಅದೇ ಸಮಯದಲ್ಲಿ ಆತ ಕೋಣೆಯ ಬಾಗಿಲನ್ನು ಎಳೆದುಕೊಂಡ. ಕೋಣೆಯ ಬಾಗಿಲುಗಳು ಮುಚ್ಚಿದವು. ನನ್ನ ಆ ಇಬ್ಬರು 'ದಲ್ಲಾಳಿ ಗೆಳೆಯರ' ಬಗ್ಗೆ ಒಮ್ಮೆ ಯೋಚಿಸಿದೆ. ಇತ್ತೀಚಿನ ದಿನಗಳಲ್ಲಿ ಅವರು ಸ್ವಂತ ವೃತ್ತಿಯಲ್ಲಿ ಹೆಚ್ಚಿನ ಯಶಸ್ಸು ಕಾಣುತ್ತಿರಲಿಲ್ಲ; ನಷ್ಟವನ್ನೇ ಅನುಭವಿಸುತ್ತಿದ್ದರು. ಹಾಗಾಗಿಯೇ ಅವರಿಬ್ಬರೂ ನನ್ನ 'ವ್ಯವಹಾರ'ದಲ್ಲಿ ನನಗೆ ತುಂಬಾ ಸಹಾಯ ಮಾಡುತ್ತಿದ್ದರು. ಅವರೇನು ನನಗೆ ಸುಮ್ಮನೆ ಸಹಕರಿಸುತ್ತಿದ್ದರೇ? ಇಲ್ಲ... ನನ್ನ ಸಂಪಾದನೆಯಲ್ಲಿ ಅವರಿಬ್ಬರಿಗೂ ಅರ್ಧ ಪಾಲು ಸಿಗುತ್ತಿತ್ತು!

ಹಾಗಿದ್ದರೆ ನನ್ನ ಆಶಯಗಳು, ನಂಬಿಕೆಗಳು, ನಿರೀಕ್ಷೆಗಳು, ಬಯಕೆಗಳು ಈಡೇರಿದವೇ? ಕೆಲವೊಮ್ಮೆ ಅಗತ್ಯ ಖರ್ಚಿಗೂ ಹಣ ಸಾಕಾಗುತ್ತಿರಲಿಲ್ಲ. 'ಮಹಾಪಾಪ'ದ ಕಾರ್ಯದಿಂದ ನಾನು ಗಳಿಸುತ್ತಿದ್ದ ಹಣಕ್ಕೂ ಇಬ್ಬರು

ಪಾಲುದಾರರು! ಒಂದು ದಿನ ಬ್ಯಾರಿಸ್ಟರ್‌ಗೆ ಹೇಳಿದೆ, "ನೀನು ಯಾವುದೇ ಕೆಲಸಕ್ಕೆ ಬಾರದವನಂತೆ ಕಾಣಿಸುತ್ತಿದ್ದೀಯ. ಇಷ್ಟೊಂದು ಕಡೆಗಳಲ್ಲಿ ಬಲೆಯನ್ನು ಬೀಸಿದರೂ ನಿನ್ನ ಬಲೆಗೆ ಒಂದು ಒಳ್ಳೆಯ ಮೀನು ಸಿಕ್ಕಿಬೀಳುತ್ತಿಲ್ಲವಲ್ಲ! ರಾಜಧಾನಿಯ ಸುತ್ತಮುತ್ತ ಮಾತ್ರ ಬಲೆ ಬೀಸುವುದರಿಂದ ಏನೂ ಪ್ರಯೋಜನವಿಲ್ಲ; ಸ್ವಲ್ಪ ದೂರದ ಊರಿಗೆ ಹೋಗು. ಒಳ್ಳೆಯ 'ಗಿರಾಕಿ' ಇಲ್ಲಿಯೂ ಸಿಗುವುದಿಲ್ಲ ಅಂತೇನೂ ಇಲ್ಲ. ಆದರೆ ಹುಡುಕಾಟವನ್ನು ತೀವ್ರಗೊಳಿಸಬೇಕು. ರೇಷ್ಮೆ ವ್ಯಾಪಾರಿ ಗುಹನನ್ನು ನೋಡಿಲ್ಲವೇ! ಒಮ್ಮೆ ನನ್ನನ್ನು ನೋಡುತ್ತಿದ್ದಂತೆಯೇ, ನನ್ನ ಧ್ವನಿಯನ್ನು ಕೇಳುತ್ತಿದ್ದಂತೆಯೇ ನನಗೆ ಒಂದು ಚಿನ್ನದ ನಾಣ್ಯವನ್ನು ಉಡುಗೊರೆಯಾಗಿ ನೀಡಿದ! ಕೇವಲ ನೋಟಕ್ಕೇ ಒಂದು ಚಿನ್ನದ ನಾಣ್ಯ... ಇನ್ನು ಸ್ಪರ್ಶಿಸಿದರೆ, ಮತ್ತಷ್ಟು ಮುಂದುವರಿದರೆ ಇನ್ನೆಷ್ಟು ಸಿಗಬಹುದು! ಎಷ್ಟೇ ಕಷ್ಟವಾಗಲಿ, ಇಂತಹ ಗಿರಾಕಿಯನ್ನು ಹಿಡಿದಿಟ್ಟುಕೊಳ್ಳಬೇಕು; ಯಾವ ಕಾರಣಕ್ಕೂ ಬಿಡಲೇಬಾರದು."

ಇದಾದ ನಂತರ, ಕೆಲವು ದಿನಗಳ ಕಾಲ ಬ್ಯಾರಿಸ್ಟರ್ 'ಬಾಬು' ನಾಪತ್ತೆಯಾಗಿಹೋದ! ಕೊನೆಗೊಂದು ದಿನ ಇದ್ದಕ್ಕಿದ್ದಂತೆ ನನ್ನೆದುರು ಪ್ರತ್ಯಕ್ಷನಾದ. ಜೊತೆಯಲ್ಲಿ ನೋಡುವುದಕ್ಕೆ ಸಭ್ಯ ಹಾಗೂ ಶ್ರೀಮಂತನಂತೆ ಕಾಣಿಸುತ್ತಿದ್ದ ಒಬ್ಬ ವ್ಯಕ್ತಿಯನ್ನು ಎಲ್ಲಿಂದಲೋ 'ಹಿಡಿದು'ಕೊಂಡು ಬಂದಿದ್ದ. ಆತ ಆಜನ್ಮಬ್ರಹ್ಮಚಾರಿ ವ್ರತವನ್ನು ಮಾಡುತ್ತಿದ್ದ ವ್ಯಕ್ತಿಯಂತೆ! ಅಷ್ಟೇ ಅಲ್ಲ 'ಬ್ರಹ್ಮಚಾರಿ ವ್ರತ'ದ ಮಹತ್ವವನ್ನು ಪ್ರಚಾರ ಮಾಡುತ್ತಿದ್ದನಂತೆ! ನನ್ನ ಬಳಿಗೆ ಬಂದ ಮೊದಲನೆಯ ದಿನವೇ ನಾನು ನೀಡಿದ ಆತಿಥ್ಯವನ್ನು ಸ್ವೀಕರಿಸಿದ ಆತ ರಾತ್ರಿಯ ಸಮಯದಲ್ಲಿ ಚಿರಯೌವನ ಹಾಗೂ ಬ್ರಹ್ಮಚರ್ಯದ ಮಹಿಮೆಯನ್ನು ಸಾರುವ ಕೀರ್ತನೆಗಳನ್ನು ಹಾಡತೊಡಗಿದ. ನಾನು ಕಪಟ ಆಚಾರಗಳಲ್ಲಿಯೇ ಪ್ರತಿನಿತ್ಯವೂ ತೊಡಗಿಕೊಂಡವಳು. ನನಗೆ ಆತನನ್ನು ನನ್ನ ಕಡೆಗೆ ಆಕರ್ಷಿಸಿಕೊಳ್ಳುವುದು ಕಷ್ಟದ ಕೆಲಸವೇ?

ಅಂದು ತಡರಾತ್ರಿಯ ಸಮಯದಲ್ಲಿ ಆತನೊಂದಿಗೆ ಒಂಟಿಯಾಗಿ ಕುಳಿತು ಇದೇ ವಿಷಯವನ್ನು ಚರ್ಚಿಸುತ್ತ, 'ತಿಂಡಿ ಸೇವನೆ'ಗೆ ಆತನನ್ನು ಆಮಂತ್ರಿಸಿದೆ.

ಮಧ್ಯರಾತ್ರಿಯ ಸಮಯದಲ್ಲಿ ಕೋಣೆಯ ದೀಪವನ್ನು ಬೆಳಗಿಸಿ, ಪಂಖಗಳಿಗೆ ಚಾಲನೆ ಕೊಟ್ಟು, ಯುವಕ-ಯುವತಿಯರ ನಡುವಣ ಸ್ವಾಭಾವಿಕ-ಸಹಜ ಆಕರ್ಷಣೆಯ ವಿಷಯವನ್ನು ಪ್ರಸ್ತಾಪಿಸುತ್ತ, ಅದರ ವಿರುದ್ಧ ಕೆಲವು ಅಭಿಪ್ರಾಯಗಳನ್ನು ಆತನ ಮುಂದಿಟ್ಟೆ. ನಾನು ಆತನಿಗೆ ಹೇಳಿದೆ, "ಭಗವಾನ್ ಈಶ್ವರನ ಈ ಪವಿತ್ರ ಜಗತ್ತಿನಲ್ಲಿ ಮನುಷ್ಯರು ನಾನಾ ಪ್ರಕಾರದ ಕೃತ್ರಿಮ ಉಪಾಯಗಳನ್ನು ಮಾಡಿ, ನರ-ನಾರಿಯರನ್ನು ಪಾಪದ ಕೂಪಕ್ಕೆ ತಳ್ಳಿಬಿಡುತ್ತಾರೆ. ಹೆಣ್ಣು-ಗಂಡು ಪರಸ್ಪರ ಆಕರ್ಷಣೆಗೆ ಒಳಗಾಗುವಂತೆ ಮಾಡಲಾಗುತ್ತದೆ." ಇಷ್ಟು ಹೇಳಿದ ನಂತರ ಆತನಿಗೆ ಉದಾಹರಣೆಯನ್ನು ನೀಡದೇ ಹೋದರೆ ಸರಿಯೇ? ಒಂದು ಪುಟ್ಟ ಪೆಟ್ಟಿಗೆಯಿಂದ ಕೆಲವು 'ರೋಮಾಂಚಕ' 'ರೋಚಕ' ಹಾಗೂ ಪ್ರಣಯಕ್ಕೆ ಸಂಬಂಧಿಸಿದ ಚಿತ್ರಗಳನ್ನು ಹೊರಕ್ಕೆ ತೆಗೆದು ಒಂದೊಂದಾಗಿ ಆತನಿಗೆ ತೋರಿಸತೊಡಗಿದೆ.

ಯಾರು ನಿಜವಾದ ಬೇಟೆಗಾರನಾಗಿರುತ್ತಾನೆಯೋ ಆತನು ಯಾವತ್ತೂ ಗುಬ್ಬಿಗಳನ್ನು ಬೇಟೆಯಾಡುವುದಿಲ್ಲ; ಆತನ ಗುರಿಯೇನಿದ್ದರೂ ಹುಲಿ, ಸಿಂಹ, ಚಿರತೆ ಮುಂತಾದ ಬಲಿಷ್ಠ ಹಾಗೂ ಕ್ರೂರ ಪ್ರಾಣಿಗಳೇ ಆಗಿರುತ್ತವೆ.

ಅಂತಹ ಚಿತ್ರಗಳನ್ನು ಆತನಿಗೆ ಅತ್ಯಂತ ಸಮೀಪದಲ್ಲಿ ಕುಳಿತು ತೋರಿಸುವ ಸಂದರ್ಭದಲ್ಲಿ ನಾನು ಅವುಗಳ ಪೈಕಿ ಯಾವ ಚಿತ್ರವು ತುಂಬಾ ಅಶ್ಲೀಲವಾಗಿದೆ; ಯಾವ ರೀತಿಯಲ್ಲಿ ಅಸಹ್ಯವಾಗಿದೆ ಎನ್ನುವುದರ ಬಗ್ಗೆ ಆತನ ಜೊತೆಯಲ್ಲಿ 'ಗಂಭೀರ'ವಾಗಿ ಚರ್ಚಿಸತೊಡಗಿದೆ. ಆ ಸಮಯದಲ್ಲಿ ಆತ ಅವುಗಳನ್ನು ಎಷ್ಟರ ಮಟ್ಟಿಗೆ ಆಸಕ್ತಿಯಿಂದ ನೋಡುತ್ತಿದ್ದಾನೆ ಎನ್ನುವುದನ್ನು ನಾನು ಸೂಕ್ಷ್ಮವಾಗಿ ಗಮನಿಸತೊಡಗಿದೆ. ಯಾವುದಾದರೂ ಚಿತ್ರವನ್ನು ಕಣ್ಣೆವೆಯಿಕ್ಕದೇ ಆತ ವೀಕ್ಷಿಸುವುದು ನನ್ನ ಗಮನಕ್ಕೆ ಬಂದರೆ, ನಾನು ಆತನಿಗೆ ಇನ್ನಷ್ಟು ಸಮೀಪಕ್ಕೆ ಸರಿಯತೊಡಗಿದೆ. ನಂತರ ಮೃದುವಾದ ಸ್ವರದಲ್ಲಿ ಹೇಳಿದೆ, "ಹೆಣ್ಣು-ಗಂಡಿನ ವಿವಾಹ ಅಥವಾ ಪ್ರಣಯದ ಕ್ಷಣಗಳಲ್ಲಿ ಇಂತಹ ಅಶ್ಲೀಲ ಕೆಲಸಗಳೇ ನಡೆಯುವುದು. ಇಂತಹ ಅಶ್ಲೀಲ ಕೆಲಸಗಳ ಪರಿಣಾಮವಾಗಿಯೇ ಈ ಜಗತ್ತಿನಲ್ಲಿ ಮಾನವ ಕುಲವು ಇನ್ನೂ ಜೀವಂತವಾಗಿದೆ; ಜನಸಂಖ್ಯೆ ಈ ಪ್ರಮಾಣಕ್ಕೆ ಏರಿಕೆಯಾಗಿದೆ. ಒಂದು ವೇಳೆ ನೀನು ನಿನ್ನ ಜೀವನಪರ್ಯಂತರ ಬ್ರಹ್ಮಚರ್ಯ ವ್ರತವನ್ನು ಮುಂದುವರಿಸಿಕೊಂಡು ಹೋಗುವುದಕ್ಕೆ ಬಯಸುವುದಾದರೆ, ನಾನೂ 'ಬ್ರಹ್ಮಚಾರಿಣಿ'ಯಾಗಿಯೇ ಉಳಿದು ನಿನ್ನ ಜೊತೆಯಲ್ಲಿ ಇದ್ದು, ನಿನ್ನ ಎಲ್ಲಾ ಕಾರ್ಯಗಳಲ್ಲಿ ಸಹಕಾರ ನೀಡುವುದಕ್ಕೆ ಸಿದ್ಧಳಿದ್ದೇನೆ. ನನ್ನನ್ನೂ ನಿನ್ನ ಜೊತೆಯಲ್ಲಿ ಹೆಜ್ಜೆಹಾಕುವುದಕ್ಕೆ ಅವಕಾಶ ಮಾಡಿಕೊಡು."

ಆತ ನನ್ನ ಮಾತುಗಳನ್ನು ಕೇಳಿಸಿಕೊಂಡನೋ ಇಲ್ಲವೋ ಅರ್ಥವಾಗಲಿಲ್ಲ. ಆತ ಮರುಕ್ಷಣವೇ ನುಡಿದಿದ್ದ, "ಇದೇ ರೀತಿಯ ಇನ್ನಷ್ಟು ಚಿತ್ರಗಳು ನಿಮ್ಮ ಬಳಿಯಲ್ಲಿ ಇವೆಯೇನು?"

ತಕ್ಷಣವೇ ನಾನು ಇನ್ನೊಂದು ಕೋಣೆಯ ಒಳಕ್ಕೆ ಹೋಗಿ ಮತ್ತೊಂದು ಪೆಟ್ಟಿಗೆಯನ್ನು ತೆಗೆದುಕೊಂಡು ಬಂದು ಆತನ ಮುಂದೆ ಇಟ್ಟೆ. ಆ ಪೆಟ್ಟಿಗೆಯನ್ನು ತೆರೆದ ಆತ ಅದರೊಳಗಿದ್ದ ಕಾಮಕೇಳಿಗೆ ಸಂಬಂಧಿಸಿದ ಚಿತ್ರಗಳನ್ನು ತದೇಕ ದೃಷ್ಟಿಯಿಂದ ನೋಡತೊಡಗಿದ. ಮರುಕ್ಷಣವೇ ಆತ ಇದ್ದಕ್ಕಿದ್ದಂತೆ ನನಗೆ ಅಂಟಿಕೊಂಡು ಕುಳಿತುಕೊಳ್ಳುವುದಕ್ಕೆ ಮುಂದಾದ. ನಾನು ಇಂತಹ ವಿಷಯದಲ್ಲಿ ತುಂಬಾ ಬುದ್ಧಿವಂತೆ. ಆತನ ಇಂಗಿತ ನನಗೆ ಅರ್ಥವಾಗಿತ್ತು. ಆದರೆ ನಾನು ನನ್ನ ನಾಟಕವನ್ನು ನಿಲ್ಲಿಸುವುದು ಸಾಧ್ಯವೇ? ಕೂಡಲೇ ನಾನು ಆತನಿಂದ ನನ್ನನ್ನು ರಕ್ಷಿಸಿಕೊಳ್ಳುವವಳ ಹಾಗೆ ನಟಿಸುತ್ತ ನನ್ನ ಕುರ್ಚಿಯನ್ನು ಸ್ವಲ್ಪ ದೂರಕ್ಕೆ ಎಳೆದುಕೊಂಡೆ. ಮುಂದಿನ ಕ್ಷಣದಲ್ಲಿ ನಾನು ಆತನಿಂದ ಸ್ವಲ್ಪ ದೂರದಲ್ಲಿ ಕುಳಿತಿದ್ದೆ.

ಆತ ನನ್ನನ್ನು ಪ್ರಶ್ನಿಸಿದ, "ನೀವು ಇಂತಹ ಇಷ್ಟೊಂದು ಚಿತ್ರಗಳನ್ನು ಯಾಕೆ ಸಂಗ್ರಹಿಸಿದ್ದೀರಿ? ನಿಮಗೆ ಇವುಗಳ ಆವಶ್ಯಕತೆ ಏನಿದೆ?"

ನಾನು ಆತನಿಗೆ ಉತ್ತರಿಸಿದೆ, "ಮನಸ್ಸು ಕೆಲವೊಮ್ಮೆ ಪಾಪದ ಕೆಲಸ ಮಾಡುವುದಕ್ಕೆ ಪ್ರೇರೇಪಿಸುತ್ತದೆ. ಅಂತಹ ಸಂದರ್ಭದಲ್ಲಿ ನನ್ನನ್ನು ನಾನು ಕಾಪಾಡಿಕೊಳ್ಳುವುದಕ್ಕೆ ಈ ಚಿತ್ರಗಳು ನನಗೆ ಸಹಕಾರಿ. ಇವುಗಳನ್ನು ನೋಡುತ್ತ, ನನ್ನನ್ನು ನಾನು ನಿಯಂತ್ರಿಸಿಕೊಳ್ಳುತ್ತೇನೆ..."

ಆದರೆ... ಆದರೆ... ಎಂತಹ ಆಶ್ಚರ್ಯ! ಮನಸ್ಸಿನ ಭಾವನೆಗಳೇ ಹಾಗೆ! ನಿಯಂತ್ರಣಕ್ಕೆ ಒಳಪಡಿಸಿಕೊಂಡರೆ ಒಂದು ಹಂತದವರೆಗೆ ಸುಮ್ಮನೆ ಮಲಗಿರುತ್ತದೆ. ಆದರೆ ಒಮ್ಮೆ ಮನಸ್ಸು ಪುಟಿದೆದ್ದರೆ ಎಲ್ಲವನ್ನೂ ಮೀರಿ ಆಚೆ ಬರುತ್ತದೆ. ಆಗ ಮನಸ್ಸು ಹಾಗೂ ದೇಹದ ವರ್ತನೆಗೆ ನಿಯಂತ್ರಣವೇ ಇರುವುದಿಲ್ಲ! 'ಪಾಪ' 'ಪುಣ್ಯ' ಯಾವುದೂ ಇಂತಹ ಸಂದರ್ಭದಲ್ಲಿ ಗಣನೆಗೆ ಬರುವುದೇ ಇಲ್ಲ. ನಿಜ... ಆ ಸಂದರ್ಭವನ್ನು ವರ್ಣಿಸುವುದಕ್ಕೆ ನನಗೇ ನಾಚಿಕೆಯಾಗುತ್ತದೆ. 'ನಾನು ಆಜನ್ಮಬ್ರಹ್ಮಚಾರಿ ವ್ರತವನ್ನು ಆಚರಿಸುತ್ತಿದ್ದೇನೆ, ಈ ವ್ರತವನ್ನು ಆಚರಿಸುವಂತೆ ಸಾರ್ವಜನಿಕರ ಮುಂದೆ ಪ್ರಚಾರ ಮಾಡುತ್ತೇನೆ. ಬ್ರಹ್ಮಚರ್ಯವೇ ಮುಕ್ತಿಗೆ ಏಕೈಕ ಮಾರ್ಗ' ಎಂದು ಅದುವರೆಗೂ ಹೇಳಿಕೊಳ್ಳುತ್ತಿದ್ದ ಆ ಯುವಕ ವರ್ತಿಸಿದ ರೀತಿಯನ್ನು ನೆನಪಿಸಿಕೊಂಡರೆ ಈಗಲೂ ನಾನು ಆಶ್ಚರ್ಯಪಡುತ್ತೇನೆ. ಆತನೊಂದಿಗೆ ಕಳೆದ ಆ ಕ್ಷಣಗಳು ನಿಜಕ್ಕೂ ರೋಮಾಂಚಕ! ವರ್ಣನೆಗೆ ನಿಲುಕದ ಅದ್ಭುತ ಸನ್ನಿವೇಶ! ಪಂಖಗಳು ತಿರುಗುತ್ತಿದ್ದರೂ ನನ್ನ ಹಾಗೂ ಆತನ ದೇಹ ಬೆವರುತ್ತಿತ್ತು!

'ಢಣ್... ಢಣ್... ಢಣ್...' ಗಡಿಯಾರ ಮೂರು ಬಾರಿ ಜೋರಾಗಿ ಸದ್ದು ಮಾಡಿತು. ಸ್ವಲ್ಪ ಹೊತ್ತು ವಿಶ್ರಾಂತಿ ತೆಗೆದುಕೊಳ್ಳುವ ಪ್ರಸ್ತಾವವನ್ನು ಆತನ ಮುಂದಿಟ್ಟೆ; ಆತ ಸಮ್ಮತಿಸಿದ. ನಾವಿಬ್ಬರೂ ಒಂದೇ ಕೋಣೆಯಲ್ಲಿ, ಒಂದೇ ಮಂಚದ ಮೇಲೆ ಮಲಗಿದ್ದೆವು. ನಾನು ನಿದ್ರಿಸುವವಳಂತೆ ನಟಿಸುತ್ತ ಸುಮ್ಮನೆ ಮಲಗಿದ್ದೆ. ಆದರೆ ಎಚ್ಚರವಾಗಿಯೇ ಇದ್ದೆ. ಆತನ ಕಡೆಗೆ ನನ್ನ ಗಮನ ಹರಿದಿತ್ತು. ಆತ ನಿದ್ರೆಯೇ ಬಾರದೇ ಅತ್ತ-ಇತ್ತ ಮಗ್ಗುಲು ಬದಲಾಯಿಸುತ್ತಿದ್ದ! ಆತ ತುಂಬಾ ಶ್ರೀಮಂತರ ಮನೆಯ ಯುವಕ ಎನ್ನುವುದನ್ನು ನಾನು ಆತನೊಂದಿಗೆ ಮಾತನಾಡುತ್ತಿದ್ದ ಸಮಯದಲ್ಲಿಯೇ ತಿಳಿದುಕೊಂಡಿದ್ದೆ.

ಸ್ವಲ್ಪ ಹೊತ್ತಿನ ನಂತರ ನಾನು ಆತನ ಕಡೆಗೆ ತಿರುಗಿಕೊಂಡು, ಆತನ ಮುಖದ ಬಳಿಗೆ ನನ್ನ ಮುಖವನ್ನು ತಂದು ಸಣ್ಣ ಧ್ವನಿಯಲ್ಲಿ ಹೇಳಿದೆ, "ನಾನು ಈ ಮನೆಯಲ್ಲಿ ಬಾಡಿಗೆಗೆ ಇದ್ದೇನೆ. ಇದರ ಮಾಲೀಕರು ಇದನ್ನು ಮಾರಾಟ ಮಾಡುವ ಯೋಚನೆಯಲ್ಲಿ ಇದ್ದಾರೆ. ನೀನೇನಾದರೂ 20,000 ರೂಪಾಯಿ ತೆಗೆದುಕೊಂಡು ಬಂದರೆ ಇದನ್ನು ಸ್ವಂತದ್ದಾಗಿಸಿಕೊಳ್ಳಬಹುದು. ಇಲ್ಲಿ ನಾವಿಬ್ಬರೂ ಜೊತೆಯಾಗಿ ವಾಸಿಸುತ್ತ 'ಬ್ರಹ್ಮಚರ್ಯದ ಮಂತ್ರ'ವನ್ನು ಪ್ರಚಾರ ಮಾಡಬಹುದು. ನಿನ್ನ ಉದ್ದೇಶವೂ ಈಡೇರುತ್ತದೆ. ಇಲ್ಲದೇ ಹೋದರೆ ನಾನು ಆದಷ್ಟು ಶೀಘ್ರದಲ್ಲಿ ಈ ಮನೆಯನ್ನು ಬಿಟ್ಟು ಬೇರೆ ಕಡೆಗೆ ಹೋಗಬೇಕಾಗುತ್ತದೆ. ತಿಂಗಳಿಗೆ ಒಂದು

ನೂರು ರೂಪಾಯಿಯ ಲೆಕ್ಕಾಚಾರದಲ್ಲಿ ಮೂರು ತಿಂಗಳ ಬಾಡಿಗೆಯನ್ನು ನಾನು ಬಾಕಿ ಉಳಿಸಿಕೊಂಡಿದ್ದೇನೆ. ಆ ಹಣವನ್ನು ನೀನು ನನಗೆ ಕೊಡಬಹುದಾ?"

ನನ್ನ ಕೋರಿಕೆಯನ್ನು ಆತ ತಕ್ಷಣವೇ ಒಪ್ಪಿಕೊಂಡ. ನನ್ನ ಬಿಸಿಯುಸಿರು ಆತನ ಮುಖವನ್ನು ಸ್ಪರ್ಶಿಸುತ್ತಿತ್ತು. ಒಪ್ಪಿಕೊಳ್ಳದೇ ಇರುವುದಕ್ಕೆ ಹೇಗೆ ತಾನೇ ಸಾಧ್ಯ? ಆತ ನುಡಿದ, "ಒಂದು ವೇಳೆ ನಿನ್ನಂತಹ ಸಂಗಾತಿ ಸಿಗುವುದಾದರೆ ನನ್ನ ಸರ್ವಸ್ವವನ್ನೂ ಧಾರೆಯೆರೆಯುವುದಕ್ಕೆ ನಾನು ಸಿದ್ಧನಿದ್ದೇನೆ."

ಆತನನ್ನು ನಾನು ನನ್ನ 'ತೆಕ್ಕೆ'ಗೆ ತೆಗೆದುಕೊಂಡಿದ್ದೆ. ಸಮಯ ಸರಿಯುತ್ತಲೇ ಇತ್ತು. ಆದರೆ ಆತನಿಗೆ ನಿದ್ರೆ ಬರುವ ಯಾವ ಲಕ್ಷಣವೂ ಕಾಣಿಸಲಿಲ್ಲ. ನಿಜ ಹೇಳುವುದಾದರೆ, ಆತ ನಿದ್ರಿಸುವ ಸ್ಥಿತಿಯಲ್ಲಿ ಇರಲೇ ಇಲ್ಲ; ನಿದ್ರಿಸುವುದು ಆತನಿಂದ ಸಾಧ್ಯವೂ ಇರಲಿಲ್ಲ. ಅಂತಹ ಸಂದರ್ಭದಲ್ಲಿಯೇ ನಾನು ಇನ್ನೊಂದು ಯೋಜನೆಯನ್ನು ಜಾರಿಗೊಳಿಸುವುದಕ್ಕೆ ಸಿದ್ಧಳಾಗಿದ್ದೆ. 'ಪವಿತ್ರ ವ್ರತಧಾರಿ'ಯಾದ ಆತನನ್ನು ಸಂಪೂರ್ಣವಾಗಿ ವಶಪಡಿಸಿಕೊಳ್ಳಬೇಕಲ್ಲವೇ? ಆತನಿಗೆ ಇನ್ನಷ್ಟು ಹತ್ತಿರವಾಗುತ್ತ ಹೇಳಿದೆ, "ಹೊಸದಾದ ಜಾಗಕ್ಕೆ ಬಂದಿದ್ದರಿಂದಲೋ ಏನೋ... ನಿಮ್ಮ ನಿದ್ರೆ ಹಾರಿಹೋದಂತಿದೆ. ನಿಮ್ಮ ಸಮಸ್ಯೆಯನ್ನು ನಾನೇ ದೂರಮಾಡಬೇಕಲ್ಲವೇ?"

ನಾನು ಆತನ ವಿಷಯದಲ್ಲಿ ಇನ್ನೇಕೆ ಭಯಪಡಬೇಕು? ನಾನೂ 'ಪರಿಶುದ್ಧಳು'; ಆತನೂ 'ಪವಿತ್ರ' ವ್ಯಕ್ತಿ! ಆತನ ತಲೆಯನ್ನು ನನ್ನ ತೊಡೆಯ ಮೇಲೆ ಇಟ್ಟುಕೊಂಡು, ಆತನ ತಲೆಗೂದಲಿನಲ್ಲಿ ಕೈಯಾಡಿಸುತ್ತ, ಬಿಸಿಯುಸಿರು ಬಿಡತೊಡಗಿದ್ದೆ. ನಿಧಾನವಾಗಿ ನುಡಿದೆ, "ಯಾವುದೇ ಯುವಕನಿರಲಿ ಅಥವಾ ಯುವತಿಯಿರಲಿ, ಮನಸ್ಸಿನ ದೃಢತೆಯನ್ನು ಒಮ್ಮೆ ಪರೀಕ್ಷಿಸಿಕೊಳ್ಳುವುದು ತುಂಬಾ ಒಳ್ಳೆಯದು; ಅಲ್ಲವೇ?"

ನಾನು ಮಾಡಿದ್ದಾದರೂ ಏನು! ನನ್ನ ಬಳಿಯಿದ್ದ ರೋಮಾಂಚಕ ಚಿತ್ರಗಳನ್ನು ಆತನ ಮುಂದೆ ಇಟ್ಟಿದ್ದೆ. ಅವುಗಳ ಪೈಕಿ ಯಾವುದೋ ಒಂದು ರೋಚಕ ಚಿತ್ರವನ್ನು ನೋಡಿದ ಆತನ ಮನಸ್ಸು ನಿಯಂತ್ರಣ ಕಳೆದುಕೊಂಡಿತ್ತು. ಆತನ ಮನಸ್ಸನ್ನು ಕೆಡಿಸುವುದರಲ್ಲಿ ನಾನು ಸಂಪೂರ್ಣ ಯಶಸ್ವಿಯಾಗಿದ್ದೆ. ಆತ ಆ ಚಿತ್ರವನ್ನು ತದೇಕ ದೃಷ್ಟಿಯಿಂದ ನೋಡಿ ಭಾವಲೋಕಕ್ಕೆ ಜಾರಿದ್ದರೆ, ನಾನು ಆತನ ಪರಿಸ್ಥಿತಿಯನ್ನು ನೋಡಿ ಒಳಗೊಳಗೇ ನಗುತ್ತಿದ್ದೆ! ನಾನು ಮತ್ತು ನನ್ನ ವೃತ್ತಿಯಲ್ಲಿರುವ ಮಹಿಳೆಯರು ವಿಚಿತ್ರ ಸ್ವಭಾವವನ್ನು ಹೊಂದಿರುತ್ತೇವೆ. ನಮ್ಮನ್ನು ನೋಡಿ ಯಾವುದಾದರೂ ಪುರುಷರು ಆಸೆಪಡತೊಡಗಿದರೆ, ನಮ್ಮ ಮನಸ್ಸಿಗೆ ವಿಚಿತ್ರ ರೀತಿಯ ಆನಂದ ಉಂಟಾಗುತ್ತಿತ್ತು. ಇದೇ ಕಾರಣದಿಂದಾಗಿಯೇ ಒಂದರ ನಂತರ ಒಂದು ತಪ್ಪನ್ನು ಮಾಡುತ್ತಲೇ ಜೀವನವನ್ನು ಸಾಗಿಸುತ್ತಿದ್ದೆ. ಆ ಯುವಕನ ಮನಸ್ಸು ನನ್ನ ಕಡೆಗೆ ವಾಲಿರುವುದು ಖಚಿತವಾಗಿತ್ತು. ಆದರೆ ಯಾರಿಗೇ ಆಗಲಿ, ತಾನು ಬಯಸಿದ್ದು ತಕ್ಷಣವೇ ಸಿಕ್ಕಿಬಿಟ್ಟರೆ ಅದಕ್ಕೆ ಬೆಲೆಯಿರುತ್ತದೆಯೇ? ಆತನನ್ನು ಇನ್ನಷ್ಟು ಕಾಯಿಸುವುದರಿಂದಲೇ ನನಗೆ ಲಾಭವಿದೆ ಎನ್ನುವುದನ್ನು ನಾನು ಅರ್ಥಮಾಡಿಕೊಂಡಿದ್ದೆ. ಹಾಗಾಗಿ ಆತನಿಂದ ಸ್ವಲ್ಪ ದೂರದಲ್ಲಿ ಬೇರೊಂದು ಹಾಸಿಗೆಯನ್ನು ಸಿದ್ಧಪಡಿಸಿಕೊಂಡು ಮಲಗಿದೆ.

ರಾತ್ರಿ ಸರಿದಿತ್ತು; ಬೆಳಕು ಹರಿದಿತ್ತು. ಒಂದೇ ದಿನದಲ್ಲಿ ಅದೆಂತಹ ಬದಲಾವಣೆ! ಒಂದು ದಿನದ ಹಿಂದೆ ಯಾರು ನನಗೆ ಸಂಪೂರ್ಣವಾಗಿ ಅಪರಿಚಿತನಾಗಿದ್ದನೋ, ಯಾರು ತನ್ನ ಜೀವಮಾನ ಪರ್ಯಂತರ ವಿವಾಹವನ್ನೇ ಮಾಡಿಕೊಳ್ಳುವುದಿಲ್ಲ ಎಂದು ಪ್ರತಿಜ್ಞಾಬದ್ಧನಾಗಿದ್ದನೋ, ಅಂತಹ ವ್ಯಕ್ತಿ ಒಂದೇ ರಾತ್ರಿಯಲ್ಲಿ ನನ್ನ 'ಪರಮ ಭಕ್ತ'ನಾಗಿ ಬದಲಾಗಿದ್ದ! ನನ್ನ ದಾಸನಾಗಿ ಸದಾ ಕಾಲ ಇರುವುದಕ್ಕೆ ಸಿದ್ಧನಾಗಿದ್ದ! ಯಾರು ಹೆಣ್ಣುಗಳ ಬಗ್ಗೆ ತಿರಸ್ಕಾರ ಮನೋಭಾವವನ್ನು ಹೊಂದಿದ್ದನೋ ಅಂತಹ ವ್ಯಕ್ತಿಯನ್ನು ವೇಶ್ಯಾವೃತ್ತಿಯಲ್ಲಿರುವ ಮಾನದಾ (ನಾನು), ಉರುಫ್ ಮಿಸ್ ಮುಖರ್ಜಿ ಒಂದೇ ರಾತ್ರಿಯಲ್ಲಿ ಸಂಪೂರ್ಣವಾಗಿ ಪರಿವರ್ತನೆ ಮಾಡಿದ್ದಳು! ಸ್ವಲ್ಪ ಹೊತ್ತಿನಲ್ಲಿಯೇ ಆತ ಕುಳಿತಿದ್ದ ಕುರ್ಚಿಯ ಮುಂದಿದ್ದ ಮೇಜಿನ ಮೇಲೆ ಚಹಾ ಬಂದಿತು, ಬಿಸ್ಕತ್ ಬಂದಿತು, ಬೇಯಿಸಿದ ಎರಡು ಕೋಳಿಮೊಟ್ಟೆಗಳೂ ಬಂದವು; ಆದರೆ ಆ ಯುವಕನ ಕಣ್ಣುಗಳು ಮಾತ್ರ ನನ್ನನ್ನೇ ಅನುಸರಿಸುತ್ತಿದ್ದವು! ಯಾವಾಗ ನಾನು ಅಲ್ಲಿಗೆ ಬಂದು ಆತನ ಮುಂದೆ ಇದ್ದ ಇನ್ನೊಂದು ಕುರ್ಚಿಯ ಮೇಲೆ ಕುಳಿತು ಚಹಾ ಸೇವಿಸತೊಡಗಿದೆನೋ, ಆಗ ಆತ ತನ್ನ ಮುಂದಿದ್ದ ಚಹಾ ಕಪ್ಪನ್ನು ಕೈಗೆತ್ತಿಕೊಂಡು ನನ್ನನ್ನೇ ನೋಡುತ್ತ ಸೇವಿಸತೊಡಗಿದ್ದ.

ನಾನು ವಾಸವಾಗಿದ್ದ ಮನೆಯನ್ನು ಖರೀದಿಸುವುದಕ್ಕೆ ಬೇಕಾಗಿದ್ದ ಇಪ್ಪತ್ತು ಸಾವಿರ ರೂಪಾಯಿ ಮುಂದಿನ ಎರಡು ಮೂರು ತಿಂಗಳುಗಳಲ್ಲಿ ನನ್ನ ಕೈಸೇರಿತ್ತು. ನನ್ನ ದೇಹವನ್ನು ವಿವಿಧ ಬಗೆಯ ಚಿನ್ನದ ಆಭರಣಗಳು ಅಲಂಕರಿಸಿದವು. ಬಹಳ ದಿನಗಳ ನಂತರ ಮತ್ತೆ ಅಲಂಕಾರ ಮಾಡಿಕೊಳ್ಳುವುದಕ್ಕೆ ಆರಂಭಿಸಿದ್ದೆ.

ಒಂದು ದಿನ ನಾನು ಆತನಿಗೆ ಹೇಳಿದೆ, "ನಾನು ಚಿರಕಾಲ ಬ್ರಹ್ಮಚಾರಿಣಿಯಾಗಿಯೇ ಉಳಿದುಕೊಳ್ಳುವ ವ್ರತವನ್ನು ಆಚರಿಸುತ್ತೇನೆ. ಆಗ ನೀವು ಅತ್ಯಂತ ಸುಲಭವಾಗಿ ಇನ್ನೊಬ್ಬಳು ಯುವತಿಯೊಂದಿಗೆ ಗ್ರಹಸ್ಥಾಶ್ರಮವನ್ನು ಪ್ರವೇಶ ಮಾಡಬಹುದು."

ನನ್ನ ಮಾತುಗಳನ್ನು ಅರ್ಧಕ್ಕೇ ತಡೆದು ನಿಲ್ಲಿಸಿದ ಆತ ಹೇಳಿದ, "ನನ್ನ ಯೋಚನೆಯೇ ಬೇರೆಯಿದೆ. ನೀನೇ ನನ್ನ ಸಂಗಾತಿಯಾಗಿ ಇರಬೇಕು; ನನ್ನ ಪತ್ನಿಯ ರೂಪದಲ್ಲಿ ನನ್ನ ಬಾಳನ್ನು ಬೆಳಗಬೇಕು."

ಆತನ ಮಾತುಗಳನ್ನು ಕೇಳಿದ ನಾನು ಕೂಡಲೇ ನನ್ನೆರಡೂ ಕೈಗಳಿಂದ ಕಿವಿಗಳನ್ನು ಮುಚ್ಚಿಕೊಳ್ಳುತ್ತ, ಅಂತಹ ಮಾತುಗಳನ್ನು ಕೇಳಿಸಿಕೊಳ್ಳಲಾಗುದು; ನಾನು ಆತನ ಕೋರಿಕೆಗೆ ಯೋಗ್ಯಳಲ್ಲ ಎನ್ನುವ ರೀತಿಯಲ್ಲಿ ವರ್ತಿಸಿದೆ. ಕೂಡಲೇ ಆತ ನನ್ನ ಸಮೀಪಕ್ಕೆ ಬಂದು, ನನ್ನನ್ನು ಗಟ್ಟಿಯಾಗಿ ತಬ್ಬಿಕೊಂಡು, ಮುಖದ ತುಂಬಾ ಮುತ್ತಿನ ಸುರಿಮಳೆಗರೆದ! ಆ ಚುಂಬನವನ್ನು ನಾನು ಯಾವತ್ತೂ ಮರೆಯಲಾರೆ.

ಕೆಲವೇ ದಿನಗಳಲ್ಲಿ ಆ ಯುವಕ ನನ್ನ ಮುಂದೆ ನೇರವಾಗಿ ವಿವಾಹದ ಪ್ರಸ್ತಾವವನ್ನು ಇಟ್ಟಿದ್ದ. "ನನ್ನ ವಿವಾಹದ ತೀರ್ಮಾನವನ್ನು ನಾನು ಮಾಡುವುದು ಸಾಧ್ಯವಿಲ್ಲ. ಇದು ನನ್ನ ಕೈಯಲ್ಲಿಲ್ಲ. ನನ್ನ ಬಾವನೇ ಈ ತೀರ್ಮಾನವನ್ನು ತೆಗೆದುಕೊಳ್ಳಬೇಕು" ಎಂದು ಹೇಳಿದೆ. ಈ ಪ್ರಸ್ತಾವ ನನ್ನ ಬಾವಂದಿರ (ಬ್ಯಾರಿಸ್ಟರ್

ಬಾಬು ಹಾಗೂ ವಕೀಲ ಬಾಬು) ಮುಂದಕ್ಕೆ ಹೋಯಿತು. ಅವರು ನನ್ನ ಮೂರ್ಖ ಪ್ರೇಮಿಯನ್ನು ಯಾವ ರೀತಿಯಲ್ಲಿ ದೂರ ಸರಿಸಬೇಕು ಎನ್ನುವುದನ್ನು ಚೆನ್ನಾಗಿ ತಿಳಿದಿದ್ದರು. "ಈ ವಿವಾಹ ಸಾಧ್ಯವೇ ಇಲ್ಲ. ಒಬ್ಬಳು ಸುಶಿಕ್ಷಿತ ಹೆಣ್ಣು ತನಗಿಂತ ಚಿಕ್ಕವನಾದ ಯುವಕನನ್ನು ವಿವಾಹವಾಗುವುದು ಸರಿಯಲ್ಲ. ನಾವು ಒಪ್ಪುವುದಿಲ್ಲ" ಎಂದು ನೇರವಾಗಿ ಹೇಳಿಬಿಟ್ಟರು!

ಕುಮಾರ ಗೋಪಿಕಾರಮಣ ರಾಯ್ ಈ ಮೇಲೆ ಉಲ್ಲೇಖಿಸಿದ ಜಮೀನ್ದಾರ ಯುವಕನ ಆತ್ಮೀಯ ಸ್ನೇಹಿತರು. ಈ ನನ್ನ ಹತಾಶ ಪ್ರೇಮಿಯು ಕುಮಾರ ಬಹಾದ್ದೂರರ ಮನೆಗೆ ಆಗಾಗ ಹೋಗಿಬರುತ್ತಿದ್ದ ವಿಷಯ ನನಗೆ ಚೆನ್ನಾಗಿ ತಿಳಿದಿತ್ತು. ಕುಮಾರ ಬಹಾದ್ದೂರರ ಮನೆಗೆ ನನ್ನನ್ನೂ ಕರೆದುಕೊಂಡು ಹೋಗಬೇಕು ಎನ್ನುವುದು ನನ್ನ 'ಪ್ರೇಮಿ'ಯ ಬಯಕೆಯಾಗಿತ್ತು. ಆದರೆ ಅದು ಇನ್ನೂ ಈಡೇರಿರಲಿಲ್ಲ. ಒಮ್ಮೆ ನನ್ನ 'ಕುಟೀರ'ಕ್ಕೆ ತಾವು ಪಾದಾರ್ಪಣೆ ಮಾಡಬೇಕು ಎಂದು ನಾನೂ ಕುಮಾರ ಬಹಾದ್ದೂರರನ್ನು ನನ್ನ ಪ್ರೇಮಿಯ ಮೂಲಕ ವಿನಂತಿಸಿಕೊಂಡಿದ್ದೆ. ಆದರೆ ಅವರು ನನ್ನ ಕೋರಿಕೆಯನ್ನು ಈಡೇರಿಸಿರಲಿಲ್ಲ. ನನ್ನಿಂದಾದ ಯಾವ ಅಪರಾಧಕ್ಕಾಗಿ ಅವರು ನನ್ನ ಮನೆಗೆ ಬರಲಿಲ್ಲ ಎನ್ನುವುದು ನನಗೆ ತಿಳಿದಿರಲಿಲ್ಲ. ಏಕೆಂದರೆ ಆ ಸಮಯದಲ್ಲಿ ನಾನು 'ವೇಶ್ಯೆ' ಎಂದು ಗುರುತಿಸಿಕೊಂಡಿರಲಿಲ್ಲ. ನನ್ನ ಜೀವನದ ಇಂತಹ ಅನೇಕ ಮಜಲುಗಳ ಬಗ್ಗೆ ನಾನು ಈಗಾಗಲೇ ಈ ಪುಸ್ತಕದಲ್ಲಿ ದಾಖಲಿಸಿದ್ದೇನೆ. ಮನುಷ್ಯನು ತನ್ನ ಪ್ರವೃತ್ತಿಯ ಕಾರಣದಿಂದಾಗಿ ಅದೆಷ್ಟು ಪಾಪಕಾರ್ಯಗಳನ್ನು ಮಾಡುತ್ತಾನೆ ಎನ್ನುವುದನ್ನೂ ಉಲ್ಲೇಖಿಸಿದ್ದೇನೆ. ಯಾರು ಅತ್ಯಂತ ಪರಿಶುದ್ಧ ಜೀವನವನ್ನು ನಡೆಸುತ್ತಿರುತ್ತಾರೆಯೋ ಅವರನ್ನು ಕಳಂಕಿತರನ್ನಾಗಿಸುವ ಪ್ರಯತ್ನ ಈ ಸಮಾಜದಲ್ಲಿ ಸದಾ ನಡೆಯುತ್ತದೆ. ಯಾರು ಒಳ್ಳೆಯತನದ ಮುಖವಾಡವನ್ನು ಧರಿಸಿರುವುದಿಲ್ಲವೋ ಅವರನ್ನು ಜನರು ನೋಡುವ ದೃಷ್ಟಿಯೇ ಬೇರೆ. ಯಾರು ಇಂತಹ ಮುಖವಾಡವನ್ನು ಧರಿಸಿಕೊಂಡು ಓಡಾಡುತ್ತಿರುತ್ತಾರೆಯೋ ಅಂಥವರ ಬಗ್ಗೆ ಎಲ್ಲರೂ ಆಕರ್ಷಿತರಾಗುತ್ತಾರೆ; ಅವರನ್ನು ಪ್ರಶಂಸಿಸುತ್ತಾರೆ. ಯಾವ ಹೆಣ್ಣು ಬಹಿರಂಗವಾಗಿ ಗಂಡಿನ ಸಂಗವನ್ನು ಬಯಸುತ್ತಾಳೆಯೋ ಆಕೆಯನ್ನು ಗಂಡು ಇಷ್ಟಪಡುವುದಿಲ್ಲ. ಆದರೆ ಯಾವ ಹೆಣ್ಣು ತನ್ನ ಕುಲದ ಗೌರವವನ್ನು ಕಾಪಾಡಿಕೊಳ್ಳುವುದಕ್ಕೆ ಹೆಚ್ಚು ಇಷ್ಟಪಡುತ್ತಾಳೆಯೋ, ಸಮಾಜಕ್ಕೆ ಹೆದರಿ ಬದುಕುತ್ತಾಳೆಯೋ ಆಕೆಯನ್ನೇ ಕಾಮುಕರು ಹಾಗೂ ದುಷ್ಟರು ಬಯಸುತ್ತಾರೆ ಮತ್ತು ಆಕೆಯ ಹೆಸರನ್ನು, ಗೌರವವನ್ನು ಕೆಡಿಸುವುದಕ್ಕೆ ಇಷ್ಟಪಡುತ್ತಾರೆ. ನನ್ನ ಸಂಪರ್ಕಕ್ಕೆ ಬಂದ ಆಜನ್ಮ ಬ್ರಹ್ಮಚಾರಿ ವ್ರತವನ್ನು ಆಚರಿಸುತ್ತಿದ್ದ ಯುವಕನ ಗತಿ ಏನಾಯಿತು ಎನ್ನುವುದನ್ನು ಈಗಾಗಲೇ ವಿವರಿಸಿದ್ದೇನೆ. ಏನಾಯಿತು ಆತನ ಪವಿತ್ರ ವ್ರತ; ಎಲ್ಲಿ ಹೋಯಿತು ಆತನ ಬ್ರಹ್ಮಚರ್ಯ ವ್ರತಾಚರಣೆ! ಕೆಲವೇ ದಿನಗಳ ಕಾಲ ಹೆಣ್ಣಿನ ಸಂಪರ್ಕವನ್ನು ಹೊಂದಿದ ಕೂಡಲೇ ಆತನ ದೃಢವಾದ ಮನಸ್ಸು ವಿಚಲಿತಗೊಂಡಿತ್ತು; ದೃಢಸಂಕಲ್ಪ ತನ್ನ ಅಸ್ತಿತ್ವವನ್ನೇ ಕಳೆದುಕೊಂಡಿತ್ತು. ಆತ ತನ್ನ

ಧನ, ಮಾನ ಮತ್ತು ಯಶಸ್ಸನ್ನು ಕಳೆದುಕೊಂಡಿದ್ದ. ಕೆಲವೇ ಕೆಲವು ದಿನಗಳಲ್ಲಿ ನನ್ನ ಪಾದಗಳ ಮುಂದೆ ದಾಸನ ರೀತಿಯಲ್ಲಿ ಕುಳಿತಿದ್ದ. ಎಲ್ಲ ರೀತಿಯಲ್ಲಿಯೂ ನನ್ನ ಸೇವೆಗೆ ಮುಂದಾಗಿದ್ದ. ನಾನು ಯಾರನ್ನೂ ಕ್ಷಮಿಸಿಲ್ಲ ಮತ್ತು ಯಾರಿಗೂ ದಾಸಿಯಾಗಿ ಕಾರ್ಯನಿರ್ವಹಿಸಿಲ್ಲ. ಅರಮನೆಯಂತಹ ದೊಡ್ಡ ಬಂಗಲೆಯಲ್ಲಿ ವಾಸಿಸುತ್ತಿದ್ದ ಮಾರ್ವಾಡಿಯ ಮುಂದೆಯೂ ನಾನು ನನ್ನತನವನ್ನು ಕಾಪಾಡಿಕೊಂಡಿದ್ದೆ. ಆತನಿಗೆ ಯಾವತ್ತೂ ನಾನು ಸೋಲಲಿಲ್ಲ; ಬದಲಿಗೆ ಆತನನ್ನೇ ನನ್ನ ಬುಟ್ಟಿಗೆ ಹಾಕಿಕೊಂಡಿದ್ದೆ. ಆತನಿಂದ ತುಂಬಾ ಹಣ ಹಾಗೂ ಆಭರಣಗಳನ್ನು ಉಡುಗೊರೆಯ ರೂಪದಲ್ಲಿ ನಾನು ಪಡೆದುಕೊಂಡಿದ್ದೆ. ಮನಸ್ಸು ಮಾಡಿದ್ದರೆ ಆತನದ್ದೆಲ್ಲವನ್ನೂ ನನ್ನ ಕೈವಶ ಮಾಡಿಕೊಳ್ಳುತ್ತಿದ್ದೆ.

ನನ್ನ ವಕೀಲ 'ದಲ್ಲಾಳಿ' ಒಬ್ಬ ವಿಶಿಷ್ಟ ಮಾರ್ವಾಡಿಯನ್ನು ಮನೆಗೆ ಕರೆದುಕೊಂಡು ಬಂದಿದ್ದ. ಆತ ನನ್ನನ್ನು ನೋಡಿದ ಮರುಕ್ಷಣವೇ ನುಡಿದಿದ್ದ, 'ಓ ನನ್ನ ಮಹಾರಾಣಿ, ಮಡಕೆ ಹೊಟ್ಟೆಯ ಮಾರ್ವಾಡಿ ಹೆಂಗಸರು ನನಗೆ ಯಾವತ್ತೂ ಇಷ್ಟವಾಗುವುದಿಲ್ಲ. ಏನಿದ್ದರೂ ನಿನ್ನಂತಹ ಸುಂದರಿಯರಿಂದಲೇ ನನಗೆ ತೃಪ್ತಿ ಸಿಗುವುದು ಸಾಧ್ಯ. ಸ್ವದೇಶಿ ಮದ್ಯಕ್ಕಿಂತ ವಿದೇಶಿ ಮದ್ಯವೇ ಸ್ವಾದಿಷ್ಟವಲ್ಲವೇ?' ಆತ ನನ್ನನ್ನು ಪ್ರೀತಿಸುವುದಾಗಿ ಹೇಳಿದ. ನಾನೂ ಒಂದೇ ಒಂದು ಬಾರಿ ಆತನನ್ನು 'ಪ್ರಾಣೇಶ್ವರ' ಎಂದು ಸಂಬೋಧಿಸಿ, ಆತನಿಂದ ಒಂದು ಚಿನ್ನದ ನಾಣ್ಯವನ್ನು ಸಂಪಾದಿಸಿದೆ. ಆತನಿಗೆ ನೀಡಿದ ಒಂದೇ ಒಂದು ಮುತ್ತಿಗೆ ಬದಲಿಯಾಗಿ ಎರಡು ಚಿನ್ನದ ನಾಣ್ಯಗಳನ್ನು ಆತನಿಂದ ಪಡೆದುಕೊಂಡೆ! ಒಂದು ದಿನ ಆತನ ತೋಟದ ಮನೆಗೆ ಹೋಗಿ ಒಂದಿಷ್ಟು ಸಮಯವನ್ನು ಕಳೆದು 300 ರೂಪಾಯಿಯನ್ನು ಆತನಿಂದ 'ಗೌರವಧನ'ದ ರೂಪದಲ್ಲಿ ಸ್ವೀಕರಿಸಿದೆ. ತಾವು ಧರ್ಮರಕ್ಷಕರು ಎಂದು ಹೇಳಿಕೊಂಡು ಓಡಾಡುತ್ತಿದ್ದ ಕೆಲವರಿಂದ ನಾನು ಸಂಪಾದಿಸಿದ ಹಣಕ್ಕೆ ಲೆಕ್ಕವುಂಟೇ? ಹಾಗಿದ್ದರೆ ಅವರು ತಮ್ಮ ಧರ್ಮನಿಷ್ಠೆಯನ್ನು ತೊರೆದು ನನ್ನ ಸೆರಗಿನ ಒಳಗೆ ಹೇಗೆ ಸೇರಿಕೊಂಡರು?

●

ಚಹಾಕೂಟ

ಭವಾನಿಪುರಕ್ಕೆ ಬಂದ ನಂತರ ನಾನು 'ಮಿಸ್ ಮುಖರ್ಜಿ' ಎನ್ನುವ ಹೆಸರಿನಿಂದ ಎಲ್ಲರಿಗೂ ಪರಿಚಿತಳಾದೆ. ಈಗ ನಾನು 'ಮಾನದಾ', 'ಫಿರೋಜಾ ಬೀಬಿ' ಅಥವಾ 'ಮಾನಿ ದೀದಿ' ಆಗಿರಲಿಲ್ಲ. ನನ್ನ ಹಳೆಯ ಹೆಸರುಗಳು ಇಲ್ಲಿನ ಯಾರಿಗೂ ತಿಳಿದಿರಲಿಲ್ಲ. 'ಜೀವನೋಪಾಯ'ಕ್ಕಾಗಿ ಪ್ರತಿದಿನವೂ ನಾನು ಹೊಸ 'ಯೋಜನೆ' ಅಥವಾ 'ತಂತ್ರಗಾರಿಕೆ'ಯನ್ನು ರೂಪಿಸುತ್ತಿದ್ದೆ. ಅವುಗಳ ಪೈಕಿ ಅತ್ಯಂತ ಪ್ರಮುಖವಾದುದು 'ಚಹಾಕೂಟ.' ತಮ್ಮ ಕಚೇರಿಯ ಕೆಲಸ ಮುಗಿದ ನಂತರ ನನ್ನ 'ದಲ್ಲಾಳಿ'ಗಳು ಮನೆಗೆ ಬರುತ್ತಿದ್ದರು. ಚಹಾಕೂಟಕ್ಕೆ ಬಂದ ಅತಿಥಿಗಳನ್ನು ಅವರು ಚೆನ್ನಾಗಿ ಉಪಚರಿಸುತ್ತಿದ್ದರು. ಎಲ್ಲರೊಂದಿಗೂ ಸ್ವಲ್ಪ ಹೊತ್ತು ಮುಕ್ತವಾದ ಮಾತುಕತೆ ನಡೆಸಲಾಗುತ್ತಿತ್ತು. ಬಂದವರಲ್ಲಿ ಮುಖ್ಯವಾಗಿ ಎರಡು ವರ್ಗದವರು ಇರುತ್ತಿದ್ದರು; ಮೊದಲನೆಯವರು ನನಗೆ ಉಪಯೋಗಕ್ಕೆ ಬರುವವರು; ಎರಡನೆಯ ವರ್ಗದವರು ನನಗೆ ಉಪಯೋಗಕ್ಕೆ ಬಾರದವರು. ಇವರ ಪೈಕಿ ನನಗೆ ಆ ಕ್ಷಣಕ್ಕೆ ಅಥವಾ ಮುಂದೆಂದಾದರೂ ಉಪಯೋಗಕ್ಕೆ ಬರಬಹುದು ಎನ್ನುವಂತಹ ವ್ಯಕ್ತಿಗಳ ಹೆಸರುಗಳನ್ನು ಪಟ್ಟಿಮಾಡಿಕೊಳ್ಳುತ್ತಿದ್ದೆ. ನನ್ನ ಮನೆಯಲ್ಲಿ ನಡೆಯುತ್ತಿದ್ದ ಚಹಾಕೂಟಕ್ಕೆ ಬಂದ ಎಲ್ಲರಿಂದಲೂ ನನಗೆ ಲಾಭವೇನೂ ಆಗುತ್ತಿರಲಿಲ್ಲ. ಇನ್ನೂ ಸ್ಪಷ್ಟವಾಗಿ ಹೇಳುವುದಾದರೆ ಅವರಿಂದ ನನಗೆ ನಷ್ಟವೇ ಉಂಟಾಗುತ್ತಿತ್ತು. ಚಹಾಕೂಟ ನಡೆಸುವುದಕ್ಕೆ ಹಣ ಬೇಡವೇ? ಬಂದವರಲ್ಲಿ ತಮ್ಮ ಕಿಸೆಯಿಂದ ಹಣವನ್ನು ಹೊರಕ್ಕೆ ತೆಗೆಯುವವರ ಸಂಖ್ಯೆ ಬಹಳ ಕಡಿಮೆಯಾಗಿತ್ತು. ನಾನು ಅಥವಾ ನನ್ನ ದಲ್ಲಾಳಿಗಳು ಅವರನ್ನು ಏನು ಮಾಡುವುದಕ್ಕೆ ಸಾಧ್ಯ! ಮಾತುಕತೆ ಮುಗಿದ ನಂತರ ಅತ್ಯಂತ ಗೌರವಯುತವಾಗಿ ಅವರನ್ನು ಕಳುಹಿಸಿಕೊಡುತ್ತಿದ್ದೆವು!

ಒಂದು ದಿನ ನಾನು ಬ್ಯಾರಿಸ್ಟರ್ 'ಬಾಬು'ವಿಗೆ ಹೇಳಿದೆ, "ಒಂದು ಕೆಲಸ ಮಾಡು... ಕಲ್ಕತ್ತಾ ನಗರದ ದೊಡ್ಡ ವ್ಯಾಪಾರಿಗಳು, ಸರ್ಕಾರದ ಉನ್ನತ ಹುದ್ದೆಯಲ್ಲಿರುವ ಅಧಿಕಾರಿಗಳು, ಜಮೀನ್ದಾರರು, ವಕೀಲರು, ಬ್ಯಾರಿಸ್ಟರ್‌ಗಳು, ಶಿಕ್ಷಕರು, ಪ್ರಾಧ್ಯಾಪಕರು, ಸ್ವಾತಂತ್ರ್ಯ ಹೋರಾಟಗಾರರು, ಸಮಾಜ ಸುಧಾರಕರು ಮುಂತಾದವರ ಪೈಕಿ ನಿನಗೆ

ಪರಿಚಯವಿರುವ ವ್ಯಕ್ತಿಗಳ ಹೆಸರುಗಳ ಪಟ್ಟಿಯನ್ನು ತಯಾರಿಸು. ಅವರ ಪೈಕಿ ಯಾರ್‍ಯಾರು ಶ್ರೀಮಂತ ವ್ಯಕ್ತಿಗಳು ಎನ್ನುವುದನ್ನು ಗುರುತಿಸಿ, ಅವರನ್ನು ಪ್ರತ್ಯೇಕವಾಗಿ ಚಹಾಕೂಟಕ್ಕೆ ಆಮಂತ್ರಿಸು. ನೋಡೋಣ... ಅವರಿಗೆ ಒಳ್ಳೆಯ ಆತಿಥ್ಯ ನೀಡಿದರೆ ನಮಗೆ ಏನಾದರೂ ಲಾಭವಾಗಲೂಬಹುದು ಅಲ್ಲವೇ?"

ಮುಂದಿನ ನಾಲ್ಕೈದು ದಿನಗಳು ಕಳೆಯುವಷ್ಟರಲ್ಲಿಯೇ ಬ್ಯಾರಿಸ್ಟರ್ 'ಬಾಬು' ನಾನು ಹೇಳಿದ ರೀತಿಯಲ್ಲಿ ಒಂದು ಪಟ್ಟಿಯನ್ನು ತಯಾರಿಸಿ ನನ್ನ ಕೈಗೆ ಒಪ್ಪಿಸಿದ್ದ. ಆ ಪಟ್ಟಿಯಲ್ಲಿ ನನ್ನ ಪೂರ್ವಜೀವನದಲ್ಲಿ ನನಗೆ ಪರಿಚಿತರಾಗಿದ್ದ ಮೂವರು 'ಮಹಾನುಭಾವ'ರ ಹೆಸರೂ ಇತ್ತು. ಅವುಗಳನ್ನು ಬದಲಿಸುವಂತೆ ಆತನಿಗೆ ಸೂಚಿಸಿದೆ. ಆತ ಅವರ ಬದಲಿಗೆ ಬೇರೆ ಮೂವರ ಹೆಸರನ್ನು ಆ ಪಟ್ಟಿಗೆ ಸೇರಿಸಿದ. ಒಂದು ರವಿವಾರ ಇಂತಹದೊಂದು 'ಕೂಟ'ಕ್ಕೆ ವ್ಯವಸ್ಥೆಯನ್ನು ಮಾಡಲಾಯಿತು. ನನ್ನ ಹೆಸರಿನಲ್ಲಿದ್ದ ಆಮಂತ್ರಣ ಪತ್ರಿಕೆಯನ್ನು ಮನೆಯ ನೌಕರ ಆಯ್ದ ಕೆಲವು ಜನರಿಗೆ ತಲುಪಿಸಿದ್ದ. ಶಾಲಾ ಶಿಕ್ಷಕರ ಪೈಕಿ ಯಾರೊಬ್ಬರೂ ಈ ಕೂಟಕ್ಕೆ ಆಗಮಿಸಲಿಲ್ಲ. ಸರ್ಕಾರಿ ಅಧಿಕಾರಿಗಳ ಪೈಕಿ ಒಬ್ಬ ಮಾತ್ರ ಬಂದಿದ್ದ. ಆದರೆ ಚಹಾಕೂಟ ಮುಗಿಯುವುದಕ್ಕಿಂತ ಮೊದಲೇ ಆತ ಅಲ್ಲಿಂದ ಎದ್ದುಹೋಗಿದ್ದ. ನಾವು ಆಮಂತ್ರಿಸಿದ್ದ ಸ್ವಾತಂತ್ರ್ಯ ಹೋರಾಟಗಾರರು, ವಕೀಲರು, ಬ್ಯಾರಿಸ್ಟರ್‌ಗಳೆಲ್ಲರೂ ಬಂದಿದ್ದರು. ಚಹಾಕೂಟಕ್ಕೆಂದೇ ವಿಶೇಷ ತಿಂಡಿಗಳು ಸಿದ್ಧವಾಗಿದ್ದವು; ಜೊತೆಯಲ್ಲಿ ವಿದೇಶಿ 'ಪಾನೀಯ.' ಇವುಗಳ ಜೊತೆಯಲ್ಲಿ ನಾನು ಒಂದೆರಡು ಭಕ್ತಿಗೀತೆ ಮತ್ತು ರವೀಂದ್ರನಾಥರ ಮೂರ್ನಾಲ್ಕು ಗೀತೆಗಳನ್ನು ಹಾಡಿದೆ. ಶ್ರೀಯುತ ಪ್ರದೀಪಕುಮಾರ ರಾಯ್ ಕೂಡ ನಾಲ್ಕಾರು ಗೀತೆಗಳನ್ನು ಹಾಡಿದರು. 'ದೇಶಪ್ರೇಮಿ'ಯೊಬ್ಬರು ಒಂದು ದೇಶಭಕ್ತಿ ಗೀತೆಯನ್ನು ಹಾಡುವಂತೆ ನನ್ನನ್ನು ಕೇಳಿಕೊಂಡರು. ಬಂಕಿಮಚಂದ್ರ ಚಟ್ಟೋಪಾಧ್ಯಾಯರ ನೂತನ ಗೀತೆಯೊಂದನ್ನು ನಾನು ಪ್ರಸ್ತುತಪಡಿಸಿದೆ.

ಸಂಗೀತ ಕಾರ್ಯಕ್ರಮ ಮುಗಿದ ನಂತರ ರಾಜಕೀಯ ಚರ್ಚೆ ಆರಂಭವಾಯಿತು. ಒಬ್ಬ ದೇಶಪ್ರೇಮಿಯು ಪದ್ಮ ಸರ್ಕಾರ್‌ರ ವಿರುದ್ಧ ತನ್ನ ಅಭಿಪ್ರಾಯವನ್ನು ವ್ಯಕ್ತಪಡಿಸಿದ. 'ಅವರು ಒಂದಿಬ್ಬರು ವೇಶ್ಯೆಯರನ್ನು ಇಟ್ಟುಕೊಂಡಿದ್ದಾರೆ. ರಹಸ್ಯವಾಗಿ ಅವರುಗಳ ಮನೆಗೆ ಹೋಗಿಬರುತ್ತಾರೆ' ಎಂದು ಆರಂಭಿಸಿದ ಆತ ಕೊನೆಕೊನೆಗೆ ಅವಾಚ್ಯ ಶಬ್ದಗಳಿಂದ ನಿಂದಿಸತೊಡಗಿದ. ಅಲ್ಲಿಯೇ ಇದ್ದ ಘೋಷ್‌ರವರು ಆ ದೇಶಪ್ರೇಮಿಯ ಅಭಿಪ್ರಾಯವನ್ನು ಖಂಡಿಸಿದರು. ಪದ್ಮ ಸರ್ಕಾರ್‌ರಂತಹ ವ್ಯಕ್ತಿಯನ್ನು ಈ ರೀತಿಯಲ್ಲಿ ಹೀಯಾಳಿಸುವುದು, ನಿಂದಿಸುವುದು ಸರಿಯಲ್ಲ ಎಂದು ಅವರು ವಾದಿಸಿದರು. ಅಲ್ಲಿಯೇ ಇದ್ದ ಇನ್ನೊಬ್ಬ ವ್ಯಕ್ತಿ ಘೋಷರ ಮಾತುಗಳನ್ನು ಟೀಕಿಸಿದ. 'ದೇಶಬಂಧುವೂ ತಪ್ಪುಗಳನ್ನು ಮಾಡಿದ್ದಾರೆ' ಎನ್ನುವ ಮಾತನ್ನು ಆತ ಸೇರಿಸಿದ್ದ. 'ದೇಶಬಂಧು ತಪ್ಪು ಮಾಡಿದ್ದಾರೆ' ಎನ್ನುವ ಮಾತನ್ನು ಅರಗಿಸಿಕೊಳ್ಳುವುದು ನನ್ನಿಂದ ಸಾಧ್ಯವಾಗಲಿಲ್ಲ. ಆ ಮಾತಿನಿಂದ ನನಗೆ ತುಂಬಾ ಆಘಾತವಾಯಿತು. ಆದ್ದರಿಂದ ನಾನೂ ಆ ವ್ಯಕ್ತಿಯ ಮಾತುಗಳನ್ನು ಖಂಡಿಸುತ್ತ ಹೇಳಿದೆ, "ನಿಮ್ಮ ಅಭಿಪ್ರಾಯ

ನನಗೆ ಇಷ್ಟವಾಗಲಿಲ್ಲ. ನನ್ನ ಪ್ರಕಾರ ಅವರಂತಹ ವ್ಯಕ್ತಿಯನ್ನು ಅರ್ಥಮಾಡಿಕೊಳ್ಳುವ ಶಕ್ತಿ ನನಗೆ, ನಿಮಗೆ ಅಥವಾ ನಮ್ಮಂತಹ ಸಾಮಾನ್ಯ ಜನರಿಗೆ ಇಲ್ಲವೇ ಇಲ್ಲ. ಅವರು ವಿಶಾಲವಾದ ಸಮುದ್ರವಿದ್ದಂತೆ. ಅದರ ಆಳ–ಅಗಲವನ್ನು ನೋಡುವುದು ಖಂಡಿತವಾಗಿಯೂ ನಮ್ಮಿಂದ ಸಾಧ್ಯವಿಲ್ಲ. ಅವರು ಯಾರ ಮೇಲೆಯೂ ಒತ್ತಡವನ್ನು ಹೇರಿದವರಲ್ಲ; ಸಮಾಜದ ವಿವಿಧ ವರ್ಗಗಳ ಜನರ ನಡುವೆ ದ್ವೇಷದ ಭಾವನೆಯನ್ನು ಬಿತ್ತಿದವರೂ ಅಲ್ಲ. ಇನ್ನೊಬ್ಬರನ್ನು ತೊಂದರೆಗೆ ಸಿಲುಕಿಸಿ ತಮ್ಮ ವೈಯಕ್ತಿಕ ಕಾರ್ಯವನ್ನು ಸಾಧಿಸಿಕೊಂಡವರಂತೂ ಅಲ್ಲವೇ ಅಲ್ಲ. ಜನರ ಮನಸ್ಸನ್ನು ಅರ್ಥಮಾಡಿಕೊಳ್ಳುವ ಶಕ್ತಿ ಅವರಿಗೆ ಇರುವುದರಿಂದಲೇ ಜನರೂ ಅವರನ್ನು ಗುರುತಿಸಿದ್ದಾರೆ; ತಮ್ಮ ಮನಸ್ಸಿನಲ್ಲಿ ಅವರಿಗೊಂದು ಉನ್ನತ ಸ್ಥಾನವನ್ನು ನೀಡಿದ್ದಾರೆ. ಸಮಾಜದ ಪ್ರತಿಯೊಂದು ಸ್ತರದ ಜನರನ್ನೂ ಅವರು ಸಮಾನ ಭಾವನೆಯಿಂದಲೇ ನೋಡಿದ್ದಾರೆ. ನನ್ನ ಪ್ರಕಾರ ಅವರೊಬ್ಬರು ಶ್ರೇಷ್ಠ ವ್ಯಕ್ತಿ."

ನಾನು ಇಷ್ಟೆಲ್ಲಾ ಹೇಳಿದರೂ ಆ ವ್ಯಕ್ತಿ ಮಾತ್ರ ತನ್ನ ಹಠವನ್ನು ಬಿಡಲಿಲ್ಲ. ಆತ ತನ್ನ ವಾದವನ್ನು ಮುಂದುವರಿಸಿದ್ದ. "ಅವರೊಬ್ಬರು ವಿಶ್ವಾಸಘಾತುಕ ವ್ಯಕ್ತಿ. ನೀವು ಹೇಳಿದ ರೀತಿಯಲ್ಲಿ ಅವರು ಖಂಡಿತವಾಗಿಯೂ ವಿಶ್ವಾಸಕ್ಕೆ ಯೋಗ್ಯರಲ್ಲ. ಸ್ವಾತಂತ್ರ್ಯ ಹೋರಾಟಕ್ಕೆ ಸಂಬಂಧಿಸಿದ ಕೆಲವು ಮಾಹಿತಿಗಳನ್ನು ಅವರು ರಹಸ್ಯವಾಗಿ ಶತ್ರುಪಕ್ಷದವರಿಗೆ ವರ್ಗಾಯಿಸುತ್ತಾರಂತೆ..."

ಆ ವ್ಯಕ್ತಿಯ ಮಾತುಗಳನ್ನು ಸಹಿಸಿಕೊಳ್ಳುವುದು ನನ್ನಿಂದ ಸಾಧ್ಯವಾಗಲಿಲ್ಲ. ನಾನು ಸ್ವಲ್ಪ ಜೋರಾದ ಧ್ವನಿಯಲ್ಲಿಯೇ ಆತನ ಅಭಿಪ್ರಾಯವನ್ನು ಖಂಡಿಸಿದೆ. "ಸರಿ... ಹಾಗಿದ್ದರೆ ನೀವು ಸರಿಯಾದ ಪಥದಲ್ಲಿಯೇ ಚಲಿಸುತ್ತಿದ್ದೀರೇನು? ಏನೇ ಇರಲಿ... ಪದ್ಮ ಸರ್ಕಾರ್‌ರ ವಿರುದ್ಧವೂ ಇಲ್ಲಿ ಚರ್ಚೆಯಾಗುತ್ತಿದೆ. ನನ್ನ ಪ್ರಕಾರ ಇದೂ ಸರಿಯಲ್ಲ. ಏಕೆಂದರೆ ಯಾವುದೇ ವ್ಯಕ್ತಿಯ ಅನುಪಸ್ಥಿತಿಯಲ್ಲಿ ಅವರ ವಿರುದ್ಧವಾಗಿ ಮಾತನಾಡಬಾರದು. ನಾನು ಈ ಚಹಾಕೂಟಕ್ಕೆ ಪದ್ಮ ಸರ್ಕಾರ್‌ರನ್ನು ಆಹ್ವಾನಿಸಿಲ್ಲ. ಏಕೆಂದರೆ, ಅವರು ಬರುತ್ತಾರೆ ಎನ್ನುವುದು ಗೊತ್ತಾದರೆ ಅಪಾರ ಸಂಖ್ಯೆಯ ಜನರು ಇಲ್ಲಿಗೆ ಬಂದುಬಿಡುತ್ತಾರೆ."

ನಾನು ಏರ್ಪಡಿಸಿದ್ದ ಚಹಾಕೂಟದಲ್ಲಿ ಚರ್ಚೆಯು ವಿಕೋಪಕ್ಕೆ ಹೋಗುವುದು ನನಗೆ ಇಷ್ಟವಿರಲಿಲ್ಲ. ಹಾಗಾಗಿ ಆ ವಿಷಯವನ್ನು ಅಲ್ಲಿಗೇ ನಿಲ್ಲಿಸಲು ನಿರ್ಧರಿಸಿದ್ದೆ. ಆದರೆ ಆ ವ್ಯಕ್ತಿ ತನ್ನ ವಾದವನ್ನು ನಿಲ್ಲಿಸುವ ಯಾವ ಲಕ್ಷಣವೂ ಕಂಡುಬರಲಿಲ್ಲ. "ವೀರೇನ್ ಶಾಸಮಲ್, ಜಿತೇನ್ ಬ್ಯಾನರ್ಜಿ ಮತ್ತು ಹೇಮಂತ ಸರ್ಕಾರ್ ಹೇಗೆ ಹೊರಟುಹೋದರು ಎನ್ನುವುದು ನಿಮಗೆ ಗೊತ್ತಿದೆಯೇನು?"

ನಾನು ಆತನ ಮಾತುಗಳಿಗೆ ಪೂರ್ಣವಿರಾಮ ಹಾಕಿಸುವುದಕ್ಕೆ ಪ್ರಯತ್ನಿಸುತ್ತಲೇ ಇದ್ದೆ. ಘೋಷ್‌ರವರು ಇದೇ ಸಮಯದಲ್ಲಿ ಬ್ಯಾರಿಸ್ಟರ್ 'ಬಾಬು'ವಿನ ಜೊತೆಯಲ್ಲಿ ಪಕ್ಕದಲ್ಲಿಯೇ ಇದ್ದ ಇನ್ನೊಂದು ಕೋಣೆಗೆ ಹೋಗಿ, ವಿಶೇಷ ಪಾನೀಯವನ್ನು ಸ್ವಲ್ಪ ಸೇವಿಸಿಕೊಂಡು ಮತ್ತೆ ಅಲ್ಲಿಗೆ ಹಾಜರಾದರು. ಅವರು ಹೇಳಿದರು, "ಮಿಸ್ ಮುಖರ್ಜಿ,

ದಯವಿಟ್ಟು ನೀವು ತಪ್ಪು ತಿಳಿಯಬೇಡಿ. ಆ ದಿನ ಢಾಕಾದ ದಿನಪತ್ರಿಕೆಯೊಂದರಲ್ಲಿ ಓದಿದ್ದೇನೆ... ಅಲ್ಲಿನ ಯಾವುದೋ ಹುಡುಗಿಯರ ವಸತಿಗೃಹದ ಎದುರಿನಲ್ಲಿ ಒಂದು ಮೃತದೇಹವು ದೊರಕಿದೆ. ಆ ವಿಷಯಕ್ಕೆ ಸಂಬಂಧಿಸಿದಂತೆ ಢಾಕಾ ನಗರವು ಉದ್ವಿಗ್ನವಾಗಿದೆ. ಇದಕ್ಕೆ ಅನೈತಿಕ ಸಂಬಂಧವೇ ಕಾರಣ ಎನ್ನಲಾಗುತ್ತಿದೆ. ಇತ್ತೀಚಿನ ದಿನಗಳಲ್ಲಿ ಇಂತಹ ಘಟನೆಗಳು ಹೆಚ್ಚುತ್ತಲೇ ಇವೆ. ಇದಕ್ಕೆಲ್ಲಾ ಕಾರಣರು ಯಾರು? ಢಾಕಾದ ಒಬ್ಬ ವ್ಯಕ್ತಿ ಹೇಳಿರುವ ಪ್ರಕಾರ ಅಲ್ಲಿ ದೊರಕಿರುವುದು ಒಂದು ಹೆಣವಲ್ಲ; ಎರಡು."

ನಾನು ಪ್ರತಿಕ್ರಿಯಿಸಿದೆ, "ಅನೈತಿಕ ಸಂಬಂಧಗಳು ಕೇವಲ ಒಬ್ಬರ ತಪ್ಪಿನಿಂದ ಆಗುವುದಿಲ್ಲ. ಅನೇಕ ಸಂದರ್ಭಗಳಲ್ಲಿ ಗಂಡು-ಹೆಣ್ಣುಗಳು ಪರಸ್ಪರ ಒಪ್ಪಿಗೆಯ ಮೇಲೆ ಇಂತಹ ಸಂಬಂಧವನ್ನು ಇರಿಸಿಕೊಂಡಿರುತ್ತಾರೆ. ಇಂತಹ ಸಂಬಂಧಗಳನ್ನು ಗೌಪ್ಯವಾಗಿ ಇರಿಸಿಕೊಳ್ಳುವುದೂ ಅಷ್ಟೇ ಮುಖ್ಯವಾಗುತ್ತದೆ. ಇತ್ತೀಚಿನ ದಿನಗಳಲ್ಲಿ ನಾನೂ ನೋಡುತ್ತಿದ್ದೇನೆ, ಒಂದೇ ಕಾಲೇಜಿನಲ್ಲಿ ಓದುತ್ತಿರುವ ಹುಡುಗ-ಹುಡುಗಿಯರು ಅತ್ಯಂತ ಆತ್ಮೀಯವಾಗಿ ವರ್ತಿಸುತ್ತಾರೆ. ಎಲ್ಲರೆದುರಿನಲ್ಲಿ ಒಡಹುಟ್ಟಿದ ಸಹೋದರ-ಸಹೋದರಿಯರಂತೆ ಕಾಣಿಸಿಕೊಳ್ಳುತ್ತಾರೆ; ಅಭಿನಯಿಸುತ್ತಾರೆ. ಆದರೆ ವಾಸ್ತವದಲ್ಲಿ ಅವರು ನಡೆದುಕೊಳ್ಳುವ ರೀತಿಯೇ ಬೇರೆಯಾಗಿರಬಹುದು; ಅವರ ನಡುವಣ ಸಂಬಂಧ ಇನ್ನೊಂದು ರೀತಿಯದ್ದಾಗಿರಬಹುದು. ಪ್ರಕೃತಿಯ ನಿಯಮವನ್ನು ಮೀರುವುದು ಯಾರಿಂದ ತಾನೇ ಸಾಧ್ಯ? ಗಂಡು-ಹೆಣ್ಣಿನ ನಡುವೆ ಪರಸ್ಪರ ಆಕರ್ಷಣೆ ಮತ್ತು ಅನೈತಿಕ ಸಂಬಂಧ ಬೆಳೆಯುವುದು ಆಶ್ಚರ್ಯಕರ ಸಂಗತಿಯೇನೂ ಅಲ್ಲ. ಅನೇಕ ಸಂದರ್ಭಗಳಲ್ಲಿ ಹುಡುಗಿಯರೇ ಹಲವಾರು ತಂತ್ರಗಳನ್ನು ಬಳಸಿ ಹುಡುಗರನ್ನು ತಮ್ಮ ತೆಕ್ಕೆಗೆ ಜಾರಿಸಿಕೊಳ್ಳುತ್ತಾರೆ. ಇದನ್ನು ವಿರೋಧಿಸುವುದೂ ಕಷ್ಟವಾಗುತ್ತದೆ. ನಾನೊಬ್ಬಳು ವಿದ್ಯಾವಂತ ಹೆಣ್ಣು; ಮಿಸ್ ಮುಖರ್ಜಿ! ನನ್ನ ಮನಸ್ಸಿಗೆ ವಿರುದ್ಧವಾಗಿಯೂ ನಾನು ಇಂತಹ ಅನೈತಿಕ ಸಂಬಂಧವನ್ನು ಕೆಲವೊಮ್ಮೆ ಸಮರ್ಥಿಸಬೇಕಾಗುತ್ತದೆ. ಇಲ್ಲದೇ ಹೋದರೆ ನನ್ನ ಮನಸ್ಸಿಗೆ ನಾನೇ ದ್ರೋಹ ಮಾಡಿದಂತೆ ಆಗುತ್ತದೆ."

ನನ್ನ ಮಾತುಗಳಿಗೆ ಘೋಷ್ ಅವರ ಪ್ರತಿಕ್ರಿಯೆ ಹೀಗಿತ್ತು, "ನೀವು ಏನನ್ನು ಹೇಳುವುದಕ್ಕೆ ಇಷ್ಟಪಡುತ್ತಿದ್ದೀರಿ? ಕಾಲೇಜಿನಲ್ಲಿ ಓದುತ್ತಿರುವ ಹುಡುಗರೆಲ್ಲರೂ ಧರ್ಮಪುತ್ರ ಯುಧಿಷ್ಠಿರರು ಎನ್ನುತ್ತೀರಾ? ದಿನಪೂರ್ತಿ ಸುಂದರ ಹುಡುಗಿಯರ ಜೊತೆಯಲ್ಲಿ ಸುತ್ತಾಡಿದ ನಂತರವೂ ಹುಡುಗರ ಮನಸ್ಸು ಚಂಚಲಗೊಳ್ಳದಿರುವುದು ಸಾಧ್ಯವೇನು? ತಪ್ಪು ಹುಡುಗಿಯರದ್ದೇ ಎಂದು ಹೇಳುವುದು ಹೇಗೆ ಸಾಧ್ಯ?"

ನಾನು ಉತ್ತರಿಸಿದೆ, "ಒಂದು ಕೈಯಿಂದ ಚಪ್ಪಾಳೆ ಹೊಡೆಯುವುದು ಯಾವತ್ತೂ ಸಾಧ್ಯವಿಲ್ಲ ಅಲ್ಲವೇ? ಇಬ್ಬರ ಮನಸ್ಸೂ ಚಂಚಲಗೊಂಡಾಗ ಮಾತ್ರ ಇಂತಹ ಅನೈತಿಕ ಸಂಬಂಧ ಬೆಳೆಯುತ್ತದೆ. ಒಂದು ವೇಳೆ ಇಂತಹ ಸಂಬಂಧ ಏರ್ಪಟ್ಟರೆ ದೋಷ ಯಾರದ್ದು ಎನ್ನುವುದು ಮುಖ್ಯವಾಗುತ್ತದೆಯೇ? ತಪ್ಪು ಇಬ್ಬರದ್ದೂ

ಆಗಿರುತ್ತದೆಯಲ್ಲವೇ? ಭಾರತದಂತಹ ವಿಶಾಲ ದೇಶದಲ್ಲಿ ಇಂತಹ ಅದೆಷ್ಟೋ ಘಟನೆಗಳು ನಡೆಯುತ್ತಲೇ ಇವೆ; ಮುಂದೆಯೂ ಹೀಗೆಯೇ ಇರುತ್ತದೆ."

ಘೋಷ್ ಪ್ರಶ್ನಿಸಿದರು, "ಹಾಗಿದ್ದರೆ ನಮ್ಮ ಭಾರತವು ಈ ವಿಷಯದಲ್ಲಿ ಇಂಗ್ಲೆಂಡ್ ಅಥವಾ ಅಮೆರಿಕಾದಂತೆ ಆಗಬೇಕು ಎಂದು ಬಯಸುತ್ತೀರೇನು?"

ಅವರ ಪ್ರಶ್ನೆಗೆ ಏನು ಉತ್ತರಿಸಬೇಕೆಂದು ಗೊತ್ತಾಗಲಿಲ್ಲ. ನಾನು ಯೋಚನೆಯಲ್ಲಿ ಮುಳುಗುತ್ತಿದ್ದಂತೆಯೇ ಘೋಷ್ ತಮ್ಮ ಮಾತನ್ನು ಮುಂದುವರಿಸಿದ್ದರು. "ರಂಗಮಂದಿರ ಅಥವಾ ಸಿನಿಮಾ ಮಂದಿರಗಳಿಗೆ ಹೋಗುವುದನ್ನು ಸಮಾಜ ಸುಧಾರಕರಾದ ಹೇರಂಬ ಬಾಬುರವರು ಇಷ್ಟಪಡುವುದಿಲ್ಲ. ಅಲ್ಲಿಗೆ ಹೋಗುವ ಹೆಣ್ಣು-ಗಂಡುಗಳ ಅಭಿರುಚಿ ಉತ್ತಮವಾಗಿರುವುದಿಲ್ಲ ಎನ್ನುವುದು ಅವರ ಅಭಿಪ್ರಾಯ. ಅಲ್ಲಿಗೆ ಹೋಗುವವರ ಮನಸ್ಸಿನಲ್ಲಿ ಕಾಮದ ಭಾವನೆ ಜಾಗೃತವಾಗಿರುತ್ತದೆ ಎಂದು ಅವರು ಹೇಳಿದ್ದನ್ನು ನಾನು ಕೇಳಿದ್ದೇನೆ. ಈಗಂತೂ ಕಾಲೇಜಿಗೆ ಹೋಗುವ ಯುವಕ-ಯುವತಿಯರು ಒಟ್ಟಿಗೆ ಓದುವುದು, ಬೆರೆಯುವುದು ಅತ್ಯಂತ ಸಹಜ. ಇದನ್ನು ಹೇರಂಬರವರು ಯಾವ ದೃಷ್ಟಿಯಿಂದ ನೋಡಬಹುದು! ಯುವಕ-ಯುವತಿಯರನ್ನು 'ಪ್ರೇಮಪರೀಕ್ಷೆ'ಗೆ ಒಳಪಡಿಸಿದರೆ ಮಾತ್ರ ಅವರ ಮನಸ್ಸಿನೊಳಗಿನ ಭಾವನೆಯನ್ನು ಅರಿತುಕೊಳ್ಳುವುದು ಸಾಧ್ಯ ಅಲ್ಲವೇ? ಢಾಕಾದಲ್ಲಿ ಅನೈತಿಕ ಪ್ರೇಮ ಸಂಬಂಧವನ್ನು ಬೆಳೆಸಿದ ಕಾರಣದಿಂದಾಗಿ ಯುವಕರಿಬ್ಬರು ಸಾವನ್ನಪ್ಪಿದ ವಿಷಯ ಹೇರಂಬರವರಿಗೆ ತಿಳಿದಿಲ್ಲವೇನು? ರಮಲಾ ಗುಪ್ತ, ಲೀಲಾವತಿ ಮುಂತಾದವರಿಗೆ ಸಂಬಂಧಿಸಿದ ಮೊಕದ್ದಮೆಗಳ ಬಗ್ಗೆ ಅವರು ಕೇಳಿಲ್ಲವೇನು? ರಮಲಾ ಗುಪ್ತಳಂತೂ ಅವರ ಜಾತಿಯ ಹೆಣ್ಣೇ ಅಲ್ಲವೇನು? ಖಂಡಿತವಾಗಿಯೂ ಅವರಿಗೆ ತಿಳಿದಿರಬಹುದು ಎಂದು ನಾನು ಭಾವಿಸುತ್ತೇನೆ."

ಇದೇ ವಿಷಯವನ್ನು ಇನ್ನಷ್ಟು ಮುಂದುವರಿಸಿಕೊಂಡು ಹೋಗುವುದು ನನಗೆ ಇಷ್ಟವಿರಲಿಲ್ಲ. ಮಾತನ್ನು ಬೆಳೆಸುವುದರಿಂದ ನನಗೆ ಆಗುವ ಪ್ರಯೋಜನವಾದರೂ ಏನು? ಸಮಯ ಸರಿಯುತ್ತಲೇ ಇತ್ತು. ರಾತ್ರಿ... ತಡರಾತ್ರಿ... ಎಲ್ಲರೂ ಒಬ್ಬೊಬ್ಬರಾಗಿ ಅಲ್ಲಿಂದ ನಿರ್ಗಮಿಸತೊಡಗಿದ್ದರು. ಖಾದಿ ಬಟ್ಟೆಯನ್ನು ಧರಿಸಿದ್ದ ಒಬ್ಬ ಯುವಕ ಮಾತ್ರ ಅಲ್ಲಿ ಉಳಿದುಕೊಂಡಿದ್ದ. ಆತ ಬ್ರಹ್ಮಚರ್ಯ ವ್ರತವನ್ನು ಪಾಲಿಸುತ್ತಿದ್ದ ಯುವಕ! ಆತನ ಬಗ್ಗೆ ಸುತ್ತಮುತ್ತಲಿನ ಪ್ರದೇಶದಲ್ಲಿ ತುಂಬಾ ಒಳ್ಳೆಯ ಅಭಿಪ್ರಾಯವಿತ್ತು. ಆ ಕ್ಷಣದಲ್ಲಿ ನನ್ನ ಮನಸ್ಸಿನಲ್ಲಿ ಮೂಡಿದ ಪ್ರಶ್ನೆಯೇನೆಂದರೆ, 'ಈತನಂತಹ ಕುಮಾರ ಮತ್ತು ನನ್ನಂತಹ ಕುಮಾರಿ(?)ಯರ ಸಂಖ್ಯೆ ಈ ರೀತಿಯಲ್ಲಿ ವೃದ್ಧಿಯಾಗತೊಡಗಿದರೆ ಈ ದೇಶ ಎಂತಹ ಶೋಚನೀಯ ಪರಿಣಾಮವನ್ನು ಎದುರಿಸಬೇಕಾದೀತು?'

●

ಉದ್ಯಾನವನದಲ್ಲಿ ಕೂಟ

ವಾಸ್ತವದಲ್ಲಿ ನಾನೊಬ್ಬಳು ವೇಶ್ಯೆ. ಆದರೆ ನಾನೀಗ ಗೌರವಾನ್ವಿತ ಕುಟುಂಬದ 'ಕುಮಾರಿ'ಯಂತೆ ಎಲ್ಲರೆದುರು ತೋರಿಸಿಕೊಳ್ಳುತ್ತಿದ್ದೆ. ಎಷ್ಟೆಂದರೂ ಕಲಾವಿದೆಯಲ್ಲವೇ! ಇನ್ನು ಮುಂದೆಯೂ ಇದೇ ರೀತಿಯ ವಂಚನೆಯನ್ನು, ಮೋಸವನ್ನು, ನಟನೆಯನ್ನು ಮುಂದುವರಿಸಿಕೊಂಡು ಹೋಗುವುದು ಒಳ್ಳೆಯದಲ್ಲ ಎನ್ನಿಸತೊಡಗಿತ್ತು. ಸಾವಿರಾರು ರೂಪಾಯಿಗಳನ್ನು ಉಳಿತಾಯ ಮಾಡಿದ್ದೆ. ಒಮ್ಮೊಮ್ಮೆ ಅನ್ನಿಸುತ್ತಿತ್ತು, ಇನ್ನು ಮುಂದೆ ಇಂತಹ ಪಾಪದ ಕೆಲಸವನ್ನು, ಹೀನ ವೃತ್ತಿಯನ್ನು ಮಾಡಬಾರದು; ಇದರಿಂದ ಮಾನಸಿಕ ನೆಮ್ಮದಿ ಸಾಧ್ಯವಿಲ್ಲ; ಆರೋಗ್ಯವೂ ಚೆನ್ನಾಗಿರುವುದಿಲ್ಲ. ಕೆಲವು ಬಾರಿ ಇದೇ ವಿಷಯವನ್ನು ಕುರಿತಾಗಿ ನನ್ನ ಇಬ್ಬರು 'ದಲ್ಲಾಳಿ'ಗಳ ಜೊತೆಯಲ್ಲಿ ಚರ್ಚಿಸಿದ್ದೇನೆ. ಆದರೆ ಅವರು ನನ್ನ ಈ ತೀರ್ಮಾನಕ್ಕೆ ವಿರುದ್ಧವಾಗಿದ್ದರು. ನಾನು ಈ ವೃತ್ತಿಯನ್ನು ಮುಂದುವರಿಸಿಕೊಂಡು ಹೋಗಬೇಕು ಎನ್ನುವುದು ಅವರ ಬಯಕೆ ಮತ್ತು ಒತ್ತಾಯ. ಅನಿವಾರ್ಯವಾಗಿ ನಾನು ನನ್ನ ಮನಸ್ಸಿಗೆ ವಿರುದ್ಧವಾಗಿಯೇ ನಡೆದುಕೊಳ್ಳುವಂತಾಯಿತು.

ದೇಹವನ್ನು ಮಾರಿಕೊಳ್ಳುವ ಮೂಲಕ ಸುಲಭವಾಗಿ ಸಂಪಾದನೆ ಮಾಡಿಕೊಳ್ಳಬಹುದು ಎಂದು ಪದೇಪದೇ ಹೇಳಿ ನನ್ನನ್ನು ಈ ವೃತ್ತಿಗೆ ಕರೆತಂದವಳು 'ರಾಣಿ ಚಿಕ್ಕಮ್ಮ.' ಈ ಕಾರಣಕ್ಕಾಗಿ ನಾನು ಆಕೆಯನ್ನು ದೂಷಿಸುವುದಿಲ್ಲ; ಆಕೆಯ ಮೇಲೆ ತಪ್ಪು ಹೊರಿಸಲೂಬಾರದು. ಏಕೆಂದರೆ ವೇಶ್ಯಾವಾಟಿಕೆಯೇ ಆಕೆಯ ವೃತ್ತಿಯಾಗಿತ್ತು. ತನ್ನ ವೃತ್ತಿಯನ್ನು ಮುಂದುವರಿಸಿಕೊಂಡು ಹೋಗುವುದು, ಆ ಮೂಲಕ ಒಂದಿಷ್ಟು ಸಂಪಾದನೆ ಮಾಡುವುದು ಆಕೆಯ 'ಕರ್ತವ್ಯ'ವೇ ಅಲ್ಲವೇ? ಆದರೆ ನನ್ನ ಈ ಇಬ್ಬರು ದಲ್ಲಾಳಿಗಳು? ನನಗೆ ಪರಿಚಯವಾದ ಸಂದರ್ಭದಲ್ಲಿ ಇವರಿಬ್ಬರೂ ತಮ್ಮನ್ನು ತಾವು ಪ್ರತಿಷ್ಠಿತ ಕುಲದ 'ಗಣ್ಯ' ವ್ಯಕ್ತಿಗಳು ಎಂದು ಹೇಳಿಕೊಂಡಿದ್ದರು. ಉನ್ನತ ಶಿಕ್ಷಣವನ್ನು ಪೂರೈಸಿದ ಪ್ರಮಾಣಪತ್ರಗಳೂ ಅವರ ಬಳಿಯಲ್ಲಿವೆ. ಇಬ್ಬರೂ ಸಮಾಜದಲ್ಲಿ ಉತ್ತಮ ಹೆಸರನ್ನೂ ಸಂಪಾದಿಸಿಕೊಂಡಿದ್ದಾರೆ. ಜನರ ದೃಷ್ಟಿಯಲ್ಲಿ ಇವರಿಬ್ಬರೂ ಉತ್ತಮ ವೃತ್ತಿಯನ್ನು ನಡೆಸುತ್ತಿರುವ ಮಹಾನುಭಾವರು! ಆದರೆ

ವಾಸ್ತವದಲ್ಲಿ? ಇವರಿಬ್ಬರ ಬಗ್ಗೆ ಯೋಚಿಸಿದಾಗಲೆಲ್ಲ ಮನಸ್ಸಿನಲ್ಲಿ ಒಂದು ಭಾವನೆ ಮೂಡುತ್ತದೆ, 'ಅಯ್ಯೋ... ಈ ಜಗತ್ತು ಉದ್ಧಾರವಾದಂತೆಯೇ ಸರಿ! ಉತ್ತಮ ಶಿಕ್ಷಣವನ್ನು ಪಡೆದುಕೊಂಡಿರುವ, ಸಮಾಜದಲ್ಲಿ ಉನ್ನತ ಸ್ಥಾನದಲ್ಲಿರುವ ವ್ಯಕ್ತಿಗಳೇ ವೇಶ್ಯೆಯರ ದಲ್ಲಾಳಿಗಳಾದರೆ, ತಲೆಹಿಡುಕರಾದರೆ ನೈತಿಕತೆಗೆ ಸ್ಥಾನವಾದರೂ ಎಲ್ಲಿದೆ? ವೇಶ್ಯೆಯರಿಗೆ ದಲ್ಲಾಳಿಗಳಾಗಿ ಕಾರ್ಯನಿರ್ವಹಿಸುವುದು ಮಾತ್ರವಲ್ಲ, ಒಂದು ವೇಳೆ ಆ ವೇಶ್ಯೆಯು ತನ್ನ ವೃತ್ತಿಯನ್ನು ಬಿಟ್ಟು ಸನ್ಮಾರ್ಗದಲ್ಲಿ ನಡೆಯುತ್ತೇನೆ ಎಂದು ಹೇಳಿದರೂ, ಅದೇ ವೃತ್ತಿಯನ್ನು ಮುಂದುವರಿಸಿಕೊಂಡು ಹೋಗುವಂತೆ ಆಕೆಗೆ ಒತ್ತಾಯ ಮಾಡುತ್ತಾರೆ ಹಾಗೂ ಆಕೆಗೆ ವಿವಿಧ ಆಮಿಷಗಳನ್ನು ತೋರಿಸುತ್ತಾರೆ. ಇಂಥವರಿಗೆ ಏನೆನ್ನಬೇಕು? ಆದರೆ ಸಮಾಜವು ಇಂತಹವರನ್ನು ಸುಶಿಕ್ಷಿತರು, ಗೌರವಾನ್ವಿತ ವ್ಯಕ್ತಿಗಳು ಎಂದೇ ಗುರುತಿಸುತ್ತದೆ! ಯಾವುದೇ ವೇಶ್ಯೆ ತಾನು ಇನ್ನು ಮುಂದೆ ಈ ಹೊಲಸು ವೃತ್ತಿಯನ್ನು ಮುಂದುವರಿಸಿಕೊಂಡು ಹೋಗುವುದಿಲ್ಲ ಎಂದು ಹೇಳಿದರೆ, ಅದೇ ವೃತ್ತಿಯಲ್ಲಿರುವ ಅನೇಕ ಮಹಿಳೆಯರು ಖಂಡಿತವಾಗಿಯೂ ಆಕೆಗೆ ಸಹಾಯ ಮಾಡುತ್ತಾರೆ. 'ನಾವಂತೂ ಕೆಟ್ಟುಹೋಗಿದ್ದೇವೆ; ನೀನಾದರೂ ಚೆನ್ನಾಗಿರು' ಎಂದು ಆಕೆಯನ್ನು ಆಶೀರ್ವದಿಸುತ್ತಾರೆ. ಆದರೆ ಸಮಾಜದಲ್ಲಿ ಗಣ್ಯ ವ್ಯಕ್ತಿಗಳ ಮುಖವಾಡವನ್ನು ಧರಿಸಿರುವ ಇಂತಹ ತಲೆಹಿಡುಕರು ತಮ್ಮ ಸ್ವಾರ್ಥಕ್ಕಾಗಿ ಸಮಾಜವನ್ನೇ ಬಲಿ ಕೊಡುತ್ತಾರೆ!

ನಾನು ರಾಮಬಾಗಾನ್‌ನಲ್ಲಿ ಇದ್ದ ಸಮಯದಲ್ಲಿ ಅದೇ ಬಡಾವಣೆಯ ವೇಶ್ಯೆಯೊಬ್ಬಳು ಕುತ್ತಿಗೆಗೆ ನೇಣು ಬಿಗಿದುಕೊಂಡು ಆತ್ಮಹತ್ಯೆ ಮಾಡಿಕೊಂಡಳು. ತನ್ನ ಆತ್ಮಹತ್ಯೆಗೆ ಕಾರಣವೇನು ಎನ್ನುವುದನ್ನು ಆಕೆ ಒಂದು ಕಾಗದದ ಮೇಲೆ ಬರೆದಿಟ್ಟಿದ್ದಳು. ಆಕೆ ತನ್ನ ಮರಣಪತ್ರದಲ್ಲಿ ಬರೆದಿದ್ದಳು, 'ಈ ವೇಶ್ಯಾವೃತ್ತಿಗೆ ನನ್ನ ಧಿಕ್ಕಾರ!' ಅಷ್ಟೇ ಅಲ್ಲ, 'ಈ ಹೊಲಸು ಉದ್ಯೋಗವನ್ನು ತೊರೆದು ಸಮಾಜದಲ್ಲಿ ಗೌರವಯುತವಾದ ಬದುಕು ಕಟ್ಟಿಕೊಳ್ಳಿ' ಎಂದು ಆಕೆ ಎಲ್ಲಾ ವೇಶ್ಯೆಯರಿಗೂ ಸಲಹೆ ನೀಡಿದ್ದಳು. ನನಗೂ ಇಂತಹ ಪಾಪದ ಕಸುಬು ಮಾಡುವುದಕ್ಕೆ ಇಷ್ಟವಿರಲಿಲ್ಲ. ಆದರೆ ಎಲ್ಲವೂ ನಾನು ಅಂದುಕೊಂಡಂತೆಯೇ ಆಗುವುದು ಸಾಧ್ಯವೇ?

ಒಂದು ದಿನ ನನ್ನ ವಕೀಲ 'ದಲ್ಲಾಳಿ' ಅತ್ಯಂತ ವಿನಮ್ರನಾಗಿ ನುಡಿದ, "ದಮ್‌ದಮ್‌ನಲ್ಲಿರುವ ಹಿತೇಶ್ ಬಾಬುವಿನ ತೋಟದ ಮನೆಯಲ್ಲಿ ಒಂದು ಕೂಟಕ್ಕೆ ವ್ಯವಸ್ಥೆ ಮಾಡಿದ್ದೇನೆ."

ನಾನು ಹೇಳಿದೆ, "ಒಂದು ವೇಳೆ ಕೂಟವನ್ನು ಏರ್ಪಡಿಸುವುದಾದರೆ ತೋಟದ ಮನೆಯಲ್ಲಿಯೇ ಯಾಕೆ ಮಾಡಬೇಕು! ಮನೆಯಲ್ಲಿಯೇ ಚಹಾಕೂಟ ಏರ್ಪಡಿಸಬಹುದಲ್ಲವೇ?"

ನನ್ನ ಮಾತನ್ನು ಆತ ಒಪ್ಪಲಿಲ್ಲ. ಆತನ ಪ್ರತಿಕ್ರಿಯೆ ಹೀಗಿತ್ತು, "ಇಲ್ಲ... ಸಮಾಜದಲ್ಲಿ ಪ್ರತಿಷ್ಠಿತ ವ್ಯಕ್ತಿ ಎನ್ನಿಸಿಕೊಂಡ ಅನೇಕ ಜನರು ವೇಶ್ಯೆಯ ಮನೆಗೆ ಬರುವುದಕ್ಕೆ ಇಷ್ಟಪಡುವುದಿಲ್ಲ. ತೋಟದ ಮನೆಯಲ್ಲಿ ಏರ್ಪಡಿಸಲಾಗುವ

ಕೂಟಗಳಿಗೆ ಸಂತೋಷದಿಂದ ಬರುತ್ತಾರೆ. ಹಾಗಾಗಿ ನಾನು ಅವರ ತೋಟದ ಮನೆಯಲ್ಲಿ ಕೂಟವೊಂದನ್ನು ಏರ್ಪಡಿಸಿದ್ದೇನೆ. ನಿನ್ನ ಹೆಸರಿನಲ್ಲಿ ಆಮಂತ್ರಣ ಪತ್ರಿಕೆಯನ್ನೂ ಹಂಚಲಾಗಿದೆ. ದಯವಿಟ್ಟು ನಿರಾಕರಿಸಬೇಡ."

ನನ್ನ ಹೆಸರಿನಲ್ಲಿ ಆಮಂತ್ರಣ ಪತ್ರಿಕೆಯನ್ನು ಹಂಚಲಾಗಿತ್ತು ಎಂದು ಆತ ಹೇಳಿದ್ದ. ಆದರೆ ಆ ಆಮಂತ್ರಣ ಪತ್ರಿಕೆಯ ಒಂದು ಪ್ರತಿಯನ್ನು ನನಗೆ ನೀಡಲೂ ಇಲ್ಲ; ನನಗೆ ತೋರಿಸಲೂ ಇಲ್ಲ! ನನಗೆ ಆತನ ವರ್ತನೆ ಇಷ್ಟವಾಗಲಿಲ್ಲ. ಆದ್ದರಿಂದ ನನಗೆ ತೋಟದ ಮನೆಯಲ್ಲಿ ಏರ್ಪಡಿಸಲಾಗಿದ್ದ ಕೂಟದ ಬಗ್ಗೆ ಆಸಕ್ತಿಯೂ ಇರಲಿಲ್ಲ. ಉತ್ಸಾಹವಂತೂ ಇರಲೇ ಇಲ್ಲ. ಚಹಾ ಕೂಟ ನಿಗದಿಯಾಗಿದ್ದ ದಿನ ನಾನು ನನ್ನ ಸ್ವಂತ ವಾಹನದಲ್ಲಿ ದಮ್‌ದಮ್‌ಗೆ ಹೋದೆ. ಕಾರನ್ನು ಚಲಾಯಿಸುತ್ತಿದ್ದವನು ನನ್ನ ಬ್ಯಾರಿಸ್ಟರ್ 'ಬಾಬು.' ಆತನ ಎಡಬದಿಯ ಆಸನದಲ್ಲಿ ನಾನು ಕುಳಿತಿದ್ದೆ. ಹಿಂಬದಿಯ ಆಸನದಲ್ಲಿ ವಕೀಲ 'ಬಾಬು' ಕುಳಿತಿದ್ದ.

ದಮ್‌ದಮ್‌ನ ನಿಗದಿತ ಸ್ಥಳಕ್ಕೆ ಹೋಗಿ ತಲುಪಿದಾಗ ಅಲ್ಲಿ ಸುಮಾರು 20–25 ಜನರು ಸೇರಿದ್ದರು. ಅವರಲ್ಲಿ ಹಿಂದೂಗಳೂ ಇದ್ದರು, ಮುಸಲ್ಮಾನರೂ ಇದ್ದರು. ಖಾದಿ ಬಟ್ಟೆಯನ್ನು ಧರಿಸಿದ್ದ ಕೆಲವು ಯುವಕರು ನಾನಾ ಪ್ರಕಾರದ ಕಾರ್ಯಗಳಲ್ಲಿ ತೊಡಗಿಕೊಂಡಿದ್ದರು. ನಾನು ನನ್ನ ಜೊತೆಯಲ್ಲಿದ್ದ 'ಬಾಬು'ಗಳನ್ನು ಪ್ರಶ್ನಿಸಿದೆ, "ಇವರೆಲ್ಲಾ ಯಾರು?"

ನನ್ನ ಪ್ರಶ್ನೆಗೆ ವಕೀಲ 'ಬಾಬು' ಅಲ್ಲಿದ್ದ ಒಬ್ಬನ ಕಡೆಗೆ ಕೈ ತೋರಿಸುತ್ತ ಉತ್ತರಿಸಿದ. "ಆತ ಈ ಕೂಟದ ಖರ್ಚನ್ನೆಲ್ಲಾ ವಹಿಸಿಕೊಂಡಿದ್ದಾನೆ. ಉಳಿದವರು ಆತನ ಸಹಚರರು."

ಕೂಟದ ಎಲ್ಲಾ ಖರ್ಚನ್ನು ವಹಿಸಿಕೊಂಡಿದ್ದ ವ್ಯಕ್ತಿ ಖಾದಿಯ ಬಟ್ಟೆ ಧರಿಸಿದ್ದುದನ್ನು ನೋಡಿ ಮನಸ್ಸಿನಲ್ಲಿ ಆತನ ಬಗ್ಗೆ ಅಸಹ್ಯ ಭಾವನೆ ಮೂಡಿತು. ಕಾರಣವೇನೆಂದರೆ, ನಾನು ವೇಶ್ಯೆಯರ ಬೀದಿಯಲ್ಲಿ ವಾಸಿಸುತ್ತಿದ್ದ ಸಂದರ್ಭದಲ್ಲಿ ಇದೇ ರೀತಿಯಲ್ಲಿ ಖಾದಿ ಬಟ್ಟೆಯನ್ನು ಧರಿಸಿದ ಅನೇಕ ಯುವಕರು ಮತ್ತು ಮಧ್ಯ ವಯಸ್ಕರನ್ನು 'ಭೇಟಿ'ಯಾಗಿದ್ದೇನೆ. ಆದರೆ ಅವರೊಂದಿಗೆ ಹಾಸಿಗೆ ಹಂಚಿಕೊಳ್ಳುವುದಕ್ಕೆ ನನಗೆ ಇಷ್ಟವಾಗಲಿಲ್ಲ; ತಿರಸ್ಕರಿಸಿದ್ದೆ. ನಮ್ಮದೇ ಬೀದಿಯ ಕೆಲವು ವೇಶ್ಯೆಯರು ಖಾದಿಧಾರಿಗಳೊಂದಿಗೆ ಸೇರುತ್ತಿದ್ದರು. ಆದರೆ ಅವರಿಂದ ಬರುತ್ತಿದ್ದ ಆದಾಯ ಅತ್ಯಲ್ಪವಾಗಿತ್ತು. ಕೆಲವೊಮ್ಮೆ ಪೋಲೀಸರು ವೇಶ್ಯೆಯರ ಬೀದಿಗಳಲ್ಲಿ ಖಾದಿ ವಸ್ತ್ರಗಳನ್ನು ಧರಿಸಿದ ಯುವಕರನ್ನು ಹಿಡಿದುಕೊಂಡರೆ ಆಗ ಅವರು ನೀಡುತ್ತಿದ್ದ ಉತ್ತರ ಕೇಳಿದರೆ ನೀವೂ ನಕ್ಕುಬಿಡುತ್ತೀರಿ; ಅಸಹ್ಯಪಟ್ಟುಕೊಳ್ಳುತ್ತೀರಿ. 'ನಾವು ದೇಶಸೇವೆಯ ಕಾರ್ಯದಲ್ಲಿ ನಿರತರಾಗಿದ್ದೇವೆ. ನಮಗೆ ಹಣ ಎಲ್ಲಿಂದ ಬರುತ್ತದೆ?' ಕೆಲವು ಕವಿಗಳು ಹಾಗೂ ಸಾಹಿತಿಗಳೂ 'ರಿಯಲಿಸ್ಟಿಕ್ ಆರ್ಟ್' ಹೆಸರಿನಲ್ಲಿ, ಕಲಾವಿದೆಯರನ್ನು ಹುಡುಕುವ ನೆಪದಲ್ಲಿ ವೇಶ್ಯೆಯರ ಬೀದಿಗೆ ಬರುತ್ತಿದ್ದರು. ಅಲ್ಲಿ ತಮ್ಮ ಕೆಲಸವನ್ನು ಮುಗಿಸಿಕೊಂಡು ಒಂದು ಪೈಸೆಯನ್ನೂ ಖರ್ಚು ಮಾಡದೇ

ಹೊರಟುಹೋಗುತ್ತಿದ್ದರು. ವೇಶ್ಯೆಯರಿಗೆ ಆಗುತ್ತಿದ್ದ ಈ ಅನ್ಯಾಯದ ಬಗ್ಗೆ ಸಮಾಜದಲ್ಲಿ ಯಾರೊಬ್ಬರೂ ಧ್ವನಿಯೆತ್ತುತ್ತಿರಲಿಲ್ಲ. ಏಕೆಂದರೆ ನಾವು, ಅಂದರೆ ವೇಶ್ಯೆಯರು ಅವರ ದೃಷ್ಟಿಯಲ್ಲಿ 'ಮೂರೂ' ಬಿಟ್ಟವರಲ್ಲವೇ? ವೇಶ್ಯೆಯರ ಪರವಾಗಿ ಧ್ವನಿಯೆತ್ತಿದರೆ ಅವರ ಪ್ರತಿಷ್ಠೆಗೆ ತೊಂದರೆಯಾಗುವುದಿಲ್ಲವೇ?

'ಚಹಾ' ಕೂಟ ಜೋರಾಗಿಯೇ ನಡೆಯತೊಡಗಿತು. ನಾನು ಒಂದು ಹಾಡು ಹೇಳಿದೆ. ನನ್ನ ನಂತರ ಇನ್ನೂ ಒಂದಿಬ್ಬರು ಹಾಡುಗಳನ್ನು ಹೇಳಿದರು. ಗಾಯನ ಕಾರ್ಯಕ್ರಮ ಮುಗಿದ ನಂತರ 'ಮಹಿಳಾ ಶೋಷಣೆ'ಯ ಬಗೆಗಿನ ಮಾತುಕತೆ ಆರಂಭವಾಯಿತು. ಅಲ್ಲಿ ಉಪಸ್ಥಿತರಿದ್ದ ಬಹುತೇಕ ಜನರು ಈ ವಿಷಯದಲ್ಲಿ ತಮ್ಮ ಅಭಿಪ್ರಾಯವನ್ನು ವ್ಯಕ್ತಪಡಿಸಿದರು. ಸಾಕಷ್ಟು ಟೀಕೆಗಳು ಪ್ರಕಟವಾದವು. ಇದಕ್ಕೆ ಮುಖ್ಯ ಕಾರಣ ಅಲ್ಲಿದ್ದ ಮುಸಲ್ಮಾನರು ವಹಿಸಿದ್ದ ಮೌನ. ಅಂತಿಮವಾಗಿ ಅಲ್ಲಿದ್ದ ಒಬ್ಬ ಮುಸಲ್ಮಾನ ವ್ಯಕ್ತಿಯು ತನ್ನ ವಾದವನ್ನು ಮುಂದಿಟ್ಟ. "ಹಿಂದೂ ಮಹಿಳೆಯರು ಮುಸಲ್ಮಾನರ ಜೊತೆ ಹೋದರೆ ಅದಕ್ಕೆ ಮುಸಲ್ಮಾನರು ಜವಾಬ್ದಾರರಲ್ಲ. ನಮ್ಮ ಸಭೆಯೊಂದರಲ್ಲಿ ಮೌಲ್ವಿ ಅಕ್ರಮ್ ಖಾನ್ ಕೂಡ ಇದೇ ಇಂಗಿತವನ್ನು ವ್ಯಕ್ತಪಡಿಸಿದ್ದಾರೆ...."

ಇದೇ ವಿಷಯವನ್ನು ಕುರಿತಾಗಿ ಅಲ್ಲಿ ಚರ್ಚೆ ತೀವ್ರ ಸ್ವರೂಪವನ್ನು ಪಡೆದುಕೊಂಡಿತು. ನಾನೂ ಈ ಚರ್ಚೆಯಲ್ಲಿ ಪಾಲ್ಗೊಂಡೆ. ನನ್ನ ಮಾತುಗಳು ಅಲ್ಲಿದ್ದ ಕೆಲವರ ಮೇಲೆ ತುಂಬಾ ಪ್ರಭಾವವನ್ನು ಬೀರಿತು. ಬಹುತೇಕ ಎಲ್ಲರೂ ವಾದವನ್ನು ನಿಲ್ಲಿಸುವ ಹಂತವನ್ನು ತಲುಪಿದರು. ಆದರೆ ಅಲ್ಲಿದ್ದ ಒಬ್ಬ ಮೌಲ್ವಿ ಮಾತ್ರ ತನ್ನ ಮಾತುಗಳನ್ನು ಮುಂದುವರಿಸಿದ್ದ.

"ಇತ್ತೀಚಿನ ದಿನಗಳಲ್ಲಿ ಹಿಂದೂ ಮಹಿಳೆಯರು ಸಂಚರಿಸುವಾಗ ಅವರ ಹಾವಭಾವಗಳನ್ನು ಗಮನಿಸಿದ್ದೀರಾ? ಅವರ ಪೈಕಿ ಅನೇಕರು ತಮ್ಮ ಅಂಗಪ್ರದರ್ಶನಕ್ಕೆ ಹೆಚ್ಚಿನ ಆದ್ಯತೆಯನ್ನು ಕೊಡುತ್ತಿರುವಂತೆ ಕಾಣಿಸುತ್ತಿದೆ. ಅವರು ಈ ರೀತಿ ವರ್ತಿಸಿದರೆ ಅವರನ್ನು ನೋಡಿದವರಲ್ಲಿ ಕಾಮದ ಬಗ್ಗೆ ಆಸಕ್ತಿ ಮೂಡುವ ಸಾಧ್ಯತೆ ಅಧಿಕವಾಗಿರುತ್ತದೆಯಲ್ಲವೇ? ಮೈಮುಚ್ಚುವ ರೀತಿಯಲ್ಲಿ ನಿಮ್ಮ ಹಿಂದೂ ಹೆಂಗಸರು ಸೀರೆಯನ್ನು ಉಡಬೇಕಲ್ಲವೇ?"

ಅವರು ಕೇಳಿದ ಪ್ರಶ್ನೆಗೆ ನನ್ನ ಬಳಿಯಲ್ಲಿ ಉತ್ತರವಿರಲಿಲ್ಲ. ಅವರು ಹೇಳಿದ್ದರಲ್ಲಿ ತಪ್ಪೇನೂ ಇರಲಿಲ್ಲ. ನಾವು, ವೇಶ್ಯೆಯರು ನಮ್ಮ ಮೈತೋರಿಸುವ ಮೂಲಕ 'ಗಿರಾಕಿ'ಗಳನ್ನು ಸೆಳೆಯುವ ಪ್ರಯತ್ನ ಮಾಡುತ್ತೇವೆ. ಅದು ನಮ್ಮ ವೃತ್ತಿಯಲ್ಲಿ ಅತ್ಯಂತ ಸಹಜವಾದ ವರ್ತನೆ. ನಾವು ಅದೇ ರೀತಿ ಇರಬೇಕಾದುದು ಅನಿವಾರ್ಯವೂ ಹೌದು. ಆದರೆ ಇತ್ತೀಚಿನ ದಿನಗಳಲ್ಲಿ ಉತ್ತಮ ಕುಲದ ಯುವತಿಯರು, ಗೃಹಿಣಿಯರೂ ತೋಳಿಲ್ಲದ ರವಿಕೆಯನ್ನು ಧರಿಸುತ್ತಿದ್ದಾರೆ; ಹೊಟ್ಟೆ-ಹೊಕ್ಕಳು ಕಾಣಿಸುವಂತೆ ಸೀರೆಯನ್ನು ಉಡುತ್ತಿದ್ದಾರೆ; ಫ್ಯಾಷನ್ ಹೆಸರಿನಲ್ಲಿ ಅಂಗಪ್ರದರ್ಶನ ಮಾಡುತ್ತಿದ್ದಾರೆ. ಮೌಲ್ವಿ ಹೇಳಿದ ಮಾತಿನಲ್ಲಿ ನನಗೆ ತಪ್ಪೇನೂ ಕಾಣಿಸಲಿಲ್ಲ.

ಹಾಗಾಗಿ ಆತನಿಗೆ ಉತ್ತರ ನೀಡುವ ಸ್ಥಿತಿಯಲ್ಲಿ ನಾನಿರಲಿಲ್ಲ. ಆದರೂ ಅಷ್ಟೊಂದು ಜನರ ಮುಂದೆ ಸೋಲು ಒಪ್ಪಿಕೊಳ್ಳುವುದು ಸಾಧ್ಯವೇ? ಸ್ವಲ್ಪ ಕೋಪಿಸಿಕೊಂಡವಳ ರೀತಿಯಲ್ಲಿ ನುಡಿದೆ, "ಮಹಿಳೆಯರ ಗೌರವವನ್ನು ಕಾಪಾಡಬೇಕಾದುದು ಪುರುಷರ ಕರ್ತವ್ಯ. ಮಹಿಳೆಯರು ಸೀರೆ ಉಟ್ಟಿರುವಾಗ ಒಂದೆರಡು ಅಂಗಗಳು ಕಾಣಿಸಿದ ಮಾತ್ರಕ್ಕೆ ಅವರನ್ನು ಕಾಮದ ದೃಷ್ಟಿಯಿಂದ ನೋಡುವುದು ಸರಿಯೇನು? ನೋಡುವ ಕಣ್ಣುಗಳು ನಿಷ್ಕಲ್ಮಶವಾಗಿದ್ದರೆ ಎಲ್ಲವೂ ಸರಿಯಾಗಿಯೇ ಕಾಣಿಸುತ್ತವೆ. ಈ ವಿಷಯದ ಬಗ್ಗೆ ಇನ್ನಷ್ಟು ಚರ್ಚೆ ಮಾಡುವುದು ಬೇಡ ಎಂದು ನಾನು ಭಾವಿಸುತ್ತೇನೆ."

ನನ್ನ ಮಾತುಗಳನ್ನು ಕೇಳಿಸಿಕೊಂಡ ಅಲ್ಲಿದ್ದ ಕೆಲವು ಮುಸಲ್ಮಾನರು ಒಂದೇ ಬಾರಿಗೆ ಅಲ್ಲಿಂದ ಎದ್ದುಹೋದರು. ಅಲ್ಲಿ ಉಳಿದುಕೊಂಡವರು ಒಬ್ಬರೋ ಇಬ್ಬರೋ ಮಾತ್ರ. ನನ್ನ ದಲ್ಲಾಳಿಯು ಅಲ್ಲಿದ್ದ ಒಬ್ಬನ ಬಳಿಗೆ ನನ್ನನ್ನು ಕರೆದುಕೊಂಡು ಹೋಗಿ ಆತನನ್ನು ನನಗೆ ಪರಿಚಯಿಸಿದ. "ಇವರು ಈ ಚಹಾ ಕೂಟದ ಎಲ್ಲಾ ಖರ್ಚುಗಳನ್ನು ವಹಿಸಿಕೊಂಡಿದ್ದವನ ಆತ್ಮೀಯ ಸ್ನೇಹಿತ ಮತ್ತು ಇಲ್ಲಿ ಹಿಂದೂ ಹಾಗೂ ಮುಸಲ್ಮಾನ ವ್ಯಕ್ತಿಗಳು ಒಟ್ಟಿಗೆ ಕುಳಿತು ಚರ್ಚಿಸುವಂತೆ ಮಾಡಿದ ವ್ಯಕ್ತಿ."

ಆ ವ್ಯಕ್ತಿಯ ಉದ್ದೇಶ ಏನು ಎನ್ನುವುದನ್ನು ನನಗೆ ಬಿಡಿಸಿ ಹೇಳಬೇಕಾದ ಆವಶ್ಯಕತೆಯೇನೂ ಇರಲಿಲ್ಲ. ನಾನು ನನ್ನ ದಲ್ಲಾಳಿಯನ್ನು ಸ್ವಲ್ಪ ಪಕ್ಕಕ್ಕೆ ಕರೆದುಕೊಂಡು ಹೋಗಿ ಮೆಲ್ಲನೆಯ ಸ್ವರದಲ್ಲಿ ಹೇಳಿದೆ, "ಈ ಪಾಪದ ಕೆಲಸವನ್ನು ಮುಂದುವರಿಸಿಕೊಂಡು ಹೋಗುವುದು ನನಗೆ ಇಷ್ಟವಿಲ್ಲ. ಇವತ್ತೇ ಕೊನೆ... ಮತ್ತೆ ಈ ಕೆಲಸ ನನಗೆ ಬೇಡ. ವೇಶ್ಯೆಯರ ಬೀದಿಯಲ್ಲಿದ್ದಾಗ ನಾನು ಯಾರನ್ನು ತಿರಸ್ಕರಿಸಿದ್ದೆನೋ ಅದೇ ವ್ಯಕ್ತಿಯ ಬಳಿಗೆ ನೀನು ಇವತ್ತು ನನ್ನನ್ನು ಕರೆದುಕೊಂಡು ಬಂದು ನಿಲ್ಲಿಸಿದ್ದೀಯ. ನಿನ್ನ ಓದು ಮತ್ತು ದುರಾಸೆಗೆ ನನ್ನ ಧಿಕ್ಕಾರ."

ನನ್ನ ವಕೀಲ 'ಬಾಬು' ಹೇಳಿದ, "ಈತ ಇಲ್ಲದೇ ಹೋದರೆ ಇಲ್ಲಿ ಹಿಂದೂ ಹಾಗೂ ಮುಸಲ್ಮಾನರನ್ನು ಒಟ್ಟಿಗೆ ಸೇರಿಸಿ ಚಹಾ ಕೂಟ ಆಯೋಜಿಸುವುದು ಸಾಧ್ಯವಾಗುತ್ತಿರಲಿಲ್ಲ. ಹಾಗಾಗಿ ಇವರನ್ನು ಹೊರಗಿಟ್ಟು ಈ ಕೂಟವನ್ನು ನಡೆಸುವುದು ಸರಿಯಲ್ಲ."

ನಾನು ಆ ವ್ಯಕ್ತಿಯ ಎದುರಿನಲ್ಲಿ ಏನನ್ನೂ ಹೇಳಲಿಲ್ಲ. ಆತನ ಮುಂದೆ ನನ್ನ 'ದಲ್ಲಾಳಿ'ಯನ್ನು ಅವಮಾನಿಸುವುದು ಸರಿಯಲ್ಲವಲ್ಲ! ಯಾರ್ಯಾರ ಅಭಿರುಚಿ ಹೇಗೇಗಿರುತ್ತದೆಯೋ ಬಲ್ಲವರು ಯಾರು?

ಅದೇ ವೇಳೆಯಲ್ಲಿ ಕೆಲವರು ಬಾಲ್ಯ ವಿವಾಹದ ಬಗ್ಗೆ ಚರ್ಚೆಯನ್ನು ಆರಂಭಿಸಿದರು. ವೇಶ್ಯಾಗೃಹವನ್ನು ಸೇರಿಕೊಳ್ಳುವ ಬಾಲಕಿಯರ ಬಗ್ಗೆಯೂ ಮಾತುಕತೆ ಆರಂಭವಾಯಿತು. ಆ ಚರ್ಚೆಯಲ್ಲಿ ಪಾಲ್ಗೊಳ್ಳುವುದಕ್ಕೆ ನನಗೆ ಖಂಡಿತವಾಗಿಯೂ ಇಷ್ಟವಿರಲಿಲ್ಲ. ಆದರೆ ಕೆಲವರು ನಿರ್ದಿಷ್ಟವಾಗಿ ನನ್ನ ಅಭಿಪ್ರಾಯವನ್ನು ಕೇಳಿದಾಗ ಕೆಲವು ಅನಿಸಿಕೆಗಳನ್ನು ಹೇಳಲೇಬೇಕಾಯಿತು. ನಾನು ಒಬ್ಬಳು ಸುಶಿಕ್ಷಿತ ಹಾಗೂ ಸುಸಂಸ್ಕೃತ ನಾರಿಯ ರೂಪದಲ್ಲಿ ಅಲ್ಲಿ ಉಪಸ್ಥಿತಳಿದ್ದೆ.

ಈ ವಿಷಯವನ್ನು ನಾನು ಮರೆಯುವ ಹಾಗೆ ಇರಲಿಲ್ಲ. ನನ್ನ ಮಾತುಗಳೂ ಅದಕ್ಕೆ ತಕ್ಕಂತೆಯೇ ಇರಬೇಕಲ್ಲವೇ? ಹುಡುಗಿಯರು ದಾರಿ ತಪ್ಪುವ ವಿಷಯದ ಬಗ್ಗೆಯೂ ಅಲ್ಲಿ ಚರ್ಚೆ ನಡೆಯಿತು. ನನ್ನಂತೆ ವೇಶ್ಯಾವೃತ್ತಿಯಲ್ಲಿ ನಿರತರಾಗಿರುವವರ ಪೈಕಿ ಸಾವಿರಾರು ಹುಡುಗಿಯರು ವೇಶ್ಯೆಯಾಗಬೇಕು ಎನ್ನುವ ಉದ್ದೇಶವನ್ನು ಹೊಂದಿದವರಾಗಿರಲಿಲ್ಲ. ಏನೂ ಅರಿಯದ ಕಿರಿಯ ವಯಸ್ಸಿನಲ್ಲಿ ಯಾವುದೋ ಕಾಮುಕರು ಹೆಣೆದ ಬಲೆಗೆ ಸಿಕ್ಕಿಬೀಳುತ್ತಾರೆ. ಒಮ್ಮೆ ಶೀಲವನ್ನು ಕಳೆದುಕೊಂಡ ನಂತರ ಮುಂದೇನು ಮಾಡಬೇಕು ಎನ್ನುವುದು ಗೊತ್ತಾಗದೇ ಕಂಗಾಲಾಗುತ್ತಾರೆ. ಪ್ರೀತಿಸಿದ ಅಥವಾ ಪ್ರೀತಿಸುವ ನಾಟಕವಾಡಿದ ವ್ಯಕ್ತಿಯ ಜೊತೆಯಲ್ಲಿ ಮನೆಯನ್ನು ತೊರೆಯುತ್ತಾರೆ. ತನ್ನ ಶೀಲವನ್ನು ಸೂರೆಗೊಂಡವನು ಮೋಸ ಮಾಡಿದಾಗ ಅನಿವಾರ್ಯವಾಗಿ ವೇಶ್ಯೆಯರ ಬೀದಿಯನ್ನು ಸೇರಿಕೊಳ್ಳುತ್ತಾರೆ. ತಮಗೆ ಅಂಟಿದ ಸಾಮಾಜಿಕ ಕಳಂಕವನ್ನು ತೊಳೆದುಕೊಳ್ಳುವುದಕ್ಕೆ ಯಾರಿಂದ ಸಾಧ್ಯವಾಗುವುದಿಲ್ಲವೋ ಅಂಥವರು 'ಬೀದಿ ಸೂಳೆ' ಎನ್ನಿಸಿಕೊಳ್ಳುತ್ತಾರೆ. ಯಾರು ತಮ್ಮ ಪ್ರೇಮದ ಹಾಗೂ ಕಾಮದ ಕಥೆಯನ್ನು ಮುಚ್ಚಿಟ್ಟು ವಿವಾಹ ಮಾಡಿಕೊಳ್ಳುತ್ತಾರೆಯೋ ಅಂಥವರು ಸಮಾಜದಲ್ಲಿ 'ಪ್ರತಿಷ್ಠಿತ' ಸ್ಥಾನವನ್ನು ಉಳಿಸಿಕೊಳ್ಳುತ್ತಾರೆ. ಹದಿಹರೆಯದ ಪ್ರೇಮ–ಕಾಮದ ಆಟದಲ್ಲಿ ತಮ್ಮನ್ನು ಸಂಪೂರ್ಣವಾಗಿ ನಿಯಂತ್ರಿಸಿಕೊಂಡು, ಯಾವ ರೀತಿಯ ತಪ್ಪನ್ನೂ ಮಾಡದೆ ಇರುವವರ ಸಂಖ್ಯೆ ಎಷ್ಟಿರಬಹುದು? ಇಂತಹ ಚಾರಿತ್ರ್ಯವಂತ ಸ್ತ್ರೀ–ಪುರುಷರ ಶೇಕಡಾವಾರು ಪ್ರಮಾಣವನ್ನು ನಿಖರವಾಗಿ ಊಹಿಸುವುದು ಯಾರಿಂದ ಸಾಧ್ಯ? ಮನಸ್ಸಿನೊಳಗೆ ಏನೇನೋ ಯೋಚನೆಗಳು... ಸಾವಿರಾರು ಪ್ರಶ್ನೆಗಳು... ಅವುಗಳನ್ನೆಲ್ಲಾ ಅವರೆಲ್ಲರ ಮುಂದೆ ನಾನು ಚರ್ಚಿಸುವುದು ಸಾಧ್ಯವೇ?

ಆಲೋಚನೆಗಳ ಹುತ್ತದಿಂದ ಹೊರಕ್ಕೆ ಬಂದು ನಾನು ನುಡಿದೆ, "ಪ್ರಕೃತಿಯ ನಿಯಮಗಳಿಗೆ ಅನುಸಾರವಾಗಿ, ಹುಡುಗಿಯರು ಋತುಮತಿಯಾಗುತ್ತಿದ್ದಂತೆಯೇ ಆಕೆಯ ಸ್ವಭಾವ ಹಾಗೂ ನಡವಳಿಕೆಯಲ್ಲಿ ಕೆಲವು ಬದಲಾವಣೆಗಳು ಸಹಜವಾಗಿಯೇ ಉಂಟಾಗುತ್ತವೆ. ವಿವಿಧ ಕಾಮನೆಗಳು ಅವರ ಮನಸ್ಸಿನೊಳಗೆ ಜಾಗೃತಗೊಳ್ಳುತ್ತವೆ. ಆದ್ದರಿಂದ ಹೆಣ್ಣುಮಕ್ಕಳು ಋತುಮತಿಯಾಗುವುದಕ್ಕಿಂತ ಮೊದಲೇ ಅವರ ವಿವಾಹವನ್ನು ಮಾಡಿಬಿಡುವುದು ಒಳ್ಳೆಯದು."

ಮೌಲ್ವಿ ಸಾಹೇಬರು ತಕ್ಷಣ ಪ್ರತಿಕ್ರಿಯಿಸಿದರು, "ಮಿಸ್ ಮುಖರ್ಜಿಯವರಿಂದ ಇಂತಹ ಉತ್ತರವನ್ನು ನಾನು ಖಂಡಿತವಾಗಿಯೂ ನಿರೀಕ್ಷಿಸಿರಲಿಲ್ಲ."

ನಾನು ಸುಮ್ಮನಿರಲಾದೀತೇ? ನನ್ನನ್ನು ನಾನು ಸಮರ್ಥಿಸಿಕೊಂಡೆ. "ನಾನು ಮಾತ್ರವಲ್ಲ, ಆ ದಿನ ಬಾಲ್ಯವಿವಾಹ ಪದ್ಧತಿಯನ್ನು ವಿರೋಧಿಸಿ ಪುರಭವನದ ಮುಂದೆ ಪ್ರತಿಭಟನೆ ನಡೆಸಿದರಲ್ಲ, ಅವರ ಪೈಕಿ ಯಾರನ್ನಾದರೂ ಪಕ್ಕಕ್ಕೆ ಕರೆದು ಪ್ರತ್ಯೇಕವಾಗಿ ಅಭಿಪ್ರಾಯ ಕೇಳಿದ್ದರೆ, ಅವರೂ ಇದೇ ಉತ್ತರವನ್ನು ನೀಡುತ್ತಿದ್ದರು."

ಚರ್ಚೆಯು ಬಿಸಿಯೇರತೊಡಗಿದಾಗ ನನ್ನನ್ನು ನಾನು ನಿಯಂತ್ರಿಸಿಕೊಳ್ಳದಾದೆ.

ಢಾಕಾದ ವಿದ್ಯಾರ್ಥಿನಿಯೊಬ್ಬಳಿಗೆ ಮಾಡಿಸಲಾದ ಭ್ರೂಣಹತ್ಯೆ, ದಾಸ್–ಗುಹ ಕುಟುಂಬಗಳ ನಡುವೆ ನಡೆದ ಅಸಾಂಪ್ರದಾಯಿಕ ವಿವಾಹ, ಕಲ್ಕತ್ತಾದಲ್ಲಿಯೇ ಒಬ್ಬ ಪ್ರತಿಷ್ಠಿತ ವ್ಯಕ್ತಿ ತನ್ನ ಅಪ್ರಾಪ್ತ ಮಗಳಿಗೆ ಮಾಡಿಸಿದ ಗರ್ಭಪಾತ ಮುಂತಾದ ಅನೇಕ ಉದಾಹರಣೆಗಳನ್ನು ನಾನು ಮೌಲ್ವಿ ಸಾಹೇಬರ ಮುಂದೆ ನೇರವಾಗಿಯೇ ಹೇಳಿಬಿಟ್ಟೆ. ಅಷ್ಟೇ ಏಕೆ, ಸೈಯದ್ ಹುಸೇನ್ ಜೊತೆಯಲ್ಲಿ ನೆಹರೂ ಪುತ್ರಿ ಪಲಾಯನ ಮಾಡಿದ ವಿಷಯವನ್ನೂ ಹೊರಹಾಕಿದ್ದೆ!

"ವೇದ–ಶಾಸ್ತ್ರಗಳು ನನಗೆ ತಿಳಿದಿಲ್ಲ. ತಿಳಿದುಕೊಳ್ಳಬೇಕು ಎನ್ನುವ ಬಯಕೆಯೂ ನನಗಿಲ್ಲ. ಆದರೆ ಮನಸ್ಸಿನೊಳಗೆ ಕೋಪವು ಆಕ್ರಮಿಸಿಕೊಂಡಾಗ ಹೇಳಬಾರದು ಎಂದುಕೊಳ್ಳುವ ಅನೇಕ ವಿಷಯಗಳು ತನ್ನಿಂದ ತಾನೇ ಹೊರಕ್ಕೆ ಬಂದುಬಿಡುತ್ತವೆ. ಸರಿಯೋ ತಪ್ಪೋ ತಿಳಿಯದು; ಅನ್ನಿಸಿದ್ದನ್ನು ಹೇಳದೇ ಮನದೊಳಗಿರುವ ಕೆಲವು ವಿಷಯಗಳನ್ನು ಎಷ್ಟು ದಿನಗಳ ಕಾಲ ಮುಚ್ಚಿಟ್ಟುಕೊಳ್ಳುವುದಕ್ಕೆ ಸಾಧ್ಯ? ಅಥವಾ ಇಂತಹ ವಿಷಯಗಳನ್ನು ಸದಾ ಕಾಲ ಮುಚ್ಚಿಟ್ಟುಕೊಂಡೇ ಇರಬೇಕೇನು? ಇಂಗ್ಲೆಂಡ್ ಮತ್ತು ಅಮೆರಿಕಾಗಳಲ್ಲಿ ನಡೆಯುತ್ತಿರುವುದೇನು! ಅಲ್ಲಿ ಪ್ರತಿಶತ ಇಪ್ಪತ್ತರಷ್ಟು ವಿದ್ಯಾರ್ಥಿನಿಯರು ಅಥವಾ ಯುವತಿಯರು ವಿವಾಹಕ್ಕೆ ಮುನ್ನವೇ ಮಗುವಿಗೆ ಜನ್ಮ ನೀಡುತ್ತಿದ್ದಾರೆ! ಅಲ್ಲಿ ಅಂತಹ ಹೆಣ್ಣುಮಕ್ಕಳನ್ನು ಸಮಾಜದಿಂದ ಹೊರಹಾಕುವುದು ಸಾಧ್ಯವಿಲ್ಲ. ಆದರೆ ಭಾರತದಲ್ಲಿ? ಒಂದು ವೇಳೆ ನೀವು ಭಾರತವನ್ನು ಅಮೆರಿಕಾದಂತೆ ಮಾಡುವುದಕ್ಕೆ ಬಯಸುವಿರಾದರೆ ಅದು ಬೇರೆ ವಿಷಯ."

ಮೌಲ್ವಿ ಸಾಹೇಬರು ಆಲ್ಬರ್ಟ್ ಹಾಲ್‌ನಲ್ಲಿ ನಡೆದ ಬಾಲ್ಯ ವಿವಾಹ ವಿರೋಧಿ ಪ್ರತಿಭಟನೆಯನ್ನು ಉಲ್ಲೇಖಿಸುತ್ತ ನುಡಿದರು, "ಆ ದಿನ ಸುಮಾರು ಇನ್ನೂರು ಮುನ್ನೂರು ಮಹಿಳೆಯರು 'ತಲಾಕ್' ನಿಯಮವನ್ನು ರದ್ದುಪಡಿಸಬೇಕು ಎನ್ನುವ ಒತ್ತಾಯವನ್ನೂ ಮಾಡಿದರು. ಇದಕ್ಕೆ ಏನಂತೀರಿ ಮಿಸ್ ಮುಖರ್ಜಿ?"

ಅವರ ಪ್ರಶ್ನೆಗೆ ನಾನೇಕೆ ಉತ್ತರಿಸಬೇಕು ಎಂದು ನಾನು ಸುಮ್ಮನಾಗಲಿಲ್ಲ. ಮನಸ್ಸಿನೊಳಗೆ ಅಂದುಕೊಂಡೆ, 'ಹೇ ಹಿಂದೂಸ್ತಾನಿ, ಇಂದು ನಿನ್ನ ಮನಃಸ್ಥಿತಿ ಹೀಗೇಕಾಗಿಹೋಯಿತು! ಇದೇ ರೀತಿ ಮುಂದುವರಿದರೆ ಮುಂದೊಂದು ದಿನ ಸಂಪೂರ್ಣ ದೇಶವೇ ಸೋನಾಗಾಛಿಯಾಗಿ ಮಾರ್ಪಡಬಹುದೇನೋ! ದೇಶದ ಕೆಲವರಿಗೆ ಇದೇ ಬೇಕಾಗಿರಬಹುದು. ಆದರೆ ದೇವರೇ ನನ್ನ ಭಾರತವನ್ನು ಚೆನ್ನಾಗಿ ಇಟ್ಟಿರು. ಏಕೆಂದರೆ ಇದು ಇಂಗ್ಲೆಂಡ್ ಅಥವಾ ಅಮೆರಿಕಾ ಅಲ್ಲ. ಉತ್ತಮ ಸಂಸ್ಕಾರಕ್ಕೆ ಹೆಸರಾದ ಭಾರತ.'

ಸ್ವಲ್ಪ ಹೊತ್ತು ಸುಮ್ಮನಿದ್ದು, ನಂತರ ಉತ್ತರಿಸಿದೆ, "ನಾಲ್ಕು ದಶಕಗಳ ಹಿಂದೆ ನಮ್ಮ ದೇಶದಲ್ಲಿ ಹುಡುಗಿಯರ ವಿವಾಹಕ್ಕೆ ಸಂಬಂಧಿಸಿದಂತೆ ಪರಿಸ್ಥಿತಿ ಯಾವ ರೀತಿ ಇತ್ತು ಎನ್ನುವುದನ್ನು ಒಮ್ಮೆ ಯೋಚಿಸಿ ನೋಡಿ. ಆಗಿನ ಪದ್ಧತಿ ಸರಿ ಎನ್ನುವುದಾದರೆ ಈಗಿನ ಪದ್ಧತಿಯೂ ಸರಿಯಾದುದೇ ಎಂದು ನಾನು ವಾದಿಸುತ್ತೇನೆ. ಮಕ್ಕಳ ವಿವಾಹದ ವಿಷಯದಲ್ಲಿ ಪಾಲಕರಿಗೆ ಸಂಪೂರ್ಣ ಅಧಿಕಾರವಿರುತ್ತದೆ ಮತ್ತು

ಅದು ಅವರ ಜವಾಬ್ದಾರಿಯೂ ಆಗಿರುತ್ತದೆ. ಒಂದು ವೇಳೆ ಪಾಲಕರು ತಮ್ಮ ಹೆಣ್ಣುಮಕ್ಕಳ ವಿವಾಹದ ಬಗ್ಗೆ ಸೂಕ್ತ ಸಮಯದಲ್ಲಿ ಯೋಚಿಸದೇ ಹೋದರೆ ಅದರ ಪರಿಣಾಮ ಕೆಟ್ಟದ್ದೇ ಆಗಿರುತ್ತದೆ ಎನ್ನುವುದು ನನ್ನ ಅಭಿಪ್ರಾಯ. ಯಾರು ದೇಹ ವ್ಯಾಪಾರದ ವಿಷಯದಲ್ಲಿ ಆ ವೃತ್ತಿಯಲ್ಲಿ ತೊಡಗಿಕೊಂಡ ಮಹಿಳೆಯರನ್ನು ಪೊಲೀಸರ ಕೈಗೆ ಒಪ್ಪಿಸುವ ತೀರ್ಮಾನ ಮಾಡುತ್ತಾರೆಯೋ ಅವರು ಈ ದೇಶದ ಶತ್ರುಗಳು ಎಂದು ನಾನು ಭಾವಿಸುತ್ತೇನೆ. ಏಕೆಂದರೆ ಹಿಂದೂ ಹೆಣ್ಣುಮಕ್ಕಳು ವೇಶ್ಯಾವಾಟಿಕೆಗೆ ಬರುವುದರಲ್ಲಿ ಅವರ ತಂದೆ-ತಾಯಿಯರು ಅಥವಾ ಪೋಷಕರ ಪಾತ್ರವೇ ಪ್ರಧಾನವಾಗಿರುತ್ತದೆ. ನನ್ನ ಪ್ರಕಾರ ಇಂತಹ ಹೆಣ್ಣುಮಕ್ಕಳ ಅವನತಿಗೆ ಸಂಬಂಧಿಸಿದಂತೆ ಅವರ ಪೋಷಕರ ವಿಚಾರಣೆಯೂ ಅಗತ್ಯ ಮತ್ತು ಅದುವೇ ಮುಖ್ಯ. ಕಳಂಕಿತ ಹೆಣ್ಣುಮಕ್ಕಳನ್ನು ತುಚ್ಛವಾಗಿ ಕಾಣುವ ಈ ಸಮಾಜವೂ ವೇಶ್ಯಾವಾಟಿಕೆಯ ಮುಂದುವರಿಕೆಗೆ ಪ್ರಮುಖ ಕಾರಣವಲ್ಲವೇನು? ನಾವು ಈಗ ಸ್ವಾತಂತ್ರ್ಯವನ್ನು ಪಡೆದುಕೊಳ್ಳುವ ಸುಸಂದರ್ಭದ ಹೊಸ್ತಿಲಿನಲ್ಲಿ ಇದ್ದೇವೆ. ಇಂತಹ ನಿಜವಾದ ಸಾಮಾಜಿಕ ಸುಧಾರಣೆಯ ಬಗ್ಗೆ ಯೋಚಿಸಬೇಕಾದುದು ನಮ್ಮೆಲ್ಲರ ಜವಾಬ್ದಾರಿಯಲ್ಲವೇನು?"

ಅಲ್ಲಿದ್ದ ಕೆಲವೇ ಕೆಲವು ಜನರು ನನ್ನ ಮಾತಿಗೆ ತಮ್ಮ ಸಮ್ಮತಿಯನ್ನು ಸೂಚಿಸಿದ್ದರು. ಅದೇ ದಿನದಿಂದ ನಾನು ಒಂದು ಪ್ರತಿಜ್ಞೆ ಮಾಡಿದ್ದೆ. 'ಈ ಪಾಪದ ವೃತ್ತಿಯನ್ನು ಮುಂದುವರಿಸುವುದಿಲ್ಲ. ಅರಿಷಡ್ವರ್ಗಗಳನ್ನು ಗೆಲ್ಲುವುದು ನನ್ನಿಂದ ಸಾಧ್ಯವಾಗದೇ ಇರಲೂಬಹುದು; ಆದರೆ ಅವುಗಳ ವಿರುದ್ಧದ ಗೆಲುವಿಗಾಗಿ ಪ್ರಯತ್ನಿಸುವುದರಲ್ಲಿ ತಪ್ಪೇನಿದೆ?' ನಾನು ಈಗ ಈ ಪಾಪದ ಕೆಲಸವನ್ನು ಸಂಪೂರ್ಣವಾಗಿ ತ್ಯಜಿಸಿದ್ದೇನೆ. ನನ್ನ ಬಳಿಯಲ್ಲಿರುವ ಹಣದಿಂದ ನನ್ನ ಉಳಿದ ಜೀವನವನ್ನು ಸಾಗಿಸಿಕೊಂಡು ಹೋಗುವುದು ಕಷ್ಟವೇನೂ ಆಗಲಾರದು. ನನಗೆ ಸಾವು ಯಾವಾಗ ಬರುತ್ತದೆ ಎನ್ನುವುದನ್ನು ಊಹಿಸುವುದು ನನ್ನಿಂದ ಸಾಧ್ಯವೇ? ನನ್ನ ಬಳಿಯಿರುವ ಸಂಪತ್ತು ನಾನು ಬದುಕಿರುವ ಅವಧಿಯೊಳಗೆ ಖರ್ಚಾಗದೇ ಇರಲೂಬಹುದು. ನನ್ನ ಸಾವಿನ ನಂತರ ಆ ಸಂಪತ್ತನ್ನು ಯಾರು ಅನುಭವಿಸಬೇಕು? ನನ್ನಿಬ್ಬರು ದಲ್ಲಾಳಿಗಳು ಇದಕ್ಕೆ ಸಂಬಂಧಿಸಿದಂತೆ ಒಂದು ಉಯಿಲು ಬರೆಯುವಂತೆ ಸೂಚಿಸಿದರು. ಅವರ ಬೇಡಿಕೆಗೆ ಅನುಮೋದನೆಯನ್ನು ನೀಡುತ್ತ, 'ಒಂದು ಕರಡನ್ನು ಸಿದ್ಧಪಡಿಸಿ' ಎಂದು ಅವರಿಗೆ ಹೇಳಿದೆ. ಅವರು ಅದೇ ರೀತಿಯಲ್ಲಿ ಉಯಿಲಿನ ಕರಡುಪ್ರತಿಯನ್ನು ತಯಾರಿಸಿಕೊಂಡು ನನ್ನ ಕೈಗೆ ಕೊಟ್ಟರು. ಅದರಲ್ಲಿ ಅವರು ನಾನು ಸಾವನ್ನಪ್ಪಿದ ನಂತರ ನನ್ನ ಎಲ್ಲಾ ಸಂಪತ್ತಿಗೂ ತಾವೇ ಉತ್ತರಾಧಿಕಾರಿಗಳು ಎಂದು ನಮೂದಿಸಿದ್ದರು! ಅದನ್ನು ಓದಿದ ನಾನು ಅವರಿಗೆ ಹೇಳಿದೆ, "ಇದು ಸಾಧ್ಯವೇ ಇಲ್ಲ; ನಿಮ್ಮ ಪ್ರಸ್ತಾವಕ್ಕೆ ನನ್ನ ಒಪ್ಪಿಗೆಯಿಲ್ಲ. ನಾನು ಮರಣಿಸಿದ ನಂತರ ನನ್ನ ಸಂಪತ್ತೆಲ್ಲವೂ ವೇಶ್ಯೆಯರು ಹಾಗೂ ಅಂತ್ಯಜ ಕುಲದವರ ಸೇವೆಗಾಗಿ ವ್ಯಯವಾಗಬೇಕು. ಬಹುತೇಕ ಸಂದರ್ಭಗಳಲ್ಲಿ ವೇಶ್ಯೆಯರ ಸಂಪತ್ತನ್ನು ಅವರ ಮರಣಾನಂತರ ಸರ್ಕಾರ

ವಶಪಡಿಸಿಕೊಳ್ಳುತ್ತದೆ. ಹಾಗೆ ಮಾಡುವುದರಿಂದ ವೇಶ್ಯೆಯರ ಇಷ್ಟಕ್ಕನುಗುಣವಾಗಿ, ಅವರ ಅಭಿವೃದ್ಧಿಗಾಗಿ, ಅವರ ಜೀವನಮಟ್ಟ ಸುಧಾರಣೆಗಾಗಿ ಯಾವ ಕಾರ್ಯವೂ ನಡೆಯುವುದಿಲ್ಲ. ಕೆಲವು ವೇಶ್ಯೆಯರು ಹಿಂದೂ ಧರ್ಮ ಸುಧಾರಣಾ ಸಂಸ್ಥೆಗಳಿಗೆ ತಮ್ಮ ಸಂಪತ್ತನ್ನು ದಾನ ಮಾಡಿದ್ದಾರೆ; ಕೆಲವರು ತಮ್ಮ ಮರಣಾನಂತರ ಅಳಿದುಳಿದ ಸಂಪತ್ತು ಇಂತಹ ಹಿಂದೂ ಸಮಾಜ ಸುಧಾರಕ ಸಂಸ್ಥಾನಗಳಿಗೆ ಸೇರಬೇಕೆಂದು ಉಯಿಲು ಮಾಡಿದ್ದಾರೆ. ನಾನೂ ಇಂತಹ ಸಂಸ್ಥೆಗಳಿಗೆ ನನ್ನಿಂದಾದ ಸಹಾಯವನ್ನು ಮಾಡಿದ್ದೇನೆ. ಹಿಂದೂ ಸಭಾ, ಹಿಂದೂ ಮಿಷನ್ ಮುಂತಾದ ಕೆಲವು ಸಂಘಟನೆಗಳು ವೇಶ್ಯೆಯರ ಬದುಕನ್ನು ಸುಧಾರಿಸುವ ನಿಟ್ಟಿನಲ್ಲಿ ಕೆಲಸಗಳನ್ನು ಮಾಡುತ್ತಿವೆ. ನಾನೂ ನನ್ನ ಸಂಪತ್ತನ್ನು ಇಂತಹ ಸಂಸ್ಥೆಗಳಿಗೆ ನೀಡುವುದಕ್ಕೆ ಇಷ್ಟಪಡುತ್ತೇನೆ. ನನ್ನಂತಹ ವೇಶ್ಯೆಯರು ಈ ವೃತ್ತಿಯನ್ನು ತೊರೆದು, ಸಮಾಜದಲ್ಲಿ ಗೌರವವನ್ನು ಸಂಪಾದಿಸುವ ನಿಟ್ಟಿನಲ್ಲಿ ಪ್ರಯತ್ನಿಸಬೇಕು. ಹದಿಹರೆಯದಲ್ಲಿ ಮಾಡಿದ ಯಾವುದೋ ತಪ್ಪಿಗಾಗಿ ಯಾವ ಹೆಣ್ಣೂ ವೇಶ್ಯಾವಾಟಿಕೆಯಂತಹ ನರಕದ ಕೂಪಕ್ಕೆ ಬೀಳಬಾರದು ಎನ್ನುವುದೊಂದೇ ನನ್ನ ಆಶಯ."

●●●

ಓದುಗರ ಅನಿಸಿಕೆಗಳು

(ನನ್ನ ಆತ್ಮಕಥೆಯನ್ನು ಓದಿದ ಅನೇಕ ಜನರು ಪತ್ರಗಳ ಮೂಲಕ ತಮ್ಮ ಅನಿಸಿಕೆಯನ್ನು ಹಂಚಿಕೊಂಡಿದ್ದಾರೆ. ಅವುಗಳ ಪೈಕಿ ಆಯ್ದ ಕೆಲವನ್ನು ಇಲ್ಲಿ ಪ್ರಕಟಿಸಲಾಗಿದೆ.)

ವೈಷ್ಣವ ಸಮ್ಮೇಳನದ ಸಭಾಪತಿ ಹಾಗೂ ಹಿಂದೂ ಸಮಾಜದ ಹಿರಿಯ ಮುಖಂಡ ಪ್ರಭುಪಾದ ಶ್ರೀಯುತ ಅತುಲಕೃಷ್ಣ ಗೋಸ್ವಾಮಿಯವರು ಬರೆದಿರುವ ಪತ್ರ ಹೀಗಿದೆ.

'ವಿದ್ಯಾವಂತ ವೇಶ್ಯೆಯೊಬ್ಬಳ ಆತ್ಮಕಥೆ' ಪುಸ್ತಕವನ್ನು ಓದಿದೆ. ಸೂಕ್ತ ಸಮಯದಲ್ಲಿ ಈ ಗ್ರಂಥ ಪ್ರಕಟವಾಗಿದೆ. ಬಹಳ ಸಂತೋಷ.

ಜನನಿಯ ಸ್ತನದಿಂದ ಆಕೆಯ ಶಿಶುವು ಹಾಲನ್ನು ಮಾತ್ರ ಹೀರಿಕೊಳ್ಳಬಲ್ಲುದು. ಆದರೆ ದುರಾಗ್ರಹ ಹೊಂದಿದ ವ್ಯಕ್ತಿಗಳು ಅದೇ ಸ್ತನದಿಂದ ರಕ್ತವನ್ನು ಮಾತ್ರ ಹೀರುವುದು ಸಾಧ್ಯವಾಗುತ್ತದೆ. ಬರೆಯುವುದಕ್ಕೆ ಇನ್ನೂ ಅನೇಕ ವಿಷಯಗಳು ಇರಬಹುದು. ಆದರೆ ಎಲ್ಲವನ್ನೂ ಬರೆಯುವುದು ಸಾಧ್ಯವಿಲ್ಲ ಎಂದುಕೊಳ್ಳುತ್ತೇನೆ...'

ಬಂಗಾಳದ ಮಹಾನ್ ವಿದ್ವಾಂಸರಾದ ಶ್ರೀಯುತ ಪಾರ್ವತೀಚರಣ ತರ್ಕತೀರ್ಥರವರ ಪತ್ರದ ಸಾರಾಂಶ ಹೀಗಿದೆ.

'ವೇಶ್ಯೆಯೊಬ್ಬಳ ಆತ್ಮಕಥೆ ಪುಸ್ತಕವನ್ನು ಓದಿ ತುಂಬಾ ಸಂತೋಷವಾಯಿತು. ಆಧುನಿಕ ಧರ್ಮ ವಿಪ್ಲವದ ಈ ಕಾಲಘಟ್ಟದಲ್ಲಿ ಈ ಪುಸ್ತಕದ ಮೂಲಕ ಸಾಕಷ್ಟು ಉಪಕಾರವಾಗುವುದರಲ್ಲಿ ನನಗೆ ಯಾವ ಸಂದೇಹವೂ ಇಲ್ಲ. ಈ ಕಾರಣಕ್ಕಾಗಿ ಲೇಖಿಕಿ ಮಾನದಾಳಿಗೆ ನನ್ನ ಮನದಾಳದ ಅಭಿನಂದನೆಗಳು ಮತ್ತು ಧನ್ಯವಾದಗಳು.'

ಢಾಕಾದ 'ಶಾಂತಿ' ಮಾಸಪತ್ರಿಕೆಯ ಸಂಪಾದಕರು, ಸುಪ್ರಸಿದ್ಧ ಸಾಹಿತಿ, ಚಿಂತಕ ಮತ್ತು ವೈಷ್ಣವ ಸಮಾಜದ ಹಿರಿಯ ಮುಖಂಡ ಶ್ರೀಯುತ ಯೋಗೇಶಚಂದ್ರ

ದಾಸ್‌ರವರು ತಮ್ಮ 'ಶಾಂತಿ' ಪತ್ರಿಕೆಯಲ್ಲಿ ನನ್ನ ಆತ್ಮಕಥೆಯ ಬಗ್ಗೆ ಈ ಕೆಳಗಿನಂತೆ ಬರೆದಿದ್ದಾರೆ.

'...ನಿಜಕ್ಕೂ ಇದೊಂದು ಗಂಭೀರ ಚಿಂತನೆಗೆ ಅವಕಾಶ ಮಾಡಿಕೊಡುವ ವಿಷಯ. ತಮ್ಮ ಬಗ್ಗೆ ಪಾಲಕರು ವಿಶೇಷ ಕಾಳಜಿಯನ್ನು ತೋರಿಸದೇ ಇದ್ದಾಗ, ತಮಗೆ ಬೇಕಾದ ಎಲ್ಲಾ ರೀತಿಯ ಸೌಲಭ್ಯಗಳೂ ದೊರಕಿದಾಗ, ಬಾಲ್ಯವು ಅತ್ಯಂತ ಸುಖದಾಯಕವಾದಾಗ, ಮಕ್ಕಳಲ್ಲಿ ಕಿರಿಯ ವಯಸ್ಸಿನಲ್ಲಿಯೇ ವಿವಿಧ ರೀತಿಯ ಕಾಮನೆಗಳು ಮೊಳಕೆಯೊಡೆಯುವುದು ಅತ್ಯಂತ ಸಹಜ. ಈ ಸಮಯದಲ್ಲಿ ಮಕ್ಕಳು ಚಲನಚಿತ್ರಗಳಲ್ಲಿ ತೋರಿಸುವಂತೆ ವಿವಿಧ ರೀತಿಯ ಮನೋರಂಜನೆ ಮತ್ತು ವಿಲಾಸದ ಜೀವನಕ್ಕೆ ತಮ್ಮನ್ನು ತೆರೆದುಕೊಳ್ಳುವುದಕ್ಕೆ ಮುಂದಾಗಬಹುದು. ಆಗ ಅವರ ಮನಸ್ಸಿನಲ್ಲಿ ಪ್ರಚೋದನೆ ಉಂಟುಮಾಡುವಂತಹ ದುರಾತ್ಮರು ಅವರಿಗೆ ಪರಿಚಯವಾದರೆ ಹುಡುಗಿಯರು ಎಂತಹ ಪರಿಸ್ಥಿತಿಯನ್ನು ಅನುಭವಿಸಬೇಕಾಗಬಹುದು ಎನ್ನುವುದನ್ನು ಲೇಖಕಿಯು ಈ ಪುಸ್ತಕದಲ್ಲಿ ಮನಮುಟ್ಟುವ ರೀತಿಯಲ್ಲಿ ವಿವರಿಸಿದ್ದಾರೆ. ಹದಿಹರೆಯದ ಮನಸ್ಸು ದುಷ್ಕಾರ್ಯಗಳಿಗೆ ತೆರೆದುಕೊಳ್ಳುವುದಕ್ಕೆ ಅಧಿಕ ಸಮಯವೇನೂ ಬೇಕಾಗುವುದಿಲ್ಲ ಎನ್ನುವುದನ್ನು ಈ ಪುಸ್ತಕದಲ್ಲಿ ಅತ್ಯಂತ ನೈಜ ರೂಪದಲ್ಲಿ ಹೇಳಲಾಗಿದೆ. ಅದುವೇ ಈ ಕೃತಿಯ ವೈಶಿಷ್ಟ್ಯವೂ ಹೌದು. ವೇಶ್ಯೆಯರ ಜೀವನದಲ್ಲಿ ನಡೆಯುವ ವಿವಿಧ ಘಟನಾವಳಿಗಳನ್ನು ಇಲ್ಲಿ ಅತ್ಯಂತ ಮುಕ್ತವಾದ ವರ್ಣನೆಯನ್ನು ನಾವು ಕಾಣಬಹುದಾಗಿದೆ. ಆದರೆ ಎಲ್ಲಿಯೂ ಅಶ್ಲೀಲತೆ ಇಣುಕುವುದಿಲ್ಲ ಎನ್ನುವುದು ತುಂಬಾ ಮಹತ್ವದ ಸಂಗತಿಯಾಗಿದೆ.

...ಪುಸ್ತಕವನ್ನು ಅವಲೋಕಿಸುವ ಸಂದರ್ಭದಲ್ಲಿ ಲೇಖಕಿಯ ಭಾಷಾ ಪಾಂಡಿತ್ಯವನ್ನು ಪ್ರಶಂಸಿಸದಿರುವುದು ನನ್ನಿಂದ ಸಾಧ್ಯವೇ ಇಲ್ಲ. ಈ ಪುಸ್ತಕವು ಇತ್ತೀಚೆಗೆ ಹೊರಬರುತ್ತಿರುವ ತರುಣ ಸಾಹಿತಿಗಳ ಪುಸ್ತಕಗಳಿಗಿಂತ ನೂರಾರು ಪಟ್ಟು ಉತ್ತಮವಾಗಿದೆ ಎಂದೇ ಹೇಳಬೇಕಾಗುತ್ತದೆ. ಸಾಮಾನ್ಯವಾಗಿ ವೇಶ್ಯಾವಾಟಿಕೆಯ ಕುರಿತಾದ ಗ್ರಂಥಗಳು ಸಮಾಜದ ಸ್ವಾಸ್ಥ್ಯವನ್ನು, ಅದರಲ್ಲೂ ಮುಖ್ಯವಾಗಿ ಯುವಜನರ ಮನಸ್ಸನ್ನು ಕೆಡಿಸುವ ರೀತಿಯಲ್ಲಿ ಇರುತ್ತವೆ. ಆದರೆ ಈ ಪುಸ್ತಕದ ಲೇಖಕಿಯು ಸಮಾಜವನ್ನು ಚಿಂತನೆಗೆ ದೂಡುವ ಪ್ರಯತ್ನವನ್ನು ಯಶಸ್ವಿಯಾಗಿ ಮಾಡಿದ್ದಾರೆ ಎನ್ನುವುದು ನನ್ನ ಸ್ಪಷ್ಟವಾದ ಅಭಿಪ್ರಾಯ.'

'ಅಮೃತಬಾಜಾರ್ ಪತ್ರಿಕೆ'ಯು ತನ್ನ ಅಭಿಪ್ರಾಯವನ್ನು ಈ ರೀತಿಯಲ್ಲಿ ವ್ಯಕ್ತಪಡಿಸಿದೆ.

'ಈ ಪುಸ್ತಕದ ಓದು ಪ್ರತಿಯೊಬ್ಬ ಓದುಗನ ಮನಸ್ಸಿನ ಮೇಲೆಯೂ ಪರಿಣಾಮವನ್ನು ಬೀರುವಂತಿದೆ ಮತ್ತು ಅವರೊಳಗೆ ನೈತಿಕತೆಯ ಪ್ರಜ್ಞೆಯನ್ನು ಜಾಗೃತಗೊಳಿಸುವಂತಿದೆ. ಎಲ್ಲಕ್ಕಿಂತ ಮುಖ್ಯವಾಗಿ, ಆಧುನಿಕ ಹಿಂದೂ ಸಮಾಜದಲ್ಲಿರುವ ಕೆಲವು ಅನಿಷ್ಟಗಳ ಮೇಲೆ ಈ ಕೃತಿಯು ಬೆಳಕು ಚೆಲ್ಲುತ್ತದೆ. ಕೃತಿಯ ನಿರೂಪಣಾ ಶೈಲಿ ಹಲವರಿಗೆ ಮಾದರಿಯಾಗುವಂತಿದೆ.'

ಕಲ್ಕತ್ತಾ ವಿಶ್ವವಿದ್ಯಾಲಯದ ಸ್ನಾತಕೋತ್ತರ ವಿಭಾಗದ ಪ್ರಾಧ್ಯಾಪಕರಾದ ಶ್ರೀಯುತ ಸೌಗತ್ ಸುಗತಕಾಂತಿಯವರ ಅಭಿಪ್ರಾಯ ಹೀಗಿದೆ.

'ಈ ಪುಸ್ತಕದ ಪ್ರತಿಯೊಂದು ಅಧ್ಯಾಯವೂ ಈಗಿನ ಯುವಜನಾಂಗಕ್ಕೆ ಅತ್ಯುತ್ತಮ ನೀತಿಪಾಠವನ್ನು ಬೋಧಿಸುತ್ತದೆ. ಈ ಕೃತಿಯು ಭಾರತದ ಇತರ ಎಲ್ಲಾ ಭಾಷೆಗಳಿಗೂ ಆದಷ್ಟು ಬೇಗ ಅನುವಾದವಾಗಲಿ ಎಂದು ನಾನು ಆಶಿಸುತ್ತೇನೆ ಮತ್ತು ಹಾರೈಸುತ್ತೇನೆ.'

ಬಂಗಾಳದ ಬ್ರಾಹ್ಮಣ ಸಮಾಜದ ನಿಕಟಪೂರ್ವ ಅಧ್ಯಕ್ಷ, ಬಂಗಾಳ ತಾಂತ್ರಿಕ ಸಂಸ್ಥೆಯ ಅಧ್ಯಾಪಕ ಮತ್ತು ಧಾರ್ಮಿಕ ಮುಖಂಡರಾದ ಶ್ರೀಯುತ ಸತೀಶಚಂದ್ರ ಚಟ್ಟೋಪಾಧ್ಯಾಯ ಎಂ.ಎ.ಬಿ.ಎಲ್.ರವರು ಈ ರೀತಿಯಲ್ಲಿ ತಮ್ಮ ಅಭಿಪ್ರಾಯವನ್ನು ವ್ಯಕ್ತಪಡಿಸಿದ್ದಾರೆ.

'ಇತ್ತೀಚಿನ ದಿನಗಳಲ್ಲಿ ಇಂತಹ ವಸ್ತುವನ್ನು ಒಳಗೊಂಡ ಅನೇಕ ಪುಸ್ತಕಗಳನ್ನು ಅವಲೋಕಿಸಿದ್ದೇನೆ. ಅವುಗಳಲ್ಲಿ ಸಮಾಜದ ಸ್ವಾಸ್ಥ್ಯವನ್ನು ಹದಗೆಡಿಸುವಂತಹ ವಿಷಯಗಳು ಹಾಗೂ ವರ್ಣನೆಗಳೇ ರಾರಾಜಿಸುತ್ತಿರುತ್ತವೆ. ಆದರೆ ಈ ಕೃತಿಯನ್ನು ಓದಿ ನನಗೆ ತುಂಬಾ ಆಶ್ಚರ್ಯ ಮತ್ತು ಸಂತೋಷ ಏಕಕಾಲಕ್ಕೆ ಉಂಟಾಯಿತು. ಕಾರಣವೇನೆಂದರೆ, ಈ ಕೃತಿಯಲ್ಲಿ ಎಲ್ಲಿಯೂ ಅಶ್ಲೀಲತೆ ಕಂಡುಬರುವುದಿಲ್ಲ ಮತ್ತು ಇಲ್ಲಿನ ದೃಶ್ಯಗಳು ಮನಸ್ಸನ್ನು ಉದ್ರೇಕಗೊಳಿಸುವುದಿಲ್ಲ. ಇದನ್ನು ಓದುವ ಪ್ರತಿಯೊಬ್ಬ ಪಾಲಕನೂ ತನ್ನ ಮಕ್ಕಳ ಬಗ್ಗೆ, ಅದರಲ್ಲೂ ಮುಖ್ಯವಾಗಿ ಹದಿಹರೆಯದಲ್ಲಿರುವ ತನ್ನ ಹೆಣ್ಣುಮಕ್ಕಳ ಬಗ್ಗೆ ವಿಶೇಷ ಕಾಳಜಿಯನ್ನು ತೋರಿಸುತ್ತಾನೆ ಎನ್ನುವುದರಲ್ಲಿ ನನಗೆ ಯಾವ ರೀತಿಯ ಸಂಶಯವೂ ಇಲ್ಲ. ಈ ಕಾರಣಕ್ಕಾಗಿ ನಾನು ಕೃತಿಯ ಲೇಖಕಿ ಮಾನದಾಳಿಗೆ ಆದರಪೂರ್ವಕ ಕೃತಜ್ಞತೆಯನ್ನು ಅರ್ಪಿಸುತ್ತೇನೆ.

ಇಂದಿನ ಸಮಾಜವು ಅನೇಕ ವಿಷಯಗಳಲ್ಲಿ ದಾರಿ ತಪ್ಪುತ್ತಿದೆ. ಹದಿಹರೆಯದ ಹುಡುಗ–ಹುಡುಗಿಯರು ಆಧುನಿಕತೆಯ ಹೆಸರಿನಲ್ಲಿ ತಪ್ಪು ದಾರಿಯನ್ನು ಆಯ್ಕೆ ಮಾಡಿಕೊಳ್ಳುತ್ತಿದ್ದಾರೆ ಮತ್ತು ಕೆಲವೇ ವರ್ಷಗಳಲ್ಲಿ ಅದರ ದುಷ್ಪರಿಣಾಮಗಳನ್ನು ಎದುರಿಸುತ್ತಿದ್ದಾರೆ. ಅನೇಕ ರೀತಿಯ ತೊಂದರೆಗಳಿಗೆ ಸಿಲುಕಿಕೊಳ್ಳುತ್ತಿದ್ದಾರೆ. ಇಂತಹ ಪರಿಸ್ಥಿತಿಯಲ್ಲಿ ಈ ಪುಸ್ತಕವು ಯುವಜನರು ದಾರಿ ತಪ್ಪದ ಹಾಗೆ ಎಚ್ಚರಿಸುತ್ತದೆ ಮತ್ತು ಕ್ಷಣಿಕ ಸುಖಕ್ಕೆ ದಾಸರಾದರೆ ಮುಂದೆ ಎಂತಹ ಭೀಕರ ಪರಿಣಾಮವನ್ನು ಎದುರಿಸಬೇಕಾಗುತ್ತದೆ ಎನ್ನುವುದನ್ನು ಅವರಿಗೆ ಉದಾಹರಣೆ ಸಹಿತ ವಿವರಿಸುತ್ತದೆ.

ಸಿದ್ಧಿಯು ಸತ್ಯದ ಮೇಲೆ ಅವಲಂಬಿತವಾಗಿದೆ. ಯಾವಾಗ ಸತ್ಯವು ನಾಶವಾಗುತ್ತದೆಯೋ ಸಿದ್ಧಿಯೂ ಅಸಾಧ್ಯವಾಗುತ್ತದೆ. ಪ್ರಸ್ತುತ ದೇಶವು ಬೂಟಾಟಿಕೆಯ ಜನರಿಂದ ಮೋಸಕ್ಕೆ ಒಳಗಾಗಿ ತತ್ತರಿಸಿಹೋಗುತ್ತಿದೆ. ಹಲವರ ಮಾತಿಗೂ ವರ್ತನೆಗೂ ಸಂಬಂಧವೇ ಇಲ್ಲ. ಜನರು ಸಮಾಜದ ಮುಂದೆ ತೋರಿಸಿಕೊಳ್ಳುವ ವ್ಯಕ್ತಿತ್ವಕ್ಕೂ ಅವರ ನಿಜವಾದ ಚಾರಿತ್ರ್ಯಕ್ಕೂ ಹೋಲಿಕೆಯೇ ಇಲ್ಲವಾಗಿದೆ. ಇಂತಹ

ಸನ್ನಿವೇಶದಲ್ಲಿ ಬೂಟಾಟಿಕೆಯ ಜನರು ಈ ಪುಸ್ತಕವನ್ನು ಓದುವ ಮೂಲಕ ತಮ್ಮನ್ನು ತಾವು ಪರೀಕ್ಷೆಗೆ ಒಳಪಡಿಸಿಕೊಳ್ಳುವುದು ಒಳ್ಳೆಯದು. ಅದೇ ರೀತಿಯಲ್ಲಿ ಸಾಮಾನ್ಯ ಜನರೂ ತಮ್ಮ ನಿಜವಾದ ಜವಾಬ್ದಾರಿಯನ್ನು ಅರಿತುಕೊಳ್ಳುವುದಕ್ಕೆ ಈ ಪುಸ್ತಕ ಮಾರ್ಗದರ್ಶಿ ಎಂದು ನಾನು ಭಾವಿಸುತ್ತೇನೆ.

ಈ ಪುಸ್ತಕವು ದೇಶದ ಜನರ ಜ್ಞಾನದ ಕಣ್ಣುಗಳನ್ನು ತೆರೆಸುವ ಮೂಲಕ ಈ ಸಮಾಜಕ್ಕೆ ಎಷ್ಟೊಂದು ಉಪಕಾರ ಮಾಡಿದೆ ಎನ್ನುವುದು ವರ್ಣನೆಗೆ ನಿಲುಕುವುದಿಲ್ಲ. ಈ ಪುಸ್ತಕ ದೇಶದ ಪ್ರತಿಯೊಬ್ಬರ ಕೈಗೂ ದೊರಕುವಂತಾಗಬೇಕು ಎನ್ನುವುದು ನನ್ನ ಏಕೈಕ ಪ್ರಾರ್ಥನೆ ಮತ್ತು ಹಾರೈಕೆ.'

ಕಲ್ಕತ್ತಾ ವಿಶ್ವವಿದ್ಯಾಲಯದ ಹೆಸರಾಂತ ಪ್ರಾಧ್ಯಾಪಕ ವಿ.ಎನ್. ಚಕ್ರವರ್ತಿ, ಡಿ.ಎಸ್.ಸಿ; ಪಿ.ಆರ್.ಎಸ್.ರವರು ಈ ಕೆಳಗಿನಂತೆ ತಮ್ಮ ಅಭಿಪ್ರಾಯವನ್ನು ವ್ಯಕ್ತಪಡಿಸಿದ್ದಾರೆ.

'ವೇಶ್ಯೆಯೊಬ್ಬಳ ಆತ್ಮಕಥೆ ಹೆಸರಿನ ಪುಸ್ತಕವನ್ನು ನಾನು ಇತ್ತೀಚಿಗೆ ಓದಿದೆ. ಇದನ್ನು ಸಂಪೂರ್ಣವಾಗಿ ಅವಲೋಕಿಸಿದಾಗ ಇದರಲ್ಲಿ ಅಸಹ್ಯಪಟ್ಟುಕೊಳ್ಳುವ ಅಥವಾ ಸಮಾಜದ ಪ್ರಗತಿಗೆ ಮಾರಕವಾದ ಯಾವ ಅಂಶವೂ ಇಲ್ಲ ಎನ್ನುವುದು ನನ್ನ ಗಮನಕ್ಕೆ ಬಂದಿದೆ. ನೊಬೆಲ್ ಪುರಸ್ಕಾರ ಪಡೆದುಕೊಂಡಿರುವ ಅನೇಕ ವಿದೇಶಿ ಸಾಹಿತಿಗಳ ರೀತಿಯಲ್ಲಿ ಈ ಪುಸ್ತಕದ ಲೇಖಕಿಯೂ ವೇಶ್ಯಾವಾಟಿಕೆಯಂತಹ ವಿಷಯವನ್ನು ಆಧರಿಸಿ ಕೃತಿ ರಚನೆ ಮಾಡಿದ್ದರೂ ಎಲ್ಲಿಯೂ ಅಶ್ಲೀಲತೆ ಇಣುಕದಂತೆ ಅತ್ಯಂತ ಎಚ್ಚರಿಕೆಯಿಂದ ಮತ್ತು ಜವಾಬ್ದಾರಿಯಿಂದ ತಮ್ಮ ಅನುಭವಗಳನ್ನು ಅಕ್ಷರ ರೂಪಕ್ಕೆ ಇಳಿಸಿದ್ದಾರೆ.

ಇನ್ನೊಂದು ಉಲ್ಲೇಖನೀಯ ಸಂಗತಿಯೇನೆಂದರೆ, ಈ ಪುಸ್ತಕವನ್ನು ನಿಷೇಧಿಸುವ ಬಗ್ಗೆ ಸಾಕಷ್ಟು ಚರ್ಚೆಗಳು ನಡೆಯುತ್ತಿವೆ. ಸಮಾಜದ ಕೆಲವು ಖ್ಯಾತನಾಮ ವ್ಯಕ್ತಿಗಳು ಇದಕ್ಕೆ ಸಂಬಂಧಿಸಿದಂತೆ ಸರ್ಕಾರದ ಮೇಲೆ ಒತ್ತಡ ಹೇರುತ್ತಿದ್ದಾರೆ ಎನ್ನುವ ಮಾತುಗಳು ನನ್ನ ಕಿವಿಗೆ ಬಿದ್ದಿವೆ. ನಾನು ಇದನ್ನು ವಿರೋಧಿಸುತ್ತೇನೆ. ಈ ಪುಸ್ತಕ ಯಾವ ಕಾರಣಕ್ಕೂ ನಿಷೇಧಕ್ಕೆ ಒಳಗಾಗಬಾರದು; ಬದಲಿಗೆ ಇದರ ಪ್ರಸಾರ ಸಂಖ್ಯೆ ನೂರ್ಮಡಿಯಾಗಿ ಸಮಾಜಘಾತುಕರ ಕಣ್ಣು ತೆರೆಸುವಂತಾಗಲಿ ಎಂದು ಹಾರೈಸುತ್ತೇನೆ.'

ಬಂಗಾಳದ ಹಿರಿಯ ಜನನಾಯಕ, ವಿಶಾಲ ಹೃದಯಿ, ಅಧ್ಯಾಪಕ ಶ್ರೀಯುತ ಜಿತೇಂದ್ರಲಾಲ್ ಬಂದ್ಯೋಪಾಧ್ಯಾಯ ಎಂ.ಎಲ್.ಸಿ.ಯವರ ಪ್ರತಿಕ್ರಿಯೆ ಹೀಗಿದೆ.

'ವೇಶ್ಯೆಯೊಬ್ಬಳು ಆತ್ಮಕಥೆ ಪುಸ್ತಕದಲ್ಲಿ ಲೇಖಕಿಯು ಯಾವ ಉದ್ದೇಶದಿಂದ ವೇಶ್ಯಾಲೋಕದ ಅನೇಕ ವಿಷಯಗಳನ್ನು ಬಹಿರಂಗಗೊಳಿಸಿದ್ದಾರೆ ಎನ್ನುವುದನ್ನು ಅರ್ಥ ಮಾಡಿಕೊಳ್ಳದ ಕೆಲವರು ಇದನ್ನು ಮಾರುಕಟ್ಟೆಯಿಂದಲೇ ದೂರ ಸರಿಸುವ ಪ್ರಯತ್ನವನ್ನು ಮಾಡುತ್ತಿದ್ದಾರೆ. ಈ ಪುಸ್ತಕದಿಂದ ತಮ್ಮ ನಿಜವಾದ ಬಣ್ಣ

ಬಯಲಾಗಿಬಿಡುತ್ತದೆ ಎನ್ನುವ ಆತಂಕವೂ ಸಮಾಜದ ಕೆಲವು ಪ್ರತಿಷ್ಠಿತ ವ್ಯಕ್ತಿಗಳನ್ನು ಕಾಡುತ್ತಿದ್ದಿರಬಹುದು.

ನಿಷೇಧಕ್ಕೆ ಒಳಪಡಿಸುವುದಕ್ಕೆ ಕಾರಣವಾಗುವಂತಹ ಯಾವ ಅಂಶವೂ ಈ ಪುಸ್ತಕದಲ್ಲಿ ಇಲ್ಲ. ಲೇಖಕಿಯು ಈ ಪುಸ್ತಕದಲ್ಲಿ ಅತ್ಯಂತ ಸಂಯಮದ ನಿಲುವನ್ನು ಪ್ರದರ್ಶಿಸಿದ್ದಾರೆ ಮತ್ತು ಇದು ಅಶ್ಲೀಲತೆಯಿಂದ ಸಂಪೂರ್ಣ ಮುಕ್ತವಾಗಿದ್ದು ಇದನ್ನು ನಿಷೇಧಿಸುವಂತಹ ಪರಿಸ್ಥಿತಿ ಉದ್ಭವವಾಗುವುದಿಲ್ಲ ಎಂದು ನಾನು ಖಚಿತವಾಗಿ ಹೇಳುತ್ತೇನೆ. ವಾಸ್ತವದಲ್ಲಿ ಇದು ಸಮಾಜ ಸುಧಾರಣೆಗೆ ಅನುಕೂಲವಾಗುವಂತಹ ಹಲವಾರು ಸಂಗತಿಗಳನ್ನು ಒಳಗೊಂಡಿದ್ದು ಈ ಪುಸ್ತಕವನ್ನು ನಾನು ಬೆಂಬಲಿಸುತ್ತೇನೆ. ಹಲವಾರು ಮುದ್ರಣಗಳನ್ನು ಕಾಣುವ ಮೂಲಕ ಇದು ಅತ್ಯಂತ ಯಶಸ್ಸನ್ನು ಕಾಣುವಂತಾಗಲಿ ಎಂದು ಹಾರೈಸುತ್ತೇನೆ.

ಅನೇಕ ಸಮಾಜಘಾತುಕ ವಿಷಯಗಳನ್ನು ಒಳಗೊಂಡ, ಜನರ ಮಾನಸಿಕ ಸ್ವಾಸ್ಥ್ಯವನ್ನು ಕೆಡಿಸುವಂತಹ ಹಲವಾರು ಪುಸ್ತಕಗಳು ಭಾರತದಲ್ಲಿ ಪ್ರತಿನಿತ್ಯವೂ ಪ್ರಕಟವಾಗುತ್ತಲೇ ಇವೆ. ಅವುಗಳ ಬಗ್ಗೆ ಯಾರೊಬ್ಬರೂ ಚಿಂತನೆ ನಡೆಸಿದಂತೆ ಕಾಣಿಸುವುದಿಲ್ಲ. ಆದರೆ ವಾಸ್ತವದಲ್ಲಿ ಸಮಾಜದ ಅಭಿವೃದ್ಧಿಗೆ ಪೂರಕವಾದ, ಸಮಾಜದಲ್ಲಿನ ಅನೇಕ ದೋಷಗಳನ್ನು ಸಾಮಾನ್ಯ ಜನರಿಗೆ ತೋರಿಸುವ ಉದ್ದೇಶಗಳನ್ನು ಒಳಗೊಂಡಿರುವ ಈ ಪುಸ್ತಕವನ್ನು ನಿಷೇಧಿಸಬೇಕೆನ್ನುವ ಬೂಟಾಟಿಕೆಯ ಜನರ ಒತ್ತಾಯಕ್ಕೆ ನನ್ನ ವಿರೋಧವಿದೆ.'

ಕಲ್ಕತ್ತಾ ವಿಶ್ವವಿದ್ಯಾನಿಲಯದ ಸ್ನಾತಕೋತ್ತರ ವಿಭಾಗದ ನಿವೃತ್ತ ಪ್ರಾಧ್ಯಾಪಕ ಹಾಗೂ ಬಂಗಾಳ ಶಾಸನಸಭೆಯ ಮಾಜಿ ಸದಸ್ಯ ಶ್ರೀಯುತ ಹೇಮಂತಕುಮಾರ ಸರ್ಕಾರ್ ಎಂ.ಎ.ರವರು ತಮ್ಮ ಅಭಿಪ್ರಾಯವನ್ನು ಈ ರೀತಿ ವ್ಯಕ್ತಪಡಿಸಿದ್ದಾರೆ.

'ಶ್ರೀಮತಿ ಮಾನದಾ ದೇವಿಯವರು ಬರೆದ 'ಶಿಕ್ಷಿತ ಪತಿತಾರ್ ಆತ್ಮಚರಿತ' (ವಿದ್ಯಾವಂತ ವೇಶ್ಯೆಯ ಆತ್ಮಕಥೆ) ಪುಸ್ತಕವನ್ನು ಓದಿ ಬಹಳ ಸಂತೋಷಗೊಂಡಿದ್ದೇನೆ. ವಾಸ್ತವಿಕ ಸತ್ಯ ಘಟನೆಗಳನ್ನು ಆಧರಿಸಿದ ಕಾದಂಬರಿಯ ರೀತಿಯಲ್ಲಿ ಅತ್ಯಂತ ಅದ್ಭುತವಾಗಿ ಇವರು ಈ ಗ್ರಂಥವನ್ನು ರಚಿಸಿದ್ದಾರೆ. ನಮ್ಮ ಸಮಾಜದಲ್ಲಿ ನಾರಿಯರು ಮಾಡಿದ ಅಪರಾಧಗಳಿಗೆ ಕ್ಷಮೆಯೇ ಇಲ್ಲ. ಆದರೆ ಪುರುಷರು, ಅದರಲ್ಲೂ ಮುಖ್ಯವಾಗಿ ತಮ್ಮನ್ನು ತಾವು ನಾಯಕರೆಂದು ಬಿಂಬಿಸಿಕೊಳ್ಳುವ ಹಲವಾರು ಗಂಡಸರು ಲಕ್ಷಗಟ್ಟಲೆ ಅಪರಾಧಗಳನ್ನು ಮಾಡಿದರೂ ಅವುಗಳನ್ನು ಮುಚ್ಚಿಟ್ಟು 'ಆದರ್ಶ ವ್ಯಕ್ತಿ'ಯ ಮುಖವಾಡ ಹಾಕಿಕೊಂಡೇ ಬದುಕುತ್ತಾರೆ; ಸಮಾಜದಲ್ಲಿ ಶ್ರೇಷ್ಠ ವ್ಯಕ್ತಿಗಳೆಂಬ ಬಿರುದಿನೊಂದಿಗೆ ಮೆರೆಯುತ್ತಾರೆ. ಮಹಿಳೆಯರು ಮತ್ತು ಪುರುಷರ ನಡುವಣ ಈ ತಾರತಮ್ಯವನ್ನು ಕೂಡಲೇ ಹೋಗಲಾಡಿಸಬೇಕಾದುದು ನಮ್ಮೆಲ್ಲರ ಕರ್ತವ್ಯವೂ ಆಗಿದೆ. ಅಶ್ಲೀಲತೆಯನ್ನು ಸಂಪೂರ್ಣವಾಗಿ ದೂರವಿಟ್ಟು, ಶ್ರೇಷ್ಠ ವ್ಯಕ್ತಿಗಳೆಂದು ಬಿಂಬಿಸಿಕೊಳ್ಳುವ ಕೆಲವರ ವೈಯಕ್ತಿಕ ವಿಷಯಗಳನ್ನು

ಗೋಪ್ಯವಾಗಿಟ್ಟು, ಸಮಾಜ ಸುಧಾರಣೆಗೆ ಅತ್ಯಂತ ಮಹತ್ವದ್ದೆನ್ನಬಹುದಾದ ಅನೇಕ ಸಂಗತಿಗಳನ್ನು, ಸಾಮಾಜಿಕ ನ್ಯೂನತೆಗಳನ್ನು ಲೇಖಕಿಯು ಈ ಪುಸ್ತಕದಲ್ಲಿ ಮನೋಜ್ಞವಾಗಿ ದಾಖಲಿಸಿದ್ದಾರೆ. ಈ ಕೃತಿಯನ್ನು ಓದುವ ಮೂಲಕ ಸಮಾಜದ ಒಳಗಣ್ಣು ತೆರೆಯುತ್ತದೆ ಮತ್ತು ಸರ್ವರಿಗೂ ಮಂಗಳ ಉಂಟಾಗುತ್ತದೆ ಎಂದು ನಾನು ಭಾವಿಸುತ್ತೇನೆ ಮತ್ತು ಆಶಿಸುತ್ತೇನೆ.'

ಗುರುಕುಲ ವಿಶ್ವವಿದ್ಯಾಲಯ ಹಾಗೂ ಕಲ್ಕತ್ತಾದ ಕೆಲವು ಕಾಲೇಜುಗಳಲ್ಲಿ ಅಧ್ಯಾಪಕರಾಗಿ ಸೇವೆ ಸಲ್ಲಿಸಿರುವ ಮತ್ತು 'ಭಾವತೇರ ಸಾಧನಾ' ಪತ್ರಿಕೆಯ ಸಂಪಾದಕರಾಗಿರುವ ಶ್ರೀಯುತ ಬಿಂದುಭೂಷಣ ದತ್ತ, ಎಂ.ಎ.ಯವರು ಬರೆದಿರುವ ಅನಿಸಿಕೆ ಹೀಗಿದೆ.

'ಬಂಗಾಳದ ಸಾಹಿತ್ಯ ಪ್ರಪಂಚ ಅತ್ಯಂತ ವಿಶಾಲವಾಗಿದೆ ಮತ್ತು ಮಹತ್ವದ್ದಾಗಿದೆ. ಸಮಾಜದ ಎಲ್ಲಾ ವರ್ಗದ ಜನರು ಬಂಗಾಳಿ ಸಾಹಿತ್ಯಕ್ಕೆ ತಮ್ಮದೇ ಆದ ವಿಶೇಷ ಕೊಡುಗೆಗಳನ್ನು ಸಲ್ಲಿಸಿದ್ದಾರೆ. ಶ್ರೀಮತಿ ಮಾನದಾ ದೇವಿಯವರು ವೇಶ್ಯೆಯ ರೂಪದಲ್ಲಿ ಸ್ವತಃ ಅನೇಕ ರೀತಿಯ ಸವಾಲುಗಳನ್ನು ಎದುರಿಸಿದವರು ಮತ್ತು ಸಮಾಜದ ಅನೇಕ ಅನಿಷ್ಟಗಳಿಗೆ ಪ್ರತ್ಯಕ್ಷ ಸಾಕ್ಷಿಯಾದವರು. ಸಮಾಜದ ವಾಸ್ತವ ಚಿತ್ರಣಗಳನ್ನು ಸಾರ್ವಜನಿಕರೆದುರಿಗೆ ತೆರೆದಿಡುವ ಮೂಲಕ ಅವರು ಈ ಕೃತಿಯ ಮಹತ್ವವನ್ನು ಹೆಚ್ಚಿಸಿದ್ದಾರೆ. ಸಮಾಜ ಸುಧಾರಣೆಯ ದೃಷ್ಟಿಯಿಂದ ಈ ಪುಸ್ತಕವು ತನ್ನದೇ ಆದ ವಿಶಿಷ್ಟ ಕೊಡುಗೆಗಳನ್ನು ನೀಡಿದೆ ಎನ್ನುವುದರಲ್ಲಿ ಸಂದೇಹವೇ ಇಲ್ಲ. ವೇಶ್ಯೆಯರ ಜೀವನವು ಕೇವಲ ಮೋಹ, ಕಾಮಕ್ಕೆ ಮಾತ್ರ ಸೀಮಿತವಾಗಿಲ್ಲ; ಬಹುತೇಕ ವೇಶ್ಯೆಯರು ತಾವಾಗಿಯೇ ಬಯಸಿ ಈ ವೃತ್ತಿಯನ್ನು ಆಯ್ಕೆ ಮಾಡಿಕೊಂಡಿಲ್ಲ; ಅವರು ಆ ಸ್ಥಿತಿಯನ್ನು ತಲುಪುವುದಕ್ಕೆ ಬೂಟಾಟಿಕೆಯ ಮನುಷ್ಯರ ಮೋಸವೇ ಪ್ರಮುಖ ಕಾರಣವಾಗಿದೆ ಎನ್ನುವ ಸತ್ಯವನ್ನು ಈ ಕೃತಿಯಲ್ಲಿ ಲೇಖಕಿಯು ಉದಾಹರಣೆಸಹಿತವಾಗಿ ವಿವರಿಸಿದ್ದಾರೆ. ಸಮಾಜ ಸುಧಾರಣೆಯ ದೃಷ್ಟಿಯಿಂದ ಇದೊಂದು ಅತ್ಯಂತ ಉಪಯುಕ್ತ ಪುಸ್ತಕವಾಗಿದೆ.'

●

ಓದಿ ಓದಿ ಮರುಳಾಗಿ!

ಛಂದ ಪುಸ್ತಕ ಬಹುಮಾನ

ಹೊಸ ಕತೆಗಾರರನ್ನು ಗುರುತಿಸುವ ಸಲುವಾಗಿ ನಮ್ಮ ಪ್ರಕಾಶನ ಸಂಸ್ಥೆಯು ಕಳೆದ ಇಪ್ಪತ್ತು ವರ್ಷಗಳಿಂದ ಕತೆಗಳ ಹಸ್ತಪ್ರತಿ ಸ್ಪರ್ಧೆಯನ್ನು ನಡೆಸುತ್ತಾ ಬಂದಿದೆ. ಈವರೆಗೆ ಒಂದೂ ಕಥಾಸಂಕಲನವನ್ನು ಪ್ರಕಟಿಸದವರು ಈ ಸ್ಪರ್ಧೆಯಲ್ಲಿ ಭಾಗವಹಿಸಬಹುದು. ಇತರ ಪ್ರಕಾರಗಳಲ್ಲಿ ಒಂದೆರಡು ಪುಸ್ತಕಗಳನ್ನು ಪ್ರಕಟ ಮಾಡಿದವರೂ ಇದರಲ್ಲಿ ಭಾಗವಹಿಸುವ ಅವಕಾಶವಿರುತ್ತದೆ. ಮೊದಲ ಸುತ್ತಿನ ಆಯ್ಕೆಯನ್ನು ಪ್ರಕಾಶನದ ಸದಸ್ಯರು ಮಾಡಿ, ಕೊನೆಯ ಆಯ್ಕೆಗಾಗಿ ಸುಮಾರು ಹತ್ತು ಹಸ್ತಪ್ರತಿಗಳನ್ನು ನಾಡಿನ ಹಿರಿಯ ಸಾಹಿತಿಗಳಿಗೆ ಒಪ್ಪಿಸುತ್ತಾರೆ. ಆಯ್ಕೆಯಾದ ಹಸ್ತಪ್ರತಿಯನ್ನು ಪುಸ್ತಕ ರೂಪದಲ್ಲಿ ಪ್ರಕಟಿಸಿ, ಪ್ರಶಸ್ತಿ ಪತ್ರ, ಫಲಕ ಹಾಗೂ ನಲವತ್ತು ಸಾವಿರ ರೂಪಾಯಿ ಬಹುಮಾನವನ್ನು ನೀಡಲಾಗುತ್ತದೆ. ಈವರೆಗೂ ಈ ಸ್ಪರ್ಧೆಯಲ್ಲಿ ಬಹುಮಾನ ಪಡೆದವರ ವಿವರಗಳ ಪಟ್ಟಿಯನ್ನು ಮುಂದಿನ ಪುಟದಲ್ಲಿ ನೀಡಿದ್ದೇವೆ.

ಇವರಲ್ಲಿ ಮೌನೇಶ ಬಡಿಗೇರ, ಶಾಂತಿ ಕೆ ಅಪ್ಪಣ್ಣ, ಪದ್ಮನಾಭ ಭಟ್ ಶೇವ್ಕಾರ ಮತ್ತು ಸ್ವಾಮಿ ಪೊನ್ನಾಚಿ ಅವರಿಗೆ ಕೇಂದ್ರ ಸಾಹಿತ್ಯ ಅಕಾಡೆಮಿಯ ಯುವ ಪುರಸ್ಕಾರ ದೊರೆತಿದೆ. ವಿನಯಾ, ಶಾಂತಿ ಕೆ ಅಪ್ಪಣ್ಣ ಮತ್ತು ಪದ್ಮನಾಭ ಭಟ್ ಶೇವ್ಕಾರರ ಪುಸ್ತಕಗಳಿಗೆ ಕರ್ನಾಟಕ ಸಾಹಿತ್ಯ ಅಕಾಡೆಮಿಯ ಪುಸ್ತಕ ಬಹುಮಾನ ಅಥವಾ ದತ್ತಿ ಬಹುಮಾನಗಳು ಸಂದಿವೆ. ಇನ್ನೂ ಹಲವಾರು ನಾಡಿನ ಪ್ರಮುಖ ಪ್ರಶಸ್ತಿ ಮತ್ತು ಬಹುಮಾನಗಳೂ ಈ ಕೃತಿಗಳಿಗೆ ಲಭ್ಯವಾಗಿವೆ.

ನೀವು ಈ ಸ್ಪರ್ಧೆಯಲ್ಲಿ ಭಾಗವಹಿಸಬೇಕೆ? ಹಾಗಿದ್ದರೆ ನಮ್ಮ ಮುಂದಿನ ವರ್ಷದ ಸ್ಪರ್ಧೆಯ ಆಹ್ವಾನವನ್ನು ಖ್ಯಾತ ಕನ್ನಡ ನಿಯತಕಾಲಿಕೆಗಳಲ್ಲಿ ಅಥವಾ ಸಾಮಾಜಿಕ ಜಾಲತಾಣಗಳಲ್ಲಿ ನಿರೀಕ್ಷಿಸಿರಿ. ಹೆಚ್ಚಿನ ವಿವರಗಳಿಗೆ 98444 22782 ಗೆ ಸಂದೇಶ ಕಳುಹಿಸಿರಿ.

ಓದಿ ಓದಿ ಮರುಳಾಗಿ!

ಛಂದ ಪುಸ್ತಕ ಬಹುಮಾನ ಪಡೆದ ಕೃತಿಗಳು

ಕತೆಗಾರರು	ಕಥಾಸಂಕಲನ	ತೀರ್ಪುಗಾರರು
ಸುನಂದಾ ಕಡಮೆ	ಪುಟ್ಟ ಪಾದದ ಗುರುತು	ಅಶೋಕ ಹೆಗಡೆ/ ಸುಮಂಗಲಾ
ಅಲಕ ತೀರ್ಥಹಳ್ಳಿ	ಈ ಕತೆಗಳ ಸಹವಾಸವೇ ಸಾಕು	ಕೇಶವ ಮಳಗಿ/ ಸುಮಂಗಲಾ
ಲೋಕೇಶ ಅಗಸನಕಟ್ಟೆ	ಹಟ್ಟಿಯೆಂಬ ಭೂಮಿಯ ತುಣುಕು	ಬೊಳುವಾರು
ವಿನಯಾ	ಊರ ಒಳಗಣ ಬಯಲು	ನೇಮಿಚಂದ್ರ
ಸಂದೀಪ ನಾಯಕ	ಗೋಡೆಗೆ ಬರೆದ ನವಿಲು	ಅಮರೇಶ ನುಗಡೋಣಿ
ಕಣಾದ ರಾಘವ	ಮೊದಲ ಮಳೆಯ ಮಣ್ಣು	ಕೆ. ಸತ್ಯನಾರಾಯಣ
ಬಸವಣ್ಣೆಪ್ಪಾ ಕಂಬಾರ	ಆಟಿಕೆ	ಕುಂ. ವೀರಭದ್ರಪ್ಪ
ಮೌನೇಶ ಬಡಿಗೇರ	ಮಾಯಾಕೋಲಾಹಲ	ಓ.ಎಲ್.ಎನ್. ಸ್ವಾಮಿ
ಪದ್ಮನಾಭ ಭಟ್	ಕೇಪಿನ ಡಬ್ಬಿ	ಎಂ. ಎಸ್. ಆಶಾದೇವಿ
ಶಾಂತಿ ಕೆ ಅಪ್ಪಣ್ಣ	ಮನಸು ಅಭಿಸಾರಿಕೆ	ಎಚ್.ಎಸ್.ಆರ್
ದಯಾನಂದ	ದೇವರು ಕಚ್ಚಿದ ಸೇಬು	ನಾ. ಡಿಸೋಜಾ
ಸ್ವಾಮಿ ಪೊನ್ನಾಚಿ	ಧೂಪದ ಮಕ್ಕಳು	ಎಂ. ಎಸ್. ಶ್ರೀರಾಮ್
ಶಶಿ ತರೀಕೆರೆ	ಡುಮಿಂಗ	ಲಲಿತಾ ಸಿದ್ಧಬಸವಯ್ಯ
ಛಾಯಾ ಭಟ್	ಬಯಲರಸಿ ಹೊರಟವಳು	ತಾರಿಣಿ ಶುಭದಾಯಿನಿ
ಕಾವ್ಯಾ ಕಡಮೆ	ಮಾಕೋನ ಏಕಾಂತ	ಟಿ.ಪಿ. ಅಶೋಕ

ಛಂದ ಪುಸ್ತಕ ಬಹುಮಾನ

ಪುಟ್ಟ ಪಾದದ ಗುರುತು - ಸುನಂದಾ ಪ್ರಕಾಶ ಕಡಮೆ - ₹ 130
ಈ ಕತೆಗಳ ಸಹವಾಸವೇ ಸಾಕು - ಅಲಕ ತೀರ್ಥಹಳ್ಳಿ - ₹ 60
ಹಟ್ಟಿಯೆಂಬ ಭೂಮಿಯ ತುಣುಕು - ಲೋಕೇಶ ಅಗಸನಕಟ್ಟೆ - ₹ 180
ಗೋಡೆಗೆ ಬರೆದ ನವಿಲು - ಸಂದೀಪ ನಾಯಕ - ₹ 60
ಮೊದಲ ಮಳೆಯ ಮಣ್ಣು - ಕಣಾದ ರಾಘವ - ₹ 140
ಆಟಿಕೆ - ಬಸವಣ್ಣೆಪ್ಪಾ ಕಂಬಾರ - ₹ 100
ಮಾಯಾಕೋಲಾಹಲ - ಮೌನೇಶ ಬಡಿಗೇರ - ₹ 165
ಕೇಪಿನ ಡಬ್ಬಿ - ಪದ್ಮನಾಭ ಭಟ್, ಶೇವ್ಕಾರ - ₹ 150
ಮನಸು ಅಭಿಸಾರಿಕೆ - ಶಾಂತಿ ಕೆ ಅಪ್ಪಣ್ಣ - ₹ 230
ದೇವರು ಕಚ್ಚಿದ ಸೇಬು - ದಯಾನಂದ - ₹ 140
ಧೂಪದ ಮಕ್ಕಳು - ಸ್ವಾಮಿ ಪೊನ್ನಾಚಿ - ₹ 130
ಡುಮಿಂಗ - ಶಶಿ ತರೀಕೆರೆ - ₹ 130
ಬಯಲರಸಿ ಹೊರಟವಳು - ಛಾಯಾ ಭಟ್ - ₹ 150
ಮಾಕೋನ ಏಕಾಂತ - ಕಾವ್ಯಾ ಕಡಮೆ - ₹ 130

ಕಥಾಸಂಕಲನ

ಶಕುಂತಲಾ - ಗುರುಪ್ರಸಾದ್ ಕಾಗಿನೆಲೆ - ₹ 80
ಜುಮುರು ಮಳೆ - ಸುಮಂಗಲಾ - ₹ 220
ಶಾಲಭಂಜಿಕೆ - ಡಾ. ಕೆ. ಎನ್. ಗಣೇಶಯ್ಯ - ₹ 180 (7ನೇ ಮುದ್ರಣ)
ಕಾರಂತಜ್ಜನಿಗೊಂದು ಪತ್ರ - ಸಚ್ಚಿದಾನಂದ ಹೆಗಡೆ - ₹ 150
ಹಕೂನ ಮಟಾಟ - ನಾಗರಾಜ ವಸ್ತಾರೆ - ₹ 80
ಕಾಲಿಟ್ಟಲ್ಲಿ ಕಾಲುದಾರಿ - ಸುಮಂಗಲಾ - ₹ 80
ಹುಲಿರಾಯ - ಕೀರ್ತಿರಾಜ್ - ₹ 80
ನಿರವಯವ - ನಾಗರಾಜ ವಸ್ತಾರೆ - ₹ 125
ಹನ್ನೊಂದನೇ ಅಡ್ಡರಸ್ತೆ - ಸುಮಂಗಲಾ - ₹ 170
ಗಾಳಿಗೆ ಮೆತ್ತಿದ ಬಣ್ಣ - ಕರ್ಕಿ ಕೃಷ್ಣಮೂರ್ತಿ - ₹ 180
ಕನ್ನಡಿ ಹರಳು - ಪದ್ಮನಾಭ ಭಟ್, ಶೇವ್ಕಾರ - ₹ 130
ಒಂದು ಚಿಟಿಕೆ ಮಣ್ಣು - ಲಕ್ಷ್ಮಣ ಬಾದಾಮಿ - ₹ 130
ಬಂಡಲ್ ಕತೆಗಳು - ಎಸ್ ಸುರೇಂದ್ರನಾಥ್ - ₹ 160
ದೇವರ ರಜಾ - ಗುರುಪ್ರಸಾದ್ ಕಾಗಿನೆಲೆ - ₹ 225 (2ನೇ ಮುದ್ರಣ)
ಕಟ್ಟು ಕತೆಗಳು - ಎಸ್ ಸುರೇಂದ್ರನಾಥ್ - ₹ 210
ಮಡಿಲು (ನೀಳ್ಗತೆ) - ನಾಗರಾಜ ವಸ್ತಾರೆ - ₹ 15
ತಿರಾಮಿಸು - ಶಶಿ ತರೀಕೆರೆ - ₹ 210
ತೊಟ್ಟು ಕ್ರಾಂತಿ - ಕಾವ್ಯಾ ಕಡಮೆ - ₹ 180
ಒಂದು ಬಾಗಿಲು ಮತ್ತು ಮೂರೂ ಚಿಲ್ಲರೆ ವರ್ಷಗಳು - ಶಾಂತಿ ಕೆ ಅಪ್ಪಣ್ಣ - ₹ 190

ಪ್ರಬಂಧ

ಪೂರ್ವ ಪಶ್ಚಿಮ - ಎಂ. ಆರ್. ದತ್ತಾತ್ರಿ - ₹ 80
ರಾಗಿಮುದ್ದೆ - ರಘುನಾಥ ಚ. ಹ. - ₹ 120
ಕುಟ್ಟವಲಕ್ಕಿ / ಗೊಜ್ಜವಲಕ್ಕಿ - ಪ್ರಶಾಂತ ಆಡೂರ - ₹ 170 / ₹ 170
ಕಿಲಿಮಂಜಾರೋ - ಪ್ರಶಾಂತ್ ಬೀಚಿ - ₹ 80
ಮಿಸಳ್ ಭಾಜಿ - ಭಾರತಿ ಬಿ ವಿ - ₹ 190
ಸಾವೆಂಬ ಲಹರಿ - ಗುರುಪ್ರಸಾದ ಕಾಗಿನೆಲೆ - ₹ 140
ವೈದ್ಯ, ಮತ್ತೊಬ್ಬ - ಗುರುಪ್ರಸಾದ ಕಾಗಿನೆಲೆ - ₹ 120
ಅಪ್ಪನ ರ್‍ಯಾಲೀಸ್ ಸೈಕಲ್ - ದರ್ಶನ್ ಜಯಣ್ಣ - ₹ 110
ಇಮೋಜಿ ಭಾಷೆ - ಕರ್ಕಿ ಕೃಷ್ಣಮೂರ್ತಿ - ₹ 150

ಅನುವಾದ

ದಿ ಚಾಯ್ಸ್ - ಈಡಿತ್ ಎವಾ ಎಗರ್ (ಜಯಶ್ರೀ ಭಟ್) - ₹ 280
ದೇಹವೇ ದೇಶ - ಗರಿಮಾ ಶ್ರೀವಾಸ್ತವ (ವಿಕ್ರಮ ವಿಸಾಜಿ) - ₹ 250
ಪರ್ಸೆಪೊಲಿಸ್- ಮಾರ್ಜಾನ್ ಸತ್ರಪಿ (ಪ್ರೀತಿ ನಾಗರಾಜ) - ₹ 395
ಗಾಳಿ ಪಳಗಿಸಿದ ಬಾಲಕ - ವಿಲಿಯಂ ಕಾಂಕ್ವಾಂಬಾ (ಕರುಣಾ ಬಿ ಎಸ್) - ₹ 320
ಅಮೋಸ್ ಫಾರ್ಚೂನ್ - ಎಲಿಝಬೆತ್ ಯೇಟ್ಸ್ (ಜಯಶ್ರೀ ಭಟ್) - ₹ 110
ನವ ಜೀವಗಳು - ವಿಲಿಯಂ ಡಾಲ್ರಿಂಪಲ್ (ನವೀನ ಗಂಗೋತ್ರಿ) - ₹ 250
ಮೈಕೆಲ್ ಕೆ - ಜೆ.ಎಂ. ಕುಟ್‌ಸೀ (ಸುನಿಲ್ ರಾವ್) - ₹ 170
ಲೇರಿಯೊಂಕ - ಹೆನ್ರಿ ಆರ್. ಓಲೆ ಕುಲೆಟ್ (ಪ್ರಶಾಂತ ಬೀಚಿ) - ₹ 140
ಅರೆಶತಮಾನದ ಮೌನ - ಯಾನ್ ರಫ್-ಓ'ಹರ್ನ್ (ಅರುಣ್) - ₹ 310
ಪರ್ವತದಲ್ಲಿ ಪವಾಡ - ನ್ಯಾಂಡೊ ಪರಾಡೊ (ಸಂಯುಕ್ತಾ ಪುಲಿಗಲ್) - ₹ 340
ಚಂದಿರ ಬೇಕೆಂದವನು - ಮಿಮಿ ಬೇರ್ಡ್ (ಪ್ರಜ್ಞಾ ಶಾಸ್ತ್ರಿ) - ₹ 180
ಬಂಡೂಲ - ವಿಕಿ ಕಾನ್‌ಸ್ಟಂಟೀನ್ ಕ್ರುಕ್ (ರಾಜ್ಯಶ್ರೀ ಕುಳಮರ್ವ) - ₹ 425
ರೆಬೆಲ್ ಸುಲ್ತಾನರು - ಮನು ಎಸ್ ಪಿಳ್ಳೈ (ಸಂಯುಕ್ತಾ ಪುಲಿಗಲ್) - ₹ 420
ಫಾಲೋಯಿಂಗ್ ಫಿಶ್ - ಸಮಂತ್ ಸುಬ್ರಮಣಿಯನ್ (ಸಹನಾ ಹೆಗಡೆ) - ₹ 280
ಜಗವ ಚುಂಬಿಸು - ಸುಬ್ರೊತೋ ಬಾಗ್ಚಿ (ವಂದನಾ ಪಿ ಸಿ) - ₹ 240
ಪರ್ದಾ ಅಂಡ್ ಪಾಲಿಗಮಿ - ಇಕ್ಬಾಲುನ್ನೀಸಾ ಹುಸೇನ್ (ದಾದಾಪೀರ್) - ₹ 380
ವಾಡಿವಾಸಲ್ - ಚಿ. ಸು. ಚೆಲ್ಲಪ್ಪ (ಸತ್ಯಕಿ) - ₹ 100
ನಾಲ್ಕನೇ ಎಕರೆ - ಶ್ರೀರಮಣ (ಅಜಯ್ ವರ್ಮಾ ಅಲ್ಲೂರಿ) - ₹ 100
ಮಾವೋನ ಕೊನೆಯ ನರ್ತಕ - ಲೀ ಕ್ವಿನ್‌ಶಿಂಗ್ (ಜಯಶ್ರೀ ಭಟ್) - ₹ 340
ಕೋಬಾಲ್ಟ್ ಬ್ಲೂ - ಸಚಿನ್ ಕುಂಡಲ್‌ಕರ್ (ಸಪ್ನಾ ಕಟ್ಟಿ) - ₹ 150
ವಿದ್ಯಾವಂತ ವೇಶ್ಯೆಯ ಆತ್ಮಕಥೆ - ಮಾನದಾ ದೇವಿ (ನಾಗ ಹುಬ್ಳಿ) - ₹ 240
ದಿ ಲೈಟ್‌ಹೌಸ್ ಫ್ಯಾಮಿಲಿ - ಫಿರಾತ್ ಸುನೇಲ್ (ಮಾಧುರಿ ಕುಲಕರ್ಣಿ) - ₹ 230
ನನ್ನ ತಂಗಿ ಈಡಾ - ಕಾರೊಲೀನ ವಾಲ್ (ಹರ್ಷ ರಘುರಾಮ್) - ₹ 260
ಸತ್ತವರ ಸೊಲ್ಲು - ಆಶುತೋಷ್ ಭಾರದ್ವಾಜ್ (ಕಾರ್ತಿಕ್ ಆರ್.) - ₹ 380

ಮುರಿದ ಕಡಲು - ಮನೋಜ್ ರೂಪ್ಡಾ (ಚಂದ್ರಶೇಖರ ಮದಭಾವಿ) - ₹ 230
ತಳಾತಳ - ಬಿ. ಜೆಯಮೋಹನ್ (ಶಾಂತಿ ಕೆ ಅಪ್ಪಣ್ಣ) - ₹ 295

ವಸುಧೇಂದ್ರ

ಮನೀಷೆ - ಕತೆಗಳು - ₹ 120 (8ನೇ ಮುದ್ರಣ)
ಯುಗಾದಿ - ಕತೆಗಳು - ₹ 190 (9ನೇ ಮುದ್ರಣ)
ಚೇಳು - ಕತೆಗಳು - ₹ 120 (8ನೇ ಮುದ್ರಣ)
ಹಂಪಿ ಎಕ್ಸ್‌ಪ್ರೆಸ್ - ಕತೆಗಳು - ₹ 195 (10ನೇ ಮುದ್ರಣ)
ಮೋಹನಸ್ವಾಮಿ - ಕತೆಗಳು - ₹ 270 (8ನೇ ಮುದ್ರಣ)
ವಿಷಮ ಭಿನ್ನರಾಶಿ - ಕತೆಗಳು - ₹ 280 (5ನೇ ಮುದ್ರಣ)
ಕೋತಿಗಳು - ಪ್ರಬಂಧ - ₹ 120 (8ನೇ ಮುದ್ರಣ)
ನಮ್ಮಮ್ಮ ಅಂದ್ರೆ ನಂಗಿಷ್ಟ - ಪ್ರಬಂಧ - ₹ 100 (29ನೇ ಮುದ್ರಣ)
ರಕ್ಷಕ ಅನಾಥ - ಪ್ರಬಂಧ - ₹ 110 (5ನೇ ಮುದ್ರಣ)
ವರ್ಣಮಯ - ಪ್ರಬಂಧ - ₹ 225 (7ನೇ ಮುದ್ರಣ)
ಐದು ಪೈಸೆ ವರದಕ್ಷಿಣೆ - ಪ್ರಬಂಧ - ₹ 280 (6ನೇ ಮುದ್ರಣ)
ಹರಿಚಿತ್ತ ಸತ್ಯ - ಕಾದಂಬರಿ - ₹ 200 (6ನೇ ಮುದ್ರಣ)
ತೇಜೋ-ತುಂಗಭದ್ರಾ - ಕಾದಂಬರಿ - ಉತ್ತಮ/ಸಾದಾ (₹500/₹450) (17ನೇ ಮುದ್ರಣ)
ಮಿಥುನ - ಶ್ರೀರಮಣರ ಕತೆಗಳು - ₹ 135 (8ನೇ ಮುದ್ರಣ)
ಎವರೆಸ್ಟ್ - ಜಾನ್ ಕ್ರಾಕೌರ್ - ₹ 420 (4ನೇ ಮುದ್ರಣ)
ರೇಷ್ಮೆ ಬಟ್ಟೆ - ಕಾದಂಬರಿ - ₹ 450 (7ನೇ ಮುದ್ರಣ)

ಕಾದಂಬರಿ

ಎನ್ನ ಭವದ ಕೇಡು - ಎಸ್ ಸುರೇಂದ್ರನಾಥ್ - ₹ 75
ನ್ಯಾಸ - ಹರೀಶ ಹಾಗಲವಾಡಿ - ₹ 470
ಗುಣ - ಗುರುಪ್ರಸಾದ್ ಕಾಗಿನೆಲೆ - ₹ 150
ದ್ವೀಪವ ಬಯಸಿ - ಎಂ. ಆರ್. ದತ್ತಾತ್ರಿ - ₹ 320 (2ನೇ ಮುದ್ರಣ)
ತಾರಾಬಾಯಿಯ ಪತ್ರ - ದತ್ತಾತ್ರಿ ಎಂ ಆರ್ - ₹ 160
ಅಗೆದಷ್ಟೂ ನಕ್ಷತ್ರ - ಸುಮಂಗಲಾ - ₹ 230
ಪ್ರಿಯೇ ಚಾರುಶೀಲೆ - ನಾಗರಾಜ ವಸ್ತಾರೆ - ₹ 380
ಋಷ್ಯಶೃಂಗ - ಹರೀಶ ಹಾಗಲವಾಡಿ - ₹ 160
ಅಂತು - ಪ್ರಕಾಶ ನಾಯಕ್ - ₹ 200
ಚುಕ್ಕಿ ಬೆಳಕಿನ ಜಾಡು - ಕರ್ಕಿ ಕೃಷ್ಣಮೂರ್ತಿ - ₹ 200
ದೀಪವಿರದ ದಾರಿಯಲ್ಲಿ - ಸುಶಾಂತ್ ಕೋಟ್ಯಾನ್ - ₹ 160
ದಾರಿ - ಕುಸುಮಾ ಆಯರಹಳ್ಳಿ - ₹ 395
ಬರೀ ಎರಡು ರೆಕ್ಕೆ - ಸುನಂದಾ ಪ್ರಕಾಶ ಕಡಮೆ - ₹ 260 (2ನೇ ಮುದ್ರಣ)

ಕವಿತೆ

ಮದ್ಯಸಾರ - ಅಪಾರ - ₹ 90 (2ನೇ ಮುದ್ರಣ)
ಪೂರ್ಣನ ಗರಿಗಳು - ಪೂರ್ಣಪ್ರಜ್ಞ - ₹ 70
ಹಲೋ ಹಲೋ ಚಂದಮಾಮ - ರಾಧೇಶ ತೋಳ್ಪಾಡಿ - ₹ 50

ಪದಚರಿತೆ

ಸರಿಗನ್ನಡಂ ಗೆಲ್ಗೆ - ಅಪಾರ - ₹ 390 (3ನೇ ಮುದ್ರಣ)

ನಮ್ಮ ಪ್ರಕಟಣೆಯ ಎಲ್ಲ ಪುಸ್ತಕಗಳ ಪ್ರತಿಗಳೂ ಲಭ್ಯ.
ಪುಸ್ತಕದ ಪ್ರತಿಗಾಗಿ ವಾಟ್ಸಾಪ್ ಮಾಡಿ 98444 22782